மேடையெனும் வசீகரம்
(உரைகள் தொகுப்பு)

திருச்சி சிவா எம்.பி.

நியூ செஞ்சுரி புக் ஹவுஸ் (பி) லிட்.,
41-பி, சிட்கோ இண்டஸ்டிரியல் எஸ்டேட்,
அம்பத்தூர், சென்னை - 600 050.
☎: 044 - 26251968, 26258410

Language: Tamil

Medaiyenum Vaseegaram

(Uraigal Thoguppu)

Author: **Tiruchi Siva** M.P.

First Edition: September, 2024
Second Edition: December, 2024
Copyright: Author
No.of Pages: xxiv + 368 = 392
Publisher:
New Century Book House Pvt. Ltd.,
41-B, SIDCO Industrial Estate,
Ambattur, Chennai - 600 050.
Tamilnadu State, India.
Email: info@ncbh.in | Online: www.ncbhpublisher.in

ISBN: 978 - 81 - 980502 - 6 - 7
Code No. A 5186

₹ 650/-

Branches

Ambattur 044 - 26359906, **Spenzer Plaza (Chennai)** 044-28490027
Trichy 0431-2700885 **Pudukkottai** 04322- 227773 **Thanjavur** 04362-231371
Tirunelveli 0462-2323990, 4210990 **Madurai** 0452-4374106
Dindigul 0451-2432172 **Coimbatore** 0422-2380554 **Erode** 0424-2256667
Salem 0427-2450817 **Hosur** 04344-245726 **Krishnagiri** 04343-234387
Ooty 0423-2441743 **Vellore** 0416-2234495 **Villupuram** 04146-227800
Pondicherry 0413-2280101 **Nagercoil** 04652-234990

மேடையெனும் வசீகரம்

(உரைகள் தொகுப்பு)

ஆசிரியர் : **திருச்சி சிவா** எம்.பி.

முதல் பதிப்பு: செப்டம்பர், 2024

இரண்டாம் பதிப்பு: டிசம்பர், 2024

அச்சிட்டோர்: **பாவை பிரிண்டர்ஸ் (பி) லிட்.,**
16 (142), ஜானி ஜான் கான் சாலை, இராயப்பேட்டை, சென்னை - 14
☎: 044-28482441

All rights reserved. No part of this book may be reprinted or reproduced or utilised in any form or by any electronic, mechanical, or other means, now known or hereafter invented, including photocopying and recording, or in any information storage or retrieval system, without permission in writing from the publishers.

தாய்க்கோழியாய் என்னைக் காத்த
தலைவர் கலைஞர் அவர்களுக்கு...

குறுகு காலத்த பயிற்றுவிக்கப்பட...
கற்றுக்கொடு நல்லவர் நமையே

உள்ளே...

வாழ்த்துரை – துரைமுருகன்	vii
ஒரு தமிழனின் உலகக் குரல் – கவிப்பேரரசு வைரமுத்து	ix
கழகப் பேரோசை! – பா.திருமாவேலன்	xiii
நயத்தகு நாகரிகம் – பாரதி பாஸ்கர்	xvii
என் உரை... – திருச்சி சிவா	xxi

தலைவர்கள்

1.	பகுத்தறிவுப் பகலவன் தந்தை பெரியார்	3
2.	அறிஞர் அண்ணா ஓர் இமயம்	18
3.	தனிப்பெரும் தலைவர் கலைஞர்	24
4.	கலைஞர் நினைவரங்க உரை	43
5.	உடன்பிறப்புகளின் தலைவன்	53
6.	சட்டமேதை அம்பேத்கர்	60
7.	மாவீரன் திப்புசுல்தான்	72
8.	வ.உ.சி. 150ஆவது பிறந்த நாள் சிறப்புரை	85

அரசியல்

9.	இளைஞர் அணி பயிற்சிப் பாசறை	97
10.	மீண்டும் ஈரோட்டிலிருந்து...	117
11.	தீப்பொறிப் பறக்கும் தீர்மானங்கள்	127
12.	திராவிடர் கழக சமூக நீதி மாநாட்டுப் பேருரை	139
13.	அரபு மண்ணில்...	145
14.	சேலம் சிறப்பு மாநாடு	159
15.	தஞ்சை மண்டல மாநாடு	168
16.	நெல்லை இளைஞரணி மாநாடு	176

சமூகம்

17. நல்லவை தேய்கிறதா?	189
18. ஒளிந்திருக்கும் அதிசயம்	199
19. முடிவா? ஆரம்பமா?	207
20. மனதில் நிலைத்திருப்பவர்கள்	218
21. எழில்மிகு எதிர்காலம்!	230
22. சாதனைக்கு வறுமை ஒரு தடையல்ல!	242
23. பெண்ணினம் போற்றுவோம்	249
24. வேளாண் தொழில் காப்போம்	260
25. தொழிலாளர் தோழர்களே...	266

இலக்கியம்

26. அண்ணாவின் வாழ்வில் நூல்கள்	279
27. மறக்கமுடியாத அண்ணா	284
28. அண்ணாவின் எளிமை	290
29. காவிரிக் கரை தந்த காவியக் கவிஞர்	300
30. கி.ரா. நினைவேந்தல்	312
31. புறநானூறு: புதிய வரிசை வகை	321
32. இலக்கிய இளைப்பாறுதல்	329
33. காலங்களைக் கடந்து வாழ்வார் கலைஞர்	339
34. வீரவணக்க நாள்	349

இணையம்: www.dmk.in
மின்னஞ்சல்: dmkheadquarters@gmail.com

தொலைபேசி: 044-2432 0270, 2432 0280, 24320290
தொலைநகல்: 044-24348258

திராவிட முன்னேற்றக் கழகம்
(தலைமை நிலையம்)

துரைமுருகன்
பொதுச்செயலாளர்

"அண்ணா அறிவாலயம்"
367 & 369, அண்ணாசாலை, தேனாம்பேட்டை,
சென்னை - 600 018

05-08-2024

வாழ்த்துரை

திருச்சி சிவாவின் "மேடையெனும் வசீகரம்" என்ற புத்தகத்தில், தலைவர்கள், அரசியல், சமூகம் மற்றும் இலக்கியம் ஆகிய தலைப்புகளில் முழங்கிய பேச்சுக்களை தொகுத்திருக்கிறார்!

"பெரியார் தான் வாழ்ந்த காலத்தில் அவமானங்களையும், புறக்கணிப்புகளையும் மட்டுமே எதிர்கொண்டார்.

அவருடைய கருத்துக்களை பலர் ஏற்றுக்கொள்ளவில்லை என்ற போதும் தொடர்ந்து சொல்லிக் கொண்டே இருந்தார். அவருக்குத் தெரியும் என்றாவது ஒரு நாள் உலகம் ஏற்கும்" என்று கூறியுள்ளதும்;

"ஒரு பெரும் இனம் ஆயிரக்கணக்கான ஆண்டுகளாக வீழ்ந்து கிடந்தது. வீழ்ந்ததற்கான காரணத்தை உணராமல் இருந்தது. எழ வேண்டும் என்ற எண்ணம் இல்லாமல் இருந்தது. ஆனால் இத்தனையும் நிறைவேற்றிக் காட்டிய தனிமனிதன் என்றால் அண்ணா தான்" என்று குறிப்பிட்டுள்ளதும்;

"துயரங்களைச் சுமந்து உயரங்களைப் பெற்ற தலைவன் நீ" என்று கலைஞரைப் பற்றி குறிப்பிட்டுள்ளதும்;

"முயற்சி அவரது மூலதனம், உழைப்பு அவரது உடன்பிறப்பு" என்று தளபதியைப் பற்றி குறிப்பிட்டுள்ளதும் அற்புதம்!

இந்தப் புத்தகம்,
களப்பணி ஆற்றும் இளைஞர்களுக்கும்
நாளைய சந்ததியினருக்கும்
பயன் பெறக்கூடிய வகையில் அமையும்
என்பதில் சந்தேகமில்லை!

திருச்சி சிவா / vii

கல்லூரிக் காலத்து மலரும் நினைவுகள்
மிசா காலத்துக் கொடுமையின் நினைவுகள் பற்றியெல்லாம்
அவர் குறிப்பிட்டு எழுதும் போது
அதில் பெரும் பகுதி என்னையும் ஆட்கொண்டது!
அவர் மேடைதோறும் ஆற்றிய உரையின் தொகுப்பு
தஞ்சாவூர் கதம்பம் போல் மிக அழகாக இருக்கிறது!
வயதிருக்கிறது!
கையில் வளமாக கட்சிப் பொறுப்பிருக்கிறது!
இவர் உரையைக் கேட்க பாராளுமன்றமும்,
தமிழகத்தில் பரந்து விரிந்திருக்கிற மைதானத்தில்
நிறைந்திருக்கிற மக்கள் கூட்டமும் காத்திருக்கிறது!
பணி தொடர என் வாழ்த்துக்கள்!

அன்புடன்,

துரை முருகன்

(துரை முருகன்)

ஒரு தமிழனின் உலகக் குரல்

திராவிடப் பேரியக்கத்தின் பண்பாட்டுப் புரட்சிகளுள் ஒன்று பேச்சுக்கலை. அதுவரைக்கும் கருத்துவிளக்கக் கருவியாக மட்டும் கருதப்பட்ட சொற்பொழிவு, நிகழ்த்துக் கலையாக வளர்த்தெடுக்கப்பட்டது திராவிட இயக்கத்தின் முன்னோடிகளால்தான்.

தந்தை பெரியாரும், பேரறிஞர் அண்ணாவும், முத்தமிழறிஞர் கலைஞரும், நாவலர், பேராசிரியர் அன்பழகன் போன்ற தலைவர்களும், அவர்களோடு ஒரு சாலை மாணாக்கராய் இயங்கிய ஓராயிரம் பேச்சாளர்களும் பகுத்தறிவை, சுயமரியாதையை, இன மொழி உணர்வை மக்களோடு கொண்டு சேர்ப்பதற்குச் சொற்பொழிவு என்ற ஒரு கருவியைச் சுவையூட்டும் கலையாக்கிக் காட்டினார்கள்.

தெருக்களே களங்களாய், திண்ணைகளே மேடைகளாய் 40-50களில் தோன்றிய அறிவுப் புரட்சி பள்ளம் பார்த்துப் பாய்கிற வெள்ளமாய் வெகு விரைவில் பாமர மக்களைச் சென்றடைந்தது.

முன்னோடிகளின் எழுத்தைப் படித்து எழுத்தாளர்களும், பேச்சைக் கேட்டுப் பேச்சாளர்களும், கலையில் களித்துக் கலைஞர்களும் தோன்றத் தொடங்கினார்கள். அந்தப் பகுத்தறிவு மழையில் முளைத்தன பல்லாயிரக்கணக்கான விருட்சங்கள். அது ஒரு கலாசாரமாகவே தமிழ்நாடெங்கும் தழைத்தோங்கியது. அந்தக் கலாசாரத்தின் எச்சங்களுள் ஒருவர்தான் நாடாளுமன்ற உறுப்பினரும் நல்ல தமிழ்ப் பேச்சாளருமான திருச்சி சிவா அவர்கள்.

தி.மு.க.வில் மாணவப் பருவத்தில் அரசியல் வாழ்வில் அடியெடுத்துவைத்து ஓராண்டு மிசா சிறைவாசமும் அனுபவித்த திருச்சி சிவா அவர்கள் இயக்கத்தின் வளர்ச்சிக்குத் தன் பேச்சாற்றலால் வலிமை சேர்த்து வருபவர்.

ஒவ்வொரு நாளும் ஒரு நூல் வாசிப்பவர். நாள்தோறும் நாவில் புதுக்கருத்துக்களைப் பொழிபவர். இவரைத் தி.மு.க.வின் பேசும் நூலகம் என்று நான் பெரிதும் மதிக்கிறேன்.

திருச்சி சிவா அவர்கள் ஓர் அரசியல்வாதியாய்ப் பார்க்கப்பட்டாலும் தமிழிலும் ஆங்கிலத்திலும் பெரும்புலமை பெற்றவர். அவர் ஆங்கில இலக்கியம் படித்தவர்; சட்டம் படித்தவர்; ஐ.ஏ.எஸ். தேர்வும் எழுதியவர் என்பதெல்லாம் பலரும் அறியாத செய்திகள்.

நான் அவரைக் காணும் போதும் உரையாடும் போதும் அவரை ஓர் அரசியல்வாதியாக உணரமாட்டேன். ஓர் ஆழ்ந்த அறிவுஜீவியாகத்தான் உணர்ந்து வருகிறேன்.

எளிய விவசாயக் குடும்பத்தில் பிறந்து, பிறந்த மூன்றே மாதத்தில் தந்தையை இழந்து, 29 வயதில் கணவரை இழந்த அன்னையால் வளர்க்கப்பட்ட இவருக்கு அடக்கம் என்கிற பண்பு உயிரோடு பிறந்த குணம்.

திருச்சி சிவாவின் 'மேடையெனும் வசீகரம்' என்கிற இந்தத் தொகுப்பு வெறும் சொற்பொழிவுத் தொகுப்பு அல்ல; கருத்துக் கருவூலங்கள்.

பல்வேறு தருணங்களில் அவர் ஆற்றிய சொற்பொழிவுகள் பெரும்பாலும் இலக்கியத் தன்மை கொண்டவை; ஆழ்ந்த பொருள் பொதிந்தவை. மேடைகளில் மடைதிறந்த வெள்ளமாய் அவர் ஆற்றிய உரைகளின் தொகுப்புகள் வெறும் ஒலியோடு இருப்பின்

காலத்தில் கரைந்துபோய்விடும். கல்வெட்டாகத் திகழும் வண்ணம் நூல் வடிவில் வெளியிடும் அவரின் முயற்சி பாராட்டிற்குரியது.

இத்தொகுப்பில் உள்ள அரிய செய்திகள், வரலாற்றுத் தகவல்கள், இலக்கிய மேற்கோள்கள், சம்பவங்கள், அறியப்பெறாத சிறு துணுக்குகள் என அனைத்தும் அற்புதம்.

அவர் பரந்த படிப்பாளி என்பதற்கும், சிறந்த இலக்கியவாதி என்பதற்கும் தொகுப்பெங்கும் பளிச்சிடும் உரை மின்னல்களே சாட்சி.

இத்தொகுப்பில் பகுத்தறிவுப் பகலவன் பெரியார், அண்ணா ஓர் இமயம், மாவீரன் திப்பு சுல்தான், சட்டமேதை அம்பேத்கர், நல்லவை தேய்கிறதா? பெண்ணினம் போற்றுவோம் போன்ற அவர் பேச்சின் பல பதிவுகள் கட்டுரைகளுக்குரிய கனத்தோடு திகழ்கின்றன.

தமிழ்நாட்டின் தலைசிறந்த பேச்சாளர்களுள் ஒருவராய்த் திகழும் சகோதரர் திருச்சி சிவா அவர்கள் ஆற்றல்மிக்க எழுத்தாளராகவும் திகழ்வதற்குரிய அழுத்தமான அடையாளங்களை இத்தொகுப்புகளில் காண்கிறேன்.

இனம் - வரலாறு - சமூகம் - தன்முனைப்பு - அரசியல் எனப் பல துறைகளிலும் கலந்துகட்டி அடிக்கிறார். எடுத்துக்காட்டாக, நான் வாசித்து நேசித்த கருத்துக்களில் ஒரு சிலவற்றை இதில் குறிப்பிட விரும்புகின்றேன்.

- *"அண்ணா எல்லோரும் பயணம் செய்த பாதையில் பயணம் செய்யவில்லை. ஆனால், எல்லோரும் செய்யத் தவறியதைச் செய்தார். ஒரு பெரும் இனம், ஆயிரக்கணக்கான ஆண்டுகளாக வாழ்ந்த இனம் வீழ்ந்து கிடந்தது. வீழ்ந்ததற்கான காரணத்தை உணராமல் இருந்தது. எழ வேண்டும் என்ற எண்ணமும் இல்லாமல் இருந்தது. ஆனால் இத்தனையும் நிறைவேற்றிக் காட்டிய ஒரு மாபெரும் சக்தி ஒரு தனிமனிதன் என்றால் அது அண்ணாதான்."*
- *"ஒரு மிகப் பெரிய வரலாற்றுச் சின்ன இடத்திற்கு வருகிறபோது அந்த உணர்வுகள் அவர்கள் உள்ளத்தில் ஏற்பட வேண்டும். தாஜ்மகாலைப் பார்க்கிறபோது காதல் உணர்வு கிளர்ந்து எழுவதைப் போல, ஜாலியன்வாலாபாக் செல்கிறபோது தியாகம் நெஞ்சிலே அறைய வேண்டும்."*
- *"சாக்ரடீசுக்கு நஞ்சு கொடுத்துச் சாகச் சொன்ன போது சாக்ரடீஸ். "எதிர்காலம் சொல்லும்: யார் வாழப் போகிறவன்? யார் சாகப் போகிறவன்?" என்று சொன்னார். 2500 ஆண்டுகள் கடந்து விட்டன. இன்னும் சாக்ரடீஸ் வாழ்கிறான். விசம் கொடுத்தவன் யார்? யாருக்கும் தெரியாது."*
- *"அலெக்சாண்டர் உலகமெல்லாம் வென்றான். இந்தியாவிற்குள்ளும் படையெடுத்து வந்தான். ஆனால், அவன் கால்வைக்க முடியாத ஒரேயொரு பகுதி தமிழகம் மட்டும்தான். இது சரித்திரத்தில் பதித்து வைக்கப்பட்டிருக்கிறது. இந்தியாவை ஒரு குடையின் கீழ் ஆண்டவன் மௌரியப் பேரரசன். அவன் ஆட்சிக்கு உட்படாத ஒரேயொரு பிரதேசம் தமிழ்நாடு மட்டும்தான்."*
- *"சமுதாயம் தவறாகவே போய்க் கொண்டிருக்கிறது. காரணம் அறிவு மெலிந்து கொண்டிருக்கிறது. அறிவு சரியாகப் பயன்படுத்தப்படவில்லை. பிறரை அழிப்பதற்கான ஆயுதமாக அறிவைப் பயன்படுத்துகிறார்கள் அல்லது தன்னைத்தானே அழித்துக்கொள்ளப் பயன்படுத்துகிறார்கள். இதை மாற்ற வேண்டும். அறிவு*

அதிசயமாகவே இருக்க வேண்டுமென்றால் நான் மீண்டும் சொல்வேன், பகுத்தறிவாக அதைப் பயன்படுத்துங்கள்."

- "இதுவரை கீழடியில் கிடைத்த எந்தப் பொருளும் அங்கே சமயங்கள் இருந்தன என்பதற்கான சான்றே இல்லாமல் இருக்கின்றன. தமிழன் மதங்களைக் கடந்து வாழ்ந்திருக்கிறான்."

- "இரண்டாயிரம் ஆண்டுகளுக்கு முன்னால், வெறும் 2660 வரிகளை மட்டுமே எழுதிய திருவள்ளுவர் இன்னும் வாழ்கிறார். நாடாண்டவர்கள் நிலைத்து நிற்பதில்லை. மக்கள் மனத்தில் ஏடாண்டவர்கள் நிலைத்து நின்றிருக்கிறார்கள். அதுபோல மக்கள் மனத்தில் நிலைத்து நிற்கிற தலைவர் பெரியார்."

- "போரற்ற ஒரு சமுதாயத்தை உருவாக்க வேண்டுமென்றால் இரக்கம் நிறைந்த மனிதகுலத்தை உருவாக்க வேண்டியது அவசியம். அது பெற்றோர்களிடம் இல்லை; ஆசிரியர்களிடம்தான் இருக்கிறது."

- "பண்டித நேரு அவர்கள், பொதுத்துறை நிறுவனங்களை இந்தியப் பொருளாதாரத்தின் ஆலயங்கள்" என்று சொன்னார். அதன் விளைவாகத்தான் இந்தியாவின் தரம் உலக அளவில் உயர்ந்தது. இன்றைக்கு இந்தியாவில் இருக்கிற தனியார் துறைகள் அல்ல, உலக நிறுவனங்களோடு போட்டி போடுகிற ஆற்றல் நம்முடைய பொதுத்துறை நிறுவனங்களுக்கு உண்டு. பயன்படுத்த வேண்டிய அளவுக்கு பயன்படுத்துவது இல்லை. மாறாக, இவற்றை விற்று பலவீனமாக்கிக் கொண்டிருக்கிறார்கள்."

- "தனிமனித வருமானம் உயராமல் ஒட்டுமொத்தமாக ஜி.டி.பி உயர்ந்தது என்று சொல்வதில் அர்த்தமில்லை."

- "தேர்தலில் எப்போதும் 'கலைஞர் முன்னிலை' என்றே கேள்விப்பட்ட நமக்கு, 'கலைஞர் பின்னடைவு' என்று கேள்விப்பட்டது மருத்துவமனையில்தான்."

- "மாசேதுங் போல மனஉறுதி, ஆபிரகாம் லிங்கனைப் போல பொறுமை, நெப்போலியனைப் போல ராஜதந்திரம், அறிஞர் அண்ணாவைப் போல அடக்கம், கலைஞரைப் போல உழைப்பு, பேராசிரியரைப் போல வெட்டு ஒண்ணு துண்டு ரெண்டு என்று பேசுகிற தொகுப்புதான் எங்கள் தளபதி. வேர்ட்ஸ்வொர்த் சொல்வதைப்போல தோற்றத்தில் அழகிய மலரைப் போலவும் உள்ளத்தில் எஃகு போன்ற உறுதியையும் கொண்டிருப்பவர் நம் தளபதி அவர்கள்."

இப்படிக் குறிப்பிடுவதற்குப் பல அரிய சுவையான செய்திகளும் கருத்துக்களும் வரலாற்றுக் குறிப்புகளும் புகழுரைகளும் இந்நூலில் கொட்டிக் கிடக்கின்றன.

இந்நூலைப் படிப்பவர்கள், வாசிப்பின் தாக்கத்தால் தொடர்புடைய நூல்களைத் தேடிப்பிடித்து வாசிப்பார்கள். பன்னூலறிவு பெறுவார்கள் என்பது திண்ணம்.

ஒரு பேச்சாளர் என்பவர் எந்த அளவுக்கு ஆழமாகக் கற்க வேண்டும், வரலாற்றுச் செய்திகளைத் தெரிந்துகொள்ள வேண்டும், பொது அறிவு பெற வேண்டும் என்பதை இத்தொகுப்பு உணர்த்துகின்றது.

ஒரு பேச்சாளனுக்கு எவ்வளவு முன் தயாரிப்புகள், பரந்துபட்ட பல்துறை அறிவு வேண்டும் என்பதையும் அறிவுறுத்துகின்றன. வரலாறு, அரசியல், சமூகம், இலக்கியம், பெண்ணியம், இனம், மொழி, அறிவியல், விளையாட்டு, விவசாயம் என அனைத்திலும் ஆசிரியருக்குள்ள விரிந்த அறிவு வியப்பைத் தருகிறது.

பெரியார் - அண்ணா - கலைஞர் - அம்பேத்கர் - திப்புசுல்தான் - வ.உ.சி - தளபதி - சாக்ரடீஸ் - அரிஸ்டாட்டில் - பகத்சிங் - தொல்காப்பியன் - திருவள்ளுவர் - திரு.வி.க - கல்லணை - தஞ்சைப் பெரியகோயில் - கணிதமேதை ராமானுஜன் - நேரு - லால்பகதூர் சாஸ்திரி - அப்துல்கலாம் - நபிகள் நாயகம் - விக்டோரியா மகாராணி - ஆதிமந்தி - காக்கைப் பாடினியார் - ஒக்கூர் மாசாத்தியார் - ஔவையார் - வேலுநாச்சியார் - குயிலி - ராணியம்மா - அப்பக்கா - குந்தவை நாச்சியார் - பீர்பால் மனைவி - சேலம் உருக்காலை வரலாறு - வாலி - கி.ரா - ஜெயகாந்தன் என இந்த நூலில் இடம்பெறாத பெயர்களே இல்லை எனலாம்.

திருச்சி சிவா அவர்களின் தனிப்பட்ட அடையாளமாக வெற்றியாக நான் கருதுவது அவர் ஒரு சிறந்த நாடாளுமன்றவாதியாக தேசியக் கட்சிகளால் கவனிக்கப்படுகிறார் என்பதைத்தான்.

அவர் புள்ளிவிவரங்களோடும் ஆதாரங்களோடும் ஆங்கிலத்தில் தமிழ்நாட்டுக்காகக் குரல்கொடுக்கும்போது பார்ப்பவர் கண்களில் தெரிவது திருச்சி சிவா என்ற தனிமனிதன் அல்ல. பேசுவது தமிழன் என்பதும் தமிழ்நாட்டுக்காரன் என்பதுவும்தான். அவரும் 'என் அடையாளம் என்பது நான் தி.மு.க.காரன் என்பதுதான்' என்று இந்த நூலில் குறிப்பிட்டிருக்கிறார்.

கடந்த பத்து ஆண்டுகளில் நாடாளுமன்றத்தில் அதிகமான அளவுக்குத் தனிநபர் மசோதா கொண்டுவரப்பட்டு விவாதிக்கப்பட்டது திருச்சி சிவா அவர்களுடையது என்பது தமிழர்கள் பெருமிதப்படவேண்டிய செய்தி.

அதில் மிக முக்கியமானது, இந்தியாவில் இருக்கின்ற அரசியல் சட்டத்தின் எட்டாவது அட்டவணையில் உள்ள 22 மாநில மொழிகளையும் இந்தியாவின் ஆட்சி மொழிகளாக்க வேண்டும் என்ற தனிநபர் மசோதா.

உறுப்பினர்கள் பலரும் ஆதரித்த இந்த அரிய நிகழ்வை தேசிய ஊடகங்களும் பத்திரிகைகளும் போதிய அளவில் உயர்த்திப் பிடிக்கவில்லை என்பது ஆழ்ந்த கவலைக்குரியது.

ஆனாலும் ஓர் ஆறுதல்.

நாடாளுமன்றச் சரித்திரத்தில் திருச்சி சிவா அவர்களின் தனிப்பட்ட குரலின் சாதனையாக 45 ஆண்டுகளுக்குப் பின் திருநங்கையருக்கான தனிநபர் மசோதா ஏகமனதாக நிறைவேற்றப்பட்டதைக் கருதலாம். தேசிய அளவில் ஒரு தமிழனின் சாதனையாகவும் ஒரு நாடாளுமன்ற தி.மு.க உறுப்பினரின் வாழ்நாள் சாதனையாகவும் இதைப் போற்றலாம்.

ஆழ்ந்த புலமையும் அழுத்தமான இலக்கிய வளமும் மிக்க சகோதரர் திருச்சி சிவா அவர்கள் பேசுவதோடு மட்டுமல்லாமல்; எழுத்திலும் தீவிரம் காட்டினால் தமிழுக்கு மேலும் மேன்மை கிட்டலாம்.

கலைஞரின் தம்பியாகவும், தளபதியின் வலக்கரமாகவும், நாடாளுமன்றத்தின் தமிழர் குரலாகவும் விளங்கும் என் சகோதரர் திருச்சி சிவா நீடுபுகழோடு நெடுங்காலம் வாழ்கவென வாழ்த்துகிறேன். அவர் வாழ்வார்; வாழுந்தோறும் வளர்வார்.

சென்னை
அன்புள்ள...

08-08-2024
கவிப்பேரரசு வைரமுத்து

கழகப் பேரோசை!

ஏது சிறந்த பேச்சு? எந்தப் பேச்சு முடிந்த பிறகும் அதே உணர்வைத் தொடர்ந்து தருகிறதோ அதுவே சிறந்த பேச்சு. அத்தகைய உணர்வான உரைக்குச் சொந்தக்காரர் திருச்சி சிவா.

கட்சி மேடைகளாக இருந்தாலும், கல்யாண மாலையாக இருந்தாலும் திருச்சி சிவாவின் உரைகள், உரைக்கல்!

காலத்தால் நிலைத்து நிற்கும் கழகப் பேரோசை அவர்! அவரை நினைத்தால் அந்த ஓசையும் சேர்ந்தே ஒலிக்கிறது!

தொன்னூறுகளின் தொடக்கத்தில் மதுரையில் நடைபெற்ற திராவிட இயக்க பவள விழா மாநாட்டில் அவரின் உரையை முதன்முதலாகக் கேட்டேன். இன்று வரை கேட்டுக்கொண்டு இருக்கிறேன். சலிப்பில்லாமல் அவரும் பேசிக் கொண்டு இருக்கிறார். சலிப்பு ஏற்படாமல் நானும் கேட்டுக் கொண்டிருக்கிறேன். அரை நூற்றாண்டு காலமாக அவர் நா, நர்த்தனம் ஆடிக் கொண்டிருக்கிறது என்பதைவிட, ஆட்டுவித்துக் கொண்டு இருக்கிறது.

சிறந்த பேச்சாளர்கள் அனைவரும், எல்லா மேடைகளிலும் சிறந்த பேச்சாளர்களாக பேர் வாங்கிவிடுவது இல்லை. மேடையை வசப்படுத்துவது, அவ்வளவு சாதாரணமானது அல்ல. வசீகரம் என்பது குரலில், சொல்லில், கருத்தில் இருந்தால் மட்டும் தான் அனைத்து மேடைகளும் வசப்படும். அது எந்த வகையான மேடை, எத்தகைய மனிதர்கள் முன் நிற்கிறோம் என்பதை உணர்ந்து பேச வேண்டும். அந்த வகையில் அனைத்து மேடைகளையும் வெல்லும் வசீகரத்துக்குச் சொந்தக்காரர் சிவா.

இதில் பெரியார், திப்பு சுல்தான், வாலி, கி.ராஜநாராயணன் ஆகியோரைப் பற்றிய உரைகள் இருக்கின்றன. இவற்றை ஒருவரே பேசி வெற்றி பெறமுடியும் என்பதுதான் சிவாவின் சிறப்பு. பெரியாரைப் பேசுபவர்களால் வாலியைத் தொட முடியாது. கி.ரா.வைப் பேசுபவர்களால் அம்பேத்கரைத் தொட முடியாது. ஆனால் அரசியல், இலக்கியம், வரலாறு, சினிமா, தன்னம்பிக்கை, வாழ்க்கை, குடும்பம் என எல்லாவற்றையும் எல்லா மேடைகளிலும் பேச எல்லாராலும் முடியாது. திருச்சி சிவாவால் முடியும் என்பதற்கு எத்தனையோ மேடைகள் காட்சியகம். அதற்கு இந்தப் புத்தகம், சாட்சியம்.

கருத்தரங்குகள் கருத்துக் குவியல்கள். அதிலிருந்து மாறுபட்டது பொதுக்கூட்டங்கள். நடப்பியல் செய்திகளோடு பலதரப்பட்ட மக்களையும் ஈர்த்தாக வேண்டும். மாநாட்டு மேடைகள் அதிலும் பெரியவை. இலட்சக்கணக்கான மக்களைக் கவனிக்க வைத்தாக

வேண்டும். இந்த மூன்று தரப்பினரையும், வசப்படுத்தி வைத்து விடுவார் திருச்சி சிவா. மூன்றிலும் சிறந்தவர்கள் கூட, நாடாளுமன்றங்களில் வெற்றி பெற்றுவிடுவது இல்லை. ஏனென்றால் நாடாளுமன்றம் என்பது தனி ஆவர்த்தனம் அல்ல. நாலா பக்கமும் அம்பு வரும். அதனையும் தாங்கி, திருப்பி எறிய வேண்டும். எல்லா நேரத்திலும் தாக்குதலுக்குத் தயாராக இருக்கவும் வேண்டும். 'ரெடிமேட்' உரைகள் மட்டுமே போதாது. நாடாளுமன்றத்தின் இரு அவைகளிலும் கோலோச்சிக் காட்டிவிட்டார் திருச்சி சிவா. மாநிலங்களவையில் அவைத் தலைவரின் இருக்கையில் அமர்ந்த தமிழ்நாட்டின் முதல் திராவிட இயக்கத்தைச் சேர்ந்தவர் என்ற பெருமையும் அவருக்கு உண்டு.

மேடையில் தகவல் சொல்லலாம், தத்துவம் சொல்வது கடினம். மேடையில் வரலாறு சொல்லலாம், வரலாற்றின் உட்பொருளை உணர்த்துவது கடினம். உணர்ச்சியாகப் பேசலாம், அந்த உணர்வை அடுத்தவர் உள்ளத்தில் உட்கார வைப்பது கடினம். சிவா இதனைச் சரளமாகச் செய்து விடுவார்.

சில பேச்சாளர்களுக்கு குறுக்கே யாராவது பேசி விட்டால், அடுத்து பேச்சு வராது. இடை மறித்துக் கேள்வி கேட்டால் மூளை ஜாம் ஆகிவிடும் சிலருக்கு. ஆனால், கேள்வி கேட்டால்தான் திராவிட இயக்க மேடைகளே சூடுபிடிக்கும்.

"சாதிபேதமற்ற சமுதாயம் மலர வேண்டும் என்கிறீர்கள். ஆனால் பள்ளியில் நுழைந்ததுமே என்ன சாதி என்றுதானே கேட்கிறார்கள். இது சரியா?" திருச்சி சிவா பேசி முடித்ததும் ஒரு மாணவன் கேட்கிறான். உடனே சொல்கிறார்: "தம்பி, ஒரு காலத்தில் உன் சாதி என்ன என்று கேட்டது, நீ படிக்கக் கூடாது என்பதற்காக. இப்போது உன் சாதி என்ன என்று கேட்பது, 'முதலில் நீ தான் படிக்க வேண்டும்' என்பதற்காக!" என்று சொன்னதும் கல்லூரியே கைதட்டுகிறது. இந்த சிந்தனைக் கூர்மைதான் திருச்சி சிவா.

உணர்ச்சியாக முழங்குபவர்களுக்கு கதை சொல்ல வராது. ஆனால் கதை சொல்வார், காட்சிகளை விவரிப்பார், கவிதை சொல்வார், பாடவும் செய்வார். மேடையை குணச்சித்திர மேடையாக மாற்றும் வார்த்தைச் சித்தர் அவர். மகனால் கைவிடப்பட்ட அம்மா, ஒரு வேடன், ஒரு புரோகிதர் என சிவா சொல்லி இருக்கும் மூன்று கதைகளும் உருக்கமானவை. மனதைக் கனமாக்குகிறது.

அவரது பேச்சுகள் கேட்கும் போது அது காட்சியாக விரியும்...

* பத்து ரூபாயும் கொடியும் கீழே கிடந்தால் திமுககாரன் முதலில் அந்தக் கொடியைத் தான் எடுப்பான் ... என்னும் போது விரிகிறது ஒரு காட்சி.

* நான் வருவதற்கு முன்பே வந்துவிட்டீர்கள். நான் சென்ற பிறகுதான் செல்வீர்கள். நீங்கள் வீட்டுக்குச் செல்லும் போது உங்கள் பிள்ளைகள் தூங்கி இருப்பார்கள். அதனால் பொறுப்பு மறந்த தாய்மார்களா நீங்கள்? இல்லை. அந்தப் பிள்ளைகளின் எதிர்காலத்தின் மீது கவலை இருப்பதால் தான் இந்த மேடைக்கு முன்னால் அமர்ந்திருக்கிறீர்கள். இந்தக் கட்சி என் பிள்ளைகளைக் காப்பாற்றும் என்று!... என்று சொல்லும் போது ஒரு குடும்பக் காட்சியும், இயக்கத்தின் வரலாறும், ஆட்சியின் சாதனையும் விரிகிறது. எத்தனை ஆண்டுகள் ஆனாலும் மறக்காத காட்சிகள் இவை. இதுதான் திருச்சி சிவா உரையின் சிறப்பு.

புத்தகத்தை மூடி வைத்த பிறகும் சில வரிகள் என்னை வருடிக் கொண்டு இருக்கின்றன...

* ஒரு மின்சார வேலியைப் போல கண்ணுக்குத் தெரியாமல் காத்துக் கொண்டிருக்கிறார் பெரியார்.

* தேர்தலில் எப்போதும், ‘கலைஞர் முன்னிலை’ என்றே கேள்விப்பட நமக்கு, ‘கலைஞர் பின்னடைவு’ என்று கேள்விப்பட்டது மருத்துவமனையில் தான்.
* யாராவது ஒருவன், தான் அடக்கப்பட்டவன் என்ற உணர்வு வந்து எழுகிறான் என்றால், அவன் உறக்கத்தில் அம்பேத்கர் வந்திருப்பார்.
* கோழைத்தனத்துக்கும் முரட்டுத்தனத்துக்கும் இடைப்பட்டு இருப்பது வீரம்.
* நாடாண்டவர்கள் நிலைத்து நிற்பதில்லை, மக்கள் மனதில் ஏடாண்டவர்கள் நிலைத்து நிற்கிறார்கள்.

நிலைத்து நிற்கும் இந்த நூலும்!

02-09-2024

பா. திருமாவேலன்
தலைமை செய்தி ஆசிரியர்
கலைஞர் செய்திகள் தொலைக்காட்சி

நயத்தகு நாகரிகம்

'நயத்தகு நாகரிகம்' - என்பார் ஐயன் வள்ளுவர். சகோதரர் திருச்சி சிவா அவர்களை மேடைகளிலும் பயணங்களிலும் சந்திக்கும் போதெல்லாம் வள்ளுவனின் இந்த சொற்றொடரே என் நினைவில் மலரும். திருச்சி சிவா, ஆன்ற பண்பாளர்; அருமையான ரசிகர்; எந்த மேடையையும் பிரமிக்க வைக்கும் பேச்சாளர்.

அமரர் சிலம்பொலி செல்லப்பன் ஐயா அவர்கள் அடிக்கடி எல்லாப் பேச்சாளர்களிடமும் சொல்லும் அறிவுரை, 'பேசுவதை புத்தகமாக்கி விடுங்கள், இல்லாவிட்டால் அது காற்றில் கரைந்து போய் விடும்'. எங்களில் பலர் அதைச் செய்யவில்லை. ஆனால் திருச்சி சிவா ஐயா அவர்கள் 'மேடையெனும் வசீகரம்' என்னும் தொகுப்பின் வழி இப்பெரும் பணியைச் செய்திருக்கிறார். அவருக்கு அன்பான வாழ்த்துகள்!

திருச்சி சிவா அவர்களின் மேடைப்பேச்சின் பிரமிக்க வைக்கும் அம்சம் அவரின் சொல் தேர்வு. 'பிரிதோர் சொல் அச்சொல்லை வெல்லும் தன்மை இன்மை' அறிந்து சொற்களைத் தேர்ந்தெடுக்கும் வல்லவர் அவர்.

மேடையிலும் அரங்கிலும் இருக்கும் மனிதர்களை அவதானித்து, அறிந்து, ஒரு நிகழ்த்துக்கலை வல்லுநர் போல நிதானமாக பேசத் தொடங்குவார். சில நிமிடங்களிலேயே அவை அவரிடம் வந்துவிடும். பெரும்பான்மை பேச்சாளர்களிடம் நாம் காணும் 'அதீத மிகைத்தன்மையோடு' நிகழ்ச்சியின் தலைவரையோ, நிகழ்ச்சி அமைப்பாளர்களையோ புகழும் வழக்கம் அவருக்குக் கிடையாது. எளிதாகத் தொடங்கி, அறிவின் அமைதியும் உணர்வின் பேரோசையும் இணையும் ஒரு ஒத்திசைக் கச்சேரிக்கு ஒப்பானது அவரின் மேடைப்பேச்சு.

சன் டீவி கல்யாணமாலை நிகழ்ச்சிகள் பலவற்றில் அவரோடு ஒருங்கே பங்கேற்கும் போது, புதுப் பேச்சாளர்களையும் கவனித்துக் கேட்டு பாராட்டுகளைப் பதிவு செய்யும் கனிந்த மனம் அவருக்கு உண்டு என்பதை நான் பலமுறை நேரில் பார்த்திருக்கிறேன்.

அரங்கில் தான் மட்டுமே முக்கியமானவர் என்று காட்டிக்கொள்ள, தாமதமாக மேடைக்கு வருவது, தான் பேசியவுடன் வெளியேறுவது போன்ற சிறுமைகளை எண்ணவும் மாட்டாத பண்பாளர்.

அவரின் ஆழ் நெஞ்சில் ஆசிரியர்களாகத் துலங்கும் அறிஞர் அண்ணா அவர்களையும் கலைஞர் அவர்களையும் குறிப்பிடாது அவர் உரைகள் நிறைவதில்லை. அவையும் கூட

இடைச்செருகல் போல் அன்றி அன்றைய அரங்கின் தலைப்புக்கு ஒத்ததாக அமையும் படித்தான் பேசுவார்.

ஒரு நிகழ்ச்சி. பெரும் நிகழ்வு. பிரம்மாண்டமாக நடந்து முடிந்தது. சகோதரர் திருச்சி சிவா நேராக ஏற்பாட்டாளர்களிடம் போனார். வாழ்த்தினார், பாராட்டினார். மறக்காமல், ஏன் தமிழ்த்தாய் வாழ்த்து தொடக்கத்தில் பாடப்படவில்லை என்று கேட்டு அடுத்த நிகழ்விலிருந்து அதுதான் முதலில் இசைக்கப்படும் என்னும் உறுதியையும் வாங்கிக் கொண்டார் அவரின் தமிழ்ப்பற்று அவரின் ஆளுமையின் ஆழத்துள் உறைத்தது. அது மட்டுமல்ல, ஒலி நாடாவில் தமிழ்த்தாய் வாழ்த்தை ஒலிக்க வைப்பது அவருக்குப் பிடிக்காது. 'இத்தனை பேர் இருக்கிறோமே, எல்லாரும் சேர்ந்து பாடுவோம்' என்று பல மேடைகளில் சொல்லுவார்.

அவருக்கு நன்றாகப் பாடவும் வரும். (எங்களுக்கு வராதே, என்ன செய்வது?) சொல்வதோடு மேடைகளில் தமிழ்த்தாய் வாழ்த்தையும் நாட்டுப்பண்ணையும் பாடவும் செய்வார்.

'பராக் ஒபாமா அதிபராகப் பதவி ஏற்கிறார். 14 லட்சம் மக்கள் கூடியிருக்கிறார்கள். அத்தனை பேரும் சேர்ந்து நாட்டுப்பண்ணை பாடுகிறார்கள். கேட்பதற்கே கிளர்ச்சியூட்டுகிறது. ஆனால் நம்முடைய நிகழ்ச்சிகளில் நாட்டுப்பண் என்றால் சிலர் அங்கேயும் இங்கேயும் பார்க்கிறார்கள், சிலர் தலை குனித்து நிற்கிறார்கள். இதெல்லாம் மாற வேண்டும். நாட்டுப்பண் என்றால் நம் நினைவுக்கு வ.உ.சியும் பகத்சிங்கும் நேதாஜியும் வர வேண்டும். தமிழ்த்தாய் வாழ்த்து என்றால் உலகின் மூத்த மொழி நம் மொழி என்னும் பெருமிதத்தோடு பாட வேண்டும். நம் பிள்ளைகளுக்கும் இந்த உணர்வை ஊட்டும் போதுதான் எதிர்காலம் செழிக்கும்' என்று அவர் மேடையில் முழங்கும் போது பரவசமாக இருக்கும்.

திருச்சி சிவா அவர்களின் பேச்சின் ஊடே வந்து போகும் சில சிந்தனைச் சிதறல்கள் என்னை ஆழ்ந்து சிந்திக்க வைக்கும்.

'ஜாலியன் வாலா பாக் நான் போய்ப் பார்க்க விரும்பிய இடம். என் இளமை முதலே என் ஆசைகள் ஜாலியன் வாலா பாக் பார்க்க வேண்டும், தாஜ் மகால் பார்க்க வேண்டும், காவிரிக் கரையோரத்தில் தென்னை மரங்கள் சூழ்ந்த இடத்தில் ஒரு வீடு கட்டி மொட்டை மாடியில் அமர்ந்து இசை கேட்க வேண்டும்' என்று ஒரு பேச்சின் இடையே சொல்கிறார். இவ்வளவு எளிமையான ஆசைகளைக் கொண்ட அரசியல் ஆளுமைகள் மிகமிகச் சிலர்தான் இருப்பார்கள்!

'ஆனால் அந்த ஜாலியன் வாலா பாக் போன போது 378 உயிர்களைக் காவு கொண்ட இடத்தைப் பார்க்க வரும் மக்கள் பாப்கார்ன் சாப்பிட்டுக் கொண்டு வருவதைப்பார்த்து அதிர்ந்து போனேன். அங்கே இருந்த கிணறு ஒன்றில்தான் பல பேர் விழுந்து இறந்தார்கள். அந்தக் கிணற்றில் இப்போது கிரானைட் போட்டிருக்கிறார்கள். அப்படியே பழைமை மாறாது பாழுங்கிணறாக வைத்தால் தானே அன்று நடந்த பயங்கரத்துக்கு அது சாட்சியாக இருக்கும். பார்க்கிறவர்களுக்கு உணர்ச்சி உண்டாகும்' என்ற திரு. சிவாவின் கருத்து எத்தனை செறிவானது! பழைமையை அப்படியே பராமரிப்பது தானே அதற்கான மரியாதை!

ஒரு மேடையில் சொல்கிறார் 'கோழைத்தனத்திற்கும் முரட்டுத்தனத்திற்கும் இடைப்பட்டதற்குப் பெயர் வீரம், கூழைக் கும்பிடு போடுவதற்கும், திமிர்த்தனத்திற்கும்

இடையே இருப்பது பணிவு, மொழி வெறிக்கும் மொழி உணர்வற்று இருப்பதற்கும் இடையே இருப்பது மொழிப்பற்று'.

வைரத்தில் பொதித்து வைக்க வேண்டிய வரிகள். இவை எதிலும் மிகச்சரியான சம நிலை - அதுவே இவரின் பலம். அந்த சமநிலையை இவர் கொண்டிருப்பதால்தான், இவரின் பேச்சுக்கள் பாமரர்களுக்கும் படித்தவர்களுக்கும் இன்பம் தரும் உரைகளாய் உயர்ந்து நிற்கின்றன. கீழே உள்ளவர்களும், மேடையில் பக்கத்தில் இருப்பவர்களும் கிளர்ந்து எழுந்து கைதட்ட வைப்பது அல்ல ஒரு பேச்சாளரின் வேலை - காலங்கள் போன பின்னும், மறையாமல் மின்னும் கருத்துக்களை விதைப்பதுதான் ஒரு பேச்சாளன் மேற்கொள்ள வேண்டிய அறம். அதைத்தான் இந்தப் பேச்சுத் திரட்டில் திரும்பத் திரும்ப நாம் சந்திக்கிறோம்.

சிவா அவர்கள் ஒரு முற்போக்குச் சிந்தனையாளர், சீரிய பேச்சாளர், மாநிலங்கள் அவையில் அனைத்துக் கட்சியினரின் நன் மதிப்பையும் பெற்ற அரசியல்வாதி, மூன்றாம் பாலினத்தவரின் உள்ளத்தின் குமுறல்களை எடுத்துச் சொல்லி உலகின் மனசாட்சியை உலுக்கியவர்... எல்லாவற்றையும் விட அவர் மாபெரும் ரசிகர்.

எங்கள் நடுவர் சாலமன் பாப்பையா அவர்களுக்கு விழா எடுத்துச் சிறப்பித்த அவரின் பெருந்தன்மையை நினைத்து நெகிழ்கிறேன்.

கரிசல் மண்ணின் எழுத்தாளர் கி.ரா, இயக்குநர் இமயம் பாலச்சந்தர், நிகரில்லாக் கவிஞர் வாலி, தேன் குரலுக்குச் சொந்தக்காரர் பி. சுசீலா அம்மா... என்று கலைஞர்களுக்கு விழா எடுத்து அவர்களை மகிழ வைத்தவர் திரு. சிவா. கலைஞனை உயர்த்தும் உள்ளம் தானே, உள்ளத்தில் நல்ல உள்ளம்!

வாலி அவர்களுக்கு திருச்சியில் விழா நடத்த ஏற்பாடுகள் நடக்கின்றன. ஸ்ரீரங்கம் கோவிலுக்குப் போக வேண்டும் என்கிறார் திரு. வாலி. சிவாவும் கூடச் செல்கிறார். 'ஒரு பக்கம் பட்டர், ஒரு பக்கம் பகுத்தறிவு' - என்று வாலி அவர்கள் சொன்னதை தன் உரையில் பதிவு செய்திருக்கிறார் சிவா.

இப்படி அவரின் பேச்சில் மின்னிய எத்தனையோ வைரங்களின் தொகுப்பு இந்த நூல். அவரின் ஞாபக அடுக்குகளின் பெட்டகம்.

இந்த மேடைத் தென்றல் என்றென்றும் வீசட்டும். இன்னும் உயர உயரப் பறக்கட்டும்! வருங்காலப் பேச்சாளர்களுக்கு வழிகாட்டியாகத் திகழட்டும்!

05-09-2024

அன்புடன்

பேரா. பாரதி பாஸ்கர்

பட்டிமன்ற சொற்பொழிவாளர்

என் உரை...

வரலாறு நமக்கு உணர்த்தும் உண்மைகள் மகத்தானவை. இன்று வாழ்வில் துன்பங்கள் குறைந்து பல்வேறு உரிமைகளைப் பெற்று நல வாழ்வு, சுகவாழ்வு வாழ்ந்து வரும் பலருக்கு கடந்த காலத்தில் இவையின்றி ஒரு தலைமுறை அல்லது ஓர் இனம், ஒரு நாடு எத்தனை அல்லல்களை கடந்துவந்திருக்கிறது என்பதை உணர்த்துவது வரலாற்று ஏடுகள்.

நிறம், மொழி, மதம், மதத்தின் உட்பிரிவுகள், பொருளாதார உயர்வு தாழ்வு, ஆண், பெண் பேதம் இவற்றின் அடிப்படையில் ஒரு பிரிவினர் இன்னொரு பிரிவினரை அடக்கி ஆள்வது, அடித்து துன்புறுத்துவது, இரக்கமின்றி அடிமையாய், நாயினும் கீழாய் நடத்துவது, துன்புறுத்திக் கொல்வது இவையன்றி ஆதிக்க உணர்வு கொண்டோர் நடத்திடும் அடக்குமுறை ஆட்சி, அதன் கீழ் நசிந்து சாகும் மக்கள் கூட்டம். இவையெல்லாம் இருந்த சுவடு தெரியாமல், நடந்ததற்கு தடயம் இல்லாமல் பின்னாளில் மாறியிருக்கிறது என்றால் ஏதோ ஒன்று அல்லது யாரோ சிலர் காரணமாக இருந்திருந்தால் மட்டுமே சாத்தியம். அந்த யாரோ சிலரைத்தான் தலைவர்கள் என்று சரித்திரம் குறித்து வைத்துக் கொண்டு காலமெல்லாம் போற்றிப் பாராட்டுகிறது.

அந்தத் தலைவர்கள் மக்களின் வேதனைக்கான காரணங்களையும், காரணமானவர்களையும் கண்டுணர்ந்து அவற்றை மாற்ற முனைகிற முயற்சியின் முதல் படியாக மக்களுக்கு விழிப்புணர்ச்சி ஏற்படுத்தி அவர்களை வீறு கொண்டெழச் செய்வது. மக்கள் கூடும் இடங்களில், நாற்சந்திகளில், சிறிய திட்டுகளில் பின்னர் மேடைகள் அமைத்து உயரமான இடத்தில் நின்று ஆற்றிய உரைகளும், அவற்றில் இருந்த கருத்துகளும், உணர்ச்சிகளும் மக்களைச் சிந்திக்க வைத்து செயல்படவைத்து துயரங்களிலே இருந்து விடுதலை பெறுவதற்கு துணை நின்றிருக்கிறது என்பதற்கு நிகழ்வுகளும், சான்றுகளும், எடுத்துக்காட்டுகளும், ஏராளம் உண்டு.

அந்த நீண்ட நெடிய வரிசையில் *2500* ஆண்டுகளுக்கு முன் கிரேக்கத்தில் வாழ்ந்த சாக்ரடீஸ், உரோம் நாட்டு சிசேரோ, இத்தாலியில் மாஜினி, கரிபால்டி, பிரெஞ்சு நாட்டில் வால்டேர், ரூசோ, இரஷ்யாவில் விளாடிமிர் லெனின், ஜோசப் ஸ்டாலின், செஞ்சீனாவில் சென்யாட்சென், மாசேதுங், அமெரிக்காவில் ஆபிரகாம் லிங்கன், மார்டின் லூதர் கிங், இங்கர்சால், இங்கிலாந்து நாட்டில் எட்மண்ட் பர்க், வின்ஸ்டன் சர்ச்சில், தென் ஆப்பிரிக்காவில் நெல்சன் மண்டேலா, இவர்களைப் போன்றோரின் வீர உரைகள் அவரவர் நாட்டின் போக்கினை முற்றிலுமாக சீரமைத்து மாற்றியிருக்கின்றன.

இந்த வரிசையில் இந்தியாவில் விடுதலைப் போராட்ட காலத்தில் வடக்கே காந்திஜி, நேதாஜி, தெற்கே வ.உ.சிதம்பரனார், சுப்பிரமணிய சிவா போன்றோரின் உணர்ச்சி மிக்க உரைகள் மக்களுக்கு எழுச்சி ஏற்படுத்தி, விடுதலை உணர்வினையூட்டி, போராடும்

உணர்வினைத் தந்து வெற்றி பெற வைத்திருக்கின்றன. இவை கடந்து தென்னகமாம் தமிழ்நாட்டில், சமுதாய விடுதலைக்காக, மனிதர் வாழ்வில் புகுத்தப்பட்டிருந்த ஏற்றத் தாழ்வுகளை அகற்றிட உருவான திராவிட இயக்கத்தின் தலைவர்கள் டி.எம்.நாயர், சர் இராமசாமி முதலியார், பட்டுக்கோட்டை அழகிரி போன்றோரின் உரைகள் மக்களை சிந்திக்க வைத்தன. சீறி எழுந்து போராட வைத்தன. இந்த வரிசையில் வந்த தனிப்பெரும் தலைவர், எது கண்டும் அஞ்சாத துணிச்சலோடு, தெளிவான பார்வையோடு, தீர்க்கமான தீர்வை முன் வைத்து பழமை எண்ணங்களுக்கு, மூட நம்பிக்கைகளுக்கு, மதம், சாதியால் ஏற்பட்ட பேதங்களுக்கு எதிராக மேடைகளில் முழங்கிய தந்தை பெரியார்.

அவர் வழியில் கடிதோச்சி மெல்ல எறிகின்ற, மக்களுக்கு ஏற்ற முறையில், அழகு தமிழ் நடையில், அடுக்குச் சொல்லழகில், சமுதாய இழிவு நோய் நீங்க பெரியார் தந்த கசப்பு மருந்துக்கு தேன் தடவிக் கொடுத்து ஈடும் இணையும் எக்காலத்திலும் இல்லை என்கின்ற அளவிற்கு மேடைகளுக்கு புதுப்பொலிவு தந்த அறிஞர் பெருந்தகை அண்ணா.

அவரின் படை வரிசை தளகர்த்தர்களில் தலைமை நிலைக்கு உயர்ந்த புயலென கருத்துக்களை, மேடைகளில் சீற்றம் கொண்ட சிங்கமாய், அனல் தெறிக்கும் சொற்களால் திராவிட இயக்கத்திற்கு வலிமை சேர்த்த முத்தமிழறிஞர் கலைஞர், நாவலர் நெடுஞ் செழியன், பேராசிரியர் அன்பழகன் போன்றோர் மேடை முழக்கங்களின் மூலம் புதியதோர் தமிழ்நாட்டையும், கலப்பு நீக்கப்பட்ட அழகு தமிழ்மொழியையும், வடபுலத்து ஆதிக்க அடக்குமுறையிலிருந்து விடுதலை பெற்ற தமிழின் மக்களையும் உருவாக்கி சரித்திர ஏடுகளில் அழியாத இடங்களைப் பெற்றனர்.

இவர்கள் நின்ற, பேசிய, முழங்கிய மேடைகள் மக்களுக்குப் பெரிய வசிகரமாக இருந்ததில் வியப்பில்லைதானே! அவர்கள் வழியில் நடைபோட, செயல்பட, மேடைகளில் முழங்கிட நீண்ட வரிசை கொண்ட இளைஞர் படை உருவானது. அதில் இன்றைக்கு திராவிட முன்னேற்றக் கழகத்தின் தலைவராய் பொறுப்பேற்று பார் போற்ற இயக்கத்தையும் நாட்டையும் தீரமாய் வழி நடத்தும் தளபதி மு.க.ஸ்டாலின் தலைமையில் படை ஒன்று உருவானபோது அவரோடு கிளம்பியவர்களில் நானும் ஒருவன். ஐம்பது ஆண்டுகளைத் தொட இருக்கும் என்னுடைய முழு நேரப் பொதுவாழ்க்கைப் பயணத்தில் பேசிய கூட்டங்களும், உரையாற்றிய கழக மாநாடுகளும், அரசியல் கடந்த இலக்கிய மேடைகள், கல்லூரி, பள்ளி மற்றும் பொது அமைப்புகளில் உரையாற்றியதும் ஏராளம். இவற்றில் பாதுகாக்கப்படாமல், பதிவு செய்யப்படாமல் போனவை கணக்கிலடங்காதவை. பதிவு செய்யப்பட்டு பாதுகாக்கப்பட்டிருந்தவைகளில் பல்வேறு தலைப்புகளில் உரையாற்றிய சிலவற்றை தொகுத்து நண்பர்கள் பலரின் வற்புறுத்தலின் காரணமாக "மேடையெனும் வசீகரம்" என்ற தலைப்பிட்டு நூலொன்றினை கொண்டு வந்திருக்கிறேன்.

முக்கியமான காலகட்டங்களில் ஆற்றிடும் உணர்ச்சிமிக்க உரைகள் கேட்கும் சிலர் மனதில் மட்டுமே பதிந்து காற்றோடு கரைந்து விடும் ஒலியாக மட்டும் இருந்து விடக்கூடாது என்ற அடிப்படையில் என் உரைகளில் சிலவற்றை தேர்ந்தெடுத்து எழுத்து வடிவம் கொடுத்த பெருமை எழுத்தாளர், கவிஞர் இளம்பிறையையும், ஆருயிர் தம்பிகள் கலைநிதி, கடையநல்லூர் முத்துராமனையும் சாரும்!

இந்நூலுக்கு அணிந்துரை எழுதி எனக்குப் பெருமை சேர்த்திருக்கும் கழகத்தின் பொதுச்செயலாளர், மேடைகளில் நகைச்சுவை ததும்ப ஆழமான செய்திகளை மாற்றாரும் இரசிக்கத்தக்கவண்ணம் மக்கள் மனதில் இலகுவாக போகிற போக்கில் பதியச் செய்யும் வல்லமை பெற்ற மொழிப் போராட்டக் களத்தின் தளபதி, தொடர்ந்து ஐம்பது ஆண்டு

காலம் சட்டப் பேரவை உறுப்பினராய் இருந்து சாதனை படைத்துக் கொண்டிருக்கும் பாசத்திற்குரிய அண்ணன் மாண்புமிகு அமைச்சர் துரைமுருகன் அவர்களுக்கும் கடந்த முப்பது ஆண்டுகளுக்கும் மேலாக என் மீது மாறாத, தனியான அன்பு கொண்ட, தமிழ்த் திரையுலகக் கவிஞர்களில் தனித்ததோர் அடையாளத்தோடு முடிசூடா மன்னனாய் ஆழ்ந்த தமிழ்ப் புலமையோடு, தமிழ்நிலப் பற்றோடு நிலை கொண்டு கம்பீரமாய் வீற்றிருக்கும் கவிப் பேரரசு வைரமுத்து அவர்களுக்கும், நான் மெத்தவும் இரசிக்கும் நேசிக்கும் எழுத்தாளர், பெரியோர்களே! தாய்மார்களே! என விளித்து வரலாற்று செய்திகளோடு, இன்றைய சமுதாய அவலங்களை ஆவேசமாய் சினந்து, பொங்கி ஏளனம் செய்தும் கண்டித்தும் எழுதி தமிழ்ப் பெருங்குடி மக்களை திரும்பிப் பார்க்க வைத்த கலைஞர் தொலைக்காட்சியின் இந்நாள் செய்தி ஆசிரியர் "மனைவியிடம் பேசுங்கள்" என்று என் மனைவி தேவியின் மறைவுக்குப் பின் நான் தீட்டிய எழுத்தோவியத்திற்கு தூண்டுகோலாய் இருந்து ஜூனியர் விகடன் பத்திரிகை ஆசிரியராய் இருந்த காலத்தில் அதைப் பதிப்பித்து உலகளவில் கொண்டு சேர்த்த அருமை சகோதரர் பா. திருமாவேலனுக்கும்.

தமிழ்நாட்டின் பட்டிமன்ற மேடைகளில் வேலுநாச்சியாராக, ஆண், பெண், குழந்தைகள் என எல்லா தரப்பினர் இதயத்திலும் தனித்ததோர் இடத்தைப் பெற்றவராக, தமிழ்ப் பாரம்பரியத்தையும், பண்பாட்டையும் குரலால், குணத்தால் உயர்த்திப் பிடிக்கின்ற புன்னகை மாறா முகத்துக்கு சொந்தக்காரர், இன்றைய இலக்கிய மேடைகளில் சலிப்பு தராத சொற்பொழிவாளர், என்னுடைய பாசத்திற்கும், மரியாதைக்கும் உரிய திருமதி பாரதி பாஸ்கருக்கும் என் உள்ளத்தின் அடித்தளத்திலேயிருந்து நன்றி செலுத்த கடமைப்பட்டுள்ளேன்.

இந்நூலினை பாவை அச்சகத்தில் அச்சிட்டு நேர்த்தியுடன் பதிப்பித்திருக்கும் நியூ செஞ்சுரி பதிப்பகத்தாருக்கும், எதிர்பார்ப்புகள் ஏதுமின்றி, தமிழ்நாட்டின் எல்லா திசைகளிலும், உலகின் பல்வேறு பகுதிகளிலிருந்தும், என்னை உடன் பிறந்த அண்ணனுக்கும் மேலாய் நேசித்து அன்பைப் பொழிந்து, எனக்கு ஊக்கம் தரும் எண்ணிலடங்கா தம்பிமார்களுக்கும் என் நன்றி!

இந்நூல் ஓரளவிற்கு மட்டுமே எனக்கு நிறைவு தரக்கூடியது, காரணம் அண்மை நாட்களில் பங்கேற்ற சில நிகழ்ச்சிகளின் உரைகள் மட்டுமே இதில் இடம் பெற்றிருக்கின்ற காரணத்தால்! தேங்கிக் கிடந்த நீர் ஓடத் துவங்கி விட்டது. இனி பிரவாகம்தான்!

06-09-2024 திருச்சி சிவா

தலைவர்கள்

1

பகுத்தறிவுப் பகலவன் தந்தை பெரியார்

பெரியார் மணியம்மை அறிவியல் தொழில்நுட்பப் பல்கலைக்கழகம் [வல்லம்] சார்பில் நடைபெற்ற 'தந்தை பெரியார் 46ஆவது ஆண்டு நினைவு நாள்' நிகழ்ச்சியில் ஆற்றிய சிறப்புரை:

பெரியார் மணியம்மை அறிவியல் தொழில்நுட்பப் பல்கலைக்கழகத்தின் சார்பில் நடைபெறும் 'தந்தை பெரியார் 46ஆவது ஆண்டு நினைவு நாள்' நிகழ்ச்சிக்கு தலைமை ஏற்றிருக்கின்ற மேன்மை தாங்கிய துணைவேந்தர் வேலுச்சாமி அவர்களே, இணை துணைவேந்தர் தேவதனை அவர்களே, கல்விப்புல முதன்மையாளர் திருமதி. ஸ்ரீவித்யா அவர்களே, என்னை இங்கே அறிமுகப்படுத்துகிறேன் என்ற பெயரால் நான் மறந்துபோன பலவற்றை எனக்கு நினைவுபடுத்திய இயக்குநர் சீனிவாசன் அவர்களே, பேராசிரியப் பெருமக்களே, சிறப்பு அழைப்பாளர்களே, உங்கள் அனைவருக்கும் வணக்கம்!

நேற்றைய தினம் சென்னையில் நடைபெற்ற குடியுரிமை திருத்தச் சட்டத்திற்கு எதிரான பேரணியில் பங்கேற்று முழக்கங்களை எழுப்பிய காரணத்தாலும், தொடர்ந்து ஒரு தொலைக்காட்சி நிகழ்ச்சியில் நீண்ட நேரம் அவர்கள் குறிப்பிட்டதற்கு மேலாக நேரம் எடுத்துக் கொண்டதாலும் எனது குரல் வளம் சற்று பழுதுபட்டிருந்தாலும் இன்றைக்கு உங்களோடு இருப்பதில் நான் மனநிறைவு அடைகிறேன்.

இந்தப் போராட்டம் வெற்றிபெறக் கூடாது என்று தமிழ்நாடு அரசாங்கம், தமிழ்நாட்டில் இருக்கிற எல்லாக் கல்லூரிகளுக்கும், பல்கலைக்கழகங்களுக்கும் விடுமுறை அளித்ததின் விளைவாக இன்றைக்கு இந்த நிகழ்ச்சியில் மாணவ மாணவியர் பங்கேற்க இயலவில்லை.

ஆகவே, இந்த நிகழ்ச்சியின் தேதியை மாற்றலாமா? என்றுகூட யோசித்தோம். ஆனால், 'எந்த நிகழ்ச்சியையும் எந்தக் காரணத்தாலும் ரத்து செய்யாத, எத்தனை பேர் இருந்தாலும் பரவாயில்லை, சொல்ல வேண்டிய கருத்துகளைச் சொல்லிச் செல்வோம்' என்ற உறுதியோடு வாழ்ந்த பெரியாருடைய நினைவு நாளில் எந்தக் காரணத்திற்காகவும்

தேதியை மாற்றி அமைக்கக்கூடாது என்ற முடிவுடன் இந்நிகழ்ச்சியில் பங்கேற்றுச் சிறப்பிக்க வேண்டும் என்ற உணர்வோடு நான் இதற்கு இசைவு தெரிவித்தேன். நாம் பேசுவதற்குப் பேராசிரியர்களைவிட சிறந்தவர்கள் வேறு யார் இருக்கிறார்கள்!

என் நினைவு சரியாக இருக்குமேயானால், அய்யா அவர்கள் மறைந்த நாளில்கூட இப்படித்தான் வானம் இருண்டு போயிருந்தது. மழை தூறிக்கொண்டிருந்தது. அவர் மறைந்து *46* ஆண்டுகள் ஆன பின்னரும் வானம் அப்படித்தான் இருக்கிறது.

நமக்கு நெருங்கிய உறவினர் மறைந்த ஒரு சில ஆண்டுகளிலேயே அவருடைய நினைவு நாள் மறந்து போகும். சிலருடைய நினைவுகள் மங்கிப்போகும். சிலரை மறந்தே போவோம். இது இயற்கை. இதில் யாரும் விதிவிலக்கு இல்லை. என்னுடைய தாயார் மறைந்து பதினோரு ஆண்டுகள் ஆகின்றன. நான் நேற்றைக்கு என் மகளிடம் "அது ஜனவரி எட்டா? பத்தா?" என்று கேட்டுக்கொண்டிருந்தேன். அதை நான் இங்கே மறைக்க விரும்பவில்லை. அதனால் நான் பொறுப்பற்றவன் என்பதல்ல, இது எல்லோருக்கும் பொருந்தும்.

நான் வெளிப்படையாகப் பேசுகிறவன். 'என் மனைவியிடம் பேசாமல் தவறு இழைத்தேன்' என்று வெளிப்படையாக ஒப்புக்கொண்டவன் நான். பலர் அதை 'ஒப்புதல் வாக்குமூலம்' என்று சொல்வார்கள். அது பலருக்குக் கண் திறக்கின்ற அளவுக்கு அமைந்தது என்பது உண்மை. "இதை நான் செய்யத் தவறினேன்" என்று சொல்வதற்கும், "இப்படி நான் செய்தது தவறு" என்று ஒப்புக்கொள்வதற்கும் துணிவு வேண்டும். அது பெரியார் தந்த துணிவு!

நமது நெருங்கியவர்கள் மறைந்த பத்தாண்டுகளுக்குப் பின்னால் அவர்களுடைய நினைவுகள் மறந்து போகிறது. மறைந்த நாளை சற்று யோசித்துக் கண்டுபிடிக்க வேண்டியிருக்கிறது. ஆனால், பெரியார் மறைந்து *46* ஆண்டுகள் கடந்துவிட்டன. அறிஞர் அண்ணா மறைந்து *50* ஆண்டுகள் சென்றுவிட்டன. ஆனால், இவர்களுடைய நினைவுகளும் பெயர்களும் சொற்களும் இல்லாமல் தமிழ்நாடு மட்டுமல்ல, எதிர்கால அரசியலே இல்லை என்பதுதான் உண்மை. இதுதான் ஒரு மனிதன் தனது வாழ்க்கையின் மூலம் மற்றவர்களுக்கு உணர்த்துகின்ற பாடம்.

கோடிக்கணக்கான ஆண்டுகளாக இந்த உலகம் இயங்கிக் கொண்டிருக்கிறது. பல்லாயிரக்கணக்கான கோடி மக்கள் இங்கே பிறந்திருக்கிறார்கள், வாழ்ந்திருக்கிறார்கள், மறைந்திருக்கிறார்கள். அதில் பல இலட்சம் பேர் நாடாண்டிருக்கிறார்கள். பல கோடி பேர் செல்வந்தர்களாக இருந்திருக்கிறார்கள். ஆனால் எத்தனை பேர் நினைவில் இருக்கிறார்கள்?

வாழும் திருவள்ளுவர்!

இரண்டாயிரம் ஆண்டுகளுக்கு முன்னால், வெறும் 2,660 வரிகளை மட்டுமே எழுதிய திருவள்ளுவர் இன்னும் வாழ்கிறார். நாடாண்டவர்கள் நிலைத்து நிற்பதில்லை; மக்கள் மனத்தில் ஏடாண்டவர்கள் நிலைத்து நின்றிருக்கிறார்கள். அதுபோல, மக்கள் மனத்தில் நிலைத்து நிற்கின்ற தலைவர் பெரியார். அவர் எந்தப் பதவியிலும் இருந்தவரல்லர், எந்த விதமான அரசு அதிகாரங்களும் அவர் கரங்களில் இருந்ததில்லை. ஆட்சியின் மூலம் மாற்றங்களைக் கொண்டுவருவதற்கு மாறாக, சமுதாயத்தில் தன்னுடைய உழைப்பின் மூலமாக மாற்றங்களைக் கொண்டுவந்த சரித்திரம் இங்கே பெரியாருக்கு மட்டும்தான் உண்டு.

இன்றைக்கு திருச்சி சிவா இந்தப் பல்கலைக்கழகத்திற்கு வந்து பேசுகிறேன் என்பது மட்டுமல்ல, இயக்குநர் குறிப்பிட்டதைப் போல் நாடாளுமன்றத்தின் இரு அவைகளிலும்

உரையாற்றுகிறேன். ஐ.நா. மன்றத்திற்குச் செல்கிறேன், காமன்வெல்த் மாநாட்டில் பங்கேற்கிறேன்.

மாநிலங்களவையில் அவைத் தலைவரின் இருக்கையில் அமர்ந்த தமிழ்நாட்டின் முதல் திராவிட இயக்கத்தைச் சார்ந்தவன் நான்தான். எனக்குப் பின்னணி எதுவும் கிடையாது. வேறு அடையாளங்களோடு நான் அந்த இடங்களுக்குள் நுழைந்தவனும் இல்லை.

சிறந்த நாடாளுமன்ற உறுப்பினர்

ஒரு சாதாரண விவசாயி குடும்பத்தில் பிறந்தவன். பிறந்த மூன்றாவது மாதம் தந்தையை இழந்தவன். தந்தையின் முகத்தை நேரில் பார்த்து அறியாதவன். 29 வயதில் விதவையான ஒரு தாயால் வளர்க்கப்பட்டவன். இன்றைக்கு 'நாடாளுமன்றத்தில் சிறந்த உறுப்பினர்' என்ற பொறுப்பினைப் பெறுகிறேன் என்றால், அது பெரியார், அண்ணா, கலைஞர் போன்றவர்களால் நிகழ்ந்தது.

உங்களுடைய நிலையும் இதற்குப் பொருந்தும். இன்றைக்கு நீங்கள் பேராசிரியர்கள். ஒரு காலத்தில் பெண்கள் வீட்டைவிட்டு வெளியே வரக்கூடாது, ஆண்கள் சாதியின் காரணமாகக் கல்வி அறிவு பெறக்கூடாது என்ற நிலை இருந்தது. அந்நிலை மாறி, இன்றைக்கு 'நமக்கு இல்லாத கல்வி வேறு எவருக்கும் இல்லை' என்ற நிலை வந்திருக்கிறதென்றால் அது பெரியாரால் நடந்தது.

பெரியார் பிறந்தது தென்னகத்தில். ஆனால், இந்தியா முழுவதற்கும் இடஒதுக்கீடு உண்டு என்ற அரசியல் சட்டத்தின் முதல் திருத்தத்துக்குக் காரணமாக இருந்தவர். அதனால்தான் நம்முடைய பாட்டனும் முப்பாட்டனும் தந்தையும் பெற்றிராத உயர்வினை, முக்கியத்துவத்தினை நாம் பெற்றிருக்கிறோம்.

இன்று நாம் நீதியரசர்களாக, உயரதிகாரிகளாக, மருத்துவ நிபுணர்களாக, பல்வேறு பொறுப்புகளை வகிக்கிறோம் என்றால் அத்தனைக்கும் காரணம் பெரியார் என்ற ஒரு தனி மனிதன்தான்.

ஒரு கல்லூரியில் நான் உரையாற்றி முடித்த பின்னர் ஒரு மாணவர் எழுந்து ஒரு கேள்வி கேட்டார்: "நீங்கள் சாதி சமயமற்ற ஒரு சமுதாயம் உருவாக வேண்டும் என்கிறீர்கள். சாதிய வேறுபாடுகள் கூடாது என்கிறீர்கள். சாதியே இருக்கக் கூடாது என்கிறீர்கள். ஆனால் பள்ளி, கல்லூரிகளில் நாங்கள் சேருகிறபோது அங்குக் கேட்கப்படுகிற முதல் கேள்வியே 'நீ என்ன சாதி?' என்பதுதானே! நாங்கள் பதில் சொல்ல நிர்பந்திக்கப்படுகிறோமே, இது சரியா?" என்று கேட்டார்.

அவர் கேட்ட கேள்விக்கு அந்த அரங்கத்தில் இருந்த அத்தனை மாணவ, மாணவியரும் கரவொலி எழுப்பி ஆதரவு தெரிவித்தார்கள். அதன் மூலம் இந்த மனநிலை எல்லா மாணவர்களிடமும் இருக்கிறது என நான் புரிந்துகொண்டேன்.

நான் அந்த மாணவரிடம், "தம்பி, ஒரு காலத்தில், "உன் சாதி என்ன?" என்று கேட்டார்கள். 'நீ படிக்கக் கூடாது' என்பதற்காக. இப்போது "உன் சாதி என்ன?" என்று கேட்கிறோம். 'முதலில் நீதான் படிக்க வேண்டும்' என்பதற்காக. இந்த மாற்றத்தைக் கொண்டுவந்தது பெரியார்தான்.

இன்று பெரியாருடைய பெயர் நாடாளுமன்றத்தில் எதிரொலிக்கிறது. நாங்கள் மட்டுமல்ல, இன்றைக்கு நாடாள்கிறவர்கள், நம் கொள்கைகளுக்கு முரணானவர்கள்கூட பெரியாரின் பெயரைச் சொல்கிறார்கள். சொல்ல வேண்டிய நிர்பந்தம் அவர்களுக்கு ஏற்பட்டிருக்கிறது.

வட மாநிலங்களிலுள்ள சில அரசியல் கட்சியினர் தங்களுடைய கட்சியின் முன்னோடிகள் என்று, தலைவர்களுடைய படங்கள் வரிசையில் பெரியாருடைய படத்தையும் இடம்பெறச் செய்கிறார்கள்.

பெரியார், தான் வாழ்ந்த காலத்தில் அவமானங்களை, புறக்கணிப்புகளை மட்டுமே ஏற்றுக்கொண்டார். அவருடைய கருத்துகளைப் பலர் ஏற்றுக்கொள்ளவில்லை என்ற போதிலும் தொடர்ந்து சொல்லிக்கொண்டே இருந்தார். அவருக்குத் தெரியும், என்றாவது ஒருநாள் உலகம் இதை ஏற்கும் என்று.

எந்த ஒரு விஞ்ஞானக் கண்டுபிடிப்பையும் ஆரம்ப நாட்களில் மக்கள் ஏற்றுக்கொள்ளவில்லை. உலகம் நிராகரித்தது. 'உலகம் உருண்டை' என்று சொல்ல ஆரம்பித்த நாளில் இருந்து, கிராமபோனைக் கண்டுபிடித்து அதை ஒலிபரப்பியபோது 'உள்ளே பிசாசு இருக்கிறது' என்றுதான் எதிரே இருந்தவர்கள் சொன்னார்கள். பின்னர் நிரூபித்தார்கள். விஞ்ஞானக் கண்டுபிடிப்புகள் இப்படிக் கண்கூடாக நிரூபிக்கக் கூடியவை.

நம்பிக்கையிலிருந்து நகர்ந்து சென்று தெளிவான விளக்கங்களின் மூலம் எதை விளக்க முடிகிறதோ அதுதான் அறிவியல். அப்படி விளக்கியும்கூட ஏற்றுக்கொள்ள முடியாத, ஆண்டாண்டு காலமாக மக்கிப்போய் இருந்த சமுதாயத்தில், ஊறிப்போய் இருந்த மடைமைத்தனத்தைத் தன் பேச்சாலும், எழுத்தாலும் புரட்டிப்போட்ட 'புரட்சிப்புயல்' தந்தை பெரியார் அவர்கள்.

அவர் மறைந்த இந்நாள் வெறும் அடையாளம் மட்டுமே. அவர் மறையவில்லை; மறைய முடியாது. அவர் இருந்த காலத்தைவிட இப்போது அவருடைய தாக்கம் இன்னும் அதிகமாக இருக்கிறது. அவர் இருந்தபோது எதிர்ப்பாளர்கள் நிறைய இருந்தார்கள். இப்போது 'அவர் இல்லாமல் எதுவுமே இல்லை' என்று பேசுகிறவர்கள் அதிகரித்திருக்கிறார்கள்.

சமூக வலைதளங்களில் உலவுகின்ற இளைஞர்கள், பெரியாரைப் பற்றி நமக்குத் தெரியாத அளவிற்கு கருத்துகளைச் சொல்கிறார்கள், "பெரியாரால்தான் இது நடந்தது. அவர் இப்போது இல்லையே!" என்று ஏங்குகிறார்கள்.

மாறாக, அந்தக் கிழவனால்தான் இன்றைக்கு தங்களால் தமிழகத்துக்குள் நுழைய முடியவில்லை என்று கோபப்படுகிறவர்களும் இருக்கிறார்கள். இந்தியாவின் எல்லா மாநிலங்களிலும் எல்லா எல்லைகளையும் தொட்டுவிட்ட சில அடையாளங்கள், சில கொள்கைகளின் தடங்கள், தமிழ்நாட்டின் எல்லையில் கூட கால் பதிக்க முடியவில்லை என்றால் ஒரு மின்சார வேலியைப் போல கண்ணுக்குத் தெரியாமல் பெரியார் என்ற தலைவரின் கொள்கைகள் காத்து இருக்கின்றன.

கட்சியின் கொடிக்கம்பத்தைத் தோளில் சுமந்தேன்

இங்கே இயக்குநர் சீனிவாசன் பேசுகிறபோது, 'கொடிக் கம்பத்தைத் தோளில் தாங்கிச் சென்றேன்' என்றார். அது எங்கே என்று சொல்லவில்லை. நான் கல்லூரியில் படிக்கும் காலத்தில், கட்சியில் ஈடுபாடு ஏற்பட்டு முதன் முதலாக இரும்புக் குழாய்களில் கொடியேற்றத் தொடங்கிய நாள்களில், கல்லூரி வாசலில் நாங்கள் கொடி ஏற்ற முடிவெடுத்தோம். கையில் காசு இல்லாத நாட்கள் அவை. கல்லூரிக்குச் சென்று திரும்ப மட்டுமே காசு கிடைக்கும். ஒரு பழைய இரும்புக்கடையில் கிடைத்ததை வாங்கி, கம்பத்தை உருவாக்கி, ஒரு சலவைத் தொழிலாளி என்னோடு 'மிசா' கைதியாக சிறையில் இருந்தவர் அவருடைய துணையோடு அதற்கு வண்ணம் பூசி, அங்கிருந்து கல்லூரிக்குக் கொண்டு செல்வதற்கு வண்டிக்கு

வாடகை கொடுக்க முடியாமல் தெரிந்த ஒரு பேருந்தில் ஏற்றிக்கொண்டு போய், (திருச்சி) ஜங்சன் பேருந்து நிலையத்தில் இறக்கிவைத்து, இருள் கவிழ்ந்தவுடன் அந்தக் கம்பத்தைத் தூக்கிச்சென்று, கல்லூரி வாசலில் கொடி ஏற்றினோம்.

அந்தப் பருவத்தில், வீட்டில் வெள்ளையடிக்கிறார்கள் என்றால் நான்கு நாள்கள் வீட்டுப் பக்கமே வரமாட்டேன். ஏதோ நடக்கக்கூடாத வேலை வீட்டில் நடக்கிறது, எங்கே கால் வைத்தாலும் பாத்திரம் பண்டங்களாகக் கிடக்கிறது என்று வீட்டுக்குள் நுழையாத இளைஞன், தான் சார்ந்த கொள்கைக்காகக் கொடிக்கம்பத்தைத் தோளில் தூக்குகிறான்; சாலையில் சுண்ணாம்பில் எழுதுகிறான் என்றால் அந்த உணர்வுகள் ஒரு தலைவன் ஏற்படுத்தியது. இது எப்படி ஏற்பட்டது?

பெரியாரை ஏற்றுக்கொண்டது எப்படி?

"நீங்கள் பெரியாரை எப்படி ஏற்றுக்கொண்டீர்கள்? அவரை உங்களுக்கு எப்படித் தெரியும்?" என்று கேட்பார்கள். படிக்க ஆரம்பித்துப் புரிந்துகொள்கின்ற பருவம் என்பது பின்னால் வருவது. யாரோ ஒரு மனிதரால் ஏதோ ஒரு நிகழ்வு மனத்தில் ஒரு தாக்கத்தை ஏற்படுத்தும். அதனால் நம் வாழ்க்கையில் ஒரு மாற்றம் ஏற்படும். அதுதான் ஒரு தொடக்கம்.

பெரியாருடைய தத்துவங்களைப் படித்து, அவரை நான் ஏற்றுக்கொண்டேன் என்றால், அது மிகவும் பின்னால்! 'அம்புலிமாமா' படிக்கிற வயதிலேயே பெரியார் மீது எனக்குப் பற்று வந்துவிட்டதென்றால் அதற்கு வேறு ஏதோ காரணம். நம் கண் முன்னே நடக்கிற ஏதோ ஒன்றின் பாதிப்பு. எல்லோருடைய வாழ்க்கையிலும் இது நடக்கும்.

பெரிய தலைவர்களிலிருந்து ஒரு சராசரி மனிதன் வரை வாழ்க்கையில் மாற்றம் ஏற்படுகிறது என்றால் இப்படிப்பட்ட ஏதோ ஒரு நிகழ்வினால்தான்.

பலர் அதை நினைவில் குறித்துக்கொள்வது இல்லை. ஓர் எழுத்தாளனுக்கும் நமக்கும் என்ன வேறுபாடு? எழுத்தாளன் எழுதுவதை நாம் ஆமோதிக்கிறோம்; ரசிக்கிறோம்; எல்லோரும் பாராட்டுகிறோம். இலட்சக்கணக்கில் அந்த நூல்கள் வெளியாகின்றன. நாம் ஏற்றுக்கொள்கின்ற ஒன்றை அவர் எழுதுகின்றார். ஆனால் என்ன வேறுபாடு? அவர் எழுதுகிறார், நாம் எழுதுவதில்லை.

அதுபோல, இந்த நிகழ்வுதான் நம்மைப் பாதித்தது, மாற்றியது என்று பலர் உணர்வதில்லை. ஆனால் மாற்றம் நிகழ்ந்திருக்கும். என்னுடைய வாழ்க்கை முழுமையாகப் பொது வாழ்க்கையின் திசை நோக்கித் திரும்பியது, மாணவப் பருவத்தில் நான் கைது செய்யப்பட்டதால்தான். சிறைக்கு நான் எதிர்பார்த்துச் செல்லவில்லை. திட்டமிட்டு, ஒரு போராட்டத்தில் பங்கேற்று, அதில் கைதாகிச் சென்றிருந்தால்கூட அதில் என்னுடைய உடன்பாடு இருக்கிறது என்று பொருள்.

'மிசா' கைதியாக...

நான் திராவிட முன்னேற்றக் கழகத்தின் மாணவர் அமைப்பில் ஈடுபாடு கொண்டவன் என்ற காரணத்தால் இந்திரா காந்தி அம்மையார் கொண்டுவந்த அவசர காலத்தில் 'மிசா' சட்டத்தில் கைது செய்யப்பட்டேன். அதுபற்றி எதுவும் எனக்குத் தெரியாது. கைது செய்யப்பட்ட அன்றே காவல் நிலையத்தில் "தேர்வு வருகிறது. நான் வீட்டிற்குப் போக வேண்டும்" என்றேன். அதுதான் எனக்கு அன்றைக்கு இருந்த அறிவு. அந்தச் சட்டத்தைப் பற்றிய அறிவே அவ்வளவுதான்.

பின்னர் கைது செய்த அதிகாரி எங்களிடம் சொன்னார்: "நீங்கள் நினைப்பதுபோல் இனி வெளியே அல்ல, இங்கே இருக்கிற கழிப்பறைக்குக்கூட செல்ல முடியாது. உடன் ஒரு காவலர் வருவார்" என்றார். "ஏன்?" என்று கேட்டோம். "இந்த உத்தரவு டெல்லியில் இருந்து வந்தது. எங்கள் யார் கையிலும் அதிகாரம் கிடையாது" என்றார்.

"சரி, எப்போது விடுதலை? எத்தனை நாள்?"

"எத்தனை நாளா? ஒரு வருடம்கூட ஆகலாம்" என்றார்.

ஒரு வருடம் முழுமையாக ஆனது. ஒரு வருடத்திற்குப் பிறகும் வெளியே செல்வோம் என்று நம்பிக்கை இல்லாத ஒரு சூழல் உருவானது.

எனக்கு அந்த வயதில் பொறுப்புகள் இல்லை, சுமைகள் இல்லை, கடமைகளும் இல்லை. அதனால் எனக்கு எந்தவிதமான வேதனைகளும் இல்லை. ஆனால், என்னோடு இருந்தவர்களின் நிலை அப்படி அல்ல. குடும்பத்தை இழந்து வந்தவர்கள், 'நாளை நம் குடும்பம் எப்படி வாழும்' என்று வருந்தினார்கள்.

நான் ஓராண்டு காலம் கழித்து விடுதலையாகி சிறைக்கு வெளியே வந்து நின்று, அந்த மதில் சுவரைத் திரும்பிப் பார்த்தேன். திரைப்படத்தில் வருவதுபோல 'இதற்குள்ளா நான் இத்தனை காலம் இருந்தேன்?' என்ற ஒரு திகைப்பு எனக்குள் ஏற்பட்டது. அதுநாள் வரை தெரியவில்லை. விடுதலை ஆனதுகூட ஒரு கனவைப் போலத்தான் இருந்தது. காரணம், உள்ளே இருக்கிற போது விடுதலை ஆவதைப் போல அடிக்கடி கனவு வரும். நிஜம்தானா என்று பார்ப்பதற்காகப் பழகிய பல இடங்களுக்குப் போய் நின்று வருவேன்.

நான் விடுதலையாகி கையிலே ஒரு பையோடும் சில துணிகளோடும் வீட்டுக்குத் திரும்புகிற நேரத்தில் 'இனி என்ன செய்யப் போகிறோம்?' என்ற கேள்வி என் மனத்தில் எழுந்தது.

துப்பாக்கி ஏந்திய காவலருடன் தேர்வு எழுதிய அனுபவம்

நான் சிறையில் இருக்கும்போது, பரோலில் தேர்வு எழுத கல்லூரிக்கு வருகிறேன். துப்பாக்கி ஏந்திய ஆறு போலீசார் ஒரு வேனில் என்னை அழைத்து வருகிறார்கள். காலை ஒன்பதரை மணி. நான் தினந்தோறும் கல்லூரிக்குச் செல்கிற பேருந்து செல்கிறது. நான் அந்த நாட்களில் படிக்கட்டில் பயணம் செய்ததைப் போல சில தோழர்கள் பயணம் செய்கிறார்கள். நான் பாதுகாப்பாக காவல் வேனில் செல்கிறேன். வாழ்க்கை எப்படியெல்லாம் மாறிப்போகிறது, புரியவில்லை!

கல்லூரிக்குள் சென்று பார்க்கிறேன். வெறிச்சோடி இருக்கிறது. தேர்வு நடக்கிறது என்றார்களே, மாணவர்கள் இல்லையா என்றால், இருந்தார்கள். மரத்துக்குப் பின்னால் ஒளிந்து இருந்தார்கள். என் நண்பர்கள்கூட என்னிடம் வந்து பேசவில்லை. கல்லூரி முதல்வர் அறைக்குச் செல்லப்படுகிறேன். அவருக்கு "வணக்கம்" சொல்கிறேன். அவர் என்னை நிமிர்ந்துகூட பார்க்கப் பயந்து, "ம்... போய், பரீட்சை எழுது" என்று சைகை செய்கிறார். துப்பாக்கி ஏந்திய நிலையில் ஒரு தீவிரவாதியைப் போல என்னை அழைத்துச்சென்று ஒரு தனி அறையில் உட்கார வைத்து காவலர்கள் சுற்றி உட்கார்ந்து கொண்டு "எழுது" என்றார்கள்.

"இது தேர்வு எழுதுகிறதுபோல் தெரியவில்லை. வேறு ஏதோ போல் இருக்கிறது. முடியாது" என்றேன். "முடியாது என்றால் கிளம்பு" என்றார்கள். "கொஞ்சம் நேரம் கழித்துப்

போகலாமே" என்றேன். "அதெல்லாம் முடியாது. உடனே கிளம்பு" என்று என்னை மறுபடியும் சிறைக்குக் கொண்டு சென்று அடைத்து விட்டார்கள்.

நாட்டுக்கு ஒரு பிள்ளை

என்னைப் பெற்ற தாயார் வந்து சிறைவாசலில் உட்கார்ந்து கண்ணீர் வடித்தார்கள். 'ஐ.ஏ.எஸ் படிக்கிறேன் என்று சொன்ன உன் பிள்ளை சிறையில் உட்கார்ந்திருக்கிறான்...' என்று ஊரார் ஏசுகிறார்கள். நான் அவர்களிடம், 'என் மகன் ஊரில் காலித்தனம் எதுவும் செய்து சிறைக்குப் போகவில்லை. அவன் ஊருக்கு உழைக்கிற தலைவர்களுக்குப் பின்னால் சென்றிருக்கிறான்' என்று சொல்லிவிட்டேன். நாட்டிற்கு ஒரு பிள்ளை பெற்றேன் என்று நினைத்துக்கொள்கிறேன்" என்று என் தாயார் சொன்னார். ஆனால், ஒவ்வொரு வாரமும் வந்து கண்ணீர் வடிப்பார்கள்.

என் தாயார் வடித்த கண்ணீர் இன்னொருவர் வடிக்கக் கூடாது. நான் பட்ட துன்பம் இன்னொரு இளைஞனுக்கு நேரக்கூடாது. எந்தப் பாதகமும் செய்யாத ஒருவன் இந்த நாட்டில் துன்பப்படக் கூடாது என்றால் ஜனநாயகம் காப்பாற்றப்பட வேண்டும் என்று தனி மனிதத் தேவைகளையும் கனவுகளையும் ஒதுக்கி வைத்துவிட்டு, 'இதுதான் என் வாழ்க்கை' என்று நான் கலைஞருக்குப் பின்னால் நடக்க முடிவெடுத்தது சிறைச்சாலையின் வாசலில்.

அதற்கு முன்னால் ஈடுபாடு இருந்தது. ஆனாலும், முழுமையாக வேறு பணியில்லாமல் இதுதான் நடக்க வேண்டும் என்று நான் முடிவெடுத்து நாற்பத்தி மூன்று ஆண்டுகள் ஆகின்றன நம்புங்கள்.

ஏற்றம் இறக்கம் எத்தனையோ நடந்துவிட்டன. எதிர் பார்ப்புகள் இருக்கிறபோது ஏமாற்றங்கள் வரத்தான் செய்யும். எதிர்பார்ப்புகளே இல்லாமல் வாழப் பழகிக்கொண்டேன். எது நடந்தாலும் முடிந்தவரை பொறுமையோடு, இன்முகத்தோடு என்பதெல்லாம் சாத்தியம் இல்லை. நான் என்ன ஞானியா? பொறுமையோடு ஏற்றுக்கொள்ளலாம் என்கிற அளவுக்கு பக்குவம் உண்டானது. அதுவும் இன்னும் முழுமையாக வரவில்லை.

பெரியாரைப் பற்றி முதலில் சொல்லித் தந்தது தாயார்தான். நேரடியாக அல்ல, பெரிய அளவில் கொள்கை பேசமாட்டார். அந்தக் காலத்து நாட்டுப்புறப் பாடல் ஒன்றைச் சொல்வார்.

> "பகட்டுத்திரை மனிதரெல்லாம்
> சாகக் கூடாதா?
> பாழாய்ப்போன பன்னீர்செல்வம்
> பிழைக்கக் கூடாதா?"

என்று பாடுவார். சர் ஏ.டி.பன்னீர்செல்வம் விமான விபத்தில் இறந்ததாகச் செய்தி வந்தபோது நாட்டுப்புறப் பாடலாக உலவி வந்ததைத் தாயார் சொல்வார்கள். அப்படி ஒரு நாள் சொல்கிற போது, "எனக்கு அதெல்லாம் தெரியாதுப்பா. ஆனால், பெரியார் என் மானம் காத்தார்" என்று சொன்னார்.

என் தாயின் மானம் காத்த பெரியார்

கணவனை இழந்த பெண்கள் மேல்சட்டை அணியக்கூடாது என்பது அந்தக் காலப் பழக்கம். இருபத்தொன்பது வயதில் கணவனை இழந்த என் அம்மாவையும் மேல் சட்டையை கழற்றச் சொல்லி ஊர் மக்கள் கட்டாயப்படுத்தி இருக்கிறார்கள். அம்மாவுக்கு

நாம் எப்படி வெளியே போவது? குழந்தைகளை எப்படிக் காப்பாற்றுவது என நினைத்து “முடியாது” என்று சொல்லி உறவினர்களிடம் மன்றாடி இருக்கிறார். உறவினர்களும் “அது நமது பழக்கவழக்கம்தானே. கழற்று” என்று சொல்லி இருக்கிறார்கள். அப்போது பெரியார் இயக்கத் தொடர்புடைய என் அம்மாவின் சகோதரர்கள், “உங்கள் உறவே எங்களுக்குத் தேவையில்லை” என்கிற அளவுக்கு கடுமையாகப் பேசி தடுத்து நிறுத்தியிருக்கிறார்கள். அதைத்தான் என் அம்மா பெரியார் தன் மானம் காத்ததாக என்னிடம் சொன்னார்.

இரவு நேரத்தில் படுக்கவைத்து என் தாயார் பாடிய பாடல்களும், உணவருந்துகிறபோது சொன்ன கதைகளும் இன்றும் என்னை வழிநடத்திக் கொண்டிருக்கின்றன. இன்னும் என்னை மென்மையான மனிதனாக வைத்திருக்கின்றன. அதை நான் என் பிள்ளைகளிடம் நடத்திக் காட்டினேன். அதற்குப் பலன் இருந்தது.

பெரியார் எவ்வளவு இளையவராக இருந்தாலும் “வாங்கய்யா” என்றுதான் மரியாதையாக அழைப்பார். அதுபோல, என் தாயாரும் சின்னக் குழந்தையைக்கூட “வாங்க தம்பி, சாப்பிட்டீங்களா?” என்றுதான் கேட்பார்.

பெண்ணுரிமைக்காகப் போராடிய பெரியார்

பெண்கள் சமுதாயத்தைப் புரட்டிப்போடுவார்கள். பெண்கள் வளர்க்கிற பிள்ளைகள்தான் எதிர்காலத்தில் தலைவர்களாக மாறுவார்கள். பெண்கள் ஊட்டுகிற வீரம்தான் அவனை எல்லையோரத்தில் இராணுவச் சிப்பாயாக மாற்றி நிறுத்தும். பெண்கள் தருகின்ற பண்பும் உணர்வும்தான் ஒரு மனிதனை முழுமையானவனாக மாற்றும் என்பதற்குப் பல உதாரணங்கள் உண்டு. அந்தப் பெண்களுக்கு உரிமைகள் தரவேண்டும் என்று குரல்கொடுத்த முதல் தலைவர் இந்தியாவில் தந்தை பெரியார் அவர்கள்.

பல தலைவர்கள் வடக்கே இருந்திருக்கிறார்கள். உலக அளவில் பலர் இருந்திருக்கிறார்கள். ஆனால், எங்களோடு வாழ்ந்தவர், எங்கள் மொழியில் பேசியவர், எங்களுக்காகப் பரிந்து பேசியவர், மனிதனாகப் பிறந்திருந்தும் சாதியினால், “நீ இங்கு நடக்கக் கூடாது. எதிரே வராதே, பின்னால் நின்று படிப்பாயே” என்று சொன்னவர்களைத் தடியால் விரட்டி எங்களை வாழ வைத்தவர் தந்தை பெரியார்தான். அந்த நன்றி எங்களுக்கு இருக்கிறது. தமிழ்நாட்டில் இருக்கிற எல்லோருக்கும் இருக்க வேண்டும்.

யோசித்துப் பாருங்கள், கல்வி இல்லாமல் விவசாயத் தொழிலாளர்களாக, கொஞ்சம் நிலபுலன் இருந்தால் அதை வைத்துக்கொண்டு பிழைப்பவர்களாக, சின்னச்சின்ன வியாபாரம் செய்பவர்களாக மட்டுமே இருந்த நம் குடும்பங்கள் இன்றைக்கு நாம் பெற்றிருக்கிற பட்டங்களை, அடைந்திருக்கக்கூடிய உயர்வினை, எல்லோருக்கும் சமமாக இங்கே வந்து இந்த மன்றமில்லை வேறு எந்த மன்றமாக இருந்தாலும் சரி, கூட்டத்திற்குத் தலைமை தாங்குகிறார்கள். பல்கலைக்கழகத் துணைவேந்தராக, இயக்குநராக, ஆளுநராக ‘நீ என்ன சாதி?’ என்று கேட்காமல் சேர்ந்து உட்காருகின்ற நிலை இப்போதுதான் வந்திருக்கிறது, பெரியாரால்!

நீங்கள் கேள்விப்பட்டிருப்பீர்கள். திருவிதாங்கூர் சமஸ்தானத்தில் திவானாக இருந்தவர் சர். இராமசாமி அய்யர். அவரிடம் சென்று நம்முடைய பகுதியில் படித்த ஒருவர், “நான் படித்திருக்கிறேன். என் படிப்புக்கேற்ற வேலை வேண்டும்” என்று கேட்டிருக்கிறார்.

அப்படி படித்து முடித்து வேலை கேட்டுச் சென்றவரை சாதியின் காரணத்தினால் வீட்டுக்குள் அழைக்காமல் திண்ணையில் உட்கார வைத்திருக்கிறார். (அந்த இளைஞனை மட்டுமல்ல, மகாத்மா காந்தி சென்னைக்கு வருகிறபோது, திருவல்லிக்கேணியில்

அவரையே திண்ணையில்தான் உட்கார வைத்தார்கள். இன்றைக்கும்கூட அமைச்சராக இருக்கிற பொன். இராதாகிருஷ்ணனை சங்கராச்சாரியார் கீழே உட்கார வைக்கிறார். சுப்பிரமணியசாமியை பக்கத்தில் நாற்காலியில் உட்கார வைக்கிறார் என்றால் அன்றைய நிலையை எண்ணிப் பாருங்கள்.)

படித்துச் சென்று எனக்குப் படிப்புக்கேற்ற வேலை வேண்டும் என்று கேட்டபோது அய்யர் சொன்னார்: "நீயெல்லாம் வேலை பார்ப்பதற்குப் பிறந்தவனல்ல. மரம் ஏறிப் பிழைப்பதுதான் உன் குலத்தொழில். இந்தா, இரண்டு இளநீர் தருகிறேன். இதை நட்டு மரமாக்கிப் பிழைத்துக்கொள்" என்று சொன்னதாகச் சொல்வார்கள்.

ஆனால், பின்னாளில் அதே திவானுடைய மகன், யாரைப் பார்த்து "நீ மரம் வைத்துப் பிழைத்துக்கொள்" என்று சொன்னாரோ, அந்த இனத்தில் பிறந்த காமராசரிடம் சென்று, "எனக்கு ஓர் இடம் கொடுங்கள்" என்று கேட்கிற நிலையும் வந்தது. அது பெரியாரால் நடந்தது.

முதல் ஆதிதிராவிடர் நீதிபதி: பெரியார் சொன்னார்; கலைஞர் செய்தார்!

பெரியாருக்கு ஒரு வேதனை இருந்தது. அதைப் பல நேரங்களில் சொல்லி இருக்கிறார் கலைஞர். அதனால்தான் அவரைக் கடைசிவரை தாங்கிப் பிடித்தார்.

கலைஞர் இருந்தால்தான் எல்லாம் நடக்கும் என்று பல நேரங்களில் பெரியார் பலருடைய விருப்பங்களை மறுத்துப் பேசியதற்குக் காரணம் உண்டு. மிக முக்கியமாகப் பெரியார், முதல்வர் கலைஞரிடம், "நிறைய நல்லவை நடக்கின்றன. கல்வியில், வேலை வாய்ப்பில் இடஒதுக்கீடு. ஆனாலும், உயர்நீதிமன்றத்தில் ஓர் ஆதிதிராவிடர்கூட நீதிபதியாக இல்லையே..." என்றாராம்.

இந்த 'ஆதிதிராவிடர்' என்ற வார்த்தையை உருவாக்கித் தந்ததே பெரியார்தான். ஒடுக்கப்பட்டவர்களை, தாழ்த்தப்பட்டவர்களை, இன்று ஏதோ 'தலித்' என்கிறார்கள். அது என்ன மொழி? அதன் பொருள் என்ன? நான் அதற்குள் செல்ல விரும்பவில்லை. எங்களுடைய தலைவர் எதைச் சொல்லித் தந்தாரோ அதைத்தான் நாங்கள் சொல்வோம்.

பெரியார் சொல்வார், "நான் திராவிடன். அவன் ஆதிதிராவிடன். நீ யாரைப் புறக்கணிக்கிறாயோ அவன்தான் என் மூதாதையர்" என்று சொன்ன புரட்சிகரமான தலைவர் தந்தை பெரியார்.

ஆதிதிராவிடர் ஒருவர் உயர்நீதிமன்றத்தின் நீதிபதியாக இல்லையே என்று பெரியார் சொன்னதற்காக கலைஞர் அவர்கள் உடனே, யாரை உயர்நீதிமன்ற நீதிபதியாக நியமிக்கலாம் என்று அதற்கான வரைமுறைகளை ஆராய்ந்து, மாவட்ட நீதிபதியாக இருப்பவரை உயர்நீதிமன்ற நீதிபதியாக உயர்த்தலாம் என்ற ஒரு வழிமுறை இருப்பதைக் கண்டறிந்து அ.வரதராசன் என்ற மாவட்ட நீதிபதியை உயர்நீதிமன்ற நீதிபதியாக உட்கார வைத்தார். அதன்பின் அவர் உச்சநீதிமன்ற நீதிபதியாகவும் ஆனார். பெரியார் சொன்னார்; கலைஞர் செய்தார்.

அதையும் நம் தோழர்கள் எப்படிச் சொல்வார்கள் என்றால், "நீதிபதி வரதராசனின் முன்பு ஒரு வழக்கறிஞர் டர்பன், கோட், கட்சம் அணிந்து வந்து "மை லார்டு...", "யுவர் ஆனர்" என்று மரியாதையாகப் பேசுகிறார். ஆனால் நீதிபதி வரதராசன் அவர்களுடைய தந்தையை, "வழக்கறிஞரின் தந்தை டேய்" என்றுதான் அழைக்கிறார்" என்றார்கள். ஒரு காலத்தில் இதுதான் நிலைமை.

நீதிபதி வரதராசனின் தந்தையை இன்னொரு குலத்தில் பிறந்தவர், வயதைக்கூட கருதாமல் 'டேய்' என்று அழைத்த நிலை மாறி, அவருடைய பிள்ளையை இவருடைய பிள்ளை "மை லார்டு...", "யுவர் ஆனர்" என்று அழைக்கிற நிலைக்குக் காரணம் இந்த சமூகப் புரட்சி. பெரியாருடைய இயக்கம் சாதித்தது.

பெரியாருக்கு காணிக்கை

அறிஞர் அண்ணா அவர்கள் 1967ல் காங்கிரசை வீழ்த்த வேண்டும் என்பதற்காக முரண்பட்ட கொள்கைகளைக் கொண்ட ஒரு கூட்டணியை அமைக்கிறார். முதல் அதிசயம் அப்போது.

இராஜாஜி தலைமையிலான சுதந்திரா கட்சி, முஸ்லிம் லீக் ஏற்காத கம்யூனிஸ்ட் கட்சி, சுதந்திராவை ஏற்காத மற்றவர்கள் என்று திராவிட முன்னேற்றக் கழகத் தலைமையில் எல்லோரும் ஒன்றிணைகிறார்கள்.

இராஜாஜி, ஒரு கையில் பூணூலைப் பிடித்துக்கொண்டு இன்னொரு கையினால், "உதயசூரியனுக்கு முத்திரை குத்து" என வாக்கு சேகரித்ததாகச் சொல்வார்கள். தேர்தலில் இந்தக் கூட்டணி வெற்றி பெறுகிறது. வெற்றிக்குப் பின்னால் அண்ணா முதலமைச்சராகப் பொறுப்பேற்கிறார். பொறுப்பேற்றவுடன் நேராக திருச்சியில் இருந்த பெரியாரைச் சந்தித்து, "இந்த ஆட்சி உங்களுக்குக் காணிக்கை" என்று சொல்கிறார்.

அப்போது அண்ணாவிடம் இராஜாஜி, "என்னோடு சேர்ந்து வெற்றி பெற்று, ஆட்சியை என் எதிரிக்குக் காணிக்கை ஆக்குகிறீர்களே... இது துரோகம் அல்லவா?" என்று கேட்டார். அதற்கு அண்ணா, "ஒரு முறை இப்படிச் செய்ததற்கே வருத்தப்படுகிறீர்களே, ஆண்டாண்டு காலமாக நாங்கள் எத்தனை துரோகங்களை அனுபவித்திருப்போம்?" என்று சொல்லியிருக்கிறார்.

பெரியார் கட்டிக் கொடுத்த கல்லூரியில் படித்தேன்

நான் பதினாறு வயதில் புகுமுக வகுப்பு படிக்கிறபோதுதான் முதன்முதலாகப் பெரியாருடைய உரையைக் கேட்கிறேன். நான் அண்ணாவோடு நெருங்கி இருந்ததில்லை, கலைஞரோடு நெருங்கி இருந்திருக்கிறேன். ஆனால் பெரியாரைப் பார்த்திருக்கிறேன், கூட்டங்களைக் கேட்டிருக்கிறேன். அவரோடு பேசி இருக்கிறேன். சின்ன வயது. ஆனால், இப்போதும் மனத்தில் பசுமையாகப் பதிந்திருக்கிறது. பெரியார் கொடுத்த பணத்தில் கட்டப்பட்ட கல்லூரியில்தான் நான் படித்தேன்.

அப்படி அவர் கொடுத்த பணத்தில் கட்டப்பட்ட கல்லூரியில் இன்று என்னுடைய நாடாளுமன்றத் தொகுதி வளர்ச்சி நிதியில் ஒரு பெரிய கலையரங்கம் கட்டப்பட்டு நிமிர்ந்து நிற்கிறது. கடந்த ஆண்டு, பெண்களுக்குத் தங்கும் ஓய்வு விடுதியொன்று மணியம்மை பெயரால். அவருடைய நூற்றாண்டு விழா தொடக்கத்தின்போது நடந்த முதல் நிகழ்ச்சியில், அதைத் திறந்து வைத்தவர் எங்கள் கட்சித் தலைவர் தளபதி ஸ்டாலின் அவர்கள்.

தளபதி வருவதற்கு கல்லூரியில் அனுமதியும் தரவில்லை; முடியாது என்று சொல்லவும் இல்லை. இழுத்தடித்துக் கொண்டிருந்தார்கள். "மேலதிகாரியிடம் பேசவேண்டும்" என்றார்கள். நமக்குத்தான் வழி தெரியுமே. அன்றைக்கு முதலமைச்சராக இருந்த ஜெயலலிதா செய்ததை அந்தப் பொறுப்பில் இல்லாமலேயே எங்கள் கட்சித் தலைவர் தளபதி காணொளியின் மூலம் அதைத் திறந்துவைத்தார். இப்போது கல்வெட்டில் இருக்கிறது.

ஆட்சி அதிகாரம் யாரிடம் இருந்தாலும் நாங்கள் செய்ய நினைப்பதைச் செய்தே தீருவோம். அந்தக் கல்லூரியில் வந்து பெரியார் பேசியிருக்கிறார். சுயமரியாதைக் கருத்துகளை அவருடைய பாணியிலே விளக்கியிருக்கிறார்.

மாணவர் போராட்டத்தைத் தடுத்த பெரியார்

அந்தக் கல்லூரியில் படித்தபோது ஒரு சுவையான நிகழ்வு. நம் வேந்தர் அய்யா அவர்களுக்குத் தெரியும். அவரோடு நான் பேசி இருக்கிறேன். பெரியார் பக்கத்திலேயே அப்போது இருப்பார்.

ஒருமுறை திருச்சி பேருந்து நிலையம் அருகே இருக்கிற பெரியார் சிலையில் (அதுதான் முதன் முதலாகப் பெரியாருக்கு வைக்கப்பட்ட சிலை) எப்படியோ தெரியவில்லை, கண்ணாடி ஒரு பக்கம் உடைந்துவிட்டது.

அந்தச் செய்தி காலையில் பரவத் தொடங்கியது. "யாரோ விஷமிகள் உடைத்துவிட்டார்கள், பெரியாரின் கொள்கைகளுக்கு எதிரி" என்று சொன்னவுடன் பல இடங்களில் திராவிடர் கழகத் தோழர்கள் போராட்டம் நடத்தினார்கள். நாங்கள் இரண்டாயிரம் மாணவர்கள் பெரியார் கல்லூரியில் இருந்து கிளம்பி பெரிய ஊர்வலமாக பெரியார் மாளிகைக்கே வந்தோம். அப்போது பெரியார் திருச்சியில் இருக்கிறார். நாங்கள் உள்ளே நுழைந்தவுடன் மணியம்மையார் அவர்கள், "என்ன தம்பி? யார் நீங்கள்?" என்று கேட்கிறார். "நாங்கள் பெரியார் கல்லூரியில் படிக்கிறோம். அய்யாவைப் பார்க்க வேண்டும்" என்றோம்.

உடனே மணியம்மையார் உள்ளே போய்ச் சொன்னார்கள். அழைப்பு வந்தது. பெரியார் ஓர் ஊஞ்சலில் உட்கார்ந்திருந்தார்.

"யாரு நீங்களெல்லாம்?" என்று கேட்டார்.

"உங்கள் பெயர் கொண்ட, நீங்கள் கொடுத்த பணத்தில் கட்டப்பட்ட கல்லூரியில் படிக்கிற மாணவர்கள்" என்றோம்.

"இன்னைக்கு பள்ளிக்கூடம் லீவா?" என்று கேட்டார்.

"இல்லை. கல்லூரியில் வேலை நிறுத்தம்" என்றோம்.

"வேலை நிறுத்தம் தொழிற்சங்கத்தைச் சார்ந்தவன்தானே செய்வான். படிக்கிறவர்கள் ஏன் செய்கிறீர்கள்?" என்று கேட்டார்.

"அய்யா உங்களுடைய சிலையில் கண்ணாடி உடைந்துவிட்டது. அதற்கு எதிர்ப்புத் தெரிவிப்பதற்காக, நாங்கள் உங்களுடன் இருக்கிறோம் என்று காட்டுவதற்காக வேலை நிறுத்தம், இந்த ஊர்வலம்..." என்று ரொம்ப பெருமிதமாகச் சொன்னோம்.

உடனே பெரியார் "நான் தப்பு பண்ணிட்டேன்" என்றார்.

"என்னங்கய்யா?" என்று அதிர்ச்சியாகக் கேட்டோம்.

"இந்தக் கல்லூரியைக் கட்டியதே தப்பு" என்றார். எங்களுக்குப் புரியவில்லை. பாராட்டுவார் என்று நினைத்தால் என்ன இப்படிப் பேசுகிறார்.

அவர் சொன்னார்: "திருச்சியில் கிறிஸ்துவர்களுக்கு ஆண்களுக்கு ஒரு கல்லூரி, பெண்களுக்கு ஒரு கல்லூரி இருக்கிறது. முகமதியர்களுக்கு ஒரு கல்லூரி இருக்கிறது.

பார்ப்பனர்களுக்கென்று ஓர் ஆண்கள் கல்லூரியும் ஒரு பெண்கள் கல்லூரியும் இருக்கிறது. நம்முடைய சமுதாயத்தைச் சேர்ந்த ஏழை, ஒடுக்கப்பட்ட பிள்ளைகள் படிப்பதற்கு ஒரு கல்லூரி இல்லையே என்ற கவலை எனக்கு. நான் இதற்காக அரசாங்கத்திடம் முறையிட்டேன். "நியாயம்தான். ஆனால் எங்களிடம் பணம் இல்லை" என்றார்கள். அதற்காக நான் பாடுபட்டுச் சேர்த்த காசு. யாராவது எனக்கு முதல் வகுப்பு இரயில் பெட்டிக்கு டிக்கெட் வாங்கிக் கொடுத்தால், அதைத் திருப்பிக் கொடுத்து மூன்றாம் வகுப்புப் பெட்டியில் பயணம் செய்து, அந்தக் காசை இடுப்பிலே முடிந்து வைத்து, யாராவது மாலை போட்டால் நாலணா, பிள்ளைக்குப் பெயர் வைத்தால் எட்டணா என்று வாங்கிய காசையெல்லாம் சேர்த்து இடத்தை வாங்கி, கட்டடத்தைக் கட்டிக் கொடுத்துப் படிக்கச் சொன்னால், நீங்கள் வேலை நிறுத்தம் செய்கிறேன் என்று வந்து நிற்கிறீர்களே... உருப்படவே மாட்டீர்களா? நான் உங்களுக்குக் கட்டிக்கொடுத்த கல்லூரி படிப்பதற்காகத்தானே தவிர, இந்த வேலைக்காக அல்ல. என் சிலையில் யாராவது விஷமிகள் ஏதாவது செய்திருந்தால் அதைக் கட்சிக்காரன் பார்த்துக்கொள்வான். இனிமேல் இது மாதிரி காரியங்களில் ஈடுபடாதீர்கள். போய்ப் படியுங்கள்" என்று சொன்னபோது சிலிர்த்துப்போய்த் திரும்பினோம்.

ஒரு தலைவன் மாணவர்களின் எழுச்சியைத் தனக்காகப் பயன்படுத்திக்கொள்வார் என்று கருதியதற்கு மாறாக, "எனக்கு இது வேண்டாம். நீ முன்னேற வேண்டும்" என்று சொன்ன ஒரு தலைவனைப் பார்த்தோம். எங்களால் மறக்கவே முடியாது.

மாணவர் போராட்டத்தைத் தடுத்த அண்ணா

அதுபோல, அறிஞர் அண்ணா, இந்தி எதிர்ப்புப் போராட்டத்தின்போது மாணவர்களைப் "போராட்டத்தைத் திரும்பப் பெற்றுக்கொள்ளுங்கள்" என்று சொன்னார்.

'சௌரி சௌரா' கலவரத்தின்போது காந்தி, போராட்டத்தை திரும்பப்பெறச் சொன்ன நேரத்தில் "போராட்டம் நம் கையை விட்டுப் போயிற்று" என்று சொன்னார்களே, அதைப்போல இந்தி எதிர்ப்புப் போராட்டத்திலும் "போராட்டம் எங்கள் கையில் இல்லை. அது மாணவர்கள் கைக்குப் போய்விட்டது" என்றபோது, அண்ணா, மாணவர் தலைவர்களிடம், "மாணவர் தலைவர்கள் திரும்பப் பெறுங்கள். மற்றதை நான் பார்த்துக்கொள்கிறேன்" என்றார். "முடியாது" என்று அன்றைக்கு இருந்த மாணவர் தலைவர்கள் சொல்லிவிட்டார்கள்.

அண்ணா சொன்னாராம், "நான் எதற்காக இந்தியை எதிர்த்துப் போராடுகிறேன் தெரியுமா? தமிழைக் காப்பாற்ற. தமிழை எதற்குக் காப்பாற்றுகிறேன் தெரியுமா? உங்களை வாழ வைக்க. உங்களைச் சாகக் கொடுத்து நான் தமிழைக் காப்பாற்றி என்னய்யா செய்யப் போகிறேன்? நீங்கள் போங்கள். என் கட்சிக்காரன் பார்த்துக் கொள்வான்" என்று அண்ணா சொன்னதாகச் சொல்வார்கள்.

மாணவர் போராட்டத்தைத் தடுத்த கலைஞர்

அதுபோல, ஜெயலலிதா அம்மையார் முதலமைச்சராக இருந்தபோது நான் சட்டக் கல்லூரியில் படித்துக்கொண்டிருந்தேன். அவருக்கு கறுப்புக் கொடி காட்ட வேண்டும் என்று கலைஞரிடம் சொன்னபோது, "வேண்டாம்" என்றார். "பெரிய பிரச்சனையாக வரும். அதனால் வேண்டாம். அவர் இரக்கமில்லாதவர். கோபம் வந்தால் எதை வேண்டுமானாலும் செய்வார். மாணவர்கள் பாதிப்படையக் கூடாது. வேறு வழி பார்த்துக்கொள்ளலாம்" என்று சொன்னார்.

பெரியார், அண்ணா, கலைஞர் இவர்களுடைய சிறப்புகளோடு இந்தத் தனித்தன்மையும் தெரிகிறது. இதன் ஆரம்பம் தந்தை பெரியார்.

"சுயமரியாதைக் கருத்துகளை ஏற்பது எப்படி?" என்று சிலர் பெரியாரிடம் கேட்டார்கள். "நான் கடவுளைத் திட்டுகிறேன். ஏன் திட்டுகிறேன்? அவனுக்கும் எனக்கும் கொடுக்கல் வாங்கல் இல்லை. நான் எதையும் கேட்கவுமில்லை; அவன் மறுக்கவும் இல்லை. ஆனால், என்னோடு பிறந்த ஒருவனை இழிகுலமாக நடத்துகிற மதத்திற்கு அவன் துணையாக நிற்கிறான். அதனால்தான் நான் கடவுளை எதிர்க்கிறேன்" என்று சொன்னார்.

மேலும், "நீ வணங்குகிற கடவுளை நான் திட்டுகிறேன் என்று பேசுகிறாய். நான் கேட்கிற கேள்விக்கு நீ பதில் சொல். நீ அக்கினி பகவான் என்று கும்பிடுகிற நெருப்பை என் மனைவி ஓரணா கொடுத்து ஒரு நெருப்புப் பெட்டியை வாங்கி என் மனைவி நினைத்தபோதெல்லாம் நெருப்பைக் கூப்பிட்டு வேலை செய்யச் சொல்கிறார். என் கட்சித் தோழன் அதே அக்னியிடம் பீடி பற்றவைக்கச் சொல்கிறான். அக்னி அவர்களுக்கு வேலைக்காரன்; உனக்குக் கடவுளா?" என்பார்.

அது மட்டுமல்ல, "உன்னுடைய வாயு பகவான் நான் நூறு ரூபாய் கொடுத்தால் என் தலைக்கு மேல் சுற்றி என் வியர்வையைப் போக்குவான்" என்றும் பேசுவார்.

இதெல்லாம் மாணவர்களை ஈர்த்தது. அவர் கருத்தை ஏற்காதவர்களைக்கூட ரசிக்கவைத்தது. பின்னாளில் நாங்கள் இது பற்றிப் பேச ஆரம்பித்தபோது, பிறர் மனம் நோகாதவாறு சொல்ல வேண்டும். ஆனால் விளக்கமும் சொல்ல வேண்டும் என்கிற நிலை வந்தபோதுதான் சொல்ல ஆரம்பித்தோம்.

"கடவுள் இருக்கலாம். அதில் கருத்து வேறுபாடில்லை. ஆனால், அந்தக் கடவுள் மனிதர்களை வேறுபடுத்துவதற்குக் காரணமாக இருக்கக் கூடாது" என்று சொன்னோம்.

உலகத்திலேயே மனிதனை இவன் உயர்ந்தவன், அவன் தாழ்ந்தவன் என்று பிறப்பால் தீர்மானிப்பதும், அதற்கு சாதி என்று பெயர் சூட்டுவதும், அந்தச் சாதிக்கு அரணாக மதம் இருப்பதும், அந்த மதத்துக்குத் தலைவராக கடவுள் இருப்பதும்தான் இங்கே பிரச்சனை. அவர்தான் ஆணிவேர்.

"மனிதனைப் பேதம் பார்க்காமல் நீ நடத்தினால் எதை வேண்டுமானாலும் செய்துகொள்" என்ற உணர்வினைப் பெரியார் தந்தார். இதைச் சொல்வதற்கு நாட்களாயிற்று.

கலைஞரின் நந்தன் புராணம்

கலைஞர் அதை வேறு மாதிரி சொல்வார். 'நந்தன் புராணம்' உங்களுக்குத் தெரியும். புலையர் சமூகத்தவரான நந்தன், நீண்ட காலம் நடராஜன் மீது பக்தி கொண்டு, அவரை சிதம்பரம் சென்று நேரில் தரிசிக்க விரும்பினான். எப்படியோ சிரமப்பட்டு அங்கே சென்று நடராஜனைத் தரிசிக்கப் போகிறபோது அவனை "உள்ளே செல்லக்கூடாது" என்று நந்தி வழிமறித்துக்கொள்கிறது. இது புராணக் கதை.

ஆனால், புராணப்படி, நந்திதான் வழி மறித்ததே தவிர, நடராஜர் வந்து, "சற்றே விலகும் பிள்ளாய். அவன் என் பக்தன்" என்று சொல்லி நந்தனுக்குக் காட்சி அளித்தாரல்லவா என்று விளக்கம் சொல்லிக்கொண்டிருந்தார்கள்.

ஆனால் கலைஞர், “எல்லாம் சரிதான். நந்தியை விலகச்சொன்ன நடராஜன், நந்தனை வெளியே நிறுத்திதான் காட்சி தந்தாரே தவிர, உள்ளே அழைக்கவில்லையே” என்றார். இதுதான் கலைஞரின் பார்வை. அதனால்தான் “அனைத்து சாதியினரும் அர்ச்சகர் ஆகவேண்டும்” என்று விரும்பினார்.

‘பறையன்’ பத்திரிகையும் ‘சுதேசமித்திரன்’ ஆசிரியரும்

இரட்டைமலை சீனிவாசன் ‘பறையன்’ என்றொரு பத்திரிகையை நடத்தினார். அந்த நாட்களில் ஒவ்வொரு பத்திரிகையும் மற்ற எல்லாப் பத்திரிகை அலுவலகங்களுக்கும் செல்லும். அதைப் படித்துதான் அவர்கள் தலையங்கம் எழுதுவார்கள், மற்றவர்களின் கருத்துகளையும் தெரிந்துகொள்வார்கள். இப்போது போல் வளர்ச்சி இல்லாத காலம் அது.

அந்தப் ‘பறையன்’ பத்திரிகை ‘சுதேசமித்திரன்’ பத்திரிகை அலுவலகத்துக்குப் போகிறது. சுதேசமித்திரன் ஆசிரியர் அந்தப் பத்திரிகையைக் கையால் எடுக்காமல் ஒரு குச்சியால் புரட்டிப் படிப்பாராம். காரணம், அதனுடைய பெயர்! பத்திரிகையைக் கூடத் தொடாமல் படித்த நாட்களும் இருந்தன; படித்த ஆட்களும் இருந்தார்கள்.

இப்போது நான் பேராசிரியர்களுக்கு மத்தியில் பேசிக் கொண்டிருக்கிறேன். மாணவர்கள் இருந்தால் இன்னும் மகிழ்ச்சியாக இருந்திருக்கும். காரணம், இதெல்லாம் அவர்கள் கேள்விப்பட்டிருக்க மாட்டார்கள். ஆனால், நீங்கள் அவர்களிடம் சொல்வீர்கள். துணிச்சலாகச் சொல்வீர்கள். காரணம். நீங்கள் பணியாற்றுவது ‘பெரியார் மணியம்மை பல்கலைக்கழகம்’ என்கிற காரணத்தால். வேறு இடமாக இருந்தால் சொல்லமாட்டார்கள். அல்லது சொல்லத் தயங்கலாம். நீங்கள் இந்த சமுதாயத்தை உருவாக்குகிறவர்கள், உருவாக்கப் போகிறவர்கள். உங்களிடம் படிக்கிறவர்கள்தான் நாளை இந்த நாட்டைத் தலைகீழாகப் புரட்டப் போகிறார்கள். ஏதோ ஒரு துறையில் பரிணமிக்கப் போகிறார்கள்.

எனது பள்ளி ஆசிரியர்கள்

இங்கே இயக்குநர் சீனிவாசன் சொன்னதைப் போல், நான் இப்போது பேசுவது நல்ல ஆங்கிலம் என்று நீங்கள் கருதுவீர்களேயானால், அது என் பள்ளி ஆசிரியர்கள் சொல்லித் தந்த அடிப்படை ஆங்கிலம். எனது ஆங்கில ஆசிரியர் “You see the dictionary” என்று சொல்ல மாட்டார். “You refer the dictionary” என்பார். “Use the correct term” என்று சொல்ல மாட்டார். Use the apt term” என்பார். சின்ன வயதில் சொல்லியதில்கூட பொருள் சரியாக இருக்க வேண்டுமென்று வளர்க்கப்பட்டோம்.

நற்பண்புகள் ஏதாவது என்னிடம் இருப்பதாகக் கருதினால் ஒரு பெண்ணாகிய என் தாயினால். பிரச்சனைகளில் நான் சோர்ந்து போகாமல் நிமிர்ந்து வெற்றி கண்டிருந்தேனானால் அது என் மனைவியினால். இன்றைக்கும் நான் தெம்போடு உலவுகிறேன் என்றால் என் உறவுகளால் அல்ல என் நண்பர்களால், என் இயக்கத் தோழர்களால். இயக்க உணர்வுகளால், இலட்சியங்களால். இதோ எதிரே இருக்கிற பெருந்தகை தந்தை பெரியார் அவர்கள் தந்த உணர்வுகளின் வழி நடைபோடுகிறோமே அதனால்தான்.

நான் இவ்வளவு நேரம் பேசுகிறேன், இவ்வளவு செய்திகளைச் சொல்கிறேன். யாரோ ஒருவன் நாடாளுமன்றத்திற்குப் போனான், வந்தான் என்பதல்ல, நம் வேலையை நாம் பார்க்கிறோம். ஆனால் நமக்காக ஒருவன் அங்கே குரல் கொடுக்கிறான் என்ற உணர்வு உங்களுக்கு வரவேண்டும்.

பிள்ளைகளுக்குச் சொல்லிக் கொடுங்கள்

நம்முடைய நாட்டில் இவ்வளவு நடக்கிறது என்று பிள்ளைகளுக்குச் சொல்லிக்கொடுங்கள். அதற்காக வகுப்புகளில் ஒரு நாளில் அல்லது ஒரு வாரத்தில் பத்து நிமிடம் ஒதுக்குங்கள். அவர்களிடம் எல்லாவற்றையும் பேசுங்கள். ஊரை, உலகை, உறவை, சமுதாயத்தை, வாழ்க்கையின் சுவையான அம்சங்களை, இலக்கியங்களை, திரைப்படங்களை, பாடல்களைப் பற்றி எல்லாம் பேசுங்கள். அவர்களுக்கும் அது இதமாக இருக்கும், அவர்களுக்குத் தெரியாததை நீங்கள் சொல்லித் தருவதற்கும் வாய்ப்பாக இருக்கும்.

பிள்ளைகளுக்கு தண்ணீரைச் சேமிக்கக் கற்றுக்கொடுங்கள். "விருந்துகளுக்குப் போகிறபோது சீசாவில் தண்ணீர் தருகிறபோது அரை சீசா அளவு குடித்து மீதியை அங்கேயே வைத்துவிட்டுப் போவதற்குப் பதிலாக, மீதியையும் கையிலேயே எடுத்துக்கொண்டு போ" என்று பழகச் சொல்லுங்கள். பிளாஸ்டிக் சேர்வதும் தடுக்கப்படும். தண்ணீர் வீணாவதும் தடுக்கப்படும். இவற்றை எல்லாம் நீங்கள் சொன்னால்தான் போய்ச் சேரும். நாங்கள் சொன்னால் சேராது. சட்டத்தினால் அல்ல, உங்களால்தான் அது முடியும்.

பிள்ளைகளோடு பேசுங்கள்

உங்களுக்கு என் தனிப்பட்ட ஒரு வேண்டுகோள்: நீங்கள் எல்லோரும் பெற்றோர்கள். வளர்ந்த பிள்ளைகள் சுதந்திரமாக நடமாடுகிறார்கள் என்று ரசிப்பதோடு நிறுத்திக்கொள்ளாதீர்கள். உங்கள் அரவணைப்புக்குள் கொண்டுவாருங்கள்.

ஒரு நாள், ஒரு வேளை, இரவு நேரத்தில் மொட்டைமாடியில் அல்லது வீட்டின் கூடத்தில் உட்கார்ந்து சேர்ந்து சாப்பிடுங்கள். விளக்கை அணைத்துவிட்டு யாராவது ஒருவர் பாட்டு பாடுங்கள், கதை சொல்லுங்கள். அந்த சுகமான நாட்கள் வாழ்க்கையின் கனமான நேரங்களில் மிகப்பெரிய துணையாக இருக்கும்.

வாழ்க்கை என்பது வாழ்வதற்கு, அனுபவிப்பதற்கு. அடுத்தவனைக் கெடுப்பதற்கல்ல. அடுத்தவனின் வீழ்ச்சியில் மகிழ்ச்சியடைவதற்கு அல்ல. நம்மைப் பொறுத்தவரை சின்ன வட்டமாக இருந்தாலும் அதை எளிமையாகக் கடப்பதற்கு இலக்கியம் இருக்கிறது.

குடும்பத்தில் எத்தனையோ இருக்கின்றன. இவையெல்லாம் மெல்லக் கரைந்து போய்விட்ட நிலையில் மீண்டும் உயிர்கொடுத்துக் கொண்டு வாருங்கள். இல்லாவிட்டால் எதிர்காலத்தில் பணம் இருக்கும், வசதி இருக்கும், படிப்பு இருக்கும், நிம்மதி இருக்காது. பக்கத்தில் உட்கார்ந்து பேச நல்ல உறவு இருக்காது. நம்மிடம் "காசு பணம் தேவையில்லை. நானிருக்கிறேன்" என்று சொல்வதற்கு யாராவது ஒருவர் வேண்டும். அவர்களைத் தக்க வைப்பதற்கும் நம்மால்தான் முடியும்.

நான் லட்சியங்களைப் பற்றிப் பேசினேன், சட்டங்களைப் பற்றிப் பேசினேன். இப்போது வாழ்க்கையைப் பற்றிப் பேசுகிறேன். பேசுவது ஆசிரியப் பெருமக்களிடம் என்ற உணர்வோடு இந்தத் தகவல்களையும் வேண்டுகோள்களையும் உங்கள் முன்னால் வைத்து, நம்மையெல்லாம் இயக்குகிற, வாழவைக்கிற அந்தப் பெரிய தலைவன் பெரியாரின் நினைவு நாளில் உங்களோடு பேச வாய்ப்பு கிடைத்தமைக்கு மகிழ்ந்து விடைபெறுகிறேன்.

நன்றி! வணக்கம்!!

2

அறிஞர் அண்ணா ஓர் இமயம்

சமுதாய அடிமைத் தளையை அறுத்து எறிந்த இயக்கத்தின் ஆணிவேர் அறிஞர் அண்ணா. ஆயுதம் ஏந்தாமல், ஆதிக்க சக்திகளின் ஆதிக்கத்தை அடியோடு சாய்த்த சரித்திரத்தின் ஆரம்பம் அறிஞர் அண்ணா.

ஆயிரக்கணக்கான ஆண்டுகளாய் அறியாமை இருளில், சாதிச் சகதியில், மதம் என்னும் மௌடீகத்தில், மூட நம்பிக்கையின் முடை நாற்றத்தில், சனாதன தர்மத்தின் அதிகார ஆட்சியின் கீழ் கல்வி மறுக்கப்பட்டு, முன்னேற்றம் தடுக்கப்பட்டு, முடங்கிக்கிடந்த பலம் பொருந்திய ஓர் இனம் தமிழ் இனம்.

இன்றோ, விடுபட்ட வில்லில் இருந்து புறப்பட்ட அம்பாய்த் தன் வேகமான பயணத்தைத் தொடங்கி எல்லோரையும் வியக்கின்ற எல்லையைத் தொட்டு இருக்கிறது என்றால் அந்தச் சாதனை ஓர் இயக்கத்தின் நூறாண்டு கால லட்சியப் பயணம் என்கிறபோது அதன் மூலமாக அறிஞர் அண்ணா நிலைத்து நிற்கிறார்.

உறுதிமிக்க வீரர்களையும், துணிவும் அறிவும் மிக்க தலைவர்களையும் சாத்தியமாக்கி நடைமுறைப்படுத்தி உலகத்திற்குத் தந்துவிட்டுச் சென்றிருக்கிற மாபெரும் உன்னதமான சரித்திரம் அறிஞர் அண்ணா.

'இதுதான் வாழ்க்கை, இப்படியே வாழ்ந்துதான் தீரவேண்டும், விடுபட முயற்சி செய்வது வீண், விதிக்கப்பட்டது இவ்வளவே' எனத் தன் உழைப்பையெல்லாம் பிறர் வாழக் கொட்டிக் கொடுத்த, அடிமையாய் வாழ்ந்த தமிழர்க்கு அவன் யார் என உணர்த்திச் சுரண்டல்காரர்களை அடையாளம் காட்டி, போர்முறையை வகுத்துத் தந்த பெருமைமிக்க பெருந்தலைவர் அறிஞர் பெருந்தகை அண்ணா அவர்கள்.

இன்றைய நம் வாழ்வு, பெற்றிருக்கும் கல்வி, அதனால் அடைந்திருக்கும் உயர்வு, இப்போது நான் பேசிக்கொண்டிருக்கிற இந்தப் பேச்சு, அதில் பீறிட்டு எழும் வீரம், வேகம், தெளிவு, சுயமரியாதை உணர்வோடுகூடிய எதுவாக இருந்தாலும் அத்தனைக்கும் காரணம் பெரியார் வழியில் அண்ணா உருவாக்கிய புதியதோர் பாதைதான்.

இன்றைக்கு நான் உணர்ந்து இருப்பதைப்போல் இன்றைய என் தலைமுறை, நாளை தொடரப்போகும் இம்மண்ணில் இவ்வியக்கத்தின் உழைப்பின் பயனைத் துன்பத்தின்

சாயல் சிறிதும் இன்றித் துய்த்திடப்போகும் அடுத்த தலைமுறை அண்ணாவைப் பற்றி அறிய வேண்டியது அவசியமாகிறது.

ஒன்றைப் பெறுகிறபோது, அது வந்த வழியை, அந்த வழியில் ஆரம்பத்தில் நடந்தோர் அடைந்த வலியினை உணர்ந்தால்தான் பெற்றதன் அருமை புரியும்.

கடந்த காலத்தில் பலரின் உழைப்பு, வியர்வை, இரத்தம், வேதனை இவற்றின் விலையே இன்றைய நம் இதமான, இனிமையான, இடர்பாடற்ற உன்னதமான வாழ்க்கைப் பயணம் என்பதைத் தமிழர்கள் அனைவரும் அறிந்திட வேண்டும். இந்த வெற்றியை அடைவதற்கு அண்ணா கடைப்பிடித்த பாதை தனித்ததொரு பாதை. மற்றவர்கள் சிந்திப்பதில் இருந்து மாறுபட்டுச் சிந்திக்கின்ற வல்லமை அறிஞர் அண்ணா அவர்களுக்குத்தான் இருந்தது.

அரசியல் இயக்கத்தில் சகோதரத்துவம்

'முதலாளி தொழிலாளி' என்றிருந்த நிலையினை அடித்தளத்தோடு தகர்த்தெறிந்து, 'தலைவன் தொண்டன்' என்றிருந்த நிலையினை மாற்றி, 'அண்ணன் தம்பி' என்ற குடும்பப் பாசத்தை அரசியலில் கொண்டுவந்த பெருந்தகை பேரறிஞர் அண்ணா.

கட்டுப்பாடு அவர் தாரக மந்திரம். அவர் கண்டிப்பினால் அதைக் கொண்டுவரவில்லை, கனிவால் கொண்டுவந்தார் என்பது உலகம் வியந்து பார்க்கக்கூடிய ஓர் அதிசயம். அது எப்படி கட்டுப்பாட்டைக் கண்டிப்பு இல்லாமல் கொண்டுவர முடியும்? முடியும் என்று உணர்த்தினார். அதுதான் அண்ணா!

ஒரு நாளும் அவர் யாரிடமும் கோபப்பட்டதாக இதுநாள் வரை நான் படித்ததும் இல்லை; பிறர் சொல்லி நான் அறிந்ததும் இல்லை. "அண்ணா..." என்று எல்லோரும் அழைக்கின்ற வாஞ்சையோடு இருந்த அவருடைய அணுகுமுறை அற்புதமானது. தமிழர்கள் இப்படித்தான் இருந்தார்கள் என்பதை முதன் முதலாகக் கண்டுபிடித்துச் சொன்னவர் அண்ணா. யாரும் பயணப்படாத ஒரு புதிய பாதையில் அண்ணா பயணப்படத் தொடங்கினார்.

முன்னர், மொழி வாழ்ந்தது; வாழ வைத்தது; ஆண்டது; பின்னர் எல்லாவற்றையும் இழந்து நின்றது. இதை மீட்டெடுக்க வேண்டும் எனச் சிலர் எண்ணியிருந்தாலும் பலர் எண்ணத் துணியாததை, செய்யத் துணியாததை அறிஞர் அண்ணா செய்தார். மென்மையாகச் செய்தார். அண்ணா தென்றல் காற்றுதான், ஆனால் புயலின் தாக்கம் அவருடைய பயணத்தால் ஏற்பட்டது. முற்றிலும் எல்லாம் தலைகீழாய்ப் புரட்டிப் போடப்பட்டது. அதற்கு ஒரு பெரும் படை கிளம்பியது.

திரு.வி.க.வின் நம்பிக்கை

திரு.வி.க. சொன்னார்: "எதிர்காலத்தில் அண்ணாவைப் போல் எழுத்து, அண்ணாவைப் போல் பேச்சு என ஒரு தனிபாணி உருவாகும். நான் நிம்மதியாக என் வாழ்விற்குப் பின்னால் வருத்தப்படாமல் செல்வேன்" என்று. அப்படி அண்ணா உருவாக்கிய அந்தப் பாதை அசைக்க முடியாத ஒரு பெரும் இலட்சியக் கூடாரமாக மாறியது. உலகமே திரும்பிப் பார்த்தது. அதுதான் அண்ணாவினுடைய பார்வை, ஒரு தனிப் பார்வை.

அண்ணாவின் நோக்கு தனித்த நோக்கு, தொலைநோக்குப் பார்வைதான். அதை வென்றடைய வேண்டும் என்பதற்கு அவர் உருவாக்கிய அந்தப் படை வரிசை, அவர்களைத் தயார்படுத்திய விதம், எத்தனை எழுத்துகள், எத்தனை பேச்சுகள், எத்தனை மேடைகள், எல்லா இடங்களுக்கும் அண்ணா சென்றார். அவர் சென்ற இடமெல்லாம் வெற்றி

கண்டார். தன்னுடைய கொள்கையைப் பிறர் மனம் நோகாமல் அழுத்தமாகச் சொல்கிற வலிமையும் வல்லமையும் அண்ணாவுக்கு மட்டும்தான் இருந்தது.

அண்ணாவைப் பற்றி நாவலர் நெடுஞ்செழியன் அவர்கள், "குள்ளமான உருவம், குறுகுறுத்த பார்வை, அகன்ற நெற்றி, விரிந்த முகம், புன்னகை தவழ்கின்ற உதடுகள், இதுதான் அண்ணா" என்று சொல்வார்கள்.

அண்ணாவின் புனைபெயர்கள்

நினைக்கிறபோதே சிலிர்க்கவைக்கும் சௌமியன், சம்மட்டி, கொற்றன், பரதன், நக்கீரன், வீரன் எனப் பல புனைபெயர்களில் அண்ணா எழுதினார். 'கோமளத்தின் கோபம்', 'கபாடபுரக் காதல்', 'கலிங்கராணி', 'ரங்கோன் ராதா', 'குமாஸ்தாவின் பெண் எனப் புதினங்களையும்', 'சந்திரோதயம்', 'வேலைக்காரி', 'நல்லதம்பி', 'ஓர் இரவு', 'சொர்க்கவாசல் என நாடகங்களையும்', 'நீதிதேவன் மயக்கம்', 'கல் சுமந்த கசடர்', 'ரொட்டித் துண்டு', 'அம்பாள் கடாட்சம்', 'சந்திரமோகன் முதலிய ஓரங்க நாடகங்களையும்', 'அறுவடை', 'செவ்வாழை', 'பித்தளை அல்ல பொன்னேதான்', 'சொல்வதை எழுதினான் முதலிய சிறுகதைகளையும்', 'எல்லாம் ஈசன் செயல்', 'குற்றால நீர்வீழ்ச்சி', 'சந்தி சிரிக்குது', 'பெரியாரும் பிறரும்', 'கடவுள் தண்டிப்பார்' போன்ற கட்டுரைகளையும் எழுதிப் பிறரைச் சிந்திக்கச் செய்த அரும்பெரும் சாதனை அறிஞர் அண்ணா அவர்களுடையது.

அண்ணாவின் புகழ்பெற்ற பொன்மொழிகள்

"எதையும் தாங்கும் இதயம் வேண்டும்!"
"எங்கிருந்தாலும் வாழ்க!"
"தம்பி உடையான் படைக்கு அஞ்சான்!"
"மறப்போம், மன்னிப்போம்!"
"வாழ்க வசவாளர்கள்!"
"கிளிக்குப் பச்சை வண்ணம் பூச வேண்டுமா!"
"நீரோடு உயர்ந்தது குன்றும் தாழ்ந்தது!"
"புள்ளிமான் குட்டிக்குப் புலியா பால் கொடுக்கும்?"

இவையெல்லாம் அண்ணாவின் அரும்பெரும் வாசகங்கள்.

தலைவர் கலைஞர் அண்ணாவின் அடியொற்றி நடந்தவர். அண்ணாவின் எழுத்துக்கும் பேச்சுக்கும் உயிர் கொடுத்தவர். அவருடைய எண்ணங்களுக்கு வடிவம் கொடுத்தவர்.

அண்ணா அவர்கள், தான் ஆட்சிக்கு வந்தவுடன் எல்லோரையும் போல் பொறுப்பேற்றோம், புதுப் பதவியைப் பார்த்தோம், அதிகாரத்தை அடுத்தவர்கள் மீது பிரயோகித்தோம் என்று இல்லாமல், தான் இத்தனை காலம் ஊரெங்கும் நாடெங்கும் மக்களின் மனத்தில் விதைத்த கருத்துகளையெல்லாம் நடைமுறைக்குக் கொண்டுவந்தார்.

அண்ணாவின் எளிமையும், வாழ்க்கை முறையும், அவருடைய தோற்றமும் சராசரி மனிதன் 'இவர் நம்மில் ஒருவர் அல்லது நம்மோடு இருக்கும் ஒருவர்' என்று எண்ணத்தக்க உணர்வை ஏற்படுத்தியது.

தமிழ்நாடு பெயர் மாற்றம்

ஆட்சிக்கு வந்தவுடன் அவர் செய்த முதல் பணி, விடுதலைக்கு முன்னால் 'மெட்ராஸ் பிரசிடென்சி' என்று இருந்து பின்னர் 'மெட்ராஸ் ஸ்டேட்' என்று மாறியதைத் 'தமிழ்நாடு' என்று பெயர் சூட்டினார். நினைத்துப் பார்க்கிறபோதே சிலிர்க்கவைக்கிறது.

தமிழக அரசு இலச்சினையில் 'சத்யமேவ ஜெயதே' என்று இருந்ததை 'வாய்மையே வெல்லும்' என்று உடனடியாக மாற்றியது, சட்டமன்றத்தில் பேசுகிற அங்கத்தினர்களை உறுப்பினர்களாக மாற்றியது, அபேட்சகர்களை வேட்பாளர்களாக மாற்றியது. இப்படிப் பல்வேறு புரட்சிகளை அண்ணா அமைதியாகச் செய்தார்.

அரசு அலுவலகங்களில் எந்த மதச் சின்னங்களும் இருக்கக்கூடாது என்று சொல்லி, எந்தவிதமான பிரச்சனைக்கும் இடம் தராத ஒரு நிலையினை அண்ணா கொண்டுவந்தார்.

சுயமரியாதைத் திருமணச் சட்டம்

'சுயமரியாதைத் திருமணம்' என்பதை தந்தை பெரியார் அவர்கள் சொல்லி மிகப்பெரிய அளவில் இந்த நாடு ஏற்றுக்கொண்டது. சமுதாயம் பின்பற்றியது. மக்கள் அந்த முறையில் திருமணத்தைச் செய்துகொண்டார்கள். ஆனால் சட்டம் ஏற்றுக்கொள்ளவில்லை.

ஒரு மாபெரும் மாற்றம் மக்களுடைய மனமாற்றத்திற்கு ஏற்றதாக இருந்தாலும் சட்டம் என்ற ஒன்று துணை இல்லாதபோது, அது கை உடைந்த நிலையிலேதான் இருந்தது என்பதை உணர்ந்த அண்ணா, சட்டத்தின் மூலமாகத்தான் அது சாத்தியம் என்பதை உணர்ந்து, புதியதோர் அதிகாரத்தைக் கைப்பற்றுகிற அரசியல் பயணத்தை மேற்கொண்டு, தேர்தல் வழியாக ஆட்சியைக் கைப்பற்றிய உடன் முதல் வேலையாக "சுயமரியாதைத் திருமணம் சட்டரீதியாகச் செல்லும்" என்று கொண்டுவந்தார். அதற்கு முன்பு நடந்த சுயமரியாதைத் திருமணங்களுக்கும் அங்கீகாரம் தேடித்தந்தார்.

ஒரு நாட்டில் மக்கள் எல்லோரும் ஒன்றென வாழவேண்டும் என்றால் பொருளாதாரத்தில் சமதர்மம் நிலைப்பட வேண்டும். சமுதாயத்தில் மேடு பள்ளங்கள் கால ஓட்டத்தில் உருவாகி, அது நிலைத்து நின்றிருக்கும். அதைத் தகர்த்தெறிய வேண்டும். அதைச் சமதளமாக்க வேண்டும். ஆனால், தகர்க்கிறபோது யாருக்கும் வலிக்கக் கூடாது. மாடியில் இருப்பவன் குடிசைக்கு வருவது சமத்துவம் அல்ல. குடிசையில் இருக்கிறவன் மாடி வீட்டுக்குச் செல்ல வேண்டும் என்பதுதான் உண்மையான சமத்துவம். அதைத்தான் அண்ணா கொண்டுவந்தார்.

90 குடிசைகள் 10 மாடி வீடுகள். மாடியில் இருப்பவர்களுக்குக் குடிசைகள் மாடியாக உயர்கிறபோது அங்கலாய்ப்பு ஏற்படலாம். அது குறித்து அண்ணா கவலை கொள்ளவில்லை. குடிசையில் இருக்கிறவனைக் கோபுரத்தில் உட்கார வைக்கிற முயற்சியால்தான் டெல்லிப் பட்டணம் வரை இந்தியாவின் எல்லா மூலை முடுக்குகளிலும், உலகில் அவர் சென்று கால் பதித்த இடங்களிலெல்லாம் அண்ணாவுக்கு என்று ஒரு மரியாதை உருவானது; மதிப்பு உருவானது. இப்படி ஒரு மனிதனா நமக்கிடையே என்று எண்ணத்தக்க வாழ்வு அவருடையது.

ஒரு சாதாரண மனிதனாலும் சரித்திரத்தைப் படைக்கலாம் என்று வாழ்ந்து காட்டிய அந்த உத்தமரை நினைத்துப் பார்க்கிற போது, அவருடைய பேச்சுகள் கடைக்கோடி மனிதனைக்கூட கவர்ந்திழுத்தன. அவருடைய எழுத்துகள் சிந்திக்கவைத்தன. அவருடைய எண்ணங்கள் எதிர்காலத் தமிழகத்திற்கு இதுதான் ஏற்றது என எல்லோரையும் உணரவைத்தன. பின்னாளில் அவருக்குப் பின்னால் ஒரு படையாகப் புறப்படவும் செய்தன.

தென்னாட்டு பெர்னாட்ஷா

நாடகங்களின் மூலம் தெருக்களில், தெரு ஓரங்களில் கிராமங்களில் ஒதுக்குப்புறங்களில் வாழ்கின்றவர்களின் மனதிலேகூட மாற்றத்தை, மறுமலர்ச்சியைக் கொண்டுவந்தார்.

இப்படியொரு மாற்றம் இதற்குமுன் நிகழ்ந்ததில்லை. அதைத்தான் கல்கி, "தென்னாட்டில் ஒரு பெர்னாட்ஷா" என்றும் சொன்னார்.

நாடகம், திரைப்படங்களில் இருந்து நகர்ந்து பத்திரிகைகளின் வாயிலாக, மேடைகளின் வாயிலாக, கற்றோர் இருக்கின்ற அவைகளின் வாயிலாகப் பல்வேறு இடங்களில், நீதிமன்றங்களில் நீதியரசர்கள் இருக்கின்ற இடங்களில்கூட தன் கருத்தை வலிமையாகப் பதிவுசெய்தார் அண்ணா. நாடாளுமன்றத்தில் அவர் ஆற்றிய உரைகள், தன்னுடைய கருத்துகளை ஆங்கிலத்தில் எடுத்து வைத்தபோது அங்கிருந்தவர்கள் சிலிர்த்த சிலிர்ப்பு, தென்னகத்தில் இருந்து இப்படி ஒரு புரட்சிப் புயல் வந்திருக்கிறதே, இப்படி ஒரு மாற்றத்தோடு ஒரு மனிதன் மகத்தான கருத்துகளைச் சுமந்து இருக்கின்றாரே என எண்ணவைத்தது.

திராவிட நாடு கோரிக்கை

'திராவிட நாடு' கோரிக்கை அண்ணாவின் உயிர்மூச்சு. நாடாளுமன்றத்தில் பேசியிருக்கிறார். பின்னாளில் அதற்காகக் கைதாகிச் சிறையில் இருந்தபோது, "பிரிவினைத் தடைச்சட்டம் வருகிறது, அதைப் பேசினால் இனி கட்சி இருக்காது. தேர்தலில் போட்டியிட முடியாது. நீண்டகால சிறைத் தண்டனை" என்றனர். அதற்காக அண்ணா அஞ்சி ஒதுங்கவில்லை.

மாறாகச் சொன்னார், "சீன நாட்டின் படையெடுப்பு நடக்கிறபோது நாட்டிற்குத் துணை நிற்க வேண்டிய கடமை எனக்கு இருக்கிறது. தம்பி வீடு இருந்தால்தான் ஓடு மாற்றமுடியும்" என்று சொல்லி அந்தக் கோரிக்கையைக் கைவிட்டார். முதன்முதலாக அந்தக் காலத்திலேயே 75,000 ரூபாய் வசூல் செய்து சீனப் போருக்குத் தந்து, தான் இந்த நாட்டைச் சார்ந்தவன் என்று இந்தியா முழுவதற்கும் உணரவைத்தார்.

"எனக்குச் சில சங்கடங்கள் இருக்கின்றன; நிறைவேறாத சில தேவைகள் இருக்கின்றன; புறக்கணிக்கப்படுவதாக ஓர் உணர்வு இருக்கிறது. அதற்காகத்தான் தனிநாடு கோரிக்கை. ஆனால் ஒட்டுமொத்த நாட்டினைப் பாதுகாக்க அந்தக் கோரிக்கையைக் கைவிடுகிறேன். அதற்கான காரணங்கள் அப்படியே இருக்கின்றன" என்று சொல்லிப் பின்னாளில் அந்த நோக்கங்களில் வெற்றி பெறுவதற்காக, அந்தக் காரணங்களை நிறைவேற்றுவதற்காக அவருடைய இலட்சியங்களும் கொள்கைகளும் உருவாக்கப்பட்டன.

அது வெற்றிப் பாதையில்தான் சென்றது. அவருடைய இந்த அணுகுமுறை எல்லோரையும் ஈர்த்தது. கொள்கையிலும் உறுதியாகத்தான் இருக்கிறார். பிறருக்காக என்று சொல்கிறபோது தன்னை வளைத்துக்கொடுக்கிற வல்லமை. அதில் நியாயம் இருக்கிறது.

அண்ணாவுடன் கருத்து வேறுபாடுகள் கொண்ட சில தம்பிமார்களே அதற்கு உடன்பட மறுத்தபோது அண்ணா சொன்னார்: "தம்பி, நான் சாலையில் கையிலே குடை பிடித்துக்கொண்டு நடக்கிறேன் வெயிலுக்காக. என்னை வாட்டி வதைக்கின்ற வெயில் இந்த நாட்டின் வடபுலம். குடை, என்னைப் பாதுகாப்பதற்காக வைத்திருக்கின்ற திராவிட நாடு கோரிக்கை. எதிரே பிரிவினைத் தடைச் சட்டம் என்ற காளை மிரண்டு பாய்ந்து வருகின்றது. அதற்குக் கோபம் குடையின் மீது, நான் தொடர்ந்து சென்றால் குடையைக் கிழிக்கிறேன் என்று வருகின்ற மாடு என்னையும் குத்திக் கிழித்துப்போட்டுப் போய்விடும். எனவே, குடையை மடக்கிக்கொண்டு திண்ணையில் ஏறி நிற்கின்றேன். மாடு சென்றவுடன் மீண்டும் இறங்கி நடப்பேன்" என்று தன் தம்பிமார்களை மனமாற்றம் செய்தார் அண்ணா. பின்னாளில் அவருடைய கோரிக்கைகள் 'மாநில சுயாட்சி' என்ற வடிவில் மலர்ந்தது. கலைஞர் மூலமாக அது நிறைவேறியது.

நான் முதலில் சொன்னதைப் போல அண்ணா எல்லோரும் பயணம் செய்த பாதையில் பயணம் செய்யவில்லை. ஆனால், எல்லோரும் செய்யத் தவறியதைச் செய்தார்.

ஒரு பெரும் இனம், ஆயிரக்கணக்கான ஆண்டுகளாக வாழ்ந்த இனம் வீழ்ந்து கிடந்தது; வீழ்ந்ததற்கான காரணத்தை உணராமல் இருந்தது; எழ வேண்டும் என்ற எண்ணமும் இல்லாமல் இருந்தது. ஆனால் இத்தனையும் நிறைவேற்றிக் காட்டிய ஒரு மாபெரும் சக்தி, ஒரு தனிமனிதன் என்றால் அது அண்ணாதான். அதனால்தான் அவர் மறைந்து கடலோரத்தில் இந்த மண்ணிற்கு அடியிலே சென்று சேர்கிறபோது ஒன்றரைக் கோடி பேர் அங்கு இருந்தார்கள். இந்த நாடு அழுதது; உலகம் அழுதது. இப்படி ஒரு நல்ல தலைவனை இழந்துவிட்டோமே என்ற அந்த ஏக்கம் இன்னும் தீரவில்லை.

அண்ணா மறைந்து ஐம்பது ஆண்டுகள் உருண்டோடி விட்டன. ஆனால் இன்னும் எத்தனை நூறு ஆண்டுகள் ஆனாலும் அண்ணாவின் தாக்கம் தகராது. அண்ணாவின் எழுத்தும் பேச்சும் அதன் வீச்சும் தமிழர்களுக்கு அதுதான் இனித் தடம். அதுதான் அரசியல் பாதையே.

அந்த மாபெரும் தலைவன் நமக்காக நம்மோடு வாழ்ந்தார். நம்மை உருவாக்கினார். இது தொடர்ந்திட வேண்டும். அவருடைய கனவுகள் நிறைவேறிட வேண்டும். அதற்கு நாம் பாடுபட வேண்டும். அதுவே நாம் அவருக்குக் காட்டும் உண்மையான மரியாதையாக இருக்கும்.

அண்ணா, அவர் இமயம்!
அண்ணா, அவர் ஒரு சிகரம்!
அண்ணா, ஈடு இணையற்ற ஒரு தலைவர்!
அண்ணா, ஒரு மகத்தான மனிதர்!

தமிழகத்துக்குக் கிடைத்த மிகப்பெரிய கொடை அறிஞர் அண்ணா.

வணக்கம்!

3

தனிப்பெரும் தலைவர் கலைஞர்

[வடசென்னை, திரு.வி.க.நகர் தெற்குப் பகுதியின் 75ஆவது வட்ட திராவிட முன்னேற்றக் கழகத்தின் சார்பில் நடைபெற்ற தலைவர் கலைஞரின் 95ஆவது பிறந்தநாள் விழா சிறப்புரை]

தலைவர் கலைஞர் அவர்களின் 95ஆவது பிறந்தநாள் விழா எழுச்சியோடு இங்கே நடைபெறுகிறது. தம்பி சேகர்பாபு என்னிடம், "இது அழைத்து வரப்பட்ட கூட்டம் அல்ல. இங்கே கூடியிருப்பவர்களுக்கு எந்தவிதமான உதவிகளோ சலுகைகளோ நாங்கள் தரவில்லை. மாறாக, இது உணர்ச்சி பொங்க இங்கே கூடியிருக்கிற தமிழர்களின் கூட்டம்" என்று சொன்னார்.

எல்லாவற்றிலும் கொஞ்சம் வித்தியாசமாக செயற்படுகிற அவர் இந்தக் கூட்டத்தின் மேடைக்கு அருகில் இருக்கிற விளம்பரப் பலகையில்,

"துயரங்களைச் சுமந்து
உயரங்களைத் தொட்ட தலைவன் நீ"

என்று ஒரு பெரிய வரலாற்றினை மிகச் சுருக்கமாக இங்கே எழுதியிருக்கிறார்.

நமது தலைவர் அவர்களுக்கு வயது 95. தந்தை பெரியார்கூட 94 வயது வரைதான் வாழ்ந்தார். ஆனால் 95 வயதைத் தொட்டிருக்கிற தலைவர், கடந்த ஒரு வருட காலமாக பேச முடியாத நிலையில் இருக்கிறார். ஆனால், தமிழகத்தின் அரசியல் அவரைப் பற்றிதான் பேசிக்கொண்டிருக்கிறது. அவர் இப்போது எழுதவில்லை. ஆனால், அவரது எழுத்துக்களைப் பற்றித்தான் விவாதங்கள் நடைபெற்றுக்கொண்டிருக்கின்றன. அவர் என்ன சொல்லியிருப்பார் என்ற கேள்வியே பலருக்கு பல இடங்களில் முக்கியமான வழிகாட்டுதலாக இருக்கிறது.

95 வயது என்று சொல்கிறோம். எதிர்காலத்தில் யாராவது ஓர் ஆராய்ச்சி மாணவன் தமிழ்நாட்டின் 20ஆம் நூற்றாண்டின் பிற்பகுதியிலும் 21ஆம் நூற்றாண்டின் முற்பகுதியிலும் 75, 80 ஆண்டுகளில் இந்த மாநிலத்தில் என்னென்ன மாற்றங்கள் நிகழ்ந்தன? கலை,

அரசியல், இலக்கியம் ஆகிய துறைகளில், சமுதாயத்தில் ஏற்பட்ட எழுச்சி அல்லது வீழ்ச்சி, புரட்சி இவற்றை எல்லாம் ஆராய்ச்சி செய்ய வேண்டும் என்று விரும்பினால் தனித்தனியாக இந்தத் துறைகளை ஆராய்வதைவிட 'கலைஞர்' என்கிற ஒரு தலைவரின் வாழ்க்கையைப் படித்தால் போதும். எல்லாவற்றையும் தொட்டுவிடலாம்.

ஓர் அரசியல் தலைவர் இப்படி எல்லா முனைகளையும் தொட்டு, அதில் வெற்றிக்கொடி நாட்டியவர் தலைவர் கலைஞர் மட்டுமே. சிலர் ஓர் எல்லையைத் தாண்டி செல்ல மாட்டார்கள். ஆனால், இவர் எல்லா எல்லைகளையும் தொட்டவர். எந்த மன்றத்திற்குச் சென்றாலும், எத்தனை பேர் நின்றாலும் அவர்களை எல்லாம் வென்று காட்டுகிற ஓர் ஆற்றல் மிக்கவர் நம் தலைவர் கலைஞர்.

அறிஞர் அண்ணா அவர்கள் வாழ்ந்த காலத்தில் நம் இயக்கத்தின் கொள்கைகளுக்காக நடத்திய எல்லா பேச்சுப்போர் மேடைகளிலும் மிகப்பெரிய தமிழறிஞர்களை வாதத்தினால் வெற்றி கண்டிருக்கிறார் என்று சொல்வார்கள். நமது அரசியல், இலக்கியம், கவியரங்கம், கருத்தரங்கம் எல்லாவற்றிலும் எத்தனை பேர் இருந்தாலும் முன் நிற்கக்கூடியவர். இந்திய நாட்டு அரசியலை தீர்மானிக்கக்கூடிய மிகப்பெரிய தலைவராக இருந்திருக்கிறார்.

இது ஒரு மிகமுக்கியமான காலகட்டம். இன்றைக்கு ஏராளமானோர் தலைவர்களாகப் புறப்பட்டு வருகிறார்கள். சிலர் கட்சி ஆரம்பித்திருக்கிறார்கள். அவர்கள் வைக்கிற கோரிக்கையே அவர்களை அடையாளம் காட்டும். அவர்கள் 'எங்கள் கட்சியை வெற்றி பெறச் செய்யுங்கள்' என்கிற முழக்கத்தை வைப்பதைவிட, "என்னை முதலமைச்சர் ஆக்குங்கள்" என்று கேட்டு வருகிறார்கள். அறிஞர் அண்ணா அப்படிக் கேட்டதில்லை, தலைவர் கலைஞர் அப்படிக் கேட்டதில்லை. தலைவர் வைத்திருந்த கொள்கைச் சுடரை அணையாமல் காத்து வைத்திருக்கும் தளபதி அப்படிச் சொன்னதில்லை. ஆனால், நேற்றைக்கு வந்தவர்களும் அப்படிச் சொல்கிறார்கள். புதிதாகக் கட்சி தொடங்குபவர்களும் அப்படித்தான் கேட்கிறார்கள்.

கலைஞருக்கு இளைஞரணியின் மணிவிழா பரிசு

நான் ஒன்றை நினைவுபடுத்த விரும்புகிறேன். தலைவர் அவர்களுக்கு 60ஆம் ஆண்டு மணிவிழா சென்னை கடற்கரை சீரணி அரங்கில் நடைபெற்றது. 1984ஆம் ஆண்டு. அப்போதுதான் தி.மு.க. 'இளைஞரணி' என்கிற அமைப்பு தளபதி தலைமையில் தொடங்கி மாவட்ட அளவில் அமைப்பாளர்கள், துணை அமைப்பாளர்கள் எனும் அளவில் மட்டுமே வேரூன்றி இருந்த ஒரு காலகட்டம்.

கடந்த ஆண்டு தளபதியின் முயற்சியால் இந்தியாவில் இருக்கிற பல்வேறு அரசியல் கட்சித் தலைவர்கள் எல்லோரும் வந்து தலைவரை வாழ்த்தினார்கள். அதுபோல மணிவிழாவின்போதும் தலைவர்கள் வாழ்த்த வந்திருந்தார்கள். பாபுஜி ஜெகஜீவன்ராம், பகுகுணா, பரூக் அப்துல்லா, முஸ்லிம் லீக் தலைவர் இப்படிப் பல தலைவர்களும் வந்திருந்தார்கள். தளபதி ஸ்டாலின் அவர்கள் தலைவர் கலைஞருக்கு வித்தியாசமாக ஒரு பரிசு தரவேண்டும் என்று ஒரு திட்டம் வகுத்தார்.

தலைவருக்கு எது கொடுத்தாலும் அதை கட்சியில் சேர்த்துவிடுகிற ஒரு பழக்கம் அவருக்கு இருந்தது. திருச்சியில் 'சட்டமன்ற வெள்ளிவிழா'வைப் பாராட்டி மறைந்த அன்பில் அவர்கள் அவருக்கு அறுபது பவுனுக்கு ஓர் ஆரம் அணிவித்தார். அதெல்லாம் அப்போது நினைத்துப் பார்க்க முடியாத பெரிய பரிசு. அதைப் பார்ப்பதற்கு தமிழ்நாடு முழுவதும் வந்து குவிந்தது. அதைப் பெற்றுக்கொண்ட தலைவர், "இது எனக்கல்ல; கழக வளர்ச்சிக்கு. கழகத்தின் கருவூலத்திற்குச் செல்லும்" என்று

தெரிவித்தார். அப்போது சென்னையில் மாவட்டச் செயலாளராக இருந்த அண்ணன் நாஞ்சில் சீதாபதி அவர்கள் தலைவரின் எடைக்கு எடை வெள்ளி கொடுத்தார். அதையும் கழகத்திற்கே கொடுத்துவிட்டாரே தவிர, தான் பயன்படுத்தவில்லை. ஆகவே, அவர் பயன்படுத்துவதைப் போல ஒரு பரிசு கொடுக்க வேண்டும் என்று தளபதி அவர்கள் விரும்பினார்கள்.

மேடைகளில் அளிக்கிற பரிசுப் பொருட்கள் மட்டுமல்ல, ஒரு பிறந்தநாள் விழாவுக்கு, ஒரு திருமண விழாவுக்குச் செல்கிறபோது நாம் வழங்குகிற பரிசு, யாருக்குப் பரிசு தருகிறோமோ அவர்களுக்குப் பிடித்ததாக இருக்க வேண்டும். அதற்காக நாம் முயற்சியை மேற்கொள்ள வேண்டும். ஏதோ கிடைப்பதை வாங்கிக்கொண்டு போய் பெயரளவுக்குக் கொடுப்பது என்பது அன்பளிப்பும் அல்ல; பரிசும் அல்ல. யாருக்கு என்ன பிடிக்கும் என்று தேடித்தேடி, வீட்டில் உள்ளவர்களுக்கு உடைகள், அணிகலன்கள் வாங்கும்போது எவ்வளவு கவனம் செலுத்துவோமோ அதைப்போல பரிசு வழங்குகிறபோதும் கவனம் செலுத்த வேண்டும். அப்போதுதான் அதை வாங்குகிறவர்கள் பத்திரப்படுத்திக்கொள்வார்கள். அதைப் பார்க்கிறபோதெல்லாம் கொடுத்தவர்களின் நினைவு வரும். அதுதான் அன்பளிப்பின் அடிப்படை நோக்கமே.

தளபதி அவர்கள் இதில் மிகவும் கூர்மையாக இருந்தார். என்ன செய்யலாம் என மாவட்ட அமைப்பாளர்களை அழைத்துப் பேசினார். அதிலே ஓர் அறிவாளி, "வைரத்திலே ஏதாவது அணிவிக்கலாம்" என்று சொன்னார். தங்கத்தையும் வெள்ளியையும் வேண்டாம் என்று சொல்பவரா வைரத்தை அணிவித்துக்கொள்ளப் போகிறார்?

அறிஞர் அண்ணா, "மக்களிடம் சென்று அவர்களுடன் வாழ்ந்து அவர்களில் ஒருவனாக நீ நடக்கக் கற்றுக்கொள்ள வேண்டும்" என்பார்.

அதைத்தான் தலைவர் கலைஞர், "உன்னுடைய உடை, உன்னுடைய செயல், உன்னுடைய பேச்சு. இவை உன்னைப் பார்க்கிற சாதாரண மனிதனுக்கு இவன் நம்மில் ஒருவன் என்று கருதவேண்டுமே தவிர, கையிலும் கழுத்திலும் சிலர் தங்கங்களைப் போட்டுக்கொண்டு அலைகிறார்களே அது அரசியல்வாதிக்கு அழகல்ல" என்று சொல்வார்.

தோற்றத்தில் கண்ணியம் இருக்க வேண்டும், எளிமையும் இருக்க வேண்டும். பார்க்கிறவர்கள் இவன் வேறுபட்டவன் அல்ல; நம்மில் ஒருவன் என்று கருத வேண்டும் என்பது கழகம் எங்களுக்கு அளித்த பயிற்சிகளில் ஒன்று.

நாங்கள் பேருக்கு அரசியலுக்கு வந்தவர்கள் இல்லை. ஒவ்வொரு அடியையும், ஒவ்வொரு செயலையும் திட்டமிட்டு நிதானத்தோடு மக்களைவிட்டு விலகாமல் செல்கிற பழக்கம் உள்ளவர்கள். அந்த அடிப்படையிலே 'வைரம்' என்று சொன்னபோது தளபதி சிரித்துக்கொண்டு "வேண்டாம். நீங்க எல்லோரும் தருகிற நிதியைத் தாருங்கள்" என்று கேட்டார். அப்போது ஒவ்வொரு மாவட்டத்திலும் ஒரு மாவட்ட அமைப்பாளர், இரண்டு துணை அமைப்பாளர்கள். அப்போது ஒரு மாவட்டத்திற்குக் கிடைத்த தொகை எவ்வளவு தெரியுமா? இரண்டாயிரம் ரூபாய். மொத்தம் முப்பது மாவட்டங்கள். கிடைத்த பணம் அறுபதாயிரம். அந்த அறுபதாயிரத்தைக் கொண்டு தலைவரிடம் இல்லாத புத்தகங்களைக் குறிப்பெடுத்துக்கொண்டு, அண்ணா சாலையில் இருக்கிற 'ஹிக்கின்பாதம்ஸ்' போன்ற புத்தகக் கடைகளுக்குச் சென்று ஐம்பதாயிரம் ரூபாய்க்கு புத்தகங்களை வாங்கினார். அதை அடுக்கி வைப்பதற்கு, பத்தாயிரம் ரூபாய்க்கு ஒரு சுழலும் அலமாரி செய்து வழங்கினார். தலைவர் உட்கார்ந்திருந்த நாற்காலிக்குப் பின்னால் 'தி.மு.க. இளைஞரணி' என்ற பெயரால் அந்த சுழலும் புத்தக அலமாரி ரொம்ப நாட்களுக்கு இருந்தது. அதுதான் ஒரு

பரிசு தருகிற முயற்சி. அதைத் தருவதற்காக அந்த மணிவிழா மேடைக்குப் போனோம். அப்போதெல்லாம் மத்திய அமைச்சர்களுக்கு மிகவும் மரியாதை உண்டு. இப்போது முதல் அமைச்சரே மரியாதைக்குரியவராக இல்லை. பிறகு எங்கே மத்திய மந்திரிகள் மரியாதைக்குரியவர்களாக இருக்கப் போகிறார்கள்?

கலைஞரினால் முதலமைச்சர் பொறுப்புக்கு மரியாதை

தலைவர் கலைஞரால் முதலமைச்சர் என்கிற பொறுப்புக்கு மரியாதை கிடைத்தது. இன்றைக்கு இருக்கிறவருக்கு முதலமைச்சர் என்கிற பதவியால் அடையாளம் கிடைத்திருக்கிறது. இல்லாவிட்டால் அவரை யாருக்குத் தெரியும்? இன்றைக்கு இருக்கிற அமைச்சர்கள் பலரை அந்தத் தேசிய கொடி இல்லாமல், பக்கத்திலே இருக்கிற பரிவாரங்கள் இல்லாமல் இந்த சாலையிலே நடக்கவிடுங்கள். ஏதாவது ஒரு கடையில் அவர்களை அழைத்து தேநீர் கொடுத்துவிட்டால் நீங்கள் சொல்வதற்கு நாங்கள் கட்டுப்படுகிறோம். நமது மாவட்டச் செயலாளர் சேகர் பாபு, சட்டமன்ற உறுப்பினர் தாயகம் கவி, ஏன், எங்களுடைய பகுதி செயலாளர் சென்றாலே நிச்சயமாக எல்லோருக்கும் அடையாளம் தெரியும். இதை நான் அவர்களை கேலி செய்வதற்காகப் பேசவில்லை. பொது வாழ்க்கையில் ஒரு பொறுப்பில் இருக்கிற ஓர் அரசியல்வாதி மக்களோடு மக்களாக, மக்களுடன் தொடர்புள்ளவராக அடையாளம் காணப்பட வேண்டும். இன்றைய முதலமைச்சர் சந்தர்ப்ப சூழ்நிலையினால் அந்தப் பதவிக்கு வந்தவர்.

இந்திய அரசியலுக்கு அழைப்பு!

அன்றைக்குப் பேசிய ஜெகஜீவன்ராம், பகுகுணா போன்றவர்கள் எல்லாம் மிகப்பெரிய தலைவர்கள். அவர்கள் எல்லாம் பேசும்போது ஒன்றை குறிப்பிட்டார்கள், "கலைஞர் அவர்களே நீங்கள் ஒரு மாநிலக் கட்சியின் தலைவர். ஆனால், உங்களின் அரசியல் திட்டங்களும் செயற்பாடுகளும் எங்களைப் பல நேரம் திகைக்கவைக்கிறது. நாங்கள் எல்லாம் மத்திய அமைச்சர்கள், அகில இந்தியக் கட்சியின் பெரிய பொறுப்பில் இருப்பவர்கள். நாங்கள் தனியாக உட்கார்ந்து பேசுகிற நேரங்களில் எங்கள் கட்சிக்கு, ஆட்சிக்கு வெளியில் பேசுகிறோம் என்றால் அது உங்களைப் பற்றியாகத்தான் இருக்கும்" என்றார்கள். குடியரசுத் தலைவராக யாரைத் தேர்ந்தெடுப்பது என்கிறபோது கலைஞரின் கருத்தே சரியாக இருந்தது என ஒவ்வொருவரும் ஒவ்வொரு விசயங்களைச் சொன்னார்கள். இப்படி சொல்லிவிட்டு ஒரு வேண்டுகோளை வைத்தார்கள். "இவ்வளவு திறமையுள்ள நீங்கள் ஒரு மாநிலக் கட்சியின் தலைவராக, ஒரு மாநிலத்திற்குள் மட்டுமே முடங்கி இருக்காதீர்கள். உங்கள் திறமையும் அறிவும் இந்தியா முழுவதற்கும் தேவைப்படுகிறது. நீங்கள் தயவு செய்து அகில இந்திய அரசியலுக்கு வாருங்கள். வந்தால் உங்களுக்கு மிகப்பெரிய அங்கீகாரம் தருவதற்கு நாங்கள் எல்லாம் தயாராக இருக்கிறோம்" என்றார்கள்.

அந்த வயதில் என் போன்றவர்களுக்கு, தலைவரைப் பிரதமராக, குடியரசுத் தலைவராகப் பதவி கொடுக்கத்தான் அழைக்கிறார்கள் போலிருக்கிறது. அந்தப் பதவியில் வைத்தும் தலைவரை அழகு பார்க்கலாம் என்று நினைத்தோம். கூட்ட இறுதியில் பேசும்போது அதற்கான அறிவிப்பை தலைவர் வெளியிடுவார் என்று எதிர்பார்த்திருந்தோம். அது அந்த வயதில் ஏற்பட்ட பக்குவம் இல்லாத தன்மை.

மிசா காலத்தில் 'மாநிலக் கட்சிகள் தடை செய்யப்படும்' என்று இந்திரா காந்தி அம்மையார் ஓர் அறிவிப்பு வெளியிட்டதாக வதந்தி பரவியது. உடனே எம்.ஜி.ஆர். தனது கட்சிக்கு 'அண்ணா திராவிட முன்னேற்றக் கழகம்' என்கிற பெயரை மாற்றி 'அனைத்து இந்திய அண்ணா திராவிட முன்னேற்றக் கழகம்' என்று பெயர் வைத்தார். அப்போது நான்

21 வயது இளைஞனாக சிறையில் இருந்தபோது அங்கிருந்த மூத்தவர்களிடம் "நம்முடைய கட்சியின் பெயர் மாறுமா?" என்று கேட்டேன். "கலைஞர் தலைவராக இருக்கிற வரை நம் கட்சியின் பெயர் ஒருபோதும் மாறாது" என்று சொன்னார்கள். அது அனுபவம்.

அதுபோல, மணிவிழாவில் கடைசியாக தலைவர் பேசுகிறார். நேரடியாக அவர் தலைவர்களுக்குப் பதில் சொல்லவில்லை. ஒரு விசயத்தை எப்படிச் சொல்ல வேண்டும் என்பதற்கு இலக்கணம் நம்முடைய தலைவர்தான். பேச பயிற்சி எடுத்துக்கொள்பவர்கள் அவருடைய பேச்சைக் கேட்டாலே சிறந்த பேச்சாளராகிவிடலாம்.

அன்றைய மாலை பத்திரிகை ஒன்றை எடுத்து வைத்துக்கொண்டு பேசுகிறார், "இன்று ஓர் அற்புதமான செய்தி வந்திருக்கிறது. முதன் முதலாக இந்தியா ஏவிய விண்கலம் ஒன்றில் இந்தியர்கள் இருவர் பறக்கிறார்கள். ராகேஷ் சர்மா, மல்கோத்ரா என்பது அவர்களுடைய பெயர்" என சம்பந்தமே இல்லாமல் ஆரம்பிக்கிறார். "திராவிட முன்னேற்றக் கழகத்தின் சார்பில் நான் தமிழ்நாட்டிலிருந்து ராகேஷ் சர்மாவிற்கும் மல்கோத்ராவுக்கும் வாழ்த்துகளைத் தெரிவித்துக் கொள்கிறேன். இங்கே பேசிய நான் பெரிதும் மதிக்கிற தலைவர்கள் எல்லாம் என்னை அகில இந்திய அரசியலுக்கு அழைத்தார்கள். நான் அவர்களுக்கெல்லாம் சொல்வேன், இன்றைக்கு எல்லோரும் வானத்தில் பறக்கிற விண்கலத்தை, அதில் பறக்கிற விஞ்ஞானிகளைப் பார்த்து வியந்து பாராட்டிக்கொண்டிருக்கிறார்கள். ஆனால், அந்த விண்கலத்தின் போக்கையும் அதில் பயணம் செய்பவர்கள் என்ன செய்ய வேண்டும் என்கிற திட்டத்தையும் கீழே இருக்கின்ற ஒரு கம்ப்யூட்டர்தான் தந்துகொண்டிருக்கிறது என்பதை பலர் மறந்துவிடுகிறார்கள். அதுபோல, ஜெகஜீவன்ராமும், பகுகுணாவும், மற்ற தலைவர்களும் வானத்தில் பறக்கிற விண்கலமாக இருக்கலாம் அல்லது விண்வெளி வீரர்களாக இருக்கலாம். ஆனால் உங்களின் போக்கைத் தீர்மானிக்கிற தி.மு.க. தரையில்தான் இருக்கிறது என்பதை மறந்துவிடாதீர்கள்" என்கிறார்.

மீண்டும் தலைவர் சொல்கிறார்: "நான் வாழும் கடைசி நாள் வரை, என் நாக்கு தடுமாறாமல் பேசுகிறவரை, என் கைகள் நடுங்காமல் எழுதுகிறவரை என்னுடைய உழைப்பு என்பது இருக்கும்வரை தமிழர்கள், தமிழ்நாடு, தமிழ்மண் என்பதாகவே இருக்கும்" என்றார். அவர் சொன்னது போலவே கடைசிவரை வாழ்ந்தார்.

அகில இந்தியா நம்மைப் பார்த்து வியந்தது. ஒருவரை பிரதமர் நாற்காலியில் உட்கார வையுங்கள் என்று சொல்லி இருக்கிறாரே தவிர, அவர் ஓடிப் போய் உட்கார்ந்து கொள்ளவில்லை. குடியரசுத் தலைவர் இவராக இருந்தால் சிறப்பாக இருக்கும் என்று காரணங்களை விளக்கி, பெரிய தலைவர்களை ஏற்றுக்கொள்ளச் செய்திருக்கிறார். ஆனால், இன்றைக்கு?

பணத்தை வைத்து வெற்றி பெறலாம் என்று ஒருவர், தான் நடித்த திரைப்படங்கள் மூலமாகக் கிடைத்த விளம்பரத்தைப் பயன்படுத்தி வெற்றி பெறலாம் என இன்னொருவர், அது எதுவுமே இல்லாமல் உரக்கப் பேசியே வெற்றி பெற்றுவிடலாம் என்று சிலர். இப்படி வேடிக்கை, விநோதங்கள் தமிழ்நாட்டில் நடைபெற்றுக் கொண்டிருக்கின்றன.

நான் இங்கே இருப்பவர்களைப் பணிவோடு கேட்டுக் கொள்கிறேன். நீங்கள் எல்லாம் நாங்கள் வருவதற்கு முன்பே வந்துவிட்டீர்கள், நாங்கள் முடித்ததற்குப் பிறகுதான் இங்கிருந்து கிளம்பப் போகிறீர்கள். நீங்கள் வீட்டிலிருந்து வருகிறபோது உங்கள் வீட்டுப் பிள்ளைகள் விளையாடிக்கொண்டிருந்திருப்பார்கள், நீங்கள் திரும்பிப் போகிறபோது தூங்கியிருப்பார்கள். தூங்குவதற்கு முன்னால் அந்தப் பிள்ளை சாப்பிட்டுத் தூங்கியதா? சாப்பிடாமல் தூங்கியதா? உங்களுக்குத் தெரியாது. எழுப்பி ஊட்டினால் எத்தனை

பிள்ளைகள் தூக்கத்திலே சாப்பிடுவார்கள். சாப்பிட மாட்டார்கள். அதனால், பொறுப்பு மறந்த தாய்மார்களா நீங்கள்? இல்லை. அந்தப் பிள்ளைகளின் எதிர்காலத்தின் மீது கவலை கொண்டதினால்தான் இந்த மேடைக்கு முன்னே வந்து உட்கார்ந்திருக்கிறீர்கள் இந்தக் கட்சி எங்கள் பிள்ளைகளைக் காப்பாற்றும் என்று. "இன்றைக்கு ஆளுகிற கட்சி வேதனையாக உள்ளது. எங்களுக்கு நம்பிக்கை தாருங்கள் அய்யா..." என்று கேட்டு வந்திருக்கிறீர்கள். அதனால்தான் சொல்கிறேன், எங்களுக்கு கடமை நிரம்ப இருக்கிறது.

தமிழ்நாட்டில் வாழ்கிற எல்லா தரப்பு மக்களுக்கும் என்ன தேவை என்பதை தேடித்தேடி செய்கிற ஆற்றலும் பக்குவமும் பயிற்சியும் அனுபவமும் திராவிட முன்னேற்றக் கழகத் தலைவர்களுக்கு மட்டும்தான் உண்டு. அது சட்டமன்ற உறுப்பினராக இருக்கலாம்; மாநகராட்சி மன்ற உறுப்பினராக இருக்கலாம். அமைச்சராக இருக்கலாம், நாடாளுமன்ற உறுப்பினராக இருக்கலாம். பெரிய பொறுப்பில் யாராக இருந்தாலும் முதலமைச்சர் வரை உங்களுடைய தேவைகள் என்ன என்பதைத் தெரிந்த ஒரே கட்சி திராவிட முன்னேற்றக் கழகம்தான்.

எங்கள் தளபதியைப் பார்க்கிறீர்கள். எத்தனை போராட்டங்கள், எல்லோரும் பேசுகிறார்கள், "வேறு வேலை இல்லையா?" என்று. ஆம்! இதுதான் வேலை. இந்த ஆட்சியினுடைய தவறுகளை ஒவ்வொரு நிமிடமும் மக்களுக்கு விளக்குவதுதான் எங்கள் வேலை. அதற்காக எங்களை நாங்கள் அர்ப்பணிக்கத் தயார் என்று தொடர்ந்து களத்தில் இறங்குகிற வேறொரு கட்சியைக் காட்டுங்கள். வருகிறார்கள் சிலர். நடந்து முடிந்த தேர்தலிலே முன்னோட்டம் விட்டுப் பார்த்தார்கள். பணத்தை வைத்து வெற்றி பெறலாம் என்று. நாளைக்கு நாட்டையே கைப்பற்றலாம் என்று நினைக்கிறார்கள்.

எல்லோரும் சமம்!

நான் இங்கே வந்திருக்கிற எல்லோருக்கும் சொல்வேன், பெரியோர்களே! தாய்மார்களே! இந்த சமுதாயம் நம்மை ஏதாவது ஓரிடத்தில் இழிவுபடுத்துகிறது. ஏதோ ஓரிடத்தில் யாரோ ஒருவர் நம்மை புறக்கணிக்கிறார். திருமண வீட்டுக்குச் செல்கிறீர்கள். அங்கே இருப்பவர்கள் உங்கள் கழுத்தைப் பார்ப்பார்கள். என்ன நகை அணிந்து வந்திருக்கிறீர்கள் என்று. சிலர் புடவையைப் பார்ப்பார்கள். பட்டுப்புடவையா? சாதாரண புடவையா? என்று. கழுத்தில் நகையும் பட்டும் ஜொலிக்கவில்லை என்றால், அவர்கள் பார்வை கொஞ்சம் இறங்கும், மரியாதை குறையும். சாப்பிடப் போகிறபோது மூன்றாவது, நாலாவது பந்தியில் உட்கார்ந்து சாப்பிட வேண்டியிருக்கும். இது நடப்பதுதான்.

வேறு சில இடங்களுக்குப் போனால் படித்தவன் படிக்காதவன், அந்த சாதி, இந்த சாதி என தாழ்வு மனப்பான்மை எப்படிப்பட்டவனுக்கும் மனதில் வந்து சேரும். நான் உயர்ந்தவன்தான், என் உழைப்பில் வாழ்கிறவன்தான். நான் யாரையும் நம்பி இல்லைதான். என்றாலும் என்னை ஏனோ இழிவுபடுத்துகிறார்கள் என்கிற குற்ற உணர்ச்சியோடு இருக்கிறீர்கள் அல்லவா, இந்த குற்றவுணர்ச்சி இல்லாமல், ஒருவன் எவ்வளவு உயர் ரக காரில் வந்து இறங்கினாலும் அவனாக இருக்கட்டும், இங்கே உட்கார்ந்திருக்கிற நீங்களாகட்டும், ஓரத்திலே டீக்கடை தோழனாக இருக்கட்டும். குடியரசுத் தலைவர் மாளிகையில் இருக்கிற மரியாதைக்குரிய அய்யா கோவிந்தாக இருக்கட்டும், எல்லோரும் வாக்குச் சாவடிக்குச் செல்கிறபோது எல்லோருடைய வாக்குக்கும் ஒரே மதிப்புதான். மறந்துவிடாதீர்கள்.

திருமண வீட்டில் மட்டும்தான் பட்டுப்புடவையும் தங்க நகைகளும் நம்மை வேறுபடுத்திக் காட்டும். இந்த ஜனநாயக நாட்டில் யாரும் யாரையும் இழிவுபடுத்த

முடியாது. யாருக்கும் தாழ்வு மனப்பான்மை ஏற்படாது. யாரும் யாரையும் நிர்பந்திக்க முடியாது. யார் நாட்டை ஆளவேண்டும் என்று தீர்ப்பு எழுதுகிறபோது இந்த வாக்கு விற்பதற்கும் அல்ல, வீசி எறிவதற்கும் அல்ல.

இந்தக் கூட்டத்தில் எங்கள் கட்சிக்கு அப்பாற்பட்டவர்கள் நிறைய பேர் வந்திருப்பீர்கள். பொதுக்கூட்டம் என்றால் ஒரு கட்சிக்காரர் மட்டும் வருவதற்கல்ல; வேறு கட்சிக்காரர்களும் வந்திருப்பீர்கள். நடுநிலையாளர்கள் வந்திருப்பீர்கள். அரசியலை வெறுப்பவர்களும் வந்திருப்பீர்கள். ஒரு ஜனநாயக நாட்டில் அரசியலை வெறுத்து ஒதுக்கிவிட்டு வாழமுடியாது. உங்கள் வரிப்பணத்தை செலவு செய்வது யார்? என்று தீர்மானிப்பது ஒரு கட்சியும் அதன் பிரதிநிதிகளும்தான். அதைத் தேர்ந்தெடுக்க வேண்டும் என்கிறபோது இருக்கிற கட்சிகளில் சிறந்ததைத் தேர்ந்தெடுங்கள். எந்தத் தலைவன் சிறந்தவன் என்று பாருங்கள். நாங்கள் அதற்கான விளக்கங்களைத் தருகிறோம், நிர்பந்திக்கவில்லை. எல்லாவற்றையும் கேட்டு எது சரி என்று நீங்கள் முடிவெடுக்கிறபோது உங்கள் எதிர்காலம் ஒளிமயமாக மாறும்.

இன்று நான் பேசிக்கொண்டிருக்கிறேன். நாளை இன்னொருவர் வந்து பேசுவார். அதையும் கேளுங்கள். எங்கள் கடந்த காலத்தைப் பாருங்கள். அவர்களின் கடந்த காலத்தைப் பாருங்கள். நாங்கள் எங்களின் உழைப்பை முன்வைத்து வாக்கு கேட்போம், பணத்தை முதலீடாக வைத்து எங்களால் கேட்க முடியாது. நாங்கள் அப்படி சம்பாதிக்கவில்லை. உங்களின் அன்பை சம்பாதித்திருக்கிறோம். தெருத்தெருவாக வந்து இங்கே இருக்கிற சேகர்பாபு தொடங்கி கடைசி தொண்டன் வரை உங்களுக்காக உழைக்கிறார்கள். உங்களைவிட்டு நாங்கள் விலகமாட்டோம். துன்பமான நேரத்தில் பிரிய மாட்டோம். உங்களுக்கு ஒன்று என்று சொன்னால் எங்கள் குடும்பத்தை நடுத்தெருவில் நிறுத்திவிட்டு, உங்களுக்காகப் பாடுபடுவோம். இப்படிப்பட்ட வேறு கட்சிக்காரர்கள் யார் இருக்கிறார்கள்? அவர்களில் யாரையாவது வரச் சொல்லுங்கள் பார்ப்போம்.

சிலர், நான் இத்தனை படத்தில் நடித்திருக்கிறேன் என்று பேசுகிறார்கள். சரி, அந்தப் படங்களை நானும்தான் பார்த்தேன், ரசித்தேன். அதற்காக நாட்டைக் கொடுக்க முடியுமா? இந்நாட்டில் எத்தனையோ பிரச்சனைகள் பற்றி எரிந்ததே. அப்போதெல்லாம் நீங்கள் எங்கிருந்தீர்கள்? உங்கள் தலைவன் வாழ்ந்த பொது வாழ்க்கை என்ன? கண்ட துன்பங்கள் என்ன? சந்தித்த அவமானங்கள் என்ன? அதுதான் கேள்வி.

ஓர் அரசியல்வாதிக்கு அடிப்படைத் தேவை சகிப்புத்தன்மை. தியாகம், உழைப்பு எல்லாம் பின்னால். “ஒன்றுக்கும் உதவாதவனால் அவமானப்படுத்தப்படுகிறபோது எல்லாம் தெரிந்தவன் தாங்கிக் கொள்ள வேண்டும். அதுதான் பொதுவாழ்க்கைக்கு அடிப்படைத் தகுதி” என்று அய்யா பெரியார் சொல்லியிருக்கிறார். அந்த வழியில் வந்த எங்கள் தலைவர், அதே வழியில் இன்று தளபதி. நாங்கள் வந்து உங்கள் முன்னால் நிற்கிறோம். இவ்வளவு நாளாக எங்கெங்கோ சுற்றிவிட்டு, எதை எதையோ பார்த்துவிட்டு எல்லாவற்றையும் அனுபவித்துவிட்டு, “என்னை முதலமைச்சர் ஆக்குங்கள்” என்று சிலர் வருகிறார்கள் என்றால், முடிவெடுக்க வேண்டியது நீங்கள்தான்.

இங்கே எனக்கு முன்னால் உத்திராபதி பேசினார். தாயகம் கவி பேசியிருப்பார். சேகர்பாபு பேசியிருப்பார். இன்றைய ஆட்சி சம்பாதிப்பதையே நோக்கமாகக் கொண்டிருக்கிறது. ஏன், என்ன காரணம்? சம்பாதிக்கிற பணத்தைக் கொண்டு முதலீடு செய்து, மறுபடியும் மக்களை விலைக்கு வாங்கலாம் என்று. அவர்களிடம் திட்டங்கள் இல்லை, முன்னேற்றங்கள் இல்லை. மக்களின் துன்பங்களைப் போக்குவதற்கான எந்த வழிவகையும் இல்லை. எட்டு வழிச்சாலை என்று ஒன்றைக் கொண்டுவந்து, அதுதான்

வளர்ச்சி என்கிறார்கள். நாங்கள் இங்கே துறைமுகத்திலிருந்து மதுரவாயல் வரைக்கும் பறக்கும் சாலை கொண்டுவந்தோம் அல்லவா, அதுதான் வளர்ச்சிக்கான திட்டம். போக்குவரத்து நெரிசல் குறைந்திருக்கிறது. சாலை நன்றாகத்தான் இருக்கிறது. ஆனால், வாகனங்களின் நெரிசல். இது தவிர்க்க முடியாது. வளர்கிற காலகட்டத்தில் மக்கள்தொகை பெருகுகிறபோது, பொருளாதார வசதி கூடுகிறபோது வாகனங்களின் எண்ணிக்கை கூடத்தான் செய்யும். இருக்கிற இடம் அவ்வளவுதான். ஆனால் நடக்கிற மனிதர்கள் அதிகம், ஓட்டிவருகிற வாகனங்கள் அதிகம். அதைச் சரிசெய்வதற்கு என்ன செய்ய வேண்டும் என்று திட்டமிட வேண்டியது அரசாங்கத்தின் கடமை. அந்த அரசாங்கத்தின் பொறுப்பிற்கு தொலைநோக்குப் பார்வையோடு சிந்திக்கக்கூடிய தலைவர்கள் வந்தால்தான் உங்களுடைய துன்பங்கள் குறையும். இல்லாவிட்டால் துன்பமும் வேதனையும்தான் உங்களுக்கு வரும்.

புவி வெப்பமடைதல்

ஒரு சின்ன உதாரணம் சொல்கிறேன். அண்மையில் 'யுனெஸ்கோ'விலிருந்து வந்த ஓர் அறிக்கை சொல்கிறது: இன்னும் மூன்றாண்டுகளில் (நான் பயமுறுத்துவதாகக் கருதாதீர்கள். உங்களைத் தயார்படுத்துவதற்காக, ஓர் அபாய அறிவிப்பாக, எச்சரிக்கையாகவே சொல்கிறேன்) உலகின் அதிக மக்கள் தொகை கொண்ட நாடாக இந்தியா மாறும். அது வேறு விசயம். "உலகத்திலேயே நிலத்தடி நீர் இல்லாமல் போகிற நகரங்களில் ஒன்றாக சென்னை மாறிப் போகும்" என்கிறார்கள். நிலத்தடி நீர் என்பது நிரந்தரமானது. வானம் மழை பொழிந்தால் அது சேரும். மழை பொழிவதற்கான வாய்ப்புகள் இல்லை. என்ன காரணம்? இது அரசியல் பேசுகிற மேடை அல்ல. அவசியமானதைப் பேசுகிற மேடை. உங்களைத் தயார்படுத்தவேண்டிய மேடை. அப்படித் தயாராகிற போதுதான் இந்தப் பிரச்சினையிலிருந்து காப்பது யார் என்பதைப் புரிந்துகொள்வீர்கள். வேலைக்கு ஆள் எடுப்பது மாதிரி. என்ன காரணம்?

'புவி வெப்பமடைதல்' என்று கேள்விப்பட்டிருக்கிறோம். நாம் பயன்படுத்துகிற குளிர்சாதனப் பெட்டி, இந்த மேடையில்கூட ஒரு கருவியை வைக்கிறார்கள். வீட்டில் இருக்கிறது, கடைகளில் இருக்கிறது, எல்லா இடங்களிலும் இருக்கிறது. அதனால் ஏற்படுகிற பாதிப்புகள். இதே நிலை தொடர்ந்தால் இதன் விளைவாக பத்தாண்டுகளில் (மறுபடியும் உங்களைப் பயமுறுத்த விரும்பவில்லை. ஆய்வு அறிக்கைகள் சொல்கின்றன) சென்னை கடற்கரைக்கு அருகே உள்ள ராணி மேரி கல்லூரி இருக்காது, கடற்கரையில் இருக்கிற சிலைகள், மற்றவை எல்லாவற்றோடும் ராணி மேரி கல்லூரியும் இருக்காது. கடல் உள்ளே வந்துவிடும் என்கிறார்கள். "புவி வெப்பம் அடைந்தால் ஏனய்யா கடல் உள்ளே வரவேண்டும்?" என்று கேட்பீர்கள். புவி வெப்பமடைகிறபோது வடக்கே இருக்கிற பனிமலைகள் உருகும். அங்கே வெள்ளப் பெருக்கு ஏற்படும். இந்த சூழ்நிலையில் கடல் பொங்கும். இங்கே வானம் வறண்டுபோகும். நிலத்தடி நீர் வற்றிப்போகும். மழை இருக்காது. குடிப்பதற்கு தண்ணீர் இருக்காது. பக்கத்து மாவட்டத்திலிருந்து சென்னைக்கு குடிநீர் தருவதற்காக இரண்டு ஏரிகளை இணைத்தால் அது கிடைக்கும். அதற்கான ஒப்பந்தம் *350 கோடி. ஒப்பந்தம் எடுத்தவர் இன்னும் 50 கோடி வேண்டும் என்று மூன்று ஆண்டுகளாக இழுத்துக்கொண்டிருக்கிறார்.* அந்த ஒப்பந்தத்தை எடுத்தவர் தளபதி கொடுத்த புகார் பட்டியலில் உள்ள இன்றைய முதலமைச்சரின் உறவினர். அவருக்கு *50 கோடி கிடைத்தால்தான் உங்களுக்கு குடிக்க தண்ணீர் கிடைக்கும்.*

நிலத்தடி நீர் இல்லாமல்போகும். பக்கத்திலிருந்து வருகிற செங்கல்பட்டு ஏரியிலும் தண்ணீர் குறைந்துபோகும். அப்படி என்றால் தண்ணீருக்கு என்ன செய்வாய்? என்று கேட்கவேண்டும். அந்த நேரத்தில் லாரியிலே தண்ணீர் கொண்டு வருவதோ, ஐந்து

ரூபாய்க்கு சீசாவிலே தண்ணீர் தருவேன் என்பதோ பொய். நடக்காது. அது தேவையும் இல்லை. மாறாக, என்ன செய்ய வேண்டும் என்றால், நான் திருச்சியிலிருந்து வந்திருக்கிறேன். காவேரி தண்ணீரை உங்களுக்குக் கொண்டுவந்து தருகிறேன் என்று நான் அழகுபடச் சொல்லலாம். நம்ப வைக்கலாம். எங்களுக்கு வாதத் திறமை உண்டு. ஆனால், பொய் பேச முடியாது. ஏன்? காவேரித் தண்ணீரை இங்கே கொண்டு வர முடியாது என்பதல்ல, எங்கள் ஊருக்கே தண்ணீர் இல்லை. பிறகு உங்களுக்கு எங்கே தண்ணீர் கொண்டுவந்து தருவது?

ஆடிப்பெருக்கு

காவிரி தொடங்குகிற இடம் ஆடு தாண்டும் காவிரி. ஆடு அந்த ஆற்றைத் தாண்டிவிடும். ஆனால் குளித்தலை, திருச்சிக்கு வந்தவுடன் ஒன்றரை கிலோமீட்டர் அகலமுள்ள அகன்ற காவேரி. நான் சிறுவனாய் இருந்தபோது ஆடி பதினெட்டுக்கு என்னுடைய தாயாரோடும், சகோதரனோடும் காவேரிக்குச் சென்றிருக்கிறேன். ஆற்றில் வெள்ளம் பெருகி ஓடும். ஆற்றின் குறுக்கே ரயில் பாலம் இருக்கும். பாலத்தில் ரயில் ஓடும். நடு ஆற்றுக்கு அந்த ரயில் வருகிறபோது ரயிலின் மேலே உட்கார்ந்திருக்கிற இளைஞர்கள் பாய்ந்தோடுகிற காவிரி நீரில் குதித்து ஆற்றுப்பெருக்கில் நீந்திக் கரையேறுவார்கள். அந்தக் காட்சியைப் பார்ப்பதற்கு பெரும் கூட்டம் கூடும். இப்போதும் பாலம் இருக்கிறது. ரயில் வருகிறது. குதித்து நீந்துவதற்கு இளைஞர்கள் இருக்கிறார்கள். ஆனால், ஆற்றில் தண்ணீர்தான் இல்லை. வீட்டிலிருந்து பாட்டிலிலே தண்ணீர் கொண்டுபோய் பெண்கள் ஆடி 18க்கான காரியங்களைச் செய்துவிட்டு வருகிறார்கள்.

சரி, இந்தச் சூழலில் உங்களுக்கு காவிரி நீரைக் கொண்டுவந்து தருகிறேன் என்பது பொய். பாலாற்றில் தண்ணீர் வராது. அப்படியானால் மூன்று ஆண்டுகளில் என்ன ஆகப்போகிறது? என்று நீங்கள் கேட்க வேண்டும். வருவதை முன்கூட்டியே உணர்ந்து அதற்கு மாற்றுத் திட்டங்களைத் தீட்டவேண்டும்.

பாலாறு இல்லை, காவேரி இல்லை, செங்கல்பட்டு ஏரியில் தண்ணீர் இல்லை. மழை நீர் இல்லை, நிலத்தடி நீர் இல்லை என்கிறபோது, வற்றாத கடல்நீர் இருக்கிறதப்பா! ஒரு சொட்டை எடுத்து வாயில் வைத்தால்கூட அது கரிக்கும் அல்லவா?

ஒரு ஆங்கிலக் கவிஞன், கப்பல் விபத்திலிருந்து ஒருவன் தப்பித்து நான்கைந்து நாட்கள் கழித்து அந்தப் படகில் இருந்துகொண்டு பாடுவதாக எழுதியிருப்பான்:

"water water water everywhere
but not a drop to drink"

(எங்கு பார்த்தாலும் தண்ணீர். குடிப்பதற்கு ஒரு சொட்டு நீர் இல்லை). குடிப்பதற்கு ஒரு சொட்டு நீர் இல்லாத கடல் நீரைச் சுத்திகரித்து சென்னைக்கும் இராமநாதபுரத்துக்கும் குடிநீர் தந்தவர் எங்கள் தலைவர் கலைஞர். நாங்கள் பொறுப்பிலே தொடர்ந்து இருந்திருந்தால் இந்தத் திட்டம் விரிவாகி இருக்கும்.

தளபதியின் தொலைநோக்குப் பார்வை

எங்கள் தளபதிக்கு தொலைநோக்குப் பார்வை இருந்ததால்தான் மேம்பாலங்கள், மெட்ரோ ரயில். இந்தியாவின் மற்ற நகரங்களில் இன்னும் போக்குவரத்து நெரிசல் இருக்கிறது. சென்னையில் சமாளிக்கிறோம்.

மும்பை போன்ற நகரங்களுக்குச் சென்றோமானால் பாதையில் பயணம் செல்வதற்கு வெறுத்துப்போகும். ஆனால், சென்னை இன்னும் மோசமாகாமல் தடுத்திருக்கிறோம்.

ஆட்சிக்கு வருகிறவர்களுக்கு மக்கள், அவர்களின் வாழ்க்கைப் பிரச்சனைகள், பிரச்சனைக்கான காரணங்கள், அதைச் சரி செய்வதற்கான திட்டங்கள் இத்தனையும் தெரிந்திருக்க வேண்டும். இப்போது ஆட்சியில் இருப்பவர்களுக்கு அனுபவமும் இல்லை; தொலைநோக்குப் பார்வையும் இல்லை. எங்களுக்கு இருக்கிற அறிவு என்பதும் இல்லை. என்ன செய்வது!

சேது கால்வாய்த் திட்டம்

எட்டு வழிச் சாலைகளைத் தடுக்கிறோம் என்பதற்காக, மத்திய அமைச்சர் சொல்கிறார், "தி.மு.க.தான் வளர்ச்சித் திட்டங்களைத் தடுக்கிறது" என்று. நான் கேட்கிறேன்: சேது திட்டத்தை தடுத்தது தி.மு.க.வா? பாரதிய ஜனதா கட்சி அல்லவா!

நான் லத்தீன் அமெரிக்க நாடுகளுக்குச் சென்றிருந்தேன். அங்கே பனாமா கால்வாய் உள்ளது. நீங்கள் படித்திருப்பீர்கள். அங்கே பசுபிக் கடலிலும் அட்லாண்டிக் கடலிலும் வருகின்ற இரண்டு கப்பல்களையும் குறுக்கே ஒரு வாய்க்கால் மூலம் கடந்து செல்ல அனுமதிக்கிறார்கள். இல்லாவிட்டால் ஆயிரம் கிலோமீட்டர் சுற்றிச் செல்ல வேண்டும். இப்போது எண்பது கிலோமீட்டரில் பனாமாவில் கால்வாய் வெட்டி அந்தக் கால்வாய் மூலம் இரண்டு கடல்களையும் இணைத்திருக்கிறார்கள். அந்த நாடே அதை வைத்துத்தான் பொருளாதாரத்தில் வளர்ந்துகொண்டிருக்கிறது. அந்தப் பகுதியிலே மிகக் கொழிக்கின்ற ஒரு நாடு அது.

அதைப் பற்றி துணை குடியரசுத் தலைவர் வெங்கையா நாயுடு ஒரு முறை புகழ்ந்து பேசிக்கொண்டிருந்தார். இடையிலே நான் கேட்டேன், "இவ்வளவு புகழ்ந்து பேசுகிறீர்களே, நம் நாட்டிலே உள்ள சேது கால்வாய்த் திட்டத்தை அனுமதித்தால் இங்கேயும் செல்வம் கொழிக்காதா?" என்றேன். அவர் என்னைப் பார்த்து சிரித்தார். பதில் சொல்லவில்லை.

நான் கேட்பது, வளர்ச்சித் திட்டம் என்றால் மதுரவாயல் பறக்கும் சாலை போல, சேது கால்வாய். இலங்கையிலிருந்து மும்பை சுற்றி வருகிற கப்பலை சுமார் 35 கிலோமீட்டரில் தூத்துக்குடிக்குக் கொண்டுவந்துவிட்டால் தூத்துக்குடித் துறைமுகம் வளர்ந்திருக்கும். தமிழ்நாடு பொருளாதாரத்தில் செழித்திருக்கும். அந்நியச் செலாவணி இந்த நாட்டுக்குக் கிடைத்திருக்கும். சேது கால்வாய்த் திட்டத்தை நிறுத்தியது யார்?

எட்டு வழிச் சாலை யாருக்காக?

இப்போது சென்னைக்கும் சேலத்திற்கும் எட்டு வழிச் சாலை என்கிறீர்களே, அதில் என்ன பொருளாதாரம் வளரப்போகிறது? சொல்லுங்கள். இங்கிருந்து அங்கு செல்வதற்குள் சாதாரணமாக காரில் செல்கிறவன் சுங்கச் சாவடிக்கு மட்டும் போவதற்கு ரூபாய் 1,500 வருவதற்கு ரூபாய் 1,500 என ஏறக்குறைய 3,000 ரூபாய் தரவேண்டும். இதற்குப் பெயர் வளர்ச்சித் திட்டமா?

நான்கு வழிச் சாலையே போதும் என்கிறபோது எதற்காக எட்டு வழிச் சாலை? வேறு ஒன்றுமில்லை. ஜப்பான் நாட்டுக்காரன் இங்கே வந்து முதலீடு செய்கிறான். அவன் இடுகிற முதல் நிபந்தனையே உள்கட்டமைப்பு வசதி. அதாவது, எட்டுவழிச் சாலை இருந்தால்தான் அந்த ஒப்பந்தத்தையே ஒப்புக்கொள்வேன் என்று மத்திய அரசுக்குச் சொல்லி, அவர்களின் காவடி இவர்களுக்குச் சொல்லி எட்டு வழிச் சாலையை வேகமாகக் கொண்டுவந்து பல்லாயிரக்கணக்கான விளைநிலங்களை அழித்துக் கொண்டிருக்கிறார்கள்.

மீண்டும் நான் சொல்வேன், இன்னொரு 20, 25 ஆண்டு காலங்களுக்கு அம்மா தாய்மார்களே, பெரியோர்களே! நாம் இருக்கிறோமோ இல்லையோ தெரியாது.

நம்முடைய பிள்ளைகள் இருப்பார்கள். நம்முடைய பேரப்பிள்ளைகள் இருப்பார்கள். நீங்கள் அவர்களுக்கு வீடு வாங்கி வைத்திருக்கலாம், வாகன வசதி செய்து கொடுக்கலாம், நல்ல கல்விகூட கொடுக்கலாம். ஆனால் குடிப்பதற்கு தண்ணீர் இருக்குமா தெரியாது. உண்ணுவதற்கு சோறு இருக்குமா, தெரியாது. ஏன்? உணவு உற்பத்தி செய்கிற விளைநிலங்கள் எல்லாம் கட்டடங்களாகவும், சாலைகளாகவும் மாறிவிடும். முகமூடி அணிந்துகொண்டு நம் குழந்தைகள் காற்றை சுவாசிக்கப் போகிறார்கள். எச்சரிக்கையாக இருங்கள்.

அரசாங்கம் காசு வருகிறது என்பதற்காக நம் வாழ்வாதாரத்தைப் பறித்துக்கொண்டிருக்கிறது. நெடுவாசலில் போராட்டம், தூத்துக்குடியில் ஸ்டெர்லைட் போராட்டம். போராட்டம் என்றால் காசுக்கா? பிழைப்புக்கு வேலை கேட்டா? இல்லை. "என் பிள்ளைகளுக்கு வாழ்வு வேண்டும். நாளைக்கு நல்ல காற்றை சுவாசிக்க வேண்டும், நல்ல சோறு திண்ண வேண்டும், நல்ல தண்ணீர் வேண்டுமய்யா... இல்லாவிட்டால் வரக்கூடாத நோய்கள் எல்லாம் வந்து எங்கள் பிள்ளைகள் வாடும்" என்று பெற்றோர்கள் வீதிக்கு வந்தால், துப்பாக்கியால் சுடுகிறதே இதற்குப் பெயர் அரசாங்கமா? ஊர் மக்களே கேளுங்கள் நியாயத்தை.

மக்கள் நடத்துகிற போராட்டத்தின் நோக்கம் என்ன? கூலி உயர்வு கேட்டு தொழிற்சாலையில் போராடினால் அது வேறு விசயம். எங்கள் வாழ்வாதாரமான விளைநிலங்களை அழிக்கக் கூடாது என்று போராடினால் பிடித்து அடைக்கிறார்கள், துப்பாக்கியால் சுடுகிறார்கள். தூத்துக்குடியிலே நூறு நாள் போராட்டம் நடக்கிறது. நூறு நாளும் வாயை மூடிக்கொண்டிருந்தவர்கள் நூறாவது நாள் 13 பேரை சுட்டுத் தள்ளினார்கள். அந்த 13 பேரை சுட்டது யார் என்று கேட்டால் இன்னும் பதில் கிடைக்கவில்லை.

சட்டமன்றம் என்றால் விவாத மன்றம். அரசை எதிர்த்து விமர்சிக்கத்தான் இவர்கள் மக்களால் தேர்ந்தெடுக்கப்படுகிறார்கள். சட்டமன்றத்தில் பேசவே கூடாது என்றால் பிறகு எங்கிருந்து பதில் கிடைக்கும். நூறு நாள் கழித்துக் கொடுத்த அரசாணையை ஏன் அதற்கு முன்னால் கொடுத்திருக்கக் கூடாது? ஏன் இந்த துப்பாக்கிச் சூட்டுக்கு முன்னால் கொடுத்திருக்கக் கூடாது? எங்கள் தளபதி சொன்னார்: இது பொய். இந்த அரசாணை பிரச்சனைக்குத் தீர்வு இல்லை என்றார். ஏனென்றால், நீதிமன்றத்திற்குப் போனால் அரசாணை தோற்றுப்போகும்.

இரண்டே இரண்டு பிரச்சனைகளில் நீதிமன்றம் தலையிட முடியாது. ஒன்று, ஓர் அரசாங்கத்தின் கொள்கை முடிவு என்றால் அதில் தலையிட நீதிமன்றத்திற்கு அதிகாரம் கிடையாது. இரண்டாவது, அரசியல் சட்டத்தின் 9ஆவது அட்டவணையில் இடம்பெற்றிருந்தால் அதில் நீதிமன்றத்தினால் தலையிடாத முடியாது. இது வெறும் அரசாணை. ஏமாற்று வேலை. அதிலும் 13 பேரை சுட்டுக் கொன்றுவிட்டு ஆளுக்கு இவ்வளவு என்று பணம் தருகிறார்கள். ஒரு தாய் சொன்னார்: "நீ இப்படி காசு தருவாய் என்பதற்கா என் பிள்ளை போராட்டத்திற்குப் போனான்? அவன் ஊர் நன்மைக்காகப் போனான். எடுத்துக்கொண்டு போடா உன் காசை" என்று ஒரு புறநானூற்று தாயைப் போல முழங்கி பணத்தை வீசி எறிந்தார்.

பிரதீபா என்றொரு மாணவி நீட் தேர்விலே இறந்துபோனார். அவருக்குப் போய் உதவி செய்கிறார்கள். இப்போது இந்த அரசாங்கத்துக்குப் பெயர் என்ன தெரியுமா? இன்சூரன்ஸ் ஏஜென்ட். மக்களைக் கொல்லவேண்டியது. கொன்ற பிறகு அதற்குப் போய் காசு தருவது. இதற்குப் பெயரா அரசாங்கம்? சாவைத் தடுக்க வேண்டும். ஆனால் இன்னமும் வாய் மூடிக்கொண்டிருக்கிறார்கள். துப்பாக்கிச் சூடு நடத்த உத்தரவிட்டது யார்? இது ஜனநாயக

நாடு. பதில் சொல்ல வேண்டும். நீதி கேட்கிறோம், பதில் இல்லை. மத்திய அரசு தட்டிக் கேட்க வேண்டும். வேடிக்கைப் பார்க்கிறது.

இன்னுமொரு ஜாலியன் வாலாபாக்

விடுதலை வரலாற்றிலே ஒரு கருப்பு அத்தியாயம், 'ஜாலியன் வாலாபாக்' என்றொரு கொடூர நிகழ்ச்சி. உங்களில் பலருக்குத் தெரிந்திருக்கும். ஒரு வாசல் மட்டுமே இருக்கக்கூடிய ஒரு மைதானத்தில் பல்லாயிரம் பேர் கூடியிருக்கிறபோது ஜெனரல் டயர் என்பவன் வருகிறான். சுற்றிலும் தன்னுடைய காவலர்களை நிறுத்துகிறான். ஆணையிடுகிறான். கண்மூடித்தனமாக சுட்டுப் பொசுக்குகிறார்கள். 350 பேருக்கு மேல் குழந்தைகள், வயதானவர்கள், பெண்கள் எல்லோரையும் சுட்டுக் கொல்கிறான். தப்பித்து ஓட நினைத்த பலர், ஒருவர் மேல் ஒருவர் விழுந்து மிதிபட்டு செத்தார்கள். இது நடந்து முடிந்தவுடன் "நாங்கள் ஒரு நாயைக் கொன்றாலும் அதை விசாரணைக்குப் பின்னால்தான் கொல்வோம்" என்பது வெள்ளைக்காரன் தத்துவம். அதனால் ஜெனரல் டயரைக் கூப்பிட்டு இராணுவ விசாரணை நடத்தினார்கள்.

"என்ன நடந்தது? ஏன் நடந்தது?"

"நான் சென்றேன், துப்பாக்கிச் சூடு நடத்தினேன்."

"எத்தனை பேரைக் கொன்றாய்?"

"356"

"ஏன் இவ்வளவு பேரைக் கொன்றாய்?"

"என்னிடம் துப்பாக்கித் தோட்டாக்கள் மீதம் இல்லை. அதனால்தான் அத்தோடு நிறுத்திக்கொண்டேன்."

ஆக, அவன் வருத்தப்படவில்லை. தோட்டாக்கள் தீர்ந்துவிட்டன. அதனால் அவ்வளவுதான் என்னால் சுட முடிந்தது என்றானே தவிர, "இவ்வளவு பேர் சாவார்கள் என்று எனக்குத் தெரியாது" என்று அவன் சொல்லவில்லை.

நீதிபதிகள் வியந்து போய் நிற்கிறார்கள்.

"என்ன கொடுமை இது, ஏன் இப்படிச் செய்தாய்?" என்கிற போது,

"அங்கிருந்த கூட்டத்தைக் கலைப்பதற்காக நான் சுடவில்லை. அதற்கு வேறு வழிகளெல்லாம் உண்டு. நான் செய்ததன் நோக்கம், இனிமேல் இந்த நாட்டில் எந்தப் பகுதியிலும் எவனும் சுதந்திரப் போராட்டத்திற்காக வீதிக்கு வரக்கூடாது. வந்தால் இந்தத் துப்பாக்கிச் சூடு அவன் காதில் விழவேண்டும் என்பதற்காகவே இதைச் செய்தேன்" என்று சொன்னான். அது திமிறின் அடையாளம்.

பகத்சிங் தோன்றினான்

அந்த நிகழ்வு நடந்ததற்குப் பின்னால் ஓர் ஒன்பது வயது மாணவன், அந்த இடத்திற்குச் சென்று, அங்கு இரத்தத்தோடு கிடந்த மண்ணை ஒரு கைப்பிடி அளவு அள்ளி சீசாவில் அடைத்து அதை வீட்டுக்கு எடுத்துக்கொண்டு வந்தான். அதை அவன் எதிரிலேயே வைத்திருந்தான். வீட்டில் இருப்பவர்களும் இந்தத் துயரத்தால் பாதிக்கப்பட்டிருந்தனர். ஆகவே, அவர்களும் அது பற்றி அவனுக்குச் சொல்லிக்கொண்டிருந்தார்கள். அவன் மனதில் இவையெல்லாம் மெல்ல மெல்ல பதிந்து, போராளியாக மாறுகிறான். அவன்தான் பகத்சிங்.

அந்த பகத்சிங் பின்னாளில் நாடாளுமன்றக் கட்டிடத்தில் வெடிகுண்டு வீசுகிறார். வெடிகுண்டு வீசியவுடன் காவலர்கள் வருகிறார்கள். இவன் அருகில் வர பயப்படுகிறார்கள். ஆனால் அவன் தன் துப்பாக்கியைத் தூக்கி கீழே போடுகிறான். கையில் வைத்திருந்த துண்டு பிரசுரங்களை வீசிவிட்டு கைகளைத் தூக்கிக்கொண்டு "என்னிடம் ஒன்றுமில்லை, நீங்கள் தாராளமாக என் அருகில் வரலாம்" என்கிறான். ஆனால், காவலர்கள் வர அஞ்சுகிறார்கள். பின்னர் பக்கத்தில் வந்தவுடன் சொல்கிறான்: "நான் தப்பியோட முனையவில்லை. விருப்பமில்லை. நான் எதற்காக இதைச் செய்தேன் என்பதை உலகத்திற்குச் சொல்ல விரும்புகிறேன். என்னை நீதிமன்றத்திற்கு அழைத்துச் செல்லுங்கள்." அதுதான் அவன் தூக்கிலிடக் காரணமாக இருந்தது. அவன் அப்போது தப்பித்திருக்கலாம். அவர்களை அச்சுறுத்தி இருக்கலாம்.

ஆனால், பகத்சிங் நீதிமன்றத்திலே என்ன சொன்னான் தெரியுமா? "நான் குண்டு வீசியது யாரையும் கொல்வதற்காக அல்ல. என்னால் குறி தவறாமல் வீசி சிலரை கொன்றிருக்க முடியும். எங்களை வாட்டிவதைக்க நினைக்கிற வெள்ளை அரசாங்கத்திற்கு ஓர் அச்சத்தை நான் விதைக்க விரும்புகிறேன். என்னைப்போல ஆயிரக்கணக்கான இளைஞர்கள் இந்த நாட்டில் இருக்கிறார்கள். தெளிவுபடுத்துவதற்காக வீசினேன். எங்களால் எதுவும் முடியும். ஆனால், நாங்கள் எச்சரிக்கையோடும் நிதானத்தோடும் நடந்துகொள்கிறோம். திருத்திக் கொள்ளுங்கள்" என்கிறான்.

இப்போது ஒப்பிட்டுக் கொள்ளுங்கள். "நான் சுட்டது மக்களை அச்சுறுத்துவதற்காக. போராட்டம் என்பது எங்கு நடந்தாலும் இந்தத் துப்பாக்கிச் சூடு அவர்கள் காதில் விழவேண்டும்" என்று சொன்ன ஜெனரல் டயரைப் போன்றது இன்றைய தமிழக அரசாங்கம். "எங்களால் எதுவும் முடியும். ஆனால், நாங்கள் கட்டுப்பாட்டோடு இருக்கிறோம்" என்று சொன்ன பகத்சிங்கைப் போல திராவிட முன்னேற்றக் கழகம். நாங்கள் வன்முறையை நாடியவர்கள் அல்ல. துப்பாக்கி எங்கள் ஆயுதம் அல்ல. நீட்டப்படுகிற துப்பாக்கிக்கு மார்பைக் காட்டுகிற லட்சக்கணக்கான இளைஞர்களை வைத்திருக்கிறோம்.

நீங்கள் சொல்லுங்கள், போராட்டம் நடத்துவது தவறா? ஜனநாயக நாடு அல்லவா இது? பதில் சொல்லுங்கள். போராட்டம் நடத்துபவர்களை ஏன் அழைத்துப் பேசவில்லை? முதலமைச்சர் நூறு நாட்களுக்கு ஏன் அந்த இடத்திற்குச் செல்லவில்லை? ஒரு அமைச்சர்கூட அவர்களிடம் சென்று சமரசம் பேசவில்லை? என்னவோ நடக்கிறது, ஏதோ நடக்கிறது என்பது போல இருந்துவிட்டு நூறாவது நாள் குறிவைத்து சுடுகிறீர்கள். கூட்டத்தைக் கலைப்பதற்கு காவலர்கள் சுட்டார்கள் என்பதல்ல, வேன் மீது ஏறி நின்று லென்ஸ் வைத்துக்கொண்டு குறிபார்த்து குருவிகளைச் சுடுவது போல சுட்டார்கள். ஒரு பெண் அதிகமாக முழக்கமிட்டார் என்பதற்காக அப்பெண்ணின் வாயில் சுடுகிறார்கள்.

கவிஞர் மனுஷ்யபுத்திரன் எழுதினார்,

"அந்தப் பெண் மிச்சம் மீதி இருக்கிற உணர்வுகளிலும்
நொந்துபோன அந்த உதடுகளிலிருந்தும்
மீதமிருந்த முழக்கங்களை
முணுமுணுத்துக்கொண்டே இறக்கிறாள்."

ஒரு பெண் முழக்கமிட்டாள் என்பதற்காக அவரது வாயில் சுட்டால் இது ஜனநாயக நாடா? நாங்கள் யாரிடம் பேசுவது? எங்கே போய் சொல்வது? மத்தியிலே நாடாளுமன்றத்தை நடத்துகிற கட்சிக்கு இங்கே நடப்பதெல்லாம் வேடிக்கை. தமிழ்நாட்டில் யார் மூலமாகவாவது, ஏதாவது நடக்க வேண்டும். இதைக் கேட்க வேண்டிய

சட்டமன்றத்தில் தளபதி பேசுகிறார். பேச முடியவில்லை. உடனிருப்பவர்கள் பேசுகிறார்கள். அனுமதி இல்லை. எதைச் சொன்னாலும் அவைக் குறிப்பிலிருந்து நீக்குகிறார்கள். அவைக் குறிப்பில் திருக்குறள் இருக்கக் கூடாதா? என்ன கொடுமை இது. வெளிநடப்பு செய்ய வேண்டி இருக்கிறது.

சட்டமன்றம், நாடாளுமன்றம் என்பதன் அடிப்படை தத்துவமே 3Ds என்பதுதான். Debate, Delibrate and Decide என்று சொல்வார்கள். விவாதியுங்கள், கருத்துகளை எடுத்து வையுங்கள், பின்னர் ஒரு முடிவெடுங்கள் என்பதற்குத்தான் இந்த மன்றங்கள். இப்படி எவ்வளவோ நடந்திருக்கின்றன.

நாடாளுமன்றத்தில்கூட கடுமையான விமர்சனங்கள் நடந்திருக்கின்றன. நேருக்கு நேர் பேசுவார்கள். "நீதான் எல்லாவற்றுக்கும் காரணம்" என்று சொல்வார்கள். அவர்கள் கேட்டுக் கொண்டுதான் இருப்பார்கள். பின்னர்தான் பதில் சொல்வார்கள். சுவையான விவாதங்கள் நடந்திருக்கின்றன. கடுமையான விவாதங்களும் நடந்திருக்கின்றன.

"இந்த ஆட்சியைப் போல மோசமான ஆட்சி இல்லை. இது ஒரு துப்பாக்கித் துரைத்தனமான ஆட்சி" என்று பேசினால்கூட பின்னர்தான் விளக்கம் சொல்வார்களே தவிர, அவனைத் தூக்கி வெளியே வீசுவது கிடையாது. தமிழ்நாடு சட்டமன்றத்தில் ஜனநாயகம் இல்லை. தூத்துக்குடியிலே கேட்ட துப்பாக்கிக் குண்டு சப்தம் சேலத்தில் கேட்கவேண்டும் என்பதை சூசகமாகச் சொல்கிறார்கள். நான் அப்படித்தான் செய்வேன் என்கிற பிடிவாதம்.

நான் கேட்கிறேன், அம்மையார் ஜெயலலிதா வெளியே வராமல் இருந்தார். அவர் ஒரு திரைப்பட நடிகை. எம்.ஜி.ஆர். அதிகம் வெளியே வராமல் இருந்தார். அவர் கவர்ச்சியை முதலீடாக வைத்தவர். இந்த பழனிச்சாமிக்கு என்ன வந்தது? எந்தப் போராட்டத்தின்போது நீ களத்தில் நின்றிருக்கிறாய்? உங்கள் பக்கத்திலே இருப்பவர்கள் யார் போய் தீர்த்து வைத்திருக்கிறார்கள்? இதை நான் குற்றஞ் சாட்டுவதற்காகச் சொல்லவில்லை. அப்படி கேட்பதற்கு எங்களுக்கு யோக்கியதை இருக்கிறது.

போராட்டக் களத்தில் கலைஞர்

அறிஞர் அண்ணா முதலமைச்சர். மாணவர்கள் போராட்டம் நடத்துகிறார்கள். பெரும் கலவரமாக மாறுகிறது. காவல்துறை உயரதிகாரிகள் முதலமைச்சரைச் சென்று சந்திக்கிறார்கள். "போராட்டம் கட்டுக்கடங்காமல் போய்விட்டது. உங்களுடைய உத்தரவு தேவை" என்கிறார்கள்.

"எதற்கு?"

"துப்பாக்கிச் சூடு நடத்த வேண்டும்."

"கண்ணீர்ப் புகை..."

"கண்ணீர்ப் புகை, தடியடி நடத்தியாயிற்று. கலைய மறுக்கிறார்கள்."

"துப்பாக்கிச் சூடு வேண்டாம்."

"ஐயா, அவர்கள் ரயில் பெட்டிகளை எல்லாம் எரிக்க ஆரம்பித்துவிட்டார்கள்."

"ரயில் பெட்டிகள் எரிந்துபோனால் என் அரசாங்கத்தில் இருக்கிற பணத்தை வைத்து மீண்டும் நான் ரயில் பெட்டிகள் செய்துகொள்ள முடியும். நீ துப்பாக்கியால் சுட்ட ஒரு இளைஞனை மீண்டும் அவன் பெற்றோர்களுக்குத் தருகிற ஆற்றல் அதிகாரம்

என் அரசாங்கத்துக்கு இல்லை" என்று சொல்லிவிட்டு கலைஞரை அந்த இடத்திற்கு அனுப்பிவைக்கிறார்.

தலைவர் கலைஞர் அங்கு சென்று, அந்த மாணவர்களின் மனநிலை அறிந்து, அதற்கேற்ப பேசி, அந்தப் போராட்டத்தைத் திரும்பப் பெறச் செய்த வரலாறு திராவிட முன்னேற்றக் கழகத்திற்கு உண்டு.

துப்பாக்கிச் சூட்டை முதலமைச்சர் அண்ணா தடுத்தார். அப்போது அண்ணாவுடன் இருந்த ஓர் ஆற்றல் மிக்க அணுகுமுறை தெரிந்த தலைவர் கலைஞர் நேரடியாகக் களத்திற்குச் சென்றார். இன்றைக்கு யார் போகிறார்கள்? சுட்டவர்கள் யார் என்றே சொல்ல மறுக்கிறது அரசாங்கம். கண்டுபிடிக்காமலா விட்டுவிடுவோம். நாட்கள் வரும் பின்னால். எல்லாவற்றையும் கண்டுபிடிப்போம். இதற்கெல்லாம் பதில் சொல்லியே ஆகவேண்டும்.

13 உயிர்கள் என்பது சாதாரணமானதல்ல. ஒரு உயிரின் மதிப்பு அதன் தொடர்புடையவர்களுக்கு மட்டும்தான் தெரியும். இரங்கல் கூட்டம் என்றால் எல்லோரும் சென்று அஞ்சலி செலுத்துவார்கள். ஆனால், இறந்தவர் கணவனாக இருக்கலாம், மனைவியாக இருக்கலாம், மகனாக இருக்கலாம், மகளாக இருக்கலாம், தம்பியாக இருக்கலாம், தங்கையாக இருக்கலாம். அந்தத் துடிப்பு அவர்களுக்குத்தான் தெரியும். 13 குடும்பங்கள் இன்று நடுத்தெருவிலே நிற்கின்றன. 20 லட்ச ரூபாய் கொடுத்து விலை பேசுகிறாய், உயிரை. எந்த அரசிலும் இப்படியான அடக்குமுறை நடந்ததில்லை. இதையெல்லாம் பேசுவதற்கு சட்டமன்றத்திற்குப் போனால் சட்டமன்றத்தில் அனுமதி இல்லை. பேசுவதற்கு எங்கள் கட்சியிலா ஆட்கள் இல்லை. பேசுவதற்கென்றே பிறந்தவர்கள் நாங்கள். எந்த இடத்திலும் எந்தப் பிரச்சனையிலும் நியாயமாக, பொறுமையாக விவாதிக்கிற ஆற்றல் எங்களுக்கு உண்டு.

நாடாளுமன்றத்தில் பேசுகிறோம்

நான் செல்வது நாடாளுமன்றம். அங்கே நாங்கள் கடுமையாகப் பேசுகிறோம். எங்களுக்கு நேரம் தருகிறார்கள் நான் முதலில் சொன்னதைப் போல, அங்கே மிகவும் சின்ன கட்சி நாங்கள். வெட்கமான நிலையில் இருக்கிறோம். தமிழ்நாட்டு மக்கள் திருத்திக்கொள்ள வேண்டிய தவறில் அதுவும் ஒன்று. எப்படிப்பட்ட கட்சியாக இருந்தாலும் நாடாளுமன்றத்தில் சரியான பிரதிநிதித்துவம் இல்லாவிட்டால் நிறைய பிரச்சனைகளை எடுத்துவைக்க முடியாது.

நாங்கள் வெறும் நான்கு பேர். அவர்கள் ஐம்பது பேர் இருக்கிறார்கள். எங்களிடம் ஐம்பது பேர் இருந்திருந்தால் மத்திய ஆட்சியையே மாற்றியிருப்போம்.

ஏழு பேர் என்றால் அது ஒரு கட்சி, அதற்கு ஒரு நேரம், அதற்கு ஒரு இடம். ஐந்து பேர் என்றால் அது குழு. அவர்களுக்கு குறிப்பிட்ட நேரம். நாங்கள் உதிரி. தி.மு.க. உதிரி. நான்கு பேர் என்பதால் சோர்ந்து போனோமா? நாங்கள் எடுத்து வைப்பதுதான் இன்னமும் அங்கே வாதமாக இருக்கிறது. நான்கு பேரில் ஒருவராகிய நான் கொண்டுவந்த ஒரு நபர் மசோதாதான் 45 ஆண்டுகளில் ஒரு பெரிய சரித்திரத்தை இந்த நாடாளுமன்றத்திலே படைத்தது. ஆள் பலம் இல்லை. என்ன செய்கிறோம் என்பதுதான் முக்கியம்.

அறிஞர் அண்ணா நாடாளுமன்றத்திற்குச் சென்ற புதிதில், தோற்றத்தில் அவர் எப்போதும் மிகச் சாதாரணமாகத்தான் இருப்பார். ஒரு கைத்தறி சட்டை, கைத்தறி வேட்டி, கைத்தறி துண்டு, வெற்றிலை போட்ட வாய், குள்ளமான உருவம். பார்ப்பவர்களுக்கு பார்த்தவுடனே கவருகிற தோற்றம் இல்லை. ஆனால் வாய் திறந்தால் உலகமே திரும்பிப் பார்க்கிற மாதிரி பேசுவார். அண்ணா இரண்டு நிமிடம் பேசினார். அன்றைய பிரதமர்

பண்டித நேரு எழுதிக் கொண்டிருக்கிறார். வாஜ்பாய் போன்றவர்கள் எதிர்க்கட்சி வரிசையில் இருக்கிறார்கள். வாஜ்பாய் அண்ணாவை மிகவும் நேசிப்பார்.

எனக்கு இந்தி தெரியாது!

ஒரு முறை அண்ணாவிடம் வாஜ்பாய், "என்ன இந்தியை இப்படி எதிர்க்கிறீர்கள்? முப்பது நாட்களில் எளிமையாக படிக்கக் கூடிய எளிமையான மொழியை..." என்றாராம்.

"அதற்கு மேல் படிப்பதற்கு அதில் என்ன இருக்கிறது?" என்று அண்ணா கேட்டாராம்.

நான் கூட இருபது ஆண்டுகளாகப் போய் வருகிறேன். எனக்கு இந்தி தெரியாது. இந்தி படிக்க முடியாதா? என்றால் முடியாது. அவ்வளவுதான். என்னால் எதுவும் முடியும். ஆனால் இந்தி படிக்க மட்டும் முடியாது.

அண்ணா இரண்டு நிமிடம் பேச எழுந்து நின்றார். I am from Madras. Sorry... Tamil Nadu". என்ன ஓர் அழகான வார்த்தை. எதைச் சொல்லக்கூடாதோ அதைச் சொல்கிற ஆற்றல். என்னோடு இருக்கிற ஒருவனை முட்டாள் என்று திட்ட நினைக்கிறேன். இவர்கள் எல்லாம் இருக்கிறார்கள் என்பதால் நான் திட்டவில்லை. சொல்லிவிட்டேன் அல்லவா! உங்களுக்கும் சொல்லியாகிவிட்டது. அவனுக்கும் சொல்லியாகிவிட்டது. அதுமாதிரி அண்ணா சொல்கிறார். அப்போது 'தமிழ்நாடு' என்று சொல்வதற்குத் தடை விதிக்கப்பட்டிருக்கிறது.

எட்மன் பர்க் போன்ற எத்தனையோ பேச்சாளர்களைப் பார்த்திருக்கிறேன். சிசரோ, ஆண்டனி என்று சொல்வார்கள். எங்கள் அண்ணாவுக்கும் கலைஞருக்கும் ஈடானவர் யார்? நான்கு பேர்தான் என்று நினைக்காதீர்கள். நாட்டையே திருப்பிப் போடப் போகிறவர்கள் நாங்கள்.

நீட் தேர்வின் பாதகம்

எனக்குக் கிடைத்திருக்கிற இந்த நேரத்தில் இன்னொரு முக்கியமான செய்தியையும் சொல்வதற்கு விரும்புகிறேன். ஒரு பேராபத்து சூழ்ந்துவிட்டது. நம்முடைய பிள்ளைகளின் எதிர்காலம் இருண்டிருக்கிறது. ஆபத்தை உணர்ந்த சிலர், கையாளாகாத சிலர், ஏதாவது விடிவுகாலம் பிறக்காதா என நம்பிக்கையோடு சிலர். இவர்களுக்குச் சொல்வேன். இந்த 'நீட்' தேர்வின் மூலமாக ஏற்பட்டிருக்கக்கூடிய பாதகம். இங்கே வந்திருக்கிற யாரும் எனக்கும் அதற்கும் சம்பந்தம் இல்லை என்று சொல்லாதீர்கள்.

எத்தனை காலம்தான் ஒரு பெண் நாலு வீட்டிலே போய் சமையல் பாத்திரம் கழுவி வாழ்க்கை நடத்துவாள்? எத்தனை காலம்தான் ஒரு உழைப்பாளி ஒரு தேநீர்க் கடையில் வேலை பார்த்துக்கொண்டே இருப்பான்? ஆட்டோ ஓட்டுபவர் எத்தனை காலத்திற்கு அதையே செய்துகொண்டிருப்பார்? யோசியுங்கள். அவர் வீட்டில் ஒரு பிள்ளை பிறந்து நன்றாகப் படித்து, அந்தப் பிள்ளை ஒரு நல்ல வேளைக்குப் போனால் எத்தனைப் பெருமையாக இருக்கும்!

சாதாரணமாக, ஒரு கூலித் தொழிலாளியின் வீட்டில் அவன் பிள்ளையின் பெயரை எழுதி அதன்பின் எம்.பி.பி.எஸ்., என்று போட்டால் எவ்வளவு குதூகலம். "என் பிள்ளை டாக்டரய்யா..." என்று சொல்லிக்கொண்டே உழைப்பானல்லவா! நல்ல சட்டை போடுவான் அல்லவா! அவன் முகத்தில் ஒரு புன்முறுவல் வருமல்லவா, அதற்கு ஈடுஇணையே இல்லை.

இத்தனை காலமாக நம் வீட்டுப் பிள்ளைகள் படித்தார்கள், பரீட்சை எழுதினார்கள், நிறைய மதிப்பெண் பெற்றார்கள், டாக்டர் படிப்புக்குப் போனார்கள். ஆனால், இப்போது

நிலைமை என்ன? 12ஆவது வரை பள்ளிக்கூடத்திற்கு சைக்கிளில், பேருந்தில், நடந்து, புத்தக மூட்டையை சுமந்துகொண்டு போய் படித்துவிட்டு வருகிறது. வீட்டுக்கு வந்தவுடன் தனிப் பயிற்சி, தேர்வு வந்தவுடன் இரவு முழுவதும் பிள்ளை படிக்கிறதே என்று நீங்கள் டீ போட்டு கொடுத்துவிட்டு பக்கத்திலேயே உட்காருகிறீர்கள். அப்பா வந்து கேட்கிறார். "கொஞ்ச நேரம் தூங்கக் கூடாதா?" "இல்லை அப்பா, ஒழுங்கா படிச்சால்தான் நிறைய மதிப்பெண் பெறமுடியும். அப்போதுதான் காசு கட்டாமல் என்னால் மருத்துவக் கல்லூரிக்குப் போகமுடியும். அப்பாவும் நம்பியிருந்தார். தாயும் நம்பியிருந்தாள். 1,100க்கும் மேற்பட்ட மதிப்பெண். "அதை தூக்கி குப்பையில் போடு. நான் வைக்கிறேன் தேர்வு. அந்தத் தேர்விலே வெற்றி பெற்றால்தான் நீ மருத்துவருக்குப் படிக்கமுடியும்" என்கிறார்கள். அந்தத் தேர்விலே வெற்றி பெற வேண்டுமானால், சாதாரணமாக தனிப்பயிற்சிக்கு மிகக் குறைந்த அளவு 50,000 ரூபாய் தேவை. எவனிடமிருக்கிறது அவ்வளவு பணம்? பெரிய பள்ளியில் 3 லட்சம். இந்தத் தனிப்பயிற்சி மூலம் 1,250 கோடி ரூபாய் சம்பாதித்திருக்கிறார்கள்.

நீங்களே சொல்லுங்கள், தேர்வு எதற்காக? முன்பெல்லாம் தேர்ச்சி பெற்றவன் 50 விழுக்காடு பெற்றால்தான் அவன் விண்ணப்பிக்க முடியும். இந்த 'நீட்' தேர்வில் 19 விழுக்காடு பெற்றாலே விண்ணப்பிக்கலாம்.

தங்கை தமிழிசை சௌந்தரராஜன், "நீட் படித்தால் நல்ல டாக்டர்கள் கிடைப்பார்கள்" என்கிறார். என் சந்தேகம், அம்மா நீங்க எப்படிம்மா டாக்டரானீர்கள்? அப்படியானால் நீங்கள் நல்ல டாக்டர் இல்லையா?

தமிழகத்தின் தலைசிறந்த டாக்டர்கள்

ஓர் உதாரணம்: நம் உடலில் கல்லீரலுக்கு கொடையாளிகள் கிடைப்பது சிரமம். அறுவைசிகிச்சை செய்வது கடினம். உயிர் பிழைப்பதும் சிரமம். இத்தகைய கல்லீரல் அறுவைசிகிச்சையில் உலகத்திலேயே தலைசிறந்த நிபுணர் மயிலாடுதுறையில் பிறந்த முகமது ரேலா எனும் இஸ்லாமிய டாக்டர். அவர் நீட் படிக்கவில்லை, நீட் தேர்வு எழுதவில்லை. சாதாரணமாக அரசு பள்ளியில் படித்து, அரசுக் கல்லூரியில் படித்து, ஒரு டாக்டராகி, உலகத்தில் எங்கே எவருக்கு கல்லீரல் பாதிப்பு வந்தாலும் செல்லக்கூடியவர்.

ஒருமுறை நான் மேடையில் பேசிக்கொண்டிருந்தபோது கீழே விழுந்துவிட்டேன். விழுந்ததில் என் முதுகெலும்பில் பாதிப்பு. ஒரு வருடம் நடக்க முடியாமல் இருந்தேன். பல் துலக்கக்கூட குனிய முடியாது. ரொம்ப நேரம் ஓரிடத்தில் உட்காரவோ, நிற்கவோ முடியாது. பயணம் செய்ய முடியாது. என் மனைவியும் தாயும் நான் பத்தடி நடந்தால்கூட ஆச்சர்யமாகப் பார்ப்பார்கள். எப்போது எழுந்து நடப்போம் என எனக்கு அழுகையே வந்துவிடும். நம்பிக்கையின்மையின் உச்சத்துக்கே போய்விட்டேன். நிகழ்ச்சிகளுக்குச் செல்வது சிரமமாக இருந்தது. அக்குபஞ்சர், தென்னைமரக்குடி என எல்லாவற்றையும் பார்த்துவிட்டேன். கடைசியாக ஒரு டாக்டர் பூந்தமல்லி சாலையில் இருக்கிறார். அவரிடம் சென்றேன். பாடலாசிரியர் மதுரை சோமு அழைத்துச்சென்றார். அவர் என்னைப் பார்த்துவிட்டு சில பயிற்சிகளைக் கொடுத்தார். ஒரு மாதம் கழித்து மீண்டும் போனேன். "நீங்கள் இதையே தொடர்ந்து செய்யுங்கள். உங்கள் மனைவிகூட உங்களை விட்டுப் பிரியலாம், இது பிரியக்கூடாது" என்றார். அவர் சொன்னது நடந்துவிட்டது. மனைவி போய்விட்டாள். அந்த உடற்பயிற்சி மட்டும்தான் என்னோடு இருக்கிறது. இப்போது நான் ஒருமணி நேரம் நின்று பேசுகிறேன். யாருக்காவது தெரியுமா? பத்து கிலோமீட்டர் நடப்பேன். சைக்கிள் ஓட்டுவேன். ஒரே இடத்தில் ரொம்ப நேரம் உட்கார்ந்திருப்பேன். ஆனால் கனமான பொருளைத் தூக்க மாட்டேன். முடியாது, கூடாது. இவ்வளவு செய்த அந்த டாக்டர் தமிழ்நாட்டைச் சேர்ந்தவர்.

சமீபத்தில் டெல்லியில் உள்ள 'எய்ம்ஸ்' மருத்துவமனைக்குச் சென்றேன். அது ரொம்ப பெரிய பெரிய டாக்டர்களைக் கொண்டது. குடியரசுத் தலைவர், பிரதமர் போன்றவர்களுக்கு மருத்துவம் பார்க்கிற அந்த மருத்துவமனையின் எலும்பு சிகிச்சைப் பிரிவின் தலைமை மருத்துவர், வடகிழக்கு மாநிலமான அஸ்ஸாமிலிருந்து வந்திருக்கிறார். எனக்கு சரியானாலும் முழுமையாகச் சரியாக வேண்டுமல்லவா, அதற்காக நண்பர்கள் சொன்னார்கள், "நீங்கள் நாடாளுமன்ற உறுப்பினர். உங்களுக்குச் சலுகை கிடைக்கும். சீக்கிரமாக அவரைப் பார்க்கலாம். உங்கள் பிரச்சனையை அவரிடம் பேசலாம். அவரைப் போய் பாருங்கள்'' என்று சொன்னார்கள். நானும் அவரைச் சென்று சந்தித்தேன். அவரிடம் நடந்த எல்லா விசயங்களையும் சொன்ன பிறகு அந்த டாக்டர் என்னிடம் "உங்கள் டாக்டர் பெயர் என்ன?'' என்று கேட்டார். "டி.கே.சண்முகசுந்தரம்'' என்றேன். அவர் எழுந்து நின்று "அவர் என் குரு'' என்றார். எய்ம்ஸ் மருத்துவமனையின் எலும்பு சிகிச்சைப் பிரிவு தலைமை மருத்துவர், அஸ்ஸாமைச் சேர்ந்தவர். அவர் நம் தமிழ்நாட்டு டாக்டரை "அவர் என் குரு'' என்று சொல்கிறார். அவர் எந்த நீட் தேர்வும் எழுதவில்லை.

நீட்டில் தேர்ச்சி பெற்றால்தான் நல்ல டாக்டராக முடியுமா? என்ன கதை விடுகிறீர்கள். நீட் நம்மீது வஞ்சகமாக திணிக்கப் பட்டிருக்கிறது. தமிழ்நாட்டில் உள்ள 5,560 சீட்டில் தமிழ்நாட்டைச் சார்ந்தவன் இடம்பெற்றிருப்பது வெறும் 2,500தான். மீதமுள்ள இடங்களில் எல்லாம் அவர்கள் நுழைந்துவிட்டார்கள். ஏற்கனவே ரயில்வேயில் இந்தி, கட்டடம் கட்டுகிற இடத்தில் இந்தி, இனிமேல் டேபிள் துடைக்க வருகிறவன்கூட இந்தி. இப்போது டாக்டரும் இந்தி. வஞ்சகமாக இங்கே இந்தியைக் கொண்டுவந்து நம்முடைய பிள்ளைகளில் 2,500 பேர் டாக்டராவதைத் தடுத்திருக்கிற தேர்வை தடுத்திருக்க வேண்டிய இந்த அரசு கையாலாகாதது.

நான் மோடியைக் குற்றம் சாட்டவில்லை. அந்த அரசு அப்படித்தான் செய்யும். மத்தியில் இருக்கிற அரசு எப்படியாவது மறைமுகமாகக் கொண்டுவரத்தான் செய்யும். அதைத் தடுக்க வேண்டிய திறன் மக்களால் தேர்ந்தெடுக்கப்பட்ட மாநில அரசுக்கு உண்டு. ஆனால் இவர்கள் செய்யவில்லை. மன்றாடவில்லை. ஆனால், எங்கள் தளபதி செய்தார். எங்கள் கட்சி செய்தது. எங்கள் தளபதி பிரதமருக்கு கடிதம் எழுதினார். சரியான நேரத்தில். மார்ச் 31. "உங்கள் தயவு வேண்டும். தயவு செய்து நீட்டைத் தடுத்து நிறுத்துங்கள். தமிழ்நாட்டுக்கு விதிவிலக்கு தாருங்கள்'' என்று மன்றாடியது உங்களில் எத்தனை பேருக்குத் தெரியும்.

அமைச்சர் விஜயபாஸ்கர் போகவில்லை. அப்போதைய முதலமைச்சர் ஓ.பன்னீர்செல்வம் போகவில்லை. தளபதிதான் அதைச் செய்தார். என்னிடம் அந்தக் கடிதத்தைக் கொடுத்து போய் பிரதமரைப் பாருங்கள் என்று அனுப்பிவைத்தார்.

அதற்கு முன்னர் அதிமுக (50 நாடாளுமன்ற உறுப்பினர்கள்) பிரதமரைப் பார்ப்பதற்கு அனுமதி கேட்கிறார்கள். கேட்டுவிட்டு சும்மா இருந்திருக்கலாம். உடனே பத்திரிகையாளர்களிடம் நாங்கள் பிரதமரைப் பார்க்கப் போகிறோம் என்று செய்தி கொடுத்துவிட்டார்கள். அவர்கள் நடந்து வருவதை தொலைக்காட்சிகள் படம்பிடிக்கின்றன. இவர்கள் செல்கிறார்கள். அங்கிருக்கிற அதிகாரி, "உங்களை எல்லாம் பிரதமர் பார்க்கமாட்டார். கொடுக்க வேண்டிய கடிதத்தைக் கொடுத்துவிட்டுப் போங்கள். நாங்கள் அவரிடம் சேர்த்துவிடுகிறோம்'' என்று சொல்லிவிட்டார்கள்.

நாங்கள் நான்கு பேர். பிரதமரிடம் நேரம் கேட்டோம். அங்கிருந்து வந்த கேள்வி: "எதற்காக நீங்கள் பிரதமரைப் பார்க்க வேண்டும்?'' "எங்கள் கட்சியின் செயல்தலைவர்

கடிதம் கொடுத்திருக்கிறார். “கடிதம்தானே. இங்கே ஓர் இணைச் செயலாளர் இருப்பார். அவரிடம் கொடுங்கள்” என்றார்.

என் குரல் கடுமையானது. “நான் ஒன்றும் கூரியர் பாய் அல்ல. நான் ஒரு மாநிலங்களவை உறுப்பினர். நான் பிரதமரை சந்திப்பதற்கு எல்லா வகையிலும் உரிமை இருக்கிறது. நான் அவரிடம் நேரில் எங்களின் பிரச்சனைகளை விவரிக்க வேண்டும். அவரிடம் சொல்லுங்கள்” என்று 3.30 மணிக்குச் சொல்லிவிட்டு வந்தேன். 10.30 மணிக்கு பதில் வந்தது. “நாளை 4.30 மணிக்கு உங்களை பிரதமர் சந்திப்பார்.” ஐம்பது பேர் போனார்கள், பிரதமர் பார்க்கவில்லை. நாலு பேர் போனோம். பார்த்தார். எண்ணிக்கை முக்கியமில்லை. எந்தக் கட்சி என்பதுதான் முக்கியம். யார் அனுப்பினார் என்பதுதான் முக்கியம்.

பிரதமர் மோடிக்கு குஜராத்தியில் நன்றி கடிதம்

வழக்கமாக எங்களுக்குப் பிரதமரிடம் இருந்தும், குடியரசுத் தலைவரிடம் இருந்தும் பிறந்தநாள் செய்திகள் வரும். அது மரபு. மோடி வித்தியாசமாக, எங்களைப் போன்றவர்களுக்கு அனுப்புகிற போது தமிழில் எழுதுகிறார். ஆந்திராவில் உள்ளவர்களுக்கு தெலுங்கில், கேரளாகாரர்களுக்கு மலையாளத்தில் அனுப்புகிறார். அதுபோல எனக்குத் தமிழில் வாழ்த்துச் செய்தி அனுப்பி இருந்தார். நான் அவருக்கு நன்றி கடிதம் குஜராத்தியில் எழுதியிருந்தேன். அவருக்குத் தமிழ் தெரியாது, எனக்கு குஜராத்தி தெரியாது. அவருக்கு ஒரு அதிகாரி உதவி செய்தார். எனக்கு ஒரு சேட்டு உதவி செய்தார்.

ஆக, சரியான நேரத்தில் நடவடிக்கை எடுக்க முன்வந்தது எங்கள் தளபதி. நீட் தேர்வு முடிந்தபின் நீதிமன்றத்திற்குப் போனார்கள். இன்றைக்கு மிகப்பெரிய பேராபத்து நம் பிள்ளைகளைச் சூழ்ந்திருக்கிறது. நாங்கள் உங்களுக்கு நம்பிக்கை தருகிறோம். தி.மு.க. ஆட்சிக்கு வந்தவுடன் பல வேலைகளைச் செய்யப்போகிறோம். அதில் ஒன்று, இந்த நீட் தேர்வு தமிழகத்தில் இருக்காது.

இங்கே வந்திருக்கிற பொதுமக்களுக்கு, வேறு கட்சியினருக்கு சொல்லிக் கொள்கிறேன். இவ்வளவு நேரம் பேசினோம். எங்காவது கண்ணியக் குறைவாகப் பேசினோமா? தரக்குறைவான வார்த்தைகளைப் பயன்படுத்தினோமா? இல்லை. காரணம், நாங்கள் அண்ணா அறிவாலயத்தில் அரசியல் கற்றவர்கள்.

இந்த திருச்சி சிவா தனிமனிதன் அல்ல. தி.மு.க.வின் பிரதிநிதி. தளபதியின் தூதுவன். இந்த இயக்கத்தின் சிப்பாய். நான் உங்களிடம் சில நியாயங்களைச் சொல்லி இருக்கிறேன். வீட்டுக்குப் போய் யோசியுங்கள். உறக்கம் உங்கள் கண்களைத் தழுவி ஆக்கிரமிப்பதற்கு முன்னால் திருச்சி சிவா பேசியதை யோசித்தபடி உறங்குங்கள். வீட்டில் பிள்ளைகள் இருந்தால் அவர்களிடம் “நாட்டில் நிறைய பிரச்சனையாம், அவர்கள் சரி செய்வதாகச் சொல்கிறார்கள். நமக்குக் கவலை இல்லை” என்று சொல்லிவிட்டு உறங்கச் செல்லுங்கள்.

நாங்கள் சொன்னதெல்லாம் சரி என்று உங்கள் மனது ஏற்றுக்கொண்டால் நீங்களும் எங்களோடு சேர்ந்து கருப்பு சிவப்பு கொடியை உயர்த்திப் பிடியுங்கள்.

“கழகம் வெல்க”, “கலைஞர் வாழ்க”, “தளபதி வளர்க” என்று சொல்லுங்கள்.

எதிர்காலம் ஒளிமயமாகும். அதை வரவேற்கத் தயாராவோம்.

நன்றி! வணக்கம்!

4

கலைஞர் நினைவரங்க உரை

இந்நிகழ்ச்சியிலே நாங்கள் கலந்துகொள்ள வேண்டும் என்று தொடர்ந்து முயற்சி எடுத்து, இரண்டு மூன்று ஆண்டுகளாக முயன்று, இப்போது நாங்கள் வருவதற்குக் காரணமாக இருந்த முத்தமிழ் மன்றத்தின் செயலாளர் ஆற்றல்மிக்க பிரகாசம் அவர்களே! தொகுத்து வழங்கிக்கொண்டிருக்கிற கவிஞர் டாக்டர் விசாகப் பெருமாள் அவர்களே! தம்பி திருப்பத்தூர் ராஜேந்திரன் அவர்களே! திரளாக இந்த நிகழ்ச்சியில் பங்கேற்றிருக்கின்ற பல்வேறு அரசியல் கட்சியின் முன்னணித் தலைவர்களே! ஊர் பெரியவர்களே! தாய்மார்களே! உங்கள் அனைவருக்கும் வணக்கம்!

கடந்த பதினைந்து தினங்களாக டெல்லியில் தாக்கிய ஒரு வைரஸ் நோயினால் என்னால் பத்து தினங்களுக்கு மேல் வெளியே நடமாட முடியாமல் இப்போது வெளியே நடமாடத் தொடங்கியிருக்கிறேன். மாநிலங்களவையில் ஒருவருக்கும், மக்களவையில் இன்னொரு உறுப்பினருக்கும் இந்நோய் தாக்கியிருக்கிறது.

அறிஞர் அண்ணா மறைந்து நாளையோடு ஐம்பது ஆண்டுகள். தலைவர் கலைஞர் நம்மைவிட்டுப் பிரிந்து ஐந்து மாதங்கள் ஆகின்றன. பிரிவுத் துயரம் இன்னும் ஆறவில்லை. ஆனால், கடமை ஆற்றிக்கொண்டிருக்கிறோம். நாடு காக்க வேண்டும். இனம் காக்க வேண்டும். எழுச்சிமிக்க இந்நாட்டு மக்களைப் பாதுகாக்க வேண்டும். அவர் உருவாக்கி வைத்த லட்சியப் பயணம் தொடர்ந்துகொண்டே இருக்கிறது.

இந்நிலையில் இந்த முத்தமிழ் மன்றம் பல்வேறு அரங்கங்களில் ஒன்றாக நன்றியுணர்ச்சியோடும், கலைஞரைத் தவிர்த்து தமிழ் இல்லை என்கிற அந்த உணர்வோடு நீங்கள் நடத்திக் கொண்டிருக்கிறீர்கள். ஒரு கட்சியின் தலைவராக அவர் இருந்து மறைந்திருந்தாலும் எல்லாவற்றையும் கடந்து எல்லோரையும் ஆட்கொண்ட ஒரு தலைவர்.

டெல்லியில் தமிழகத்தின் குரல்

இன்றைக்கு என்னை "டெல்லியில் தமிழகத்தின் குரல்" என்று எல்லோரும் சொல்கிறீர்கள் என்றால், அதற்குக் காரணம் தலைவர் கலைஞர் என்ற நன்றியுணர்வோடு

நான் நிற்கின்றேன். நான் இருக்கிற மாநிலங்களவை என்பது, இந்தியாவில் நீங்கள் பெரும் பணக்காரர்கள் என்று கேள்விப்படுகிற அம்பானி, டாட்டா, பிர்லா, மிட்டல், பஜாஜ், ஜிண்டால் என எல்லோருடைய குடும்பப் பிரதிநிதிகளும் அங்கே இருக்கிறார்கள். முன்னாள் ஆளுநர்கள், முன்னாள் முதலமைச்சர்கள், முன்னாள் இராணுவத் தலைமைத் தளபதி, உச்சநீதிமன்றத்தின் முன்னாள் நீதியரசர்கள், மிகப்பெரிய விளையாட்டு வீரர்கள், திரைப்படத் தாரகைகள், திரைப்பட நடிகர்கள், ஒரு நாளுக்கு ஒரு வழக்கிற்கு நீதிமன்றம் சென்றால் பத்து லட்ச ரூபாய் வாங்கக்கூடிய வழக்கறிஞர்கள்... இவர்கள் எல்லாம் அந்த சபையில் இருக்கிறார்கள். இவர்களுக்கிடையில் இந்த திருச்சி சிவாவும் இருக்கிறேன் என்றால் அதற்குக் காரணம் கலைஞர்.

சாமான்யனைச் சட்டம் இயற்றுகிற மன்றத்திற்குக் கொண்டுசெல்கிற ராஜபாட்டையைத் தொடங்கிவைத்தவர் அறிஞர் அண்ணா. அதை கொஞ்சமும் குன்றாமல் குறையாமல் கொண்டு சென்றவர் தலைவர் கலைஞர். இப்போது வழிநடத்திக் கொண்டிருப்பவர் தளபதி அவர்கள். இப்படியொரு பெருமைமிக்க இயக்கத்தில் நாங்கள் இருக்கிறோம்.

இந்த நாட்டில் அரசியல் கட்சிகள் பல இருக்கலாம். இப்போது நான் அரசியல் பேசவில்லை. ஆனால் அந்தத் தலைவரைப் பற்றி பேசுகிறபோது, நினைவலைகள் புரள்கின்றன. இங்கே நம்முடைய விசாகப்பெருமாள் அவர்கள் ஒரு கவிதை வாசித்தார். அதில் நின்று வென்றதை, அமர்ந்து ஆட்சிபுரிந்ததைப் பற்றியெல்லாம் மிக அழகாக கவிதை சொன்னார்கள். ஒரு மருத்துவர் இந்த அளவுக்கு கவிதை புனைகிறார் என்றால், அது தமிழ்நாட்டில்தான் முடியுமே தவிர, வேறு எந்த நாட்டிலும் முடியாது. பல மாநிலங்களுக்குச் செல்கிறோம். தமிழ்நாடு அளவுக்கு வேறு எந்த மாநிலத்திலும் இலக்கிய அரங்கங்கள் நடப்பதாகத் தெரியவில்லை. இங்குதான் எல்லாம் புதுமை. எல்லாம் புரட்சி. எல்லாவற்றிலுமே ஒரு சுவை. அது திருமண வீடுகளாக இருக்கலாம். இலக்கிய மேடைகளாக இருக்கலாம். இசை நிகழ்ச்சிகளாக இருக்கலாம். எல்லா நிகழ்வுகளும் அப்படித்தான். அதற்குக் காரணம், இந்த நாட்டில் பிறந்த தலைவர்கள்.

பெரியாரினால் இங்கே சமத்துவம் பிறந்தது. அப்படி ஒரு தலைவன் பிறந்த பின்னால்தான் என் அருகே உட்கார்ந்திருக்கிற தணிகைமலையை "நீ என்ன சாதி?" என்று கேட்காமல் என்னால் உட்கார முடிந்தது. கேட்டுவிட்டு "எழுந்து செல்லுங்கள்" என்று சொல்லவும் முடியாது, "அப்படியென்றால் உட்காருங்கள்" என்றும் கூட சொல்ல முடியாது. அப்படியொரு புரட்சி நம் நாட்டில் உருவானதற்குக் காரணம் தந்தை பெரியார். அதைப்போலத்தான் அறிஞர் அண்ணாவும், தலைவர் கலைஞரும்.

இவர்கள் ஓர் இயக்கத்தின், தத்துவத்தின் தலைவர்கள் மட்டுமல்ல, இந்த நாட்டின் பெரும் மாற்றத்திற்குக் காரணமானவர்கள். ஆயிரக்கணக்கான ஆண்டுகளாக மக்கிப்போ யிருந்தவற்றை ஒரு நூற்றாண்டு காலத்தில் புரட்டிப்போட்ட வரலாறு இந்த பேரியக்கத்திற்கு உண்டு. இன்றைக்கு இந்த உடல்நிலையோடு என்னால் வரமுடிகிறது என்றால், "எந்தச் சூழலிலும் உடல்நிலையைக் காரணம் காட்டி, ஒப்புக்கொண்ட பொதுநிகழ்ச்சியை ரத்து செய்யக் கூடாது" என்பது எங்கள் தலைவர் எங்களுக்குக் கற்றுத்தந்த பாடம்.

என் மனைவி உடல்நலம் குன்றியிருக்கிறபோது கட்சிப் பணிக்காக ஊட்டிக்குச் சென்றேன். அவள் உணர்வு இழந்த நிலையில்தான் அவளை வந்து பார்த்தேன். இதெல்லாம் அவர் விதைத்த விதை. அவர் எங்கள் மனத்தில் விதைத்துவிட்டுப் போன உணர்வுகள்.

கலைஞருக்குப் பின்னடைவு?

தேர்தலில் எப்போதும் "கலைஞர் முன்னிலை" என்றே கேள்விப்பட்ட நமக்கு "கலைஞர் பின்னடைவு" என்று கேள்விப்பட்டது மருத்துவமனையில்தான்.

மருத்துவமனைக்குத் தினந்தோறும் சென்றேன். அவர் இருக்கிற அறைக்குச் செல்லவில்லை. அவருக்கு தொற்று எதுவும் பாதித்துவிடக் கூடாது என்பது ஒரு காரணம். இரண்டாவது காரணம், அந்த நிலையில் அவரைப் பார்க்கிற துணிச்சல் எனக்கு இல்லை.

சில ஆண்டுகள் அவர் நடமாட முடியாமல் சக்கர நாற்காலியில்தான் வலம் வந்தார். ஆனால், அந்தச் சக்கரம் சுழன்றபோது தமிழ்நாடே சுழன்றதை நீங்கள் பார்த்திருக்கலாம்.

உலகத்தில் பல தலைவர்கள் இருந்திருக்கிறார்கள். ஆனால், மேடைக்கு அப்படி வருகிறபோதே மக்களுக்கு ஒரு பெரிய உணர்ச்சி எழுந்தது கலைஞரிடம் மட்டும்தான்.

அதே கலைஞர் அவர் வீட்டு மாடியிலிருந்து துண்டை சரிசெய்து கொண்டு இறங்கி நடந்து வருவதையும் பார்த்திருக்கிறோம். பின்னர் நடக்க முடியாமல் இருவர் தோளினைப் பற்றி நடந்ததையும் பார்த்திருக்கிறோம். சக்கர நாற்காலியில் வலம் வந்ததையும் பார்த்திருக்கிறோம்.

விழிகளால் பேசினார்

ஓராண்டு காலத்திற்கு மேலாகப் பேச முடியாமலே இருந்தார். உணவும் எல்லாமும் குழாய் மூலம் அவருக்குச் செலுத்தப்பட்டுக் கொண்டு இருக்கிறது. ஆனால் விழிகளால் பேசினார். மாடிக்குச் செல்கிறபோது நம்மை இனம் கண்டுகொண்டு அவர்கள் விழிகள் கேட்கும், "எப்படி இருக்கிறாய்?" என்று. பதறிவிடுவோம். நம் கையைப் பற்றினால், சில நேரங்களில் ரொம்ப இறுக்கமாகப் பற்றுவார். அது இறுக இறுக அவர் கண்களிலிருந்து கண்ணீர் வரும் என்றால் அவர் உணர்ச்சிவசப்படுகிறார் என்று பொருள். இந்த ஓராண்டு காலத்தில் இப்படிப் பல அனுபவங்கள். பக்கத்தில் உட்கார்ந்து பார்க்க முடியாமல் தவித்திருக்கிறோம்.

எழுதிய தலைவன் எழுத முடியாமல்! பேசிப் பேசியே தமிழ்நாட்டின் வரலாற்றைப் புரட்டிப்போட்ட தலைவன் பேச முடியாமல்! ஆனால், உணர்வுகள் இருக்கின்றன. சிந்தனைகள் இருக்கின்றன. எண்ணங்கள் இருக்கின்றன. அதை வெளிப்படுத்த முடியாமல் என்ன பாடுபட்டிருப்பார்?

தன்னைச் சுற்றி நடக்கின்ற எல்லாம் தெரியும். ஆனால் எதிர்வினை ஆற்ற முடியாது. ஓராண்டுக்கு மேல் அவர் துடித்த துடிப்பையும் வேதனையையும் பக்கத்தில் இருந்து பார்த்தோம். பிறகு மருத்துவமனைக்குச் சென்று. கடைசியாக உயிர் பிரிந்தது என்ற செய்தி.

தளபதி அவர்கள் கண்ணீரோடும் வேதனையோடும் அந்த நிலையிலும் எங்களிடம் சொன்னார், "இப்போது போய்ப் பாருங்கள்". இங்கிருந்து ராஜாஜி அரங்கத்திற்குச் சென்றால் கூட்டம் அதிகமாகும். அதனால் அங்கேயே பார்த்துவிடச் சொன்னார். போய்ப் பார்த்தோம். அங்கே அவர் புன்முறுவலோடு படுத்திருந்தார். இந்தக் காட்சியைச் சொல்வதற்குக்கூட உடல் நடுங்குகிறது. ஆனால், நிதர்சனம். எப்போதும் பார்க்கிற அதே மலர்ந்த முகம். ஏதோ தூங்குவதைப் போல இருந்ததே தவிர, நோயினால் பாதிக்கப்பட்டு இறந்தவரைப் போல தெரியவில்லை. அது என்ன என்பது எப்போது புரிந்தது தெரியுமா?

அவருக்கு கடற்கரையில் இடம் இல்லை என்ற செய்தி பரவுகிறது. துடிக்கிறோம். காரணம், அவர் அண்ணாவுக்கு கவிதாஞ்சலி எழுதுகிறபோது, இதயத்தை இரவலாக தரச்சொல்லி கேட்டுவிட்டு இறுதியாக, "நான் வரும்போது மறவாமல் உன் காலடியில் கொண்டு வந்து வைக்கிறேன்" என்று சொன்னார்.

"மறவாமல் திருப்பி வந்து கொடுத்துவிடுகிறேன்" என்றால் வேறு மாதிரி சிந்தனை. ஆனால், உன் காலடியில் கொண்டுவந்து என்று சொன்னால், நீ இருக்கிற இடத்துக்கு நான் வருவேன் என்பதுதான் தலைவரின் விருப்பம். ஆனால், அது முடியாதோ என்றொரு சூழல். என்னென்னவோ நடந்தது. அதை எல்லாம் இப்போது நினைவுகூர வேண்டியதில்லை; அவசியமுமில்லை. யார் யாரிடமோ கேட்டோம். இரக்கமில்லை. சூழலில்லை. கடைசியாக தளபதி அவர்களின் முயற்சியினால், வழக்கறிஞர்கள் திறமையினால் நீதிமன்றத்தை அணுகி, மறுநாள் அந்த அறிவிப்பு வந்து, அவரை அந்த இடத்திற்குக் கொண்டுபோய் வைத்தபோதுதான் அந்தச் சிரிப்பின் பொருள் புரிந்தது.

"ஏன் நீங்கள் இவ்வளவு பதற்றப்பட்டீர்கள். எவருடைய தயவும் இல்லாமல் எனக்குக் கிடைக்கவேண்டியது தானாகக் கிடைக்கும்" இதுதான் அந்தப் புன்முறுவல் உணர்த்திய செய்தி.

பதற்றமறியா தலைவன்

கலைஞர் பதற்றமாக இருந்து ஒருபோதும் நான் பார்த்ததில்லை. உணர்ச்சிவசப்படுவார். ஆனால், அது ஆவேசமாக வெளிப்படும்.

தலைவர் அவர்களைப் பற்றி இன்னொரு சிறப்பு உண்டு. நானும் எழுதுவேன். ஆனால் எழுத்துச் சோம்பேறி. தலைவர் அவர்கள் என்னுடைய நூலுக்கு அணிந்துரை எழுதியபோதுகூட "தம்பி சிவாவைப் போன்றவர்கள் இதுபோல தமிழிலும் ஆங்கிலத்திலும் நிறைய எழுத வேண்டும். ஆனால் எழுதுவதுதான் இல்லை" என்றுதான் எழுதினார்.

தலைவருடைய கையெழுத்தை இங்குள்ள சிலர் பார்த்திருப்பீர்கள். பார்த்திருக்காத இளைஞர்கள் பலர் இருக்கக்கூடும். கடைசி 'தி' என்பது கீழே சுழித்து மேலே இருக்கும். அது தென்னிந்தியாவைப் போல இருக்கும். மேலே இந்தியாவின் வரைபடம். கீழே தென்னிந்தியா என்பதைப் போல. கையெழுத்தைப் போடுகிறபோதே தன்னுடைய எண்ணத்தை உணர்வைக் காட்டிய மாபெரும் தலைவன் அவன்.

அடித்தல் திருத்தல் இல்லாத எழுத்தாளர்

அவர் எந்தக் காலத்திலும் எழுதியதை அடித்துத் திருத்தியதாக சரித்திரம் இல்லை. ஒருமுறை பத்திரிகையாளர்கள் கேட்டார்கள்.

"நீங்கள் ஒருவேளை தவறாக எழுதிவிட்டால்?"

"எழுத மாட்டேன்."

"அப்படியே எழுதிவிட்டால்?"

"அடுத்த வரியை மாற்றி எழுதுவேன்" என்று சொன்னார்.

ஓர் அரசியல்வாதியாக, சட்டமன்ற உறுப்பினராக, எதிர்க்கட்சித் தலைவராக, அமைச்சராக, மாநிலத்தின் முதலமைச்சராக...

அதுபோல திரைப்பட வசனகர்த்தாவாக, நாடக நடிகராக, இயக்குநராக, கவிஞராக, பாடலாசிரியராக, எழுத்தாளராக... எத்தனை பரிமாணம் உண்டோ அத்தனையையும் ஆண்டு அதில் முத்திரை பதித்துவிட்டுப்போன ஒரே தலைவன் கலைஞர் மட்டும் தான்.

ஒன்று சொல்கிறேன். பெரிய கோயில் இருக்கிறவரை ராஜராஜசோழன் இருப்பான். கரிகாலன் நிற்பான் கல்லணையால். கலைஞர் நிற்பார் திருவள்ளுவர் சிலை குமரி முனையில் நிற்கிறவரை. அதை சுனாமியினால்கூட தொடமுடியவில்லை. விவேகானந்தருக்கு நினைவு மண்டபம் எழுப்புகிறபோதே திருவள்ளுவருக்கு சிலை வைக்கிற எண்ணம் கலைஞருக்குத் தோன்றிவிடுகிறது. அது கற்சிலை அல்ல, கலைஞரால் உருவாக்கப்பட்ட காலத்தின் அடையாளம்.

அண்ணாவுக்காக கலைஞர் எழுதிய வசனங்கள்

கலைஞர் திரைப்படங்களுக்கு எழுதிய வசனங்களைப் போல வேறு எவரும் எழுதியதில்லை.

'மனோகரா' திரைப்படத்தில் சிவாஜியின் தம்பியாக காக்கா இராதாகிருஷ்ணன் நடிப்பார். கடைசி காட்சியில் அண்ணனாக நடிக்கும் சிவாஜியின் மடியில் தலைவைத்து உயிர் துறக்கிற நேரம். சிவாஜி அழுவார். அப்போது அவர் சொல்வார், "அண்ணா அழாதே! அண்ணா நீதான் நாடாளவேண்டும். அண்ணா நீதான் நாடாள வேண்டும்..."

எப்போது? காங்கிரஸ் கட்சி உச்சத்தில் இருக்கிறபோது, தணிக்கைகள் அதிகமாக இருந்தபோது ஒரு திரைப்பட வசனத்தின் மூலமாக, "அண்ணா நீதான் நாடாள வேண்டும்" என்று எழுதினார்.

'நாம்' படத்தில் எம்.ஜி.ஆர். பாத்திரத்தின் பெயர் குமரன். அதில் வருகின்ற பாடல்:

"அண்ணா வாழ்கவே! குமரன்
அண்ணா வாழ்கவே!"

'காஞ்சித் தலைவன்' படத்தின் பெயரே அண்ணாவைக் குறிப்பதுதான். ஆக, தலைவனின் பெருமையை இப்படி மறைமுகமாகத் திரைப்படங்களில் சொன்னதுடன், சமுதாயக் கருத்துகளையும் கலைஞர் சொன்னார்.

கலைஞரின் சமூக எழுச்சி வசனங்கள்

'பராசக்தி' திரைப்படம் எல்லோருக்கும் தெரிந்ததுதான். அதில் நிறைய வசனங்கள் வரும். 'தமிழ்நாட்டின் முதல் குரலே நன்றாக இருக்கிறதே' என்பது தொடங்கி நகைச்சுவை இடையிலே தெறிக்க, மிகமுக்கியமாக ஓரிடத்தில் கதாநாயகன் சிவாஜி என்றாலும், கல்யாணி என்கிற தங்கை கதாபாத்திரத்தையே கதை சுற்றிவரும். அந்தப் பெண்ணின் அண்ணன்மார்கள் வசதியாக வெளிநாடுகளில் இருப்பார்கள். இங்கே திருமணமாகிறது. எதிர்பாராமல் கணவன் விபத்தில் இறந்துபோகிறான். அதிர்ச்சியில் தந்தை மறைந்துபோகிறார். வெளிநாட்டிலிருக்கிற அண்ணன்மார்கள் வர இயலாத சூழல். இரக்கமில்லாத கடன்காரர்கள் எல்லாவற்றையும் பறித்துக்கொள்கிறார்கள். மாளிகையில் குடியிருந்த அந்தப் பெண் கழுத்தில் ஒன்றுமில்லாமல், கையிலும் ஒன்றுமில்லாமல், கைக்குழந்தையுடன் கண்ணீரும் கம்பளையுமாக நடுரோட்டில் நிற்கிறபோது, பக்கத்து வீட்டுப் பெண் வந்து அவளுக்கு ஆறுதல் சொல்வாள்: "கலங்காதே! கல்யாணி! நாளை காலையிலிருந்து இந்தத் தெரு முனையில் ஒரு இட்லிக் கடை வைத்துப் பிழைத்துக்கொள்ளலாம்."

இவள் பதறி, "என்னது, இட்லிக் கடையா?" என்று அதிர்ச்சியுடன் கேட்பாள். அதற்கு அந்தப் பெண், "தமிழ்நாட்டில் தாலி அறுத்தவர்களுக்கெல்லாம் இட்லி கடைதானே தாசில் உத்தியோகம்" என்பார்.

இதை மனதிலே கொண்டு ஆட்சிக்கு வந்தவுடன் விதவைகளுக்கு மறுவாழ்வுத் திட்டம் கொண்டுவந்த மகத்தான தலைவர் நம்முடைய கலைஞர். பெரியார் நடத்திய முதல் சுயமரியாதைத் திருமணம், ஒரு விதவையின் மறு திருமணம்தான்.

கலைஞர், திரைப்படங்களில் பாடல்கள் எழுதினார். அதில் என்னென்ன சொல்லவேண்டுமோ, அத்தனையும் சொன்னார். இந்த அளவு தகவல் தொடர்பு சாதனங்கள் இல்லாத காலத்தில் ஒவ்வொரு துறையிலும் அவர் நுழைகிறார். அதில் முத்திரை பதிக்கிறார். அதில் வெற்றி காணுகிறார். மக்களின் மனதை வெல்கிறார். இயக்கத்தை வளர்க்கிறார். அதன்மூலம் தமிழ்நாட்டைப் பெருமையடையச் செய்கிறார்.

ஆகவே, கலைஞரின் வரலாறு என்பது தமிழகத்தின் வரலாறாக மாறுகிறது. சட்டமன்றத்தில் அவர் ஆற்றிய உரைகள், குறுக்கிட்டுப் பேசிய அந்த வார்த்தைகள்... எல்லாவற்றிற்கும் மேலாக, 'துக்ளக்' ஆசிரியர் 'சோ' திராவிட இயக்கத்திற்கு எதிரான உணர்வு கொண்டவர். தலைவர் கலைஞரிடம் நெருக்கமானவர். ஆனால், விமர்சிக்கிறவர். ஆனாலும், அவருக்கு கலைஞர் மீது மரியாதை உண்டு. எப்படி?

'துக்ளக்' பத்திரிகையில் இடம்பெறும் கேள்வி பதில் பகுதியில், கேள்வி கேட்பவன் தலைவரின் பெயர் சொல்லி கேள்வி கேட்பான். ஆனால், துக்ளக் ஆசிரியர் சோ 'கலைஞர்' என்றுதான் பதில் சொல்வார்.

சோ சொல்வார்: "எனக்குத் தெரிந்து சட்டப்பேரவையில் எதிர்க்கட்சியினர் எவ்வளவு கடுமையாக விமர்சித்தாலும் எல்லாவற்றையும் முழுமையாகக் கேட்டுக் கொண்டிருந்துவிட்டு, குறுக்கிடாமல் கடைசியாக வார்த்தைக்கு வார்த்தை மறுப்பு சொல்லக்கூடிய ஆற்றல் கலைஞருக்கு மட்டும்தான் உண்டு" என்பார்.

அண்ணாவின் அமைச்சரவையில் போக்குவரத்துத் துறை அமைச்சராக, பொதுப்பணித்துறை அமைச்சராக பொறுப்பு வகித்தவர். திருக்குறளைப் பேருந்துகளிலே பொறிக்கச் செய்து பாமரனுக்கும் திருக்குறளைக் கொண்டுபோய் சேர்த்த அமைச்சராக, பேருந்துகளை நாட்டுடைமையாக்கிய ஒரு தலைவனாக, பின்னர் முதலமைச்சராக இருந்து ஆற்றிய பணிகள் ஏராளம்.

எதிர்க்கட்சித் தலைவரானபோது, இவ்வளவு உயர்ந்த இடத்திலிருந்து இந்த இடத்திற்கு வந்துவிட்டோமே என்று கலங்காமல் அவர் காட்டிய நிதானம், அமைதி. இது ஜனநாயகம், இரண்டு இடங்களிலும் மாறி உட்காருகிற பக்குவம் ஓர் அரசியல் தலைவனுக்கு அவசியம் தேவை என்பதை உணர்த்திக் காட்டியவர் கலைஞர்.

நான் ஒரு போராளி

ஒரு முறை, அவரிடம் அவருடைய சில புகைப்படங்களைக் காட்டி, "இவற்றில் உங்களுக்குப் பிடித்த புகைப்படம் எது?" என்று கேட்டார்கள். அவர் ஒன்றைத் தேர்ந்தெடுத்துக் கொடுத்தார். அவசர நிலைக் காலத்தில் அவர் அண்ணாசாலை அருகே கைதாகிற புகைப்படம் அது.

பத்திரிகையாளர்கள் கேட்டார்கள், "ஒரு போராட்டத்தில் கலந்துகொள்வதுதான் உங்களுக்குப் பிடிக்கும் என்றால், நீங்கள் கள்ளக்குடி தண்டவாளத்தில் தலைவைத்துப் படுத்ததை அல்லவா காட்டியிருக்க வேண்டும்?" அந்தப் புகைப்படமும் அதில் இருந்தது.

ஆனால், கலைஞர் சொன்னார், "இரண்டுக்கும் வேறுபாடு இருக்கிறது. கள்ளக்குடியில் நான் போராட்டத்தில் கலந்துகொண்ட போது கட்சி வளர்ந்துகொண்டிருந்த ஓர் அமைப்பு. போராட்டம் என்பது அதன் நடவடிக்கைகளில் முக்கியமான ஒன்று. ஆனால், இந்தப் புகைப்படம் நான் முதலமைச்சராக இருந்து, ஆட்சிப் பொறுப்பை இழந்த பின்னால் என்னுடைய கண்ணியத்தை மட்டுமல்ல, அண்ணாவின் பெருமையை மட்டுமல்ல, ஜனநாயகத்தைக் காப்பாற்றுவதற்காக நான் கலந்துகொண்ட போராட்டம். நான் எந்த வேலைக்குச் சென்றாலும், அடிப்படையில் நான் ஒரு போராளி. இதுதான் என் அடையாளம்" என்று சொன்னார்.

நினைத்துப் பாருங்கள்! பொதுவாக, ஒரு நகர்மன்ற உறுப்பினர்கூட அந்தப் பொறுப்பு போனபிறகும் அது ஒட்டிக்கொண்டிருப்பது போலவே உணர்வார். ஆனால், ஒரு முதலமைச்சரான பின்னரும் நான் அடிப்படையில் போராளி என்று சொல்லிக்கொண்டிருந்தவர்தான் தலைவர் கலைஞர். உடனடியாக முடிவெடுப்பார். துரிதமாகச் செயல்படுவார். முடிவை 'அவசரமான முடிவு அல்லது துரிதமான முடிவு' என்பார்கள். கலைஞர் எடுத்ததெல்லாம் துரிதமான முடிவே தவிர அவசரமான முடிவு அல்ல.

வன்னியருக்கு இடஒதுக்கீடு

1986ல் 'அண்ணா அறிவாலயம்' கட்டித் திறக்கப்படுகிறது. அன்றைக்கு வடமாவட்டங்களில் வன்னியர் போராட்டம். திரும்பிச்சென்ற வாகனங்கள் சிக்கிக்கொள்கின்றன. இப்போது போல அப்போது தொடர்பு சாதனங்கள் கிடையாது. அதனால் இந்தத் தகவல் யாருக்கும் தெரியாது. அவர்கள் அங்கிருந்து ரயில் ஏறி சென்னைக்கு வந்து தலைவரிடம் சொன்னவுடன் அவர் எடுத்த விரைவு நடவடிக்கைகள்..!

அப்போது இந்தப் பக்கம் செஞ்சி இராமச்சந்திரன் மாவட்டச் செயலாளர், அந்தப் பக்கம் மதுராந்தகம் ஆறுமுகம் மாவட்டச் செயலாளர். உடனடியாக அழைத்து "எல்லோருக்கும் உணவு கொடுங்கள். குடிநீருக்கு ஏற்பாடு செய்யுங்கள். ஆவன செய்யுங்கள். அவசியம் ஏற்பட்டால் நானே நாளை வருவேன்" என்று சொல்லிவிட்டு எழுந்து நடக்கிறபோது சொல்கிறார், "20 சதவீத இடஒதுக்கீடு கேட்கிறார்கள். தரலாமே. ஏன் எம்.ஜி.ஆர். தரமாட்டேன் என்கிறார். தெரியவில்லை" என்று கிளம்புகிறபோது, ஒரு முன்னணித் தலைவர், "அது எப்படிங்க சாத்தியம்?" என்று கேட்டார். "கொடுக்கலாம்யா" இவ்வளவுதான் தலைவர் சொன்னது.

அடுத்து, கலைஞர் ஆட்சிக்கு வந்தவுடன், பிற்படுத்தப்பட்டவர்களில் இருந்ததில் 20 சதவீதத்தை மிகவும் பிற்படுத்தப்பட்டவர் என்ற பிரிவினரைச் சேர்த்துக் கொடுத்தார். அன்றைக்கு உதித்த எண்ணம்தான் பின்னர் நடைமுறைக்கு வந்தது.

இதுதான் ஒரு சிறந்த தலைவனுக்கு, ஒரு சிறந்த ஆட்சியாளனுக்கு அடையாளம். டெல்லியில் எடுக்கப்படுகிற முடிவுகளுக்கும் அவர் அப்படித்தான் நின்றார். எந்த நிலையிலும் தன்னுடைய உயரம் தெரிந்த ஒரு தலைவனாகவே இருந்தார்.

"பிரதமராவீர்களா?, குடியரசுத் தலைவர் ஆவீர்களா?" என்றெல்லாம் கேட்டபோது "என் உயரம் எனக்குத் தெரியும்" என்றார்.

இரண்டு செய்திகளை உங்களிடம் சொல்லி விடைபெறுகிறேன்.

முதலாவதாக, 1984 இடைத்தேர்தல். ஒரு தொகுதியில் நான் பொறுப்பாளன். அப்போது அரசியலில் இணைந்திருந்த அம்மையார் ஜெயலலிதா அவர்கள் முதன்முதலாகப் பிரச்சாரத்திற்கு வருகிறார். தலைவர் பேச அனுமதி கேட்ட இடத்தில் எல்லாம் ஜெயலலிதாவுக்கு ஆளுங்கட்சி என்பதால் அனுமதி கொடுத்து விடுகிறார்கள். தலைவருக்கு அனுமதி மறுக்கிறார்கள். பின்னர் அந்த இடத்தில் பொறுப்பாளனாக இருந்த நான் போராடி வாகனத்திலிருந்தே பேசுவதற்கு அனுமதி பெற்று, காத்திருக்கிறேன். தலைவரின் வாகனம் வருகிறது. என்னைப் பார்த்துவிட்டு நிற்கிறது. இப்போது ஜெயந்தா ஒன்றைச் சொன்னாரல்லவா, "ஒவ்வொரு நாளும் ஒன்றைக் கற்றுக்கொள்கிறோம்" என்று. "கண்டேன் சீதையை" என்று சொல்வதன் அவசியத்தை அன்றைக்கு நான் கற்றுக்கொண்டேன். தலைவரிடம் "அனுமதி பெற்றுவிட்டோம்" என்றுதான் ஆரம்பித்திருக்க வேண்டும். மாறாக, "அந்த அம்மையார் வருகிறார்களாம். காவல்துறை..." என்று ஆரம்பித்தேன். அவருக்குக் கோபம் வந்துவிட்டது. "இந்தப் பதில் சொல்வதற்கு நீ இங்கே தேவையா? நீயெல்லாம் ஓர் ஆண் மகன். உனக்கு முகமெல்லாம் தாடி மீசை" என்று சொல்லிவிட்டு கார் போய்விட்டது. நான் அப்படியே திகைத்து நிற்கிறேன்.

கலைஞரும் என் மீசையும் தாடியும்

தேர்தல் பிரச்சாரம் முடிகிறது. இரண்டு நாட்களில் தேர்தல். அதற்கு முதல் நாள் அமைச்சர்கள் வந்து முகாமிட்டிருக்கிறார்கள். அப்போது கட்சி அலுவலகம் சென்னை அரசினர் தோட்டத்தில் இருந்தது. மறியல் செய்வதற்கு அனுமதி கேட்டிருந்தோம். அப்போதெல்லாம் தொலைபேசியில் 'ட்ரங்க்கால்' என்று சொல்வார்கள். எண்ணைப் பதிவு செய்துவிட்டு காத்திருக்க வேண்டும். நான் பதிவு செய்துவிட்டு காத்திருக்கிறேன். வழக்கமாக கட்சி அலுவலகத்தில் குப்புசாமி இருப்பார். அவர்தான் தொலைபேசியை எடுப்பார். அவரிடம் ஆலோசனை கேட்கலாம் என்று காத்திருந்தபோது, தொலைபேசி மணி அடித்தது. தொலைபேசியை எடுக்கிறபோது எதிர்முனையில் கரகரத்த குரல், "என்னய்யா விசயம்" என்று. நான் அதிர்ந்துபோனேன். தொலைபேசியைத் தலைவரே எடுக்கிறார். நேரடியாகப் பேசுகிறார். நான் செய்தியைச் சொன்னேன். எல்லாவற்றையும் கேட்டுக்கொண்டிருந்துவிட்டு அவர் சொன்னார், "அது தவறு. முறையல்லாதது. அதற்காக, நீங்கள் எல்லாம் மறியல் செய்துவிட்டு சிறைக்குச் சென்றுவிடாதீர்கள். களத்திலே பணியாற்றுவதற்கு நமக்குத் தோழர்கள் தேவை. யாரும் இந்த வேலையில் ஈடுபடவேண்டாம்" என்று சொல்லிவிட்டு, அடுத்த வார்த்தைக் கேட்கிறார். "தாடி மீசை எல்லாம் வைத்திருக்கிறாயா? எடுத்துவிட்டாயா?" என்று.

ஐந்து நாட்களுக்கு முன்பு ஓர் இளைஞனை வழியில் கடிந்து கொண்டதை நினைவில் வைத்திருந்து, பின்னர் ஆறுதல் சொல்கிற அளவுக்குக் கேட்ட அந்த சொல் இருக்கிறதல்லவா! அப்ப்பா... அன்றைக்கு சிலிர்த்த சிலிர்ப்பு இன்றல்ல, வாழுகின்ற நாள்வரை தொடர்ந்துகொண்டே இருக்கும்.

நாம் நம்மோடு இருப்பவர்களிடம் ஏதோ ஒரு காரணத்தினால் கோபித்துக் கொள்கிறோம். ஆனால், அவர்கள் மனம் புண்பட்டதா? அவர்கள் என்ன எண்ணினார்கள்? என்பதை மீண்டும் நினைத்துப்பார்க்கிற உணர்வு, உடனிருப்பவர்களுக்குக்கூட இருந்ததில்லை.

ஆனால், ஒரு மாபெரும் தலைவனுக்கு இருந்தது. 'கோபத்தில் பேசினோம். அவன் மனம் சுருண்டு போயிருப்பான் அல்லவா!' என்று நினைத்தாரல்லவா! அதனால்தான் அவர் காலடியிலேயே சுருண்டு கிடக்கிறோம்!

அவசரநிலைக் காலம்

நான் ஓராண்டு காலம் சிறையில் இருந்தேன். கல்லூரி மாணவன் நான். விடுதலையாகி வந்தவுடன் கொஞ்ச நாட்கள் கழித்து மூத்தவர்கள் எல்லாம் போய்விட்டார்கள். என்னை எங்கள் மாவட்டச் செயலாளர் அழைத்துக்கொண்டு போய், "இவர் ஒரு மாணவர். எங்களோடு சிறையில் இருந்தார்'' என்றபோது, அவர் சொன்ன பதில், "எனக்குத் தெரியும்யா!..." என்பது. ஒரு மாணவன் சிறையில் இருக்கிறான் என்பதை முன்னதாகவே தெரிந்து வைத்திருக்கிறார். நாங்கள் கூட்டங்களில் பேசுவதற்கு காரில் செல்கிறபோது, அவர் பல குறிப்புகளை, பல நிகழ்வுகளை சொல்லிக் கொடுத்திருக்கிறார்.

நாட்டில் மின்சாரத் தட்டுப்பாடு இருப்பதாக காமராஜர் ஊரெல்லாம் பேசினார். அப்படிப் பேசுவதற்கு அவருக்கு உடல்நிலை ஒவ்வாது என்பதற்காக எல்லா பயணியர் விடுதிகளிலும் குளிர்சாதன வசதி செய்து கொடுத்த பெருந்தன்மை படைத்தவர் தலைவர்.

காமராஜரின் கடிதத்தை கிழித்துப் போட்ட கலைஞர்

ஒரு முறை, காமராசர் ஊட்டியில் தங்குவதற்கு, 'நான் ஒரு நாடாளுமன்ற உறுப்பினர். எனக்குப் பதினைந்து நாட்கள் அரசினர் விடுதியில் தங்க அனுமதி வேண்டும்'' என்று எழுதி ராஜாராம் நாயுடுவிடம் கொடுத்து அனுப்பினார். அந்தக் கடிதத்தை வாங்கிப் படித்துவிட்டு கிழித்துப் போட்டாராம் கலைஞர். "காமராஜர் கடிதத்தையே கிழித்து எறிகிறீர்களா?'' என்று கோபப்பட்டாராம் ராஜாராம் நாயுடு. "ஆமாம்யா! காமராஜருக்கு எங்கு, எவ்வளவு நாட்களும் தங்குவதற்கு உரிமை உண்டு. போய் தங்கிக்கொள்ள வேண்டியதுதானே! ஏன் இப்படி அனுமதி கேட்டு எங்களை சங்கடப்படுத்துகிறார். அவருக்கில்லாத சலுகையா?'' என்றாராம் கலைஞர்.

அவசரநிலைக் காலம். காமராஜர் இந்திரா காந்தி அம்மையாரை எதிர்க்கிறார். அவர் இந்திரா காந்தி உடனிருந்தவர். அவரை தலைவர் ஆக்கியவர். எல்லோர் மீதும் கைது நடவடிக்கை நடக்கிறது. தமிழ்நாட்டில் மட்டும்தான் இல்லை. 'இந்தியாவில் ஒரு தீவு' என்று கலைஞர் எழுதினார்.

அவசரநிலை காலத்திற்குப் பின்னால் ஆறு மாத காலம் பொதுக்கூட்டங்கள் நடந்துகொண்டிருந்த ஒரே மாநிலம் தமிழ்நாடு. தணிக்கைத் துறையினர் கைவைக்காமல் தமிழ்நாட்டில் மட்டும்தான் பத்திரிகைகள் வெளிவந்து கொண்டிருந்தன. அண்மையில் மறைந்த ஜார்ஜ் பெர்னாண்டஸ் வந்து அடைக்கலம் புகுந்தது தமிழ்நாட்டில் என்றால், இங்கே ஆளுகிற முதலமைச்சருக்கு ஆளுமை இருந்தது. திறமை இருந்தது. வீரம் இருந்தது. கூட்டணியாக இருந்தபோதும் "நீங்கள் தோழமையாக இருக்கலாம். ஆனால், செய்கிற காரியம் தவறு'' என்று சொல்கிற துணிவு கலைஞருக்கு இருந்தது.

தமிழ்நாட்டைத் தாண்டக்கூடாது: காமராஜரை எச்சரித்த கலைஞர்!

ஒரு நாள், "காமராஜர் திருப்பதிக்குப் போகிறார்'' என்றொரு செய்தி கலைஞருக்குக் கிடைக்கிறது. அவர் எதிர்க்கட்சித் தலைவர். இவர் "காமராஜரை அங்கே போக வேண்டாம் என்று சொல்லுங்கள்'' என்று தடுக்கிறார். "என்னைப் போக வேண்டாம் என்று சொல்வதற்கு இவர் யார்? என் கட்சிக் கூட்டத்திற்கு நிதி வசூலிக்க நான்

போகிறேன்” என்கிறார் பெரியவர். கலைஞர் சொல்கிறார்: “முதலமைச்சரின் உத்தரவு. அவர் தமிழ்நாட்டைத் தாண்டக்கூடாது.” அப்போதும் அவர் கோபப்படுகிறார். அப்போதுதான் கலைஞர் சொல்கிறார். “அவர் போவது திருப்பதி. அங்கிருக்கிற ஆந்திர மாநில அரசு அவரைக் கைது செய்யுமேயானால், தடுக்கிற ஆற்றல் எனக்கு இல்லை. தமிழ்நாட்டின் எல்லைக்குள் இருக்கிற வரை அவரை நான் காப்பாற்றுவேன். யாரும் கை வைக்கமுடியாது” என்கிறார்.

எதிரெதிர் துருவங்களாக இருந்தாலும் அரசியலில் அவர் காட்டிய இந்தப் பண்பு, எல்லோருக்கும் நினைவிடம் வைத்தது. எவரையும் மறைந்ததற்குப் பின்னால் தாழ்த்திப் பேசாதது, தமிழ்நாட்டில் பாடுபட்ட இலக்கிய அறிஞர்களை எல்லாம் அழைத்து கௌரவித்தது. எல்லா மன்றங்களிலும் யாருக்கு முக்கியத்துவம் தரவேண்டும் என்று உணர்த்தியது. இப்படி எத்தனை எத்தனையோ சாதனைகள்...

ஆட்சியில், இலக்கியத்தில், திரைப்படத் துறையில் எனப் பல வகையான சாதனைகள். எல்லாவற்றிலும் ஒரு மாறுபட்ட பார்வை. அதுதான் அவரிடம் உள்ள சிறப்பு. உதாரணமாக, கடவுளை “கல்” என்று பெரியார் சொன்னபோது, பெரியார் மீது கல் எறிந்தார்கள். அதையே அண்ணா நாடகம் மூலமாக நிகழ்த்திக் காட்டியபோது மக்கள் கை தட்டினார்கள். ஆனால், அதே கருத்தை கலைஞர் ஒரு திரைப்படப் பாடலின் மூலம் வேறு விதமாகச் சொன்னார்.

“அழுவதைக் கேட்க ஆட்களும் இல்லை
ஆறுதல் வழங்க யாருமே இல்லை
ஏழைகள் வாழ இடமே இல்லை
ஆலயம் எதிலும் ஆண்டவன் இல்லை.
காகித ஓடம் கடலலை மீது
போவது போலே...”

நாங்கள் போய்க்கொண்டிருக்கிறோம்.

‘தளபதி இருக்கிறார்’ என்கிற நம்பிக்கையோடு பயணம் தொடர்கிறது. ‘தலைவர் கலைஞர் இல்லை’ என்கிற கலக்கம் தொடர்கிறது.

நீண்ட தூரம் நான் பயணம் செய்ய வேண்டும், கடமையாற்ற நாளை நாடாளுமன்றம் செல்ல வேண்டும். கனத்த இதயம். கண்ணீர் பொங்கி வருகிறது. உங்களைப் பார்த்த மனநிறைவோடு கடமையாற்றச் செல்கிறேன்.

வாழ்த்தி அனுப்புங்கள்.

நன்றி, வணக்கம்!

5
உடன்பிறப்புகளின் தலைவன்

திராவிட முன்னேற்றக் கழகத்தின் தலைவர் தளபதி மு.க.ஸ்டாலின் பிறந்தநாள் விழாவில் 'உடன்பிறப்புகளின் தலைவன்' என்ற தலைப்பில் ஆற்றிய சிறப்புரை.

கழகத்தின் முன்னணித் தலைவர்களே, பெரியோர்களே, தாய்மார்களே, கழகத் தலைவரின் உடன்பிறப்புகளே உங்கள் அனைவருக்கும் வணக்கம். உணர்ச்சிமிக்க ஒரு விழா. உள்ளமெல்லாம் உற்சாகம் பொங்குகின்ற ஒரு விழா. நூறாண்டுகால இயக்கத்தின் இன்றைய அடையாளமாகத் திகழ்கின்ற நம் தலைவனின் பிறந்தநாள் விழா. 'உடன்பிறப்புகளின் தலைவன்' என்ற இந்த நல்ல தலைப்பைத் தந்ததற்கு நான் திருமாவேலனுக்கு நன்றி சொல்கின்றேன்.

'தொண்டர்களின் தலைவன்' என்றிருந்தால் அது இயல்பாகப் போயிருக்கும். எல்லா கட்சியிலும் தொண்டர்கள் உண்டு. ஆனால் உடன்பிறப்புகள் திராவிட முன்னேற்றக் கழகத்தில் மட்டும்தான் உண்டு.

எங்கள் இயக்கத் தோழன் உணர்ச்சிகளின் தொகுப்பு. கருத்துச் செறிவு மிக்கவன். எந்த இடத்திலும் யாரையும் வாதத்தில் வெல்கிற அளவுக்கு கொள்கையில் தெளிவு உள்ளவன். வேறு எவராலும் அவனைக் கட்டிப்போட முடியாது, எங்களுடைய தலைவரைத் தவிர. எனவேதான் கோடிக்கணக்கான உடன்பிறப்புகளின் தலைவன். எதிர்கால சமுதாயம் நம்பிக்கையோடு பார்க்கின்ற தலைவன்.

தலைவர் மகன்?

நான் தொடக்கத்திலேயே ஒன்றை சொல்லக் கடமைப்பட்டு இருக்கிறேன். தளபதி அவர்கள் கலைஞருடைய மகன். அதனால்தான் அவர் இந்த இடத்திற்கு உயர்ந்தார் என்று சிலர் சொல்லியதைத் தன்னுடைய உழைப்பால் முறியடித்த தலைவர் அவர்.

நம்முடைய கழக முன்னணியினர்கூட பல இடங்களில். என் நண்பர் ஆர்.எஸ்.பாரதி உட்பட, "இந்த நாட்டில் வேறு யாரும் தலைவர்களின் பிள்ளைகள் உயர்ந்த பொறுப்புக்கு வரவில்லையா?" என்று அடுக்கடுக்காகக் கேட்டிருக்கிறார்கள். காஷ்மீரில் தொடங்கி எல்லா மாநிலங்களிலும் இப்படி நடைபெறுகிறது என்று. இன்றைக்கும்கூட பல கட்சிகளின் தலைவர்கள் முன்னாள் தலைவர்களின் மகன்களாகவே இருக்கின்றார்கள். ஆனால், மற்றவர்களுக்கும் நம் தளபதிக்கும் உள்ள வேறுபாடு, அவர்கள் பிள்ளைகள் என்பதால் அந்த இடத்திற்கு வந்தவர்கள். ஆனால், உழைப்பால் அந்த இடத்திற்கு உயர்ந்தவர் எங்கள் தளபதி அவர்கள்.

தலைவர் என்று அழைப்பதாலேயே ஒருவர் தலைவராகிவிட முடியாது. மகுடம் தரிப்பதாலேயே ஒருவர் மன்னனாகிவிட முடியாது. நேருவைப் பார்த்து ஒருமுறை லோகியா, "நீங்கள் பிரதமர் என்பதை நினைவில் வைத்துக்கொண்டு பேசுங்கள்" என்று சொன்னார். அதற்கு பண்டித நேரு, "நான் அதற்கும் மேலானவன்" என்று சொன்னார்.

இன்றைக்கு சிலர் முதலமைச்சர் என்ற அடையாளத்துடன் வலம் வரலாம். ஆனால், எங்கள் தளபதிக்கு இருக்கிற தகுதி வேறு எவருக்கும் கிடையாது. கொஞ்சம் யோசித்துப் பாருங்கள். எப்படி நிகழ்ந்தது இது?

என்னைப் பார்த்து யாராவது "நீ யார்?" என்று கேட்டால், என் அடையாளம் என்பது என் பெயரோ, என் ஊரோ, நான் பிறந்த சாதி என்று சொல்கிறார்களே அதுவோ, மதமோ, வேறு எதுவும் கிடையாது. என்னுடைய ஒரே அடையாளம் நான் ஒரு தி.மு.க.காரன் என்பதுதான். எங்கள் கட்சியின் தலைவர் தளபதியைப் பற்றி சொல் என்றால், முயற்சி அவரது மூலதனம். உழைப்பு அவருடைய உடன்பிறப்பு.

தம்பி சம்பத், தளபதிக்கு சிறையில் நடந்தவற்றை எல்லாம் இங்கே தொகுத்துச் சொன்னார். எல்லோரும் அறிந்ததுதான். ஆனால், இன்றைய தலைமுறை தெரிந்துகொள்ளவேண்டிய ஒன்று. எப்படிப்பட்ட இன்னல்களை அவர் கடந்து வந்திருக்கிறார் என்பதற்காக அவற்றை எல்லாம் அவர் சொன்னார்.

அடக்குமுறை என்பது சிலரை அடங்கிப்போகச் செய்யும். சிலரை மண்டியிட்டுப் பணியச் செய்யும். சிலரின் சரித்திரத்தை முடித்துவைக்கும். ஆனால் முடுக்கிவிடப்பட்ட குதிரையாக பாய்ச்சலில் கிளம்பியவர் எங்கள் தலைவர்.

தளபதியே தலைவன் தலைவனே தளபதி

தென்னாப்பிரிக்காவில் 'பீட்டர் மேரீஸ் பர்க்' என்கிற ரயில்வே நிலையத்தில் ரயிலில் இருந்து ஒருவரை எட்டி உதைத்தார்கள். கீழே விழுந்தபோது அவர் பெயர் மோகன்தாஸ் கரம்சந்த் காந்தி; எழுந்து நின்றபோது, வன்முறையைத் தவிர்த்த போர் என்ற தத்துவத்தைத் தந்த மகாத்மா காந்தி.

படித்துவிட்டு ஊருக்கு வந்தவரை ஒருவன், "நீ என்ன சாதி?" என்று கேட்டுவிட்டு, "நீ படித்திருந்தாலும் பரவாயில்லை" என்று எட்டி உதைத்தான். அவர் கீழே விழுந்தபோது பீமாராவ் ராம்ஜி; எழுந்தபோது, அரசியல் சட்டம் தந்த அண்ணல் அம்பேத்கர்.

அவசர நிலைக் காலத்தில் சிறையில் தள்ளப்பட்டவர் மு.க.ஸ்டாலின்; வெளியே வந்தவர் தளபதி மு.க.ஸ்டாலின். தளபதியே தலைவன்; தலைவனே தளபதி. வேறு எந்த இயக்கத்தில் இருக்கிறார்கள், காட்டுங்கள். ஒரு படையை நடத்துகின்ற வல்லமை அவருக்கு உண்டு.

தலைவர் கலைஞர் அவர்கள் தளபதியை உடனடியாக இந்த இடத்திற்குக் கொண்டுவந்துவிடவில்லை. "சிறைச்சாலைக்கு வழி அனுப்பிவைத்தார்" என்று இங்கே சொன்னார்கள். அதற்கும் பிறகு நடந்தவை எத்தனை! எத்தனை!!

இளைஞர் அணியின் தோற்றம்

தி.மு.க. 'இளைஞர் அணி' என்ற ஓர் அமைப்பு 1982ல் தொடங்கப்பட்டது எல்லோரும் அறிந்த ஒன்று. ஆனால், என்ன காரணத்திற்காகத் தெரியுமா? கலைஞர் ஒரு தீர்க்கதரிசி. அவர் இந்த இயக்கத்திற்கு இள ரத்தம் தேவையென உணர்ந்தார். ஆனால், இந்த இள ரத்தங்களுடன் மற்றவர்களுக்கு இணைந்து செல்ல முடியாத அளவிற்கு தலைமுறை வேறுபாடு இருந்தது. மற்றவர்கள் அவர்களை ஏற்றுக்கொள்ளத் தயங்குகிற மனநிலைமையை உணர்ந்தபோதுதான் இளைஞர் அணி என்கிற ஒரு வாய்க்காலை உருவாக்கினார்கள். அந்த வாய்க்கால் ஓடி ஒரு கட்டத்தில் அந்த நதியோடு இணையும் என்கிற அடிப்படையில் உருவாக்கப்பட்டதுதான் இளைஞர் அணி.

கலைஞர், "திராவிட முன்னேற்றக் கழகத்தின் இளைஞரணி என்பது வாழைக்குக் கன்றல்ல, ஆலுக்கு விழுது" என்றார். வாழை கன்று ஈனுகிறபோது மூத்த வாழை பட்டுப்போகும். ஆனால், ஆலின் விழுது கீழே விழுகிறபோது தளர்ந்துபோகிற ஆலமரத்தைத் தாங்கி நின்று இன்னொரு மரமாக வருமே, அதுதான் இன்றைய எங்கள் தளபதி.

நாற்பது ஆண்டுக்கால பழக்கம்

நாற்பது ஆண்டுகளாக நான் தளபதியுடன் நெருங்கிப் பழகுகின்றேன். நாம் சிலரை தொலைவில் இருந்து பார்க்கிறபோது, அவர்கள் திரைப்பட நடிகர்களாக இருக்கலாம், அரசியல் கட்சித் தலைவர்களாக இருக்கலாம். மனத்தில் ஒரு பிம்பம் உருவாகும். ஒரு வியத்தகு தோற்றம் உண்டாகும். ஆனால், நெருங்க நேர்கிறபோது பல பிம்பங்கள் கலைந்துபோகும். கரைந்து போகும். ஏமாந்து போவோம்.

நான் பார்த்த நேரத்தில் ஏற்பட்ட அதே உணர்வு கடைசிவரை இருந்தது கலைஞரிடம் மட்டும்தான். இன்றுவரை அந்தப் பிம்பம் கூடிக்கொண்டே போவது தலைவர் தளபதியிடம் மட்டும் தான். இது மிகைப்படுத்தப்பட்ட வார்த்தைகள் அல்ல. அவருடன் நெருங்கிப் பழகியவர்கள் மேடையிலும் எதிரிலும் இருக்கிறீர்கள். எங்கள் கட்சியினுடைய தலைமைக் கழக நிர்வாகிகள், மாவட்டச் செயலாளர்கள் இருக்கிறார்கள். எல்லோருக்கும் அவரைத் தெரியும். ஒவ்வொரு நாளும் அவருடைய அசைவினில் ஏற்படுகின்ற மாற்றத்தைப் பார்க்கிறோம். அவருக்கு ஒரு சரித்திரம் இருக்கிறது.

கழகத்தின் இளைஞர் அணி தொடங்கப்பட்டபோது ஐவரில் ஒருவராகத்தான் அவர் நியமிக்கப்பட்டார். சில மாதங்களுக்குப் பிறகே அவர் செயலாளர் என்ற பொறுப்புக்கு வந்தார். அந்த ஐவரில் ஒருவராகக் கிளம்பிய 1982 முதல் இன்றைக்கு 2020ஐக் கடக்கின்ற நாள் வரை ஒருமுறைகூட அவர் தலைவரின் மகன் என்ற உணர்வை எந்த இடத்திலும் யாரிடமும் வெளிப்படுத்தியதே இல்லை. இப்போது 'உங்களில் ஒருவன்' என்று மடல் எழுதுகிறாரே! அப்படி எங்களில் ஒருவராகத்தான் வந்தார். அப்படி ஓர் எண்ணம் அவருக்கு வந்திருந்தால் எங்களால் நெருங்கியிருக்க முடியாது.

சுயமரியாதை உணர்வுடைய தோழர்களுக்கு மத்தியில் எங்களைப் போலவே வந்தாரே தவிர, நான் மேலானவன், மற்றவர்கள் கீழானவர்கள் என்ற உணர்வை எந்நாளும் வெளிப்படுத்தியதில்லை.

ஐவராகத் தொடங்கிய இளைஞரணியைத் தம்பி உதயநிதி ஸ்டாலின் அதை ஏற்கிறபோது 15 லட்சம் உறுப்பினர்களைக் கொண்டதாக மாறியது. இது ஓர் அசாத்திய வளர்ச்சி.

காந்தி தென்னாப்பிரிக்காவில் இருந்து வந்தபோது, அவரைத் தலைவராக பொறுப்பேற்கச் சொன்னபோது அவர் மறுத்தார். நாடு பற்றி அறிய, மக்களைப் பற்றி தெரிய ஊர் சுற்றி வந்ததற்குப் பிறகுதான், அந்தக் கட்சியின் மூத்தத் தலைவர்களான திலகரும், கோகலேவும் "உங்களால்தான் இந்தப் போரினை வழிநடத்த முடியும்" என்று சொன்னார்கள்.

இன்றைக்கு எங்கள் தளபதிக்கு பேராசிரியரும், அண்ணன் துரைமுருகனும் வழிவிட்டு வாழ்த்தி நிற்கிறார்களே, இந்த வரலாறு எத்தனை பேருக்கு உண்டு. அண்ணா பாமரர்களோடு வாழ்ந்தார், கலைஞர் பாமரர்களோடு வளர்ந்தார். தளபதி அவர்களுடன் நடந்துகொண்டே இருக்கிறார். அவர்கள் இருக்கிற இடமெல்லாம் போகிறார்.

அய்யா, பெரியவர்களே! இந்தியாவில் எங்கள் கட்சித் தலைவனைப் போல ஒரு தலைவனையாவது காட்டுங்கள். தங்கள் மண்ணில் கால்கள் படாத இடமில்லை என்கிற அளவுக்கு நடந்திருக்கிறார்கள் என்று காட்டச் சொல்லுங்கள் பார்ப்போம். அது முடிந்துவிடவில்லை. இன்னமும் தொடர்கிறது.

இளைஞர் அணிக்கு இலச்சினையை உருவாக்கியது, வெள்ளைச் சீருடை கண்டெடுத்தது எல்லாம் தளபதிதான். மாவட்ட நிர்வாகிகளை "நேரடியாகச் சென்று களஆய்வு செய்து தேர்ந்தெடுங்கள்" என்ற தலைவர் கலைஞரின் வழிகாட்டுதலின்படி எங்களுடைய முதல் சுற்றுப்பயணம் தொடங்கியது.

இன்றைக்கு அவர் மதுரைக்குச் சென்றிருக்கிறார். அவருக்குப் பின்னால் நூறு கார்கள் வருகின்றன. அன்றைக்கு ஒரே ஒரு கார்தான். அந்தக் காரின் ஓட்டுநரும் அவர்தான். அதிலே மற்ற நான்கு பேரும் செல்ல அந்த ஒரே கார் தமிழ்நாடு முழுவதும் சுற்றி வந்தது.

நாள் முழுவதும் நிகழ்ச்சி. அடுத்த ஊருக்கு இரவு மூன்று மணிக்குச் சென்று சேர்ந்தால், காலை எட்டு மணிக்கெல்லாம் கிளம்பி உட்கார்ந்திருப்பார். ஆச்சர்யம்! இது எல்லோருக்கும் கைவராது. நம்மில் பலர் இரவு வெகுநேரம் விழித்திருக்கும் பழக்கமுடையவர்கள். ஆனால், காலையில் சீக்கிரம் எழுவது கொஞ்சம் சிரமமாக இருக்கும். ஆனால், இரவு எவ்வளவு நேரம் விழித்திருந்தாலும் அதிகாலையில் எழுந்து தனது கடமைகளைச் செய்வது கலைஞரைப்போல நம் தளபதிக்கும் உண்டு.

இளைஞர் அணியின் முதல் கூட்டம் 1982 இறுதி மாதத்தில் வேலூர் கோட்டை வெளிமைதானத்தில் நடைபெற்றது. வாலாஜா உசைன் அந்நிகழ்ச்சியை ஏற்பாடு செய்திருந்தார். கலைஞர் இல்லாத ஒரு கூட்டத்தில் அவ்வளவு மக்கள் சேர்ந்து நாங்கள் முதன்முதலாகப் பார்த்தது அங்கேதான். எல்லாம் இளைஞர்கள். காளையர் கூட்டம். கட்டுக்கடங்காத வெள்ளம். ஆக, இந்நாட்டு இளைஞர்களை ஈர்க்கிற ஆற்றல்மிக்க ஒரு தலைவன் கிடைத்திருக்கிறார் என்ற நம்பிக்கை எங்களுக்கு முகிழ்த்தது. அந்தக் கோட்டை

வெளிமைதானத்தில்தான் "இவர்தான் எங்கள் தளபதி" என்று அறிவித்தோம். அவர் இன்றைக்கு இந்த நாட்டிற்கே தளபதியாக உயர்ந்திருக்கிறார்.

குறித்துக்கொள்ளுங்கள், அந்தச் சுற்றுப்பயணத்தில் அவர் வலியுறுத்தியதில் முக்கியமானவற்றை நான் சொல்கிறேன். காலையில் செயல்வீரர் கூட்டம். இரவு பொதுக்கூட்டம். இடைப்பட்ட நேரத்தில் எத்தனை இடங்களில் முடியுமோ, அத்தனை இடங்களில் கழகத்தின் இருவண்ணக் கொடியினை ஏற்றிட வேண்டும் என்பதுதான் அவர் சொல்கின்ற எல்லோருக்குமான அறிவிப்பு. ரொம்ப நாள் அதற்கான காரணம் புரியவில்லை. பின்னால்தான் புரிந்தது.

கொடியேற்றுவது என்பது சாதாரணமானதல்ல. அறிஞர் அண்ணா சொல்வார், "ஓர் ஊரில் கருப்பு சிவப்பு கொடி பறக்க ஆரம்பித்திருக்கிறது என்றால், அங்கே அறியாமை அகன்றுவிட்டது என்று பொருள். ஒருவன் நான் ஒரு தி.மு.க. உறுப்பினர் என்று கையெழுத்திடுகிறான் என்றால் அவன் மற்றவர்களைவிட உயர்ந்தவனாக நிற்கிறான் என்று பொருள்" என்பார்.

இன்றைக்கு கொடி எல்லா இடங்களிலும் பறக்கிறது என்றால், அந்தக் கொடி ஓர் இயக்கத்தின் அடையாளம். அது ஒரு தத்துவம். அது சாதித்திருக்கிறது நிறைய. எதிர்காலத்திற்கு நம்பிக்கை தருகிறது. ஒரு தலைவன் சென்று உரையாற்றி, கொடியேற்றிவிட்டு செல்கிறான் என்றால், அந்தத் தலைவன் அகன்றதற்குப் பிறகு அதைப் பார்க்கிற மக்களுக்கு "இந்தக் கொடியை ஏற்றிய தலைவன் நம்மைக் காப்பாற்றுவான்" என்ற உணர்வு ஏற்படும்.

கொடியை முக்கியமான இடங்களில் மட்டுமல்ல, எல்லா கிராமங்களுக்கும் சென்று ஏற்றினார். தமிழ்நாட்டில் பறக்கிற கருப்பு சிவப்பு கொடிகளில் பாதி கலைஞர் ஏற்றியது என்றால், மீதி தளபதி ஏற்றியது. இனி நாடெங்கிலும் அவர் ஏற்றும் கொடியாகத்தான் இருக்கும்.

ஓரிடத்தில் கொடியேற்றிக்கொண்டிருக்கிறோம். பக்கத்தில் அதிமுக.வினர் போட்டிக்காக கொடி ஏற்றிவிட்டு காத்திருக்கிறார்கள். தளபதி பேசுகிறார், "நான் இரு வண்ணக் கொடி யினை உயர்த்தி வைத்திருக்கிறேன். பக்கத்திலே அதிமுகவினர் (அப்போது ஆளுங்கட்சி) அவர்களது கொடியினை ஏற்றி வைத்துவிட்டு காத்திருக்கிறார்கள். நம்முடைய கொடிக்கும் அதற்கும் காற்று வீசாதவரை வேறுபாடு இல்லை. காற்று வீசுகிறபோதுதான் தெரியும் இரு கருப்பு சிவப்பு. அதில் கருப்பு சிவப்பில் ஒரு விரலைக் காட்டிக் கொண்டு ஓர் உருவம். அண்ணா நம்முடைய தலைவர் என்பது வேறு. அதிலே இருக்கிற அண்ணா எதையோ சொல்ல முயற்சிக்கிறார்.

ஒருவர் சாதாரணமாகப் பேசுவதற்கும் விரல் நீட்டிப் பேசுவதற்கும் வேறுபாடு உண்டு. சென்னை அண்ணா சாலையில் இருக்கிற சிலையினை தலைவர் கலைஞர் அவர்கள் அண்ணா மறைந்ததற்குப் பிறகு சொன்னார், "ஆள்காட்டி விரல் காட்டி நின்றாய் அண்ணா. ஆணையிடுகிறாய் என்றிருந்தோம். அய்யகோ! "ஓராண்டுதான் உயிர் வாழ்வேன்" என்று சொன்னாயா? என்றார். இது தலைவரின் பார்வை.

தளபதியின் பார்வை, அணுகுமுறை வேறு மாதிரியாக இருந்தது. "அந்தக் கொடியில் இருக்கிற அண்ணா விரல் நீட்டிச் சொல்கிறார்: தமிழ்நாட்டு வீதிகளில் நடக்கிற என் தம்பிகளே, தங்கைகளே... இங்கே நான் படமாக இருக்கிறேனே, இதுவல்ல நான் உருவாக்கிய

கொடி. பக்கத்திலே என் தம்பி ஸ்டாலின் ஏற்றிக்கொண்டிருக்கிறானே, அதுதான் நான் உருவாக்கிய கொடி” என்று அண்ணா சொல்வதாகப் பேசினார். புல்லரித்துப் போனோம்! அந்த அணுகுமுறை, பார்வை என்பது அடுத்தவரை தாழ்த்தாமல், நம்மை உயர்த்துகின்ற அந்தப் பாங்கு அன்றைக்கு வெளிப்பட்டது.

சுற்றுப்பயணங்கள், பொதுக்கூட்டங்கள், பாசறைக் கூட்டங்கள், இளைஞர்களுக்குப் பயிற்சி முகாம்கள் என மெல்ல மெல்ல வளர்ந்து இன்றைக்கு இந்த இடத்திற்கு வந்திருக்கிறார். இப்போதும் கூட ஒரு நிலைமைக்கு வந்துவிட்டோம். கட்சிக்குத் தலைமை. நாளை ஆட்சி நம்மை நெருங்கிக்கொண்டிருக்கிறது என்ற காரணத்தால் அமைதியாகிவிடவில்லை. முன்பைவிட அதிகமாக உழைக்கிறார். பொறுப்புகள் அதிகம். அப்படிப்பட்ட தலைவனின் கடந்த காலத்தைப் பற்றி இங்கே சொல்கின்றோம் என்றால், வளர்கின்ற தலைமுறைக்குச் சொல்வதற்காக.

‘அண்ணாவைப் போல் எழுத வேண்டும்’ என்றொரு தலைமுறை, ‘கலைஞரைப் போல பேச வேண்டும்’ என்றொரு தலைமுறை. இப்போது ‘தளபதி போல் உழைப்பதற்கென்று ஒரு தலைமுறை’ உருவாகி இருக்கிறது. உழைத்தால் உயர்வு கிடைக்கும் என்கிற நம்பிக்கை அந்தத் தலைவன் ஊட்டியது. “கடமையைச் செய், பலன் தானாக வந்து கிடைக்கும்” என்று சொல்வார்.

அவர் வெள்ளை உடையோடு பவனி வந்த காட்சியைப் பார்த்த முன்னாள் பிரதமர் வி.பி.சிங் அவர்கள் வியந்து சொன்னார், “இந்தியாவில் எந்தக் கட்சியிலும் நான் இப்படிப் பார்த்ததில்லை” என்று.

மாசே துங் போல மனவுறுதி, ஆபிரகாம் லிங்கனைப் போல பொறுமை, நெப்போலியனைப் போல ராஜதந்திரம், அறிஞர் அண்ணாவைப் போல அடக்கம், கலைஞரைப் போல் உழைப்பு, பேராசிரியரைப் போல வெட்டு ஒன்று, துண்டு ரெண்டு என்று பேசுகிற தொகுப்புதான் எங்கள் தளபதி. அன்று முதல் இன்று வரை நம்முடைய தலைவரைப் பார்க்கிறவர்கள் இந்த வளர்ச்சியை, அவருடைய முதிர்ச்சியை, அணுகுமுறையைக் கண்டிருக்கலாம்.

வேர்ட்ஸ்வொர்த் சொல்வதைப் போல, தோற்றத்தில் அழகிய மலரைப் போலவும், உள்ளத்தில் எஃகு போன்ற உறுதியையும் கொண்டிருப்பவர் நம் தலைவர் தளபதி அவர்கள்.

நான் இன்றைக்குச் சொல்கிறேன் குறித்துக்கொள்ளுங்கள்: இன்றைக்கு இந்திய நாடு போய்க்கொண்டிருக்கிற பாதையில் கூட்டாட்சித் தத்துவம் சிதைந்துபோகும் என்பதற்கான அறிகுறிகள் வரத் தொடங்கிவிட்டன. மாநில சுயாட்சி முழக்கங்கள் இருக்கிற காலத்தில் மாநிலங்கள் என்பவை இல்லாமல் போய் வேறு ஏதோ வரும் என்பதற்கான அறிகுறிகளின் ஆயத்தம் டெல்லியிலே வகுக்க ஆரம்பித்தாகிவிட்டது. மதச்சார்பின்மை மங்கிக்கொண்டிருக்கிறது. எதிர்க்கட்சிகள் சிதறுண்டு கிடக்கின்றன. ஆனால், இது தொடராது. அவர்களின் முயற்சி வெற்றி பெறாது. அதன் காரணமாக அணி ஒன்று உருவாகும். அந்த அணியை முன்னெடுத்துச் செல்வது அகில இந்தியக் கட்சிகள் அல்ல; மாநிலக்கட்சியான திராவிட முன்னேற்றக் கழகத்தின் தலைவர் எங்கள் தளபதி. அகில இந்தியாவும் எதிர்பார்க்கிறது.

கலைஞருக்குப் பின்னால் யார் என்று யாரும் கேட்கவில்லை. கலைஞருக்குப் பின்னால் என்ன நடக்கும் என்றுதான் எதிர்பார்த்துக்கொண்டிருக்கிறார்கள்.

நடந்துகொண்டிருக்கிறது புதியதொரு சரித்திரம். நடக்கப்போவது புதியதோர் அத்தியாயம்.

இந்தியாவின் சரித்திரத்தை, இந்தியாவின் பெருமைகளை, அரசியல் சட்டத்தின் மாண்புகளைக் காப்பாற்றி தலை நிமிர்ந்து நிற்கப்போகிற மாபெரும் தலைவன் எங்கள் கட்சியின் தலைவர் தளபதிதான். மீண்டும் திருமாவேலனுக்கு நன்றி.

எங்கள் தலைவன் ஒரு கூட்டத்திற்குத் தலைவன் அல்ல. ஒரு கும்பலுக்குத் தலைவன் அல்ல. காட்டுமிராண்டித்தனமான உணர்வுகளைக் கொண்டவர்களுக்குத் தலைவன் அல்ல. இராணுவச் சிப்பாய்களாகிய உடன்பிறப்புகளின் தலைவன்.

அவர் வாழ்க என்று வாழ்த்துவோம்!

அவர் வாழ்ந்தால் இயக்கம் வாழும்!

இயக்கம் வாழ்ந்தால் நாடு வாழும்!

நாடு வாழ்ந்தால் எதிர்காலம் செழிக்கும்!

நன்றி! வணக்கம்!

6
சட்டமேதை அம்பேத்கர்

'டாக்டர் அம்பேத்கர் பொறியாளர் சங்க'த்தின் தொடக்க விழா நிகழ்ச்சியில் அறிமுக உரையாற்றி, இந்த அமைப்பு உருவாவதற்கு அடித்தளமாக இருந்து ஒரு சீரிய முயற்சியை முன்னெடுத்து, வெற்றியின் தொடக்கப் படியைக் கட்டி இருக்கின்ற என் அன்பிற்கினிய சகோதரர் செல்வின் சௌந்தரராஜன் அவர்களே! வரவேற்புரை ஆற்றியிருக்கின்ற அன்பிற்கினிய அசோகன் அவர்களே! இந்த நிகழ்ச்சியில் அண்ணல் அம்பேத்கர் குறித்து ஆய்வுரை வழங்கி அமர்ந்திருக்கின்ற 'திராவிடர் இயக்கத் தமிழர் பேரவை'யின் பொதுச் செயலாளர் பேராசிரியர் சுபவீ அவர்களே! மரியாதைக்குரிய முன்னாள் அரசுச் செயலாளர் ஐ.ஏ.எஸ். அதிகாரி அய்யா செல்லப்பன் அவர்களே! வழக்கறிஞர் மோகன் அவர்களே! நன்றியுரை ஆற்றவிருக்கின்ற பாபநாசம் இராஜன் அவர்களே! இந்த நிகழ்ச்சியைத் தொகுத்து வழங்கி நிகழ்ச்சிக்கு சுவை கூட்டிக்கொண்டிருக்கின்ற தொகுப்பாளர் உமா அவர்களே! திரளாக இந்த நிகழ்ச்சியில் பங்கேற்றிருக்கின்ற பொறியாளர்களே, நண்பர்களே உங்கள் அனைவருக்கும் வணக்கம்.

நான் எதிர்பார்க்கவில்லை, இப்படியொரு நிகழ்ச்சி இத்தனை எழுச்சியோடு நடைபெறும் என்று. செல்வின் சௌந்தர் பேசும்போது, "எல்லாவற்றிற்கும் ஓர் அவசியம் உண்டு" என்றார். தேவை என்று சொல்லவில்லை. காரணம், தேவை என்பது அவரவருடைய நிலைமையைப் பொறுத்தது. அவசியம் என்பது நிர்பந்தத்தினைப் பொறுத்தது. போராட வேண்டிய அவசியம் உருவாகிறது. நமக்குக் கிடைக்க வேண்டிய உரிமைகள் மறுக்கப்படுகிறபோது அவற்றைப் பெறவேண்டும் என்று கிளர்ந்தெழ வேண்டிய நிர்பந்தம் உருவாகிறது.

300 பேர் என்பது சாதாரண எண்ணிக்கை அல்ல. அதுவும் ஒரு மாநிலத்தில் அரசுத் துறையில் பணியாற்றுகின்ற பொறியாளர்கள் என்கிறபோது இது மிகப்பெரிய வலிமையான அமைப்பு என்றுதான் சொல்லத் தோன்றுகிறது.

சிலர் அரசாங்கத்தின் காரணமாக, அதனால் ஏற்படக்கூடிய அச்சத்தின் காரணமாக இதில் நேரடியாகப் பங்கேற்பதைத் தவிர்த்திருக்கலாம். ஆனால், உணர்வுகள் மங்கப் போவதில்லை.

கலகக்காரர்கள்

நானும் சுபவீ அவர்களும், பெரியார் வார்த்தையில் சொல்ல வேண்டுமென்றால், அவர்கள் பார்வையில் கலகக்காரர்கள். கலகக்காரர்கள் என்பவர்கள் சாலையிலே நின்று தேவையில்லாத போக்கிரித்தனத்தில் ஈடுபடுகிறவர்கள் அல்லர், அநியாயத்தை எதிர்த்துக் கலகம் செய்பவர்கள். அதிகாரத்தின் அத்துமீறலை எதிர்த்துக் கலகம் செய்கின்றவர்கள். இது அவசியமாகின்றது.

அண்ணல் அம்பேத்கர்கூட கலகக்காரர்தான். பெரியார் தன்னை அப்படித்தான் அடிக்கடி அழைத்துக்கொள்வார். இதில் தவறேதும் இல்லை.

நான் முதலில் குறிப்பிட விரும்புவது, அரசாங்கத்தில் பணியாற்றுகிறோம், எதிர்க் கட்சியைச் சார்ந்தவர்கள் பங்கேற்கிற விழாவில் நாம் பங்கேற்றால் இடையூறுகள் வருமே என்ற அச்சத்தின் காரணமாகத்தான் பலவற்றை நாம் இழந்திருக்கின்றோம்.

‘நாமொன்றும் தவறு செய்யவில்லை’ என்ற எண்ணம் எழுந்து எண்ணிக்கை அதிகமாகிறபோது அதிகாரம் அடிபணியும் என்பதுதான் வரலாறு. நாம் ஒதுங்கிச் செல்லச்செல்ல, ஒடுங்கி நிற்க நிற்க அவர்கள் நம் மேலேறி நின்று கூக்குரல் இடுவார்கள்.

செல்வின் சொன்னார், “வேறு யாரை நான் அழைப்பது?” என்று. போராடக் கூடியவர்கள்தானே போராட வேண்டியவர்களுக்குப் பக்கத்திலே இருக்க முடியும்.

குனிந்து வணங்கி எதையாவது பெறவேண்டும் என்று நினைக்கிறவர்களால் நிச்சயமாகப் போராட முடியாது. எனவே, இந்த இடத்திற்கு நானும், சுபவீயும், அய்யா செல்லப்பனும் வருவதுதான் இயற்கையான ஒன்று, அருள்மொழி வருவது நியாயமான ஒன்று.

போராடிப் பெறவேண்டிய உரிமைகள் இவை. அய்யா செல்லப்பன் பேசுகிறபோது சொன்னார், “ஆதி திராவிடர்களுக்கென்று ஒதுக்கப்படுகின்ற நிதியினை வேறு துறைகளுக்குப் பயன்படுத்திக்கொள்கிறார்கள்” என்று. இதை அமைதியாகச் சொல்ல வேண்டிய ஒரு சூழல், முறையிட வேண்டிய ஓர் அவலம். யாருக்கு, எதற்காக ஒதுக்கீடு செய்கிறோமோ அதற்காக அதைச் செய்யாத ஓர் அரசாங்கம். இதற்குப் பெயர் ஜனநாயக அமைப்பு. இதற்குப் பெயர் ஓர் ஆட்சிமுறை. இது ஓர்அரசியல் சட்டத்தின் கீழ் இயங்குகின்ற நாடு என்றால் செய்ய வேண்டியதைச் சரியாகச் செய்யாதபோது, அதுவும் எத்தனை ஆண்டுகளாக? அவர் சொல்கிறார்: சற்றேறக்குறைய இருபத்தைந்து ஆண்டுகளுக்கும் மேலாக. 60,000 கோடி ரூபாய் ஒதுக்கப்பட்டவர்களுக்காகச் செலவு செய்ய வேண்டிய நிதி, வேறு துறைகளில் அன்றாடப் பணிகளுக்காகச் செலவழிக்கப்படுகிறது என்கின்ற அவலம்.

இங்கே உமா கூறியதைப் போல, பயந்து இங்கே வராதவர்களுக்கு மட்டுமல்ல, துணிந்து வந்திருப்பவர்களுக்கும் சேர்த்துச் சொல்கிறேன். விரைவில் கழக ஆட்சி தமிழ்நாட்டில் மலர்கிற போது, தளபதி முதலமைச்சராகிறபோது, நீங்கள் சொன்னது மாதிரி இந்த நிதி இதற்காக மட்டுமே செலவு செய்யப்படும். அதற்கான எல்லா வேலைகளையும் நாங்கள் செய்வோம். நீங்கள் இப்போது எங்களுக்குத் தந்திருக்கிற செய்திகளெல்லாம் நாடாளுமன்றத்தில் பேசுவது மட்டுமல்ல, நாளைய தேர்தல் அறிக்கையில் இடம்பெற வேண்டியவை. நாளை ஆட்சிக்கு வருகிறபோது நிறைவேற்ற வேண்டியவை. இதுபோன்ற

விழாக்களில் பங்கேற்கிறபோதுதான் எதைச் செய்ய வேண்டும் என்று எங்களுக்குத் தெரிய வருகிறது.

நமக்குத் தெரிந்தவை சிலவாக இருக்கலாம், தெரியாமல் நடப்பவை பல, செய்ய வேண்டியது எது என்று அந்த இடத்திற்கு வரவேண்டியவர்களுக்குத் தெரியப்படுத்துவதற்கு இது போன்ற அரங்கங்கள், அமைப்புகள், நிகழ்ச்சிகள் பெரும் காரணமாக அமைகின்றன.

செல்வினுடைய அன்பான அழைப்பினால்தான் நான் வந்தேன். பொதுவாக இது போன்ற அமைப்புகளில் ஆர்வம் காட்டுவது என் இயல்பாக இருக்கலாம். ஆனால், வந்த பிறகுதான் தெரிந்தது இது ஒடுக்கப்பட்டவர்களின் உரிமைக் குரலுக்காக உருவாக்கி இருக்கிற ஓர் அமைப்பு என்று. அதனால்தான் தேடித்தேடிப் பெயர் சூட்டியிருக்கிறார்கள், அண்ணல் அம்பேத்கர் என்று. நான் யோசித்தேன், ஏன் பெரியார் என்று வைத்திருக்கலாமே என்று. ஆனால், அவர் பெயரைச் சொல்கிறபோது கொஞ்சம் கோபம் வரும். சிந்தனை அதிகமாக வரும். இதிலிருந்து விடுபட வேண்டும் என்ற வேகம் வரும். ஆனால், அம்பேத்கர் என்று சொல்கிறபோது அடக்குமுறையைத் தானாக அடுத்தவர்கள் உணரக்கூடிய ஒரு பெயராக இருக்கும். அப்படிப்பட்ட ஒரு நிலையிலேதான் இன்றைக்கு இந்த நாடு இருக்கிறது.

எல்லா இடங்களிலும் ஏதோ ஒரு வகையில் ஒதுக்கப்படுகிறோம். நான் இங்கே பட்டியலினத்தவர் என்று சொன்னேன். ஆனால் ஆதிதிராவிடர் என்று சொல்லிப் பழக்கம். காரணம் இது பெரியார் சொல்லித்தந்தது. இந்த இயக்கம் ஆரம்பித்த நாள்களில் இருந்து சொல்லித் தந்தது.

இங்கே, அய்யா செல்லப்பன் ஒன்று சொன்னார். நான் சொல்வதற்கு வருந்துகிறேன், ஆனால் சொல்லாமலும் இருக்க முடியவில்லை. அவர் பேசுகிறபோது சொன்னார், “என் தாழ்மையான வணக்கத்தைத் தெரிவித்துக்கொள்கிறேன்” என்று. வணக்கம் என்பதில் பணிவும் இருக்கிறது, கம்பீரமும் இருக்கிறது. ஏன் தாழ்மையான வணக்கம்? அது நமக்குப் பழகிப் போயிற்று. ஏதாவது ஒரு வகையில் அப்படிப் பேசிப் பேசியே நாம் பழகிப்போனோம்.

அவர் ஓர் ஐ.ஏ.எஸ். அதிகாரிதான். பல துறைகளில் இருந்திருக்கிறார். தலைமைப் பொறுப்புகளில் இருந்திருக்கிறார். ஆனாலும் அப்படிச் சொல்லவேண்டிய ஒரு பழக்கம் நமக்கு இயல்பாக வந்துவிட்டது. அதைத்தான் நான் சுபவீ அவர்களோடு பகிர்ந்துகொண்டிருந்தேன்.

நாடாளுமன்றத்தில் அமைச்சர்களோ அல்லது உறுப்பினர்களோ ஓர் ஆவணத்தை நாடாளுமன்றத்தின் உரிமையாக்க வேண்டுமென்று சொன்னால், அதை நாடாளுமன்றத்தில் சமர்ப்பிக்க வேண்டும். அது எதுவாகவும் இருக்கலாம். ஓர் அறிக்கையாக இருக்கலாம், ஒரு குறிப்பாக இருக்கலாம். அது அமைச்சருடைய இலாகா தொடர்புடையதாக இருக்கலாம். அந்த ஆவணத்தை அவையில் முன்வைக்க வேண்டும். அப்போதுதான் அது அவையினுடைய உரிமையாக மாறும். அது தினந்தோறும் நடக்கிற பணி. குழுக்களின் அறிக்கைகள், அமைச்சர்களுடைய தகவல்கள். இவை வருகிறபோது ஒரு மரபு என்பது “I beg to lay on the table of the house” என்று சொல்வார்கள்.

எனக்கு ரொம்ப நாளாக இந்த உறுத்தல் இருந்தது. நான் இதற்கு முன்பு அந்த அவையின் தலைவர்களாக, துணை குடியரசுத் தலைவர்களாக இருந்த கிருஷ்ணகாந்த் தொடங்கி அமீது அன்சாரி வழியாக எனக்குத் தெரிந்தவர்கள் எல்லோரிடமும் நான் முறையிட்டிருக்கிறேன். பல அமைச்சர்களிடமும் சொல்லியிருக்கிறேன்

"Why should I beg?" என்று கேட்டேன். எதற்காகப் போய்க் கெஞ்ச வேண்டும், Beg என்ற வார்த்தையே எனக்குக் காது கூசுகிறது.

அப்போது ஒரு மூத்த புகழ்பெற்ற வழக்கறிஞர் சொன்னார், "இதிலெல்லாம் என்ன இருக்கிறது? நீங்கள்தான் இதைப் பெரிதுபடுத்துகிறீர்கள்" என்று.

"ஆம். நாங்கள்தான் பெரிதுபடுத்துவோம். அப்படிப் பெரிதுபடுத்திய காரணத்தால்தான் பலவற்றிலிருந்து நாங்கள் விடுபட்டிருக்கிறோம்," என்று நான் சொன்னேன். இது வெறும் முறையீடாகவே இருந்தது. இப்போது அவையின் தலைவராக இருக்கிற வெங்கையாநாயுடு அவர்களிடம் நான் ஒரு கோரிக்கை வைத்தேன். "இது எனக்கு ஏற்புடையதாக இல்லை. நீங்கள் பலவற்றைச் செவிசாய்க்கிறவர். அதனால் உங்கள் கவனத்துக்கு இதை நான் முன் வைக்கிறேன்" என்று சொன்னேன். "நியாயம் தானே" என்று சொன்னார். காரணம், அவர் பெரும்பாலும் வசித்தது தமிழ்நாட்டில் என்பதால். அவர் சொந்த மண் ஆந்திரா. அவர் பெரும்பாலும் வசித்தது தமிழ்நாட்டில். இப்போது மாநிலங்களவையில் அமைச்சராக இருந்தாலும் உறுப்பினராக இருந்தாலும் It is enough to lay I bay on the table. 'beg' என்ற வார்த்தை எடுக்கப்பட்டாகிவிட்டது. மக்களவையில் இன்னும் இருக்கிறது.

மாநிலங்களவையில் இருபத்திரண்டு மொழிகளில் பேசலாம் மக்களவையில் பதினெட்டு மொழிகளில்தான் பேச முடியும்.

அடுத்து, நாங்கள் எழுதுகிற கடிதங்கள் எதுவாக இருந்தாலும், நான் அவையில் பேச விரும்புகிறேன் அல்லது இந்த விதியின் கீழ் இந்தப் பிரச்சினையைக் கொண்டுவர விரும்புகிறேன், அல்லது எதுவாக வேண்டுமானாலும் இருக்கலாம். எல்லாவற்றையும், அவைத் தலைவருக்கு என்றாலும் through the secretary general என்பவர் இவரைப்போல ஒரு ஐ.ஏ.எஸ். அதிகாரியாக இருந்து ஓய்வுபெற்றவராக இருப்பார்.

அந்த தலைமைச் செயலகத்திலேயே பெரிய பொறுப்பிலிருந்து பணி மூப்பின் அடிப்படையில் அங்கு வந்திருப்பார். நான் தவறாகச் சொல்லவில்லை. Protocol என்ற அடிப்படையில் அவர் ஓர் அதிகாரி அவ்வளவுதான். அப்படி எழுதுகின்ற எல்லா முடங்கல்களிலும் கீழே 'Your's faithfully' என்று எழுத வேண்டும்.

மறுபடியும் நான் இந்தப் பிரச்சனையைக் கொண்டுபோனேன் "Why should I be faithfull to a Subordinate?" என்று கேட்டேன் Who ever it may be. ஓர் உறுப்பினர், நாடாளுமன்ற உறுப்பினர், ஏன் அமைச்சராக இருந்தாலும் Yours faithfully என்று ஓர் அதிகாரிக்கு எழுத வேண்டியதில்லை. இப்போதும் பார்க்கலாம், வங்கியில் கடன் வாங்குகிற போதுகூட அதில் கையெழுத்திடுகிறவர்கள் 'Yours faithfully' என்றுதான் போடுவார்கள். வங்கியில் இருக்கிற அதிகாரி, அவர் வீட்டுப் பணத்தைத் தரவில்லை. 'Yours faithfully' என்ற வார்த்தை வெள்ளைக்காரன் மரபிலிருந்து வந்தது.

'I beg to lay' என்பதும் அப்படித்தான். 'Your honour', 'My lord' என்று சொல்வதும் அப்படித்தான். அதுபோல இதையும் நான் கொண்டுபோனேன். அவர் சிரித்துக்கொண்டே "இன்னும் என்னவெல்லாம் இருக்கிறது?" என்று கேட்டார்.

இப்போது அதை மாற்றி நான் சொன்னமாதிரி Yours Sincerely என்று வருகிறது. இதை மேலோட்டமாகப் பார்க்கிறபோது சிலருக்குச் சாதாரணமாகத் தெரியலாம். ஆனால் சொற்களில்தான் ஒரு மனிதனுடைய உரிமை அடங்கியிருக்கிறது. அதில்தான் அவன் மரியாதை அடங்கி இருக்கிறது.

இங்கே சுபவீ பேசுகிறபோது சொன்னார், உமா பேசுகிற போதும் சொன்னார்: "ஒருவர் மானத்தையும் தன்னுடைய சுயமரியாதையையும் அடகு வைத்துவிட்டு நன்றி உணர்ச்சியைக் காட்ட வேண்டியது அவசியம் இல்லை" என்றார்கள். நன்றி உணர்ச்சி அவசியம்தான். அதை வெளிப்படுத்த வேண்டும். ஆனால், சுயமரியாதையை அடகு வைத்துவிட்டு அல்ல.

அந்த நாள்களில் நடந்ததைப் பார்த்தோம். இப்போதும் பள்ளிப் பாடங்களில் வருகிறது. சமூக வலைதளங்களில் உலா வருகிறது, 'இவன் விவசாயி, உழவு வேலை பார்க்கிறான், இவன் கொல்லன், பட்டறையில் வேலை பார்க்கிறான், இவர் ஐயர், மந்திரம் ஓதுகிறார் என்கிறார்களே. இது அந்த நாள்களிலல்ல, இன்னும் நடக்கிறது.

நான் பள்ளியில் படிக்கிறபோது சாதிப் பெயர் கள்ளன், பள்ளன், பறையன் என்றுதான் இருக்கும். பின்னர் திமுக ஆட்சிக்கு வந்ததற்குப் பின்னால்தான் அது மாறி, அவர்களை மரியாதையாகக் குறிப்பிட வேண்டும் என்று கள்ளர், பள்ளர், பறையர் என்று குறிப்பிடுவது நடைமுறைக்கு வந்தது.

ஒன்றுமில்லாதவன் உச்சாணிக் கொம்பிலே உட்கார்ந்து எல்லாம் நிறைந்திருக்கிறவனைக் கீழாக நடத்துவது. இதற்குச் சாதி காரணமாக இருக்கலாம்; பொருளாதாரம் காரணமாக இருக்கலாம்; நடந்து வந்த நம்முடைய கோட்பாடுகள் காரணமாக இருக்கலாம். இதை உணர்ந்து வெளிப்படுத்த வேண்டும் என்ற உணர்வு எவனுக்கு வருகிறதோ அவன்தான் மானமுள்ள மனிதன். அப்படி மானமும் சொரணையும் உள்ளவர்கள் கூடியிருக்கிற அரங்கமாகவே இதை நான் கருதுகிறேன்.

இது உணவு வேளையைக் கடந்த நேரம். பசி நம்மை வாட்டவில்லை. காரணம் அதைவிட உரிமைகளைப் பெறவேண்டும் என்ற கிளர்ச்சி உள்ளுக்குள்ளே இருக்கிறது. ஒரு மணிக்குக் கிடைக்க வேண்டிய உணவு இரண்டு மணிக்குக் கிடைக்கும். இப்போது கிடைப்பது நாளை கிடைக்கும். அது உரிமையாகவும் இருக்கலாம் உணவாகவும் இருக்கலாம். எனவே காத்திருப்பதில் தவறு இல்லை.

இங்கே எல்லாரும் சொன்னார்கள், உமா சொன்னதில் ஒரு திருத்தம் 45 மசோதாக்கள் அல்ல. அது யாராலும் முடியாது 45 மசோதாக்களை அறிமுகப்படுத்தி இருப்பார்கள். ஆனால் விவாதத்திற்கு வந்திருக்காது.

பலர் 40, 45 மசோதாக்களை கடந்த காலத்தில் அறிமுகப்படுத்தி இருக்கிறார்கள். ஒன்றுகூட விவாதத்திற்கு வந்ததில்லை.

என்னுடைய மசோதாக்கள் இதுவரை ஐந்து விவாதத்திற்கு வந்துள்ளன. அதில் ஒன்று நிறைவேறி இருக்கிறது. அதைப் பற்றித்தான் எல்லோரும் இங்கே குறிப்பிடுகிறீர்கள், நாடு முழுவதும் குறிப்பிட்டது. அவர் சரியாகவே சொன்னார், அது சட்டமாக மாறாமல் இந்த அரசாங்கம் தடுத்தது, சதிவேலை பார்த்தார்கள்.

மாநிலங்களவையில் இருந்து மக்களவைக்குச் சென்றபோது அதைப் பெருந்தன்மையாக நிறைவேற்றி இருக்கலாம். காரணம் மாநிலங்களவையில் அருண் ஜெட்லி என்ற ஒரு மூத்த தலைவர் இருந்து, இதுபோன்ற பொதுப் பிரச்சனைகளில் எல்லோரையும் பாதிக்கக்கூடிய பிரச்சனைகளில் அவை பிளவுபட்டு நிற்க வேண்டாம் என்று சொல்லி அவருடைய கட்சிக்கு ஆதரவு தெரிவிக்கச் சொன்னார்.

அவருடைய இரங்கல் கூட்டத்தில் இதை நான் நன்றியோடு குறிப்பிட்டேன். எதிர்க் கட்சியில் இருந்தபோதும் ஆளும் கட்சியில் இருந்தபோதும் அவர் நியாயமாக பல

நேரங்களில் நடந்து கொண்டு இருக்கிறார். ஆனால், மக்களவைக்குச் சென்றபோது அதை விவாதத்திற்கு எடுத்துக்கொள்ளாமல் தள்ளிக்கொண்டே போய் பின்னர் விவாதத்திற்கு எடுத்துக்கொள்ள வேண்டிய நிர்பந்தம் வந்தபோது அதை நிறுத்திவைத்து வேறு மசோதாவை எடுத்துப் பின்னர் அரசாங்கம் ஒன்று கொண்டுவந்து, வேடிக்கை என்னவென்றால் இரண்டுமே கடந்த மக்களவை முடிந்தபோது காலாவதியாகிப் போனவை.

இப்போது அரசாங்கம் கொண்டுவர முயற்சி செய்கிற மசோதாவை நாடு முழுவதும் இருக்கிற திருநங்கைகள் ஏற்றுக்கொள்ளவில்லை. திருச்சி சிவாவை தமிழ்நாட்டில் வேண்டுமானால் தெரிந்திருக்கலாம். ஆனால் அஸ்ஸாமிலும் கொல்கத்தாவிலும் ஒரு குரல் ஒலிக்கிறது, எங்களுக்கு இந்த மசோதா வேண்டாம். திருச்சி சிவா மசோதா வேண்டும் என்று.

என் முகம் அறிந்திருக்கமாட்டார்கள். ஆனால் அதன் உள்ளடங்கலைப் பார்த்து அது வேண்டும் என்கிறார்கள். காரணம், அது அவர்களது உரிமைகளுக்கான சட்டம்.

அது நடந்தபோது பல கொடுமைகள் நடைபெற்றன. அந்த விவாதம் முடிந்து பின்னர் வாக்கெடுப்பு நடைபெறுகிறபோது, முதலில் குரல் வாக்கெடுப்பு. குரல் வாக்கெடுப்புக்கு விடுகிறபோதே அவையின் தலைவர் "இது தேவையா?" என்று கேட்டார். "திரும்பப் பெறுங்கள்" என்று வற்புறுத்தினார். நான் "முடியாது" என்று சொன்னேன்.

குரல் வாக்கெடுப்புக்கு விடப்பட்டபோது 'எஸ்' என்ற குரல் அதிகமாக இருந்தது. எனக்கு ஆதரவாக 'நோஸ்' என்ற குரல் மெலிவாக இருந்தது. ஆனால் அவைத் தலைவரின் தீர்ப்பு 'நோஸ்' என்பதுதான் அதிகம். இது தோற்கடிக்கப்பட்டது என்று சொன்னார்.

எனக்கு அதிர்ச்சி. காரணம் அன்றைக்கு எனக்கு ஆதரவு அதிகம் இருந்தது. எனக்கு Division வேண்டும் என்று கேட்டேன். Division வேண்டும் என்று சொல்கிறபோது எத்தனை வாக்குகள் பதிவாகியிருக்கின்றன என்பது மின்னணு மூலம் பதிவாக வேண்டும். எனவே நான் அத்தோடு அடங்கவில்லை.

மறுபடி Division வேண்டும் என்றபோதும் அவர்கள் கேட்டார்கள், "இதென்ன பிடிவாதம்" என்று. "இது பிடிவாதம் அல்ல, உறுதி" என்று சொன்னேன். எடுத்துக்கொண்ட பிரச்சனை, பாதிக்கப்பட்டவர்கள் கண்ணீரோடு உட்கார்ந்திருக்கிறார்கள் வெயிலிலே காத்திருக்கிறார்கள்.

"பல ஆண்டுகளாக, ஒரு நூறாண்டுக்கும் மேலாக இழிவுபடுத்தப்பட்ட ஓர் இனம் இன்றைக்கு நாடாளுமன்றத்தில் விடுதலை கிடைக்கப்போகிறது என்று காத்திருக்கிறபோது அந்த சந்தர்ப்பத்தை இழக்க நான் தயாராக இல்லை" என்று சொன்னேன். அப்போதுதான் மறுபடி அருண்ஜெட்லி தலையிட்டு "அது ஏகமனதாக நிறைவேற்றப்பட்டது" என்றார். முடிந்தவுடன் என்னிடம் கேட்டார்கள், "அது எப்படி அவ்வளவு நம்பிக்கையோடு நீங்கள் நின்றீர்கள்? இந்த உறுதி எப்படி வந்தது?" என்று.

"என் உடலில் ஓடுவது பெரியார், அண்ணா, கலைஞர் ஊட்டிய இரத்தம்" என்றேன்.

எதற்காக இதையெல்லாம் சொல்கிறேன் என்றால், ஏதோ போனோம், வந்தோம் என்பதல்ல. நான் மக்களிடம்தான் இருக்கிறேன் என்று அடையாளம் காட்டிக்கொள்வதற்காக ஏதாவது பிரச்சனைகளை கையில் எடுப்பதல்ல. தேடித்தேடிப் பார்த்தோம். விதவைகளுக்காக ஒரு சட்டம் வேண்டும், என் தனிநபர் தீர்மானம் என்ன காரணத்தினால்? பெரியார் ஆரம்ப காலத்தில் இருந்து ஒலித்தது அதுதான்.

அண்ணாவும் கலைஞரும் ஆட்சிக்கு வந்தவுடன் நிறைவேற்றிய சட்டங்கள் அவைதான். தமிழ்நாட்டில் இன்று பார்க்கிற பல முன்னேற்றங்களுக்குக் காரணம் அவைதான். என் தாய் ஒரு விதவையாக 29 வயதில் பட்ட அவமானங்களைப் பார்த்த எனக்கு ஏற்பட்ட உந்துதலால் நான் அதைக் கொண்டுவந்தேன்.

இந்த நாட்டில் நாலேமுக்கால் கோடி விதவைகள் இருக்கிறார்கள். நாதியற்று, கேட்பாரற்று, கவனிப்பார் இல்லாமல் தவிக்கிறார்கள். இன்னும் சொல்ல வேண்டுமானால் வடபுலத்தில் இன்னும் பல மூடநம்பிக்கைகள் இருக்கின்றன. இழிவான தன்மைகள் இருக்கின்றன. கணவனை இழந்த ஒரு பெண் அமங்கலப் பொருளாகவே இன்னும் கருதப்படுகிறார்.

பொது இடங்களில், மங்கலகரமான நிகழ்ச்சிகளில் அந்தப் பெண் நடமாடக் கூடாது. நல்ல தேவைகளில் அவரை முன்னிறுத்தக் கூடாது என்ற நிலை இருக்கிறது. இன்னும் பல இடங்களில் ஒதுக்கிவைக்கிறார்கள். வீட்டுக்குள் வராமல் அல்ல, ஊருக்குள்ளேயே வராமல் ஒதுக்கிவைக்கிறார்கள். மேற்கு வங்காளத்திலும் உத்திரப்பிரதேசத்திலும், அது இருபது வயது விதவையா? எழுபது வயது கைம்பெண்ணா? பார்ப்பதில்லை. கொண்டுவந்து வாரணாசியில் விடுகிறார்கள், பிருந்தாவனில் விடுகிறார்கள். அங்கே இருப்பவர்கள் மட்டும் ஒன்றரை இலட்சம் பேர். அவர்களுக்கு ஒரு நாளைக்கு ஆறு ரூபாய் தருகிறது ஒரு தனியார் தொண்டு நிறுவனம். ஒரு தேநீரின் விலை எட்டு ரூபாய். ஆறு ரூபாயைக் கொண்டு உயிர் வாழ வேண்டும்.

கூட்டிக் கழுவிப் பிழைப்பு நடத்துகிறார்கள். பிச்சை எடுக்கிறார்கள். ரிக்ஷா ஓட்டுகிறார்கள். சிலர் அவர்களைத் துஷ்பிரயோகம் செய்கிறார்கள். இது வடக்கே நடப்பது.

நான் அந்தத் தீர்மானம் கொண்டுவந்தபோது சொன்னேன், "இந்தியாவிலேயே தமிழ்நாட்டில்தான் முதன்முதலாகக் கணவனை இழந்த கைம்பெண்களுக்கு சட்டங்களைக் கொண்டு வந்திருக்கிறோம். இந்தியா முழுவதுக்கும் அது தேவை" என்று.

அவையில் பலர் ஆதரவு தெரிவித்தார்கள். ஆளுங்கட்சியைச் சார்ந்தவர்களும் ஆதரவு தெரிவித்துப் பேசினார்கள். பின்னர் வ்ழக்கம் போல் இந்தத் தீர்மானம் ஏற்றுக்கொள்ளப்பட வேண்டுமா? என்ற நிலை வந்தபோது, "திரும்பப் பெறுங்கள்" என்றார்கள். "முடியாது" என்றேன். காரணம், பதில்கள் ஏற்புடையதாக இல்லை. தொடர்புடைய அமைச்சர் மேனகா காந்தி அவைக்கு வரவில்லை. அவர் ஒரு பெண்தான். உரிமையைப் பேசுகிறவர்தான். வெளியே பெரிய பெரிய பட்டங்களை வாங்கிக்கொள்கிறவர். ஆனால், முக்கியமான பிரச்சனைக்குப் பதில் சொல்ல வேண்டும் என்ற பொறுப்பு அவருக்கு இல்லை. காரணம் அதை எளிதாக எடுத்துக் கொண்டார்.

அவருடைய துணை அமைச்சர் வந்திருந்தார். யாரோ ஓர் அதிகாரி எழுதிக் கொடுத்ததைப் படித்தார். நான் சொன்னேன், "இது எங்களுக்குத் தேவையில்லை. எனக்கு மனிதாபிமானமுள்ள தீர்வு தேவை. அதற்காகத்தான் இந்த மன்றம்" என்று சொன்னபோது வாக்கெடுப்புக்கு விடவேண்டிய நிலை மறுபடி உருவானது. அப்போதிருந்த அமைச்சர் பக்குவம் குறைவானவர். "நீங்கள் அடிக்கடி தொல்லை தருகிறீர்கள். இது எங்கள் கௌரவப் பிரச்சனை" என்று சொல்லி, வெளியே இருந்த அமைச்சர்களை எல்லாம் வரச்சொல்லி அதற்கு எதிராக வாக்களிக்கச் சொன்னார்.

எனக்குக் கிடைத்த வாக்குகள் 25. அவர்களுக்குக் கிடைத்தது 32. அன்றைக்கு இருந்த எண்ணிக்கையில் 25–32. இருபத்தைந்தே மிகவும் அதிகம். காரணம் அப்போது

எங்களுக்கு இருந்த எண்ணிக்கை மொத்தம் மூன்றுதான். இதில் எங்களுக்குக் கிடைத்தது 25. அவர்களுக்குக் கிடைத்தது 32. தோற்றுப்போனது பற்றி நான் கவலைப்படவில்லை. நான் சொன்னேன், "எங்கள் பயணத்தின் நோக்கம் வெற்றி பெறுவது என்பது மட்டுமில்லை. தோற்றாலும் இந்தப் பயணம் தொடங்கிவிட்டது என்று பொருள். இனி நாளை யாராவது இதைப் பற்றிப் பேச ஆரம்பித்தால் இதிலிருந்துதான் தொடங்க வேண்டும் இதுதான் திராவிடப் பேரியக்கத்தின் பயணம். கடந்த காலப் பாதை" என்று சொன்னேன்.

புதுப்பித்துக் கொள்ளும் இந்திய அரசியல் சட்டம்

தாமஸ் ஜெபர்சன் (உலகத்திலேயே மிகப்பெரிய ஓர் அறிஞனாக, அரசியல் சட்ட மேதையாகக் கருதப்பட்டவன். அமெரிக்க நாட்டை உருவாக்கிய கர்த்தா அவன். அந்த நாட்டின் அரசியல் சட்டத்தை உருவாக்கியதில் அவனுக்கும் ஒரு பங்கு உண்டு) அவன் சொன்னான் : "எந்த நாட்டின் அரசியல் சட்டமும் இருபது ஆண்டுகளுக்கு மேல் தாங்காது" என்று. "கால ஓட்டத்தின் தேவைக்கேற்ப அவற்றால் தங்களுடைய கடமையைச் செய்ய முடியாது. எனவே காலாவதி ஆகிப்போகும்" என்று சொன்னான்.

ஆனால் 69 ஆண்டுகளைக் கடந்தும் ஓர் அரசியல் சட்டம் உயிர்ப்போடு இருக்கிறதென்றால் அது இந்திய நாட்டின் அரசியல் சட்டம். காரணம் அண்ணல் அம்பேத்கர். கொஞ்சமல்ல 895 பிரிவுகள், 8 அட்டவணைகள். இப்போது அவை பத்தாயிற்று. எல்லாவற்றுக்கும் மூலம் அவர். பின்னாளில் எல்லோரும் நன்றி சொல்லிப் பேசுகிறார்கள். அம்பேத்கரும் பேசுகிறார்: "இந்த அவையில் அறிஞர்கள் பலர் இருந்தார்கள். அல்லாடி கிருஷ்ணசாமி அய்யர் இருந்தார். மிகப்பெரும் அறிஞர்கள் இருந்தார்கள். ஆனால், என்னை நம்பிக்கையோடு தலைவராக்கினீர்கள். எல்லோருடைய ஒத்துழைப்பினாலும்தான் நான் இதைச் செய்ய முடிந்தது" என்று அதை ஒரு கூட்டுப் பொறுப்பாகவே முன்னிலைப்படுத்தினார். சுபவீ சொன்னதைப் போல, எல்லோரும் சென்றதற்குப் பின்னால் அவர் மட்டும்தான் செய்தார். அதைத் தன்னுடைய பெரிய உரிமையாக அவர் எடுத்துக்கொள்ளவில்லை. எல்லோருடைய கடமையும் என்றுதான் சொன்னார்.

அந்த அரசியல் சட்டத்தின் விவாதம், அதில் பேசப்பட்ட பொருட்கள், அதனாலே உருவான பிரிவுகள் அவைதான் இன்னும் நம்மை வழிநடத்துகின்றன. அதில் மிகவும் முக்கியமானது The amending provision என்பது 'திருத்தக்கூடிய ஒரு பிரிவு' என்பது அதில் இருக்கிறது.

தன்னைத் திருத்திக்கொள்கிறபோது மாற்றங்களுக்கு ஏற்ப சென்றுகொண்டே இருக்கும். அப்படித் திருத்திக்கொள்ள எதுவும் தயாராக இல்லை என்றால் அது வளர்ச்சியடையாமல் தேக்கம் அடைந்துவிட்டது என்று பொருள். The amending provision என்பதைக் கொண்டு வந்தவர் அம்பேத்கர். இன்று இந்த நாட்டின் அரசியல் சட்டம் எல்லோராலும் பாராட்டப்படுகிறது. சற்றேறக்குறைய நூற்றுக்கும் மேற்பட்ட சட்டத் திருத்தங்கள் வந்துவிட்டன. அதனால்தான் இது இலகுவாக மாறுகிறது.

எப்படித் தமிழ் தன்னைக் காலத்திற்கேற்ப மாற்றிக்கொள்கிறதோ, தமிழன் எப்படி வளர்ச்சிக்கேற்ப தன்னைத் தகவமைத்துக் கொள்கிறானோ அதைப் போல இந்திய அரசியல் சட்டம் தன்னைப் புதுப்பித்துக்கொள்கிறது. அதற்குக் காரணம் அதனை உருவாக்கிய அம்பேத்கர்.

அவர் அரசியல் சட்டம் மட்டும் உருவாக்கிடவில்லை, ஒடுக்கப்பட்ட மக்களின் குரலாக மட்டுமில்லை, இந்த நாட்டின் வளர்ச்சிக்குப் பெரும் காரணமாக இருந்தார் என்பதைச் செல்வின் இங்கு சுட்டிக் காட்டினார்.

உள் கட்டமைப்பு என்பதன் தொடக்கம் அண்ணல் அம்பேத்கர். இந்த நாட்டில் தொழில் புரட்சியின் கர்த்தா பண்டித நேரு என்று சொல்வார்கள். ஆனால், நீராதாரத் திட்டங்களின் மூலம் அண்ணல் அம்பேத்கர் என்பது மறைக்கப்பட்டுவிட்டது.

பல வரலாறுகள் மறைக்கப்படுகின்றன. பல திறமைகள் பின்னுக்குத் தள்ளப்படுகின்றன. அதற்குப் பல காரணங்கள். ஒருவரை முன்னுக்கு நிறுத்துவதும் ஒருவரை பின்னுக்குத் தள்ளுவதும், சட்டங்களை மட்டுமல்ல சரித்திரத்தை எழுதுகிறவர்களும் பல நேரங்களில் வசதிக்கேற்ப எழுதுகிறார்கள்.

வாழ்கிற காலத்தில் அவர் துன்பங்களை அனுபவித்திருக்கலாம்; தோல்விகளைச் சந்தித்திருக்கலாம்; புறக்கணிப்புகளை எதிர் கொண்டிருக்கலாம்; அண்ணா எப்படி 59 வயதில் மறைந்தாரோ அதைப்போல அம்பேத்கர் 56 வயதில் மறைந்திருக்கலாம். ஆனால் அம்பேத்கரின் பெயர் சொல்லாமல் இனி உரிமைக்குரல் என்பது இந்த நாட்டின் எந்த மூலையிலும் பெற முடியாது.

யாராவது ஒருவன் தான் அடக்கப்பட்டவன் என்ற உணர்வு வந்து எழுகிறான் என்றால், அவன் உறக்கத்தில் அம்பேத்கர் வந்திருப்பார். எங்காவது அவரைப் பற்றிய ஒரு செய்தி செவியில் விழுந்திருக்கும். நமக்கு முன்னால் இப்படி ஒரு மனிதன் இருந்தார். அவர் வழியில் நாம் பாடுபடுவோம் என்று எழுந்து நிற்கிற ஓர் உணர்வினைத் தந்த அவர் பெயரால் இந்த அமைப்பு.

செல்லப்பன் அய்யா சொன்னதைப் போல ஒரு நாட்டின் இன்றியமையாத பிரிவு என்பது கட்டுமானப் பிரிவு. வளர்ச்சி என்பது சாலைகளில் இருந்து அணைக்கட்டுகளில் இருந்து, சட்டங்களில் இருந்து வருபவை.

தனி மனிதனுக்கு எப்படி வீடு தேவையோ, அதைப்போல ஒரு நாட்டிற்கு அரசாங்கத்தின் மூலமாக அடிப்படைக் கட்டமைப்புகள் தேவை. அதை உருவாக்குகிற பெரும் பொறுப்பிலிருக்கிறவர்கள் நீங்கள். அதில் நீங்கள் உணர்வுபூர்வமாகச் செயல்பட வேண்டுமென்றால், பணியாற்றுகிற இடத்தில் உங்களுக்கு அவமானங்கள் இழைக்கப்படக் கூடாது. உங்கள் உரிமைகள் பறிக்கப்படக் கூடாது. உங்களுக்கு நியாயமாகக் கிடைக்க வேண்டிய எதுவும் தடைபடக் கூடாது. அப்படித் தடைபடுமேயானால், அங்கீகாரம் இல்லாமல் போகுமேயானால், எவனாக இருந்தாலும் உள்ளுக்குள்ளே ஒரு கனல் எழும். அந்தக் கனல் அவன் செயல்திறனைக் குறைக்கும். எந்த வேலை செய்கிறானோ, அதில் நாட்டம் குறையும். அந்தக் கோபம் எவர் மீதாவது திரும்பும். இது ஏன் மறுக்கப்படுகிறது என்ற எண்ணம் வளர்கிறபோது வீட்டிலும் வெளியிலும் அவன் நடவடிக்கை மாறும். இப்படிப்பட்ட உணர்வுகளின் ஒட்டுமொத்தமான விளைவுதான் இந்தச் சங்கம் என்பதை நான் உணர்கிறேன்.

இது வெறும் குமுறலோடு, வெறும் கிளர்ச்சியான எண்ணங்களோடு, இரவு நேரத்தில் தூக்கத்தைத் தொலைக்கிற அமைதி இல்லாத நாட்களாகச் செல்லாமல் நாம் உரிமைகளைப் பெறவேண்டும். அதற்கு ஓர் அமைப்பு வேண்டும். அதன் மூலமாக இதைப் பெறவேண்டும் என்ற முயற்சி.

அதில் செல்வினைப் போல அனுபவம் பெற்றவர்கள் மட்டுமல்ல, எனக்கு நெருங்கியவர் என்பதால் மட்டுமல்ல, உண்மையைச் சொல்கிறேன், ஓர் ஆக்ரோசமானவரை நீங்கள் வழிகாட்டியாக வைத்திருக்கிறீர்கள். எவன் ஒருவனுக்கு அநியாயங்களைக் கண்டு ஆவேசம் வருகிறதோ, விளைவுகளைப் பற்றிக் கவலைப்படாமல், நாம் அதைத் தகர்க்க வேண்டும் என்று நினைக்கிறானோ, அவன் தலைமை வகிக்கத் தகுதியானவன்.

விளைவுகளைப் பற்றிக் கவலைப்பட்டுப் பின்னால் செல்கிறவர்கள் பயன் கிடைக்கிறபோது பங்கு போட்டுக் கொள்வார்கள். ஆனால், அதைப் பெறுவதற்கான அருகதை உள்ளவர்களா என்றால் கிடையாது.

எல்லோரையும் தலைவர்களாக இருக்க வேண்டும் என்று எதிர்பார்க்க முடியாது. யாராவது ஒருவரால்தான் பெரியாராக இருக்க முடியும். யாராவது ஒருவரால்தான் அண்ணாவைப் போல் ஒரு தலைவனாக இருக்க முடியும். யாராவது ஒருவரால்தான் கலைஞரைப்போல் புரட்சிகரமான சட்டங்களைக் கொண்டுவர முடியும். இது அமைப்புகளுக்கும் பொருந்தும்.

இன்றைக்குக் கூடியிருக்கிற நீங்கள் அத்தனை பேரும் பாதிக்கப்பட்டிருக்கிறீர்கள் கடந்த காலத்தில். ஆனால் இடையில் ஒரு நீதிமன்றத் தீர்ப்பின் மூலமாக முன்னேற்றம் கிடைத்திருக்கிறது. பதின்மூன்று பேர் இன்றைக்குத் தலைமைப் பொறியாளர்களாக மாறி யிருப்பதற்கு அந்த நீதிமன்றத்தின் தீர்ப்புதான் காரணம் என்று சொன்னார்கள்.

அருள்மொழியைப் போன்ற வீராங்கனைகள் நீதிமன்றத்தில் இன்று நம் குரலாக ஒலித்துக்கொண்டிருக்கிறார்கள். பொதுத்தளங்களில் சுபவீயைப் போன்றவர்கள், கட்சி மேடைகளிலும் நாடாளுமன்றத்திலும் என்னைப் போன்றவர்கள், வழிகாட்டுவதற்கு செல்லப்பன், மோகன் போன்ற பலரும் இருக்கிறார்கள்.

இப்போது உமா பேசினார், ராஜன் பேசினார், அசோகன் பேசினார். இவர்கள் பேசுவதை நான் ரசித்துக்கொண்டிருந்தேன். இதிலே ஓர் உண்மை தெரிந்தது. இப்படிப் பேசியவர்களில் பலர் சுபவீயின் பேரவையில் இருப்பவர்கள். நான் சொன்னேன், "காரணம் இப்போதுதான் புரிகிறது" என்று.

தெளிவாகப் பேசினார்கள். ஆழமான செய்திகளோடு பேசினார்கள், அழகாகப் பேசினார்கள். ஆர்ப்பாட்டம் இல்லாமல் ஓர் அருமையான அமைப்பை நடத்தி வருபவர் சுபவீ என்கின்ற வகையில் நான் அவருக்கு நன்றி சொல்லக் கடமைப்பட்டிருக்கிறேன்.

எத்தனையோ அமைப்புகள் அரசியல் கட்சிகள் இருக்கின்றன. எண்ணிக்கையில் அதிகம் இருப்பார்கள். எதுவுமே தெரியாதவர்களாக இருப்பார்கள். மிகப்பெரிய இடங்களுக்குச் செல்வார்கள். அந்த இடங்களுக்குள் நுழைவதற்கான தகுதி இல்லாதவர்களாக இருப்பார்கள். ஆனால், எது கிடைக்கும் என்கிற உத்தரவாதம் ஏதுமில்லாமல் ஒரு செம்மையான பாதையில் சிந்திக்கின்ற வகையோடு வழி நடத்தக்கூடிய ஓர் அமைப்பை அவர் வழி நடத்திச் செல்கிறார். நான் அடிக்கடி சொல்வேன், பெரியார் வழியில் இன்று ஆசிரியர் இருக்கிறார். நாளை இந்தத் தமிழகத்தைக் கொண்டுசெல்லக்கூடிய ஒரே ஒருவராக சுபவீயை மட்டுமே நான் பார்க்கிறேன். இந்த உணர்வுகளும் இலட்சியங்களும் பாதுகாக்கப்பட வேண்டும் என்ற நம்பிக்கையின் அடையாளமாக அவர் திகழ்கிறார்.

தொடக்கத்தில் செல்வின் சொன்னதை மட்டும் நான் இப்போது மீண்டும் சுட்டிக்காட்ட விரும்புகிறேன். வேறு யாரையாவது அழைத்திருக்கலாம், அதிகாரத்தில் இருக்கிறார்கள்

என்பதற்காக. ஆனால், அதிகாரத்தில் இருக்கலாமே தவிர, அதைச் செயல்படுத்துகிற வல்லமை இருக்கிறதோ இல்லையோ, எண்ணம் இல்லாதவர்களாக இருப்பார்கள்.

அதைத்தான் அண்ணா சொன்னார், "நாம் சொல்வதைச் செய்யவேண்டிய இடத்திலிருப்பவர்க்கு அதற்கான அதிகாரம் இருக்கலாம். ஆனால், எண்ணம் இருக்கிறதா? தெரியாது. எண்ணமோ சிந்தனையோ இல்லாதவர்களிடம் எத்தனை முறை போராடினாலும் பலன் இருக்காது. எனவே, அதிகாரத்தைக் கையிலே வைத்திருக்கும் இடத்திற்கு நாமே செல்வோம்." இந்த அடிப்படையில் உருவான அரசியல் இயக்கம்தான் திராவிட முன்னேற்றக் கழகம்.

அதிகாரத்திலிருப்பவர்கள் வரலாம், நம்பிக்கை வார்த்தைகள் தரலாம். ஆனால், எதுவும் செய்ய மாட்டார்கள். திராவிட முன்னேற்றக் கழகம் எதிர்க் கட்சியாகவே இருந்திருக்கிறது. நாடாளுமன்றத்திலும் சரி, தமிழ்நாட்டிலும் சரி, ஆனால் நாங்கள் ஆற்றிய பங்கு அளவிடற்கரியது. உரிமைக்குரல் எங்கே ஒலித்தாலும் அங்கே நாங்கள் இருப்போம். வேறு எவராவது எழுப்பினாலும் அவர்களுக்குப் பக்க பலமாக இருப்போம்.

1938ல் மறைமலை அடிகளை அழைத்து தந்தை பெரியார், "நீங்கள் இந்தப் போராட்டத்தை வழி நடத்துங்கள், நான் உடன் இருக்கிறேன்" என்று சொன்னாரே தவிர, நான் தலைமை ஏற்கிறேன் என்று சொல்லவில்லை.

இவர் தகுதியானவர் என்று உணர்ந்து ஒருவரை முன்னெடுத்துச் செல்லுங்கள் என்று சொல்லக்கூடிய உணர்வு இன்றும் எங்களுக்கு இருக்கிறது. நாடாளுமன்றத்தில் பல பிரச்சினைகளுக்குக் குரல் கொடுக்கிறோம், காஷ்மீர் பிரச்சனை வரை. இந்தி இங்கே வரக்கூடாது என்பதிலிருந்து, தமிழை உயர்த்திச் சரியான இடத்தில் கொண்டுபோய் வைக்க வேண்டும் என்பது வரை.

மோடியுடன்...

இன்று நம் மாண்புமிகு பாரதப் பிரதமர் மோடி, வேட்டி அணிந்திருக்கிறார், துண்டு அணிந்திருக்கிறார். சிலர் விமர்சிக்கலாம், நான் ரசிக்கிறேன். இங்கே வந்து "வணக்கம்" என்று சொல்கிறார். ஐ.நா.மன்றத்தில் 'யாதும் ஊரே யாவரும் கேளிர்' என்று சொல்கிறார். இவற்றைக் காரியத்துக்காக என்று சொல்லலாம். நான் நினைக்கிறேன், இப்படிப் பேசினால்தான் இந்த நாட்டில் நம்மால் வெற்றிபெற முடியும், முன்னேற முடியும், நிலைத்து நிற்க முடியும் என்ற ஓர் எண்ணத்தை உருவாக்கியிருக்கிறோமே, அதுதான் நம் வெற்றி.

நான் அவரை ஒரு முறை தனியாகச் சந்தித்தபோது என்னிடம் சொன்னார், "நான் சொல்வதில் தவறில்லை. நான் எதைச் சொன்னாலும் நீங்கள் குற்றம் சொல்வீர்களா?" என்று. "அப்படி எங்களுக்கு எந்தவிதமான தீர்மானமும் இல்லை, சரியானதைப் பாராட்டுவோம். உங்களைப் பல நேரங்களில் ரசித்திருக்கிறோம். சிலவற்றை நாங்கள் எதிர்ப்போம்" என்று சொல்லியிருக்கிறேன். அப்போது அவர், "Keep in mind, I am also from a non hindi speaking state" என்று சொன்னார். "ஆனால் அது வெளிப்படவில்லையே" என்றேன்.

"தமிழ்நாட்டில் இருக்கிற மாணவர்களை நான் ஹரியானாவுக்கு அனுப்புகிறேன்; பஞ்சாபிலே இருக்கிறவனை ஆந்திராவுக்கு அனுப்புகிறேன்; ஆந்திராவில் இருக்கிறவனை கொல்கத்தாவுக்கு அனுப்புகிறேன். இவன் அந்த மொழி படிக்கட்டும்; அவன் இந்த மொழி படிக்கட்டும். ஒரு இருபது பேரைத் தேர்ந்தெடுத்து நான் இப்படிச் செய்கின்ற அந்த முயற்சிக்குப் பணம் ஒதுக்கிவிட்டேன். இதை நீங்கள் ரசிப்பீர்களா? மாட்டீர்களா?" என்று கேட்டார்.

"கேட்கிறபோது நன்றாக இருக்கும். ஓர் ஆண்டிற்கு ஐம்பது மாணவர்கள் இரண்டு மாநிலங்களுக்குச் சென்று வருகிற காரணத்தாலேயே அந்த மொழியைப் பயில்வார்கள் என்று நீங்கள் சொல்கிறீர்களே, நான் ஓர் எளிதான வழி சொல்கிறேன். ஒரு தனி நபர் மசோதா நான் கொண்டு வந்து விவாதத்துக்கு உள்ளானது. ஆனால் அது நிறைவேற்றப் படாமல் போனது" என்றேன்.

"என்ன? திருநங்கையர்களா?" என்றார்.

"இல்லை. இந்த நாட்டின் அரசியல் சட்டத்தின் எட்டாவது அட்டவணையில் இருக்கிற 22 மாநில மொழிகளையும் இந்திய நாட்டின் ஆட்சி மொழிகளாக்க வேண்டும் என்று நான் கொண்டுவந்த தனிநபர் மசோதாவை நீங்கள் சட்டமாக மாற்றினால், உங்கள் பின்னால் நின்று ஆதரவு கொடுக்க நாங்கள் தயாராக இருக்கிறோம்" என்று சொன்னேன்.

தோளைத் தட்டிக் கொடுத்தார். "சாமர்த்தியசாலிகள் நீங்கள். எப்போதும் எங்கேயாவது திருப்பிக்கொண்டு வருவீர்கள்" என்று சொல்லி என்னை வாசல்வரை கொண்டுவந்து அனுப்பினார். நான் இதைச் சொல்வதற்குக் காரணம், ஏதோ போனோம் வந்தோம் என்று இல்லை.

எதையெல்லாம் வீதிகளில், முச்சந்திகளில், மாநாடுகளில், மக்கள் மன்றங்களில் நாங்கள் முழங்குகிறோமோ, அதைச் சொல்ல வேண்டிய இடத்தில், சொல்லவேண்டியவர்களுக்கு முன்னால் நின்று சொல்கிறோம்.

அந்த வகையில்தான், எங்களை இங்கே பேசுவதற்குச் செல்வினும் மற்றவர்களும் அழைத்திருக்கிறீர்கள். சென்றார்கள், பேசாமலே வந்தார்கள். இருந்தார்கள், எதுவும் செய்யாமலே வெளியேறினார்கள் என்பவர்களை அழைப்பதால் பிரயோஜனம் இல்லை. உங்களோடு களத்தில் இருக்கக்கூடிய எங்களை அழைத்திருக்கிறீர்கள். வெற்றி நிச்சயம். அது விரைவில் கிடைக்கும். நம்பிக்கையோடு இருங்கள்.

நன்றி, வணக்கம்!

7
மாவீரன் திப்புசுல்தான்

'திராவிட இயக்கத் தமிழர் பேரவை' சார்பில் சிறப்பாக நடைபெற்றுக் கொண்டிருக்கின்ற இந்திய நாட்டின் விடுதலைப் போராட்ட வீரர் திப்புசுல்தான் அவர்களுடைய பிறந்தநாள் விழாவிற்குத் தலைமைப் பொறுப்பேற்று சிறப்புரை ஆற்றியிருக்கிற சிங்கராயர் அவர்களே! வரவேற்புரை ஆற்றிய மாறன் அவர்களே! முன்னிலை பொறுப்பேற்று விளக்கவுரை ஆற்றி அமர்ந்திருக்கின்ற திராவிட இயக்கத் தமிழர் பேரவையின் நிர்வாகிகளே!

முன்னதாக, இங்கே வரலாற்று ஆதாரங்களோடு திப்புசுல்தான் மீது பழி சுமத்த முயல்கின்றவர்களுக்கு அந்தக் களங்கத்தைத் துடைக்கின்ற அளவிற்கு விளக்கங்களை எடுத்துவைத்து அமர்ந்திருக்கின்ற 'திராவிட முன்னேற்றக் கழகத்தின் கொள்கை பரப்புச் செயலாளர் மக்களவை உறுப்பினர் என் அருமைத் தம்பி ஆ.இராசா அவர்களே! இதுபோன்ற கடமைகளைப் பொறுப்புணர்ச்சியோடு நடத்திக்கொண்டு, தந்தை பெரியார் அவர்களுடைய கொள்கைகளை இளைய தலைமுறையின் இதயங்களில் பதித்துக்கொண்டிருக்கிற 'திராவிட இயக்கத் தமிழர் பேரவை'யின் பொதுச்செயலாளர் பேராசிரியர் சுபவீ அவர்களே! திராவிட இயக்க வரலாற்று ஆய்வாளர் அண்ணன் திருநாவுக்கரசு அவர்களே! பெரும் மரியாதைக்குரிய பேராசிரியர் கருணானந்தன் அவர்களே! அண்ணன் கயல் தினகரன் அவர்களே! நாடாளுமன்ற முன்னாள் உறுப்பினர் ஜனாப் அப்துல் ரகுமான் அவர்களே! அறிஞர் பெருமக்களே! தோழர்களே! தோழியர்களே! உங்கள் அனைவருக்கும் வணக்கம்.

மிகுந்த பரபரப்பை இந்த நிகழ்ச்சி இன்றைக்கு தமிழ்நாட்டில் ஏற்படுத்தியிருக்கிறது. மிகப்பெரிய சுவரொட்டிகள் இல்லை; பத்திரிகைகளில் முழுப்பக்க விளம்பரங்கள் இல்லை. ஆனால் தமிழ்நாடு முழுவதும் இந்த நிகழ்ச்சியை இன்றைக்கு எதிர்நோக்கிக் காத்திருக்கிறார்கள்.

இந்த அரங்கத்தின் இருக்கைகள் நிரம்பியிருப்பதோடு, இடமில்லாமல் தோழர்கள் மூன்று புறமும் சூழ்ந்து நிற்கின்ற அளவுக்கு திரண்டு வந்திருப்பதற்குக் காரணம் விளம்பரங்கள் அல்ல, இந்தக் கொள்கைகள் மீது ஈடுபாடு கொண்டவர்களின் கூட்டம் இது.

சமூக வலைதளங்களில் சொல்லப்பட்ட செய்திகளின் அடிப்படையில், சென்னை மாநகரத்தில் மட்டுமல்ல, தமிழ்நாட்டில் பல பகுதிகளில் இருந்து இங்கே நிறைய பேர் வந்திருக்கிறார்கள். மேடையிலிருந்து நாங்கள் கண்ட வகையில் உணர்ந்த உண்மை இது. என்ன காரணம்?

இன்றைக்கு வரலாறு திரித்து எழுதப்பட்டுக்கொண்டிருக்கிற ஒரு காலம். சில வரலாற்று ஆசிரியர்கள் பல காலக் கட்டங்களில் சரியான தரவுகள் இல்லாமல், தங்கள் விருப்பு வெறுப்புகளை வரலாற்றிலே புகுத்தி எழுதியதும் ஒரு வகை. ஆனால், இன்றைக்கு அதிகாரத்தின் துணையோடும் பலத்தோடும் எழுத முற்படுவது இன்றைய காலகட்டத்தில் நாம் சந்திக்கவிருக்கும் மிகப்பெரிய கேடு என்றுதான் சொல்ல வேண்டும்.

வரலாறு என்பதை சுருக்கமாகச் சொல்ல வேண்டுமென்றால், நடந்த உண்மைகளை வரவிருக்கின்ற தலைமுறைக்கு எடுத்துச் சொல்வது. இதுதான் வரலாற்றினுடைய சுருக்கமான விளக்கம்.

இன்னும் கொஞ்சம் விரிவாகச் சொல்ல வேண்டுமென்றால், நம்முடைய காலத்தில் நாம் சந்திக்கிற சில அவலங்கள், நாம் எதிர் கொள்கிற சோதனைகள், இதற்கு முன்பு வேறு எவரும் சந்தித்திருக்க முடியாது என்று யாராவது கருதினால், இல்லை உங்களுக்கு முன்னால் பலர் பலமுறை இதைக் கடந்து வந்திருக்கிறார்கள் என்பதைப் பகிர்வதும் வரலாறுதான்.

இன்றைக்குப் பலர் மீது பழி சுமத்தப்படுகிறது. புதைக்கப்பட்டவர்களை மீண்டும் தோண்டியெடுத்து அவர்களைக் கூறுபோட்டுப் புதிதாக அவர்களைப் பற்றிச் சொல்ல முயல்கிறது. இது மனிதர்களுடைய வக்கிர குணத்தைத்தான் காட்டுகிறது.

வளர்ச்சியடைந்த சமுதாயம். விஞ்ஞானம் விரிந்து பரவியிருக்கிறது. கண்டுபிடிப்புகள் மனிதனைச் சந்திர மண்டலத்தைக் கடந்து செவ்வாய்க் கிரகம் வரை கொண்டு சென்றிருக்கிறது. ஆனால், மனிதனுடைய மனங்கள் மட்டும் கற்காலத்தை நோக்கிச் சென்றுகொண்டிருக்கிறது என்பதாகத்தான் நம்மால் உணர முடிகிறது.

ஆக, இது யாருக்கும் எதிர்வினையாற்றுகின்ற ஒரு கூட்டமல்ல. இந்த நாட்டை ஆதிக்கம் செலுத்த வந்த அந்நியர்களை விரட்டியடிக்க முற்பட்டு நின்ற ஒருவரை மதத்தின் பெயரால் சிறுமைப்படுத்த முயலுகிறபோது, இல்லை என்று விளக்குவதற்காக நடைபெறுகிற கூட்டமே தவிர, அவர்களைப்போல நாங்களும் என்று பதிலுக்குப் பதில் பேசுவது அல்ல.

திப்பு சுல்தானுடைய பிறந்தநாள் விழாவைத் தமிழ்நாட்டில் கொண்டாடுகிறோம். கர்நாடகத்தில் தடைவிதிக்கப்பட்டிருக்கிறது. தமிழ்நாடு எப்பொழுதும் அப்படித்தான். ‘அவசர நிலைக்’ காலத்தில் இந்தியா முழுவதும் கூட்டங்கள் நடத்த, பேசத் தடை விதிக்கப்பட்டிருந்த காலத்தில் பொதுக்கூட்டங்களுக்கு அனுமதி தந்த ஒரே மாநிலம் தமிழ்நாடு. அனுமதி தந்த ஒரே முதல்வர் தலைவர் கலைஞர் அவர்கள்.

ஆங்காங்கே பல்வேறு சோதனைகளுக்கு ஆளானவர்கள் எல்லாம் பாதுகாப்புத் தேடி வந்த புகலிடம் தமிழகம்தான். ஆக, அது கருப்பாக இருந்தாலும் சரி, கருப்பு சிவப்பாக இருந்தாலும் சரி, இது உண்மைகளைப் பாதுகாக்கவும் நாட்டுக்குப் போராடியவர்களுக்குத் துணை நிற்கவும், என்றைக்கும் தமிழகம் தனித்து நிற்கும் என்பதன் அடையாளம்தான், இந்தியாவில் ஒரு தீவு என்று தலைவர் கலைஞர் அதை விவரிப்பார்கள்.

அதுபோலத்தான் இன்றைக்கு பேராசிரியர் சுபவீ அவர்கள், இந்த நிகழ்ச்சியை ஏற்பாடு செய்து, எங்களுக்கு அழைப்பு விடுத்து, இந்தச் செய்தி சமூக வலைதளங்களில் பரவியபோது பலர் என்னிடம் “ஏன் இந்த வேலை உங்களுக்கு?” என்று கேட்டார்கள். “எங்களுக்கு இதுதான் வேலை” என்று நான் சொன்னேன்.

“அவரைப் பற்றித் தெரியுமா?” என்று கேட்டார்கள். “உங்களுக்குத் தெரிந்தது எங்களுக்குத் தெரியாது. காரணம், உங்களுக்குத் தெரிந்தது யாருக்குமே தெரியாது. நடந்தவற்றை நாங்கள் நாட்டுக்குச் சொல்ல முற்படுகிறோம். அவ்வளவுதான்” என்றேன்.

“அவர் பலரைக் கொன்றிருக்கிறார் தெரியுமா? எத்தனை தலைகளைச் சீவியிருக்கிறார் தெரியுமா? எதிரிகளை யானைகளின் காலில் கட்டி இழுத்துச் சென்றார் தெரியுமா?” தயவு செய்து சொல்லுங்கள், எந்த மன்னன் போர்க்களத்தில் எதிரியை வெட்டிச் சாய்க்காமல் மலர் கொடுத்து அவர்களைத் தன் கட்டுப்பாட்டுக்குக் கொண்டு வந்தான். சொல்லுங்களேன் பார்ப்போம்!

நான் பல நேரங்களில் கேட்டிருக்கின்றேன், வரலாற்றை எழுதுகின்றவர்களைப் பொறுத்துதான் செய்திகளின் தன்மை தீர்மானிக்கப்படுகிறது.

அலெக்சாண்டரை ‘மாவீரன்’ என்று சொல்கிறவர்கள் செங்கிஸ்கானைக் ‘கொடுங்கோலன்’ என்று சொல்வார்கள். அலெக்சாண்டர் எல்லோரையும் கட்டித் தழுவியவர், பல நாடுகளை வென்று உலகம் முழுவதும் வென்றான் என்றா சொல்கிறோம்? மிக மோசமான அளவிற்குப் பல படுகொலைகளைச் செய்தவன் அலெக்சாண்டர்.

செங்கிஸ்கான் அந்த நாட்டு மக்களுடைய ஆதரவை மட்டுமல்ல, எதிரிகளை வென்றபோது பலருடைய அன்பைப் பெற்றவன். இவன் ஆசியன்; அவன் ஐரோப்பியன். வரலாற்றை எழுதியவர்கள் ஐரோப்பியன் என்கிற காரணத்தால் அலெக்சாண்டரை உயர்த்திப் போற்றினார்கள்; செங்கிஸ்கானை இழிவாகப் பேசினார்கள்.

அதுபோலத்தான் திப்பு சுல்தான் வரலாற்றை எழுதிய பலர், (இங்கே தம்பி ராசா படித்ததுகூட சாமுவேல் என்ற ஆங்கில அறிஞன் எழுதியது) இன்னும் சிலர், நான் அவர்களுடைய பெயர்களைச் சொல்லி அவர்களை இங்கே அடையாளம் காட்டவும் விரும்பவில்லை; யாருடைய கோபமும் அவர்கள் மீது திரும்புவும் நான் விரும்பவில்லை. அது எங்கள் இயல்பும் அல்ல.

“The destruction of facts about Tipu Sultan,” Millennium from to year” என்று கடந்த ஆயிரம் ஆண்டுகளின் வரலாற்றை எழுத முற்பட்ட ஒரு நூல் திப்புசுல்தானைப் பற்றி மிக இழிவாகச் சொல்கிறது, கோவிலை இடித்தான் என்றெல்லாம்.

ஆனால், இங்கே நம்முடைய உமா உட்பட மாறனிலிருந்து சிங்கராயர், செல்வின் எல்லோரும் நிறைய தகவல்களைச் சொன்னார்கள். அப்போதுதான் நானும் ராசாவும் பேசிக்கொண்டிருந்தோம். ‘இவ்வளவு பெரிய அறிஞர்களை வைத்துக்கொண்டு நம் இருவரையும் அழைத்திருக்கிறார்களே’ என்று.

எல்லோரும் தங்களால் முடிந்த அளவிற்கு தகவல்களைத் தெரிந்துகொண்டு தேடிவந்து இங்கே பரிமாற முற்படுகிறார்கள். ஆனால், இது ஒரு குறுகிய எல்லைக்குள் விளையாட வேண்டிய விளையாட்டு.

எங்களைப் பொறுத்தவரை எல்லை தாண்டி நாங்கள் சென்று பழக்கமில்லை. அந்தக் கூட்டத்தின் நோக்கமும் அதுவல்ல. திப்புசுல்தானைப் பற்றியே பேசிப் பழக்கப்பட்டவர்கள்

என்கின்ற காரணத்தால், திப்பு சுல்தானைப் பற்றிய செய்திகள் பலவற்றை அவர்கள் இங்கே பகிர்ந்துகொண்டார்கள். அதனால் நாங்கள் சோர்ந்துபோகவில்லை. அதனாலே எங்களுக்கு அடுத்து பேசத் தெரியாது என்பதல்ல, அதற்கும் மேல் கட்டடம் கட்ட எங்களுக்கும் தெரியும். அதனால்தான் பேசியே வளர்த்த கட்சிக்கு நாங்கள் இரண்டு பேரும் கொள்கை பரப்புச் செயலாளர்கள்.

நான் வெளிப்படையாகவே சொல்கிறேன், எங்கள் இரண்டு பேரைத் தவிர வேறு யாராக இருந்தாலும் இந்தக் கூட்டத்தைச் சமாளித்திருப்பது சிரமம். காரணம் முன்னால் பேசியவர்கள் பக்கம் பக்கமாக எழுதி வைத்துப் பேசினார்கள். எல்லாம் ஆதாரப் பூர்வமான தகவல்கள்.

சிருங்கேரி மடத்தைச் சார்ந்த சங்கராச்சாரியாரைப் பற்றிச் சொன்னார்கள். இராமன் படம் பொறித்த மோதிரத்தை அவர் கொடுத்து இவர் வாங்கிக் கொண்டார் என்று சொல்கிறார்கள். ஸ்ரீரங்கப்பட்டினத்திற்குப் பக்கத்திலே இருக்கிற நரசிம்மர் கோயிலில் ஹைதர் அலி திப்பு சுல்தானுடைய படம் இருக்கிறது. வீரர்கள் புடைசூழ திப்புசுல்தான் பவனி வந்த ஓவியம் அங்கே இருக்கிறது என்றால், இந்துக்களின் எதிரியினுடைய படம் இந்துக் கோவிலில் எப்படி வைக்கப்பட்டிருக்கும்?

தசரா பண்டிகையினை திப்பு சுல்தான் காலத்தில் பத்து நாட்களும் நடத்தி இருக்கிறார்கள். 'உடையார்' என்று சொல்லக்கூடிய, அங்கே மன்னர்களாகக் கருதக்கூடியவர்களின் தலைமையில் அந்த விழாவை நடத்தியவன் திப்பு சுல்தான்.

இந்துக்களுக்குத் தேவையான வசதிகளைச் செய்து கொடுத்தார் என்று சொல்கிறார்கள். சிலரை மதம் மாற்றினான் என்கிறார்கள்.

'என் வழியில் வா' என்று ஒருவர் அழைப்பதை எதிர்காலத்தில் வேறொருவர் வேறொரு கண்ணோட்டத்தோடு பார்க்கலாம். என் பாதை சரியானது என்று, ஒரு கட்சிக்குச் சிலரை அழைப்பதைப்போல அவர் தன்னுடைய பாதையினை, தன் உணர்வுகளை நான்கு பேருக்குச் சொல்லியிருக்கலாம். அது கூடாது என்பதல்ல.

இன்றைக்கு இந்தியாவை ஆள்கின்றவர்கள் எல்லோரும் தங்களைப் பின்பற்ற வேண்டுமென்று திணிக்கிறார்கள். ஆனால் திப்பு சுல்தான் அவர்களை மனமாற்றம் செய்திருக்கலாம். அதில் குற்றம் காண முடியாது.

நான் முழுமையாக எதுவுமே நடக்கவில்லை என்று பேச முடியாது. காரணம், நானும் வரலாற்றை வேறு சிலர் எழுதியதை வைத்துப் படித்துத்தான் பேசுகிறேன்.

சிலர் எவ்வளவு பெரிய சாதனையாளராக இருந்தாலும் அவர்களுக்குப் பின்னால் இருக்கிற சாதியையோ, சமய நம்பிக்கையை வைத்தோ, குடும்பத்தை வைத்தோ அவர்களைச் சிறுமைப்படுத்துவது என்பது அவர்களை வெல்ல முடியாதவர்களின் வாடிக்கையாகவே இருந்திருக்கிறது.

போர்க்களத்தில் ராக்கெட்டுகளைப் பயன்படுத்தியவன்

போர்க்களத்தில் முதன்முதலாக ராக்கெட்டுகளைப் பயன்படுத்தியவன் திப்பு சுல்தான் என்று வரலாறு சொல்கிறது. இந்திய ஏவுகணையின் தந்தை என்று சொல்கின்ற அப்துல் கலாம் அதைத்தான் சொல்லி இருக்கிறார். இதை அறிந்தபோது, தான் திகைத்ததாகச் சொல்லியிருக்கிறார்.

எனக்கு முன்னால் பேசிய தோழர்கள் சொல்லியதைப் போல, அவருடைய நூலகத்திலிருந்து இரண்டாயிரம் நூல்கள் இன்றைக்கு ஆக்ஸ்போர்டு பல்கலைக்கழகத்தில் இருக்கின்றன. வெள்ளையர்கள் கொண்டுபோன சொத்துகளில் அவையும் ஒன்று.

திப்பு சுல்தானுடைய தனித் தன்மைகளுள் ஒன்று, இங்கிருந்து ஏற்றுமதி செய்கிறான் அந்த நாட்களிலேயே. இரும்பு, சர்க்கரை, உப்பு, புகையிலை இவற்றோடு சேர்த்து அங்கே என்னவெல்லாம் வளம் இருக்கின்றனவோ அவற்றையெல்லாம் அனுப்பிவிட்டு அதற்காக அவன் பணம் வாங்கவில்லை. மாறாக, டெலஸ்கோப்புகள் வாங்குகிறான்; பைனாகுலர் வாங்குகிறான்; 'ஆயுதங்களாகக் கொண்டுவந்து தாருங்கள்' என்று கேட்கிறானே தவிர, பணம் வாங்கவில்லை. காரணம் பண்டமாற்று முறை என்பதில் நம்பிக்கை உடையவன்.

இங்கிருக்கிற வளம் அங்கு சென்று அங்கிருப்பவர்கள் பயனடைவதைப் போல அவர்களுடைய தொழில்நுட்பம் நமக்கு வேண்டும் என்றுதான் கேட்கிறான்.

தொழில் நுட்பத்தை விரும்பியவன்

திப்புவைப் பற்றிச் சொல்கிறார்கள், அவன் அடுத்தவரிடமிருந்து எதிர்பார்த்தது 'உன் தொழில் நுட்பத்தைத் தா' என்பதுதான். இன்றைக்கு இந்தியாவிலே தொழில்துறை நிறுவனங்கள் கொஞ்சம் நலிந்துகொண்டிருக்கின்றன. நசுக்கப்படுவது இன்னொரு வகை அது அரசாங்கத்தால். காரணம், தொழில்நுட்பத்தில் அவர்கள் வளர்ச்சி பெறாதது.

தனியார் என்பவர்கள் வெளிநாட்டிலிருந்து கொஞ்சம் தொழில் நுட்பத்தை வரவழைத்துக்கொள்வார்கள். அல்லது அதிலே தேர்ந்தவனை அதிகச் சம்பளம் கொடுத்து வைத்துக்கொள்வார்கள். இவர்கள் சம்பளமும் தருவதில்லை, தொழில்நுட்பத்தை வளர்ப்பதுமில்லை. ஆனால், அதைப் பாதுகாக்க வேண்டும் என்று சொல்வார்கள். எதுவாக இருந்தாலும் வளர்ச்சியடைய வேண்டுமென்றால் Research and Development. அது இல்லாமல் எந்தத் துறையும் வளர்ச்சியடைய முடியாது.

இந்த நாடு முன்னேற வேண்டும் என்றால் முதலில் தொழில் நுட்பம் தேவை என்று சிந்தித்த ஒரு முற்போக்கான எண்ணமுடைய சிந்தனையாளன் திப்பு சுல்தான். அது இவர்களுக்குப் பிடிக்காது அல்லவா! அவனை வேறு மாதிரியெல்லாம் செய்தார்கள். அவருடைய அமைச்சரவையில் பிராமணர்கள் இருந்தார்கள். அவர்களுடைய கைங்கரியம், ராஜராஜசோழனை ஒரு காலத்தில் இப்படித்தான் பிரித்தார்கள். "போருக்குச் செல்வதற்கு முன்னால் சில சடங்குகளைச் செய்துவிட்டுப் போ" என்று சொன்னார்கள்.

அறிஞர் அண்ணா சொல்வார், "தமிழனைப் பார்த்து உன்னிடம் யார் வீரன் என்று கேட்டால், ஒரு காலத்தில் அர்ச்சுனன் என்று சொல்வான். இல்லை. உன்னுடைய வீரன் என்பவன் சேரன் செங்குட்டவன், கொடையாளி யார் என்று கேட்டால், பிறக்கும் போதே உலோகத்தைக் கவசமாகக் கொண்டு பிறந்த 'கர்ணன்' என்று நம்புகிறவன் தமிழன் இல்லை. கொடையாளன் என்றால், தான் சென்ற தேரின்மீது கொடி படர்ந்ததைப் பார்த்து, அந்தக் கொடியைத் தொல்லை செய்ய விரும்பாமல் அந்தத் தேரை அப்படியே விட்டுச் சென்று 'பாரி'தான் வள்ளல் என்று அண்ணா சொல்வார்.

இப்படிச் சொல்வதற்குக் காரணம், தமிழனுடைய திறமைகளை எப்படிப் பின்னுக்குத் தள்ளினார்களோ, அப்படித்தான் பலவற்றையும் தள்ளினார்கள்.

திப்புசுல்தான் தொழில்நுட்பத்தில் முன்னேறினான் என்பதைவிட வெள்ளையர்களை எதிர்ப்பதில் முன்னணியில் நின்றான். வெள்ளையர்களை எதிர்ப்பதற்காகப் பிரெஞ்சு நாட்டோடு நல்ல உறவு கொண்டான்.

இங்கே பேராவூரணிக்குப் பக்கத்தில் 'மனோரா' என்ற ஓர் இடம் இருக்கிறது. எனக்கு அந்த இடத்தின் மீது ஒரு பற்று உண்டு. காரணம், முதன்முதலாக இளைஞரணி தொடங்கி தளபதியோடு நாங்கள் சுற்றுப்பயணம் சென்றபோது, நான் பேராவூரணி கிருஷ்ண மூர்த்தியிடம் மனோராவுக்குச் செல்ல வேண்டும் என்றேன். அதுதான் முதல்முறை அந்த ஊருக்குச் சென்றது.

"ஏன்?" என்று கேட்டார்.

"புதையல்" என்று தலைவர் கலைஞர் வசனம் எழுதிய திரைப்படத்தில் இந்த மனோராதான் மைய இடமாக வரும். அதனால் ஆர்வத்தோடு போய் அதைச் சுற்றிப் பார்த்துவிட்டு, தலைவரிடம் வந்து பெருமையாகச் சொன்னேன். சில நேரங்களில் நாங்கள் சிக்கிக்கொள்வோம். பெரும்பாலும் அவரிடம் நீண்ட நேரம் தனியாக இருக்கக்கூடாது. அப்படி இருக்கிற சாமர்த்தியம் அல்லது அப்படி ஏதாவது ஏற்பட்டால் தாங்கிக் கொள்கிற வல்லமை என்னைவிட தம்பி ராசாவுக்கு உண்டு. அவர் இளையவர்தான். ஆனால் திறமைசாலி சிலவற்றில். நான் பெரும்பாலும் அதைத் தவிர்க்கத்தான் பாடுபடுவேன். காரணம் கொஞ்சம் நேரம் தனியாக இருந்தால் எங்காவது சிக்குவோம் என்பது பேராசிரியர் சுபவீக்கும் தெரியும்.

நான் ரொம்பப் பெருமையோடு "அண்ணா, பேராவூரணி சென்றிருந்தேன்" என்றேன்.

"எப்படி இருந்தது?" என்றார்.

அத்தோடு நின்றிருக்கலாம். "மனோராவைப் போய்ப் பார்த்தேன். எனக்குப் புதையல் படம் பார்த்ததிலிருந்து, அந்தப் படத்தின் முதல் பாடலில் பத்மினி சுற்றி வருகிற குளம் முதற்கொண்டு மனோரா வரை பார்த்தேன்."

"மனோரா எதற்குக் கட்டப்பட்டது தெரியுமா?" என்று கேட்டார்.

"தெரியாது" என்றேன்.

"அங்கே போய் என்ன செய்தாய்?" என்று கேட்டார்.

"சுற்றிப் பார்த்தேன்."

"கல்வெட்டு இருந்தது படித்தாயா?" என்று கேட்டார்.

"இல்லை" என்றேன்.

அப்போதுதான் சொன்னார் "ஓர் இடத்திற்குப் போனால், அந்த இடத்தின் சிறப்பு என்ன என்பதற்குக் கல்வெட்டுகள் இருக்கும். அதைப் படிக்கிற பழக்கத்தை ஏற்படுத்திக்கொள்."

நெப்போலியனை பிரிட்டிஷ் படை வீழ்த்தியதற்காக சரபோஜி மன்னர் கட்டியதுதான் மனோரா. வெள்ளையர்களுக்கு வால் பிடிக்கிற, கால் அமுக்குகிறவர்களும் இங்கே இருந்தார்கள். வெள்ளையர்களை எதிர்த்த பிரெஞ்சுக்காரர்களோடு சேர்ந்து போரிட்ட திப்பு சுல்தானைப் போன்றவர்களும் இருந்தார்கள். இவர்கள் இருவருக்கும் ஆகாது. இன்றும்கூட பிரெஞ்சு நாட்டில் ஆங்கிலம் பேசினால் ஏற்றுக்கொள்ள மாட்டார்கள். அவர்கள் இருவருக்குமான உறவு அப்படி.

திப்புசுல்தானுடைய உறவு நெப்போலியனோடு இருந்தது. திப்பு சுல்தானுடைய நெருக்கம் என்பது பிரெஞ்சுக்காரர்களோடு இருந்தது. ஒரே காரணம், அவர்களுடைய தொழில்நுட்பம். வெள்ளையர்களை எதிர்த்துப் போரிடுவதற்காக.

திப்பு சுல்தானுக்கு இன்னொரு சிறப்பு, ஐதர் அலியுடைய மகன் என்பது. அப்படி என்ன சிறப்பு என்றால், வேலுநாச்சியாருக்கு உதவியவர் ஐதர் அலி.

தமிழ்நாட்டில் ஆண்டுகொண்டிருந்த வேலுநாச்சியாருக்கு போர் என்று வந்தபோது உதவியவர்கள் ஐதர்அலியும், திப்புசுல்தானும் என்று வரலாறு சொல்கிறது.

நான் இன்னொரு ஒற்றுமையைப் பார்த்தேன். திப்பு சுல்தான் கொல்லப்பட்டதாக வரலாற்றில் பதிவு செய்யப்பட்டிருக்கிற நாள் மே 4, 1799. அதே, 1799 அக்டோபர் மாதத்தில்தான் வீரபாண்டிய கட்டபொம்மன் தூக்கிலிடப்பட்டார்.

வெள்ளையர்களின் மிகப்பெரிய வெற்றி, ஒரே ஆண்டில் இரண்டு மிகப்பெரிய வீரர்களை வீழ்த்தியது. இதையெல்லாம் மறைக்கிறார்கள். இன்னும் சரியாகச் சொல்ல வேண்டுமென்றால், ஒரு நல்ல முற்போக்குச் சிந்தனையாளனை பிரெஞ்சுப் புரட்சியின் போது அங்கு அமையப் பெற்ற Canvalerian Society என்று சொல்வார்கள். அதுபோல உழைப்பாளர்களுக்கு, போராட்டக்காரர்களுக்கு நல்ல கொள்கைகளைக் கொண்ட ஓர் அமைப்பைப் பார்த்து அதைப்போல ஒன்றை இங்கே உருவாக்க வேண்டும் என்று திப்பு சுல்தான் பாடுபட்டான்.

அவனுடைய ஆட்சிக் காலத்தில் என்னென்ன நன்மைகள் நடந்தன? எந்தெந்த ஆலயங்களுக்கு அவன் உறுதுணையாக இருந்தான்? என்றெல்லாம் வரிசையாகச் சொல்கிறார்கள்.

இப்போது திப்பு சுல்தானின் பிறந்தநாளைக் கொண்டாடக்கூடாது என்று கர்நாடக மாநில அரசு தடை விதித்திருக்கிறது. ஆளுகின்றவர் பாரதிய ஜனதா கட்சியைச் சார்ந்த எடியூரப்பா. 2012ஆம் ஆண்டு பாரதிய ஜனதா கட்சியிலிருந்து வெளியேறி எடியூரப்பா ஒரு தனிக்கட்சி தொடங்குகிறார். அப்போது தன் கட்சிக்கு ஆதரவு திரட்டுவதற்காக மக்களிடம் சென்று பேசுகிறபோது, "திப்பு சுல்தான் ஏழரை கிலோ எடை கொண்ட ஒரு வாளை வைத்திருந்தான். அதைப்போல ஒரு வாளை வைத்துக்கொண்டு, நான் திப்பு சுல்தானைப் போல பெரும் வீரனாக மாறுவேன்" என்று பேசிய அதே எடியூரப்பா இப்போது திப்பு சுல்தானுடைய பிறந்த நாளுக்குத் தடை விதிக்கிறார். ஏழு ஆண்டுகளில் மனமாற்றம்.

'Man contradict himself' என்று சொல்வார்கள். ஆனால் இவ்வளவு கேவலமாக Contradict ஆவாரா?

அதைவிட இன்னொரு மிகப்பெரிய சிறப்பு, 1970ஆம் ஆண்டு ஆர்.எஸ்.எஸ். அமைப்பு வெளியிட்ட 'பாரத பாரதி' என்ற நூலில், 'இந்திய நாட்டின் விடுதலைப் போராட்ட வீரன் திப்பு சுல்தான் மிகப்பெரிய மாவீரன்' என்று எழுதியிருக்கிறது.

இப்போது திப்பு சுல்தானுடைய பிறந்தநாளை ஏன் கொண்டாடுகிறீர்கள் என்று நம்மைப் பார்த்துக் கேட்கிறவர்கள், கிட்டத்தட்ட இந்த அமைப்பைச் சார்ந்தவர்களாக மட்டுமில்லை, இதனைச் சார்ந்த உணர்வு பெற்றவர்களாக இருக்கிறார்கள். இவர்களுக்கு மூலமாகவும் அடித்தளமாகவும் இருக்கிற அந்த அமைப்பே 1970ல் அவரைப் பாராட்டியிருக்கிறது என்றால், இப்போது என்ன கோளாறு ஆகியது?

திப்புசுல்தான் பற்றிய நாடகங்கள், பாடல்கள்

19ஆம் நூற்றாண்டில் இதுவரை இல்லாத அளவிற்கு 1000க்கும் மேற்பட்ட நாடகங்கள் திப்புசுல்தானைப் பற்றி கர்நாடகத்தில் நடந்திருக்கின்றன. அவன் மோசமான ஆட்சியாளன் என்றால், மக்கள் அவனைக் கொண்டாடி ஊர்களில் நாடகம் நடத்தியிருக்க மாட்டார்கள்.

அவன் இறந்ததற்கு அடுத்த ஆண்டிலிருந்து அதுவரை எந்த மன்னனுக்கும் இல்லாத அளவிற்கு அவனைப் பற்றிய நாட்டுப்புறப் பாடல்கள் கர்நாடக மாநிலத்தில் உலவி இருக்கின்றன. இப்பாடல்கள் அவருடைய சிறப்புகளைச் சொல்கின்றன.

நாட்டுப்புறப் பாடல்கள் இருந்திருக்கின்றன; நாடகங்கள் நடந்திருக்கின்றன. கூடாது என்று சொல்கின்ற கூட்டத்தினர்க்கு வழிகாட்டுகின்ற கொள்கைத் தளம் அமைக்கிறவர்கள் அவரைப் புகழ்ந்து பேசியிருக்கிறார்கள். இன்றைக்குத் தடை விதித்திருக்கிறவர் அரசியல் காரணங்களுக்காகத் தடைவிதித்திருக்கிறார். அன்றைக்கு அரசியல் காரணங்களுக்காக அவனை வீரன் என்றனர். எங்களைப் பொறுத்தவரை திப்பு சுல்தான் என்றைக்கும் மாவீரன்தான். வெள்ளையனை எதிர்த்துப் போரிட்டவன்தான்.

இன்னும் சொல்ல வேண்டுமென்றால், அவன் வீழ்ந்தது வெள்ளையர்களால் அல்ல. அவனிடமிருந்த ஒரு படைத்தளபதி துரோகியாக மாறினான். திப்பு சுல்தான் போரிட்டுக் கொண்டிருந்தபோது உள்ளேயிருந்து வந்து தாக்கிய ஒரு கணைதான் அவனை வீழ்த்தியது.

அந்தக் காலத்திலிருந்து நமக்கு ஏதாவது சோதனை அல்லது வீழ்ச்சி என்றால், அது வெளியே இருந்து அல்ல; உள்ளே இருந்து. இதைப் படிக்க நேர்ந்தபோது நான் மிகுந்த அதிர்ச்சி அடைந்தேன். போர்க்களத்தில் வீழ்ந்தான். வெள்ளையர்கள் ஆயிரக்கணக்கில் வந்தார்கள். “ஹேஸ்டிங்ஸ்” என்கிறார்கள், “காரன்வாலிஸ்” என்கிறார்கள். எவனோ ஒருவன் வந்தான்.

அவனுக்குத் துணையாக மராட்டியர் வந்தார்கள். நவாப் வந்தார் ஹைதராபாத் திலிருந்து. திப்புசுல்தான்கூட சிலரைத் தாக்கியதாகச் சொல்கிறார்கள். யாரைத் தாக்கியதாக வரலாறு சொல்கிறதென்றால், யாரெல்லாம் வெள்ளையர்களுக்குத் துணை போனார்களோ, அவர்களைத் தாக்கியிருக்கிறான். அது யாராக வேண்டுமானாலும் இருந்திருக்கலாம். எந்தப் பிரிவைச் சேர்ந்தவர்களாக வேண்டுமானாலும் இருந்திருக்கலாம்.

அவன் பொது எதிரி வெள்ளையர்கள். அவனுக்கு இவர்கள் துணை போனார்கள் என்பதற்காக அவர்கள் மீது தாக்குதல்கள் நடத்துகிறபோது தாக்குதலுக்கு உள்ளானவர்களுக்கு ஒரு நிறம் கொடுத்து, அந்த இனத்தின் எதிரி என்று சித்திரிக்கிற ஒரு கூட்டம் இருந்தது. இதுதான் வரலாற்றைத் திரித்து எழுதுவது.

ஜாலியன் வாலாபாக்

ஜாலியன் வாலாபாக் குறித்து இப்போது ஒரு மசோதா நிறைவேறியது. இரண்டு அவைகளிலும் அது நிறைவேறிவிட்டது.

அந்த ஜாலியன் வாலாபாக் என்ற நினைவிடத்துக்கு, ஓர் அறக்கட்டளை அமைப்பு இருக்கிறது. அந்த அறக்கட்டளை அமைப்பை மாற்றுவதுதான் இப்போதைய நோக்கம். என்ன காரணமென்றால் அந்த அறக்கட்டளையின் ஓர் உறுப்பினராகக் காங்கிரஸ் கட்சியின் தலைவர் இருப்பார். மக்களவையில் இருக்கிற எதிர்க்கட்சித் தலைவர் இருப்பார். இதைத் தவிர வேறு சிலர் இருப்பார்கள் என்று இருந்ததை இப்போது மாற்றி, ஒன்றை ஏற்றுக்கொள்ளலாம். நான் பேசுகிறபோதுகூட அதைத்தான் குறிப்பிட்டேன். எதிர்க்கட்சித் தலைவர் என்பதற்குப் பதிலாக மக்களவையில் இருக்கிற பெரிய எண்ணிக்கை கொண்ட ஒரு கட்சி காரணம் பல நேரங்களில், இந்த முறையும் சரி, இதற்கு முன்பும் சரி, எதிர்க்கட்சி என்பது மக்களவையில் இல்லை. போதுமான அளவு எண்ணிக்கை இல்லாத காரணத்தால் அங்கே அதிக உறுப்பினர் கொண்ட கட்சியின் தலைவர். அவர் இடம் பெறலாம் என்ற ஒரு சட்டத் திருத்தம்.

அடுத்த திருத்தம், அவர்களுடைய பதவிக்காலம் ஐந்தாண்டுகள். அந்த ஐந்தாண்டு காலத்திற்குள் எந்த நேரத்திலும் அவர்களை மத்திய அரசு நீக்கலாம். ஏன் இந்த அதிகாரம் உங்களுக்கு? எதனால் நீக்க முற்படுகிறீர்கள்?

மக்களவையின் ஆட்சிக்காலம் முடிந்துபோனால் அவர் உறுப்பினராகத் தொடர்வார் அல்லவா? என்றால் அந்தத் திருத்தம் எப்படி இருந்திருக்க வேண்டுமென்றால், மக்களவை கலைகிறபோது அதன் அடிப்படையில் அதன் உறுப்பினராக இருப்பவரின் பதவிக்காலம் முடியும் என்றுதான் சரத்து இருந்திருக்க வேண்டுமே தவிர, எப்போது வேண்டுமானாலும் யாரையும் நீக்கலாம் என்ற நிலை வரக்கூடாது.

மூன்றாவதாக, அதுதான் முக்கியம். காங்கிரஸ் கட்சியின் தலைவர் இதில் இருக்கக் கூடாது. கெஞ்சித்தான் கேட்டார்கள் எல்லோரும் "இப்படிச் செய்யாதீர்கள். வரலாற்றில் காங்கிரஸ் கட்சி இல்லாமல் விடுதலைப் போராட்டமா?" என்றெல்லாம் கேட்டார்கள்.

காரணம், பண்டித நேரு, வல்லபாய் பட்டேல் போன்றவர்களெல்லாம் சேர்ந்ததுதானே ஜாலியன்வாலாபாக் என்பது. நாங்களும் உணர்ச்சியோடுதான் பேசினோம். ஜாலியன் வாலாபாக் துயரம் என்பது இந்திய விடுதலைப் போராட்ட வரலாற்றில் ஒரு மறக்க முடியாத நாள். இன்னும் சொல்ல வேண்டுமானால், அந்த நிகழ்வுதான் 'பகத்சிங்' என்ற ஒரு மாவீரனை உருவாக்கித் தந்தது.

ஒன்பது வயதுச் சிறுவனாகப் பள்ளி சென்று திரும்பியவன், வீட்டிலிருந்தவர்கள் பேசியதைக் கேட்டுக்கேட்டு, அந்த ஊரிலே பல நாட்கள் நிலவிய இறுக்கமான அமைதியைப் பார்த்து அந்த இடத்துக்குப் போய், இரத்தம் கொட்டிக்கிடந்த மண்ணைக் கை நிறைய எடுத்து ஒரு சீசாவில் நிரப்பி, அதைத் தன்னுடைய மேசையின் மேல் வைத்திருந்தான்.

தினந்தோறும் அதைப் பார்ப்பான். பார்த்துப் பார்த்து வளர்த்த அந்த வைராக்கியம்தான் பகத்சிங் என்ற ஒரு மாவீரனை உருவாக்கித் தந்தது. அதுபோல உத்தம்சிங் என்பவன்தான் இருபத்தேழு ஆண்டுகள் கழித்து டயரைக் கொன்றான்.

நாங்கள் என்ன முன்மொழிந்தோம் தெரியுமா? "காங்கிரஸ் கட்சியை நீக்க வேண்டாம். குறுகிய அரசியல் கண்ணோட்டம் வேண்டாம். காங்கிரஸ் கட்சி இல்லாமல் போராட்டம் இல்லை என்கிறபோது இருந்துவிட்டுப் போகட்டும். ஆனால், அதே நேரத்தில் அந்த அறக்கட்டளையில் பகத்சிங், உத்தம்சிங் போன்றவர்களுடைய வாரிசுகளை நீங்கள் நியமிக்கவேண்டும்" என்று சொன்னோம்.

ஜாலியன் வாலாபாக் என்பது என்னுடைய வாழ்க்கையில் நான் சென்று பார்க்க விரும்பிய இடம். எனக்கு சில விருப்பங்கள் உண்டு, சின்ன வயதிலேயே.

தாஜ்மஹால் பார்க்க வேண்டும், ஜாலியன்வாலாபாக் போக வேண்டும், காவிரிக் கரையோரத்தில் தென்னை மரங்கள் சூழ்ந்த இடத்தில் ஒரு வீடு கட்டி மொட்டை மாடியில் உட்கார்ந்து மாலை நேரத்தின் மந்தகாசத்தில் இசை கேட்க வேண்டும்.

தாஜ்மஹால்

தாஜ்மஹாலை என் தம்பிக்கு முதன் முதலாக அழைத்துச்சென்று காட்டியது நான்தான். அந்த இடத்திற்குச் சென்றபோது ஏற்பட்ட நெகிழ்வினை அவர் இன்றும் சொல்வார். காரணம், தம்பி என்னிடம் வளர்ந்தவர். என்னுடைய நேசத்துக்குரிய தம்பி. இன்றைக்கு இந்தக் கொள்கை எல்லா இடங்களிலும் ஓங்கி ஒலித்து, அவர் முழங்கி

மக்களிடம் இளைஞரிடம் இடம்பெறுகிறபோது பூரித்துப் போகிறவன் நான். அவர் தாஜ் மஹாலைப் பார்க்கவில்லை. என்னையே பார்த்துக்கொண்டிருந்தார். ஏனென்றால், நான் அதைப் பார்த்தது, அவரிடம் விவாதித்தது, அங்கே உட்கார்ந்து பாட்டுகூட பாடியது இவையெல்லாம். எல்லா இடத்திற்கும் முக்கியத்துவம் உண்டு.

தாஜ்மஹாலை சிலர் கல்லறை என்பார்கள்; சிலர் காதலின் அடையாளம் என்பார்கள். உள்ளே செல்கிறபோது சிலிர்க்கின்ற அளவிற்கு ஏதோ ஒன்று நடந்திருக்கின்றது. வரலாற்றின் சின்னமாக இருக்கிற அதைப் போய் பார்க்கிறபோது அந்த உணர்வுகளோடு செல்லவேண்டுமே தவிர, குறை காணுகிற குறுகிய உள்ளத்தோடு செல்லக் கூடாது.

அதுபோல எனக்கு அடுத்து கனன்றுகொண்டிருந்த இடம் ஜாலியன் வாலாபாக். நாங்கள் நேரடியாகக் காங்கிரஸ் கட்சியோடு தொடர்புடையவர்கள் அல்லர். அதே நேரத்தில் விடுதலைப் போராட்டத்தில் நடைபெற்ற முக்கியமான நிகழ்வுகளை எங்களைப் போல மதித்தவர்கள் யாருமில்லை. எல்லாவற்றையும் பாராட்டி இருக்கிறோம். எல்லா வீரர்களையும் கொண்டாடி இருக்கிறோம். அதைத்தான் எனக்கு முன்னால் பேசியவர் சொன்னார்.

எங்கள் பெயர் மாநிலக்கட்சி, அவர்கள் பெயர் தேசியக்கட்சி. நாங்கள் வெள்ளையனுக்கு வால் பிடித்தவர்கள், இவர்கள் வெள்ளையனை விரட்டியடித்தவர்கள்.

வெள்ளையனுக்கு நாங்கள் வால் பிடிக்கவில்லை. என்ன காரணத்தால் எதிர்த்தோம் என்று பெரியார் சொன்னதைத் தம்பி ராசா இங்கே சொன்னார். அப்படிச் சொல்கிறபோதுதான் நம்மீது சுமத்தப்படுகிற களங்கம் துடைக்கப்படுகின்றது.

அதுபோல, ஜாலியன் வாலாபாக் மறக்க முடியாத ஒன்று அங்கே சென்றபோது நான் பூரித்ததை, சிலிர்த்ததைவிட நான் அதிர்ந்து போனதுதான் உண்மை. ஏன்? அது ஒரு சுற்றுலாத்தலமாக மாறிவிட்டது. மக்கள் உள்ளே கையில் நொறுக்குத் தீனியோடு வருகிறார்கள். ஒரு சுற்றுச்சுற்றிவிட்டுப் போகிறார்கள்.

ஒரு மிகப்பெரிய வரலாற்றுச் சின்ன இடத்திற்கு வருகிறபோது, அந்த உணர்வுகள் அவர்கள் உள்ளத்தில் ஏற்பட வேண்டும்.

தாஜ்மஹாலைப் பார்க்கிறபோது காதல் உணர்வு கிளர்ந்து எழுவதைப் போல, ஜாலியன் வாலாபாக் செல்கிறபோது தியாகம் நெஞ்சிலே அறைய வேண்டும்.

பள்ளிப் பிள்ளைகளாக இருக்கட்டும், வளர்ந்தவர்களாக இருக்கட்டும். சற்றேறக்குறைய *378* பேர் செத்திருக்கிறார்கள். துப்பாக்கிச் சூடுபட்டது மட்டுமில்லாமல், அங்கிருக்கிற கிணற்றில் அவர்கள் தாவிக் குதிக்கிறபோது, ஒருவர் மீது ஒருவர் விழுந்து நசுங்கி அந்தக் காரணத்தினாலேயே செத்துப் போகிறார்கள்.

அந்தக் கிணறு இப்போது கிரானைட் கற்களால் அலங்கரிக்கப்பட்டிருக்கிறது. அதை அப்படியே பாழடைந்த கிணறாக வைத்திருந்தால்தான் பார்க்கிறவர்களுக்கு பதைப்பு ஏற்படும், இதற்குள்ளா விழுந்தார்கள்? என்று.

நாடாளுமன்றத்துக்கு நீங்கள் வந்தால், முக்கிய நுழைவு வாயில் தூண்களின் சில இடங்களில் துப்பாக்கிக் குண்டுகள் துளைத்திருக்கும். அது அங்கே இருக்கிற சில காவலர்களுக்குத் தெரியும். எங்களைப் போல அதில் ஈடுபாடு உடையவர்களுக்குத் தெரியும்.

என்ன குண்டு அது என்றால், தீவிரவாதிகள் வந்து நாடாளுமன்றத்தில் *2001*ஆம் ஆண்டு தாக்கியபோது, காவலர்களும் தீவிரவாதிகளும் பரிமாறிக்கொண்ட குண்டுகளில்

சில, தூண்களில் பட்டுத் தெறித்த அந்த அடையாளம் அப்படியே இருக்கின்றது. 2001ல் நாடாளுமன்றக் கட்டடத்தில் பட்ட குண்டுகளின் அடையாளம் இருக்கிறது.

ஜாலியன் வாலாபாக்கில் மிகச் சில குண்டுகளின் அடையாளம் மட்டுமே இருக்கின்றது. இதைத்தான் நாங்கள் நாடாளுமன்றத்தில் சொன்னோம். "நீ ஆட்களை மாற்றுவதெல்லாம் அப்புறம் வைத்துக்கொள். முதலில் அதன் தொன்மையையும் வரலாற்றுச் சிறப்பையும் பாதுகாத்துத் தா" என்று.

வெளிநாடுகளுக்குப் போய்ப் பாருங்கள். சாதாரணமான இடத்தைக்கூட அப்படியே வைத்திருக்கிறான். ஆஸ்திரேலியாவில் ஓர் ஊரினை 18ஆம் நூற்றாண்டு கிராமத்தைப் போலவே வைத்திருக்கிறார்கள். அந்தக் காலத்தில் பெண்கள் உடுத்திய உடுப்போடு, சாலையில் வாகனங்கள் பக்கத்திலே தொழிற்சாலைகள், வண்டி ஓடுவது இவை அப்படியே இருக்கின்றன. இதற்குப் பல டாலர்கள் அவர்கள் பணமாக வசூலிக்கிறார்கள்.

ஆனால், இங்கே ஒரு வரலாற்றுத் தொன்மை மிக்க இடத்தை இப்படி வைத்திருக்கிறார்களே! முதலில் நீங்கள் அதை மாற்றித் தாருங்கள். பின்னர் அறக்கட்டளையை மாற்றுங்கள் என்று சொன்னோம். எங்கள் உரை வரவேற்கப்பட்டது.

மீண்டும் சொன்னோம், "நாங்களெல்லாம் மாநிலக் கட்சிகள்தான். ஆனால், இந்த நாட்டினுடைய விடுதலைக்குப் போராடியவர்களை முன்னணியில் நிறுத்துவதில் நாங்கள் முதன்மையானவர்கள். அதனால்தான் பகத்சிங், உத்தம்சிங் ஆகியோருடைய வாரிசுகளை நீங்கள் இந்த அறக்கட்டளையில் கொண்டுவர வேண்டும்" என்று சொன்னோம்.

அதேபோலத்தான் இங்கே சுபவீ, திப்புசுல்தானுக்குப் பிறந்தநாள் விழா எடுக்கிறார். நானும் ராசாவும் வருகிறோம்.

என்ன காரணம்?

இவரோ, ஆசிரியர் அய்யா வீரமணி அவர்களோ, பெரியாரின் வழியில் சமுதாயச் சீர்திருத்தம் மட்டுமே செய்கிறவர்கள். எதுவுமே கிடைக்காது என்று உணர்த்தப்பட்ட ஒரு கூட்டத்தைத் தன்னோடு வைத்திருப்பவர்கள். அது தெரிந்ததற்குப் பின்னால் இத்தனை பேர் வருகிறார்கள் என்பதுதான் இந்த அமைப்பினுடைய சிறப்பு.

இன்றைய உலகில் ஏதாவது கிடைத்தால்தான் அந்த இடத்திற்கே வருவான். ஆனால், எந்தக் காலத்திலும் எதுவும் கிடைக்காது என்று தெரிந்த கூடாரம் இது. அந்த அமைப்பினுடைய அரசியல் களம் 'திராவிட முன்னேற்றக் கழகம்'. அதிலிருந்து நாங்கள் இரண்டு பேர் வந்திருக்கிறோம். உங்கள் உணர்வுகளை அரசாங்க ரீதியாக அதிகாரத்தின் அடிப்படையில் செயலாற்றிக் காட்டுகின்ற அண்ணா, கலைஞர் இன்றைக்கு எங்கள் தலைவர் தளபதி வழியிலே நடைபோடுகிற இயக்கத்தின் சார்பில் வந்திருக்கிறோம்.

இந்தக் கூட்டத்தை இப்போது கேட்டுக்கொண்டிருக்கும் நம் அமைப்புக்கு, நம் உணர்வுகளுக்கு அப்பாற்பட்டவர்கள் இதை நாளைக்கு சமூக வலைதளங்களிலோ தொலைக்காட்சியிலோ பார்க்கக்கூடியவர்கள் தயவு செய்து எடைபோட்டுச் சொல்லுங்கள், இத்தனை நாள்கள் திப்பு சுல்தானைப் பற்றி விமர்சித்தவர்கள் கூறிய கூற்றுகள், பேசிய பேச்சின் முறைகள், இன்றைக்கு இந்த மன்றத்தில் நாங்கள் பேசிய பேச்சுகள் இரண்டையும் ஒப்பிட்டுப் பாருங்கள்.

அவர்கள் பிறரை இழிவாகப் பேசினார்கள்; தாழ்த்திப் பேசினார்கள்; வரலாற்றைத் திரித்துக் கூறினார்கள். நாங்கள் வரலாற்றை அப்படியே சொல்லியிருக்கிறோம். நியாயத்தைப் பேசியிருக்கிறோம்.

திப்புசுல்தான் ஒரு மாவீரன், வெள்ளையனை நீண்ட காலம் ஓரிடத்திலே தடுத்து நிறுத்திய வல்லமை திப்புசுல்தானுக்கு மட்டுமே இருந்தது. அவன் இசுலாமிய மார்க்கத்தைப் பின்பற்றியவன் என்பது அவனுடைய குறையன்று, அப்படிக் குறையாக மாற்றுகின்ற உணர்வினைக் கைவிடுங்கள்.

நீங்கள் உள்ளபடியே இந்த நாடு விடுதலை அடைந்ததைக் கொண்டாடுகிற அமைப்பைச் சார்ந்தவர்களாக இருப்பீர்களேயானால் அது யாராக இருந்தாலும், இனம் மதம் எல்லாவற்றையும் கடந்து அவர்களைப் போற்றுகின்ற ஒரு மனநிலைக்கு வாருங்கள் என்பதுதான் இந்தக் கூட்டத்தில் நாங்கள் சொல்ல விரும்புகிற செய்தி.

திப்புசுல்தான் என்ற ஒரு மாவீரனை, நாடாண்டபோது பல நல்ல பணிகளைச் செய்தவனை, எல்லோரையும் அரவணைத்தவனை, மதச் சார்பற்ற உணர்வோடு இருக்க வேண்டும் என்றவனை, தன்னுடைய சமய உணர்வுகளும் பாதுகாக்கப்பட வேண்டும், மற்றவர்களின் சமய உரிமைகளும் பாதுகாக்கப்பட வேண்டும் என்று சொன்ன ஒருவனை நாங்கள் கொண்டாடுவது தவறா?

எல்லோர் மீதும் களங்கம் சுமத்தப்படும். இராஜராஜ சோழனாக இருக்கட்டும், கரிகால் பெருவளத்தானாக இருக்கட்டும், கிருஷ்ண தேவராயராக இருக்கட்டும், அசோகச் சக்கரவர்த்தியாக இருக்கட்டும். அசோகன் பின்னாளில் மனம் மாறினான். எப்போது? கொன்று குவித்த பிணக் குவியலில் நடக்கிறபோதுதான் மனம் மாறினான்.

ஆக, எந்த மன்னனாக இருந்தாலும் போர் தொடுக்கிறபோது யாரையாவது சிலரைக் கொல்லத்தான் வேண்டும். அப்படிக் கொல்லுகிறபோது எதிரியின் தன்மையைப் பொறுத்து அணுகுகின்ற முறைகள் மாறும். அதனால் அவன் மோசமானவன், கொடூரமானவன் என்று சொன்னால் மன்னன் கையில் வாள் இருக்கத் தேவையில்லை.

ஆண்டவர்கள் கையிலே ஆயுதம் இருக்கிறபோது, மன்னர்களின் கையிலே இருக்கக் கூடாதா? மக்களைக் காப்பாற்றுவதற்காக எதிரியின் மீது அவன் பயன்படுத்துவதற்குத்தான் ஆயுதம். போலீசார் கையில் துப்பாக்கி வைத்திருப்பதைப்போல எல்லையோரத்தில் இருக்கிற இராணுவ வீரன் கையில் ஆயுதம் வைத்திருப்பதைப் போல. அப்படிப்பட்ட ஒரு நிலையில் திப்பு சுல்தான் என்ற ஒரு மன்னன் ஆண்டபோது நடந்த போர்களையோ அதிலே நடைபெற்ற நிகழ்வுகளையோ வைத்து அவனைத் தவறானவனாகச் சித்திரிக்கின்ற போக்கிற்கு மாறாக, தான் ஆண்ட காலத்தில், அவனுடைய வாழ்க்கை என்பது நாற்பத்தொன்பது வயதுதான். கட்டபொம்மன் வயது 39தான். இராஜராஜ சோழனுடைய தந்தை சுந்தரசோழன் வாழ்ந்தது ஐம்பதாண்டு காலத்திற்கு உள்ளாகத்தான். ஆனால், அதற்குள் அவர்கள் செய்திருக்கிற சாதனைகள், அவர்கள் மக்களுக்காகச் செய்து இருக்கக்கூடிய பணிகள், இவற்றைப் பார்க்கிறபோது வரலாற்றில் உள்ள நல்லனவற்றை எடுத்துக்கொள்வதோடு மட்டுமல்லாமல், அதைத் திரித்து எழுதுகிற குணத்தை இன்றைக்கு இருக்கிற சிலர் கைவிட வேண்டும். வளர்கின்ற தலைமுறையின் இதயங்களில் நச்சு விதைகளை ஊன்றிவிடக்கூடாது.

ஒருவரை நல்லவர் என்று அடையாளம் காட்டலாம். காட்ட விரும்பவில்லையென்றால் கடந்து போகலாமே தவிர, நல்லவரைத் தீயவனாகச் சித்திரிக்கிற போக்கு என்பது

நாளைய நாட்டிற்கு நல்லதல்ல; உலகத்தின் வளர்ச்சிக்கும் ஏற்றதல்ல. இதுதான் கருப்புச் சட்டையோ, கருப்பு சிவப்புக் கொடியோ ஊருக்குச் சொல்வது. அதைத்தான் இந்த நிகழ்வினைப் பரபரப்பாக எதிர்பார்த்துக் கொண்டிருப்பவர்களுக்குச் சொல்வது. இங்கே நாங்கள் கலவரத்தை விதைக்கவில்லை; வன்முறையைச் செய்யுங்கள் என்று தூண்டுகின்ற வார்த்தைகள் இங்கு இல்லை. வன்முறைகள் விளைந்துவிடாமல் தடுக்கின்ற வார்த்தைகள் மட்டும்தான் இருக்கின்றன.

இறந்துபோனவர்களைத் தோண்டி எடுத்து அசிங்கப்படுத்துகிற அந்த முயற்சியைக் கைவிடுங்கள். இந்த நாட்டில் உழைத்தவர்கள் யாராக இருந்தாலும் அவர்களை உயர்த்திப் போற்ற வேண்டும் என்ற உணர்வுகளுக்கு வாருங்கள். பாதிக்கப்பட்டவர்களுக்கு விடுதலை வேண்டுமென்றால், அவர்களுக்குப் பரிந்து பேசுகின்ற எண்ணங்களை வளர்த்துக்கொள்ளுங்கள். மாறான உணர்வுகள் வளருமேயானால், அது வளருகின்ற தலைமுறையினர் தவறான திசைக்குச் செல்வதற்கும் சில தீய காரியங்களில் ஈடுபடுவதற்கும் காரணமாக அமைந்துவிடும்.

அதனால்தான் இங்கே வரலாற்றின் அடிப்படையில், சொல்ல வேண்டியதைச் சொல்லி, நியாயத்தை மட்டுமே கூறி இருக்கிறோம்.

அறிஞர்கள் பலர் வந்திருக்கிறார்கள். நாங்கள் எதிர்பார்க்காத பல பெரியவர்கள் வந்து உட்கார்ந்திருக்கிறார்கள். சிந்தனையாளர்கள் அமர்ந்திருக்கிறார்கள். ஏன்? இந்த நிகழ்ச்சியினுடைய முக்கியத்துவம் அவர்களுக்குத் தெரிந்த காரணத்தால் வந்து சேர்ந்திருக்கிறார்கள்.

இந்த அடிப்படையில், இந்நிகழ்ச்சியை நடத்தும் சுபவீ அவர்களுக்கு நாங்கள் நன்றி தெரிவிக்கிறோம். இதுபோன்ற கடமைகளை நீங்கள்தான் செய்ய முடியும். நீங்கள் செய்கிறபோது என்றைக்கும் உங்களோடு நாங்கள் இருப்போம். அதுதான் நாங்கள்.

கலைஞர் இருந்தால் உங்களுக்கு எப்படித் துணை நின்றிருப்பாரோ அதைப்போல எங்கள் தலைவர் தளபதி இருக்கிறார். அதன் காரணத்தால்தான் தளபதி இன்று காலை எங்கள் இருவரிடமும் மூன்று முறையாவது இந்த நிகழ்ச்சியைப் பற்றி "எப்போது நடக்கும்? எப்போது முடியும்? எப்போது வருவீர்கள்?" என்றெல்லாம் கேட்டுக்கொண்டிருந்தார். அந்த அளவிற்கு இந்த நிகழ்ச்சியின் மீது அவருக்கும் ஆர்வம் இருக்கிறது. காரணம், இது 'திராவிடர் இயக்கத் தமிழர் பேரவை' சுபவீ அவர்கள் ஏற்பாடு செய்த நிகழ்ச்சி என்பதால்.

மீண்டும் சொல்கிறேன்: இந்த நிகழ்ச்சி ஊருக்கு நல்லவற்றை, நடந்தவற்றைச் சொல்வதற்காக. திப்புசுல்தான் பற்றி பரப்பப்படுகின்ற பொய்களை அம்பலப்படுத்துவதற்காக என்பது மட்டுமே நோக்கம். இந்நிகழ்ச்சியில் கலந்துகொண்டவர்களுக்கு என் நன்றியைத் தெரிவித்து, ஏற்பாடு செய்த 'திராவிடர் இயக்கத் தமிழர் பேரவை'க்கும் நன்றி தெரிவித்து விடை பெறுகிறேன்.

8

வ.உ.சி. 150ஆவது பிறந்தநாள் சிறப்புரை

செக்கிழுத்த செம்மல், கப்பலோட்டிய தமிழன் வ.உ.சிதம்பரனார் அவர்களின் 150ஆவது பிறந்தநாள் விழாவை கோவில்பட்டி நகரத்தில் மிகச்சிறப்பாக திருவள்ளுவர் மன்றம், இந்திய கலாச்சார நட்புறவுக் கழகம், அரிமா சங்கம், ரோட்டரி சங்கம், மாமன்னர் பூலித்தேவர் மக்கள்நல இயக்கம், கருத்துரிமைப் பாதுகாப்பு கூட்டமைப்பு, பசும்பொன் கல்வி அறக்கட்டளை ஆகியோர் இணைந்து நடத்துகின்ற இவ்விழாவிற்கு தலைமைப் பொறுப்பேற்று உரையாற்றிய திருவள்ளுவர் மன்றத்தின் தலைவர் பேராசிரியர் கருத்த பாண்டியன் அவர்கள் எழுதிய 'திருக்குறள் பொருளுரை' நூலின் முதல் படியைப் பெற்றுக்கொண்ட மேனாள் அமைச்சர், கோவில்பட்டி சட்டமன்ற உறுப்பினர் மரியாதைக்குரிய கடம்பூர் ராசு அவர்களே! முன்னிலை பொறுப்பேற்றிருக்கின்ற உலக திருக்குறள் கூட்டமைப்பின் துணைத்தலைவர் கருத்த பாண்டியன் அவர்களே! கருத்துரிமைப் பாதுகாப்பு மையத்தின் செயலாளர் வழக்கறிஞர் பெஞ்சமின் ஃபிராங்ளின் அவர்களே! நூலினை அறிமுகம் செய்து உரையாற்றிய திருவள்ளுவர் மன்றத்தின் செயலாளர் நம்.சீனிவாசன் அவர்களே! வரவேற்புரை ஆற்றிய அரிமா சங்கத்தின் தலைவர் இராமச்சந்திரன் அவர்களே! விருது பெறுவோர்களை அறிமுகப்படுத்திய அன்பிற்கினிய தமிழரசன் அவர்களே! விருது பெற்ற பல்துறை வித்தகர்களே! வாழ்த்துரை ஆற்றிய அறிஞர் பெருமக்களே! இந்த விழாவுக்கு வந்து சிறப்பித்துக் கொண்டிருக்கின்ற வ.உ.சி. அவர்களுடைய பெயர்த்தி ஆசிரியை செல்வி அவர்களே! தன்னுடைய குரலின் இனிமையினால் வ.உ.சி.யின் வாழ்க்கை வரலாற்றை இனிமையாக இந்த இடத்திலே வழங்கிய கலைமாமணி கமலபுற்பம் அவர்களே! நிகழ்ச்சியைத் தொகுத்து வழங்கிக்கொண்டிருக்கின்ற திருமதி ஜெயா அவர்களே! இந்த நிகழ்ச்சியிலே நான் கலந்துகொள்ள பெரும் அக்கறை காட்டி சிறப்பு விருந்தினரை அறிமுகம் செய்த அன்பிற்கினிய பரமசிவம் அவர்களே! பெரியோர்களே! தாய்மார்களே! உங்கள் அனைவருக்கும் வணக்கம்!

தமிழ் தழைத்த, வீரம் கிளர்ந்த விடுதலைப் போராட்ட காலத்திலும் தொடர்ந்து இப்பகுதிக்குப் பெருமை சேர்த்தவர்கள் பிறந்து வளர்ந்த மண்ணில் குறிப்பாக கோவில்பட்டியில் உரையாற்றுகின்ற இந்த வாய்ப்புக்காகப் பெருமகிழ்ச்சி அடைகிறேன்!

வாழுகின்ற நாட்களில் பலரின் தன்மைகளை, திறமைகளை சமகாலத்தில் வாழ்பவர்கள் உணர்வது கிடையாது. சிலரின் வாழ்க்கை மறைவதோடு முடிந்துவிடும். ஆனால், சிலரின் வாழ்க்கை என்பது மறைவுக்குப் பின்னர்தான் தொடங்கும்.

வ.உ.சி. எனும் ஒரு மனிதர் பிறந்து 64 வயதில் மறைகிறார். ஆனால், 150ஆவது ஆண்டு பிறந்தநாளை இந்த மன்றத்தில் உள்ள நாம் மட்டுமல்ல, தமிழக அரசே ஓர் ஆண்டு முழுவதும் கொண்டாட வேண்டும் என்று முடிவெடுத்திருக்கிறது.

திராவிட முன்னேற்றக் கழக ஆட்சி அறிஞர் அண்ணாவுக்குப் பிறகு தலைவர் கலைஞரின் கரங்களுக்குச் சென்ற பிறகு அதுகாறும் இல்லாத அளவுக்கு விடுதலைப் போராட்ட வீரர்களை எல்லாம் தேடி இனம் கண்டு, அவர்களுக்கு மரியாதை செய்தது மட்டுமல்லாமல் அவர்களுக்குக் கிடைக்கவேண்டிய அங்கீகாரத்தை, கௌரவத்தை அளித்தது.

அந்த வகையில், வ.உ.சி. இழுத்த செக்கு எங்கிருக்கிறது? என்று தேடி, அது கோவை சிறையில் கவனிப்பாரற்றுக் கிடக்கிறது என்பதை அறிந்து, அதைக் கொண்டுவந்து சென்னை அரசினர் தோட்டத்தில் உள்ள ராஜாஜி அரங்கத்தில் காட்சிக்கு வைத்தது தலைவர் கலைஞர் ஆட்சியில்தான்.

அதேபோல, இன்றைய தமிழக முதல்வர், தளபதி மு.க.ஸ்டாலின் அவர்கள் சட்டமன்றத்தில் வரிசையான அறிவிப்புகளை யாரும் எதிர்பார்க்காத அளவுக்கு அறிவித்துள்ளார்கள்.

- வ.உ.சி.யின் பிறந்த நாளையொட்டி இனி ஆண்டுதோறும் அவர் எந்தத் துறையில் நின்று வெள்ளையர்களுக்கு எதிர்த்தவராக இருந்தாரோ, அந்தத் துறையில் கப்பல் கட்டுவதிலோ அல்லது கப்பல் கட்டும் தொழில்நுட்பத்திலோ சிறந்து விளங்கும் தமிழருக்கு வ.உ.சி.யின் பெயரால் விருதும், 5 லட்ச ரூபாய் ரொக்கப் பரிசும் வழங்கப்படும்.
- இவ்வாண்டு செப்டம்பர் 5 தொடங்கி அடுத்த ஆண்டு செப்டம்பர் வரை திருநெல்வேலி, தூத்துக்குடி மாவட்டங்களில் எழுப்பப்படும் அரசு கட்டடங்கள் அனைத்திற்கும் வ.உ.சி.யின் பெயர் சூட்டப்படும்.
- வ.உ.சி. மறைந்த நாளாகிய நவம்பர் 18 இனி தியாகத் திருநாள் என்பதாகக் கடைப்பிடிக்கப்படும்.
- வ.உ.சி.யின் சிறப்பு தகவல்களைக் கொண்ட திரைப்படக் கண்காட்சியுடன் கூடிய ஒரு பேருந்து எல்லா இடங்களுக்கும் சென்று இளம் செல்வங்களுக்கு அவரைப் பற்றி அறிமுகப்படுத்துவதற்கு ஒரு நகர்கின்ற கண்காட்சி.
- வ.உ.சி.யை சிறையில் அடைத்திருந்த கோவையில் வ.உ.சி. பூங்கா என்று ஒன்று இருக்கிறது. அதில் அவருக்கு ஆளுயர சிலை ஒன்று.
- வ.உ.சி. பிறந்த ஒட்டப்பிடாரத்தில் அவரது இல்லத்தில் ஒளி ஒலி கண்காட்சி. அங்கு செல்பவர்களுக்கு எல்லா நேரத்திலும் கருத்துகளைத் தெரிவிக்கும்.

- வ.உ.சி. நினைவுமண்டபம் புதுப்பிக்கப்படும்.
- வ.உ.சி. பெயரால் நெல்லை மனோன்மணியம் சுந்தரனார் பல்கலைக்கழகத்தில் ஆயுள் இருக்கை ஒன்று உருவாக்கப்படும்.
- வ.உ.சி.யின் நூல்கள் தமிழ்நாடு பாடநூல் நிறுவனத்தின் சார்பில் மலிவு விலையில் வெளியிடப்படும்.
- வ.உ.சி. வெளியிட்ட கையெழுத்துப் பிரதிகள், துண்டுப் பிரசுரங்கள் எல்லாம் மின்னணு மயமாக்கப்படும்.
- வ.உ.சி. சுப்பிரமணிய பாரதி தொடர்புடைய பள்ளியில் ஒரு கோடியே ஐந்து லட்சம் ரூபாய் மதிப்பில் புதிய கட்டடமும் கலையரங்கமும் கட்டப்படும்.

என இத்தனை அறிவிப்புகளும் திராவிட முன்னேற்றக் கழக ஆட்சியில் அறிவிக்கப்பட்டுள்ளது.

காங்கிரஸ் பேரியக்கத்தில் பாடுபட்ட ஒருவரின் தியாகத்தினை விடுதலைப் போராட்ட காலத்தில் யாரும் செய்யமுடியாத தியாகங்களைச் செய்த ஒருவரைப் போற்றி உயர்த்துகின்ற கடமையினைக் கழக ஆட்சி செய்கிறது என்கிறபோது நாங்கள் பெருமை அடைகிறோம். இது ஒரு விடுதலை பெற்ற நாடு. பல மாநிலங்கள் ஒன்றிணைந்த ஒன்றியம் என்று கருதப்படுகிற இந்தியத் திருநாட்டில் ஒரு மாநிலமாக விளங்குகின்ற தமிழகம் விடுதலை பெற்ற நாட்டில் இறையாண்மை பொருந்திய நாட்டில், குடியரசு நாட்டில், தனக்கென ஓர் அரசியல் சட்டத்தை வகுத்து வைத்திருக்கிற நாட்டில், கூட்டாட்சித் தத்துவத்தின் அடிப்படையில் இயங்கக்கூடிய ஒரு மாநிலம்.

தமிழ்நாட்டில் நேருவின் பெயரால் மைதானம் இருக்கிறது. நேதாஜி சுபாஷ் சந்திரபோஸின் பெயரில் சாலைகள் இருக்கின்றன. நேருவின் மனைவி கமலாதேவியின் பெயரால் மருத்துவமனைகள் இருக்கின்றன. கஸ்தூர்பா காந்தியைப் போற்றுகிறார்கள். திலகரின் பெயரால் திடல்கள் இருக்கின்றன. ஆனால், வடக்கே வ.உ.சி.யின் பெயரால் ஒரு தெரு உண்டா? சுப்ரமணிய பாரதியின் பெயரால் ஏதாவது உண்டா? சுப்பிரமணிய பாரதியைப் போல, சுப்பிரமணிய சிவாவைப் போல எத்தனையோ பேர் இங்கே இருந்தார்களே அவர்களை வடபுலம் அறியுமா?

1997ஆம் ஆண்டு விடுதலைத் திருநாளின் பொன்விழா. நான் அப்போது புதுக்கோட்டையிலிருந்து தேர்ந்தெடுக்கப்பட்ட மக்களவை உறுப்பினர்.

ஆகஸ்டு 14 நள்ளிரவில்தான் விடுதலை பெற்றோம் என்பது வரலாறு. அதே ஆக.14 இரவு 12 மணிக்கு நாடாளுமன்ற மைய மண்டபத்தில் மிகச் சிறப்பாக விழாவை நடத்தினார்கள். நாங்கள் அந்த விழாவில் கலந்துகொள்ளச் சென்றபோது, அதுவரை பார்த்திராத அளவுக்கு அந்தப் பகுதி முழுவதும் வண்ண விளக்குகளால் ஒளிர்ந்துகொண்டிருக்கிறது.

ஓர் இடத்திலே தடுப்புச் சுவர் எழுப்பி எல்லோரையும் அந்த இடத்துக்கு மேல் செல்லவிடாமல் நிறுத்தினார்கள். ஆனால், நாடாளுமன்ற உறுப்பினர் என்ற அடிப்படையில் எனக்கு உள்ளே செல்வதற்கான வாய்ப்பு கிடைத்தது. நான் கொஞ்ச நேரம் கார் சென்றவுடன் நிறுத்தி நடமாற்றமற்ற அந்தச் சாலையில் நின்றுகொண்டு, இரு புறங்களையும் பார்த்தேன். ஒரு புறம் பிரகாசமான ஒளிவெள்ளத்தில் நாடாளுமன்றக் கட்டடம், மறுபுறம் கூடி நின்று வேடிக்கை பார்க்கிற மக்கள் கூட்டம். 'இந்த நாடு சுதந்திரம் அடைந்தபோது பிறந்திராத என்னைப் போன்றோர், பொன்விழா கொண்டாடுகிறபோது

சட்டம் இயற்றுகின்ற மன்றத்தில் ராஜகம்பீரமாக உள்ளே செல்கிறோமே' என்று சிலிர்த்து நின்ற தருணம் அது. பேருவகையோடு உள்ளே சென்றேன்.

திராவிட இயக்கத்தின் சார்பில் எளியவர்களும் அந்த மன்றத்திற்குச் செல்லலாம் என்ற வகையில் அண்ணல் அம்பேத்கர், பண்டித நேரு, அறிஞர் அண்ணா இங்கே குறிப்பிட்டார்களே பசும்பொன் முத்துராமலிங்கத் தேவர் உட்பட எத்தனையோ அறிஞர் பெருமக்கள் சென்ற அவைக்குள் நாங்களும் சென்றோம்.

மைய மண்டபத்தில் மிகச்சுருக்கமாக விழா நடைபெறுகிறது. ஒலிநாடாவில் ஓர் உரையினை ஒலிபரப்பினார்கள். பேசுவது யார் என்று அதுவரை தெரியாது. ஆனால், அந்தக் குரலில் ஒரு காந்தம் இருந்தது. அதைக் கேட்க வேண்டும் போல் ஒரு மகுடி ஊதிய மயக்கம் போல் இருந்தது. பின்னர்தான் தெரிந்தது அது மகாத்மா காந்தியின் குரல். இரண்டாவதாக, நேதாஜி சுபாஷ் சந்திரபோஸின் வீரக்குரல் ஒலித்தது. மூன்றாவதாக, பண்டித நேருவின் உரை ஒலி பரப்பப்பட்டது. இதற்கு அடுத்து பாடகி லதா மங்கேஸ்கர் 'வந்தே மாதரம்' பாட நிகழ்ச்சி இனிதே முடிந்தது.

மறுநாள் நாடாளுமன்றத்தில் இவ்விழா குறித்து எல்லோரும் பாராட்டிப் பேசினார்கள். மிகச்சிறப்பாக இருந்தது. இதுவரை கேட்காத உரையை எல்லாம் கேட்டோம் என்றார்கள். அப்போது குஜராத் மாநில உறுப்பினர் எழுந்து, "எல்லாம் சரி. காந்தி, சுபாஷ் சந்திர போஸ், நேரு போன்றோரின் உரைகளை எல்லாம் ஒலி பரப்பினீர்களே... சிதறுண்டு கிடந்த சமஸ்தானங்களை ஒற்றை நாடாக ஒருங்கிணைத்த எங்கள் மாநிலத்தவரான சர்தார் பட்டேல் குரலினை ஏன் ஒலிபரப்பவில்லை?" என்று கேட்டார்.

உடனே அவையின் தலைவர் "நான் ஏற்றுக்கொள்கின்றேன். பட்டேலின் உரை மட்டுமல்ல, திலகர், சரோஜினி நாயுடு குரல்களையும் ஒலிபரப்பி இருக்க வேண்டும். ஆனால், நேரம் இல்லாத காரணத்தால் சுருக்கமாக நடத்தினோம்" என்று சொல்லி அவரை அமரச் செய்தார்.

நான் எழுந்து, பேச அனுமதி கேட்டேன். "எல்லாம் முடிந்துவிட்டது. ஏன் குறுக்கிடுகிறீர்கள்?" என்றார்.

"எனக்கு ஒரு நிமிடம் தாருங்கள்" என்றேன்.

"என்ன?" என்று கேட்டார்.

"அவர் குறுக்கிட்டபோது சில பெயர்களைச் சொன்னீர்கள். அவர் கேட்டது சர்தார் பட்டேலைப் பற்றி. நீங்கள் திலகரை, சரோஜினி நாயுடுவைச் சொன்னீர்கள். ஆனால் என் மண்ணில் பிறந்த வ.உ.சி.யைச் சொல்லவில்லையே. விடுதலை வேட்கை கிளம்ப காரணமான பாரதியைச் சொல்லவில்லையே" என்று கேட்டேன்.

வ.உ.சி., அந்தமான் சிறைக் கொடுமைகளைப் போல இந்த நாட்டிலேயே மிகக் கடுமையான தண்டனைகளைப் பெற்றார். இங்கே கருத்தபாண்டி சொன்னதைப் போல், சிறையிலே கல்லுடைக்கச் சொன்னார்கள். கையெல்லாம் புண்ணாகியது. கைகளால் வேலை செய்ய முடியாது என்கிற நிலையில் மாட்டைப்போல் செக்கிழுக்கின்ற ஒரு தண்டனையை வழங்கினார்கள். ஒரு வழக்கறிஞர், செல்வக் குடும்பத்தில் பிறந்த சீமான் அக்கொடுமைகளை அனுபவித்தார்.

அப்படிப்பட்ட "வ.உ.சி.யின் பெயரை ஏன் சொல்ல மறந்தீர்கள்?" என்று கேட்டேன்.

"ஆம். அவர் பெயரையும் சேர்த்திருக்க வேண்டும்" என்று அன்றைய அவைத்தலைவர் சங்கா சொன்னார்கள்.

வ.உ.சி.யிடம் செக்கிழுத்த அனுபவத்தைப் பற்றி கேட்கிறார்கள். "எப்படி இருந்தது? சிரமமாக இல்லையா?" என்று. வ.உ.சி. சொன்னார், "நான் செக்கிழுக்கவில்லையே. சுதந்திரத்தாய்த் தேரின் வடத்தை அல்லவா இழுத்தேன்" என்றார்.

வெள்ளையரை எதிர்த்து அகிம்சை வழியில், "தாக்குவதைத் தாங்கிக்கொண்டு நம்மை நிலைநிறுத்துவோம்" என்று சொன்னவர் காந்தி. "இல்லை, ஆயுதம் தாங்கித்தான் வெற்றி பெறமுடியும்"என்று சொன்னவர் சுபாஷ் சந்திரபோஸ். இதற்கு முன்னர் வீர முழக்கமிட்டவர் வடக்கிலிருந்த திலகர். ஆனால், தெற்கில் அதற்கு ஈடாக நேதாஜியின் ஐ.என்.ஏ. படைக்கு ஆட்களை அதிகமாகத் தந்த பகுதி இங்குள்ள திருநெல்வேலி, இராமநாதபுரம் மாவட்டங்கள்தான் என்பதை வரலாறு பதிவுசெய்து வைத்திருக்கிறது.

தமிழ் வளர்த்த மண்

இது தமிழ் வளர்த்த மண் என்று சொன்னார்கள். யார் மறுக்க முடியும்? தாமிரபரணி ஆற்று நீர் ஓடுகிற திசையெல்லாம் தமிழ் செழித்து வளர்ந்தது. அந்த நீரை அருந்தியவர்கள் எல்லாம் வீரத்துடன் எல்லாவற்றையும் எதிர்த்து நிற்கின்ற வல்லமை பெற்று விளங்கினார்கள்.

பூலித்தேவரில் தொடங்கி, வீரபாண்டிய கட்டபொம்மன் வழியாக வ.உ.சி, சுப்பிரமணிய சிவா, பாரதியார் இப்படி பலர் இந்தப் பகுதியிலிருந்து போராடினார்கள். இந்தப் போராட்டத்திற்கிடையில் அறிஞர் பெருமக்கள் கிளர்ந்தெழுந்தார்கள்.

நாம் இங்கே கூடியிருக்கிற கோவில்பட்டியில் அண்மையில் மறைந்த புகழ்பெற்ற கரிசல் காட்டு எழுத்தாளர் கி.ராஜநாராயணன் பிறந்த ஊர் பக்கத்தில் இருக்கிறது. அவருக்கு இங்கே சிலை அமைக்கப்படும் என்பதும் முதல்வர் தளபதி மு.க.ஸ்டாலின் கொடுத்த அங்கீகாரம். கு.அழகிரிசாமி, பரலி சு.நெல்லையப்பர் போன்ற சொல்லி முடியாத அளவுக்கு தமிழறிஞர்களும், விடுதலைப் போராட்ட வீரர்களும் இங்கு பிறந்தார்கள். கட்டபொம்மனுக்குத் துணையாக சுந்தரலிங்கம், வெள்ளையத் தேவன், ஊமைத்துரை இருந்தார்கள். இப்படி எல்லாம் பேசிக்கொண்டே போகிறோமே, எந்தக் காலத்தில்? அதுதான் முக்கியம்.

பேச்சுரிமை, எழுத்துரிமை தருகின்ற நாடுகளில் தலையாய நாடு இந்திய நாடு. உலகத்தின் மிகப்பெரிய சனநாயக நாடு என்று பெயர் பெற்றிருக்கிறது.

"எந்த நாட்டு அரசியல் சட்டமும் இருபது ஆண்டுகளுக்கு மேல் தாக்குப் பிடிக்காது" என்று அமெரிக்க நாட்டுச் சட்டத்தை உருவாக்குவதற்குக் காரணமான தாமஸ் ஜெபர்சன் சொன்னார். ஆனால், இந்திய நாட்டின் அரசியல் சட்டம் 70 ஆண்டுகளைக் கடந்து இன்னும் உயிர்ப்போடு இருக்கிறது என்றால் அதற்கு அண்ணல் அம்பேத்கர் தலைமையில் கூடி விவாதித்து உருவாக்கிய அரசியல் சட்டம்தான்.

இந்திய அரசியல் சட்டம் நமக்கு பேச்சுரிமை, எழுத்துரிமை, கருத்துரிமை என பல உரிமைகளைத் தந்திருக்கிறது. ஆகவே, நாம் நமது கருத்தைப் பேசலாம், நம் மனத்தில் தோன்றுவதை எழுதலாம். ஆனால், இந்த உரிமைகள் நம்மிடமிருந்து பிரிந்த, பக்கத்தில் நாட்டில்கூட இல்லை. நமது அண்டை நாடுகள் எதிலும் இல்லை.

இப்படி எல்லாம் நாம் உரிமைகளுடன் வாழ்வதற்குக் காரணம், தங்கள் வாழ்வைத் தொலைத்த வ.உ.சி.யைப் போன்றவர்கள் என்பதை நம் பிள்ளைகளுக்குச் சொல்லித்தர வேண்டும்.

இந்த நிகழ்ச்சியில் கட்சி கிடையாது. அதனால்தான் நானும் வந்திருக்கிறேன், கடம்பூர் ராஜூம் வந்திருக்கிறார். அரசியல் தளத்தில் எங்கள் இருவர் பாதையும் வேறு; அணுகுமுறையும் வேறு; கொள்கைகள் வேறு; செயற்பாடுகள் வேறு; தலைமை வேறு. ஆனால், தமிழன் என்ற அடிப்படையில் இங்கே ஒன்று சேர்கிறோம். பல கட்சிகளைச் சார்ந்தவர்கள் மேடையில் இருக்கிறார்கள். எதிரிலும் இருக்கலாம். இது அரசியல் அல்ல; உணர்வு.

நம் நாடு அடிமைப்பட்டிருந்த நாட்கள், அல்லலுற்ற நாட்கள், அவமானப்பட்ட நாட்கள், மிதிபட்ட நாட்கள், குதிரைகளின் குளம்படிகள் மிதித்துத் துவைத்த நாட்கள், ஆப்கானிஸ்தானைப் பற்றி இன்று பேசுகிறோம். தொலைக்காட்சியைப் பார்த்துவிட்டு பதறுகிறோம், 'தாய்மார்கள் குழந்தைகளோடு ஓடுகிறார்களே...' என்று. சுட்டுப் பொசுக்குகிறார்களே என்று. இதெல்லாம் நம் நாட்டிலும் நடந்தது. இவற்றை எல்லாம் நம் பிள்ளைகளுக்குச் சொல்லித் தர தவறுகிறோம்.

நாடு அடிமைப்பட்டிருந்ததையோ, அந்தக் கால அவலங்களையோ பின்னர் விடுதலைப் பெற்றதையோ, அதற்குக் காரணமானவர்களையோ மற்றவர்களுக்குச் சொல்லித் தர மறக்கிறோம்.

தமிழனின் வீர வரலாறு, பண்பாடு, கலாச்சாரம், தனித்தன்மை இவையெல்லாம் இடையிலே மங்கி இருந்தன. பின்னர் மீண்டும் ஒளிவிடச் செய்த காலம் ஒன்று வந்தது. மங்கியது எதனால்? மீண்டும் சுடர்விட்டது எப்படி? யாரால் என்பதை சொல்லித் தந்தால்தான் அதைப் பாதுகாக்கிற உணர்வு நம் பிள்ளைகளுக்கு வரும்.

தமிழ்த்தாய் வாழ்த்தை கம்பீரமாகப் பாடுவோம்!

இந்த மன்றத்தில் பல அமைப்புகளைச் சார்ந்தவர்கள் இருக்கிறீர்கள். ஆசிரியர் பெருமக்கள் இருக்கிறீர்கள். எல்லோருக்கும் நான் வைக்கிற ஒரு வேண்டுகோள்: நீங்கள் கலந்துகொள்கிற, நீங்கள் நடத்துகிற நிகழ்ச்சிகள் எதுவாக இருந்தாலும் தொடக்கத்தில் 'தமிழ்த்தாய் வாழ்த்து', நிகழ்ச்சி நிறைவுறுகிறபோது 'நாட்டுப்பண்'. இவற்றை ஒலிநாடாக்களில் அல்ல, மேடையில் இருப்பவர்களும், கூடி இருப்பவர்களும் உரத்தக் குரலில் நாமே பாடவேண்டும், தமிழ் என் மொழி என்று. அப்போதுதான் நாம் நம் மொழியின் மேன்மையை உணர்ந்ததாகப் பொருள்.

பாராக் ஒபாமா அமெரிக்க அதிபராக பொறுப்பேற்கிறார். உலக வரலாற்றில் ஒரு புரட்சிகரமான தினம். ஒடுக்கப்பட்ட கருப்பர் இனத்தைச் சார்ந்தவர் அதே நாட்டின் அதிபராகிறார். 14 லட்சம் மக்கள் கூடியிருக்கிறார்கள். அவர்கள் அனைவரும் ஒருங்கிணைந்து அமெரிக்காவின் நாட்டுப்பண்ணைப் பாடினார்கள். அது கேட்பதற்கே கிளர்ச்சியூட்டுவதாக இருந்தது. ஆனால், நம்முடைய நிகழ்ச்சிகளில் பார்க்கிறோம்.

'நாட்டுப்பண்' என்று சொன்னவுடன் எல்லோரும் எழுந்து தலை குனிந்து நிற்பது, கைகளைக் கட்டிக்கொண்டு நிற்பது, சிலர் அங்கும் இங்கும் பார்ப்பது என்கிற நிலையெல்லாம் மாறவேண்டும். கம்பீரமாக நிமிர்ந்து நின்று பாட வேண்டும். 'நாட்டுப்பண்' என்று சொன்னால் நம் நினைவுக்கு பகத்சிங்கும், வ.உ.சி.யும், நேதாஜி சுபாஷ் சந்திரபோஸும், இறந்துபோன எல்லா தலைவர்களும் வரவேண்டும்.

‘தமிழ்த்தாய் வாழ்த்து’ என்று சொன்னால், உலகின் மூத்த மொழி, நம் தாய்மொழி தமிழ் என்ற அந்த உணர்ச்சிப் பெருக்கோடு பாடவேண்டும். நம் பிள்ளைகளுக்கு இந்த உணர்வை ஊட்டுகிறபோதுதான் எதிர்காலம் செழிக்கும்.

வசதி ஏற்படுத்திக் கொள்வதல்ல வாழ்க்கை. நம் பிள்ளைகளைப் படிக்க வைத்தோம், சொத்து சேர்த்து வைத்தோம் என்பதல்ல வாழ்க்கை. முதலில் அவர்கள் யார் என்பதை உணர்த்த வேண்டும்.

ஒரு வளமரீன நாட்டைப் பிள்ளைகளுக்குத் தரத் தேவையில்லை. வளமான, திறமையான, தன்னை உணர்ந்த பிள்ளைகளை நாட்டிற்குத் தரவேண்டும். அப்படிப்பட்ட பிள்ளைகளை உருவாக்குகிற கடமை இந்த அமைப்புகளுக்கு உண்டு.

வ.உ.சி. சிறையிலிருந்து விடுதலையாகி வெளியே வந்தபோது, சுப்பிரமணிய சிவா ஒருவர்தான் வரவேற்க நின்றார். நினைத்துப் பார்க்கிறபோது நெஞ்சு நடுங்குகிறது.

கப்பலோட்டிய தமிழன்

வெள்ளையன் வாணிகம் செய்ய கப்பல் மூலமாகத்தான் நம் நாட்டுக்குள் நுழைந்தான். அப்போது விமானப் போக்குவரத்து இப்போது போலில்லை. கப்பல்தான் எல்லாவற்றிற்கும் பயன்படுத்தப்பட்டது. போருக்கும் கப்பல்தான். வாணிகத்திற்கும் கப்பல்தான். ஆகவே, கப்பல் மூலமாக இந்தியாவுக்குள் நுழைந்த வெள்ளையனை கப்பல் மூலமாகவே விரட்ட வேண்டும் என்ற உத்தியைக் கடைபிடிக்கிறார் வ.உ.சி. அவர் மாலுமியும் அல்ல; வியாபாரியும் அல்ல.

வ.உ.சி ஒரு வழக்கறிஞர். ஒரு தொழிற்சங்கத் தலைவர். பாதிக்கப்படுகிறவர்களுக்கு உரிமைக்குரல் கொடுப்பவர். பாமரர்களுக்கு இலவசமாக சட்ட உதவி செய்பவர்.

அவர் கப்பல் ஓட்டலாம் என்று முடிவெடுக்கிறார். கையில் காசு இல்லை. நிதி திரட்டுவதற்காகக் கிளம்புகிறார். வடக்கே, அவர் திலகர் போன்றவர்களைச் சந்திக்கிறார். அங்கே அவர் செல்கிறபோது அவருடைய மகன் இங்கே இறக்கிறார். இந்தச் செய்தி தெரிந்து பாதியிலே பயணத்தை முடித்துக்கொண்டு ஊர் திரும்பவில்லை. நடப்பது நடக்கட்டும் என்று கப்பலுக்காகப் பணம் திரட்டுகிற பணியைத் தொடர்ந்தார்.

‘உலகத் தொழிலாளர்கள் ஒன்றுபட வேண்டும்’ என்ற தத்துவத்தை உலகுக்குத் தந்தவர் கார்ல் மார்க்ஸ். அவரும் செல்வக் குடும்பத்தில் பிறந்தவர். ஆனால், தொழிலாளர்களுக்காக இரவு பகலாக உழைக்கிறார். அரசின் எதிர்ப்பை, அடக்குமுறையைச் சந்திக்கிறார். ஆனால் ஒடுங்கவில்லை. இரவும், பகலும் சிந்தித்து எழுதிக்கொண்டே இருக்கிறார். வேறு சிந்தனையே இல்லை. குடும்பம் வறுமையில் துன்பப்படுகிறது. சோற்றுக்கு வழியில்லை என்ற நிலையைவிட, பெற்ற குழந்தைக்கு தாய்ப்பால் கொடுக்க வேண்டும் என்கிற அளவுக்குக்கூட அவர் மனைவி ஜென்னி மார்க்ஸுக்கு உடலில் தெம்பில்லை. ஆனால், மார்க்சுக்கு அதைப்பற்றி எல்லாம் கவலை இல்லை. எழுதிக்கொண்டே இருக்கிறார். தாயின் வறண்ட மார்பில் பால் இல்லாமல் இரத்தத்தைக் குடித்த குழந்தை இறந்துபோகிறது. இறந்த குழந்தையை எடுத்துக்கொண்டு வந்து மார்க்சின் அருகே நிற்கிறார்கள். நிமிர்ந்து பார்த்துவிட்டு தொடர்ந்து எழுதுகிறார். அவர் சொல்கிறார், “நீ ஒரு குழந்தை இறந்ததற்கு வருந்துகிறாய். நான் இந்த நாட்டில் உழைக்கிறவன் எல்லாம் இறந்துவிடக்கூடாது என்பதற்காக எழுதுகிறேன்” என்றார்.

கார்ல் மார்க்ஸ், தன் குழந்தை இறந்ததைப் பற்றி கவலைப்படாமல் தொழிலாளர்களுக்கான தத்துவத்தை உருவாக்கினார். வ.உ.சி. தன் பிள்ளை இறந்ததற்குக்கூட வராமல் நிதி திரட்டிக்கொண்டு வந்து கப்பல் வாங்கினார். (வ.உ.சி. சிறையில் இருக்கும்போது அவர் தந்தை இறந்தார். இறுதி நிகழ்வுக்குக்கூட அவரால் வரமுடியவில்லை என்று சொல்கிறார்கள்.)

அப்படி வாங்கிய கப்பலை வீழ்த்த வேண்டும் என்பதற்காக பயணிகளின் கட்டணத்தைக் குறைக்கிறான் வெள்ளைக்காரன். இவர் ஒரு ரூபாய் என்றால், அவன் எட்டணா என்கிறான். இவர் எட்டணா என்றால், அவன் காசே வேண்டாம் என்று ஆளுக்கு ஒரு குடையும் கொடுக்கிறான். அப்போதே இலவசத்தின் பின்னால் போன கூட்டம் இருந்திருக்கிறது. ஆனால், மீறி மக்கள் வந்தார்கள்.

வ.உ.சி. இப்படி சிரமப்பட்டு வாங்கிய கப்பலை அவர் சிறைக்குச் சென்றபின் விற்ற கூட்டமும் இருந்திருக்கிறது இந்த நாட்டில். விடுதலையாகி வந்தபோது நாதியற்று நின்றார். சுப்பிரமணிய சிவா தொழுநோயினால் பாதிக்கப்பட்டிருந்தார். வ.உ.சி. மளிகைக் கடையில் கணக்கு எழுதினார் என்றெல்லாம் கேள்விப்பட்டிருக்கிறேன். அதன் பின்னர் அவரின் போக்கு மாறுகிறது.

எந்தக் கட்சியின் மூலமாக நாட்டுக்காகப் போராடினாரோ அந்தக் கட்சியின் செயற்பாட்டில் அவருக்குத் திருப்தி இல்லை. சூரத் மாநாட்டுக்குப் பிறகு காங்கிரசிலிருந்து வெளியேறுகிறார்.

பெரியாரும் வ.உ.சி.யும்

திலகர் சகாப்தம் முடிந்து காந்தி சகாப்தம் ஆரம்பமாகிறது. வெவ்வேறு தலைவர்கள், வெவ்வேறு அணுகுமுறைகள். அப்போதுதான் பெரியாருக்கும் வ.உ.சி.க்கும் நட்பு ஏற்படுகிறது. தந்தை பெரியாருக்கு கடிதங்கள் எழுதியிருக்கிறார்.

நாகப்பட்டினத்தில் தந்தை பெரியார் படத்தைத் திறந்து வைத்து வ.உ.சி. விழுந்து வணங்குகிறார். பெரியாருக்குத் தெரிந்து, “நீங்கள் எவ்வளவு பெரிய மகான். இப்படியெல்லாம் செய்யலாமா?” என்று கோபித்துக்கொள்கிறார். “இல்லை, இல்லை இவர் எப்படிப்பட்டவர் என்று எல்லோரும் தெரிந்து கொள்ளவேண்டும்” என்கிறார் வ.உ.சி.

இந்த ஆண்டு கடந்த கூட்டத் தொடரில் பிற்படுத்தப்பட்டவர்களுக்கு அரசியல் சட்டத் திருத்த மசோதா வருகிறபோது கழகத்தின் சார்பில் நான் பேசுகிறபோது, “சாதிவாரி கணக்கெடுப்பு எடுக்க வேண்டும். அப்போதுதான் எந்தச் சாதியினர் எவ்வளவு விழுக்காடு இருக்கிறார்களோ, அந்த அளவுக்கு இடஓதுக்கீடு தரவேண்டும்” என்று 2021இல் திருச்சி சிவா பேசுகிறேன்.

ஆனால், 1927லிலேயே வ.உ.சி, “சாதிவாரிக் கணக்கெடுப்பு எடுத்தால்தான் இந்த நாட்டில் பாதிக்கப்படுகிற பெரும்பான்மையினருக்குக் கிடைக்கவேண்டிய சலுகைகள் கிடைக்கும். சிறுபான்மை சமூகத்தினருக்குப் பாதுகாப்புக் கிடைக்கும்” என்று பேசுகிறார். இதனால்தான் பெரியாருக்கும் வ.உ.சிக்கும் நெருக்கம் ஏற்படுகிறது.

வ.உ.சி. பெரியாரை உயர்த்திப் பேசினாலும், பெரியார் சொல்கிறார்: “வங்காளத்தில் கிளர்ச்சி ஏற்பட்டபோது இங்கே திலகருக்கு ஈடாக போராடிய மாபெரும் தலைவர் வ.உ.சி. அப்போது நான் விடலை வாலிபன், வேடிக்கையாக ஊர் சுற்றிக்கொண்டிருந்தவன். அவருக்கும் எனக்கும் ஈடு ஆகவே ஆகாது. அவர் மகான். மகாபெரிய தலைவர்.

ஆனால், அவர் என்னைப் பாராட்டுவது வேறு எதற்கும் அல்ல. இந்தச் சமுதாயத்தில் பிற்படுத்தப்பட்ட, ஒடுக்கப்பட்டவர்களுக்காகக் குரல் கொடுக்கிறேன் என்கிற ஒரே காரணத்திற்காக" என்று பெரியார் வ.உ.சி.யை அந்த அளவுக்கு உயர்த்திப் போற்றினார். பெரியாருக்கும் வ.உ.சி.க்குமான நட்பு தொடர்ந்தது. பின்னர் வ.உ.சி. இலக்கியப் பணிக்கு மாறினார்.

வின்ஸ்டன் சர்ச்சில், "வெற்றி என்பது இலக்கை அடைவது அல்ல; மீண்டும் மீண்டும் தோல்வி என்கிறபோது உள்ளே இருக்கிற வீரியம் குறையாமல் தொடர்ந்து செல்வதுதான் வெற்றி" என்பார்.

அதைப்போல, வ.உ.சி. பலமுறை பாதிக்கப்பட்டார். ஆனால், அவருக்குள்ளே இருந்த வீரவுணர்வு குறையவே இல்லை. அந்த நேரத்தில் வறுமையில் வாடினார் என்றெல்லாம் சொன்னீர்கள்.

அரசியல் நிர்ணய சட்டம் உருவாக்கப்பட்டபோது, அந்த அரசியல் நிர்ணய சட்டசபையில் தமிழில் கையெழுத்திட்டவர்களில் ஒருவர் எல்.சி.வீரபாகு அவர்கள். அவரது வீட்டிற்குப் பின்னாளில் வ.உ.சி. செல்கிறார். "என்ன, நீங்கள் என் வீடு தேடி வருகிறீர்கள். சொல்லியிருந்தால் நான் வந்திருப்பேனே" என்கிறார். அதற்கு வ.உ.சி. "உங்கள் தாயிடம், உங்கள் ஊரில் இருக்கிற ஓர் ஏழை கடன் வாங்கியிருக்கிறார். அவரால் திருப்பிச் செலுத்த முடியாத நிலைமை. அதனால், அந்தக் கடனைத் தள்ளுபடி செய்யச் சொல்லி உங்கள் வீட்டாரிடம் சொல்லுங்கள்" என்று மற்றோர் ஏழைக்காகப் பரிந்து பேசப் போயிருக்கிறார். இதுதான் மனிதாபிமானம். இவர் குடும்பம் வாடுகிறபோது, இவர் இன்னொருவரின் ஏழ்மையைத் தீர்ப்பதற்காக ஒரு உயர்ந்த தலைவர் தூது சென்றாரே, அதுதான் அவருடைய பெருந்தன்மை.

பாரதியார் வீட்டில் இவ்வளவுதான் அரிசி, இதுதான் அடுத்த வேளை சோறுக்கு என்கிறபோது, அதை அள்ளி கோழிக்கும் காக்கைக்கும் குருவிக்கும் போட்டுவிட்டு அவன் சிரித்துக் கொண்டிருந்தான். இவர்கள் ஒத்த கருத்து உடையவர்கள்.

கடைசி காலத்தில் இவர்களெல்லாம் நொந்து செத்தார்கள். இங்கே சொல்லித்தான் தீரவேண்டும். இது மறைக்கக்கூடியது அல்ல. யாருக்காகப் போரிட்டார்களோ, யாருடன் சேர்ந்திருந்தார்களோ, யாரை நம்பினார்களோ அவர்கள் எல்லாம் கைவிட்டு விட்டார்கள். வறுமை அவர்களை முறுக்கி நசுக்கியது. ஆனால் தன் நிலை தாழவில்லை. இலக்கியம் படைத்தார்கள், தமிழ் வளர்த்தார்கள். சுயமரியாதையைக் காத்தார்கள்.

இந்த நாட்டிலே இருக்கக்கூடிய பார்ப்பனர் அல்லாதோர் இயக்கத்திற்கு வ.உ.சி. அடிப்படையாக நின்றார். அவருடைய மனத்திட்பம்தான் இன்றைக்கு நாடெங்கும், வீடெங்கும், அரங்கமெங்கும், பள்ளிகள் எங்கும் விழா கொண்டாட வைக்கிறது.

பிடல் காஸ்ட்ரோவுக்கு நீதிமன்றத்தில் மரணதண்டனை விதிக்கப்படும் என்கிற நிலை வருகிறபோது, "என்னை வரலாறு விடுதலை செய்யும்" என்று துணிச்சலாகச் சொன்னார்.

சாக்ரடீசுக்கு நஞ்சு கொடுத்து சாகச் சொன்னபோது, சாக்ரடீஸ் "எதிர்காலம் சொல்லும் யார் வாழப்போகிறவன், யார் சாகப் போகிறவன்" என்று சொன்னார். 2,500 ஆண்டுகள் கடந்துவிட்டன. இன்னும் சாக்ரடீஸ் வாழ்கிறான். விசம் கொடுத்தவன் யார்? யாருக்கும் தெரியாது.

பெரியார் வாழ்கிறார், காந்தி வாழ்கிறார், அண்ணா வாழ்கிறார், கலைஞர் வாழ்கிறார், திரு.வி.க. வாழ்கிறார். பாரதியார் வாழ்கிறார், கி.ரா. வாழ்கிறார், கு.அழகிரிசாமி வாழ்கிறார். 150 ஆண்டுகளாக வ.உ.சி. வாழ்கிறார்.

தமிழன் உள்ளவரை, இந்த நாட்டில் வீரர்களுக்கு நாங்கள் மதிப்பளிப்போம் என்கிற உணர்வு உள்ளத்தில் கிளர்ந்து எழுகிற வரை, மனிதனை மதிப்போம் என்கிற மாண்பு இருக்கிறவரை, என் மண்ணிலே வாழ்ந்த மகத்தானவர்களை அவர்கள் வாழும்போது மதித்தார்களோ இல்லையோ, நாங்கள் இருக்கிறோம் அவர்களை மீட்டெடுத்துக் கொண்டுவந்து கொண்டாடுவதற்கு என்று அடுத்தடுத்த தலைமுறை தொடர்கிற வரை வ.உ.சி.க்கு சாவில்லை. அவர் உடலால் மறைந்திருக்கிறார். அது இயற்கையின் நீதி. நாளாக நாளாக மெருகூட்டப்பட்ட தங்கத்தைப்போல் இன்னும் மிளிர்வார்.

முன்பு இருந்ததைவிட இப்போது எப்படி தமிழுணர்வு கிளர்ந்திருக்கிறதோ அதுபோல வ.உ.சி.யைப் பற்றி அதிகம் பேச ஆரம்பிப்பார்கள்.

வ.உ.சி.யின் 150ஆவது பிறந்தநாள் விழா, பாரதியின் 100ஆவது நினைவு நாள் விழா என இவர்களெல்லாம் இவ்வளவு ஆண்டுகள் வாழ்கிறார்கள் என்று பெருமைப்படுகிற அதே நேரத்தில், இவர்கள் எப்படி வாழ்ந்தார்களோ அப்படி நாமும் வாழவேண்டும்.

இலட்சியம் என்று ஒன்றை ஏற்றுக்கொள்வோமேயானால், அது நிறைவேறுகிற நேரத்தில் தடை ஏதும் வருமானால் அடக்குமுறை ஏவப்பட்டாலும், இங்கே தூத்துக்குடி ‘ஸ்டெர்லைட்’ ஆலைப் போராட்டத்தில் பங்குபெற்றவருக்கு விருது வழங்கினார்கள். வ.உ.சி.யின் பெயரால் விருது பெறுவதற்குத் தகுதியானவர் அவர். அதிகார வர்க்கம் துப்பாக்கியை நீட்டியபோது மார்பு காட்டிச் சென்ற கூட்டத்தில் ஒருவருக்கு, அதேபோல போராடிய வ.உ.சி.யின் பெயரால் விருது.

நம் மண்ணில் பிறந்து வளர்ந்த வ.உ.சி. போன்ற தலைவர்களின் வாழ்க்கையில் இருக்கின்ற அருமையான செயல்களைத் தமதாக்கிக் கொண்டு அவர்களின் உணர்வுகளை, வீரத்தை நம்மிடையே வளர்த்துக்கொண்டு நம்மை எதிர்த்து எத்தனை வலிமை வந்தாலும் அதை எதிர்த்துப் போராட வேண்டும் என்ற எண்ண விதையை பிள்ளைகளின் மனத்தில் விதையுங்கள்.

இந்த விழாவினைச் சிறப்பிக்க வந்த வ.உ.சி.யின் பெயர்த்தி ஆசிரியை செல்வி அவர்களுக்கு நான் நன்றி தெரிவிக்கின்றேன். வ.உ.சி.யின் விழாவைப் போற்றுவதற்கும் நினைவைப் போற்றுவதற்கும் வந்திருக்கும் பெரியோர்களையும் தாய்மார்களையும் கரம் கூப்பி வணங்குகிறேன். மனிதம் இன்னும் சாகவில்லை. தியாகத்தைப் போற்றுகின்ற தன்மைகள் மங்கிவிடவில்லை என்பதற்கு உதாரணமாக இங்கே கூடியிருக்கிற கோவில்பட்டி மக்களுக்கும் நன்றி சொல்லி விடைபெறுகிறேன்.

வணக்கம்!

அரசியல்

முன்னுரை

9

இளைஞர் அணி பயிற்சிப் பாசறை

நான் மிகுந்த உணர்ச்சிப் பெருக்கோடு உங்கள் முன்னால் நிற்கிறேன். இது ஒரு பொதுக்கூட்டம் அல்ல. பண்டைய காலத்தில் மன்னர்கள் போர் தொடுப்பதற்கு முன்னால், போரில் பங்கேற்க இருக்கின்ற படைத்தளபதிகளையும் போர் வீரர்களையும் ஓரிடத்தில் கூட்டி அவர்களிடம் போருக்கான காரணத்தை, அதில் வெற்றிபெற மேற்கொள்ள வேண்டிய திட்டங்கள், வியூகங்களை, வெற்றி பெற்றாக வேண்டியதன் அவசியம் பற்றியும் உரையாற்றுகின்ற இடத்துக்குப் பெயர்தான் 'பாசறைக் கூட்டம்' என்பது.

பல்லாயிரக்கணக்கானோர் கூடியிருக்கிற ஒரு கூட்டத்தைவிட, சில நூறு வீரர்கள் இருக்கின்ற இந்த இடம் பலம் பொருந்திய இடம் என்பதை நீங்கள் அறிவீர்கள்.

நீங்கள் கூடியிருக்கிற கூட்டமல்ல. மாறாக எதிர்காலத்தில் இந்த இயக்கத்தைக் காக்கவிருக்கிற படை வரிசை வீரர்கள்.

நாங்கள் சென்ற தலைமுறைக்கும் இன்றைய உங்கள் தலைமுறைக்கும் இடைப்பட்ட ஒரு தலைமுறை.

ஆலுக்கு விழுது

திராவிட முன்னேற்றக் கழகத்தின் இளைஞரணியைத் தொடங்குகின்ற நாட்களில் தலைவர் கலைஞர் அவர்கள் சொன்னார்கள், "இது வாழைக்குக் கன்று அல்ல; ஆலுக்கு விழுது" என்று சொன்னார்.

காரணம், வாழைக் கன்று ஈனுகிறபோது முன்னால் இருந்த வாழைமரம் பட்டுப் போகும். ஆனால் ஆலமரத்தின் விழுது வளர்கிறபோது, அது வயதாகிற ஆலமரத்தைத் தாங்கி நிற்கின்ற இன்னொரு ஆலமரமாக மாறும் என்கின்ற வகையில்தான் கழக இளைஞரணியை 'ஆலுக்கு விழுது' என்று சொன்னார்கள்.

தீக்குச்சிகள்

கழகத்தின் இளைஞரணி அமைப்பு உருப்பெற்ற திருச்சி மாநாடு. நானும் பொய்யாமொழியும் செயலாளர்களாக இருந்து நடத்திய மாநாடு. அந்த மாநாட்டில்

உரையாற்றுகிறபோது நான் ஒன்றைத் தெரிவித்தேன், "எதிரே இருக்கிற இளைஞர் பெருங்கூட்டம் இதுவரை நாங்கள் காணாத கூட்டம். எங்கு பார்த்தாலும் இளைஞர்கள், தலைகள். இதைப் பார்த்தால், தீப்பெட்டித் தொழிற்சாலையில் தீக்குச்சிகளைப் பெட்டி யிலே அடுக்குவதற்கு முன்பாகக் காய வைத்திருப்பார்கள். அதைப் போலத் தெரிகிறது.

எப்படித் தீக்குச்சியின் தலையில் இருக்கிற மருந்துக்குத்தான் சக்தி அதிகமோ, அதைப்போல இங்கு வந்திருக்கிற உங்கள் கரும் தலை அதிலிருக்கிற மூளை, அதிலிருந்து கிளம்புகிற சிந்தனைப் பொறி. இதை ஒருங்கிணைக்கிற வாய்ப்பைத் தந்த தலைவருக்கு நன்றி" என்று நான் பேசினேன்.

பின்னர் தலைவர் பேசுகிறபோது சொன்னார், "தம்பி திருச்சி சிவா (அந்த மாநாட்டில்தான் எங்களுக்குப் பெயரை அவர் மாற்றினார். மு.க.ஸ்டாலின் என்று கைப்பட எழுதினார். 'மிசா' சிவா என்ற என் பெயரைத் 'திருச்சி சிவா' என்று மாற்றினார். அசேன் என்பவரை 'வாலாஜா அசேன்', இளம்வழுதியைப் 'பரிதி இளம்வழுதி', மணியன் 'தாரை மணியன்' என அவர்தம் கைப்பட எழுதினார்.)

அதிலே அவர் உரையாற்றுகின்ற நேரத்தில் இடையில் சொன்னார், "தம்பி திருச்சி சிவா உங்களைத் தீக்குச்சிகள் என்று சொன்னார். ஆம் தம்பிமார்களே! நீங்கள் தீக்குச்சிகள்தான். ஆனால், திராவிட முன்னேற்றக் கழகம் என்னும் தீப்பெட்டியில் அடங்கிக்கிடக்க வேண்டிய தீக்குச்சிகள்.

தேவையான நேரத்தில் எடுத்து உரசுவோம். பற்றவைக்க வேண்டியதை நீங்கள் பற்ற வையுங்கள். அது வீட்டைக் கொளுத்துகின்ற தீப்பந்தமாக இல்லாமல், வீட்டில் இருக்கிற இருளை விரட்டுகிற ஒளி விளக்காக மாறட்டும்" என்று சொன்னார்.

தலைவன் யார்?

ஐந்து பேராகக் கிளம்பிய அந்தப் படை இன்றைய கழகத்தின் தன்னேரில்லாத தலைவர் தளபதி அவர்களின் உழைப்பினால் ஒரு பெரிய விருட்சமாக வளர்ந்து நிற்கிறபோது, அதைத் தொடர்ந்து தொடர் ஓட்டமாக எடுத்துச்செல்ல எங்கள் செல்வன் தம்பி உதயநிதி ஸ்டாலின் இன்றைக்குக் கிடைத்திருக்கிறார்.

யார் தலைவன்? யாருக்குப் பின்னால் எல்லோரும் அடங்கி நடக்கிறார்களோ அவனே தலைவன். யாரைப் பார்த்தால் நம்பிக்கை பிறக்கிறதோ, அவன் தலைவன்.

கானகத்தில் சிங்கத்தை, மற்ற விலங்குகள் தலைவராக ஏற்றுக்கொள்ளக் காரணம், அதைப் பார்க்கிறபோதே எல்லாம் அடங்கிப்போகும், எத்தனை பெரிய மிருகமாக இருந்தாலும்.

அதைப்போல, ஒரு பெரிய படைவரிசையை வழிநடத்திச் செல்கின்ற ஆற்றல் இன்றைக்குத் தம்பி உதயநிதி ஸ்டாலின் அவர்களுக்கு இருக்கிறது என்பதனை, பல்வேறு நிகழ்ச்சிகள் வாயிலாக உணர்வதைப் போல் முதற்கூட்டமாக இன்று இந்தப் பாசறை பயிற்சிக் கூட்டத்தை நடத்துகின்றார். எனக்கு அதில்தான் பெருமிதம்.

உங்களை அடுத்த தேர்தலுக்குத் தயார்படுத்துகிறவராக இல்லாமல், அடுத்த போர்க்களத்திற்குத் தயார்படுத்துகிற ஒரு தலைவனாக அவர் உருவாகிக்கொண்டிருக்கிறார்.

இது அடுத்த தேர்தலில் வெற்றி பெறப்போகின்ற கட்சி என்று கூட்டல் கழித்தல் கணக்குப் போட்டு வந்தவர்கள் இங்கே இல்லை. எங்கள் உணர்வுகளுக்குத் தீனி போடுகிற 'திராவிட முன்னேற்றக் கழகம்' என்று உணர்ந்து வந்தவர்கள் இங்கே கூடி இருக்கிறீர்கள்.

தமிழ்நாடு, தமிழ்மொழி, தமிழினம், இவற்றைக் காப்பதற்கு எங்கள் உள்ளத்தில் கனன்றுகொண்டிருக்கிற உணர்வுகளுக்கு உகந்த ஒரே இயக்கம் திமுக என்பதை உணர்ந்தவர்களின் பெருங்கூட்டத்தில் தேர்ந்தெடுத்த படை வீரர்கள், சிப்பாய்கள் இன்று இந்த மன்றத்தில் அமர்ந்திருக்கிறீர்கள்.

உங்களுக்குக் காலையில் தம்பி அ.ராசா அவர்கள் 'திராவிட இயக்க வரலாறு' என்ற தலைப்பிலும், இப்போது நான் 'மொழிப்போர்' என்ற தலைப்பிலும் பயிற்சி அளிக்கிறோம்.

மொழிப்போர் தொடர்வது ஏன்?

நான் கூட்டத்தின் தலைவரையும் இளைஞரணிச் செயலாளரையும் கேட்டுக்கொள்ள விரும்புகிறேன், இந்தத் தலைப்பை சற்று விரித்து, 'மொழிப்போர்' என்று சொன்னால் ஒரு காலகட்டத்தோடு நான் நின்றிட நேரிடும். 'மொழிப்போர் தொடர்வது ஏன்?' என்று நான் பேசுவதற்கு அந்தத் தலைப்பை மாற்றிக்கொள்ள நான் அவரிடம் அனுமதி கோருகிறேன்.

இது வழக்கமாக நாங்கள் பேசுகிற கூட்டத்தைப்போல அல்ல. இது ஒரு பயிற்சி முகாம். சற்றேறக்குறைய ஒரு வகுப்பினைப் போல. நாங்கள் உரையாற்றி முடித்தவுடன் நீங்கள் கேள்விகள் கேட்பீர்கள். எதற்காக? இந்த இயக்கத்தைப் பற்றி யாராவது வினாக்கள் தொடுக்கிறபோது, அல்லது நம்மீது களங்கத்தை உருவாக்க முயற்சி செய்கிறபோது, அதற்கு விடை சொல்ல வேண்டிய, விளக்கம் சொல்ல வேண்டியவர்கள் நீங்கள். வீதிகளில் மற்றவர்களோடு நடமாடுகிறவர்கள்.

ஒரு காலத்தில் எந்த இடத்தில் வாதத்துக்குச் சென்றாலும் கழகத் தோழன் வெற்றி பெற்றுத் திரும்புவான். உடனே, எளிதாகச் சொல்வார்கள், "திமுககாரன் பேசத் தெரிந்தவன்" என்று. எல்லோருக்கும்தான் பேசத் தெரியும். ஆனால் சரியாகப் பேசுகிறவன் 'திமுககாரன்' என்பதுதான் நாம் பெற்ற பெயர்.

இன்று நம்முடைய கொள்கைகள் மீது குறி வைக்கத் தொடங்கி இருக்கிறார்கள். நீண்ட நெடிய பயணத்தில் பெற்ற வெற்றிகளுக்கு மாறாக, நம்முடைய கடந்த காலப் பயணங்களின் மீது சேற்றை வாரி வீசுவதற்கு முயற்சி செய்கிறபோது, அதை நம்புகின்ற ஒரு கூட்டம் பெருகி வருகின்றது.

இன்று மதியம் உணவு இடைவேளைக்கு முன்னால், சமூக வலைதளங்களைப் பற்றி ஒரு தோழர் விவரித்துச் சொன்னபோது, "முன்பு பத்திரிகைகள் மட்டும்தான் உங்களுக்குச் செய்திகளைக் கொண்டுவந்து சேர்க்கும். எங்காவது நடைபெறுகின்ற கூட்டங்களின் மூலமாகத்தான் சிலவற்றைத் தெரிந்துகொள்ள முடியும். ஆனால் இன்று தொலைக்காட்சி ஊடகங்கள் என்பதைத் தாண்டி, ஒவ்வொரு தனிமனிதனும் எந்த இடத்தில் இருந்தாலும் எல்லாத் தகவல்களையும் இணையதளத்தின் மூலமாக, சமூக வலைதளங்கள் மற்ற தொடர்புகளின் மூலமாகப் பெறமுடியும் என்கிறபோது ஒருவனுக்குத் தகவல்கள் வந்து குவிகின்றன.

அதில் சரி எது, தவறு எது என்று தேர்ந்தெடுக்கிற அளவுக்குக்கூட நேரம் இல்லை. அடுத்தடுத்து வருகின்ற தகவல்களில் தவறானவை மக்கள் மனத்திலே சென்று சேர்ந்துவிடுகின்றன. அப்படிச் சேர்கின்ற நேரத்தில் அவற்றிலிருந்து சரியானதை எடுத்துச் சொல்லவேண்டிய பெரும் பொறுப்பு உங்களுக்கு இருக்கிறது.

நாளை நாடாளுமன்றம் தொடங்க இருக்கின்றது. பல முக்கியமான கடமைகள் காத்து நிற்கின்றன. இந்திய நாட்டின் வரைபடத்தைத் தவிர எல்லாவற்றையும் மாற்றுகின்ற

அளவுக்கு ஒரு அரசாங்கம் நடைபெற்றுக் கொண்டிருக்கிறபோது அதை எதிர்த்துத் துணிச்சலாகக் குரல் கொடுக்கக்கூடிய ஒரே இயக்கமாகத் திராவிட முன்னேற்றக் கழகம் அங்கும் இருக்கிறது, இங்கும் இருக்கிறது.

அந்தப் பணிக்கு கிளம்பிச் செல்வதற்கு முன்னால் இன்று உங்கள் முன்னால் நிற்கிறேன். அதுவும் முக்கியம், இதுவும் முக்கியம்.

என்ன காரணம்?

அங்கே சென்று நாங்கள் கொள்கை பேசுவோம். இங்கே கொள்கையைக் காப்பதற்கான களப்பணிக்கு வீரர்களை நாங்கள் தயார்படுத்துகிறோம். நாங்கள் நடந்து சென்ற பாதையில் நாளை நடக்க இருக்கிறவர்கள் நீங்கள்.

இது தொய்வடையாத ஒரு பேரியக்கம். நூறாண்டு காலத்தைத் தாண்டிய கட்சி.

இங்கே தலைவர் அவர்கள் பேசியதைக் கேட்டீர்கள். 'ஆலன் ஆக்டேவியன் ஹியூம்' காங்கிரஸ் கட்சி தொடங்குவதற்கு முன்பாகவே 'திராவிடம்' என்ற சொல்லோடு உணர்வு பூர்வமானவர்கள் இருந்திருக்கிறார்கள்.

இந்த இயக்கம் தோன்றியிருக்காவிட்டால் தமிழ் இனம் பட்டுப்போயிருக்கும். தமிழ் மொழி, படையெடுப்புகளுக்கு ஆளாகி மெல்லமெல்லத் தேய்ந்து போயிருக்கும். திராவிட இயக்கப் பரிணாம வளர்ச்சியின் கறுப்பு சிவப்பு கொடி மட்டும் இல்லாதிருந்தால் தமிழ்நாட்டிற்கு இன்றைக்குக் கிடைத்திருக்கிற அங்கீகாரம் இல்லாமல் போயிருக்கும்.

சோறு இல்லாமல் இருந்திருக்கலாம் தோழர்களே. பட்டினி கிடந்து சாகலாம். மொழியையும் இனத்தையும் இழந்து உயிர் வாழ வேண்டிய அவசியமில்லை என்ற உணர்வு மிக்கவர்கள் இந்த நாட்டில் இருக்கிறார்கள்.

எதற்காக இந்தத் தலைப்பினை இளைஞரணிச் செயலாளர் தந்திருக்கிறார்? இது தொடர்ந்து பேசி வருவதுதானே என்றுகூட கேட்கத் தோன்றலாம். ஆனால், பேசியாக வேண்டும்.

தமிழுக்கு ஆபத்து வரும். வந்துகொண்டே இருக்கிறது. அதை எதிர்த்து நின்றிருக்கிறோம். எதிர்காலத்திலும் நிற்கவேண்டும். அதனால்தான் நான் சொன்னேன், "மொழிப்போர் தொடர்வது ஏன்?"

மொழிப்போர் நடந்தது 1938ல், 1948ல், 1965ல். எதிர்காலத்திலும் நடக்க வேண்டியிருக்கிறது. 1986லும் நடந்தது. அவ்வப்போது நடந்துகொண்டே இருக்கும். காரணம், 'காய்த்த மரத்திற்குத்தான் கல்லடி' என்பதைப் போல, திராவிட இயக்கத்தின் குறிப்பாகத் திராவிட முன்னேற்றக் கழகத்தின் பிள்ளைகளுக்கும் இலட்சியங்களுக்கும் எதிர்ப்புகள் இருந்துகொண்டே இருக்கும்.

எனவேதான், இந்த முக்கியமான தலைப்பில், கிடைத்திருக்கிற நேரத்தில் நான் உங்களிடம் பகிர்ந்துகொள்ள விரும்புவது, சில பகுதிகளாக நான் இதைப் பிரித்துக்கொள்கிறேன்.

வரலாற்றினை நான் சொல்லவில்லை. முதலில் மொழி என்பது என்ன? எதனால் நாம் இந்தி ஆதிக்கத்தினை எதிர்க்கிறோம்?

நான் உணர்ச்சிப் பெருக்கோடு மீண்டும் சொல்கிறேன், நமக்குக் கிடைத்த தலைவர்கள் அண்ணா, கலைஞரைப் போல் உலகில் யாருக்கும் கிடைத்ததில்லை.

ஒவ்வொரு சொல்லிலும் பொருள் வைத்துப் பேசினார்கள். ஒவ்வொரு செயலிலும், அவர்கள் செய்ததை நினைத்தால் உடல் சிலிர்க்கும்.

திராவிட முன்னேற்றக் கழகம் : பெயர்க் காரணம்

இந்த இயக்கத்திற்குப் பேரறிஞர் அண்ணா பெயர் வைக்கிறபோதே அவருடைய அறிவாற்றல் வெளிப்பட்டது. 'திராவிடர் கழக'த்திலிருந்து 'திராவிட முன்னேற்றக் கழகம்' என்ற அரசியல் இயக்கம் முகிழ்க்கிறது என்றால் அது திராவிடர் முன்னேற்றக் கழகம் என்றுதானே இருக்க வேண்டும் என்று பலர் கேட்டார்கள்.

அண்ணா தொலைநோக்குப் பார்வையோடு சொன்னார், "திராவிடர் கழகம் என்பது உலகமெங்கிலும் வாழ்கிற திராவிடர்களின் உரிமைகளுக்காகப் பாடுபடுகிற ஓர் அமைப்பு. ஆனால் நம்முடைய கட்சி, திராவிடம் என்கின்ற பூகோளப் பகுதியின் உயர்வுக்காகப் பாடுபடப்போகிற கட்சி. இங்கே அனைத்துத் தரப்பினரும் வாழ்வார்கள். திராவிடர்களும் இருப்பார்கள், இந்த மண்ணில் வாழ வந்தவர்களும் இருப்பார்கள். எல்லோருடைய நன்மைக்காகவும், இந்தப் பகுதியின் உயர்வுக்காகவும் பாடுபடுகின்ற கட்சி" என்று, ஓர் எழுத்தை எடுத்ததன் மூலம் அறிஞர் அண்ணா மிகப் பெரியதொரு சரித்திரத்தைக் கொண்டுவந்து நிறுத்தினார்.

அதைப்போலத்தான் தலைவர் கலைஞர் அவர்கள் ஐம்பெரும் முழக்கங்களைத் திருச்சியில் தந்தபோது, "அண்ணா வழியில் அயராது உழைப்போம். அண்ணா வழி என்பது அறவழி. வெற்றி பெறுவதற்கு ஆயுதம் ஏந்துவது நம்முடைய வழி அல்ல. இந்தித் திணிப்பை என்றும் எதிர்ப்போம், ஆதிக்கமற்ற சமுதாயம் அமைத்தே தீருவோம்" என்றார்.

சற்று யோசியுங்கள். ஒரு முழக்கத்தை எழுப்புகிறோம் என்றால், அதிலுள்ள ஒவ்வொரு சொல்லுக்கும் பொருள் இருக்கும்.

ஆதிக்கமற்ற என்றால் எது ஆதிக்கம்? நான் பிறர் மீது செலுத்த நினைப்பது ஆதிக்கம். வேறொருவர் என் மீது செலுத்த நினைப்பதும் ஆதிக்கம்தான். நாம் சொல்ல நினைப்பது, 'நான் யாருக்கும் அடிமையில்லை என்பதைப்போல எனக்கு எவரும் அடிமை இல்லை' என்று சொல்கிற பக்குவம் எனக்கு வந்தாக வேண்டும். நான் யாருக்கும் அடிமையாக இருக்க மாட்டேன். ஆனால் நான்கு பேரை எனக்கு அடிமையாக்குவேன் என்றால் அது எப்படி முடியும்? எனவேதான் அவர் சொன்னார் 'ஆதிக்கமற்ற சமுதாயம் அமைத்தே தீருவோம்'. இதுதான் எங்கள் குறிக்கோள்.

அடுத்த கட்டத்திற்கு வந்தார். 'இந்தித் திணிப்பை என்றும் எதிர்ப்போம்.' இந்தி என்ற மொழி நமக்கு எதிரியல்ல. இந்தி பேசுகிறவனைக் காண்கிற நேரத்தில் அவனோடு சண்டை போடுவது அல்ல. இந்தி மொழி இன்னொரு பகுதியில் இருக்கிற மக்கள் பேசுகிற மொழி. ஆனால் அது நம்முடைய மொழியை அழிக்க, அகற்ற, மாற்ற, இடம் மாற்றி அந்த இடத்தில் வந்து நுழைய முயற்சி செய்கிறபோது அதைத் தற்காப்போடு தடுத்து நிறுத்த வேண்டிய கடமை நமக்கு இருக்கிறது என்பதால்தான் 'இந்தித் திணிப்பை என்றும் எதிர்ப்போம்' என்று சொன்னார்.

இந்த நிலைக்கு இன்று நம்மை ஆளாக்கிக்கொள்ள முயல்வது ஏன் என்றால், பல குரல்கள் பல பகுதிகளிலிருந்து கிளம்பி வருகின்றன. "இந்தி படித்தால் என்ன தவறு?" என்று கேட்கிறார்கள். "இந்தி படிக்காத காரணத்தால் எங்கள் தலைமுறையையே வீணாக்கிவிட்டீர்களே" என்கிறார்கள். அது நியாயம்தானே என்று நம்முடைய தோழர்களுக்கே சில நேரங்களில் எண்ணத் தோன்றும்.

இவற்றையெல்லாம் பார்க்கிறபோதுதான் நம்முடைய நோக்கம், குறிக்கோள், இலட்சியம், அந்தப் பாதையில் நடைபோடுகின்ற நேரத்தில் நாம் எடுத்துக்கொள்கின்ற முயற்சி, இவை உங்களுக்குத் தெளிவாகத் தெரிந்தால்தான் நீங்கள் மற்றவருக்குத் தெளிவாகச் சொல்ல முடியும்.

இதற்கு முதலில் தெரிந்துகொள்ள வேண்டியது 'தமிழ் ஏன் காப்பாற்றப்பட வேண்டும்?' என்பதை.

தமிழ் நம் தாய்மொழி. காலையில் தம்பி அ.ராசா பேசுகிறபோது சொன்னாரல்லவா, "ஓர் இனத்தின் அடையாளம் மொழி. மொழி இல்லையென்றால் இனம் இல்லை. ஆக, இனத்தைக் காக்க வேண்டுமென்றால் முதலில் மொழியைக் காக்க வேண்டும்" என்று. ஒவ்வொருவருக்கும் ஒரு தாய்மொழி இருக்கும். ஆனால் நமக்கு அதிகமான பற்று இருக்கிறதென்றால் அதற்குக் காரணம் தமிழ் மொழியின் தொன்மை; தமிழ் மொழியின் சிறப்பு.

உலகின் மூத்த மொழி

உலகின் மூத்த மொழிகளில் முதல் மொழி நம்முடைய தாய் மொழி என்கிறபோது நம்முடைய கடமை இன்னும் அதிகமாகிறது.

முதலில் மொழி என்றால் என்ன? அதில் தமிழ் மொழியின் சிறப்பு என்ன? தனக்கு இருக்கின்ற அதிகாரத்தின் மூலமாக, பெரும்பான்மை என்கிற பலத்தின் மூலமாக நம்மை ஆள நினைக்கிற இந்தியின் பின்னணி என்ன? அப்படி முயற்சி செய்த நேரங்களில் எல்லாம் இந்த நாட்டில் தமிழைக் காப்பாற்றுவதற்கு நடைபெற்ற போராட்டங்கள் என்ன? கொடுக்கப்பட்ட விலை என்ன? சந்தித்த சோதனைகள் என்ன? சாதித்தவை என்ன? என்பதை எல்லாம் நீங்கள் தெரிந்து கொண்டால்தான் நாளை சட்டமன்றம் செல்வோம், நாடாளுமன்றம் செல்வோம் என்பதற்கு முன்னால், முதலில் களத்தில் நான்தான் முதல் வீரன் என்று சொல்கின்ற உணர்வு உங்களுக்கு வந்தாக வேண்டும். அதற்குத்தான் இந்தப் பயிற்சிப் பாசறை.

அந்தக் கடமையைத்தான் இளைஞரணிச் செயலாளர் மேற்கொண்டிருக்கிறார். அதற்குத்தான் நம்முடைய மாவட்டக் கழக நிர்வாகம் துணை நிற்கிறது.

நான் மிகுந்த ஆர்வத்தோடு வந்தேன். ஒரு மாநாட்டில் சென்று உரை ஆற்றுகின்றபோது ஏற்படுகின்ற உள்ளக் கிளர்ச்சியைவிட இந்தப் பாசறைக் கூட்டத்தில் வருகிறபோது எனக்கு ஏற்பட்டது. காரணம், நான் பேசப்போவது யாருக்கு முன்னால்? தமிழ்நாட்டின் மூலை முடுக்குகளில் பரவிக் கிடக்கின்ற இளைஞர் பெருங்கூட்டம், இந்த நாட்டின் எதிர்காலப் போக்கினைத் தீர்மானிக்க இருக்கிற தலைமுறை. எங்கே எது கிடைக்கும் என்று இலக்கில்லாமல் திசைமாறித் தடுமாறுகிறவர்களுக்கு இடையில், இதுதான் என்று கருப்பு சிவப்புக் கொடியைக் கையிலேந்திய வருங்காலத் தலைமுறையினருக்கு முன்னால் பேச வருகிறேன் என்ற உள்ளக் கிளர்ச்சியோடு வந்தேன்.

காலையிலிருந்து என் உள்ளத்தில் பரபரப்பு. காலையில் தம்பி அ.ராசா பேசியதைக் கேட்டோம். ஓய்வெடுக்க முடியவில்லை என்னால்.

நான் மாலையிலேயே டெல்லி செல்ல வேண்டும். இருந்தாலும் இருக்கிறவரை பேசுவோம். அதனால்தான் தோழர்களை, விரைவாகச் சாப்பிட்டு வரச் சொன்னது.

இது எல்லா நாளையும் போல ஒரு நாளல்ல. இது என்றோ ஒரு நாள். உங்கள் வாழ்க்கையில் வருங்காலத்தில் எத்தனையோ நிகழ்வுகள் நடக்கும்; நிகழ்வுகள் எத்தனையோ வரும். ஆனால் இந்த நாள் மறக்காது.

நாளை நீங்கள் அரசியலில் திராவிட முன்னேற்றக் கழகத்தில் வளர்ந்த நிலைக்கு வந்து ஒரு மாவட்டச் செயலாளராக, ஒரு மக்கள் பிரதிநிதியாக ஏதாவது ஒரு மன்றத்தில் உட்கார நேர்கிறபோது 'என் தொடக்கம் விருதுநகரில் நடைபெற்ற பயிற்சிப் பாசறைக் கூட்டம்' என்று நீங்கள் எண்ணுவீர்களேயானால் அதுதான் முக்கியம்.

என் தொடக்கம் அதுதான் என்று நீங்கள் சொல்ல வேண்டும். நான் நேராக வந்தேன். தேர்தலுக்கு வந்தேன். திடீரென்று நின்றேன்; ஏதோவொரு காரணத்தால் அமைச்சரானேன்; ஏதோவொரு சந்தர்ப்பம் நான் முதலமைச்சர் ஆனேன் என்று சிலர் கிளம்பி இருப்பதைப்போல அல்லாமல், நான் படிப்படியாக வந்தேன். அண்ணாவைப் போல், கலைஞரைப்போல், தளபதியைப்போல் போர்க்களம், சிறைவாசம், கொள்கைகளை நெஞ்சத்திலே தாங்கி நின்று அந்த அடிப்படையில் வளர்ந்து இந்த இடத்திற்கு வந்திருக்கிறேன் என்கிறபோது, மற்றவர்களிடம் செம்மாந்து நிற்கிற பெருமிதம் உங்களுக்கு வரும்.

நாடாளுமன்றத்தில் எத்தனையோ கட்சிகள், நூற்றுக்கணக்கில் இருக்கிறார்கள். செல்வச் சீமான்கள், புகழ்மிக்கவர்கள், பல துறைகளில் பிரபலமாக இருந்தவர்கள். ஆனால் கருப்பு சிவப்பு வேட்டிக்கு அங்கே இருக்கிற மரியாதையே தனி. அது அண்ணா உருவாக்கியது; கலைஞர் நிலைநிறுத்தியது.

காஷ்மீர் பிரச்சனை

நான் தலைப்புக்கு வருவதற்கு முன்னால் இதைச் சொல்லியாக வேண்டும். காஷ்மீர் பிரச்சினையில், கடந்த ஐந்து மாத காலமாகப் பள்ளிக்கூடங்கள் இல்லை, கல்லூரிகள் இல்லை. மக்கள் வீதிக்கு வரவில்லை. தலைவர்கள் சிறையில் இருக்கிறார்கள். இன்னொரு புறம் வெறிச்சோடிக் கிடக்கிறது. ஆனால் உலகம் இயங்கிக்கொண்டுதான் இருக்கிறது. இந்தச் சூழலை எதிர்த்து முதல் குரல் கொடுத்தது நம்முடைய கழகத் தலைவர் தளபதி அவர்கள்.

அதற்காக ஆர்ப்பாட்டம் ஒன்று நடந்து முடிந்தபோது காங்கிரஸ் கட்சியின் தலைவர் குலாம் நபி ஆசாத் சொன்னார், "கலைஞர் இருந்திருந்தால் என்ன செய்திருப்பாரோ அதை இப்போது ஸ்டாலின் செய்தார். நான் அவருக்கு நன்றி சொன்னேன் என்று சொல்லுங்கள்" என்றார்.

என்னருமை இளைஞரணித் தோழர்களே! மொழி என்றால் என்ன? உலகத்தில் இருக்கிற உயிரினங்கள் அனைத்திலும் தன் உணர்வுகளை வெளிப்படுத்தத் தெரிந்த ஒரே உயிரினம் மனித இனம் மட்டும்தான்.

நம் வாழ்க்கையில் நாம் சாதாரணமாக சந்திக்கக்கூடிய ஒன்று. ஆனால் யோசிக்க மாட்டோம். எந்த நாய்க் குட்டியாவது, அது உயர்ந்த விலைக்கு விற்கப்படுகிற நாயாகவும் இருக்கலாம், தெரு நாயாகவும் இருக்கலாம். அந்த நாய்க்குட்டி தன் தாயோடு ஒருவார காலத்திற்குமேல் இருந்திருக்கிறதா? கிடையாது. இந்தப் பரிதாபத்தை யாருமே யோசித்ததில்லை. எந்த நாய்க்குட்டியாக இருந்தாலும் உடனே பிரிந்து எங்கோ போய்ச் சேர்ந்துவிடும். தாய்ப்பால் அறியாத, தாயின் பாசம் அறியாத, அந்த நாய்க்குட்டிக்கு யார் பாலூட்டி வளர்க்கிறார்களோ அவர்களைத் தாயாகக் கருதுகிற காரணத்தால்தான் நன்றி

அதிகமாகக் காட்டுகிறது. அப்படி நன்றி காட்டுகிற அந்த நாய்க்கு மொழி கிடையாது. நன்றியை வால் ஆட்டிக் காட்டுகிறது.

நம் வீட்டிலிருக்கிற மாடோ, அல்லது கோயில்களில் இருக்கிற யானைகளோ கண்ணீர் விடுவதைப் பார்த்திருப்பீர்கள். அதற்குக் காரணம் எதுவாக வேண்டுமானாலும் இருக்கலாம். உணர்ச்சிகள் எல்லா உயிரினங்களுக்கும் உண்டு என்பதை நாம் உணர்ந்துகொள்ள வேண்டும்.

மொழி நமக்குக் கிடைத்த மிகப்பெரிய கொடை என்று சொல்ல வேண்டும். தொடக்கக் காலத்தில் பிறந்த மனிதனுக்கு மொழி தெரியுமா? பேசி இருக்கிறானா? இல்லை. அவன் ஊமை. அவனுக்கு நடக்கவே தெரியாது.

இரண்டு கைகளையும் ஊன்றி இரண்டு கால்களால் குரங்கைப் போல தவழ்ந்துகொண்டிருந்தான் மனிதன். மரத்துக்கு மரம் தாவிக்கொண்டிருந்தான். நடப்பது என்றால் என்ன என்றே அவனுக்குத் தெரியாது.

ஒரு முறை மரத்திலிருந்து மரம் தாவுகிறபோது தவறிக் கீழே விழுகிறான். விழுந்தவன் வலி தாங்காமல் ஓர் ஒலி எழுப்புகிறான். இவன் எழுப்பிய ஒலி கேட்டு தொலைவில் போனவன் திரும்பிப் பார்க்கிறான். அப்போதுதான் இவனுக்குத் தெரிகிறது, முன்னால் போனவன் நம்மைத் திரும்பிப் பார்க்க இந்த ஒலி பயன்படுகிறது என்பதை அறிந்து வலியை மறந்து மறுபடி 'ஆ'... என்று கத்துகிறான். எதிரே இருப்பவனும் பதிலுக்கு ஒலி எழுப்புகிறான். ஆரம்பத்தில் மொழி என்பது ஒலியாகத்தான் இருந்தது.

இது மெல்ல மெல்லப் பரிணாமம் பெற்றுப் பின்னர் மொழியாக உருவெடுத்துப் படங்கள், எழுத்துக்கள், பின்னர் மேலும் வரி வடிவங்கள் என மாறியது நீண்ட வரலாறு.

மொழியை ஆதிகாலத்து மனிதன் மெல்ல மெல்ல கற்றுக்கொள்ளத் தொடங்குகிறான். அப்படித் தொடங்கி அவர்கள் குழுக்களாகப் பல இடங்களுக்கு நகர்கிறபோது மொழிகள் வேறுபடுகின்றன.

இப்படிப் பரந்துபட்ட உலகத்தில் மக்கள் பேசிய மொழிகள் ஆயிரக்கணக்கில். இன்றும் உலக அளவில் பேசப்படுபவை ஆறாயிரத்துக்கு மேற்பட்ட மொழிகள். இந்த ஆறாயிரத்துக்கும் மேற்பட்ட மொழிகளில் சில நூறு மக்கள் பேசுகிற மொழிகளும் உண்டு, சில இலட்சம் மக்கள் பேசுகிற மொழிகளும் உண்டு, கோடிக்கணக்கான மக்கள் பேசுகிற மொழிகளும் உண்டு.

ஆறாயிரத்துக்கும் மேற்பட்ட மொழிகளை ஆராய்ச்சியாளர்கள் ஆராயத் தொடங்கினார்கள். இந்த மொழிகளில் எது மூத்தது? எது முன்னால் வந்தது? என்று ஆராய்ந்து பார்த்து, கடைசியாக அவர்கள் மூத்த மொழிகள் என்று தீர்மானித்தது ஆறு மொழிகள். ஆறாயிரத்துக்கும் மேற்பட்ட மொழிகளில் மூத்த மொழிகள் என்று தீர்மானிக்கப்பட்டவை ஆறு. அந்த ஆறு மொழிகள் எவை?

உலகத்தில் அரசியலை, பல்வேறு கலைகளை, தத்துவ சாஸ்திரத்தைக் கற்றுக்கொடுத்த கிரேக்க நாட்டில் வாழ்ந்தவன் சாக்ரடீஸ் தொடங்கி பிளாட்டோ வழியாக அரிஸ்டாட்டில் வரை பேசிய 'கிரேக்க' மொழி முதலாவது மொழி.

இரண்டாவது, ஜூலியஸ் சீசர் போன்றவர்கள் நடமாடிய ரோம் நகரத்தில் இருந்த 'இலத்தீன்' மொழி. மூன்றாவது, பைபிள் என்ற விவிலியம் எழுதப்பட்ட மொழியான

'ஹீப்ரு' மொழி. நான்காவது, நமக்குப் பக்கத்தில் இருக்கிற உலகின் அதிக மக்கள் தொகை கொண்ட நாடாகிய சீனாவில் பேசப்படுகிற 'சீன' மொழி. ஐந்தாவது, இதே நாட்டின் இன்னொரு பகுதியில் இருக்கிற 'சமஸ்கிருத' மொழி. ஆறாவது நம் தாய்மொழியாகிய 'தமிழ்' மொழி.

நீங்கள் கேட்கலாம் அல்லது யோசிக்கலாம். என் மொழி உயர்ந்தது என்று சொல்லி, அதை ஏன் கடைசியாகச் சொல்கிறாய்? காரணம் இருக்கிறது. உலகின் பலவற்றைப் பலருக்கும் கற்றுக்கொடுத்த கிரேக்கன் பேசிய கிரேக்க மொழி இப்போது இல்லை. இலத்தீன் மொழி அழிந்து நீண்ட நாள்களாயிற்று. ஹீப்ரு மொழி விவிலியம் எழுதப்பட்ட காரணத்தால் புதுப்பிக்கப்பட்டுக் கொண்டிருக்கிறது. சீன மொழியின் எழுத்துகள் பட வடிவ எழுத்துகள் என்ற காரணத்தால் அது பரவலாகச் செல்ல முடியவில்லை. சமஸ்கிருத மொழி மூத்த மொழி. ஆனால் மக்கள் பேசுகிற மொழி அல்ல. சமஸ்கிருதத்தில் இலக்கியம் உண்டு, வேதங்கள் உண்டு. நீங்கள் புரோகிதர்கள் சமஸ்கிருதத்தில் ஓதுவதைக் கேட்டிருப்பீர்கள். இரண்டு புரோகிதர்கள் சமஸ்கிருதத்தில் பேசுவதைக் கேட்டிருக்க மாட்டீர்கள். மக்கள் வீடுகளில் பேசுகிற மொழிக்குப் பெயர்தான் மக்கள் மொழி. சமஸ்கிருத மொழி மக்களின் மொழியன்று. அது வீடுகளில் பேசப்படுகிற மொழியன்று. அது ஏடுகளில் மட்டுமே இருக்கக்கூடிய மொழி. ஆனால் பேச்சில், எழுத்தில், இலக்கியத்தில், இலக்கணத்தில், வரலாற்றில், தொன்மையில் எல்லாவற்றிலும் உயிர்த் துடிப்போடு இருக்கிற ஒரே மொழி நம் தாய்மொழி தமிழ் மட்டுமே.

தமிழ்த்தாய் வாழ்த்தை ஒலிக்கச் செய்த கலைஞர்

அதைத்தான் நம்முடைய தலைவர் கலைஞர் அவர்கள், *1971*ல் ஆட்சிப் பொறுப்பிலிருந்தபோது, எல்லா அரசு நிகழ்ச்சிகளிலும் இனிமேல் மனோன்மணியம் சுந்தரனார் எழுதிய 'தமிழ்த்தாய் வாழ்த்து ஒலிக்கப்பட வேண்டும்' என்று சொன்னார்.

அதில் கலைஞருடைய பெருந்தன்மையைப் பாருங்கள் காலையில் அ.ராசா பேசுகிறபோது அதை இங்கே கோடிட்டுக் காட்டினார். ஆனால் அவர் சொல்லாமல் விட்டது, தமிழ்த்தாய் வாழ்த்து அரசு நிகழ்ச்சிகளில் ஒலிக்கிறபோது சில வரிகளைத் தலைவர் நீக்கினார். அவற்றில் ஒரு வரி எதுவென்றால் "ஆரியம்போல உலக வழக்கழிந் தொழியாச்" என்கிற இந்த வரி மனோன்மணியம் சுந்தரனார் எழுதியதுதான். ஆனால் இடம்பெற்றால் சிலருடைய மனம் புண்படும். அதனை அரசு ரீதியாகச் செய்யக்கூடாது என்ற காரணத்தால் அந்த வரியை நீக்கினார்.

அந்தப் பாடலில் ஒரு வரி, "சிதையா உன் சீரிளமைத் திறன் வியந்து" என்பது. அதுதான் தமிழ்மொழியின் சிறப்பு. இளமை சிதையாமல் இருக்கிறது.

உலகில் இருக்கிற மனிதனாக இருக்கலாம், பொருள்களாக இருக்கலாம், எதுவாக வேண்டுமானாலும் இருக்கலாம். அதில் காலம் தன் முத்திரையைப் பதிக்கும். சில முதிர்ச்சி பெறும், சில முதுமை பெறும், சில இல்லாமல் போகும். ஆனால் தமிழ்மொழி மட்டும்தான் இளமை குன்றாமல் இருக்கிறது என்று அவர் எழுதினார் என்றால் அதற்குக் காரணம் இருக்கிறது. தமிழ் தன்னைப் புதுப்பித்துக்கொண்டிருக்கிறது.

இணையம் ஏற்றுக்கொண்ட தமிழ்மொழி

இணையத்தில் ஆங்கிலத்திற்கு அடுத்து உள்ளே நுழைந்த மொழி தமிழ்மொழி என்பது நம்மில் எத்தனை பேருக்குத் தெரியும்? உலகை ஆளுகின்ற தளம் 'இணையதளம்'. அதிலே

தமிழ் இடம் பெற்றது என்று சொன்னால், தமிழ் காலத்திற்கேற்ப தன்னை மாற்றிக்கொண்டு போகிறது.

உயிரெழுத்துகளில் இப்போதிருக்கிற 'ஓ' என்ற நெடில் கிடையாது. அது போல 'ஊ' கிடையாது, 'ஏ' கிடையாது. பின்னர் எப்படி இருந்தன?

அந்தக் காலத்துத் தமிழில், ஒரு காலத்தில் உ.வே. சாமிநாத அய்யர் ஓலைச் சுவடிகளைத் தேடி எடுத்தாரே, அந்தக் காலத்துத் தமிழில் குறில் 'எ'க்கு மேல் ஒரு புள்ளி (எ்) வைத்தால் அது நெடில். குறில் 'ஒ'க்கு மேல் புள்ளி (ஒ்) வைத்தால் அது நெடில் என்று இருந்தபோது ஓலைச் சுவடிகளில் எழுத்துக் குழப்பம், சொற்குழப்பம், பொருள் குழப்பம் ஏற்பட்டன.

வீரமாமுனிவரின் எழுத்து சீர்திருத்தம்

இப்படி நாம் தடுமாறிக்கொண்டிருந்த காலத்தில்தான் வீரமாமுனிவர் வந்து ஏன் "இப்படிச் செய்தால் என்ன? 'எ' வில் கீழே ஒரு கோடு இழுத்து 'ஏ' என்று நெடிலாக்கலாம் 'ஒ'வில் ஒரு சுழி சேர்த்து 'ஓ' என அதை நெடிலாக்கலாம்" என்றார். "நீ யாரய்யா அதில் கை வைக்க?" என்று எந்தத் தமிழனும் சொல்லவில்லை, ஏற்றுக்கொண்டான். தமிழ் மொழியும் ஏற்றுக்கொண்டது. தமிழ் சீரடைந்தது. இது ஓர் உதாரணம்.

பெரியாரின் எழுத்துச் சீர்திருத்தம்

பெரியார் எழுத்துச் சீர்திருத்தத்தைக் கொண்டு வந்தார். தமிழ் ஏற்றுக்கொண்டது.

நம்மிடமிருக்கிற இலக்கிய வளம் எல்லா மொழிகளுக்கும் தோற்றுவாய் உண்டு. எந்த மொழி எப்போது தோன்றியது என்று ஆராய்ச்சியாளன் கண்டுபிடித்துவிட்டான்.

உலகத்தில் இன்று அதிகமானவர்கள் பேசுகிற ஒரு மொழி தெரிந்தால் போதும், பல நாடுகளுக்குச் செல்லலாம் என்று சொல்கின்ற, பல நாடுகளை ஆண்டு அதன் மூலமாகத் தன் மொழியை விதைக்கவிட்டுப் போனது ஆங்கில மொழி.

ஆங்கிலம் தோன்றியது எப்போது தெரியுமா? எழுத்து வடிவம் பெற்றது எப்போது தெரியுமா? தஞ்சையில் பெரிய கோவிலை 'ராஜராஜசோழன்' கட்டிக்கொண்டிருந்த பத்தாவது நூற்றாண்டில்தான் ஆங்கில மொழி புழக்கத்திற்கு வந்தது.

ஷேக்ஸ்பியர் வாழ்ந்தது பதினாறாவது நூற்றாண்டு. என் திருவள்ளுவன் வாழ்ந்தது இரண்டாயிரம் ஆண்டுகளுக்கு முன்னால்.

பிரஞ்சு மொழி எட்டாவது நூற்றாண்டு, தமிழ் எப்போது தோன்றியது? இதுவரை எவனாலும் கண்டுபிடிக்க முடியவில்லை. கடைசியாக ஒரு சொல்லில் முடித்தான்,

'கல் தோன்றி மண் தோன்றாக் காலத்தே
முன் தோன்றிய மூத்தமொழி தமிழ்மொழி!"

இது ஒரு புலவன் தொகுத்த சொற்களின் தொகுப்பு அல்ல பொருளோடு சொல்லப்பட்ட வார்த்தைகள்.

என்ன பொருள்?

இந்த உலகம் எப்படித் தோன்றியது? அறிவியல்ரீதியாக ஏற்றுக்கொள்ளப்பட்ட உண்மையை மட்டும்தான் நம்மால் பேச முடியும். நம்பிக்கையின் அடிப்படையில் சொல்வதெல்லாம் நம்மால் ஏற்றுக்கொள்ள முடியாது. அதுதான் அறிவியல்.

எது நிரூபிக்கப்படுகிறதோ அது அறிவியல். எது ஏற்றுக்கொள்கிற அளவுக்கு மற்றவர்களால் சொல்ல முடியுமோ அதைத்தான் நம்ப முடியும்.

அந்த வகையில் சூரியன் என்ற நெருப்புக் கோளத்திலிருந்து வெடித்துச் சிதறிய ஒரு பகுதி, பல இலட்சம் ஆண்டுகள் தொடர்ந்து பொழிந்த மழை, அந்த மழையின் காரணமாகப் பெருகி ஓடிய வெள்ளம், இதில் பாறைகள் உருண்டு, பாறைகள் கற்களாக உருமாறி, கற்கள் தேய்ந்து பின்னர் மண்ணாக மாறியதல்லவா, அதைத்தான் சொல்கிறான், உலகம் கல்லாக இருந்தபோதே வாழ்ந்த மனிதன் பேசிய மொழி நம் தாய்மொழியாகிய தமிழ் மொழி.

கலைஞரை ஒரு முறை கேட்டார்கள், "உங்களுக்கு எல்லாவற்றிற்கும் ஆசான் பெரியார் என்கிறீர்கள். அவர் தமிழைக் 'காட்டுமிராண்டி மொழி' என்கிறாரே, என்ன சொல்கிறீர்கள்?" என்று கேட்டார்கள்.

எல்லாவற்றிற்கும் உடனடியாக, கூர்மையாகப் பதிலளிக்கிற நம் தலைவர் சொன்னார், "அவர் சரியாகத்தான் சொன்னார். மனிதன் காட்டுமிராண்டியாக வாழ்ந்த காலத்திலேயே பேசிய மொழி தமிழ்மொழி என்று சொல்கிறார்" என்று சொன்னார்.

இவற்றையெல்லாம் நான் எதற்காகச் சொல்கிறேன் தெரியுமா? இன்னொரு மொழியோடு ஒப்பிடுகிறபோது நீங்கள் இதைச் சொல்லியாக வேண்டும்.

தமிழ் இலக்கியச் சிறப்புகள்

தமிழ்மொழி சங்க காலத்திலிருந்து, அகப்பாடல்கள் கொண்ட அகநானூறு, கலித்தொகை, நற்றிணை, புறப்பாடல்களில் புறநானூறு, பதிற்றுப்பத்து, பரிபாடல், பதினெண்கீழ்க்கணக்கு, பதினெண் மேல்கணக்கு, ஐம்பெரும் காப்பியங்கள், சிலப்பதிகாரம், மணிமேகலை போன்ற தமிழனின் பெருமை கூறுபவை. தொடர்ந்து சைவ, வைணவ இலக்கியங்கள். அதற்கும் பின்னால் 19ஆம் நூற்றாண்டில் வெள்ளையன் இங்கு ஆளவந்தபோதும் தமிழ் வளர்ந்துகொண்டு இருந்தது.

இராமலிங்க வள்ளலார் தமிழ் வளர்த்தார். வேதநாயகம் பிள்ளை எழுதிக்கொண்டிருந்தார்.

ஐரோப்பியர் காலமாக இருக்கட்டும், சோழர் காலம், பல்லவர் காலமாகட்டும். அதற்கு முன்னர் மருவிய காலமாகட்டும். எல்லாக் காலங்களிலும் ஆட்சிகள் மாறின. ஆனால் தமிழ் மட்டும் வளர்ந்து கொண்டேயிருந்தது.

இவற்றைப் பேசுகிறபோதுதான், இவற்றைத் தெரிந்து கொண்டால்தான் நான் எல்லோரையும் போல ஏதோ ஒரு மொழி பேசுகிறேன் என்பதல்ல. இது உலகின் மூத்த மொழி, தொன்மையான மொழி, வளமான மொழி, அழகான மொழி, இலக்கியச் செறிவுள்ள மொழி, பேசுகிறபோது நம்மைக் கிளர்ச்சியூட்டக்கூடிய மொழி, அடுத்தவனுக்கு வாழ்க்கையின் இலக்கணங்களைச் சொல்லித் தருகின்ற மொழி, இதைப் பேசியவன் உலகமெல்லாம் சென்றிருக்கிறான் என்பது தெரியவரும்.

தமிழன், கிரேக்க நாட்டிற்கும் ரோம் நாட்டிற்கும் சென்று வாணிபம் செய்திருக்கிறான். பர்மாவிலும் இலங்கையிலும் மலேசியாவிலும் இந்தோனேசியாவிலும் படையெடுத்துச் சென்று வெற்றி பெற்று ஆட்சி புரிந்திருக்கிறான். இது தமிழனின் வரலாறு.

இப்போது வரலாறு மறைக்கப்படுகிறது; திரித்துச் சொல்லப்படுகிறது... ஏன்?

வரலாறு மறைக்கப்பட்டால், மறந்துபோனால் தன் இனத்தை மெல்லமெல்ல மறந்துபோவான், தமிழன் என்று ஒரு கூட்டம் புறப்பட்டிருக்கிறது. அந்தக் கூட்டத்தின் பல்வேறு நடவடிக்கைகளில் ஒன்றுதான், ஒரு பொதுமொழியாக இந்தியைக் கொண்டு வரவேண்டும் என்பது. இது இன்று நேற்றுத் தொடங்கியது அல்ல. அதுதான் இன்றைய இந்தத் தலைப்பின் முதன்மையான நோக்கம்.

இன்று பாரதிய ஜனதா என்கிற ஒரு கட்சி ஆட்சி நடத்துகிறது. அதுதான் இந்தியைத் திணிக்கிறது என்பதல்ல. பல அடுக்குகளாக வந்தவற்றில் இது ஒரு நிலை.

தமிழ்நாட்டில் இந்தியைக் கட்டாயமாக்கியவர் இராஜாஜி

*1937*ல் நீதிக் கட்சிக்குப் பின்னால் ஆட்சிப் பொறுப்பேற்ற இராஜாஜி பள்ளிக்கூடங்களை மூடினார். பள்ளிக்கூடங்களை மூடியது மட்டுமல்லாமல், மூடாதிருந்த பள்ளிக்கூடங்களில் கட்டாயமாக இந்தி படித்தாக வேண்டும் என்று முதன் முதலாகத் தமிழ்நாட்டில் சொன்னவர் இராஜாஜி.

ஒருவேளை அன்றைக்கே எல்லோரும் தலை அசைத்திருந்தால், இந்தத் தமிழறிஞர்கள் போராடாமல் இருந்திருந்தால், திராவிடப் பேரியக்கத்தின் தலைவர்கள் களம் கண்டு சிறை போகாமல் இருந்திருந்தால், சற்றேறக்குறைய நூறு ஆண்டுகள் ஆகப் போகின்றன. *1938*லிருந்து இந்நேரம் தமிழ் மறைந்து மங்கி *90* ஆண்டுகள் ஆகியிருக்கும்.

மனிதன் தன்னுடைய கட்டாயத்திற்காக எதையாவது செய்கிறான். 'Necessity is the mother of invention' மனிதன் தன் தேவைகளுக்காகக் கண்டுபிடித்தவரை நலமாகத்தான் இருந்தான். தன்னுடைய வசதிக்காக ஒன்றைத் தேட ஆரம்பித்தபோது தன்னிடம் இருந்தவற்றை இழக்க ஆரம்பித்தான்.

வாழ்க்கைக்கு அடிப்படையில் சோறு தேவை. அந்தச் சோற்றின் தேவைக்கு என்ன செய்ய வேண்டும்? என்று எண்ணுகிறபோது, இந்த மொழி படித்தால் வேலை கிடைக்கும், வேலை கிடைத்தால் பதவி உயர்வு கிடைக்கும், அதிகப் பணம் கிடைக்கும், வசதி கிடைக்கும் என்று சொன்னால், அந்த மொழியைப் படிக்க ஆரம்பிப்பான்; மெல்ல இதை மறப்பான். இப்போதே தமிழ்நாட்டில் அந்த நிலையினைக் காண்கிறோம்.

வெளிநாட்டில் வாழ்கிற தமிழர்களிடம் இருக்கிற தமிழ்ப்பற்று இங்கிருக்கிற பலரிடம் இல்லை. வீடுகளில் பிள்ளைகளுக்குத் தமிழ்ப் பெயர் இல்லை என்பதைப் போல, பள்ளிக்கூடங்களில் அதிக மதிப்பெண்கள் வரும் என்பதற்காகத் தமிழுக்குப் பதிலாக சமஸ்கிருதத்தையோ பிரெஞ்சையோ படிக்கிற பிள்ளைகள் வந்துவிட்டார்கள். நன்றாகப் பேசுகிறார்கள், அறிவுக் கூர்மை இருக்கிறது. எல்லோரிடமும் ஆழமாக வியந்து போகிற அளவுக்குப் பேசுகிறார்கள். தமிழ் புத்தகத்தைக் கொடுத்துப் "படி" என்றால், "எனக்குத் தமிழ் படிக்கத் தெரியாது" என்கிறார்கள். பெற்றோரும் அதைப் பெருமிதத்தோடு "ஆமாம், ஆமாம், அவள் தமிழ் படிக்கவில்லை" என்று சொல்கிறார்கள்.

முதல் இந்தி எதிர்ப்புப் போராட்ட வரலாறு

அந்த *1938*ல் நடைபெற்ற முதல் இந்தி எதிர்ப்புப் போராட்டத்தின்போதுதான் பள்ளிக்கூடத்தில் படித்துக் கொண்டிருந்த, வீதியில் நண்பர்களோடு பம்பரம் விளையாடிக் கொண்டிருக்க வேண்டிய பருவத்தில், அந்த மாணவர்களோடு சேராமல் தமிழ்நாட்டு மன்னர்களின் அடையாளச் சின்னமாகிய கயல், வில், புலி கொடியேந்தி, திருவாரூர்க் கடைவீதிகளில்,

'ஓடி வந்த இந்திப் பெண்ணே கேள் - நீ
தேடி வந்த கோழையுள்ள நாடு இதுவல்ல'

என்று முழங்கினார். அவர்தான் நம் தலைவர் கலைஞர். அப்போது அவருக்கு வயது பதினொன்று.

விருதுநகரில் வாழ்கின்ற உங்களுக்கு அரசியல் வேகம் பிடிக்கிற இடம், இந்த விருதுநகர் பயிற்சிப் பாசறையோ, அதுபோல அவர் வேகம் பிடித்தது 1938 மொழிப் போராட்டத்தில்.

அந்தப் போராட்டத்தின்போது தந்தை பெரியார் அவர்கள், மறைமலை அடிகள், திரு.வி.க. போன்ற தமிழறிஞர்களையும், அறிஞர் அண்ணா போன்ற தலைவர்களையும் ஒருங்கிணைத்துப் போராடினார்.

முதல் களப்பலிகள் தாளமுத்து, நடராசன்

போராட்டத்தில் பங்கேற்று ஆறு மாத காலம், மூன்று மாத காலம் என்று சிறையேகியபோது, அந்தச் சிறைச் சாலையில் முதன்முதலாகக் களப்பலியானவர்கள் தாளமுத்து, நடராசன் என்ற இரண்டு பேர். தாழ்த்தப்பட்ட சமுதாயத்தில் பிறந்த அந்தத் தியாகிகளினுடைய மறைவு பெரும் அதிர்ச்சியாகத் தாக்கியது.

நான் ஒரு செய்தி சொல்கிறேன்: 1967ல் அண்ணா முதலமைச்சர் ஆனார். முதலமைச்சர் ஆனதற்குப் பின்னால் அவர் திருச்சி வந்து காரைக்குடி போகிறார். அதுதான் அவர் முதலமைச்சரான பின் காரைக்குடிக்கு முதல் பயணம்.

திருச்சியில் இறங்குகிறபோது ராஜா சர். முத்தையா செட்டியார் அவர்களின் படகு போன்ற கார் தேசியக் கொடியோடு காத்திருக்கிறது, முன்னெச்சரிக்கை நடவடிக்கையாக அவர் அண்ணாவிடம் வந்து, "என் காரில் வாருங்கள்" என்று அழைக்கிறார். அவருடைய சொல்லைத் தட்ட முடியாமல் அண்ணா அவர் காரில் ஏறுகிறார்.

அண்ணா, கட்சியில் தலைவராக இருந்தவரை அவர் செல்கின்ற இடம் கட்சியின் நகரச் செயலாளர் வீடு அல்லது வேறு ஏதாவது ஒரு விடுதி. ஆனால் அன்றைக்கு அந்தக் கார் நேராக அரண்மனைக்குச் சென்றது. செட்டிநாட்டு அரண்மனையிலேயே விருந்து.

அண்ணா மாறிவிட்டாரா?

அரசு நிகழ்ச்சிகள் முடிந்து இரவு பொதுக்கூட்டம். அதில் பேசுகிறபோது அண்ணா சொன்னார்,

"இன்று காலை நான் திருச்சியிலிருந்து இங்கு வருகை தந்தபோது செட்டிநாட்டு அரசரின் படகுக் காரில் வந்தேன். வழக்கமாக நான் தங்குவது என் தம்பி சீனா தானா வீட்டில்தான். ஆனால், இந்த முறை நான் அரண்மனையில் தங்கினேன். ஊரார் பேசியிருப்பார்கள், முதலமைச்சர் ஆனவுடன் அண்ணாதுரை மாறிவிட்டார் என்று. இல்லை. நான் ஒரு நன்றிக் கடனுக்காக அங்கே சென்றேன். என்ன நன்றிக்கடன்? முதல் மொழிப் போராட்டத்தில் இறந்துபோன தாளமுத்து அவர்கள் இறந்தபோது, தன்னுடைய பின்னணியை, அந்தஸ்தை, தான் ராஜபரம்பரை என்று பார்க்காமல் அவர் உடலைத் தோள் கொடுத்துச் சுமந்து வந்தவர்களில் ஒருவர் ராஜா சர். முத்தையா செட்டியார். அன்றிலிருந்து என் மனத்திலே இவருக்கு எப்படியாவது நன்றி சொல்ல வேண்டும் என்று நான் காத்திருந்தேன். முதலமைச்சராகி நான் நன்றி சொல்வதற்காக செட்டிநாட்டு அரசர் வீட்டிற்குப் போய் ஒருநாள் உணவருந்தி வந்தேனே தவிர, நான் என்றைக்கும்

அதே அண்ணாதுரைதான்" என்றார். இப்படி நெகிழ்ச்சி ஊட்டக் கூடியவை நிறைய இருக்கின்றன.

பொதுவாக இதுபோன்ற பயிற்சி முகாம்கள் நீண்ட நேரம் நடந்திட வேண்டும். பல பொருள்கள் குறித்துப் பகுதி பகுதியாகப் பேசிட வேண்டும். காரணம் இப்படி இடையிலே செய்திகள் வரும்.

தாளமுத்து, நடராசன் மறைந்து, பல பேர் சிறையேகிய பின்னர் போராட்டம் விஸ்வரூபம் அடைந்தது, பின்னர் இந்தி திரும்பப் பெறப்பட்டது. இது முதல்கட்டம்.

இரண்டாவது கட்டம், பெருமையோடு காலையில் சொன்னார்களே தாடி வைக்காத இராமசாமி என்று, அவர் ஆட்சிப் பொறுப்பேற்றவுடன் பள்ளிக்கூடங்களைத் திறந்தார். நிறையச் செய்தார். ஆனால் மீண்டும் இந்தியைக் கொண்டுவந்தார்.

முதல் 'தளபதி' அண்ணா!

அப்போதுதான் அந்தக் களத்தில் இறங்கிய அண்ணாவை 'தளபதி' அண்ணாதுரை என்று அழைத்தார்கள். காரணம் அந்தப் போராட்டத்துக்கு அவர்தான் தளபதி.

*1982*ல் நம்முடைய கட்சியின் தலைவருக்கு அந்தப் பட்டத்தைத் தந்தபோது சொன்னேன், அண்ணாவுக்குப் பிறகு இந்தப் பொறுப்புக்கு ஏற்றவர் வேறு எவரும் இல்லை. ஒரு படையை நடத்துகிற தளபதி இந்தத் தமிழ்நாட்டிற்கு இனி நீங்கள்தான் என்று நாங்கள் வேலூரில் இனம் கண்டு சொன்னோம். இன்றைக்கு அதை நிரூபித்துக்கொண்டிருக்கிறார்.

முதன் முதலாக அண்ணாவை *1948*ல் 'தளபதி' சி.என். அண்ணாதுரை என்று அழைத்தார்கள். அந்தப் போராட்டம் நடைபெற்றபோது, நம் தளபதியினுடைய தாயார், தம்பி உதயநிதியினுடைய பாட்டி தயாளு அம்மையாரை நம்முடைய தலைவர் திருமணம் செய்து கொள்கிறார்.

திருமண நாளின்போது இந்தி எதிர்ப்புப் போராட்ட ஊர்வலம் சாலையில் செல்கிறது. திடீரென்று மணமகனைக் காணவில்லை. எங்கே என்று தேடுகிறார்கள். ஊர்வலத்தில் சேர்ந்து முழக்கம் எழுப்பிச் சென்றுவிட்டார். பின்னர் அவரை அழைத்துவந்து திருமணம் நடத்தினார்கள். அந்த நாள் அறிஞர் அண்ணா அவர்களின் பிறந்தநாள். தலைவருடைய திருமணநாளின்போது போராட்டத்தில் கலந்துகொண்டது. இரண்டாவது கட்டப் போராட்டம்.

இப்படிப் பல போராட்டங்கள் நடைபெற்றிருந்தாலும் *196465*ல் நடைபெற்ற போராட்டங்கள் மிகப்பெரிய அளவில் இன்றும் பேசப்படுகிறது. காட்சி ஊடகங்களில் அது செய்திப் பொருளாகின்றது. விவாதப் பொருளாகிறது. பலர் சொல்கிறார்கள், மொழிப்போராட்டம் *1965*ல் நடந்தது என்று. என்ன காரணத்தால்?

*1938, 1948*ஐவிட *1965*ல் இராணுவம் தமிழ்நாட்டிற்கு வந்தது. பலர் குண்டடிபட்டுச் செத்தார்கள். பலர் உயிர்த் தியாகம் செய்தார்கள். என்ன காரணத்தால்? நீங்கள் முக்கியமாகத் தெரிந்துகொள்ள வேண்டும்.

இந்தியா *1947*ல் விடுதலை பெறுகிறது. *1950*ல் குடியரசாக மாறுகிறது. குடியரசாக மாறுகிறபோது நமக்கென்று ஓர் அரசியல் சட்டம் உருவாகிறது. அந்த அரசியல் சட்டத்தின் *17*வது பிரிவில் விடுதலை அடைவதற்கு முன்னால் இந்திய நாட்டின் ஆட்சி மொழி ஆங்கில மொழி. அரசியல் சட்டம் எழுதப்பட்டபோது என்ன சொன்னார்கள் என்றால்,

இந்த நாட்டினுடைய ஆட்சி மொழியாக இனி இந்திதான் இருக்கும். இதுவரை ஆட்சி மொழியாக இருந்த ஆங்கிலமும் தொடரும். பதினைந்து ஆண்டுகளுக்குப் பின்னால், மெல்ல மெல்ல நாடாளுமன்றம் சட்டமொன்று இயற்றாத வரையில் ஆங்கிலம் அகன்று இந்தி மட்டும் ஆட்சி மொழியாக இருக்கும். இதுபற்றி அரசியல் நிர்ணய சபையில் பல விவாதங்கள் நடைபெற்றன.

நீங்கள் நாடாளுமன்றம் வர நேர்ந்தால் மைய மண்டபம் என்ற ஒன்றைக் காட்டுவோம். ஒரு பக்கம் மாநிலங்களவை, மற்றொரு பக்கம் மக்களவை. இரண்டும் சேர்ந்த அமைப்பு நாடாளுமன்றக் கட்டடம். நடுவில் மைய மண்டபம். அது வெளிநாட்டில் இருந்து வருகின்ற மிகப்பெரிய தலைவர்கள் உரையாற்றுகின்ற, குடியரசுத் தலைவர் இரு அவை உறுப்பினர்களையும் அழைத்து உரையாற்றுகின்ற இடம் என்பதோடு மட்டும் அல்லாமல், அரசியல் சட்ட நிர்ணய சபை கூடி விவாதித்த இடம் அது. அரசியல் சட்டத்தை ஏற்றுக்கொண்ட மன்றம் அது.

இரண்டரை ஆண்டுகளுக்கு மேலாக எது ஆட்சி மொழியாக இருக்க வேண்டும் என்று விவாதித்தபோது, "இந்திதான்" என்று வாக்களித்தவர்களுக்கும் "கூடாது" என்று வாக்களித்தவர்களுக்கும் சம அளவில் வாக்குகள். அப்போது நிர்ணய சபையின் தலைவராக இருந்தவர் ராஜேந்திர பிரசாத், இந்திய நாட்டின் முதல் குடியரசுத் தலைவர். அவர் இந்திக்கு ஆதரவாக வாக்களித்த காரணத்தால் ஒரு வாக்கு வித்தியாசத்தில் இந்தி ஆட்சிமொழி என்றானது.

"இந்தியும் ஆங்கிலமும் இருக்கட்டும் என்றால் பிரச்சனை இல்லை. ஆனால், பதினைந்து ஆண்டுகளுக்குப் பின்னர் பாராளுமன்றம் ஏதாவது சட்டம் இயற்றினாலொழிய ஆங்கிலம் அகன்றுவிடும்" என்று சொன்னார்கள்.

இப்போது புரிந்துகொள்ளுங்கள் 1965. அந்தப் பதினைந்து ஆண்டுகளுக்குப் பின்னால் உள்ள காலகட்டம். 1962லேயே ஆட்சிமொழி திருத்தச் சட்டத் திருத்தம் ஒன்று நாடாளுமன்றத்தில் வந்தது. The official languages act. அறிஞர் அண்ணா அதில் பேசியிருக்கிறார். ஆங்கிலம் தொடரும் என்ற உத்தரவாதத்தைக் கொடுத்தார்கள். நாடாளுமன்றத்தில் நேரு கொடுத்தார், லால் பகதூர் சாஸ்திரி கொடுத்தார். அதையும் மீறி இனி இந்திதான் என்று சொன்னபோது கிளர்ச்சி வெடித்தது.

கிளர்ச்சி வெடித்ததென்றால் திடீரென்று அல்ல. இங்கே இருக்கிற நீங்கள் என்னுடைய விருப்பம், என் வேண்டுகோள் என வெறுமனே கேட்டுவிட்டுப் போகின்றவர்களாக மட்டும் இருக்கக்கூடாது. சமூக வலைதளங்களில் விரல்களால் எழுத்துகளை அனுப்புவதோடு நிறுத்திவிடக் கூடாது. இனி இந்தப் பகுதிகளில் பொதுக்கூட்டங்கள் நடந்தால் மேடையேறி நின்று முழங்குகின்ற குரலாக உங்கள் குரல் இருந்திட வேண்டும் என்பதுதான் எனது அவா.

இந்தக் கட்சி வளர்ந்ததே மேடையில்தான். இந்தக் கட்சி சாதித்தவையெல்லாம் மக்களிடம் முழங்கியதன் மூலமாகத்தான். அண்ணா காலம் தொடங்கி, தலைவர் கலைஞர், நாவலர், பேராசிரியர் போன்ற பல தலைவர்கள் முழங்கி முழங்கித்தான் இந்தக் கட்சியை வளர்த்தார்கள்.

இன்று தளபதியின் குரல் உங்களைக் கவர்கிறது. நம்மைப்போல் பலர் பேசுகிறோம். நீங்களும் அப்படி வரவேண்டும் என்பதுதான் எங்கள் அடிப்படை விருப்பம்.

அன்று “நம்மை அழிக்க சூழ்ச்சி நடக்கிறது. தமிழ்மொழியைக் காப்பாற்றுங்கள்” என்று வீதி வீதியாக நின்று திராவிட முன்னேற்றக் கழகத்தின் தலைவர்கள் குரல் கொடுத்த காரணத்தால் மக்கள் கிளர்ந்து எழுந்தார்கள்.

குறிப்பாக, மாணவ நண்பர்கள். இத்தோடு முடிந்து விடவில்லை. இதற்கு, மூலம் ஒன்று உண்டு. எல்லாவற்றுக்கும் ஒரு பொறி. ஒரு சாதாரண நிகழ்ச்சி பெரும் கலவரமாக மாறும். சிரியாவுக்கும் ஆஸ்திரியாவுக்கும் இடையில் ஓர் இளவரசனை யாரோ எதிர்பாராமல் கொன்றுவிட, திட்டமிட்டுத்தான் இந்த நாட்டைச் சார்ந்தவன் அவனைக் கொன்றான் என்ற செய்தி பரவி, அது போராக மாறி வளர்ந்ததுதான் முதல் உலகப் போர். சாதாரண நிகழ்வு என்று எதையும் கருதிவிட முடியாது. அதற்கு உதாரணம் சொல்கிறேன்.

தியாகி கீழப்பழூர் சின்னச்சாமி

அந்தக் காலகட்டத்தில் 1964ல் தமிழ்நாட்டின் முதலமைச்சர் பக்தவச்சலம். அவர் எழும்பூர் ரயில் நிலையத்தில் வந்து இறங்குகிறார். இப்போது போல படாடோபம் இல்லை, பரபரப்பு அதிகம் இல்லாத அந்தச் சூழலில் ஓர் இளைஞன் இருபத்தாறு வயதானவன் அவர் எதிரே நின்று “அய்யா வணக்கம்” என்கிறான்.

“வணக்கம்.”

“ஒரு சின்ன சந்தேகம்”

“என்ன?” என்று கேட்கிறார்.

அவன் கேட்கிறான், “நீங்கள் தமிழ்நாட்டின் முதலமைச்சர் தானே. தமிழர்தானே நீங்கள். தமிழை அழிக்க இந்தி வருகிறதே, அதைத் தடுக்க நீங்கள் ஏன் முயற்சி செய்யவில்லை?” என்று.

அதற்கு பக்தவச்சலம் என்ன சொன்னார் தெரியுமா? “இந்தப் பைத்தியக்காரனைச் சிறையிலடையுங்கள்” என்றார்.

இழுத்துச் செல்லப்பட்டான், சிறையில் அடைக்கப்பட்டான். உள்ளே இருந்து அவன் யோசித்தான். நான் என்ன தவறு செய்தேன். முதலமைச்சரைப் பார்த்து “தமிழைக் காப்பாற்றக் கூடாதா?” என்று கேட்டதற்கு எனக்குப் பைத்தியகாரப் பட்டம், சிறைச்சாலைத் தண்டனையா? அவர் முதலமைச்சர், அதிகாரம் இருக்கிறது, சிறையில் அடைத்துவிட்டார். நான் யார்? யாரோ ஒருவன். தினந்தோறும் உழைத்துப் பிழைக்கக் கூடியவன் என்று நினைத்துவிட்டார் போலிருக்கிறது. நான் ஒரு காரியம் செய்கிறேன். முதலமைச்சரும் திகைப்பார், இந்த ஊரும் உலகமும் என்னைப் பற்றிப் பேசவைக்கும் என்று முடிவெடுத்து, ஒரு வாரம் கழித்து விடுதலையானதற்குப் பின்னால், நேராக அவன் சொந்த ஊருக்குப் போவதற்காக அவன் வந்து இறங்கிய இடம், நான் பிறந்து வளர்கின்ற திருச்சி புகைவண்டி நிலையம் அருகில்.

வந்து இறங்கியவன் பக்கத்தில் இருக்கிற பெட்ரோல் பங்கிலே போய் மூன்று காலன் பெட்ரோல் வாங்கினான். தன்னிடமிருந்த மூன்று சட்டைகளை ஒன்று மேல் ஒன்றாக அணிந்து கொண்டான். இரண்டு வேட்டிகளை மேலே கட்டிக்கொண்டான். அழுக்குத் துணிகளைப் பெட்ரோலில் நனைத்துத் தன்னைச் சுற்றி வட்டமாக வைத்துக்கொண்டான். பின்னர் தன் மீது பெட்ரோல் ஊற்றி தீயிட்டுக் கொளுத்திக்கொண்டான்.

காலை நேரத்தில் ஒருவன் பற்றி எரிவதைப் பார்த்த கூட்டம் அணைக்க வருகிறது. ஆனால், அவன் வகுத்து வைத்திருக்கிற அந்தத் தீ வளையம் யாரையும் உள்ளே விடாமல் செய்கிறது.

இவன் அடுக்கடுக்கான துணிகளில் அதிகமான பெட்ரோல், பற்றி எரிகிற நெருப்பு சுடர்விட்டு எரிகிறபோது, உங்களுக்குத் தெரியாதது அல்ல, சின்ன நெருப்பு பட்டால்கூட துடித்துப் போவோம். ஆனால், உடலே பற்றி எரிகிறபோது அவன் அய்யோ எரிகிறதே என்று சொல்லவில்லை. அவன் சொன்னது, "தமிழ் வாழ்க! இந்தி ஒழிக!" என்றுதான். அவன் பெயர்தான் கீழப்பழூர் சின்னச்சாமி.

உலகம் திகைத்து நின்றது. ஒருவன் தன்னைத்தானே எரித்துக்கொண்ட சரித்திரம் வியட்நாமில் நடைபெற்றது. தென் வியட்நாமும் வட வியட்நாமும் ஒன்றாக இணைந்தபோது, வட வியட்நாமின் ஆதிக்கத்தை ஏற்றுக்கொள்ள முடியாமல் அங்கிருந்த புத்த பிட்சுகள் சாலையில் அமர்ந்து தீக்குளித்ததுதான் உலகத்தின் முதல் நிகழ்வு.

ஆனால் அவர்களுக்கும் இவனுக்கும் வேறுபாடு, அவர்கள் துறவிகள், புலனடக்க வித்தை கற்றவர்கள். ஆனால் சின்னச்சாமி சம்சாரி. பிள்ளை பெற்றவன். பிள்ளைகளோடு வாழ்கிற சராசரி மனிதன். ஆனால், புத்த பிட்சுகளுக்கு இருந்த பக்குவம் என் வீரத் தமிழன் சின்னச்சாமிக்கு இருந்தது. நீங்கள் தெரிந்துகொள்ள வேண்டிய வீர வரலாறு சின்னச்சாமியின் வரலாறு.

இதைக் கேள்விப்பட்ட பக்தவச்சலம் என்ன சொன்னார் தெரியுமா? பதறிப் போகவில்லை. "பட்டினி கிடந்து சோற்றுக்கு வழியில்லாமல் தற்கொலை செய்துகொண்டு செத்தான் சின்னச்சாமி" என்றார்.

இந்த வரலாறுகளை நாங்கள் மறக்க முடியாது. எங்களுக்கு இழைக்கப்பட்ட அவமானங்கள், எங்கள் கண்ணான தலைவர் கலைஞரைப் பயங்கரவாதி என்று சொன்னார்கள். வன்முறையைத் தூண்டிவிடுகிறவர் என்று சொன்னார்கள். அண்ணாவைச் சிறையில் அடைத்தார்கள். தியாகம் செய்தவனைப் பார்த்து சோற்றுக்கு வழியில்லாதவன் என்று சொன்னார்கள் மொழிக்காகப் பேசியவனைச் சொந்த விருப்பு வெறுப்பு என்று பேசிய காலமது.

அடுத்தடுத்த தற்கொலைகள்

இதை அறிந்து இப்படிப்பட்டவர்கள் இருந்தால்தான் நாடும் மொழியும் விடுதலை அடையுமென்று 'சிவலிங்கம்' என்பவனும் தற்கொலை செய்துகொண்டான். அவனும் சாதாரணமானவன் தான். ஊரார் நினைத்தார்கள் 'ஒருவேளை இவர் சொன்னதைப் போல ஏழைகளாகச் சாகிறார்களே, இதுதான் காரணமா?' என்று.

அடுத்துதான் அதிர்ச்சி காத்திருந்தது. தொலைதொடர்புத் துறையில் பணியாற்றிக்கொண்டிருந்த வீரர்களுக்கு சிலம்பு விளையாட்டுப் பயிற்சிக்கூடம் நடத்திக்கொண்டிருந்த வீரன் அரங்கநாதன் என்பவனும் தீயிட்டுக் கொளுத்திக்கொண்டு செத்தான். சாகிறபோது சொன்னான் சீட்டிலே எழுதி வைத்தான், "என் தமிழ் வாழ்வதற்காக, என் உயிரை நான் தீக்குத் தருகிறேன்."

அப்போதுதான் உலகம் விழித்துக்கொண்டது, காவல் துறையினரின் காட்டாட்சித் தர்பார் கட்டவிழித்து விடப்பட்டது. மாணவர்கள் களத்துக்கு வந்துவிட்டார்கள்.

சிவகங்கையில் மாணவர்கள் போராட்டத்தில் இறங்கியபோது முன்னால் வந்த இரோஜந்திரன் என்பவன் மீது துப்பாக்கிச் சூடு.

எப்படி நடந்தது?

போலீசார் வரிசையாக நின்றார்கள். நான் உங்களை வீரர்கள், வீரர்கள் என்று சொல்கிறேனே... எதற்காகத் தெரியுமா? களம் காணுகிறபோது கலைந்து செல்கிறவர்கள் அல்லர். எதிரே நிற்பது துப்பாக்கி. அதிலிருந்து சீறி வருகிறது தோட்டா என்றாலும் அதைத் தாங்குகிற மார்பு என்னுடையது என்று சொல்கிற வீரர்களாக நீங்கள் மாறவேண்டும். இதுதான் கலைஞர் கற்றுத்தந்தது.

கலைஞர் முதலமைச்சர் அல்லர். கலைஞர் ஒரு போராளி என்பதுதான் அவர் விட்டுப் போயிருக்கின்ற எச்சம். அதே வழியில்தான் நம்முடைய தளபதியும். இவற்றைப் பின்பற்றி வருகிறவர்தான் தம்பி உதயநிதி, பக்கத்தில் இருக்கிற மகேஷ், கவி, ஜின்னா, சேகர் போன்ற தோழர்களும்.

இப்படி நான் சொல்வதற்குக் காரணம், உங்களிடம் நான் எதிர்பார்க்கிறேன், எதையாவது தாருங்கள் என்று, எனக்காக இல்லை. இந்த இனத்திற்காக, மொழிக்காக, நம் நாட்டிற்காக, அதுதான் திராவிட முன்னேற்றக் கழகம். அதுதான் இதனுடைய தனித்தன்மை.

அந்த மாணவன் இராஜேந்திரன் முதலில் வந்து நெஞ்சை காட்டினான். பதினாறு வயது அவனுக்கு. "துப்பாக்கியில் தோட்டாக்கள் எத்தனை தெரியுமா?" என்று கேட்டது காவல்துறை.

"எத்தனை மார்புகள் இருக்கின்றன தெரியுமா?" என்று கேட்டான் இராஜேந்திரன். சுட்டார்கள் வீழ்ந்தான். அந்த இடத்தில் பதினாறு வயது மாணவன், ஒரு போலீஸ்காரரின் மகன் சுட்டுக் கொல்லப்பட்டவுடன் தமிழ்நாடு கிளர்ந்தெழுந்தது.

மாணவர்கள் கிளர்ச்சி, பீளமேட்டிலே தண்டபாணி என்ற ஒரு மாணவன், மாயூரத்திலே சாரங்கபாணி என்ற ஒருவன், சத்தியமங்கலத்தில் முத்து, கீரனூர் முத்து, ஆசிரியர் வீரப்பன். அவர்தான் மிகவும் முக்கியமானவர். ஒரு பள்ளியின் தலைமை ஆசிரியர். அவர் தூக்க மாத்திரைகளை சாப்பிட்டுப் பின்னர் தீக்குளிக்கிறார். ஓடிப்போய் அணைக்கப் பார்க்கிறார்கள். வீரப்பன் சொல்கிறார், "என்னை உங்களால் காப்பாற்ற முடியாது. தீயை அணைக்கலாம். நான் நிறைய தூக்க மாத்திரைகள் சாப்பிட்டிருக்கிறேன். நிச்சயமாக உயிர் பிரியும். நீங்கள் என்னைக் காப்பாற்ற வேண்டாம். தமிழைக் காப்பாற்றுங்கள்" என்று சொன்னார்.

போராட்டத்தில் கைதானார் அறிஞர் அண்ணா. இந்தப் போராட்டத்தைத் தூண்டினார் என்று பாளையங்கோட்டை தனிமைச் சிறையில் அடைக்கப்பட்டார் நம் தலைவர் கலைஞர்.

அண்ணா, மாணவர் தலைவர்களை அழைத்துவரச் சொல்லி, அவர்களிடம் சொன்னாராம், "நான் நடப்பதையெல்லாம் கேள்விப் பட்டேன். தமிழ்நாடு இதுவரை காணாத அளவுக்கு இராணுவம் வந்து இறங்கியிருக்கிறது. திருப்பூரில், பொள்ளாச்சியில், பல்லடத்தில், குமாரபாளையத்தில், கடலூரில், திண்டுக்கல்லில், திருச்சியில், கரூரில் என்று பலபேர் சுட்டுக் கொல்லப்பட்டிருக்கிறார்கள். தயவு செய்து போராட்டத்தைத் திரும்பப் பெறுங்கள்" என்றார்.

அதற்கு அன்றைய மாணவர் தலைவர்களான சீனிவாசன், எல்.கணேசன், அண்ணன் துரைமுருகன் போன்றவர்கள் சொன்னார்கள், "முடியாது அண்ணா, போராட்டம் வலுப்பெற்று விட்டது" என்று. அதற்கு அண்ணா சொன்னாராம், "நான் எதற்காக இந்தியை எதிர்க்கிறேன் தெரியுமா?" "சொல்லுங்கள் அண்ணா, தமிழைக் காப்பாற்றத்தானே". "நான் தமிழை ஏன் காப்பாற்ற நினைக்கிறேன்? உங்களை வாழ வைப்பதற்காக. உங்களைச் சாகக் கொடுத்து நான் தமிழைக் காப்பாற்றி என்னய்யா செய்யப் போகிறேன். இதைக் கட்சி பார்த்துக்கொள்ளும். ஒதுங்கிக் கொள்ளுங்கள்" என்று அண்ணா தழுதழுத்துச் சொன்னார்.

தம்பிகளே, தோழர்களே இன்றைக்கு வந்து சொல்கிறானே, "இந்தி படித்தால் சோறு கிடைக்கும்" என்று. "எனக்கு சோறு மட்டுமல்ல, வாழ்க்கையே பெரிதல்ல, என் மொழிக்கு முன்னால்" என்று சொல்கிற உணர்ச்சிக்குத்தான் இந்த 'மொழிப் போர் வரலாறு' என்ற தலைப்பு. இது தொடர்வது ஏன்?

அந்த ஆதிக்கம் இன்னும் தொடர்கிறது. அந்த முயற்சி இன்னும் தொடர்ந்துகொண்டே இருக்கிறது பல வகைகளில், ஆசை வார்த்தைகளில், அச்சம் ஊட்டுகிற வகைகளில், மெல்ல மெல்ல வேறு வடிவங்களில். இன்றைக்கு இருக்கிற ஆட்சியாளர்களின் தோள் மீது ஏறி வருகிறது. அதுதான் கொடுமை.

கட்சிக்கு அண்ணாவின் பெயர், திராவிடம் என்ற பெயர். ஆனால் இந்த இரண்டுக்கும் எதிரான, கொள்கைகளுக்கு எதிரான கொள்ளைகளுக்கு காவடி தூக்குகிற ஓர் ஆட்சி நடக்கிறபோது அதன் துணையோடு உள்ளே வருகிறார்கள்.

இவற்றைத் தடுக்க நினைக்கிற, எதிர்க்க நினைக்கிற, உங்களை வாழவைக்க நினைக்கிற, மொழியைப் பாதுகாக்கின்ற முயற்சியில் இருக்கிற ஒரே கட்சி திராவிட முன்னேற்றக் கழகம் மட்டும்தான்.

நாளை படை வரிசையை நடத்தப்போகிற தம்பி உதயநிதி உங்களைக் கூட்டி வைத்திருக்கிறார். இனி ஒவ்வொரு மாவட்டமாக இந்தப் பாசறைகள் நடக்கும். இந்தியாவிலேயே திமுகவைப் போல வலிமை பெற்ற இளைஞர் கூட்டம் எங்கும் இல்லை. கொள்கைத் தெளிவு பெற்றவன் எந்தக் கட்சியிலும் இல்லை, எந்த மூலையிலும் இல்லை என்று சரித்திரம் எழுதப்படும்.

அதைத்தான் நான் பூரிப்புடன் சொன்னேன். எங்கள் இயக்கத்தைக் காப்பதற்கு அடுத்த தலைமுறையின் தளபதி இதோ வந்துவிட்டார். அவருக்குப் பின்னால், பக்கத்தில் எத்தனை பிள்ளைகள். இதுதான் எங்களுக்கு வேண்டும். ஆட்சிப் பொறுப்பும் பதவிகளும் அல்ல. வரலாற்றுச் சிறப்புமிக்க இந்த இனம் வாழும், மொழி வாழும் என்பதற்காக.

தமிழ்நாடு பெயர் மாற்றத் தீர்மானம்

அறிஞர் அண்ணா, 'தமிழ்நாடு' பெயர் மாற்றத் தீர்மானத்தில் பேசுகிறபோது சொன்னார், "நாளை இந்த ஆட்சி இல்லாமல் போகும்; அண்ணாதுரை இல்லாமல் போகலாம். என் சட்டத்தில் கை வைக்கிற துணிச்சல் எவனுக்கும் வராது" என்றார்.

அந்த இரு மொழிக் கொள்ளைக்கு இன்று ஊறு, ஆபத்து. மும்மொழிக் கொள்கை உள்ளே நுழையப் பார்க்கிறது. தமிழ்நாடு அரசு கைகட்டி நிற்கிறது. ஆனால் தடுத்து நிறுத்துகிற வல்லமை பெற்ற கட்சியாகத் திமுக நிற்கிறது; தளபதியின் தலைமையில்.

நாளை களம் காணுவோம். போர்க்களத்திற்குச் செல்வோம், சிறைச்சாலைக்குச் செல்வோம். 'மாங்குயில் கூவிடும் பூஞ்சோலை, எமை மாட்ட நினைத்திடும் சிறைச்சாலை' என்று நாங்கள் கூவியது மட்டுமில்லை, கூவ இருக்கிற தலைமுறை. எதிரே இருக்கிற நீங்கள் அப்படித் தயாராவதற்கான காரணங்கள்தான் இங்கே விவாதிக்கப்படுகின்றன.

இப்படியே போய்க்கொண்டே இருப்பதா? இதற்கு எல்லையே இல்லையா? அவர்கள் திணிப்பார்கள், நாம் எதிர்ப்போம். சிலர் உயிர்த் தியாகம் செய்வோம், சிலர் சிறைச்சாலை செல்வோம். இது தொடர்கதையா? என்ற கேள்வி உங்கள் மனத்தில் எழ வேண்டும். அப்படி எழுவதற்கு விடையாகத்தான் நான் இன்றைய உரையின் உச்சமாகச் சொல்வேன், நமக்கு இலக்கு இருக்கிறது. எல்லாப் பிரச்சினைகளுக்கும் தீர்வு இருக்கிறது. என்ன தீர்வு?

தமிழை ஆட்சி மொழியாக்குவோம்

இந்தித் திணிப்பை எதிர்ப்போம், தமிழ் மொழியைக் காப்போம் என்று சொன்னேன். போராடிக் கொண்டிருக்கிற நாம் இன்று முன் வைத்திருக்கிற கோரிக்கை, "இந்திய நாட்டின் அரசியல் சட்டத்தின் 8வது அட்டவணையில் இருக்கின்ற 22 மொழிகளையும் ஆட்சி மொழிகளாக்க வேண்டும்" என்று அண்ணா சொன்னார். திமுக மாநாடுகளில் தீர்மானம் நிறைவேற்றப்பட்டிருக்கிறது. நான் இது தொடர்பாக ஒரு தனி நபர் மசோதா கொண்டுவந்து விவாதிக்கப்பட்டு அது தோற்றிருக்கிறது.

இப்போது நமக்கு முன்னால் இருக்கிற பிரச்சினை, இதற்குத் தீர்வுகாண வேண்டுமென்றால், இந்தியாவின் ஆட்சி மொழிகளில் ஒன்றாகத் தமிழும் மாறிட வேண்டும். அந்த இலக்கை நோக்கி நாம் நடைபோட இருக்கிறோம். அந்த இலக்கை அண்ணா வகுத்தார், கலைஞர் தொடர்ந்தார், தளபதி காலத்தில் என் தம்பி உதயநிதி ஸ்டாலினின் படைவரிசை சாதித்துக் காட்டட்டும்.

எல்லாக் காலமும் இந்திப் படையெடுப்பு, ஆதிக்கம். அதைத் தகர்ப்பதற்கும் தடுப்பதற்கும் நாங்கள் போராடினோம் என்ற நிலைக்கு மாறாக, இந்தப் பெருநாட்டில் தமிழும் ஓர் ஆட்சிமொழி என்ற நிலையினை நாம் அடைவோம். அது வெகுதொலைவில் இல்லை. அதற்கான சாத்தியக் கூறுகள், முழக்கங்கள் இப்போது தமிழ்நாடு, கர்நாடகா, பஞ்சாப், மராட்டியா, ஒடிசா என்று விரிவடைந்து கொண்டிருக்கிறது.

தமிழ்நாட்டில் கிளம்பிய இந்த வேள்வி, இந்த வேகம், இந்தக் கனல் மற்ற பகுதிகளிலும் பரவி இருக்கின்றன. இன்று 'மொழிப் போர்' என்ற தலைப்பு, 'மொழிப்போர் தொடர்வது ஏன்?' என்று சற்று விரிவடைந்து, நமக்கென்ற இலக்கு இருக்கிறது, நாம் யார்க்கும் எதிரியல்லர், எவனையும் பகைவனாகக் கருதுவதில்லை. ஆனால், எங்களுடைய நோக்கம் எங்கள் தாய்மொழி பாதுகாக்கப்பட வேண்டும் என்பதுதான். "உன்னோடு சேர்ந்திருக்கிறேன். உறவுக்குக் கை கொடுக்கிறேன். ஆனால், எங்கள் உரிமைகளில் கை வைக்காதே. அப்படி நீ கை வைக்க முனைந்தால், நாங்கள் போர் வீரர்களாகத்தான் இருப்போம். எங்களை நீ சாந்தப்படுத்த வேண்டுமென்றால் தமிழையும் ஆட்சி மொழியாக்க வேண்டும்" என்ற அந்த இலக்கை நோக்கி நடை போடுவதற்கு இந்தப் பாசறைக் கூட்டம் ஒரு தொடக்கமாக இருக்கட்டும் என்று கூறி, இந்த நல்ல வாய்ப்பிற்கு நன்றி கூறி விடை பெறுகிறேன்.

நன்றி, வணக்கம்!

10
மீண்டும் ஈரோட்டிலிருந்து...

திராவிட முன்னேற்றக் கழகத்தின் செயல் தலைவராக தளபதி மு.க.ஸ்டாலின் பொறுப்பேற்று நடத்திய முதல் ஈரோடு மண்டல தி.மு.க. மாநாட்டில்...

சீரோடும் சிறப்போடும் ஈரோடு மண்டலத்தில் நடைபெற்றுக் கொண்டிருக்கின்ற திராவிட முன்னேற்றக் கழக மாநாட்டின் தலைவர், கழகத்தின் துணைப் பொதுச் செயலாளர் அம்மையார் சுப்புலட்சுமி ஜெகதீசன் அவர்களே, வரலாற்றுச் சிறப்புமிக்க இந்தப் பேரியக்கத்தின் செயல் தலைவர், தமிழ் இனத்தின் துருவ நட்சத்திரம், நாளைய விடியலின் பூபாள ராகம், ஆருயிர் அண்ணன் தளபதி அவர்களே, கழகத்தின் பொதுச் செயலாளர், பிதாமகன் பேராசிரியர் அவர்களே, கழகத்தின் முதன்மைச் செயலாளர், மாணவர் தலைமுறையில் முன்னோடி மரியாதைக்குரிய அண்ணன் துரைமுருகன் அவர்களே, கழகத்தின் துணைப் பொதுச் செயலாளர்கள் ஐ.பெரியசாமி அவர்களே, வி.பி.துரைசாமி அவர்களே, மாநாட்டுத் திடலில் கழகத்தின் இரு வண்ணக் கொடியை உயர்த்தி வைத்து உரையாற்றி இருக்கின்ற சட்டப் பேரவை உறுப்பினர் அன்பிற்கினிய தம்பி கோவி.செழியன் அவர்களே, மேட்டைச் சரித்து, பள்ளத்தை நிறைத்து, இந்தப் பொட்டல் பூமியை மாளிகையாக மாற்றி மாநாட்டை வெற்றிகரமாக நடத்திக்கொண்டிருக்கின்ற வரவேற்புக் குழுத் தலைவர் ஈரோடு மாவட்டக் கழகத்தின் செயலாளர் முத்துச்சாமி அவர்களே, திரளாக இந்த மாநாட்டிலே பங்கேற்றிருக்கின்ற கழகத்தின் முன்னோடிப் பெருமக்களே, புதியதோர் பூமியைப் படைக்க இருக்கின்ற புரட்சிப் படையாம், இளைய தலைமுறையின் இனிய தோழர்களே, உங்கள் அனைவருக்கும் வணக்கம்.

தளபதி அவர்கள் செயல் தலைவராகப் பொறுப்பேற்று நடத்துகின்ற முதல் மாநாடு. தமிழனின் அடையாளம் தந்தை பெரியார். அவர் பிறந்த மண்ணில் இருந்து மண்டல மாநாடு ஆரம்பிக்கிறது.

சாதிகளின் சகதியினால், மதங்களினால் மண்மேடாக, சடங்கு சம்பிரதாயங்களால் புழுதி மேடாகக் கிடந்த தமிழகத்தைப் புரட்டிப்போட்ட பூகம்பம் தந்தை பெரியார். எந்தச் சாலையில் நடக்கக்கூடாது என்று சொன்னார்களோ, அந்தச் சாலையிலேயே அவனைக் குடியேறவைத்த பெருமைக்குக் காரணமானவர்.

"என் வாழ்வின் வசந்தகாலம்" என்று அறிஞர் அண்ணா அவர்கள் குறிப்பிட்டது ஈரோட்டில் வாழ்ந்த நாட்களை. "என்னுடைய குருகுலவாசம்" என்று தலைவர் கலைஞர் அவர்கள் சொல்வது ஈரோட்டு மண்ணை.

இந்த ஈரோட்டில் நடைபெற்ற ஒரு மாநாட்டில்தான், தந்தை பெரியார் அவர்கள் அண்ணாவிடம் "பெட்டிச்சாவியை ஒப்படைக்கிறேன்" என்று சொன்னார்கள். அந்தப் பெட்டிச் சாவி அறிஞர் அண்ணா அவர்களிடம் சென்று, அண்ணாவிடமிருந்து தலைவர் கலைஞர் வசம் சென்று, இன்றைக்கு நம் தளபதியின் கைக்கு வந்து சேர்ந்திருக்கிறது.

அந்தப் பெட்டியில் என்ன இருக்கிறது? பொன்னும் மணியும் வைரமும் வைடூரியமும் மரகதமும் மாணிக்கமுமா? அல்ல. கொள்கைகள், கோட்பாடுகள், இலட்சியங்கள், கடமைகள், கடந்த காலச் சரித்திரம், நாம் கண்டதும் இழந்ததும் பெற்றதும் அத்தனையும் தளபதி அவர்களே, உங்கள் கையிலுள்ள பெட்டியில் பத்திரமாக ஒப்படைக்கப்பட்டுள்ளன.

மாபெரும் சரித்திரத்தின் தொடர்ச்சி

இன்னும் சரியாகச் சொல்ல வேண்டுமென்றால், பெரியார், அண்ணா, தலைவர் கலைஞர் என்பதோடு நாங்கள் நிறுத்திக்கொள்ள விரும்பவில்லை. மாநாட்டின் தலைவர் இங்கே வரலாற்றைச் சொன்னாரே டாக்டர் நாயரும், நடேசனாரும், பி.டி.தியாகராயரும், பனகல் அரசரும், பொப்பிலி அரசரும், சர் ஏ.டி.பன்னீர்செல்வமும், பட்டுக்கோட்டை அழகிரிசாமியும். இந்த வரிசையின் நீட்சி நீங்கள். இந்த மாபெரும் சரித்திரத்தின் தொடர்ச்சி நீங்கள். உங்களுக்குக் கடமை பெரிது. நாங்கள் உங்கள் மீது வைத்திருக்கிற நம்பிக்கை பெரிது.

சரித்திரத்தைக் கொஞ்சம் திரும்பிப் பார்த்தால் ஓர் உண்மை புரியும். கிரேக்க நாட்டின் வரலாற்றில் சாக்ரடீஸ் என்ற ஒரு சிந்தனையாளன். அவன் நிறையப் பேசினான். இளைஞர்களுக்கு எழுச்சி ஊட்டினான். அராஜக அரசாங்கத்தை எதிர்த்து முழங்கினான். ஆனால் ஒரு வரிகூட எழுதவில்லை. அவனுடைய உணர்ச்சிமிக்க சிந்தனைகளையெல்லாம் வரி வடிவத்திற்குக் கொண்டுவந்தவன் பிளாட்டோ என்ற அறிஞன். அவனுடைய மாணவன் அரிஸ்டாட்டில். அவனுடைய மாணவன் 'அலெக்சாண்டர்'. இப்படி கிரேக்க நாட்டின் சரித்திரத்தில் சாக்ரடீஸ், பிளாட்டோ, அரிஸ்டாட்டில், அலெக்சாண்டர் என நால்வர்.

அதுபோல, பொதுவுடைமைத் தத்துவத்தை உலகுக்குத் தந்தவர்கள் கார்ல் மார்க்ஸ், எங்கல்ஸ். அதை நடைமுறைக்குக் கொண்டுவந்தவர்கள் லெனினும் ஸ்டாலினும். அங்கேயும் நால்வர்.

இந்தியத் திருநாட்டை எடுத்துக்கொண்டால், காந்திஜி, நேதாஜி, அம்பேத்கர், பண்டித நேரு என நால்வர்.

நம்முடைய மண்ணின் சரித்திரத்தை எடுத்துக்கொண்டால் தந்தை பெரியார், அறிஞர் அண்ணா, தலைவர் கலைஞர், தளபதி. இங்கும் நால்வர். இப்படி நால்வர், நால்வராக ஒவ்வொரு நாட்டிலும் சரித்திரத்தை மாற்றியிருக்கிறார்கள்.

இன்றைக்குத் தமிழ்நாட்டில் இந்தப் பேரியக்கத்தின் செயல் தலைவர் என்று நீங்கள் பொறுப்பிலிருக்கிற இந்தக் காலம் வசந்த காலம்.

தென்றல் பருவத்திலா நீங்கள் இந்தப் பொறுப்பேற்றிருக்கிறீர்கள்? இல்லை. சுட்டெரிக்கும் கோடைக்காலம். போராட்டம் மிகுந்த காலம் இது.

வள்ளுவர் கோட்டம் : ஓர் அனுபவம்!

இங்கே சந்திரசேகர் பேசினார், எனக்கு நினைவுக்கு வந்தது. தலைவர் கலைஞர் அவர்கள் முதல்வராக இருந்தபோது 'வள்ளுவர் கோட்ட'த்தை உருவாக்கினார். வான்புகழ் வள்ளுவர் தமிழ் இனத்தின் அடையாளம். பார்த்துப் பார்த்து கட்டிய வள்ளுவர் கோட்டத்தின் திறப்பு விழாவின்போது ஆட்சி நம்மிடம் இல்லை. ஆளுநர் ஆட்சி நடைபெறுகிறது. பதின்மூன்றாவது வரிசையில் அவருக்கு ஓர் இடம் ஒதுக்கி அழைப்பு அனுப்பப்பட்டிருந்தது.

தலைவர் கலைஞர் 'உடன்பிறப்பு' மடலில் எழுதுகிறார்: "ஒரு தாய் தன்னுடைய மகளுக்கு, தனக்குத் தெரியாமல் ஒரு திருமணம் நடைபெறுகிறபோது, ஏழையாக இருக்கின்ற காரணத்தால், பணக்காரன் வீட்டில் திருமணம். உள்ளே விட மறுக்கிறார்கள். வெளியிலுள்ள அந்தக் கீற்றுக் கொட்டகையின் ஓரமாக இருந்து பார்த்துப் பரவசப் படுவதைப்போல, நான் வள்ளுவர் கோட்டத்தின் திறப்பு விழாவை கோபாலபுரத்தின் மாடியில் இருந்து பார்த்து ரசித்தேன்" என்று எழுதினார்.

இன்றைக்கு அவருடைய செவிகளும் விழிகளும் சிந்தனையும் இந்த ஈரோட்டை நோக்கித்தான். தமிழகம் நம்பி இருப்பது திராவிட முன்னேற்றக் கழகத்தை. திராவிட முன்னேற்றக் கழகம் நம்பியிருப்பது தலைவர் கலைஞர், பேராசிரியர் உள்ளிட்ட அத்தனை பேரையும். எல்லோருடைய நம்பிக்கையும் நீங்கள்தான் என்பதை இந்த மாநாட்டின் மூலமாகச் சொல்ல விரும்புகிறோம். எல்லாச் சாலைகளும் ஈரோட்டினை நோக்கி. எத்தனை மாநாடுகள் கண்டிருக்கிறோம். முதல் நாள் காலையில் மாநாட்டுப் பந்தல் நிரம்பியிருக்கிற முதல் மாநாடு இந்த 'ஈரோடு மண்டல மாநாடு'தான்.

இது அழைத்துவரப்பட்ட கூட்டமோ, இழுத்துவரப்பட்ட கூட்டமோ அல்ல. உங்கள் அறிக்கையின் வாயிலாக வந்து சேர்ந்த கூட்டம். வரிப்புலிப் பட்டாளம். என்ன ஒரு எதிர்பார்ப்பு உங்களிடம். மிகப்பெரிய நம்பிக்கை. ஒரு பெரிய வரலாற்றைக் காப்பாற்றுகின்ற பொறுப்பை நீங்கள் ஏற்றிருக்கின்றீர்கள்.

பெரியார் சிலையிலும், சிலையில் இருக்கிற தலையிலும் கைவைக்கத் துணிந்துவிட்டானோ, அந்தக் காலகட்டத்தில் நீங்கள் களத்தில் நிற்கிறீர்கள். நீங்கள் தளபதி என்கின்ற காரணத்தால்தான் களம் காணுகின்ற நேரத்தில் தமிழ்நாட்டில் இத்தனை போராட்டங்களுக்கு மத்தியில் நிற்கின்றீர்கள்.

ஆண்டாள் பாடிய தமிழா? அறிஞர் அண்ணா முழங்கிய தமிழா?

நமக்கு முன்னால் இருக்கின்ற கேள்வி இன்று என்ன தெரியுமா? உங்களுக்குத் தேவை, ஆண்டாள் பாடிய தமிழா? அறிஞர் அண்ணா முழங்கிய தமிழா?

எந்த மண்ணில் வாழ்கிறோம், பெரியாழ்வார் மண்ணிலா? பெரியார் மண்ணிலா? சொல்ல வேண்டிய காலகட்டத்தில் தளபதி அவர்களே நீங்கள் செயல் தலைவராகப் பொறுப்பேற்றிருக்கிறீர்கள். அதனால்தான் வீதிக்கு வந்தீர்கள்.

கடற்கரைச் சாலையில், சுட்டெரிக்கிற வெயிலில் நின்று நீங்கள் மறியல் நடத்தியபோது "இதெல்லாம் தேவையா?" என்றார்கள். எங்களுக்குத் தெரியும் எது தேவை, எது தேவையில்லை என்று. பொதுநலன் கருதுகிறவன் தனி நபருடைய சுகதுக்கங்களைப் பார்க்கமாட்டான் என்பதைப் பெரியாரிடமிருந்து கற்கவில்லையா!

வைக்கம் போராட்டத்தில் எந்த வீதியிலே ஆதிதிராவிடர் நடக்கக்கூடாது என்று சொன்னார்களோ, அந்த வீதியில் தன்னுடைய மனைவியையும் தங்கையையும் அழைத்துக்கொண்டு செல்கிறபோது எதிரே ஆதிக்க சாதியைச் சார்ந்தவர்கள் அந்தப் பெண்களைப் பார்த்து அசிங்கமாகச் சில செய்கைகள் செய்த நேரத்தில், அப்பெண்மணிகள் நொந்து தலை குனிந்து தயங்கி ஒதுங்கியபோது பெரியார் சொன்னது, "நான்கு பேர் நல்வாழ்வு வாழவேண்டும் என்றால் நம்மைப் போன்றவன் மான அவமானத்தைப் பார்க்கக் கூடாது" என்று சொல்லித்தான் களத்திற்கு வந்தார்கள். இதுதானே நம்முடைய சரித்திரம்.

புறக்கணிப்புகளும் அவமானங்களும்!

திருச்சியில் நான் படித்த 'பெரியார் கல்லூரி' பெரியார் கொடுத்த பணத்திலே உருவாக்கிய அரசுக் கல்லூரி. அது தொடங்குகிறபோது பெரியாருக்கு மேடையில் இடம் தரவில்லை. மரபு என்று சொல்லி எதிரே உட்கார வைத்தார்கள். பெரியார் கோபித்துக்கொண்டு செல்லவில்லை. தடியை ஊன்றிக்கொண்டு உட்கார்ந்திருந்தார். "எனக்குத் தேவை மரியாதையல்ல. இந்த மண்ணிலே இருக்கிற ஒடுக்கப்பட்டவன் வீட்டுப் பிள்ளை படிக்க வேண்டும் என்பதற்காகத்தானே தவிர, என் காசு போனால் பரவாயில்லை" என்று சொன்னார்.

பாரதியாரைப் பற்றி வீதியெங்கும் முழங்கியவர் ஜீவா. பாரதிக்கு எட்டயபுரத்தில் மணிமண்டபம் கட்டுகிறார்கள். நடத்துபவர் கல்கி, தலைமை ஏற்பவர் இராஜாஜி. பாரதிதாசனுக்கும் அழைப்பில்லை, ஜீவாவுக்கும் அழைப்பில்லை, வ.ரா.வுக்கும் அழைப்பில்லை.

ஆனால், ஜீவா அங்கே சென்று உட்கார்ந்திருந்தார். காரணம், "புறக்கணிக்கிறீர்கள் என்பதற்காக நாங்கள் ஒதுங்கிச் செல்வோமேயானால் நீங்கள் வெற்றி பெற்றீர்கள் என்று அர்த்தம்" என்றார்.

அவசர நிலைக் காலத்தில் தலைவர் கலைஞர் வீட்டிலிருக்கிற பெண்கள் அவமானப் படுத்தப்படவில்லையா? அவர்கள் படாத துன்பமா? அவமானமா? அதைத்தானே நீங்களும் இன்றைக்குப் பார்க்கின்றீர்கள்.

சட்டப் பேரவையிலிருந்து உங்களைத் தூக்கி வெளியே வீசுகிறார்கள். 89 சட்டமன்ற உறுப்பினர்களோடு இருக்கிறீர்கள்.

இந்த நாட்டில் மருத்துவக் கல்வி நம்முடைய பிள்ளைகளுக்குக் கனவு மட்டுமே என்கிற நிலை வருகிறபோது துடித்த ஒரே நபர் நீங்கள் மட்டும்தானே. உங்களுடைய முயற்சிதானே கிட்டத்தட்ட வெற்றிக்குப் பக்கத்திலே கொண்டுசென்றது.

அமைச்சர்களும் பொறுப்பில் இருந்தவர்களும் தங்கள் பதவியைக் காப்பாற்றிக்கொள்ள முனைந்தபோது நீங்கள் செயல்பட்ட விதம்தான் அதை நிறுத்தும் நிலைக்கு வந்தது. ஆனால் ஆட்சி நம் கையில் இல்லை. ஓய்வில்லை. நீங்கள் இப்போதும் உறுதி அளித்திருக்கிறீர்கள். இந்த மாநாட்டின் வாயிலாகத் தமிழகத்தில் வாழ்கிற, படிக்கிற மாணவ மாணவியர்க்குச் சொல்லக்கூடியது, திராவிட முன்னேற்றக் கழக ஆட்சி மலர்ந்து, தளபதி முதல்வராகிறபோது

‘நீட்’ தேர்வு என்ற ஒன்று தமிழகத்தில் இருக்காது என்ற உறுதிமொழியைத் தருகிறோம். என்ன காரணத்தால்? ஒரு காலத்தில் நமக்கு எவையெல்லாம் தகுதியாக இருந்தனவோ, அவை மறுக்கப்பட்டன.

முதல் அரசியல் திருத்தச் சட்டத்தைக் கொண்டுவந்த பெருமை உடைய இந்த இயக்கத்தின் சார்பில்தான் நாங்கள் போராடிக்கொண்டிருக்கிறோம்.

ஒடுக்கப்பட்டு, ஒதுக்கப்பட்டு, கொடுத்ததுதான் கூலி, பிச்சை வாழ்வுதான் குபேர வாழ்வு, குனிந்து நடப்பதும் கும்பிட்டு வாழ்வதும்தான் உனக்கு இட்ட வாழ்க்கை முறை என்று இருந்ததை முறியடித்துக் காட்டிய பெருமைமிக்க பேரியக்கத்தின் இன்றைய தலைவர் நீங்கள்.

இது வெறும் அரசியல் கட்சியின் கூட்டமல்ல. பதவியைத் தேடுகின்ற சிலர் இன்றைக்குப் புறப்பட்டு வந்திருக்கிறார்களே, அவர்களுக்கு ஒருவேளை தேர்தலில் தோல்வி என்றால் சொந்த வேலையைப் பார்க்கப் போய்விடுவார்கள். அவர்களுக்கு நிறைய வேலை இருக்கிறது. ஆனால் உங்களுக்கும் இயக்கத்திற்கும் இந்த மக்களைப் பார்ப்பதுதான் வேலை.

வரலாற்றைப் பேசுவோம்! வரலாறு ஆவோம்!!

“வரலாற்றைப் பேசாதே” என்கிறார்கள். இன்னும் என்ன பழங்கதை பேசுகிறாய் என்கிறார்கள். ஏன்? பேசினால் தெரிந்துவிடும். வாழ்ந்தது தெரிந்துவிடும். வாழ்ந்தபோது இருந்தது நினைவுக்கு வரும். இருந்தது எப்படிப் பறிபோனது என்பது இந்த இளைய தலைமுறைக்குப் புரிந்தால் அவன் போர்க்கோலம் பூணுவான் என்பதற்காக வரலாறு பேசாதே என்கின்றார்கள்.

இங்கே மேடையில் கற்றவர்கள் நிறைய இருக்கிறீர்கள், எதிரிலும் இருக்கிறீர்கள். ஐரோப்பிய நாட்டு வரலாற்று ஆசிரியர்கள் வரலாறு எழுதுகிறபோது அலெக்சாண்டரை ‘மாவீரன்’ என்று எழுதினார்கள். மங்கோலியப் பேரரசை நிறுவிய செங்கிஸ்கானை ‘கொடுங்கோலன்’ என்று எழுதினார்கள். எழுதியவர் யாரோ அவர் தனக்குச் சாதகமானதை எழுதினார் என்பதற்கு இது ஓர் உதாரணம்.

அலெக்சாண்டர் உலகமெல்லாம் வென்றான். இந்தியாவிற்குள்ளும் படையெடுத்து வந்தான். ஆனால் அவன் கால்வைக்க முடியாத ஒரேயொரு பகுதி தமிழகம் மட்டும்தான். இது சரித்திரத்தில் பதித்து வைக்கப்பட்டிருக்கிறது. இந்தியாவை ஒரு குடையின் கீழ் ஆண்டவன் மௌரியப் பேரரசன். அவன் ஆட்சிக்கு உட்படாத ஒரேயொரு பிரதேசம் தமிழ்நாடு மட்டும்தான். மொகலாயர்கள் இந்தியா முழுவதையும் ஆண்டார்கள். அவர்கள் ஆளுமை செய்ய முடியாத ஒரே பகுதி தமிழ்நாடு மட்டும்தான்.

சரித்திரக் குறும்பு

இன்றைக்கு வடபுலத்திலிருந்து வாள் வீசி வருகின்ற ஒரு கூட்டமும் அதே சரித்திரத்தின் வழி தமிழ்நாட்டில் கால்வைக்க முடியாது. இது பெரியாருடைய மண். இங்கே பறப்பது கருப்பு சிவப்புக் கொடி. அதை இன்று கையிலே தாங்கி இந்தச் சுடரை அணைக்காமல் இப்போது பெற்றீர்களே அதைக் காக்கிற கடமையில் நீங்கள் நிற்கின்றீர்கள்.

தமிழனைப் போல் வாழ்ந்தவனில்லை. தமிழனைப்போல் வீழ்ந்தவனில்லை. ஆனால், ஒரு நூறாண்டு காலத்தில் மீண்டும் எழுந்து நின்றான் என்றால் அதற்குக் காரணமான பேரியக்கத்தின் மாநாடுதான் இங்கே நடைபெற்றுக்கொண்டிருக்கிறது. இன்று வீண்

சவடால் பேசுகிறார்களே, வேறு ஏதேதோ பேசுகிறார்களே, வாளேந்தி நிற்பவர்களிடம் வானரச் சேனை வந்து வம்பிழுக்கிறது. இதுதான் சரித்திரக் குறும்பு என்பது.

அறிஞர் அண்ணா சொல்வார்: "வீரன் யார் என்று கேட்டால் அர்ச்சுனன் என்று சொல்லிக் கொடுத்தார்கள். அர்ச்சுனன் வெற்றி பெற்றது அவன் வீரத்தினால் அல்ல தம்பி, அவன் இல்லாத கடவுளிடம் கேட்டுப் பெற்ற ஓர் அஸ்திரத்தைக் கொண்டு வெற்றி பெற்றான். வீரன் யார் தெரியுமா? உன் மண்ணில் பிறந்து, உன்னை அவமதித்த, தமிழனைப் பழித்த இமயமலையில் வாழ்ந்தவனைப் படையெடுத்து வெற்றி கண்டு வந்தானே சேரன் செங்குட்டுவன் அவன்தான் தம்பி வீரத்தின் அடையாளம்" என்று சொல்வார்.

"மனிதன் பிறக்கிறபோது உறுப்புகளோடு பிறக்கலாம். ஆனால் உலோகக் கவசத்தோடு பிறந்தான் என்று சொல்கிற கர்ணனைக் கொடை வள்ளல் என்கிறார்கள். அவனல்ல கொடை வள்ளல், பாரிதான் உன் வழிகாட்டி. பாஞ்சாலி அல்ல வழிகாட்டுகின்ற கற்புக்கரசி, கண்ணகி" என்று அறிஞர் அண்ணா சொன்னார்.

தமிழன் உலகம் முழுவதும் சென்றான் வீரனாய், விவேகியாய், வாணிகனாய், ஞானியாய், அறிஞனாய், கலைஞனாய், கவிஞனாய் சென்றான்; வென்றான்.

ஆனால் நாடு பிடிக்கிற ஆசையினால் அல்ல. பலித்தவனுக்குப் பாடம் புகட்டி "உன் பகுதி உனக்கு. இனி அங்கு வந்து வாலாட்டாதே" என்று எச்சரித்து வந்தான்.

இன்று டெல்லியில் எல்லாக் கட்சியினரும் எதிர்பார்ப்புடனும் பரபரப்போடும் உச்சரிக்கின்ற பெயர் 'ஸ்டாலின்' என்பதாகவே இருக்கின்றது. அவர்கள், ஜோசப் ஸ்டாலினை நினைவு கூர்கின்றனர். "How is Stalin?" என்கிறார்கள். "அடுத்து அவர்தான்" என்கிறார்கள். இங்கே சொல்கிறார்களோ இல்லையோ, வடபுலத்திலே நம்பிக்கையுடன் எதிர்பார்த்திருக்கிறார்கள்.

நம்பிக்கையின் அடையாளம்

தமிழ்நாட்டின் ஆளுநராக இருந்த பர்னாலா அவர்கள் மறைந்தபோது அவருக்கு அஞ்சலி செலுத்த தளபதி அவர்கள் என்னை செல்லச் சொன்னார்கள். அவர் பிறந்த ஊர் சண்டிகரிலிருந்து ஆறு மணி நேரம் சாலை வழிப் பயணம். நான் சென்று சேர்கிறபோது சுடுகாட்டில் உடலை வைத்துக் காத்திருந்தார்கள். நான் "திராவிட முன்னேற்றக் கழகத்தின் சார்பில் வந்திருக்கிறேன்" என்று சொன்னபோது அத்தனை சீக்கியர்களும் சேர்ந்து சொன்னது, "எங்கள் நன்றியின் அடையாளம் திராவிட முன்னேற்றக் கழகம்" என்று.

மாநில சுயாட்சியின் முழக்கம் இன்று இந்தியா முழுவதும் எதிரொலிக்கிறதா? அதற்குக் காரணம் நாம். அதைத்தான் சொல்கிறோம் தளபதி அவர்களே, உங்கள் மீது நம்பிக்கை மிகுதியாக இருக்கிறது.

பன்முகத் தன்மையைப் பாழ்படுத்துகின்ற ஓர் அரசு மத்தியிலே நடைபெறுகின்றது. ஒரு நாடு, ஒரு மதம், ஒரு மொழி, ஒரு கலாச்சாரம் என்பதை மெல்ல மெல்ல நடைமுறைப் படுத்துகிறார்கள். மாநிலங்களின் உரிமைகளை மெல்லப் பறித்துக்கொண்டு போகிறார்கள். காப்பாற்றவேண்டிய கடமை உங்களுக்குத்தான்.

உங்களுக்கு மெலிந்த தேகம். ஆனால் வலிமையான உள்ளம் என்பதை வரலாற்றைத் தெரிந்தவர்கள் அறிவார்கள்.

நீங்கள் நேற்றைக்கு அரசியலுக்கு வந்தவர் அல்லர். நாற்பத்தைந்து ஆண்டு காலமாக, அடிக்கடி சொல்வோமே: "தமிழ்நாட்டில் பறக்கிற கருப்பு சிவப்புக் கொடிகளில் பாதி தலைவர் ஏற்றியது; மீதி தளபதி ஏற்றியது."

அதிகாலை நேரத்தில் பால்காரன் வருகிறபோது கொடியேற்று விழா நிகழ்ச்சியை முடித்து வைத்திருக்கிறீர்கள். ஊர் ஊராகச் சுற்றினீர்களே, தெருத்தெருவாகப் பேசினீர்களே, எல்லா இடங்களிலும் நடந்தீர்களே, தமிழ்நாட்டில் உங்கள் கால் படாத இடமில்லை, குரல் ஒலிக்காத திசையில்லை என்று தலைவர் கலைஞர் அரசாட்சி செய்ததைப்போல நீங்களும் நடந்தீர்கள். அதன் விளைவுதான் இந்த இளைஞர் பட்டாளம். ஐந்து பேராகக் கிளம்பிய இளைஞரணியை இன்று ஐம்பது லட்சத்துக்கும் மேல் என்று சொல்கின்ற நிலைக்குக் கொண்டுவந்தது உங்களுடைய உழைப்பு. இந்தப் பேரியக்கத்தின் இன்றைய இந்த நிலையில் உங்கள் கடமைகள் நிறைய. மீண்டும் மீண்டும் அதைத்தான் சொல்கிறோம்.

ஒரு மிருகத்தனமான பலத்தோடு நடைபெறுகிற மத்திய அரசு, இந்தி மொழியை மெல்லமெல்லத் திணிக்கிற அரசு, சமஸ்கிருதத்தைச் சந்தர்ப்பம் கிடைக்கிறபோதெல்லாம் இங்கே கொண்டுவந்து சேர்க்கிற அரசு.

மதம் என்னும் தூண்டிலில் இலக்கியம் என்னும் இரையை மாட்டித் தமிழனைக் கைப்பற்ற நினைக்கிற இன்னொரு முயற்சி. இவை எல்லாவற்றிலும் இருந்து விடுவிக்க வேண்டியது, மீண்டும் உங்களுக்கு வந்து சேர்ந்திருக்கிறது.

அரசியல் மாற்றங்களின் மூலமாக, சமுதாய மாற்றங்களின் மூலமாக முன்னேறிய பகுதிகள் பல இருக்கின்றன. ஆனால், தமிழகத்தில் இன்னும் பகைவர் கூட்டம் பதுங்கிப் பதுங்கியே தாக்குகிறது.

இன்றைக்கு வெளியே வந்து வேகமாகப் பேச ஆரம்பித்திருக்கிறார்கள். 'சோடா குடிப்பதே தவறு' என்று கருதுகிற மரபுடையவர்கள் "சோடாபாட்டில் வீசுவேன்" என்று சொல்கிறார்கள். யாரிடம் போய்ப் புலம்புவது இதை! ஆனால், இன்றும் நாம் கண்ணியம் தவறாமல்தானே அரசியல் நடத்துகிறோம். கட்டுப்பாடு குலையாமல்தானே காத்து நிற்கிறோம். அந்த வகையில்தான் மத்தியில் ஆளுகிற பாரதிய ஜனதா அரசு பன்முகத் தன்மையைச் சிதைக்கிற ஓர் அரசாக இருக்கிறது. உங்களுடைய அறிக்கைகள் பல நேரங்களில் அதைத்தானே சுட்டிக் காட்டுகின்றன.

அண்ணா எழுதினார், விழிப்புணர்ச்சி வந்தது! கலைஞர் எழுதினார், அரசியல் தெளிவு ஏற்பட்டது! தளபதி அறிக்கை எழுதுகிறீர்கள், அதன் விளைவாக இன்று வாழ்கின்ற தமிழ் இளைஞர்கள் மத்தியில் எழுச்சி ஏற்படுகிறது. ஆட்சி அதிகாரம் வேண்டும்தான். கொள்கைகளை நடைமுறைப்படுத்த வேண்டுமென்றால் ஆட்சி அதிகாரம் நம் கைக்கு வந்தாக வேண்டும். ஆனால், அதற்கு முன்பாக மக்களைப் பக்குவப்படுத்த வேண்டும்.

"கற்பி, ஒன்றுசேர், போராடு" இதைத்தான் அண்ணல் அம்பேத்கர் சொன்னார். மக்களுக்கு முதலில் பாடம் புகட்ட வேண்டும். பின்னர் ஒருங்கிணைக்க வேண்டும். அதற்குப் பின்னால் போராட்டம் நடத்திட வேண்டும். அதை நீங்கள் படிப்படியாகச் செய்கிறீர்கள்.

இன்று ஊடகங்களின் ஊது காற்றினால் உப்பித் திரிகின்ற ஊதுகாமாலைத் தலைவர்கள் சிலர் "இந்த நாட்டை நாங்கள் ஆளப்போகிறோம்" என்கிறார்கள். இந்த மண்ணுக்குப் பொருந்தாத தத்துவத்தைச் சொல்லி நாங்கள் வெற்றி பெறுவோம் என்று பேசுகிறவர்கள் இருக்கிறார்கள்.

தமிழ்நாட்டின் ஒட்டுமொத்த அதிகாரங்களையும் அடகு வைத்து, இருப்பதுவரை சுருட்டிக்கொள்வோம் என்கிறவர்கள் ஒரு பக்கம் ஆட்சி நடத்துகிறார்கள். கொள்கை பேசுகின்ற ஒரு கூட்டம் சிதறிக்கிடக்கின்றது. ஆனால் ஒருங்கிணைக்கிற மாபெரும் சக்தியாக நீங்கள் இங்கே வந்து நிற்கின்றீர்கள். அதன் விளைவுதான் 'நீட்' என்கின்ற தேர்வுக்கு சட்டப் பேரவையில் இரு மசோதாக்கள் நிறைவேறுகிறபோது நீங்கள் தங்கு தடையில்லாமல் ஆதரவு தந்தீர்கள்.

நான் ஒன்றை நினைவுபடுத்துகிறேன். அண்மையில் நீங்கள் 'தமிழ் இந்து' பத்திரிகைக்கு ஒரு பேட்டி கொடுத்திருந்தீர்கள். அதிலே பல கேள்விகள். அதில் ஒரு கேள்வி, "உங்கள் வாழ்க்கையின் கடினமான நாட்கள் என்று எதைச் சொல்வீர்கள்?"

நீங்கள் சொன்ன பதில்: "இதே கேள்வியை ஒரு வருடத்திற்கு முன்னால் கேட்டிருந்தால், 'அவசர நிலை' கால அனுபவங்களைக் கடினமான நாட்கள் என்று சொல்லியிருப்பேன். ஆனால் இன்றைக்கு அப்படி நான் கருதவில்லை. திராவிட முன்னேற்றக் கழகத்தின் செயல் தலைவர் என்ற இந்தப் பொறுப்பை ஏற்றிருக்கிற நாட்களைத்தான் நான் கடினமான நாட்களாகக் கருதுகிறேன்."

உணர்ந்து பார்க்கிறேன், ஒரு கோடித் தொண்டர்கள், எட்டு கோடி மக்கள், எதிர்காலத் தமிழ்நாட்டின் வரலாறு என்று எண்ணுகிறபோது இத்தனைப் பெரிய சுமையை ஐம்பதாண்டு காலம் தலைவர் கலைஞர் எப்படித்தான் சுமந்தாரோ என்று. நான் வியக்கிறேன். எனக்கு அச்சம் அதிகமாகிறது. பொறுப்புணர்ச்சி கூடுகிறது.

அறிஞர் அண்ணா அவர்கள் முதல்வராகப் பொறுப்பேற்பார் என்ற அறிகுறிக்கு அதிகமான இடங்கள் கிடைத்தபோது, அண்ணா தயங்கி உட்கார்ந்ததாகச் சொல்வார்கள்.

தலைவர் கலைஞரால் பேச முடியவில்லை. அவரால் இந்த இடத்திற்கு வர முடியவில்லை. பேராசிரியர் வந்திருக்கிறார். ஆனால், பேச முடியாத நிலையில் இருக்கிறார். ஆனால் பூரிப்பான உள்ளத்தோடு இருக்கிறார் இந்த இயக்கம் தொய்வடையாது என்ற நம்பிக்கையைத் தளபதியும் இந்தக் கூட்டமும் அவருக்குத் தந்திருக்கின்றன. அவர்கள் நம்மிடம் பரிசு கேட்டதில்லை. இதைத்தான் கேட்டிருக்கிறார்கள்.

அறிஞர் அண்ணாவுக்கு முதலமைச்சர் பொறுப்பு வந்தபோது சொன்னார்: "இந்தப் பொறுப்பை ஏற்கிற அளவுக்கு நாம் இன்னும் பக்குவப்படவில்லை" என்று. அவர் 'இவ்வளவு பெரிய நாட்டை வழி நடத்துகிற ஆற்றல் நமக்கு இருக்கிறதா?' என்று யோசித்ததாகச் சொன்னார்கள். அதுதான் அடக்கம் என்பது.

தலைவர் கலைஞர் அவர்கள் முதல்வராகப் பொறுப்பேற்ற போது "இது என் தலையில் சுமத்தப்பட்ட முள் கிரீடம்" என்று சொன்னார்கள். அதே போலத்தான் நீங்கள் செயல்தலைவர் என்ற பொறுப்பேற்று "நான் அச்சத்தோடு, பொறுப்புணர்ச்சியோடு, இன்னும் நான் அதிகக் கடமையோடு செயல்பட வேண்டும்" என்று சொன்னீர்கள். நீங்கள் அடிக்கடி பயன்படுத்துகிற வார்த்தை தலைவர் சொல்வது "இது பதவியல்ல; பொறுப்பு" என்பதுதான்.

ஐம்பதாண்டு காலம் தலைவர் கலைஞர் எப்படிச் சுமந்தார்? எதிர்ப்புகள் எத்தனை? பண்பாட்டுப் படையெடுப்பு, கலாச்சார ஊடுருவல், மொழியின் ஆதிக்கம், மத்திய அரசின் அச்சுறுத்தல், அதிகாரம், ஆள் அம்பு சேனை அத்தனையும் எதிர்த்து ஒரு பேரியக்கத்தை நிறுத்திக் காட்டியிருக்கிறோம்.

கருப்பு சிவப்பு

சமுதாயத்தில் இருக்கிற மேடு பள்ளங்களை அகற்றி எல்லோரும் ஒன்று என்று வாழ்வதற்குப் பெரியார் உழைத்தபோது அதற்கு அவர் கொண்டுவந்த நிறம் கருப்பு. பொருளாதார ஏற்றத்தாழ்வு இல்லாமல் உழைப்பவனும் உண்டு கொழுப்பவனும் ஒரே நிலையில் இருக்க வேண்டும் என்பதற்காகக் கார்ல் மார்க்ஸ் கண்ட சித்தாந்தத்தின் நிறம் சிவப்பு.

இந்தச் சமுதாயத்திற்கும் பொருளாதாரத்திற்கும் சேர்த்துப் பாடுபடுகிற இயக்கம் திராவிட முன்னேற்றக் கழகத்தின் நிறம் கருப்பு சிவப்பு, அதைத்தானே உங்கள் கையில் ஏந்தியிருக்கிறீர்கள்.

இவை வெறும் வாய் வார்த்தைகள் அன்று, அவமானங்களைத் தாங்கிக்கொண்டோம். மக்களுக்காகப் போராட்டக் களம் கண்டோம். இன்னும் இலங்கைத் தீவில் காணாமல் போனவனைக் கண்டுபிடிக்க முடியவில்லை. அங்கே செத்து மடிந்தவன் குடும்பத்துக்கு மறுவாழ்வு இல்லை. இதையும் காப்பாற்ற வேண்டிய கடமை உங்களுக்கு.

கடல் கடந்து வாழ்கின்ற தமிழனுக்கு, இந்த நாட்டில் வாழ்கிற தமிழனுக்கு, இந்தக் குடியரசு நாட்டிலிருக்கிற மாநிலங்களின் அதிகாரங்களுக்கு, மாநில உரிமைகள் பறிபோகிறபோது எல்லாவற்றையும் காப்பாற்ற வேண்டிய கடமை. இது பதவி அல்ல. எல்லோரும் பார்த்துப் பரவசப்படுவதைப்போல இது ஏதோ ஒரு கௌரவமான வெளிச்சம் தரக்கூடிய ஒரு பதவி அல்ல; மிகப்பெரிய பொறுப்பு.

டாக்டர் நடேசனாரும், டி.எம் நாயரும், பிட்டி தியாகராயரும் என்ன பாடு பட்டிருப்பார்கள். எத்தனை பேருடைய வாழ்க்கை, வசந்தம் போராட்டக் களத்தில் தொலைந்துபோயிருக்கும். எத்தனை உயிர்கள்!

இந்தியாவிலேயே முதன்முதலாக திருநங்கையருக்கு வாரியம்

தந்தை பெரியார் அவர்கள் வழியில் நாம் செயல்படுகிறோம். இந்தியாவிலேயே முதன்முதலாக தமிழ்நாட்டில் திருநங்கையருக்கு வாரியம் அமைத்தது திராவிட முன்னேற்றக் கழகம் ஆட்சியில் இருந்தபோதுதான். அவலமாகப் பார்க்கப்பட்ட அவர்களுக்கு கண்ணியமான பெயர் 'திருநங்கை' என்று சூட்டியவர் தலைவர் கலைஞர். "எங்களுக்கு வாரியம் அமைப்பதற்குத் துணை நின்றவர் துணை முதல்வராக இருந்த தளபதி அவர்கள்" என்று பல நேரங்களில் சொல்லி இருக்கிறார்கள்.

தளபதி அவர்களே! உங்களுக்கு இரண்டு விழிகள். ஒன்று தமிழ் நாட்டு மக்கள்; இன்னொன்று கழகத் தோழர்கள். நான் வேண்டி விரும்பிக் கேட்கிறேன். இந்த இரண்டிலும் கண்ணீர் வராமல் பார்க்க வேண்டிய கடமை உங்களுக்கு இருக்கிறது. எங்களிடம் கடின உழைப்பு, சிந்துவதற்கு வியர்வை, கொட்டுவதற்குக் குருதி என மூன்று இருக்கின்றன.

அறிஞர் அண்ணா சொல்வார்கள்: "தம்பி, இது இரண்டு வண்ணத் துணிகளை இணைத்து உருவாக்கப்பட்ட கொடியன்று. இந்தச் சமுதாயத்தில் சாதி மத வேறுபாட்டாலும், பொருளாதார ஏற்றத் தாழ்வுகளாலும் மண்டிக் கிடந்த இருளைப் போக்குவதற்குக் கடந்த காலத்தில் நம் முன்னோடிகள் பலர் இரத்தம் சிந்தியிருக்கிறார்கள். அந்த இரத்தத்தின் அடையாளமாகக் கொடி பாதி சிவப்பு, நீயும் நானும் சேர்ந்து பாடுபட்டுப் போக்க வேண்டிய மீதியிருக்கிற இருள் கருப்பு. நாம் உழைப்போம், சிந்துவோம் இரத்தத்தை. பின்னர் கருப்பு மாறி முழுச் சிவப்பாக மாறும்" என்றார்.

நான் இப்போது தளபதிக்குச் சொல்வேன். உங்கள் இருவிழிகளையும் காக்க வேண்டிய கடமை உங்களுக்கு இருக்கிறது. காப்பாற்றுவீர்கள் என்ற நம்பிக்கை எங்களுக்கு நிரம்பவே இருக்கிறது.

நாங்கள் உங்களுக்கு ஒரு உறுதி தரவேண்டும் அல்லவா! எங்களிடம் இருப்பது வியர்வையும் குருதியும்தான். அந்த ஈரம் காயாமல் குருதியைக் கொட்டுவதற்குத் தயாராக இருக்கிறோம். தமிழ்நாட்டின் தலையெழுத்தை மாற்றிக் காட்டுங்கள். அது உங்கள் கையில்தான் இருக்கிறது. உங்களுடைய பொறுப்பு பெரிய பொறுப்பு; ஒரு பேரியக்கம் நூறாண்டு கால சரித்திரம் உள்ள இயக்கங்கள் இந்த நாட்டில் காங்கிரஸ் பேரியக்கம் என்றால் அதற்கும் மேல் திராவிடப் பேரியக்கம். அதன் இன்றைய தலைவர் நீங்கள். களத்திலே நிற்கிற தளபதி நீங்கள்.

*1982*ல் உங்களை வேலூரில் நின்று, மு.க.ஸ்டாலின் இனிமேல் 'தளபதி' மு.க.ஸ்டாலின் என்று நாங்கள் முரசு அறிவித்தோம். ஊர் கூற ஆரம்பித்தது. இன்று இங்கு நின்று சொல்கிறோம். இனிமேல் தளபதி மு.க.ஸ்டாலின் இல்லை. 'முதல்வர்' மு.க.ஸ்டாலின்.

எங்களுக்குத் தேவை அதிகாரம், ஆட்சி இவையல்ல. இந்தக் கருப்பு சிவப்புக் கொடி உயர உயரத் தமிழனின் வாழ்வு உயரும். தமிழ்மொழி பாதுகாக்கப்படும். அடுத்த சுதந்திர நாளின்போது செயின்ட் ஜார்ஜ் கோட்டை கொத்தளத்தில் நீங்கள் கொடியேற்ற வேண்டும். கொள்கைகளை நிறைவேற்ற வேண்டும். தமிழ்நாட்டு மக்களைப் பாதுகாக்க வேண்டும். புலி பாயட்டும், நயவஞ்சக நரிக்கூட்டம் தெறித்து ஓடட்டும். இந்தப் பட்டாளம் புது சரித்திரம் எழுதட்டும். அதற்கான வழியினைக் காணுங்கள்.

தளபதி அவர்களே! உங்கள் பொறுப்புக்கு என்றும் போல் உங்களோடு தொடர்ந்திருப்போம். "தொடர்வோம்" என்று சொல்லி ஆரம்பித்தோம் நம்முடைய பயணத்தை. தொடங்கினோம்; தொடர்வோம்; வெற்றி பெறுவோம், தலைவர் கலைஞர் பெருமை பெற. இங்கே உட்கார்ந்திருக்கிற பேராசிரியர் பூரிப்படைய, திராவிடப் பேரியக்கத்தில் நம்பிக்கை உடையவர்கள் அனைவரும் மனம் குளிர

உங்களுடைய வெற்றி, உங்கள் சாதனைகள் இந்த இயக்கத்தின் வரலாற்றை எடுத்துச் செல்லட்டும் என்று கூறி இந்த நல்ல வாய்ப்பிற்கு நன்றி கூறி விடைபெறுகிறேன்.

நன்றி, வணக்கம்!

11

தீப்பொறிப் பறக்கும் தீர்மானங்கள்

பல பிரச்சனைகள் தமிழகத்தில் சூழ்ந்திருக்கிற இந்தக் காலகட்டத்தில் இப்படியொரு பொதுக்கூட்டம் நடைபெறுகிறது என்பதை வேறு மாநிலத்திலிருந்து வருகிற யாராவது காண்பார்களேயானால், நாம் பேசுகிற உரை அவர்களுக்கு மொழியின் காரணமாகப் புரியவில்லை என்றாலும்கூட தமிழக மக்களின் ஒட்டுமொத்த நம்பிக்கை திராவிட முன்னேற்றக் கழகத்தின்பால் இருக்கிறது என்பதை வழிப்போக்கர்கள் அறிவார்கள்; வந்து செல்கிறவர்கள் உணர்வார்கள்.

இன்று காலையில் கழகத்தின் அவசர செயற்குழு கூட்டம் நடந்து முடிந்திருக்கிறது. ஈரோட்டு மாநாட்டில் 50 தீர்மானங்கள். அதைத் தொடர்ந்து இன்று காலையிலும் மிக முக்கியமான தீர்மானங்களை நிறைவேற்றி, இன்று மாலை உங்களை சந்தித்துக்கொண்டிருக்கிறோம்.

இத்தனைப் பிரச்சனைகள் ஒரு மாநிலத்திலா? என்கிற அளவிற்கு கேள்வி எழுகின்ற அதே நேரத்தில். அரசு என்ற ஒன்று இங்கு இயங்குகிறதா? என்ற கேள்வியும் தொடர்ந்து நம்மோடு வருகிறது. காரணம், பிரச்சனைகளைத் தீர்ப்பதற்குத்தான் அரசாங்கம். மக்களின் வாழ்க்கையில் எதிர்ப்படக்கூடிய இன்னல்களை உணர்ந்து அதை முன்கூட்டியே தடுக்கக்கூடியவர்கள் தொலைநோக்குப் பார்வையுடைய தலைவர்கள். இங்கே நம்முடைய பழ.கருப்பையா அவர்கள் பேசத் தொடங்கும்போது நான் வந்துவிட்டேன். அவர் பேச்சுக்கு இடையூறாக நான் வரக்கூடாது என்பதற்காக மேடைக்குப் பின்னால் நின்று கேட்டுக்கொண்டிருந்தேன். இது நாங்கள் அண்ணன் முரசொலி மாறன் அவர்களிடம் கற்றுக்கொண்ட ஒரு பாடம்.

நாடாளுமன்றத்தில் நான் ஒருமுறை பேசிக்கொண்டிருக்கிறேன். பேசி முடிந்தவுடன் திரும்பிப் பார்த்தால் கடைசி வரிசையில் உட்கார்ந்திருந்தார். "அண்ணா எப்போது வந்தீர்கள்?" என்று கேட்டபோது, "நீ பேச ஆரம்பித்தபோதே வந்துவிட்டேன். இடையில் வருவது உன்னுடைய பேச்சை திசை திருப்பும் என்கிற காரணத்தினால்தான் நான் வரவில்லை" என்று சொன்னார்கள்.

அவ்வளவு பெரிய தலைவரே என்னைப் போன்ற ஓர் இளைஞனிடம் அப்படி நடந்துகொண்டார் என்கிறபோது இவரைப் போன்ற பெரியவர், நம்முடைய இயக்கத்தின் உணர்வுகளைப் பத்திரிகைகளில் பறைசாற்றிக் கொண்டு வருகிறவர். உணர்ச்சிப் பூர்வமாகப் பேசுகின்றவரின் உரைக்கு இடையூறு தரக்கூடாது என்று நான் பக்கத்திலே நின்று கேட்டுக்கொண்டிருந்தேன். அப்போது அவர் சொன்னார்: ஒரு காலத்தில் வாழ்ந்த தலைவர்கள் எப்படி? இன்றைக்கு இருக்கின்ற தலைவர்கள் எப்படி? என்று. அன்றைக்கு மக்கள் விவரம் தெரியாதவர்களாக இருந்தார்கள். இன்றைக்கு மக்கள் விவரம் தெரிந்தவர்களாக இருக்கிறார்கள். ஆனால், தலைவர்கள் அப்படி இல்லையே என்று சொன்னார். ஆம்! பெருமளவிற்கு இல்லை. ஆனால், அந்தக் குறையை ஒட்டுமொத்தமாகத் தீர்ப்பதற்குத்தான் 'திராவிட முன்னேற்றக் கழகம்' இருக்கிறது.

ஆட்சிப் பொறுப்பிற்கு ஏதோ ஒரு சந்தர்ப்ப சூழலால் வந்து விடுகிறார்கள். ஒரு ஜனநாயக நாட்டில் யார் வேண்டுமானாலும் தேர்தலில் போட்டியிடலாம். தங்களுக்கு ஏதாவது திறமை இருந்தால், வாய்ப்பு இருந்தால், அல்லது ஏதாவது காரணத்தினால் அவர்கள் சில பொறுப்புகளுக்கு வந்துவிடலாம். ஆனால் வந்ததற்குப் பின்னால் அந்தப் பொறுப்புக்கு அவர்கள் ஏற்றவர்களா? என்பதை அவர்களுடைய நடைமுறைகளும் செயற்பாடுகளும்தான் மற்றவர்களுக்குப் புரியவைக்கும்.

இன்றைக்கு தளபதி அவர்களின் பிறந்தநாள். என்ன காரணத்திற்காக அதைக் கொண்டாடுகிறோம். இவர் எங்கள் அமைப்பின் தலைவர். இவரைப் புகழ்ந்து பேசவேண்டும் என்பது எங்களுக்கு இருக்கிற கடப்பாடுகளில் ஒன்று என்பதாக இல்லை. ஊராருக்கு நாங்கள் சொல்கிறோம். இதோ தடி கொண்டு நிற்கிற தந்தை பெரியார், முட்டிக்கால் வரை கட்டியிருக்கிற வேட்டியும் முழங்காலைத் தொடுகிற அளவுக்கு ஒரு மேல் சட்டையும் ஏழ்மையான தோற்றமும் ஆனால், வளமான இன்றைய திராவிட தமிழகத்திற்கு அவர்தான் ஆரம்பம், மூலம். இந்தத் தலைவன் பிறந்திருக்காவிட்டால் இன்றைக்கு யாரும் இன்றிருக்கும் நிலையில் இருந்திருக்க முடியாது.

இங்கே செல்வேந்திரன் பேசுகிறபோதுகூட சொன்னார். ஆளுக்கு 15,000 ரூபாய் கடன் சுமத்தப்பட்டிருக்கிறது என்று. அவருக்கு, எனக்கு, சேகர்பாபுக்கு என்று சொன்னார். ஒரு வேளை நாங்கள் நினைத்தால் மத்திய பிரதேசத்தைப் போல 45,000ஐத் திரும்பத் தரலாம். இந்தக் கூட்டத்தில் கடலை விற்றுக்கொண்டிருக்கிற தோழனுக்கு 45,000 ரூபாய் கடன் இருக்கிறது என்பதுதான் நாம் உணரவேண்டிய ஒன்று. கூட்டத்தில் சுற்றிச்சுற்றி வந்து விற்றால்கூட மொத்தமாக 100 ரூபாய்தான் லாபம் கிடைக்கும் என்கிற நிலையில் உள்ளவர் தலையில் 45,000 ரூபாய் கடன் என்றால் அவன் என்ன செய்வான்? இதுதான் ஓர் அரசின் அவலநிலை என்பது.

பெரியார் அகல் விளக்கு என்றால் அண்ணா ஒளிவிடுகின்ற சுடர். அதை அணையாமல் தன் இரு கரங்களால் காப்பாற்றியவர் நம் தலைவர் கலைஞர் அவர்கள். இன்றைக்கு அந்தச் சுடரை உடல் நலம் குன்றியிருக்கிற தலைவரிடமிருந்து தளபதி அவர்கள் வாங்கி அதை பாதுகாத்து வருகிறார். ஒரு பெரிய இயக்கத்தின் அடையாளமாக சமத்துவ சமுதாயம், சமதர்ம பொருளாதாரம், ஏழை பணக்காரன் என்ற வேற்றுமை இல்லாத ஒரு சமுதாயத்தை உருவாக்கிட வேண்டும்.

அறிஞர் அண்ணா அவர்கள் முதலமைச்சராக முதல்முறை பொறுப்பேற்று டெல்லி சென்றபோது பத்திரிகையாளர்கள் கேட்டார்கள், "உங்கள் பொருளாதார கொள்கை என்ன?" என்று. "பணக்காரரிடமிருந்து எடுப்போம்; ஏழைக்குக் கொடுப்போம்" என்று

சொன்னார். இதிலே இன்னும் Tap என்ற வார்த்தையைத் திருப்பிப் படித்தால் Pat என்று வரும். தமிழில் பேசுவது போலவே அண்ணா அழகாக ஆங்கிலத்தில் Tap the rich and pat the poor என்று சொன்னபோது அங்கிருந்த பத்திரிகையாளர்கள் வியந்தார்கள்.

சமுதாயத்தில் சமத்துவம் என்பதை நாங்கள் தொடக்கத்திலேயே சொன்னதற்குக் காரணம், இது வெறும் அரசியல் கட்சி அல்ல. அடுத்த தேர்தலைக் குறிவைத்து களத்தில் இறங்கியிருக்கும் சில ஆதாயம் தேடிகளைப் போல அல்ல. இது நாள் வரை சொந்த வேலையைப் பார்த்துக்கொண்டு இருந்துவிட்டு, அடுத்தவன் பணத்தில் ஊரையெல்லாம் சுற்றி எல்லா வாழ்க்கையையும் பார்த்துவிட்டு, இப்போது நாடாள வந்திருக்கிறேன் என்று சிலர் வந்திருக்கிறார்கள். இதெல்லாம் காலக்கொடுமை.

யார் எந்த வேலைக்கு வரவேண்டும் என்பதை அவரவர்களே முதலில் தீர்மானிக்க வேண்டும். பின்னர்தான் மற்றவர்கள் தீர்மானிக்க வேண்டும். நான் எதற்கு லாயக்கு என்பதை முதலில் நான் தெரிந்துகொள்ள வேண்டும். எனக்குப் பொருத்தமில்லாத ஒரு இசைவாணருடைய பணியை நான் ஏற்க முடியாது.

சுருக்கமாகச் சொல்வதானால், இந்தச் சாலையிலே பயணிகளோடு செல்கிற ஒரு பேருந்தை நம்முடைய கூட்டத்திலே இருக்கிற இளைஞர்களெல்லாம் போய் வழிமறித்து நிறுத்தி, அதில் இருக்கிற ஓட்டுநரை இறக்கிவிட்டு, என்னை அந்த இடத்தில் உட்கார வைத்தால் பயணிகள் கைத்தட்டி வரவேற்பார்களா? கோபமாகக் கேட்பார்கள், "நாங்கள் வேலை முடிந்து கடும் களைப்போடு வீட்டுக்குச் சென்றுகொண்டிருக்கிறோம். நீ கூட்டம் நடத்துகிறவன். எதற்காக என் பேருந்தை வழிமறித்தாய்? எதற்காக ஒழுங்காக ஓட்டி வந்தவரை கீழே இறக்கிவிட்டாய்? இவர் யார்?" என்று கேட்பார்கள்.

"இவரைத் தெரியாதா? இவர்தான் எங்கள் கட்சியின் கொள்கை பரப்புச் செயலாளர். நாடாளுமன்ற மாநிலங்களவையில் இருக்கிறார். எம்.ஏ., பி.எல்., படித்திருக்கிறார்..." என்றால், "அதெல்லாம் இருக்கட்டும். அவருக்குப் பேருந்து ஓட்டத் தெரியுமா? அதை மட்டும் சொல்" என்றுதான் கேட்பார்கள்.

பேருந்தில் பாதுகாப்பாக வீடு திரும்ப நினைக்கிறவர்களுக்கு என் கல்வித் தகுதியோ, என் பின்னணியோ, நான் யார் என்பதோ முக்கியமில்லை. எனக்குப் பேருந்து ஓட்டத் தெரியுமா? என்பதுதான் முக்கியம்.

அதுபோல, நாடாள வருகின்றவனுக்கு முதலில் அடிப்படைத் தகுதி என்ன என்பதைத் தெரிந்துகொள்ள வேண்டும். ஊருக்கு உழைத்திருக்க வேண்டும், மக்களுக்காகப் பாடுபட்டிருக்க வேண்டும். மக்களின் பிரச்சனையைத் தன் பிரச்சனையாகக் கருதியிருக்க வேண்டும். அதனால் ஏற்படக்கூடிய இன்னல்களையும் சுமைகளையும் அவன் தோளிலே தாங்கியிருக்க வேண்டும். சிறைக்குச் செல்ல இன்முகத்தோடு காத்திருக்க வேண்டும். இந்தப் பயிற்சியெல்லாம் பெற்றவர்கள்தான் நாடாள வரவேண்டும்.

அப்படிப்பட்டவர்களுக்குத்தான் ஒரு நாட்டில் வாழும் மக்களின் பொருளாதார நிலை என்ன? வாழ்வாதாரம் என்ன? தொழில் என்ன? அதன் மூலாதாரம் என்ன? அதனால் ஏற்படக்கூடிய பிரச்சனை என்ன? என்ன கிடைத்தது? என்ன கிடைக்கவில்லை? எப்படி சரி செய்யலாம்? என்கிற பார்வையும் இந்த அலசலும் அனுபவமும் இருந்தால் மட்டும்தான் முடியும். ஆனால், இன்றைக்குப் பல பேர் புறப்பட்டிருக்கிறார்கள்.

அதைவிட இன்னும் கொடுமை, இன்றைக்கு இரண்டு பேரும் சேர்ந்து கூட்டாகப் போராட்டம் அறிவித்திருக்கிறார்கள். போராட்டத்தை அறிவிக்கிறபோதுகூட கூட்டாக

அறிவித்தால்தான் அந்தக் கட்சி இப்போது இருக்கிற நிலையில் இருக்கும் என்கிற கேவலமான நிலையில் இருக்கிறார்கள்.

யார் இப்போது ஆட்சி நடத்துகிறார்கள் என்பதே தெரியவில்லை. தி.மு.க.வா? அ.தி.மு.க.வா? முதலமைச்சர் யார்? தளபதியா அல்லது பழனிச்சாமியா? (மேடையில் பேசுகிற எல்லோருக்கும் சொல்வேன், நிறைய பேர் எடப்பாடி என்கிறார்கள். இ.பி.எஸ்., ஓ.பி.எஸ். என்கிறார்கள். தயவு செய்து அப்படியெல்லாம் சொல்லாதீர்கள். பழனிச்சாமி, பன்னீர் செல்வம் என்று சொல்லுங்கள். நானா இப்படிப் பேசுகிறேன் என்று ஆச்சர்யப்படாதீர்கள். நான் காயப்பட்ட உள்ளத்தோடு பேசுகிறேன். 95 வயதாகிற கலைஞரை பேர் சொல்லி அழைக்கிறார்கள், ஒருமையில் பேசுகிறார்கள். இன்னொரு கட்சியிலே இருக்கிற ஓர் அதிமேதாவி பெரியாரைப் பெயர் சொல்லிக் குறிப்பிடுகிறார். அண்ணாவைப் பேர் சொல்கிறார்கள். நாம் மிகவும் கண்ணியம் காக்கிறோம்.

ஆட்சியாளர்களை செயலாற்றத் தூண்டுகிற தளபதி

இவர்கள் ஆளுகிறார்களா, நாம் ஆளுகிறோமா என்று கேட்டதற்கு என்ன காரணம் தெரியுமா? இந்தக் காவிரிப் பிரச்சனை. மிகமுக்கியமாக வேளாண்மை வாரியம் குறித்துப் பேச வேண்டும் என்று முதலில் ஒரு பிரச்சனை வந்தபோது அனைத்துக் கட்சிக் கூட்டத்தைக் கூட்ட வேண்டும் என்று எதிர்க்கட்சித் தலைவர் தளபதி அவர்கள் ஒரு வேண்டுகோளை வைத்தார். ஆனால், அரசு செவிசாய்க்கவில்லை. உடனே தளபதி 'நான் அனைத்துக் கட்சி கூட்டத்தைக் கூட்டுகிறேன்" என்று கூறிவிட்டு, தலைவர்களோடு பேசினார். எல்லோரும் இசைவு தெரிவித்தார்கள். "23ஆம் தேதி அனைத்துக் கட்சிக் கூட்டம்" என்று திராவிட முன்னேற்றக் கழகத்தின் செயல்தலைவர் அறிவிக்கிறார். அன்று மாலையே ஆட்சியாளர்கள் "22ஆம் தேதி அனைத்துக் கட்சிக் கூட்டம்" என்று அறிவிக்கின்றனர். அதுபோல இன்று காலை அனைத்துக் கட்சிக் கூட்டத்தில் என்ன செய்யலாம் என்று யோசிப்பதற்காக "2ந்தேதி கூட்டுவோம்" என்று தளபதி கூறுகிறார். உடனே "2ந்தேதி உண்ணாவிரதம் இருப்போம்" என்கிறார்கள். ஆக, நாம் ஒன்றைச் செய்தால் அவர்கள் முந்திக்கொண்டு வந்து செய்கிறார்கள் என்பதைவிட அவர்களைச் செய்ய வைக்கிற ஆற்றல நமமுடைய செயல்தலைவர் தளபதிக்குத்தான் இருக்கிறது.

ஆட்சி நடத்துவது கலைஞரா? எம்.ஜி.ஆரா?

எனக்கு நினைவுக்கு வருவது, 1982ஆம் ஆண்டு திருச்செந்தூர் முருகன் கோயிலில் வைரவேல் காணாமல் போய்விட்டது. அது எப்படிக் காணாமல் போனது என்பதைக் கண்டுபிடித்து அதன் மீது நடவடிக்கை எடுக்க முயன்ற கோயில் அதிகாரி கொலை செய்யப்படுகிறார். இது குறித்து விசாரிப்பதற்கு அன்றைய எம்.ஜி.ஆர். ஆட்சி 'பால் கமிஷன்' என்ற ஒன்றை நியமித்தது. தலைவர் அவர்கள், அப்போதுதான் 'நீதி கேட்டு நெடிய பயணம்' சென்றது. அந்தப் 'பால் கமிஷன்' அதை விசாரித்து அறிக்கையும் தந்துவிட்டது.

எதிர்க்கட்சித் தலைவராக இருந்த தலைவர் கலைஞர் எம்.ஜி.ஆரிடம் "பால் கமிஷன் விசாரித்ததே, உங்களிடம் அறிக்கை தந்துவிட்டதே, நீங்கள் ஏன் சட்டசபையில் வைக்கவில்லை?" என்று கேட்டார். அதற்கு முதலமைச்சர் "இன்னும் வரவில்லை. வந்தால் வைப்போம்" என்றார். "நீங்கள் வைக்கிறீர்களா? அல்லது நான் வைக்கட்டுமா?" என்றார் கலைஞர். "கமிஷன் அறிக்கை என்பது இரகசியமாக அரசாங்கத்திடம் இருக்கும். அதெப்படி உங்களால் முடியும்?" என்று கேட்டார்கள். என்றாலும், மறுநாளே சட்டம் கொண்டு வந்து பால் கமிஷன் அறிக்கையை சட்டசபையில் வைத்தார்கள். அப்போதுதான் எல்லோரும்

வியந்தார்கள், ஆட்சி நடத்துவது கலைஞரா? எம்.ஜி.ஆரா? என்று. அறிக்கை அவர்களிடம் இருந்தது. சட்டசபையில் வைத்தது தலைவர் கலைஞர்.

அதுபோல இன்றைக்கு தளபதி அவர்கள் எதைச் சொன்னாலும் அவர் சொன்னதற்குப் பிறகுதான் இன்றைய ஆட்சியாளர்கள் செய்கிறார்கள். செய்கிறார்கள் என்பதைவிட ஒரு ஆளுகின்ற கட்சி, இங்கே அதிகாரத்தில் இருக்கிற கட்சி, நாடாளுமன்றத்தில் மிகப்பெரிய பலம் வைத்திருக்கிற கட்சி, தமிழ்நாட்டு மக்களுடைய வாழ்வாதார பிரச்சனைகளுக்கு எல்லோரையும் விட முன்னின்று தீர்க்கவேண்டிய பொறுப்பிலிருக்கிற ஒரு கட்சி ஒரு நாள் உண்ணாவிரதம் இருக்கிறது. என்ன வேடிக்கை! இதற்கெல்லாம் மோடி மசியக்கூடியவரா? அதைத்தான் நம்முடைய பழ.கருப்பையா பேசிக்கொண்டிருந்தார். மோடி இதற்கெல்லாம் செவி கொடுக்கிற ஒரு மனிதர் அல்ல. அவருக்கு இதில் உடன்பாடு கிடையாது என்று.

அந்தக் கட்சியைச் சார்ந்த ஒரு மிகப்பெரிய புத்திசாலி நாடாளுமன்றத்தில் "வீ வில் சூசைடு" என்று பேசுகிறார். "நாங்கள் எல்லாம் தற்கொலை செய்துகொள்ளப் போகிறோம்" என்கிறார். நாங்கள் என்றால் இந்த நாட்டில் உள்ள விவசாயிகள் அனைவரையும் சேர்த்து என்று பொருள். அவர் அடிக்கடி உணர்ச்சிவயப்பட்டு பேசக்கூடியவர். நான் அவரைப் பற்றி இந்த இடத்திலே அதிகமாகச் சொல்லக்கூடாது, நல்ல நண்பர். தற்கொலை செய்துகொள்ளப் போகிறோம் என்றவுடன் எல்லா ஊடகங்களும் அதையே செய்தியாக்கியது. என்ன கொடுமை. ஒரு நாடாளுமன்ற உறுப்பினர் தனக்குரிய பொறுப்புக்கு ஏற்ப செயற்பட முடிந்த அளவுக்கு செயற்பட வேண்டும். என்னால் முடியவில்லை என்று வேறு ஒன்றை நாடினால் அந்தப் பொறுப்புக்கு நீ லாயக்கு இல்லை என்று அர்த்தமாகிவிடுகிறது. இறுதிவரை போராட வேண்டும். தன்னுடைய சக்தி அனைத்தையும் பிரயோகிக்க வேண்டும். மக்கள் வாக்களித்து ஒருவரைத் தேர்ந்தெடுக்கிறார்கள். அது வேண்டாம் என்று தூக்கியெறிந்தால் என்ன அர்த்தம்? என்னால் ஆகவில்லை என்றுதானே பொருள்படும். அங்கே நின்று பேசுகிறார், "நாங்கள் தற்போது செய்துகொள்வோம்". ஊடகங்களில் செய்தி வந்தவுடன் அதை திசை திருப்புவதற்காக இன்னும் நாலு பேர் சேர்ந்து "ராஜினாமா செய்யப்போகிறோம்" என்கிறார்கள். எல்லா தொலைக்காட்சிகளும் அவர்களைத்தான் பேட்டி கண்டன.

"ஏன் ராஜினாமா செய்யவில்லை" என்று கேட்டதற்கு, "முதலமைச்சர் ஒப்புக்கொள்ளவில்லை. அதனால் ராஜினாமா செய்யவில்லை" என்று சொல்கிறார்கள். அவரைக் கேட்டுக்கொண்டு தான் சொன்னீர்களா, அல்லது கேட்காமலே சொன்னீர்களா? தெரியவில்லை. இதுவரை எந்த முடிவும் இல்லை.

ஏன் வேண்டும் காவேரி மேலாண்மை வாரியம்

'காவேரி மேலாண்மை வாரியம்' இருந்தால் என்ன நடக்கும் என்றால், உதாரணத்திற்கு, இப்போது உயர் நீதி மன்றமோ, உச்சநீதிமன்றமோ, நடுவர் மன்றமோ இவ்வளவு தண்ணீரை தமிழகத்திற்குத் தரவேண்டும் என்று சொன்னால், கர்நாடகம் திறந்துவிட்டால்தான் நமக்குத் தண்ணீர். அவர்கள் இல்லை என்று சொன்னால் இல்லைதான்.

ஆனால், இந்த மேலாண்மை வாரியம் வருமேயானால் அந்த வாரியத்தில் தமிழகம், கர்நாடகம், புதுச்சேரி, கேரளம் ஆகிய மாநிலங்களின் உறுப்பினர்கள் இருப்பார்கள். கர்நாடகத்தின் எந்தெந்த அணைகளில் இருந்தெல்லாம் தண்ணீர் விட வேண்டுமோ அந்த அணைகளைத் திறக்கிற சாவிகள் அனைத்தும் கர்நாடக அரசிடம் இருந்து இந்த வாரியத்தின் கைக்கு வந்துவிடும். அவர்கள் கைக்கு செல்லுமேயானால் முறையாக எவ்வளவு

தண்ணீர் எவ்வப்போது தரவேண்டுமோ, அதைத் தரவேண்டிய பொறுப்பு வாரியத்திற்கு வந்துவிடும். அதனால்தான் கர்நாடக அரசு அதை எதிர்க்கிறது. எங்கள் கையிலேதான் சாவி இருக்க வேண்டும். எங்கள் விருப்பப்படிதான் தண்ணீர் தருவோம் என்கிறார்கள். இடையிலே எங்களுக்கு நியாயம் பேசவேண்டியது மத்திய அரசு. "மாநிலங்களுக்கு இடையே ஓடுகின்ற நதிகளை நாட்டுடைமை ஆக்க வேண்டும்" என்ற கோரிக்கை ரொம்ப நாட்களாகவே இருந்து வருகிறது.

காவேரியை நம்பித்தான் டெல்டா மாவட்டங்கள், தமிழகத்தின் நெற்களஞ்சியம் என்று சொல்லக்கூடிய பகுதிகள் சார்ந்திருக்கின்றன. நிலத்தடி நீர் வற்றிக்கொண்டிருக்கிறது. ஆனால், உச்சநீதிமன்றம் சொல்கிறது: "தமிழகத்திலே நிலத்தடி நீர் இருக்கிறது" என்று.

நிலத்தடி நீர் என்பது நிரந்தரமானது அல்ல. கோடை சற்று நீளுமேயானால், வறட்சி தொடருமேயானால் நிலத்தடி நீர் தானாகக் கீழே போய்விடும். இது ஓர் அளவுகோல் அல்ல. அது நிரந்தரமும் அல்ல. குறிப்பாக, கடைமடை என்று சொல்லப்படுகிற பகுதிகளில் கடல் நீர் உள்ளே வருகிற காரணத்தினால் நிலத்தடி நீர் உப்பு கரிக்கிறது. அப்படிப்பட்ட நீரை விவசாயத்திற்குப் பயன்படுத்த முடியாது. உச்சநீதிமன்றம் நிலத்தடி நீர் இருக்கிறது என்று சொன்னாலும் வாரியம் அமைத்திட வேண்டும்.

உச்சநீதிமன்றம் தீர்ப்பு சொல்கிறபோது, "இன்னும் பதினைந்து ஆண்டுகளுக்கு இந்தப் பிரச்சனை சார்பாக யாரும் உச்சநீதி மன்றத்தையோ அல்லது வேறு எந்த நீதிமன்றத்தையோ அணுகக்கூடாது" என்று சீல் வைத்துவிட்டார்கள். இந்தச் சூழ்நிலையில் "ஆறு வார காலத்திற்குள் வாரியத்தை அமைத்திட வேண்டும்" என்று சொன்னார்கள்.

எனக்கு ஒரு குழப்பம். "*29*ஆம் தேதி *3* மணி வரை காத்திருப்போம்" என்று வேட்புமனு தாக்கல் செய்வதற்கு காத்திருப்பதைப் போல அரசாங்கம் சொல்கிறது. இது சொல்கிற அரசு; செய்கிற அரசு இல்லை. நான் சங்கடத்தோடு சொல்கிறேன், பல பிரதமர்களை நேரடியாகப் பார்த்திருக்கிறேன். ஆனால் இன்றைய பிரதமர் நரேந்திர மோடி அவர்களைப் போல ஒருவரை நான் சந்தித்ததே இல்லை. அவர் யாரையும் மதிப்பதே இல்லை. தனி மனிதர்களை மட்டுமல்ல, நாடாளுமன்றத்தையே மதிப்பதில்லை. ஒரு கூட்டத்தொடர் ஒரு மாத காலம் தொடர்கிறது என்றால், இரண்டே இரண்டு முறைதான் வருவார். அதுவும் ஐந்து நிமிடங்களுக்கு மேல் உட்கார்ந்திருக்க மாட்டார். யார் பேச்சையும் அவர் கேட்டது கிடையாது. டாக்டர் மன்மோகன் சிங் விவாதங்களின்போது முழு நாளும் இருந்திருக்கின்றார். குஜ்ரால், தேவகௌடா, நரசிம்மராவ் போன்றவர்கள் இருந்திருக்கிறார்கள். பண்டித நேரு கூட்டத் தொடர் முழுவதும் இருப்பார் என்று சொல்லியிருக்கிறார்கள். ஆனால், நாடாளுமன்ற ஜனநாயகத்தில் நம்பிக்கை இல்லாத, 'எவன் என்ன பேசினால் எனக்கென்ன, எனக்கு அது ஒரு பொருட்டல்ல' என்று கருதுவதுபோல் நடந்து கொள்கிறார்.

உறுப்பினர்கள் சொல்கிற கருத்துக்கு உடனடியாக பதில் சொல்ல வேண்டும். காரணம், அங்கே திருச்சி சிவா என்கிற நான் தனி மனிதனல்ல; ஒரு கட்சியின் பிரதிநிதி. ஒரு மாநிலத்தின் சார்பாக ஒரு பிரச்சனையை வைக்கிறேன் என்று சொன்னால் பிரதமர் பதில் சொல்வதற்குக் கடமைப்பட்டவர். இன்னும் சொல்ல வேண்டுமானால், அமைச்சரவை என்பது ஒரு கூட்டுப் பொறுப்பு. பிரதமர் என்பவர் அவர்களில் முதன்மையானவர்.

அண்ணன் முரசொலி மாறன் என்னிடம், "தமிழ்நாட்டை விட்டு எப்போது டெல்லிக்குப் புறப்பட்டுவிட்டாலும் உன்னுடைய பையில் நாடாளுமன்ற உறுப்பினருக்கான

அடையாள அட்டையை வைத்துக்கொண்டிரு. ஊரிலே நமக்கு இருக்கிற செல்வாக்கு எல்லா இடங்களிலும் இருக்கும் என்று எதிர்பார்க்காதே. இன்னும் சொல்ல வேண்டுமானால், முதலில் நான் நாடாளுமன்ற உறுப்பினர், பின்னர்தான் மத்திய அமைச்சர்" என்று சொல்வார். அதற்கு உதாரணமாக "வின்ஸ்டன் சர்ச்சில் எம்.பி. அதன் கீழேதான் பிரைம் மினிஸ்டர்' என்று எழுதியிருக்கும்" என்று சொல்வார். அந்த அளவுக்கு நாடாளுமன்ற உறுப்பினர்கள் மிகமுக்கியத்துவம் தரப்பட வேண்டியவர்கள். அவர்களில் ஒருவர்தான் பிரதமர் ஆகிறார். அத்தகைய பிரதமர் எந்தக் கட்சி உறுப்பினர்கள் பேசினாலும் அவர் பொருட்படுத்துவதில்லை.

'காவேரி மேலாண்மை வாரியம்' அமைக்க வேண்டும் என்று உச்சநீதிமன்றம் சொல்லிவிட்டது. இவர்கள் இப்போதுதான் 'நீதிமன்றத்தை அவமதிப்பு வழக்கு' என்று நீதிமன்றத்திற்குப் போகப் போகிறார்களாம். கர்நாடகா, கேரளா போன்ற பல மாநிலங்கள், பல நேரங்களில் நீதிமன்றங்களின் உத்தரவை புறக்கணித்து அல்லது அதை பொருட்படுத்தாமல் இருந்திருக்கிறார்கள். அவர்கள் மீது எந்த நடவடிக்கையும் இதுவரை இருந்ததில்லை. இப்போது போய் நீதிமன்ற அவமதிப்பு வழக்குத் தொடர்வதாகச் சொல்கிறார்களே. இப்போதைய தேவை அதுவா?

மேலாண்மை வாரியம் ஏன் அமைக்க வேண்டும்? அமைக்க மாட்டார்கள் என்பது எங்களுக்குத் தெளிவாகவே தெரியும். அப்படியானால், அவர்களை எப்படி அமைக்கச் செய்வது என்பதில்தான் அரசியல் கட்சிகளின் பணியும் கடமையும் இருக்கின்றன.

நாடாளுமன்றத்தை செயற்படாமல் முடக்குவதா?

நாடாளுமன்றம் நடைபெறுவதற்கு ஒரு நாளுக்கு மூன்று லட்சம் ரூபாய் செலவாகிறது. அது என்ன அவ்வளவு லட்ச ரூபாய்? கூட்டத் தொடர் நடப்பதற்காகவா என்றால் இல்லை. அந்தச் செயலகம் செயற்படுவதற்கு என எல்லாவற்றுக்கும் சேர்த்துதான். இந்தக் கூட்டத்தொடர் தொடங்கிய நாளிலிருந்து நேற்றைக்கு முன்தினம் வரை ஒருநாள் கூட அவை நடவடிக்கைகள் நடைபெறவில்லை. ஒரு சில முக்கியமான நிகழ்வுகளைத் தவிர. நாடாளுமன்றம் நடைபெறாமல் முடக்குகிறார்கள்.

இரண்டு தினங்களுக்கு முன்பு மாநிலங்களவையில் இருந்து இரண்டு வருடங்களுக்கு ஒருமுறை நடைபெறுகிற தேர்தலின் காரணமாக அறுபது பேர் ஓய்வு பெறுகிறார்கள். அந்த ஓய்வு பெறுகிற அறுபது பேரும் இந்த அவையில் பணியாற்றியதும், இனி இந்த அவைக்கு வரமுடியாது என்ற நிலையினாலும் அவர்களுக்கு பிரிவு உபச்சார விடை தருகிறபோது, நாடாளுமன்றத்தில் அவர்கள் பேசவேண்டும் என்று விரும்புவார்கள். "இந்த முறை நாங்கள் பேசிவிட்டு கிளம்புகிறோம். இனி இந்த வாய்ப்பு கிடைக்காது" என்று உணர்ச்சிப்பூர்வமாகச் சொல்கிறார்கள்.

தலைவர்களும் அவர்களைப் பாராட்டி, விடை கொடுத்து பேசுவார்கள். இந்த ஒன்றிற்காக அவர்கள் எங்களைக் கேட்டுக்கொண்ட காரணத்தினால் அவையில் தினந்தோறும் நடக்க வேண்டிய வேலைகளை ஒதுக்கி வைத்துவிட்டு எல்லோரும் அமைதியாக இருந்தோம். அ.தி.மு.க. உறுப்பினர்கள் மட்டும் குழப்பம் விளைவிக்கிறார்கள், இவர்கள் ரொம்ப தீவிரவாதிகள் பாருங்கள், அதனாலே! 60 பேர் உணர்ச்சிப்பூர்வமாக நிற்கிறார்கள். அவர்களைப் பார்த்து கோபமாகப் பேசுகிறார்கள். பிறகு அடுத்தநாள் எல்லோரும் கேட்டுக்கொண்டு அந்த ஒருநாள் மட்டும் ஒரு இரண்டு மணி நேரம் எல்லோரும் பேசினார்களே தவிர, இந்த 14 நாட்களும் எதுவுமே நடைபெறவில்லை.

அதற்கு மூன்று காரணங்கள். முதலாவதாக, பஞ்சாப் நேஷனல் வங்கி போன்ற இன்னும் சில வங்கிகளில் பல ஆயிரக்கணக்கான கோடி ரூபாய் பணத்தை கடன் வாங்கி ஏமாற்றிவிட்டு வெளிநாடுகளுக்கு ஓடிவிட்டார்கள். இது குறித்துப் பேசவேண்டும் என்று காங்கிரஸ் கட்சியும் இன்னும் சில கட்சிகளும் ஒன்று சேர்ந்து கூறி வருகிறார்கள். நேற்றைக்குக்கூட விருகம்பாக்கத்தில் இந்தியன் ஓவர்சீஸ் வங்கியில் லாக்கரை உடைத்து திருடன் திருடிக்கொண்டு போய்விட்டான். அதற்கு சமூக வலைதளங்களில் நடிகர் வடிவேலு ஒரு படம் போட்டு “எதற்காக அய்யா பூட்டை எல்லாம் உடைக்கிறீர்கள் தேவை யில்லாமல். கடன் கேட்டிருந்தால் இன்னும் அதிகமாகவே கொடுத்திருப்பார்களே...” என்று வெளியிட்டிருந்தார்கள்.

அதுபோல வங்கியை ஏமாற்றி பல ஆயிரக்கணக்கான கோடி ரூபாயை எந்தவிதமான நிபந்தனையும் இல்லாமல் அள்ளிக் கொடுக்கிறார்கள். ஆனால், உங்கள் வீட்டுப் பிள்ளை கல்விக்கடன் என்று ஒரு நாலரை லட்சம் ரூபாய் வாங்குவான். படித்து முடித்து உடனே அவனுக்கு வேலை கிடைக்காது. ஆகவே, அந்தப் பணத்தை திருப்பி செலுத்த முடியாது. அதனால் அவன் மீது கடுமையான நடவடிக்கை எடுக்க ஆரம்பிப்பார்கள். வட்டிக்கு வட்டி, கூட்டு வட்டி என்றெல்லாம் போட்டு நாலரை லட்சம் ரூபாய் என்பது ஏழு, எட்டு லட்சம் என்றாகிவிடும். அவன் துடித்துத் தவிக்கிறபோது வேறு வழியில்லை என்றால், ‘ஒன் டைம் செட்டில்மெனட்’ என்ற வகையில் திருப்பிக் கட்டுங்கள் என்று சொல்வார்கள். இவன் கடன் வாங்கி கொஞ்சம் வட்டியைத் தள்ளுபடி செய்து கட்டினாலும் அவனைக் கொண்டுபோய் ‘திரும்பி வராத கடன்’ என்று ஒன்று இருக்கிறது. அது மட்டுமல்ல ‘சுபில்’ என்று ஒன்று இருக்கிறது. அதில் உங்களுடைய பெயர் வந்துவிடுமேயானால் இந்தியாவின் எந்த மூலையிலும், எந்தக் காலத்திலும், எந்த வங்கியிலும் நீங்கள் கடன் பெறமுடியாது.

உங்கள் பிள்ளை படிப்பதற்காக வாங்கிய நாலரை லட்ச ரூபாய் கடன், அதை வேலை கிடைக்காத காரணத்தினால் அந்தத் தொகையை கட்டமுடியாவிட்டால் வாழத் துடிக்கிற, தொழில் முனையத் துடிக்கிற ஓர் இளைஞன் சிவில் என்கிற பட்டியலில் இடம்பெற்று எல்லா வங்கிகளிலும் அவன் பெயர் பதிவு செய்யப்பட்டு “இனி உனக்கு கடனே இல்லை” என்று சொல்கிற இந்த நாட்டில் எத்தனையோ கோடிகளை ஒருவனுக்கு அள்ளிக் கொடுக்கிறது இந்த அரசாங்கம் என்றால் என்ன நிர்வாகம்.

இது பற்றி பலமுறை மன்றாடியிருக்கிறேன். நிதியமைச்சரிடம் சொல்லி இருக்கிறேன். தயவு செய்து இந்த மாணவர்களின் கல்விக் கடனையாவது திரும்ப வராத கடனிலிருந்து விடிவியுங்கள். அவர்களுக்கு வாழ்வு கொடுங்கள். அது மொத்த கடனிலே ஆறு சதவீதம் கூட வராது” என்றெல்லாம் சொல்லிப் பார்த்தோம். யாரும் காதில் போட்டுக் கொள்ளவில்லை.

மாணவர் பிரச்சனையாக இருக்கலாம், பெண்கள் பிரச்சனையாக இருக்கலாம், விவசாயிகள் பிரச்சனையாக இருக்கலாம். அவர்களுக்காக திராவிட முன்னேற்றக் கழகத்தைச் சேர்ந்த நாங்கள் பேசுகிறோம். ஆனால், அதிமுகவினர் இந்த 14 நாட்களாக இங்கே எனக்கு முன்னால் கருப்பையாவும், செல்வேந்திரனும் சொன்னதைப் போல குழப்பம் ஏற்படுத்திக் கொண்டிருக்கிறார்கள். நீங்கள் அதற்காகச் செல்லவில்லை; விவாதிக்க வேண்டும்.

மத்தியில் ஆளும் அரசு போராட்டம் நடத்துகிற கட்சிகளைக் கொஞ்சம் அமைதிப்படுத்தினால் நாடாளுமன்ற நடவடிக்கைகள் தொடரும். அங்கே மசோதாக்கள் நிறைவேறும். சட்டங்கள் நிறைவேறும். விவாதங்கள் நடைபெறும். நேரில் அழைத்துப் பேசவேண்டுமென்றால் இருவரையும்தானே அழைத்துப் பேசி இருக்க வேண்டும்.

தெலுங்கு தேசம் கட்சியினர், ஆந்திராவுக்கு சிறப்பு மாநில அந்தஸ்து கேட்டு நாடாளுமன்றத்தில் போராடுகிறார்கள். ஆளும் கட்சியின் மூத்த அமைச்சர்களும் மூத்த தலைவர்களும் தெலுங்கு தேசம் கட்சியைச் சேர்ந்தவர்களைத் தனியாக அழைத்துப் பேசுகிறார்கள். நான் நேரடியாகவே பார்த்தேன்.

"உங்களுக்கு சிறப்பு மாநில அந்தஸ்து என்றால், என்னவெல்லாம் சலுகைகள் உண்டோ, அதையெல்லாம் தருகிறோம். ஆனால் அந்தப் பெயரில் தரமாட்டோம். பீகார் ஏற்கனவே கேட்டுக்கொண்டிருக்கிறது. இந்தியாவில் இன்னும் சில மாநிலங்களில் கேட்டுக்கொண்டிருக்கிறார்கள். எனவே அப்படித் தர முடியாது. நாங்கள் தருவதைப் பெற்றுக்கொள்ளுங்கள் என்று ஆயிரம், ஆயிரம் கோடியாக அதிகரித்துக்கொண்டே போகிறார்கள். ஆனால், அவர்கள் அதை ஒப்புக்கொள்ளவில்லை. எங்களுக்கு 'சிறப்பு மாநில அந்தஸ்து வேண்டும்' என்றுதான் கேட்டுக்கொண்டிருக்கிறார்கள்.

இன்னொரு கட்சியைத் தனியே அழைத்துப் பேசுகிறார்கள். கூட்டம் போட்டு பேசுகிறார்கள். தமிழ்நாட்டில் உள்ள அனைத்து கட்சியினரும் சேர்ந்து பிரதமரை சந்திப்பதற்கு அனுமதி கேட்கிறார்கள். சந்திக்கவில்லை.

நான் நாடாளுமன்றத்தில் "நாங்கள் கேட்பது வேறொன்றுமில்லை. 'காவேரி மேலாண்மை வாரியம் அமைக்கப்படும்' என்று மட்டும் சொன்னால் போதும். நாங்கள் உட்கார்ந்துவிடுவோம். ஆனால், நீர்வளத்துறை அமைச்சர் முடியாது என்கிறார். நீர்வளத்துறை செயலாளர் இன்னொரு கருத்தைத் சொல்கிறார். ஆனால், குழப்பம் தொடர்ந்துகொண்டே இருந்தது.

இதற்கிடையில் ஏமாற்றமடைந்த, தாங்கள் எதிர்பார்த்தது கிடைக்காது என்ற நிலையில் தெலுங்கு தேசம் கட்சியினர் மிக துணிச்சலாக கூட்டணியிலிருந்து விலகி மத்திய அரசின் மீது நம்பிக்கை இல்லாத் தீர்மானம் கொண்டு வருகிறார்கள். நம்பிக்கை இல்லாத் தீர்மானம் கொண்டுவர வேண்டுமேயானால் 55 பேர் கையெழுத்திட வேண்டும். அவர்களிடம் இருப்பவர் 30க்கு சற்று கூடுதலானவர்கள்தான். ஆனால் 80 பேர் நம்பிக்கை இல்லாத் தீர்மானம் தருகிறார்கள். நாங்கள் எங்கள் கட்சிக்கு அப்பாற்பட்ட நடுநிலையாளர்களிடம் கேட்கிறோம்.

மோடி அரசு தமிழகத்தை வஞ்சித்துவிட்டது. காவேரி மேலாண்மை வாரியத்தை அமைக்காமல் ஏமாற்றிவிட்டது. அதன் விளைவாக தமிழகம் பாலைவனமாக மாறப்போகிறது. ஏற்கனவே விவசாயிகள் தற்கொலை செய்துகொண்டு இறந்த சூழ்நிலையில் எங்களை ஏமாற்றிய நீங்கள், ஆட்சியில் இருக்கக் கூடாது என்று சொல்கிற தைரியம் அதிமுகவிற்கு இருந்திருக்குமேயானால், அந்த நம்பிக்கையில்லாத் தீர்மானத்தில் அவர்களும் கையெழுத்திட்டிருக்க வேண்டும். அல்லது அந்த நம்பிக்கை இல்லாத் தீர்மானம் வருகிறபோது அதனை எதிர்த்துப் பேசியிருக்க வேண்டும். மாறாக, அந்த நம்பிக்கை இல்லாத் தீர்மானத்தை எடுத்துக்கொள்ள முடியாமல் ஸ்தம்பிக்க வைத்ததுதான் அதிமுகவின் சாதனை.

அவசர நிலை பிரகடனமும் தி.மு.க. நிலைப்பாடும்

1971இல் முதல் முதலாக தமிழகத்தில் மிக அதிகமான பெரும்பான்மை பெற்ற கட்சி திராவிட முன்னேற்றக் கழகம். சட்டப்பேரவையில் 154 இடங்கள். நாடாளுமன்றத்தில் 25 இடங்கள். இந்திரா காந்தி அம்மையார் ஆட்சிப் பொறுப்பேற்றார். அந்தக் காலத்தில் அவர் கொண்டுவந்த முற்போக்கான திட்டங்கள், அவர்கள் நிறுத்திய குடியரசுத் தலைவர்

எல்லாவற்றையும் திராவிட முன்னேற்றக் கழகம் ஆதரித்தது. தோழமையாகத்தான் தேர்தலிலே போட்டியிட்டோம். பல முடிவுகளுக்குத் துணை நின்றோம். அந்தக் காலகட்டத்தில் *1975* ஜூன் *25* தன் அரசியல் எதிர்காலத்திற்காக, தன்னை காப்பாற்றிக்கொள்வதற்காக இந்திரா காந்தி அம்மையார் அவசர நிலையைப் பிரகடனம் செய்கிறார். அதுவரை 'அவசரச் சட்டம்' என்பதை இந்தியா அறிந்திடாத நாடு. அரசியல் சட்டம் அப்படி ஒரு பிரிவை வைத்திருந்தாலும் பயன்படுத்தாத ஒன்று. ஆயுதம் கையில் வைத்திருக்கலாம். தேவை இல்லாத நேரங்களில் அதை எடுக்கக்கூடாது. அது காவலர்களாக இருந்தாலும்.

அப்போது காங்கிரஸ் எங்களின் கூட்டணிக் கட்சி. அவசர நிலை இருந்துவிட்டுப் போகட்டும் என்று திராவிட முன்னேற்றக் கழகம் அமைதியாக இருக்கவில்லை. ஜூன் *25* அவசர நிலை பிரகடனம் ஆகிறது. ஜூன் *27* திராவிட முன்னேற்றக் கழக செயற்குழு கூடுகிறது. செயற்குழு தீர்மானம்: 'அவசர நிலையைத் திரும்பப் பெறுங்கள். ஜனநாயகத்தை நிலைநிறுத்துங்கள். சிறையில் இருக்கிற தலைவர்களை விடுதலை செய்யுங்கள்' என்று இந்தியாவிலேயே தீர்மானம் போட்ட முதல் கட்சி தி.மு.க.தான் கூட்டணிக் கட்சி.

மாலையில் சீரணி அரங்கில் கூட்டம். தலைவர் முழங்கினார். "ஆட்சியிலே இருக்கிறோம். அவரோடு சேர்ந்துதான் போட்டியிட்டோம். வெற்றி பெற்றோம். நேசக்கரம் நீட்டினோம். நெருங்கியவர்கள். அதெல்லாம் பார்க்கமுடியாது. ஜனநாயகம் என்று வருகிறபோது யார் எதிரே நின்றாலும் எதிர்த்துக் குரல் கொடுப்போம்" என்று சொன்னார்.

இந்திரா காந்தி அம்மையார் அழைத்துச் சொன்னார்கள். "வேண்டாம் விபரீதம். நான் தேர்தலை இப்போது நடத்தப் போவதில்லை. உங்களுக்கு இன்னும் சில மாதங்களில் தேர்தல் வரப்போகிறது. ஒரு வருட காலம் பதவி நீட்டிப்புத் தருகிறேன். நீங்கள் தேர்தலே இல்லாமல் இன்னும் ஒரு வருட காலம் முதலமைச்சராக இருக்கலாம்" என்று சொன்னபோது தலைவர் கலைஞர் சொன்னார், "எனக்கு ஆட்சி தேவை இல்லை. இந்த நாட்டுக்கு ஜனநாயகம் தேவை" என்றார்.

தவறுகள் இருக்கிற இடத்தில் தி.மு.க. இருக்காது

பின்னர், பாரதிய ஜனதா கட்சியோடு கூட்டணி. அண்ணன் முரசொலி மாறன், அண்ணன் டி.ஆர்.பாலு இருவரும் மத்திய அமைச்சர்கள். அப்போது அங்கிருந்த மனிதவள மேம்பாட்டு அமைச்சர் முரளி மனோகர் ஜோஷி பல்கலைக்கழகங்களில் சோதிடத்தை ஒரு பாடமாகக் கொண்டுவருகிறார். இது என்ன பிற்போக்குத்தனம். விஞ்ஞானத்தைச் சொல்லித்தர வேண்டிய பல்கலைக்கழகங்களில் அறிவை மடமையாக்குகின்ற சோதிடம் ஒரு பாடமா? என்ற கேள்வி எழுந்தபோது, விவாதம் நாடாளுமன்றத்தில் வருகிறது. அண்ணன் முரசொலி மாறன் என்னை அழைத்து சில குறிப்புகளைத் தந்து, "நாடாளுமன்றத்தில் பேசு. நம்முடைய கட்சிக் கூட்டங்களிலும் மாநாடுகளிலும் சீர்திருத்தக் கருத்துகளைப் பேசுவாய் அல்லவா, அதைப் போல பேசு" என்று சொன்னார்.

"அண்ணா, நாமெல்லாம் கூட்டணியில் இருக்கிறோம். நீங்கள் அமைச்சராக இருக்கிறீர்கள். அவர்கள் மனம் நோகிற மாதிரி பேசினால் சங்கடமாக இருக்காதா?" என்று கேட்டேன்.

அதற்கு அவர், "என்னய்யா கூட்டணி? என்னய்யா அமைச்சர் பதவி? கொள்கைக்கு மேலே..." என்றுதான் சொன்னார். நான் பேசுகிறபோது ஒன்று சொன்னேன்: "கொள்கை உறுதி காரணமாக அவசரநிலைக் காலத்தில் அப்போது அப்படி நடந்துகொண்டோம். இப்போது நீங்கள் இவ்வாறு செய்வதற்கு நாங்கள் தலையாட்ட முடியாது. தவறுகள்

இருக்கிற இடத்தில் தி.மு.க. இருக்காது. தி.மு.க. இருக்கிற இடத்தில் தவறுகள் நடக்காது. விவேகானந்தர், சோதிடத்தைவிட பைத்தியக்காரத்தனம் என்று எதுவுமில்லை என்று சொல்லியிருக்கிறார். அவரைப் பின்பற்றுகிற நீங்களா இதைச் செய்வது?'' என்று பேசினேன். அண்ணன் மாறன் தலைவரிடம் சொல்லியிருப்பார் போலிருக்கிறது.

மறுநாளுக்கு மறுநாள் இதே வடசென்னையில் கூட்டம். நாங்கள் டெல்லியில்தான் இருக்கிறோம். இங்கே தலைவர் பேசுகிறார். "நாடாளுமன்றத்தில் ஜோதிடத்தைப் பாடமாக வைக்கக்கூடாது என்ற விவாதத்தில் பேசிய கழக உறுப்பினர் தம்பி திருச்சி சிவா, பேச்சின் இடையில் ஒரு கருத்தை சொல்லியிருக்கிறார்: "தவறுகள் இருக்கிற இடத்தில் தி.மு.க. இருக்காது. தி.மு.க. இருக்கிற இடத்தில் தவறுகள் நடக்காது" என்று. இது அவருடைய சொந்த கருத்து என்று நான் சொல்லமாட்டேன். இது என்னுடைய கருத்து. தி.மு.க.வின் கருத்து" என்று சொன்னார்.

இப்போது புரிகிறதா! "மத்தியிலே இருக்கிற அரசை எதிர்த்து நீங்கள் ஏன் நம்பிக்கையில்லாத் தீர்மானத்திலே துணிச்சலாகக் கேட்கக்கூடாது? என்று கேட்கிற யோக்கியதை தி.மு.க.வுக்கு இருக்கிறதல்லவா! கூட்டணியில் இருக்கிறபோதும் ஜனநாயகம் காத்தோம், ஜனநாயகத்தைக் காப்பதற்கு எதிர்த்துக் குரல் கொடுத்திருக்கிறோம். கூட்டணியில் இருந்தபோதும் பகுத்தறிவு கொள்கையைப் பணயம் வைக்க விரும்பாமல் அவர்களோடு வாதிட்டிருக்கிறோம். பதவி தேவையில்லை என்றுகூட தூக்கி எறிந்துவிட்டு வந்திருக்கிறோம்.

ஆனால், இன்றைக்கு தமிழகத்தை ஆளுகிற அ.தி.மு.க. மத்திய அரசின் பல தவறுகளைக் குறிப்பாக 'காவேரி மேலாண்மை வாரியம்' என்பது உயிர்ப் பிரச்சனை. எதிர்காலத்தைக் கொஞ்சம் கற்பனை செய்யுங்கள்.

தென்னாப்பிரிக்காவில் ஒரு நாளுக்கு ஒருவருக்கு 60 லிட்டர் தண்ணீர் குடிக்க, குளிக்க என எல்லாவற்றிற்காகவும் தருகிறார்கள். இன்னும் நாட்கள் நகர நகர அது குறையும். 'ஜீரோ டே' என்று வருகிறபோது ஒன்றும் கிடையாது. விற்பனைக்கு மட்டும்தான் ஆங்காங்கே இருக்கும். மனிதர்கள் பணத்துக்கும் பதவிக்கும் மண்ணுக்கும் போரிட்டுக்கொண்டது போக, குடிநீருக்குச் சண்டை இடுவான் என்ற அவலநிலை தென்னாப்பிரிக்காவில் இருக்கிறது. அந்நிலை இங்கே வர ரொம்ப நாளாகாது.

தஞ்சைத் தரணியில் பல இடங்களில் நூறு அடி ஆழங்களில் கிடைத்த தண்ணீர் இப்போது 500 அடிக்குப் போய்விட்டது. ஏற்கெனவே ஹைட்ரோகார்பன், மீத்தேன் என்ற அடிப்படையில் நம்முடைய மண்ணின் வளத்தைப் பாழாக்கிக்கொண்டிருக்கிறார்கள். இதிலும் கிடைக்க வேண்டிய காவேரி தண்ணீரும் கிடைக்கவில்லை. கிடைக்கும் என்பதற்கு எந்த உத்தரவாதமும் இல்லை.

இந்தியா என்பது ஒரு நாடு. இதிலே பல மாநிலங்கள் இருந்தாலும் கூட்டாட்சித் தத்துவத்திலே நாம் இணைந்து வாழ்கிறோம். ஆனால், ஒரு மாநிலம் வஞ்சிக்கப்படுகிறது. அதை மத்திய அரசு வேடிக்கை பார்க்கிறது. தேர்தல் யுக்தி மட்டும்தான் இவர்களுக்கு குறிக்கோளா? மக்களின் உயிர்ப் பிரச்சனை முக்கியம் இல்லையா? உணவுப் பிரச்சனை இல்லையா? குடிநீர் பிரச்சனை இல்லையா? நாளை தஞ்சைத் தரணி வறண்டு போனால் சென்னையில் இருக்கிறவனுக்கு கையில் காசு இருக்கும்; வாங்குவதற்கு அரிசி இருக்காது.

1930ல் ஜெர்மனியில் பணவீக்கம் வந்தபோது பை நிறைய பணம் வாங்கி வந்தார்கள். ஆனால் அவர்களால் ரொட்டி வாங்க முடியவில்லை. அதுபோல ஒரு நிலை வர வாய்ப்பிருக்கிறது. மோடி சொல்கிற பொருளாதாரத்தில் காசு வரும். கட்டடம்

உயர்ந்துகொண்டு இருக்கும். வயிறு காய்ந்துகொண்டிருக்கும். விண்வெளி ஆராய்ச்சிக்குச் செல்கிறவனைப் போல ஒரு தட்டிலே இரண்டு மாத்திரைகளை வைத்து "சாப்பிடு. பசி வராது" என்று வேண்டுமானால் அதிமேதாவி அய்யா மோடி அவர்கள் சொல்லலாம். அது ஆகுமா நமக்கு?

பலருக்கு வரலாற்றைச் சொல்லிக்கொடுத்த மண் தமிழக மண். இங்கே நாங்கள் இவ்வளவு நேரம் பேசிய பேச்சுக்கள் எல்லாம் ஆட்சி அதிகாரத்தில் உட்கார வேண்டும் என்பதற்காக மட்டுமல்ல, அதைக் கொண்டு உங்கள் வாழ்வை வளமாக்க வேண்டும் என்பதற்காக. இந்த ஆட்சியால் புறக்கணிக்கப்பட்டிருக்கிற மக்களைப் பாதுகாக்க வேண்டும் என்பதற்காக. மொழியை, இனத்தை, இந்த மண்ணின் வளத்தை எல்லாவற்றிற்கும் மேலாக நம்முடைய உரிமைகளைப் பாதுகாக்க வேண்டுமென்றால் தெம்பும் திராணியும் உள்ளவர்கள் ஆட்சியில் இருக்க வேண்டுமே தவிர முதுகெலும்பு இல்லாதவர்கள் ஆட்சியில் இருக்கக் கூடாது.

அதிமுகவினருக்கு உண்மையிலேயே ரோசம் இருக்குமானால், மோடி அரசு தமிழகத்தை வஞ்சித்துவிட்டது என்று அவர்கள் பேசுவது உண்மையானால், திங்கள் கிழமை கூட இருக்கிற நாடாளுமன்றக் கூட்டத்தில் நம்பிக்கை இல்லாத் தீர்மானத்தை மற்ற கட்சிகள் கொண்டுவருகிறபோது அதை அவர்களும் சேர்ந்து ஆதரித்து வாக்களித்தால்தான் தமிழ்நாட்டில் இவர்கள் நடப்பதற்கான யோக்கியதை உள்ளவர்கள். இல்லாவிட்டால் இங்கே நடமாடுவதற்கும் பேசுவதற்கும் அருகதை இழந்தவர்கள்.

இந்த நிலை தொடரக்கூடாது என்றால் இந்த ஆட்சி தொலைகிற நாள்தான் தமிழகத்தின் விடிவு காலம். என்றைக்கு தளபதி தமிழகத்தின் முதலமைச்சர் ஆகிறாரோ அன்றைக்குத்தான் தமிழகத்தின் உரிமைகள் பாதுகாக்கப்படும். அந்த நாளை நோக்கி நடைபோடுவோம்.

மோடிக்கு கருப்புக் கொடி காட்டுவோம் என்பதோடு மட்டுமல்ல, கருப்பு சிவப்புக் கொடியை நாடாள வைப்போம் என்பதே நாம் ஏற்கின்ற சூளுரையாக இருக்கட்டும்.

நன்றி, வணக்கம்!

12
திராவிடர் கழக சமூக நீதி மாநாட்டுப் பேருரை

தீரர்கள் கோட்டமாம் திருச்சி மாநகரில், திராவிடர் கழகம் நடத்துகின்ற சமூக நீதி மாநாட்டிற்கு தலைமைப் பொறுப்பேற்று எழுச்சிப் பேருரை ஆற்ற இருக்கின்ற தந்தை பெரியார் அவர்களின் வடிவத்தில் நம்மோடு வாழுகின்ற திராவிடர் கழகத்தின் தலைவர் அய்யா ஆசிரியர் அவர்களே, வரவேற்புரை ஆற்றியிருக்கின்ற வால்டர் அவர்களே, கொடி ஏற்றி வைத்திருக்கின்ற மானமிகு அம்பிகா கணேசன் அவர்களே, இந்த மாநாட்டைத் தொடங்கிவைத்து அடிப்படைக் கோட்பாடுகளை அடுக்கடுக்காய் எடுத்து வைத்து அமர்ந்திருக்கின்ற 'இந்தியக் கம்யூனிஸ்ட் கட்சி'யின் தமிழ்நாடு மாநிலச் செயலாளர் முத்தரசன் அவர்களே, உணர்ச்சிப் பெருக்கோடு எப்போதும் போல் பேசி கூட்டத்தை ஈர்த்து வைத்து அமர்ந்திருக்கின்ற 'விடுதலை சிறுத்தைகள்' கட்சியின் தலைவர் என் ஆருயிர் இளவல் தொல்.திருமாவளவன் அவர்களே, 'மார்க்சிஸ்ட் கம்யூனிஸ்ட் கட்சி'யின் மாநிலக் குழு உறுப்பினர், தொலைக்காட்சிகளில் அலட்டிக் கொள்ளாமல் எதிரிகளை வீழ்த்துகின்ற தோழர் கனகராஜ் அவர்களே, 'மனிதநேய மக்கள் கட்சி'யின் பொதுச்செயலாளர் உணர்ச்சியின் உருவம் ஜனாப் அப்துல் சமது அவர்களே, 'திராவிடர் கழக'த்தின் துணைத் தலைவர் மரியாதைக்குரிய கவிஞர் கலி.பூங்குன்றன் அவர்களே, பொதுச் செயலாளர் முனைவர் சந்திரசேகரன் அவர்களே, நன்றியுரை ஆற்றவிருக்கின்ற திருச்சி மாவட்டத் தலைவர் ஆரோக்கியராஜ் அவர்களே, இந்தத் திடலின் எதிர்முனையில் போராடிக்கொண்டிருக்கிற இஸ்லாமியப் பெரியவர்களே, திரளாக இந்த மாநாட்டில் பங்கேற்றிருக்கின்ற உணர்ச்சிமிக்க தமிழர்களே, பெரியோர்களே, தாய்மார்களே உங்கள் அனைவருக்கும் வணக்கம்.

கடந்த ஓரிரு மாதங்களாகப் பல்வேறு பகுதிகளில் 'திராவிட முன்னேற்றக் கழகம்' தவிர்த்த மற்ற கூட்டங்களில் கலந்துகொண்டு உரையாற்ற நேர்ந்த போதெல்லாம் உள்ளுக்குள் ஒரு எதிர்பார்ப்பு இருந்தது. அது இன்றைக்கு நிறைவேறி இருக்கிறது. இன்றைக்குத்தான் நான் பேசவேண்டிய இடத்திற்கு வந்திருக்கிறேன். கருத்துகள் சரியாகச் சென்று சேருகின்ற இடம் 'திராவிடர் கழக' மேடையின் எதிரே அமர்ந்திருக்கின்ற உங்களைப் போன்றோர். சில கருத்துகளை நான் ஆசிரியருக்கு முன்னால் பேசவேண்டும் என்று கருதி இருந்தேன்.

எனக்கு முன்னால் உரையாற்றியவர்கள் அவரவர்க்கு என்று ஓர் எல்லையை வகுத்துக்கொண்டு சில பிரச்சினைகளை மட்டும் தொட்டு விளக்கிச் சென்று அமர்ந்திருக்கின்றார்கள்.

இன்று காலையில் நடைபெற்ற 'திராவிடர் கழக'த்தின் பொதுக்குழுவில் பதினான்கு தீர்மானங்கள் நிறைவேற்றப்பட்டிருக்கின்றன.

தமிழ்நாட்டில் இன்றைக்குத் தலைவர் கலைஞர் அவர்கள் இல்லை என்ற ஏக்கம் இல்லாத அளவிற்கு இந்தப் பேரியக்கத்தின் உணர்வுகளைக் கட்டிக் காக்கின்ற 'திராவிட முன்னேற்றக் கழக'த்தின் தலைவர் தளபதி அவர்கள், தமிழ்நாட்டினுடைய பிரச்சனைகள் மட்டுமல்லாமல் அகிய இந்திய அளவில் உருவாகின்ற பிரச்சினைகளுக்கும் உடனடியாகக் குரல் கொடுக்கின்றார்.

நான் ஒன்றை இந்த இடத்தில் குறிப்பிட்டாக வேண்டும். திருமா அவர்கள் குறிப்பிட்ட, காஷ்மீர் மாநிலத்துக்கான சிறப்பு அந்தஸ்தை ரத்து செய்த நேரத்தில் தலைநகர் டெல்லியில் பதினான்கு கட்சிகளைக் கொண்ட மிகப்பெரிய ஆர்ப்பாட்டத்தை முன்னெடுத்து நடத்தியது மாநிலக் கட்சியாகிய திராவிட முன்னேற்றக் கழகம்.

தலைவர் கலைஞர் அவர்கள் காலையில் எழுந்தவுடன் படிக்கிற முதல் ஏடு 'விடுதலை'யாக இருக்கும். அடுத்து 'தீக்கதிர்' ஏடாக இருக்கும். அதுபோல சென்னையில் இருந்தாலும் தளபதியுடைய கவனம் இன்றைக்கு இந்த மாநாடு எப்படி நடக்கிறது என்பது குறித்ததாக இருக்கும் என்பதை நான் அறிவேன். இந்த மாநாட்டில் கலந்துகொள்வது குறித்து அவரிடமும் சொல்லியிருக்கிறேன். கவிஞர் கலி.பூங்குன்றன் சொன்னதைப் போல் நான் இந்த மாநாட்டிற்காக நேற்று டெல்லியில் இருந்து விரைந்து வந்திருக்கிறேன்.

எதிர் முனையில் போராடிக்கொண்டிருக்கின்றவர்கள் இந்த மாநாட்டு உரைகளைக் கேட்டுக் கொண்டிருக்கிறார்கள். இந்த பதினான்கு தீர்மானங்களில் இரங்கல் தீர்மானம் தவிர்த்த மற்ற தீர்மானங்கள் உயிர்ப் பிரச்சினைகள், இட ஒதுக்கீட்டுப் பிரச்சினை பற்றி 'விடுதலைச் சிறுத்தைகள் கட்சி'யின் தலைவர் விரிவாக இங்கே பேசினார்.

'புதிய கல்விக் கொள்கை' எத்தகைய பேராபத்தினைக் கொண்டுவர இருக்கின்றது என்பது குறித்து முத்தரசன் அவர்கள் பேசினார்கள். நீட் தேர்வு, குடியுரிமைத் திருத்தச் சட்டம் இவை பற்றி கனகராஜும், அப்துல் சமதும் பேசினார்கள். நான் இரண்டு மூன்று செய்திகளை, உங்களுக்குத் தெரிந்திருக்க வாய்ப்பில்லாத, தெரியப்படுத்த வேண்டியவற்றை, தொலைக்காட்சிகள் பெரிதாக வெளியில் காட்டாத சமூக வலைதளங்களில் வராத சிலவற்றைப் பகிர்ந்துகொள்ளக் கடமைப்பட்டிருக்கின்றேன்.

அரசியல் சட்டத்தின் நிர்ணயசபையில் ஒரே ஒரு வாக்கு வித்தியாசத்தில்தான் இந்தி இந்த நாட்டின் ஆட்சிமொழியாக மாறியது. இது பலர் அறியாத உண்மை. அரசியல் சட்டத்தை ஆய்ந்து அறிகின்ற ஆசிரியரைப் போன்றவர்கள், அதில் அக்கறை உள்ளவர்களுக்கு மட்டுமே அது பற்றித் தெரியும். அதுபோலத்தான் இப்போது நான் சொல்ல இருக்கின்ற செய்திகளும்.

மத்தியில் ஆட்சி செய்கின்ற பாரதிய ஜனதா கட்சியினர், இதுவரை இந்திய நாட்டில் கட்டிக் காப்பாற்றி வந்த பல அருமையான கோட்பாடுகளுக்கும் தத்துவங்களுக்கும் முடிவு கட்டுகின்ற முனைப்பில் செயல்பட்டுக்கொண்டிருக்கின்றார்கள். அவர்களை மட்டும் குறை பேசுவது கூடாது. அவர்களின் குட்டிக் கட்சியாக தமிழ்நாட்டை ஆண்டு கொண்டிருக்கிற அதிமுகவையும் நாம் இனம் காண வேண்டும் என்பது மிக முக்கியம்.

பாரதிய ஜனதா கட்சிக்கு ஆதரவாக இருந்த கூட்டணிக் கட்சியினர் ஆளுகின்ற மாநிலங்களிலேயே NPR-ம் NRC-ம் இல்லை என்று அறிவித்துவிட்டார்கள். பீகார், ஒடிசா,

பஞ்சாப், இராஜஸ்தான் ஆகிய மாநிலங்கள் அறிவித்துவிட்டன. மத்தியப்பிரதேசம், மேற்கு வங்காளம், கேரளா, புதுச்சேரி வரை. ஆனால். தமிழகத்தில் அதிமுகவினர் இன்னும் CAA-க்கும் NRC-க்கும் வித்தியாசம் தெரியாமல் இருக்கிறார்கள் என்பது வேதனை. இவ்வளவு பெரிய சட்ட திருத்தத்தைப் பற்றியோ அதனுடைய அடிப்படைத் தன்மைகளைப் பற்றியோ அவர்கள் அறிந்திருக்க வேண்டும் என்று நாம் எதிர்பார்ப்பது நம்முடைய தவறுதான்!

இன்று பேராபத்துகள் நம்மைச் சூழ்ந்திருக்கின்றன. அது குறித்த அபாய அறி விப்புகள்தான் இந்த மாநாட்டில் முழங்கப்படுகின்றன. இது யாரையும் எதிர்த்து அல்ல, நம்மைக் காப்பதற்காக.

குடியரசுத் தலைவர் அவர்கள் ஆற்றிய உரைக்கு நன்றி தெரிவிக்கின்ற தீர்மானத்தில் நான் பேசுகிறபோது, "2014ஆவது ஆண்டு பொய்யான வாக்குறுதிகளைத் தந்து அதில் எதையும் நிறைவேற்றாமல் நீங்கள் மீண்டும் 2019ல் ஆட்சிக்கு வந்திருக்கிறீர்கள். அதற்குக் காரணம் உங்களுடைய பலம் அல்ல. எனக்கு முன்னால் பேசியவர்கள் குறிப்பிட்டதைப்போல் எதிர்க்கட்சிகளிடம் ஒற்றுமை இல்லாத தன்மை. தமிழ்நாட்டில் நாங்கள் ஒற்றுமையாக இருந்தோம். ஒட்டுமொத்தத் தமிழ்நாட்டின் எல்லா இடங்களிலும் எங்களால் வெற்றி பெற முடிந்தது.

"The lake of unity among the opposition parties."

அடுத்து நான் சொன்னேன். இப்போதே அறிகுறிகள் தெரிய ஆரம்பித்துவிட்டன. விரைவில் நாங்கள் ஒன்றுசேர்வோம்.

"That is the end of Your race."

நேருக்கு நேர்

நானும் திருமாவும் திருச்சி உழவர் சந்தையில் நின்று பேசிக் கொண்டிருக்கவில்லை. இன்றைக்கு இப்படிப்பட்ட காரியங்களைச் செய்துகொண்டிருக்கிற பிரதமர் நரேந்திர மோடி அவர்களும், உள்துறை அமைச்சர் அமித்ஷா அவர்களும் இருக்கின்ற அவையில் அவர்களுக்கு நேருக்கு நேராக நின்று பேசுகிறோம்.

"இந்தி கூடாது" என்று அறிஞர் அண்ணா அவர்கள், இந்தி பேசுகிறவர்கள் இருக்கிற அவையில் நின்றுதான் பேசினார். அதுபோல, "நீங்கள் செய்வது தவறு" என்று சுட்டிக் காட்டுகின்ற உணர்வோடு தமிழ்நாட்டிலிருந்து எங்கள் குரல் ஒலித்துக் கொண்டிருக்கிறது.

தேர்வுக்குழுவும் நிலைக்குழுவும்

கடந்த கூட்டத் தொடரில் 35 சட்டங்கள் கூட்டத்தொடர் நீட்டிக்கப்பட்டு நிறைவேற்றப்பட்டன. எந்த மசோதாவும் தேர்வுக் குழுவுக்குச் செல்லவில்லை, நிலைக் குழுவிலும் விவாதிக்கப்படவில்லை. இந்த இரண்டுக்கும் என்ன வித்தியாசம்?

அவையில் விவாதிக்கிறோம் என்றால் திமுகவுக்கு மாநிலங்கள் அவையில் இருக்கிற எண்ணிக்கையின் அடிப்படையில் கிடைக்கிற நேரம் மூன்று அல்லது நான்கு நிமிடங்கள். திருமாவுக்கு மக்களவையில் கிடைக்கிற நேரம் இரண்டு அல்லது மூன்று நிமிடங்கள். பெரிய கட்சிகளுக்கு அதிக நேரம்.

ஆனால் தேர்வுக்குழுவிலும், நிலைக்குழுவிலும் நாங்கள் எல்லோரும் சமம். அவர்களுக்கு எவ்வளவு நேரமோ அவ்வளவு நேரம் எங்களுக்கும் உண்டு. அந்த மசோதாவைத் தலைகீழாக விவாதிக்கலாம். அதில் தொடர்புடையவர்கள், பயன் பெறுகிறவர்கள், பாதிக்கப்படுகிறவர்கள், அந்தக் குழுவில் தங்கள் கருத்துகளைச் சொல்லலாம். ஆனால், இந்த இரண்டு குழுக்களுக்கும் செல்லாமலே எல்லா மசோதாக்களும் நிறைவேற்றப்பட்டன.

முத்தலாக் சட்டமும் அப்படித்தான். முன்னாளில் சென்றது. ஆனால். பின்னாளில் அவசர அவசரமாக நிறைவேற்றினார்கள். அதே போலத்தான் 370ஆவது பிரிவு. இது பெரிய ஆபத்தான சட்டம், சத்தமில்லாமல் நிறைவேறி இருக்கிறது.

எச்சரிக்கிறேன். UAPA என்ற ஒரு சட்டம் Unlawful Activities Prevention Act என்பது NIA என்கிற தேசியப் புலனாய்வு அமைப்பைப் பலப்படுத்தியதற்குப் பின்னால் இது நிறைவேற்றப்பட்டது. அந்தச் சட்டம் என்ன தெரியுமா? ஒரு குழுவைத் 'தீவிரவாதக் குழு' என்று அறிவிக்கின்ற நிலையிலிருந்து மாறி, இனி இந்த நாட்டில் தனி ஒரு மனிதனைத் 'தீவிரவாதி' என்று முத்திரையிட்டு, அவனைத் தூக்கி உள்ளே வைத்தால், உள்ளேயே இருக்க வேண்டியதுதான். இந்தச் சட்டத்தை சத்தமில்லாமல் நிறைவேற்றி இருக்கிறார்கள்.

"இதனால் என்ன?" என்று கேட்பீர்கள்.

சாதாரணமாக இரண்டு பக்கத்து வீட்டுக்காரர்களுக்குள் பிரச்சினை இருக்கும். பணக்காரனுக்கு ஆதரவாகக் காவல் நிலையத்தில் ஒரு சின்ன வழக்கைப் பதிவு செய்வார்கள். "பதிவு செய்துவிட்டோம். நீங்கள் போகலாம்" என்று அனுப்பிவைத்து, இவனிடம் "சும்மா ஒரு பெட்டி கேஸ். நீயும் போ" என்று அனுப்பி விடுவார்கள். ஆனால் தேவைப்படுகிறபோது, எப்போது அவனைப் பழி வாங்கவேண்டுமோ அப்போது அந்தப் புகார் மீண்டும் உயிர் பெறும். அதுபோல UAPA என்ற சட்டம் என்றைக்காவது நடைமுறைக்கு வருகிறபோது என்ன நடக்குமோ தெரியாது.

இந்த 370ஆவது பிரிவைச் சொல்கிறேன். ஆசிரியர் கி.வீரமணி அவர்கள் எப்போதும் போல கையில் ஆதாரங்களோடு வந்திருந்தது எனக்குப் பேருதவியாக இருந்தது. 370ஆவது பிரிவு காஷ்மீருக்குத் தரப்படுகின்ற சிறப்பு அந்தஸ்து.

நம்முடைய தோழர்களே கேட்பது, "அது என்ன நியாயம், காஷ்மீரிலே இருக்கிறவன் மட்டும் அங்கே நாம் குடியேறக் கூடாது, அங்கே இடம் வாங்கக்கூடாது, அங்கிருக்கிற பெண்கள் வேறு மாநிலத்தவரைத் திருமணம் செய்துகொண்டால் சொத்துரிமை கிடையாது. இவையெல்லாம் என்ன நியாயம்? ஒரு நாட்டிற்குள் ஒரு மாநிலத்திற்கு இத்தனை அதிகாரமா?" என்று.

371, 371A, 371B, 371C, 371D இந்த ஐந்து பிரிவுகளும் தொடர்கின்றன.

371 மகாராஷ்டிராவிற்கும் குஜராத்திற்கும், 371A நாகாலாந்து, அடுத்தது அஸ்ஸாம், அடுத்தது மணிப்பூர், அடுத்தது ஆந்திரா, தெலங்கானா.

இப்போது நான் 371A பிரிவை மட்டும் உங்கள் முன்னால் சொல்கிறேன்.

"Special provision with respect to the state of Nagaland. Not withstanding anything in this constitution. No act of parliament inrespect of relegious or social practices of the Nagas, Naga customary law and procedure Administration of civil and criminal justice involving decisions according to Naga customary law, Owner ship and transfer of land and its resources, shall apply to the State of Nagaland, no act of parliament inrespect of these things shall apply to the state of Nagaland"

நாடாளுமன்றத்தில் நிறைவேற்றப்படுகிற எந்தச் சட்டமும் இந்த மாநிலத்தை இந்த வகையில் கட்டுப்படுத்தாது என்றால், ஏன் நாகாலாந்தில் கை வைக்கவில்லை? ஏன் அசாமில் கை வைக்கவில்லை? மணிப்பூரில் ஏன் கை வைக்கவில்லை? என்று நான் கேட்கவில்லை. ஏன் காஷ்மீரில் மட்டும் கைவைத்தீர்கள்? என்றுதான் கேட்கிறோம். காஷ்மீரில்தான் இஸ்லாமியர்கள் வாழ்கிறார்கள். அதனால் அங்கே கை வைத்தார்கள்.

சிறப்புச் சட்டங்கள் என்பது 370 ஜம்முகாஷ்மீருக்கு, 371இன் மற்ற பிரிவுகள் வேறு மாநிலங்களுக்கு. ஆனால், காஷ்மீர் மட்டும் குறி வைக்கப்பட்டு பொய் பிரச்சாரத்தின் மூலம் இன்று அதிகாரம் பறிக்கப்பட்டு பத்து மாதங்கள் ஆகின்றன. தலைவர்கள் இன்னும் சிறைக்குள் இருக்கிறார்கள்.

அமைதி நிலை திரும்பவில்லை. பள்ளிக்கூடங்கள் இல்லை. பிள்ளைகள் சாலையில் நடமாட முடியவில்லை. பெண்கள் வீதியில் திரும்ப முடியவில்லை. இவர்கள் பெரும்பான்மையோடு இதை நிறைவேற்றுகிறார்கள். நான் சொல்லவேண்டிய இரண்டு முக்கியமான செய்திகள்:

NEET and NESY இரண்டும் கூடாதென்று ஒரு தீர்மானம். CAA கூடாது. NRC கூடாது, NPR கூடாது.

திமுக தலைவர் தளபதி அவர்கள் சட்டமன்றத்தில் "தமிழ்நாடு அரசு இதை நடைமுறைப்படுத்தாது" என்று ஒரு தீர்மானம் நிறைவேற்றுங்கள் என்றால், "முடியாது" என்று மறுக்கிறார்கள்.

CAA-ன் மூலமாக பாதிப்பு இஸ்லாமியர்களுக்கு வரும் என்றால் NPR, NRC-யின் மூலமாக பாதிப்புகள் எனக்கும் வரும்; உங்களுக்கும் வரும்.

என் உண்மையான பிறந்தநாள் என் வீட்டார் சொல்வது மட்டும்தான். ஆனால், பள்ளியில் என்னுடைய பிறந்தநாள் வேறு. என்னிடம் பிறப்புச் சான்றிதழ் கிடையாது. இது நம்மில் பலருக்கும் பொருந்தும். அடங்காத பிள்ளைகளை இழுத்துப் போய் எந்த வயதிலும் பள்ளியில் சேர்க்கின்ற பழக்கம் அந்தக் காலத்தில் எல்லாப் பிள்ளைகளுக்கும் உண்டு.

இரண்டு செய்திகள் குறிப்பாக ஆசிரியரின் கவனத்திற்காகவும் மற்றவர்களுக்காகவும் சொல்கிறேன்.

NMC என்ற அமைப்புக்குத்தான் NEET தேர்வையும் NEST தேர்வையும் நடத்துகிற அதிகாரம் இருக்கிறது. தயவுசெய்து கவனியுங்கள் தோழர்களே, அதனுடைய பிரிவு 1415, 1516இல் NEET தேர்வு வருகிறது, அடுத்து NEST தேர்வு வருகிறது.

ஒரு சட்டம் நிறைவேறுவதற்கு முன்னால், அந்த மசோதாவில் அரசாங்கமும் திருத்தங்கள் தரலாம்; உறுப்பினர்களும் திருத்தங்கள் தரலாம். அது விவாதிக்கப்படும். பின்னர் தேவைப்பட்டால் வாக்கெடுப்புக்கு விடப்படும். வாக்கெடுப்பில் வெற்றி பெற்றால் அந்தத் திருத்தம் சேர்க்கப்படும்.

ஆளும் அ.தி.மு.க.வின் இரட்டை வேடம்

நான் இரண்டு திருத்தங்கள் கொடுத்தேன். "NEET தேர்வு, NEST தேர்வு இவற்றை நடத்தக் கூடாது. இரண்டையும் நீக்குங்கள்" என்று நான் திருத்தம் கொடுத்தேன். வாக்கெடுப்புக்கு விடப்பட்டது. திமுகவுக்கு இருந்த எண்ணிக்கை ஐந்து, ஆதரவாகக் கிடைத்த வாக்குகள் 86. ஆட்சியாளர்களுக்கு ஆதரவாகக் கிடைத்தது 105.

"நாங்கள் இதை எதிர்க்கிறோம்" என்று பேசுகிற தமிழ்நாட்டை ஆளுகிற அதிமுக வெற்றிகரமாக வெளிநடப்பு செய்தது. நியாயமாக உள்ளேயிருந்து ஆதரவாக அவர்கள் வாக்களித்திருந்தால் நிச்சயமாக அன்றைக்கு மன்றத்தில் வேறு வகையில் சிலருடைய மனத்தினை மாற்றி அதிலே வெற்றி கண்டிருக்க முடியும்.

ஒரு சட்டம் நிறைவேறுகிற நேரத்தில் அந்தப் பாதகத்துக்குத் துணை போகிற கட்சி தமிழ்நாட்டில் இரட்டை வேடம் போட்டுக் கொண்டிருக்கிறார்கள்.

CAA வந்தபோது ஏற்பட்ட கொந்தளிப்பைவிட இப்போது அதிகமாக ஏற்பட்டிருக்கிறது. நாடு முழுவதும் "இதைத் திரும்பப் பெறுகிறவரை நாங்கள் வீட்டுக்குச் செல்ல மாட்டோம்" என்று இஸ்லாமியத் தாய்மார்களும் குழந்தைகளும் பெரியவர்களும் சாலையில் வந்து உட்கார்ந்திருக்கிறார்கள்.

ஷாகின்பாக், சென்னை வண்ணாரப்பேட்டை, திருச்சி உழவர் சந்தை என எல்லாப் பகுதிகளிலும் இந்தியா முழுவதும் போராட்டம் நடைபெற்றுவருகிறது. ஆனால், அரசு கவலை கொள்வதாக இல்லை.

அமித்ஷாவினுடைய கூற்று, "Oppose as much as you can" (முடிந்த அளவிற்கு நீ எதிர்த்துப் பார்) நன்றாகக் கவனியுங்கள். இதிலே இருக்கிற துரைத்தனத்தை, அதிகாரத்தை.

பிரதமர் சொல்கிறார், அதுதான் இன்னும் அச்சம் தருவதாக இருக்கிறது. "The action is yet to start" (இப்போது ஒன்றுமே நடக்கவில்லை) இனிமேல்தான் ஆட்டம் இருக்கிறது என்றால், அப்துல் சமது சொன்னாரே மாநிலங்கள் என்ற மொழிவாரி மாநிலங்களின் அமைப்பு கலையும். இருநூறு ஜன்பத்கள் வரப்போகின்றன. நம்முடைய அடையாளங்கள் எல்லாம் தொலையப்போகின்றன என்று சொன்னாரே, அதை நான் நாடாளுமன்றத்திலேயே சொன்னேன். அமித்ஷாவும் அமர்ந்திருந்தார்.

அவர்களை வைத்துக்கொண்டு சொன்னோம். உங்களுடைய அண்மைக்கால நடவடிக்கைகளால், 'The fedaralism is crubling Secularism is foding, Socialism has become capitales Democracy is under threat.' (கூட்டாட்சித் தத்துவம் நொறுங்கிக்கொண்டு இருக்கிறது. மதச்சார்பின்மை மங்கிக்கொண்டு இருக்கிறது. சோசலிசம் முதலாளித்துவமாக மாறி விட்டது. ஜனநாயகம் அச்சுறுத்தலுக்கு ஆளாகி இருக்கிறது).

எங்கே சொல்கிறோம் தோழர்களே! சட்டம் இயற்றுகின்ற நாடாளுமன்றத்தில், அதை நிறைவேற்றுகின்ற அதிகாரம் படைத்த அரசாங்கத்தின் எதிரே நின்று சொல்கின்றோம். இந்தக் குடியுரிமைச் சட்டத் திருத்தம் வந்தபோது அது CAB, (அப்போது Bill, இப்போது ACT) அது வந்தபோது கடுமையான எதிர்ப்பு. பல திருத்தங்களைப் பல கட்சியினர் கொடுத்தார்கள், இடதுசாரிகள் கொடுத்தார்கள், நாங்கள் கொடுத்தோம், காங்கிரஸ் கட்சி கொடுத்தது. அதில் மிக முக்கியமானது என்ன தெரியுமா!

இன்றுகூட முதலமைச்சர் சொல்லியிருக்கிறார், "இந்தியாவில் இருக்கிற யாருக்கும் பாதிப்பு இல்லை". அந்தச் சட்டம் என்னவென்று தெரிந்துகொண்டால், அப்படி நீங்கள் பேசமாட்டீர்கள். ஒரு பெரிய பலத்தோடு உட்கார்ந்திருக்கிற அதிகாரத்தை, அரசாங்கத்தை எதிர்த்துப் போராடுகிறோம். ஜனநாயகரீதியில் போராடுகிறோம். திருத்தங்களின் மூலம், வாதங்களின் மூலம், கருத்துகளின் மூலம், மன்றாடுதலின் மூலம் போராடுகிறோம்.

நீங்கள் இங்கே போராடலாம். ஆனால் உங்கள் குரலாக, உங்கள் உணர்வாக அங்கே திராவிட முன்னேற்றக் கழகம், எங்களுடைய கூட்டணிக் கட்சிகள் நாடாளுமன்றத்தில் போராடிக் கொண்டிருக்கிறோம். கவலைப்படாதீர்கள். திராவிடர் கழகம் எல்லோருக்கும் தாய்வீடு. பெரியாருடைய கொள்கைகள் சுயமரியாதைத் திருமணத்திற்கு சட்ட வடிவம் கொடுத்தது அண்ணா என்பதைப்போல உங்கள் அரசியல் கரங்கள் நாங்கள். பாதிக்கப்படுபவர்களுக்காக எல்லா முனைகளிலும் போராடுகிறோம். எங்கள் தலைவர் தளபதி 2 கோடியே 5 இலட்சம் கையெழுத்துகளைப் பெற்றுக் கொடுத்திருக்கிறார். சட்டமன்றத்தில் போராடுகிறார். நாங்கள் நாடாளுமன்றத்தில் போராடுகிறோம்.

கலங்காதீர்கள். ஆபத்துகளிலிருந்து உங்களை நாங்கள் காப்பாற்றுவோம். நம்பிக்கையோடு இருங்கள். நன்றி, வணக்கம்!!

13

அரபு மண்ணில்...

சவுதி அரேபியாவின் ரியாத் மண்டலத்தில் அமைந்துள்ள திராவிட முன்னேற்றக் கழகத்தின் 'முப்பெரும் விழா' நிகழ்ச்சிக்குத் தலைமைப் பொறுப்பேற்றிருக்கின்ற சௌதி அரேபியா திராவிட முன்னேற்றக் கழகத்தின் தலைவர், இந்த நிகழ்ச்சியைக் கடமை உணர்வோடு ஏற்பாடு செய்திருக்கின்ற சேலம் சிக்கந்தர் அவர்களே! முன்னிலைப் பொறுப்பேற்றிருக்கின்ற ரியாத் மண்டலச் செயலாளர் உதயம் சாகுல் ஹமீது அவர்களே! அப்துல் ரகுமான் அவர்களே! இந்த நிகழ்ச்சியிலே கருத்துரையாற்றி அமர்ந்திருக்கிற மேலாண்மைக் குழுத் தலைவர் சபரிமுத்து அவர்களே, இராமமூர்த்தி அவர்களே! ரியாத் மண்டலத்தின் தலைவர் புவனகிரி ஜாஹிர் உசேன் அவர்களே! துணைத் தலைவர் ஆயப்பாடி ஜாஹிர் உசேன் அவர்களே! நகரத் தலைவர் வெல்கம் ஆறுமுகம் அவர்களே! ஹமீது அலி அவர்களே! பொருளாளர் மஜீத்கான் அவர்களே! துணைச் செயலாளர் சாமிதுரை அவர்களே! இணைச் செயலாளர் முகமதுலால் அவர்களே! மருத்துவர் அணியைச் சார்ந்த டாக்டர் சந்தோஷ் பிரேம் அவர்களே! மகளிரணியைச் சார்ந்த கவிதா கணேசன் அவர்களே! ரியாத் தமிழ்ச் சங்கத்தைச் சார்ந்த இம்தியாஸ் அவர்களே! ஷெரீப் அவர்களே! தம்பி சதீஷ் அவர்களே! சர்புதீன் அவர்களே! தொழிலாளர் மற்றும் இளைஞரணியைச் சார்ந்த பிரதீப் அவர்களே! தோழமைக் கட்சியைச் சார்ந்த காயிதே மில்லத் பேரவையின் நாசர் அவர்களே! தமுமுகவைச் சார்ந்த நூர் முஹமது அவர்களே! மறுமலர்ச்சி திராவிட முன்னேற்றக் கழகத்தைச் சார்ந்த நூஸ் கிஸ்கி அவர்களே! ஹர்சுல் அகமது அவர்களே! தமிழ்ச் சங்கத்தைச் சார்ந்த மாலிக் அவர்களே! தம்பி ஜமால் அவர்களே! இந்த நிகழ்ச்சியில் பங்கேற்றுச் சிறப்பித்துக்கொண்டிருக்கிற பல்வேறு அமைப்புகளைச் சார்ந்த நிர்வாகிகளே! இளைஞரணியைச் சார்ந்த சேலம் நல்லதம்பி அவர்களே! அவைத் தலைவர் சத்தியநேசன் அவர்களே! இந்தியத் தூதரகத் தொடர்பாளர் ஜமால் சேட் அவர்களே! கொள்கை பரப்புச் செயலாளர்கள் பரக்கத் அலி அவர்களே! மேலூர் ஷாஜகான் அவர்களே! ஊடகத்துறை அணியைச் சார்ந்த ஆசிக் அலி அவர்களே! வாட்ஸ் அப் திராவிட முன்னேற்றக் கழகத்தின் அரசியல் மேடையைச் சார்ந்த திருச்சி கருப்பையா

அவர்களே! வர்த்தகர் அணியைச் சார்ந்த இதயத்துல்லா அவர்களே! மேலூர் மணியன் அவர்களே, இந்த நிகழ்ச்சியில் பங்கேற்றிருக்கின்ற சாகுல் அமீது, நெல்லை சாகுல் அமீது, காஜா, வடகரை ஜான், ஷேக் ஒலி, ஷேவியர், வர்க்கீஸ், தங்கப்பா, இளைஞரணியைச் சார்ந்த கோபி, நல்லரீப் அம்பி, பால முருகன் ஆனந்த ராஜ், பசீர் அலி, அப்துல் ரகுமான், யாசர் மாணவரணியைச் சார்ந்த ஆயப்பாடி ஆசிக், அப்துல்லா, இங்கு அருமையான குரல் வளத்தின் மூலமாக கழகத்தின் கொள்கை விளக்கப் பாடல்களைப் பாடியிருக்கும் தம்பி சேலம் ஜான் பாஷா அவர்களே! திரளாக இந்த நிகழ்ச்சியில் பங்கேற்றிருக்கின்ற 'ரியாத்' வாழ் தமிழர்களே! உங்கள் அனைவருக்கும் என்னுடைய அன்பான வணக்கம்.

இரண்டாவது முறையாக நான் உங்களைச் சந்திக்கின்றேன். ஏதோ மிகவும் நெருங்கிய ஊரினைப் போல் எனக்கு ஓர் உணர்வு ஏற்பட்டிருக்கிறது. அதற்குக் காரணம் இங்கு இருக்கிற உங்களோடு எனக்கு ஏற்பட்ட நெருக்கம். ஒருமுறை வருகை தந்து நான் கிளம்பியபோது நீங்கள் அனுப்பிவைத்த அந்தப் பாங்கு, தொடர்ந்து என்னோடு தொடர்பில் இருக்கிற பல்வேறு தோழர்கள், அதனால் ரியாத்துக்குக் கிளம்புகிறேன் என்கிறபோது, கல்லூரி நாள்களில் விடுமுறைக்கு ஊருக்கு வருவதைப் போல ஓர் உணர்வோடு நான் வந்திருக்கிறேன்.

ஆனால், பல்வேறு பணிகளின் காரணமாக அதிக நாள்கள் இங்கே தங்க முடியவில்லை. இடைத்தேர்தல் பணிகள், இயக்கப் பணிகள், நாடாளுமன்றப் பணிகள் என்று பல வேலைகள் அங்கே காத்திருக்கின்றன. ஒரு வாரம் தங்குவதைவிட ஒரே நாளில் ஒரே பார்வையில் ஒரே வார்த்தையில் நம் உணர்வுகளை நிச்சயமாகப் பகிர்ந்துகொள்ளலாம். அப்படிப்பட்ட நிலையில்தான் இன்று நான் நிற்கின்றேன்.

நான், நம்முடைய கழகத் தலைவர் தளபதி அவர்களிடம், இதற்கு முன்பு சிக்கந்தர் அவர்கள், தமிழ்நாட்டிற்கு வருகை தந்திருந்தபோது அங்கே அவர் பணியாற்றுகின்ற விதத்தினை கழகத்தின் தலைமைக் கழக நிர்வாகிகளிடம் நான் எடுத்துச் சொல்லி, இந்த அமைப்பை முறைபபடுத்துவதற்காக, இவரை பேசுவதற்கு ஏற்பாடு செய்திருந்தேன்.

தலைவர் அனுமதியுடன்...

நேற்று நான் கிளம்புகிறபோது தலைவரிடம் சொல்லிவிட்டுத்தான் கிளம்பினேன். காரணம், முக்கியமான இந்தக் காலகட்டத்தில் கடல் கடந்து வாழுகின்ற தமிழர்கள் கழகத்தின்பால் எந்த அளவிற்குப் பற்று கொண்டிருக்கிறார்கள் என்கிறபோது, அது இயக்கத்தின் வலிமை மட்டுமல்ல, இனத்தின் வலிமையும், நம் மொழியின் வலிமையும்.

இந்தச் சூழலில் கடந்த ஆண்டு நான் இங்கே வருகை தந்திருந்தபோது, எனக்கு அப்போதுதான் அறிமுகமாகி எனக்கு மிகவும் நெருங்கிய, நான் தங்கியிருந்த அந்த நாட்களில் என்னோடு உடன் வந்துகொண்டிருந்த நம்முடைய சீனிவாசன் அவர்கள் இந்த ஆண்டு இல்லை என்பது வேதனைக்குரியது. எனக்கு ரியாத்தில் இறங்கியதில் இருந்து அந்த ஏக்கம் சூழன்றுகொண்டிருக்கிறது. நாளை அவருக்கு நினைவுநாள் என்று சொன்னார்கள்.

சிலருக்கு மனத்தளவில் இருக்கிற நெருக்கம் ஏதாவது ஒரு வகையில் வெளிப்படும். அதுபோலத்தான் எனக்கும் அவருக்கும் இருந்த அந்த நெருக்கம்தான் அவருடைய முதல் நினைவு நாளின் போது நான் ரியாத்துக்கு வருகை தந்திருப்பது என்று நினைக்கிறேன். ஆனால், நாளை மாலை நடைபெறவுள்ள நினைவுகூரும் நிகழ்ச்சியில் கலந்துகொள்கிற வாய்ப்பு இல்லாத காரணத்தால், நான் ஜமால் அவர்களிடமும் இம்தியாஸ் அவர்களிடமும்

சொல்லியிருக்கிறேன், “காலையிலேயே அவருடைய நினைவு நிகழ்ச்சி நீங்கள் ஏற்பாடு செய்தால் நானும் கலந்துகொள்வேன்” என்று.

தமிழ் உணர்வு

காரணம், இங்கே எல்லோரும் குறிப்பிட்டதைப்போல் கடல் கடந்து வாழுகின்ற நீங்கள், கணேசன் சொன்னதைப்போல ஐயாயிரம் ஆறாயிரம் கிலோமீட்டர்களுக்கு அப்பால், பெரும்பாலும் தாய்நாட்டை விட்டு வெளிநாட்டில் வாழ்கிறவர்களுக்குத்தான் தமிழ் உணர்வு அதிகமாக இருக்கின்றது.

ஒன்றிலிருந்து பிரிந்து நிற்கிறபோது அது கிடைக்காத போதுதான் அதன் அருமை தெரியும் என்பதைப் போல உங்களுக்கு நம் நாட்டின் மீது பற்று, நம் மொழியின் மீது ஓர் அழுத்தமான இனம் புரியாத அதீதமான ஓர் உணர்வு, எல்லாவற்றிற்கும் மேலாகத் தாய்நாட்டிற்கு ஏதாவது செய்ய வேண்டும் என்ற பொறுப்புணர்ச்சி.

அதற்கும் மேலாக நீங்கள் வாழ வந்திருக்கின்ற இந்த நாட்டின் மீது வைத்திருக்கிற மரியாதை, இந்தியாவிற்கும் சவுதி அரேபியாவிற்குமுள்ள நல்லிணக்க உறவுகளை மேம்பட வைக்கும்! என நிறைய இருக்கின்றன. வர்த்தகரீதியாக, கலாச்சாரரீதியாக, அரசியல்ரீதியாக. நம் நாட்டின் தலைவர்களும் சவுதி அரேபியாவை ஆளுகின்ற மன்னரிலிருந்து இங்கிருக்கின்ற எல்லோரும் மிகுந்த நெருக்கத்தோடு இரண்டு நாட்டின் வளர்ச்சியும், இரண்டு நாட்டு அரசுகளும் மிகுந்த உடன்பாட்டோடு இருப்பது நமக்கெல்லாம் மகிழ்ச்சிக்குரியது.

அதன் அடையாளமாகத்தான் இந்த மேடையில் திராவிட முன்னேற்றக் கழகம் நடத்துகிற விழாவில், சவுதி அரேபியாவினுடைய தேசியக்கொடியை வைத்திருக்கிறீர்கள் என்கிறபோது திராவிட முன்னேற்றக் கழகம் எல்லா நாளும், தான் இருக்கின்ற, தான் வாழுகின்ற நாட்டில் இருக்கின்ற நாட்டின் உயர்வுக்கும் அந்த அரசின் உயர்வுக்கும் உறுதுணையாக இருக்கும் என்பதன் அடையாளம்தான் இந்த நிகழ்ச்சி.

இது நல்லதோர் ஆரோக்கியமான அறிகுறி.

தமிழன் எல்லாத் திசைகளுக்கும் சென்று எல்லோரோடும் இணக்கமாக, நெருக்கமாக வாழ்வதற்குக் காரணமே, அடுத்தவர்கள் மனம் கோணாமல் நடந்துகொள்வது மட்டுமில்லை, அடுத்தவர்களுடைய உணர்வுகளை மதிக்கிற தன்மையும் தமிழனுக்கு உண்டு.

தான் உயர்ந்த பண்புடையவன் என்பதோடு நிறுத்திக் கொள்ளாமல் மற்றவர்களிடமும் சிறந்த குணங்கள் இருக்கும் என்பதை ஏற்கின்ற மனப்பக்குவம், பரந்த குணம் தமிழனுக்கு உண்டு. அதனால்தான் உலகெங்கிலும் தமிழர்கள் வாழ்கிறார்கள். பல இடங்களில் பல முக்கியமான பொறுப்புகளை வகிக்கிறார்கள். வெளிநாடுகளில் அரசாங்கத்தை நடத்துகிற முக்கியமான பொறுப்புகள்கூட தமிழர்களுக்குத் தரப்படுகிறது என்றால், அவர்கள் திறமையுடன் கடமையாற்றுவார்கள் என்பதோடு நம்பகத்தன்மையோடு இருப்பார்கள் என்பது தமிழனுக்குரிய சிறப்புகளில் இன்னொன்று என்பதை நான் மகிழ்ச்சியோடு இங்கே குறிப்பிட விரும்புகிறேன்.

ஆண்டுக்கு ஒரு முறைதான் ஊர் திரும்பமுடியும் என்ற நிலையில் நீங்கள் அயல்நாட்டில் வந்து வாழ்கிறீர்கள். உங்களுடைய திறமைகள் இந்த நாட்டிற்குப் பயன்படுகின்றன என்பதோடு நீங்களும் இந்த நாட்டின் மூலமாக உயர்வு பெறுகிறீர்கள். அப்படி கடல் கடந்து வாழ்கின்ற உங்களுக்கு, இங்கே மருத்துவர் தம்பி சந்தோஷ் பேசுகிறபோது சொன்னது எனக்கு மகிழ்ச்சியாக இருக்கிறது. தலைவர் தளபதியிடம் இது குறித்து நிச்சயமாக எடுத்துச் சொல்வேன்.

எப்படிக் கழகம் அங்கே பல்வேறு அணிகளின் அமைப்புகளோடு சீரிய முறையில் பணியாற்றுகிறதோ அதேபோல கடல் கடந்து வாழ்கின்ற இங்கேயும் மகளிர் அணி, மருத்துவர் அணி, தகவல் தொழில்நுட்ப அணி, கொள்கை பரப்பு அணி இருக்கிறது. அங்கே எப்படிக் கழகம் செயல்படுகிறதோ அப்படி இங்கேயும் செயல்படுகிறீர்கள் என்று நான் சொல்லவிருக்கின்றேன்.

சந்தோஷ் உரையாற்றுகிறபோது சொன்னார்: அவசர மருத்துவ உதவி தேவைப்படுபவர்களுக்கு நாங்கள் பேருதவியாக இருக்கிறோம் என்று. அதுதான் இந்த அமைப்பினுடைய நோக்கம்.

திராவிட முன்னேற்றக் கழகத்தில் பல்வேறு பிரிவுகளைச் சார்ந்தவர்கள் அங்கம் வகித்திருப்பார்கள். அதில் அக்கறை உள்ளவர்களாக அதை வளர்க்க வேண்டும் என்ற ஆர்வம் உடையவர்களாக இருப்பார்கள். அவர்களை எல்லோரையும் போல கூட்டத்தில் ஒருவராக வைத்திடாமல் அவர்களிடம் இருக்கிற திறமைகளை இயக்கத்தின் மூலமாக மக்களுக்குப் பணியாற்றுவதற்குப் பயன்படுத்துகிற முறை நம்முடைய இயக்கத்தில்தான் உண்டு. பல கட்சிகளில் பல அணிகள் இருக்கின்றன. ஆனால் பணியாற்றுகிறார்களா என்றால் அது வினாவிற்குரியது, விவாதத்திற்குரியது.

ஆனால், நம்முடைய இயக்கத்தில் எந்தெந்தத் துறையைச் சார்ந்தவர்கள் இங்கே இருக்கிறார்களோ அவர்கள் அந்த அமைப்பைச் சார்ந்தவர்களின் பிரச்சனைகளைத் தீர்ப்பதற்கு உறுதுணையாக, அதேபோல அவருடைய வளர்ச்சிக்கு நாங்களும் இருக்கிறோம் என்ற நம்பிக்கையை ஏற்படுத்துகிறவர்களாக நடந்துகொள்வார்கள். அதுபோலத்தான் இங்கே மருத்துவரணி செயல்பட்டுக்கொண்டிருக்கிறது.

தமிழ்ச் சங்கம் என்ற அமைப்பு எல்லா இயக்கத்தைச் சார்ந்தவர்களும் இணைத்திருக்கக்கூடிய ஓர் அமைப்பு. தமிழ்ச் சங்கம் என்ற ஒரு பொதுவான அமைப்பில் கட்சிகளுக்கு அப்பாற்பட்டு அரசியல் ஈடுபாடு இல்லாதவர்களும் அதில் இருப்பார்கள். திராவிட முன்னேற்றக் கழகம் அந்த அமைப்பிலும் ஈடுபாடு கொண்டிருக்கிறது. அதில் இருக்கிறவர்களோடும் இணக்கமாக இருக்கிறது என்கிறபோது மீண்டும் கழகம் எல்லா இடங்களிலும் எல்லோருடனும் எந்தக் காலத்திலும் இணைந்து செல்லும் என்பதற்கு இன்னொரு உதாரணம் என்பதை நான் குறிப்பிட விரும்புகிறேன்.

சிக்கந்தர் இங்கே ஒருங்கிணைப்பாளராக இப்படிப்பட்ட நிகழ்ச்சிகளை ஏற்பாடு செய்கிறவராக, தமிழ்நாட்டில் இருக்கிற எங்களோடு தொடர்புகொள்கிறவராக, எல்லாவற்றிற்கும் மேலாகப் பரக்கத் அலியைப் போன்றவர்கள் தமிழ்நாட்டில் நாங்கள் கலந்துகொள்கின்ற நிகழ்ச்சி அங்கிருப்பவர்களுக்குத் தெரிவதற்கு முன்னால் உங்கள் மூலமாக எனக்குத் தெரியும். அவ்வளவு வேகமாகத் தகவல் இங்கு வந்து, பின்னர் அங்கே வந்து சேர்கிறது.

சில நிகழ்ச்சிகள் முடிந்து, நான் வெளியே வருகிறபோது அந்த நிகழ்ச்சிப் பற்றிய செய்தியினை இங்கே இருந்து தோழர்கள் அனுப்புவார்கள். எனக்கு ஆச்சர்யமாக இருக்கும். நீங்கள் வேகமாகச் செயற்படுகிறீர்கள் என்றல்ல, அந்த அளவிற்குத் தமிழ்நாட்டு நிகழ்ச்சிகளில் தொடர்பு வைத்திருக்கிறீர்கள். அதனால்தான் முப்பெரும் விழா செப்டம்பர் மாதத்தில் தமிழ்நாட்டில் நடைபெறுகிறது என்கிறபோது அதே செப்டம்பர் மாதத்திற்குள் இங்கேயும் அரபு நாட்டில் நடத்திட வேண்டும் என்ற உணர்வோடுதான் நிகழ்ச்சியை ஏற்பாடு செய்தார்கள்.

இரண்டு மாதங்களுக்கு முன்பாகவே சிக்கந்தரும் மற்ற தோழர்களும் என்னைச் சந்தித்து என்னிடம் தேதி பெற்றபோது நான் இந்தத் தேதியை ஒதுக்கித் தந்தேன். இப்போதுகூட அதற்கு இடர்பாடு ஏற்பட்டபோது; இல்லை தவிர்க்க முடியாது என்று அவற்றை மாற்றி அமைத்துவிட்டு இங்கே வந்து கலந்து கொண்டிருக்கிறேன். இன்று ரியாத்தில் உரையாற்றி நாளை தமாமில் பேசிவிட்டு பின்னர் ஜித்தா சென்று, துபாய் சென்று ஊர் திரும்ப வேண்டும். உங்களைப் பார்ப்பதன் மூலம் நாங்கள் உற்சாகம் பெறுகிறோம்.

ஒரு குறுகிய எல்லைக்குள் தன்னைக் குறுக்கிக்கொள்ளாத கட்சியாகத் திராவிட முன்னேற்றக் கழகம் இருக்கின்றது. இந்தியாவில் இருக்கிற பல்வேறு மாநிலக் கட்சிகளில் கழகமும் ஒன்று. அதனுடைய பணி தமிழ்நாட்டின் வளர்ச்சிக்காக, தமிழ் மொழியின் மேம்பாட்டிற்காக. அதே நேரத்தில் இந்திய நாட்டின் ஒற்றுமைக்கும், இந்திய நாட்டின் வளர்ச்சிக்கும் திராவிட முன்னேற்றக் கழகம் உறுதுணையாக இருக்கிறது. மற்ற நாடுகளில் பணியாற்றத் தமிழர்கள் செல்கிறபோது, அந்த நாட்டில் இருக்கிற அரசாங்கத்தோடு, மக்களோடு நீங்கள் இணக்கமாக இருங்கள் என்று பயிற்றுவிக்கிறது.

இன்று இந்திய நாடாளுமன்றத்தில் மூன்றாவது பெரிய கட்சி திராவிட முன்னேற்றக் கழகம். இது ஒரு மகத்தான மகிழ்ச்சியடையக்கூடிய வாய்ப்பு. பெரிய பெரிய கட்சிகள் இருக்கின்றன. ஆனால், திராவிட முன்னேற்றக் கழகம் மூன்றாவது இடம் என்று சொல்கிறபோது, நம்முடைய கண்ணான தலைவர் முத்தமிழறிஞர் கலைஞர் அவர்கள், நம்மிடையே இருந்து பிரிந்து ஓராண்டு ஆகிறது. அந்தத் துயரம் நம்மிடம் இருந்து இன்னும் மறையவில்லை. ஆனால், துயரத்தில் மூழ்கிக் கிடப்பதற்கு இது ஒரு தனி மனிதனுடைய குடும்பப் பிரச்சனை அல்ல.

தனி மனிதனுடைய குடும்பத்தில் கூட ஒருவர் மறைந்துபோனால் அந்தத் துயரம் அவர்களைத் தொடர்ந்து அதிலேயே ஆழ்த்திக் கொண்டிருக்க முடியாது. அடுத்த கட்டத்திற்கு அவர்கள் நகர்ந்து செல்ல வேண்டும். குடும்பத்தை நடத்தியாக வேண்டும்.

திராவிட முன்னேற்றக் கழகம் என்பது ஒரு மாபெரும் இயக்கம். ஒரு சமுதாயத்தின், ஒரு இனத்தின், ஒரு பெரிய வரலாற்றின் பாதுகாவலனாக விளங்குகின்ற இயக்கம்.

அறிஞர் அண்ணா சொல்வார், “கவலையை மறப்போம்; கண்ணீரைத் துடைப்போம்; கடமையைத் தொடர்வோம்” என்று.

நம் தலைவர் கலைஞர் அவர்கள் மறைந்தவுடன் அந்தக் கண்ணீரின் சுவடு காய்வதற்கு முன்னால் நாம் கடமைகளை மேற்கொள்ளவேண்டிய கட்டாயம் இருந்தது. அந்தச் சூழலில் பொறுப்பேற்றவர்தான் இன்றைய கழகத்தின் தலைவர் தளபதி அவர்கள். அந்தப் பொறுப்பை ஏற்கிறபோது அவர் ஆற்றிய உரை, ஒரு வரலாற்றுச் சிறப்புமிக்க பிரகடனமாக அமைந்தது.

“இன்றிலிருந்து நீங்கள் ஒரு புதிய ஸ்டாலினைப் பார்ப்பீர்கள்” என்று சொன்னார்.

இதுநாள் வரை இருந்தது வேறு, இனிமேல் இருக்கப் போவது வேறு என்று சொன்னார். அது உண்மை என்பதை நாட்கள் உணர்த்திக்கொண்டிருக்கின்றன.

ஓர் இலட்சிய தீபத்தினை, சுழன்றடிக்கின்ற காற்றின் இடையே அணையாமல் தன் கைகளிலே கொண்டுசெல்ல வேண்டிய பெரும் பொறுப்பு இந்த இயக்கத்தின் தலைவருக்கு உண்டு.

ஒரு கோடிக்கும் மேல் உறுப்பினர்களைக் கொண்டிருக்கிற கட்சி. அதற்கும் மேல் ஆதரவாளர்களைக் கொண்டிருக்கின்ற, மக்களின் பேரன்பைப் பெற்றிருக்கக்கூடிய ஓர் இயக்கத்தை, கொள்கைகளைக் காப்பாற்ற வேண்டும். மக்கள் பிரச்சனைகளுக்குப் போராட வேண்டும், இயக்கத் தோழர்களை அரவணைத்துச் செல்ல வேண்டும் என்ற பெரிய பொறுப்பு.

நான் ஈரோட்டில் நடைபெற்ற மாநாட்டில் குறிப்பிட்டேன். நம்முடைய இன்றைய தலைவர் தளபதி அவர்களிடம் எப்போதும், “உங்கள் வாழ்க்கையின் கடினமான நேரம் எது?” என்று கேட்டால், அவர் சொல்வார், “அவசர நிலைக் காலம்” என்று. ஆனால் இப்போது கேட்டபோது அவர் சொன்னார், “கழகத் தலைவர் உடல் நலம் குன்றியிருந்தபோது செயல் தலைவர் என்ற பொறுப்பேற்றிருந்த அந்தக் காலம்தான் என் வாழ்க்கையின் கடுமையான நாள்கள். இந்தப் பொறுப்பு இவ்வளவு சுமையானதா என்பதை நான் உணர்ந்தேன்,” என்றார். அப்படி உணர்ந்ததன் அடையாளம் அவர் இந்த ஓராண்டில் இயக்கத்தை வழிநடத்திச் செல்கின்ற பாங்கில், கூட்டணிக் கட்சிகளை அரவணைத்துச் செல்கின்ற முறையில், மற்றவர்களை மதிக்கின்ற அந்தச் செயல்பாட்டில், தேர்தல் நேரத்தில் எல்லோரையும் அரவணைத்து எல்லாக் கட்சிகளையும் தன்னோடு அழைத்துச்சென்று வியூகங்கள் வகுத்து, அதைச் செயல்படுத்தி, இன்றைக்குத் தமிழ்நாட்டில் ஓர் இடம் தவிர புதுச்சேரி உள்ளிட்ட *39* இடங்களும் நாம் வெற்றி பெற்றிருக்கிறோம் என்றால், இது அடுத்த நிலையாகத் தமிழ்நாட்டின் ஆட்சிப் பொறுப்பைக் கழகம் ஏற்கும் என்பதற்குக் கட்டியம் கூறுகின்ற முதல் அணி வகுப்பாகத்தான், முதல் வெற்றியாகத்தான் நாம் கருதிட வேண்டும்.

இந்த வெற்றி கிடைத்துவிட்டது, அது எளிதில் கிடைக்கும் என்று நாம் கருதிவிட முடியாது. பணி இன்னும் கடுமையா்னது. காரணம், தோல்வி கண்டவர்கள் வெற்றிபெற வேண்டும் என்று அதிக முனைப்போடு இருப்பார்கள்.

அவர்களுக்கு அதிகார பலம், பண பலம் இருக்கிறபோது நாம் கொள்கை பலத்தையும், தொண்டர்கள் பலத்தையும் மட்டுமே கொண்டு மக்கள் ஆதரவோடு வெற்றியைப் பெறவேண்டிய ஒரு நிலை.

திமுக என்பது வெறும் கட்சியல்ல. ஒரு ஜனநாயக நாட்டில் பல்வேறு அரசியல் கட்சிகள் இருக்கும். அப்படிக் கட்சிகள் தேர்தலை எதிர்நோக்கி அதில் வெற்றியைத் திட்டமிட்டு அடைவதற்காகச் செயல்படும். அதில் கிடைக்கக்கூடிய வெற்றியோ தோல்வியோ அந்தக் கட்சியினுடைய ஆயுளைத் தீர்மானிக்கும்.

வெற்றி பெறுமேயானால் அதற்கு ஒரு வெளிச்சம் கிடைக்கும். தோல்வி அடையுமேயானால் மெல்லமெல்ல மங்கிப் பின்னர் மறைந்துவிடும். அதற்குப் பல கட்சிகள் உதாரணமாக இருக்கின்றன. ஒரு தேர்தலில் வெற்றி ஒரு கட்சியின் ஆயுளைத் தீர்மானிக்கக் கூடாது என்பதுதான் அந்த இயக்கத்தின் வலிமையைக் குறிக்கும்.

அடிப்படையில் திமுக என்கின்ற இந்தப் பேரியக்கம் ஒரு சமுதாயச் சீர்திருத்த இயக்கம். பின்னர் அது ஓர் அரசியல் இயக்கமாக மாறுகிறது.

முப்பெரும் விழா

முப்பெரும் விழா என்பது நமக்கெல்லாம் உணர்வு தந்த தந்தை பெரியார் அவர்களின் பிறந்தநாள் விழா, அவர் சொல்லிய உணர்வுகள், கொள்கைகள், நடைமுறைக்கு வருவதற்கு

அரசியல் இயக்கம் கண்டு, தமிழர்களுக்கு விடிவு தந்த அறிஞர் அண்ணா அவர்களின் பிறந்தநாள் விழா. தமிழ் இனத்தின் மக்களையும், தமிழ் நாட்டின் உயர்வுக்கும் காரணமாக இருக்கிற திராவிட முன்னேற்றக் கழகம் பிறந்தநாள் விழா.

நம்முடைய வரலாறு நீண்ட நெடிய வரலாறு. இந்திய நாட்டின் வரலாறு எப்படி ஒரு மிகப்பெரிய பின்னணியைக் கொண்டதோ, எப்படி அரபு நாட்டினுடைய வரலாறு நீண்ட வரலாற்றினைக் கொண்டதோ, இப்போது நான் வந்த விமானத்தில் உம்ராவுக்காக ஏராளமானோர் வந்ததைப் பார்த்தேன். அவர்களுடைய உணர்வினைப் பார்க்கிறபோது, அடக்கத்தைப் பார்க்கிறபோது அதுதான் இஸ்லாத் பேரியக்கத்தின் தனிச்சிறப்பு என்பதை உணர முடிந்தது.

நபிகள் நாயகம்

நபிகள் நாயகம் அவர்கள் நடமாடிய மண் இந்த மண். மனிதர்களுக்கிடையே வேற்றுமை இல்லை என்பதோடு, இறைவன் ஒருவனே என்ற தத்துவத்தை உலகிற்கு முதன் முதலாகச் சொன்னவர் அண்ணல் நபிகள் நாயகம் அவர்கள்.

இந்தப் பகுதியில் வாழ்ந்த மக்களுக்கு, தங்களுடைய வாழ்க்கை இப்படித்தான் என்று உணர முடியாமல் இருந்தவர்களுக்கு அதை உணர்த்தி, அவர்களைச் செம்மைப்படுத்தி, கல்வி அறிவு இல்லாமல் இருந்தவர்களை, இன்று எண்பது நாடுகளில் இந்த மார்க்கம் வேரூன்றி இருக்கின்ற அளவுக்கு உழைத்ததும் அதற்குக் கருத்துகளைத் தந்ததும், வாழ்ந்து காட்டியதும் அண்ணல் நபிகள் நாயகம் அவர்களுடைய சிறப்பு. அவர் வாழ்ந்த மதினாவும் அவர் இருந்த மக்காவும், புனிதத் தலமாக நீங்கள் சென்று வருகின்ற மக்கா இருக்கின்ற நாடு இது. இங்கே நான் வந்திருப்பதில் மகிழ்ச்சி அடைகின்றேன்.

இஸ்லாமிய சமுதாயத்தைச் சார்ந்தவர்களோடு திராவிட முன்னேற்றக் கழகத்திற்கு நெருங்கிய பிணைப்பு உண்டு. அது தேர்தல் நேரத்து உறவு அல்ல. அவர்கள் பயணம் செய்கிற அந்த மார்க்கம் இறைவன் ஒருவனே என்று சொல்வதோடு மட்டுமல்லாமல் ஐந்து வேளை அந்த இறைவனைத் தொழுது, தங்களுக்கென்று சில நியதிகளை வகுத்துக்கொள்வது. தான் பாடுபட்டுச் சம்பாதித்ததை வசதி இல்லாத ஏழைகளுக்குப் பகிர்ந்து கொடுக்கின்ற பண்பு, தங்களை வருத்திக்கொண்டு நோன்பு இருப்பது. இப்படிப்பட்ட அரும்பெரும் செயல்களால் இஸ்லாத் மார்க்கத்தைச் சார்ந்தவர்கள் வாழ்க்கையில் ஒழுக்கம் என்பதை நடைமுறையில் நடத்திக் காட்டக்கூடியவர்கள். அவர்கள் நிறைந்து வாழ்கின்ற நாடு இந்த நாடு.

எல்லாத் தரப்பினரையும் ஒன்றாகக் கருதுகிற ஓர் உணர்வு திராவிட முன்னேற்றக் கழகத்திற்கு இருக்கிறது. நம்முடைய நாட்டைப் பொறுத்தவரை சமயங்களினால், சமயங்களின் வேறுபாடுகளினால், சாதிகள் என்பவை தோன்றிய காரணத்தால், அது பிறப்பிலே மனிதர்களை உயர்ந்தவர்கள் தாழ்ந்தவர்கள் என்று நிர்ணயித்த காரணத்தால், ஒரு சாரார் உயரவும் ஒரு சாரார் உயரவே முடியாமலும் இருந்த நிலையை மாற்றுவதற்காகப் பெரியார் சில கருத்துகளைச் சொல்ல ஆரம்பித்தார். யாரையும் எதிரியாகக் கருதியல்ல.

கீழே கிடக்கிறவனைக் கை தூக்கி விடுவதற்காக உருவான இயக்கம்தான் திராவிடப் பேரியக்கம். இது 'நீதிக் கட்சி' என்ற நிலையில் தொடங்கி, பின்னர் திராவிடர் கழகம் என்று மாறி, திராவிட முன்னேற்றக் கழகம் என்று மாறியது.

தமிழன் வாழ்ந்ததும் பின்னர் வீழ்ந்ததும், வீழ்ந்ததை உணர்ந்து மீண்டும் எழ வேண்டும் என்ற உணர்வு வந்ததும் இந்த இயக்கம் தோன்றிய பின்னர்தான் என்கிறபோது நமக்குப்

பெருமிதமாக இருக்கிறது. ஒரு வரலாறு, ஓர் இனம் மெல்லத் தேய்ந்து போயிருக்கும். கால ஓட்டம், அதன்மீது விழுகின்ற சுமைகள், அந்தக் கனம் தாங்க முடியாமல் நசுங்கிப் போன இனங்கள் பல இருந்திருக்கின்றன.

சமுதாய வேறுபாடுகளினால், பொருளாதார ஏற்றத்தாழ்வுகளினால் மறைந்து போகவிருந்த ஓர் இனத்தைக் காப்பாற்றிய பெருமை இந்த இயக்கத்துக்கு உண்டு. அந்நிய நாட்டு மண்ணில் முப்பெரும் விழா கொண்டாடுகிறோம் என்று சொன்னால் நம்முடைய பெருமைகளை நாம் நினைவு கூர்கிறோம் என்றுதான் பொருள். வேறு எந்தக் காரணமும் இல்லை. நாம் இங்கு இருக்கிறோம். இந்த நாட்டின் சட்ட திட்டங்களுக்கு உட்பட்டு இந்த நாட்டின் வளர்ச்சிக்கு உழைக்கிறோம். ஆனால் அதே நேரத்தில் மண்ணை மறக்காமல் இருக்கிறோம்.

நாம் ஊர் திரும்பியவுடன் செய்ய வேண்டிய கடமைகள் என்ன என்பதை அவ்வப்போது நாம் புதுப்பித்துக் கொள்கிறோம். அதற்காகத்தான் இந்த விழாவே தவிர வேறு எந்தக் காரணமும் இல்லை. இங்கு பல கட்சிகள் இருக்கலாம், பல கட்சிகள் தோன்றியதற்கான காரணங்கள் இருக்கலாம். அதை உருவாக்கிய தலைவர்கள் இருந்திருக்கலாம் அல்லது இருக்கலாம். ஆனால், உள்ளார்ந்த ஆராய்ச்சி செய்து பார்க்கிறபோது, தோன்றிய காரணம், அதற்காகப் பாடுபட்ட தலைவர்கள், அவர்கள் வகுத்த கொள்கைகள், இவற்றின் மூலமாக இனம் பிரிக்கிறபோது திராவிட முன்னேற்றக் கழகத்திற்குத் தனித்தன்மைகள் இருக்கும். சில கட்சிகள் தலைவர்கள் மறைகிறபோது அவர்களோடு சேர்ந்து கட்சியும் மறைந்துவிடும்.

சில கட்சிகள் அதன் தலைவர்கள் இருக்கிறபோதே மக்கள் மனத்தில் இருந்து அகன்றுவிடும். சிலரால் மக்கள் மனத்தில் இடம்பெற முடியாமலே போகும். சிலர் முயன்று முயன்று தோற்றுப்போவார்கள். ஆனால் தலைமுறை தலைமுறையாக, வாழையடி வாழையாக தலைவர்கள் தொடர்ந்து தொய்வில்லாமல் நடத்துகின்ற ஓரே பேரியக்கம் திராவிட முன்னேற்றக் கழகம் மட்டுமே. சர். பிட்டி. தியாகராயர், டாக்டர் நடேசனார், பனகல் அரசர் என்று தொடங்கி பெரியார் வழியாக அண்ணா தொடர்ந்து தலைவர் கலைஞர் வரை, அவரைத் தொடர்ந்து இன்று தளபதியின் தலைமையில் பீடு நடை போடுகிறது.

இந்தப் பேரியக்கம் ஆரம்பித்தபோது, நாம் தேர்தலில் போட்டியிடப்போகிறோம், நாளைக்கு நமக்கு வாய்ப்புக் கிடைக்கும் என்று யாரும் இதில் இணையவில்லை. ஒரு வலிமையான கட்சி ஆளும் கட்சியாக இருக்கிறது. அதிலே நாம் சேர்ந்தால் நாளை நமக்குப் பதவி கிடைக்கக்கூடும், அல்லது பொருளை ஈட்டுவதற்கான வாய்ப்புகள் நமக்குக் கிடைக்கக்கூடும் என்று வியாபார நோக்கத்தோடு வந்தால், அது இயல்பான ஒன்று.

ஆனால் அப்படிப்பட்ட வாய்ப்பே இல்லை என்கிறபோது இந்த இயக்கத்தில் கொத்துக்கொத்தாக மக்கள் வந்து இணைகிறார்கள். சொன்ன காரணங்கள், அதற்காக எடுத்துவைத்த இலட்சியங்கள், அந்த இலட்சியங்களை அடைவதற்காக அவர்கள் வகுத்த திட்டங்கள், அதை நடைமுறைப்படுத்துவதற்குத் தீட்டிய திட்டங்களைச் செயல்படுத்துவதற்கான வழிமுறைகள் என்பதோடு, அதிலே வெற்றி காண்பதற்காக வியூகங்களை வகுத்தார்கள்.

தங்களைத் தாங்களே அர்ப்பணித்துக் கொண்ட தலைவர்களும் தொண்டர்களும் நிரம்பிய பெரிய கூடாரம். உங்களோடு இதைப்பற்றி நான் பேசுகிறபோது எனக்கு நிறைய எண்ணங்கள் அலை மோதுகின்றன. அதை உணர்ந்தவர்கள் இங்கு இருக்கின்றீர்கள். நீங்கள் இன்னும் அதில் வேரூன்ற வேண்டும் என்பதற்காகவே சொல்கிறேன்.

இப்படி வளர்ந்த இந்த இயக்கத்தின் கொள்கைகள் மக்களை ஈர்த்தன. இலட்சியங்கள் வென்றடைய வேண்டும் என்று கருதினார்கள். ஆனால், நடைமுறையில் அது சாத்தியப்படவில்லை. என்ன காரணம் என்றால், என்னதான் மக்கள் ஏற்றுக்கொண்டாலும் சட்டம் அதை ஏற்றுக்கொள்ள வேண்டும். அப்படிப்பட்ட வாய்ப்புகள் இல்லை என்கிறபோது இது ஓர் அரசியல் கட்சியாக மாறவேண்டிய அவசியம் ஏற்பட்டது.

நான் உதாரணத்துக்குச் சொல்ல வேண்டுமென்றால், பெரியார் பல கருத்துகளைச் சொன்னார். ஒன்றிரண்டு இன்னும் சிலருக்கு ஏற்றுக்கொள்ள முடியாமல் இருக்கலாம். உலகத்தில் யாருடைய தத்துவங்களும் கருத்துக்களும் நூற்றுக்கு நூறு விழுக்காடு ஏற்றுக்கொள்ளப்பட்டதாக வரலாறு கிடையாது.

பெரியாருடைய கருத்துக்களில் கொள்கைகளில் ஒன்றிரண்டில் சிலர் மாறுபடலாமே தவிர மற்றவை, எல்லோராலும் ஏற்றுக்கொள்ளப்பட்டன.

திருவள்ளுவர் இயற்றிய திருக்குறளை 'உலகத்தின் பொதுமறை' என்று சொல்கிறோம். காரணம் அதில் சாதி கிடையாது, சமயம் கிடையாது. எந்த வகையிலும் ஒரு பிரிவினருக்குச் சாதகமானது கிடையாது. அதனால் அதை உலகப் பொதுமறை என்று சொல்கிறோம்.

சுயமரியாதைத் திருமணம்

அதைப்போல பெரியார் சொன்ன கருத்துகளில் ஒன்றிரண்டில் சிலர் மாறுபட்டாலும் மற்றவற்றை ஏற்றுக்கொண்டார்கள். அதில் ஒன்று சுயமரியாதைத் திருமணம். சுயமரியாதைத் திருமணம் என்பது சடங்கு, சம்பிரதாயங்களைத் தவிர்த்து, நமக்குப் புரியாத மொழியில் சிலவற்றைச் சொல்லி, என்ன சொல்கிறார் என்று தெரியாமலே மணமக்கள் சிலவற்றைச் சடங்காக முடித்துக்கொண்டு, வந்திருந்தவர்களும் வாழ்த்திவிட்டுச் செல்கிற அந்த முறையினை மாற்றி, நம்முடைய தாய் மொழியில் பேசி மணமக்கள் எப்படி வாழ வேண்டும் என்று அறிவுரைகளைச் சொல்வோம். வாழ்க்கையில் வாழ்ந்து வென்றவர்கள், அனுபவங்களைக் கண்டவர்கள் ஆலோசனைகளாகச் சொல்கிறபோது புதிதாகத் திருமணம் ஆகிறவர்களுக்கு அது எதிர்காலத்துக்கு வழிகாட்டியாக அமையக்கூடும். கூட்டத்திலிருக்கிற சிலருக்கும் அது பயன்படும், மணமக்களுக்குப் பெரிய அளவில் பயன்படும்.

நான் வருகிற வழியில் சாலையில் ஓர் இடத்தில் பழுதுபட்டிருந்த காரணத்தால் மாற்றுச் சாலையில் செல்லச் சொன்னார்கள். அதனால் சுற்றி வருவதற்குக் கொஞ்சம் காலதாமதம் ஆனது.

"நீங்கள் அந்தப் பக்கமாகப் போனால் அந்தச் சாலையைத் தவிர்த்துவிடுங்கள்" என்று ஒருவன் சொன்னால் அது அனுபவம்.

இந்த அனுபவம் இவருடைய நேரத்தை மிச்சப்படுத்துகிறது என்பதைப் போல, திருமண வாழ்க்கையில், தான் சந்தித்தவற்றை நகைச்சுவையுடனோ அல்லது எதார்த்தமாகவோ சிலர் சொல்கிறபோது வழிகாட்டியாக அமையும்.

இந்தத் திருமண முறையை ஏற்றுக்கொண்டு பலர் திருமணம் செய்துகொண்டார்கள். ஆனால், அப்படித் திருமணம் செய்துகொண்ட ஒரு தம்பதியினருக்குப் பிறந்த பிள்ளைகளுக்கு வளர்ந்த பின்னால் சொத்திலே தகராறு வந்தது. அது இயல்பாக அண்ணன் தம்பிகளுக்குள் ஏற்படக்கூடியது. அவர்கள் நீதிமன்றத்திற்குப் போகிறார்கள்.

நீதிமன்றம் சொன்னது, "நீங்கள் யாருடைய சொத்திற்காக வந்திருக்கிறீர்களோ, அவர்கள் உங்கள் தாய் தந்தை அல்லர். அதற்குக் காரணம் அவர்கள் கணவன் மனைவி இல்லை."

“அவர்களுக்குத் திருமணம் நடந்துவிட்டது அவர்கள்தான் எங்களைப் பெற்றவர்கள்.”

“உங்களைப் பெற்றவர்களாக இருக்கலாம். ஆனால் அவர்கள் கணவன் மனைவி இல்லை.”

“ஏன்?”

“இந்த நாட்டில் உள்ள சட்டப்படி ஏற்றுக்கொள்ளப்பட்ட முறைகளின்படி திருமணம் செய்துகொண்டால்தான் அவர்கள் கணவன் மனைவி.”

“யாரோ ஒரு தலைவர் சொன்னார் என்பதற்காக அந்த முறைகளை நீங்கள் நகர்த்திவிடுவீர்களேயானால், இது சட்ட ரீதியாக ஏற்றுக்கொள்ளப்பட்ட திருமணம் அல்ல. அவர்கள் சேர்ந்து வாழ்ந்த ஓர் ஆணும் பெண்ணுமே தவிர கணவன் மனைவி என்ற சட்டரீதியாக அங்கீகாரம் இல்லை. கணவன் மனைவி இல்லையென்றால் தந்தை, தாய் என்ற அடையாளம் கிடையாது. நீங்கள் பிள்ளைகள் இல்லை” என்று சொன்னபோது ஓர் அதிர்ச்சி.

அவர்களுக்கு மட்டுமில்லை இந்தத் திருமண முறையினை நன்றாக இருக்கிறதே என்று ஏற்று நடத்திக்கொண்ட அத்தனை பேருக்கும் பிரச்சனை.

அப்போதுதான் அண்ணா உணர்ந்தார். எது நடைமுறைக்கு வர வேண்டுமென்றாலும் அது சட்டத்தின் மூலமாகத்தான் முடியும். சட்டத்தின் மூலமாக முடியுமென்று சொன்னால் சட்டத்தை இயற்றுகின்றவர்களிடம் சென்று முறையிடுவதைவிட, நாமே சட்டம் இயற்றுகிற மன்றத்துக்குச் சென்றால் என்ன என்ற முடிவுதான் ‘திராவிட முன்னேற்றக் கழகம்’.

கட்சிக்காரர்களிடம் கேட்டார், “நாம் தேர்தலில் போட்டியிடலாமா?” போட்டியிடலாம் என்று முடிவெடுத்து களம் கண்டு, வெற்றி கண்டு, முதலில் பதினைந்து பேரோடு சட்டமன்றம், பின்னர் ஐம்பது பேரோடு சட்டமன்றம், அடுத்த முறையோ ஆட்சியில் அமர்கிற அளவுக்குத் திராவிட முன்னேற்றக் கழகம் வளர்ந்தது.

அண்ணா முதலமைச்சராகி நிறைவேற்றிய முதல் சட்டம் எது தெரியுமா? சுயமரியாதைத் திருமணச் சட்டம். எதைச் சொன்னோமோ எதனால் சில விளைவுகள் நம்மைப் பாதிக்கின்றன என்று உணர்ந்தோமோ, அதை முதலில் நடைமுறைப்படுத்தினார்.

அந்தச் சட்ட முன் வடிவை அண்ணா தயாரித்தபோது அதை பெரியாரிடம் அனுப்பி, “இதில் திருத்தம் இருக்கிறதா?” என்று கேட்டார். காரணம் சட்டமன்றத்துக்குப் பெரியார் வராதது. பெரியார் ஒரு திருத்தத்தைச் சொல்லி அனுப்புகிறார். அண்ணா அந்த சட்டத்தை நிறைவேற்றுகிறபோது இன்னொன்றும் செய்தார். பொதுவாக ஒரு சட்டம் நிறைவேற்றினால் இன்றிலிருந்து இந்தச் சட்டம் நடைமுறைக்கு வரும். ஆனால் அண்ணா கொண்டுவந்த அந்தச் சுயமரியாதைத் திருமணச் சட்டத்தில் இன்றிலிருந்து நடைபெறுகின்ற சுயமரியாதைத் திருமணங்கள் என்பதோடு இதற்கு முன்பு நடைபெற்ற திருமணங்களும் செல்லுபடியாகும் என்றார். Retrospective effect என்று சொல்வார்கள். ஒவ்வொரு செயலிலும் பாருங்கள். அதற்குத்தான் நான் சொல்கிறேன் இது வெறும் கட்சியல்ல, ஒரு பேரியக்கம்.

தனிமனித விமர்சனங்கள் தேவையில்லை. நம்முடைய கொள்கைகள் நம்முடைய தலைவர்கள், நம்முடைய வரலாற்றைச் சொல்வதற்கே நேரம் போதாது என்கிறபோது, பொழுது போகாமல் பேசுகிறவர்களைப் பற்றிப் பேசி நம் பொழுதை, நாம் வீணாக்க வேண்டியதில்லை.

இந்தக் கருத்துகள் சென்று சேரச்சேர நம்மிடம் ஆட்கள் சேர்வார்கள், படைபலம் பெருகும், வலிமை கூடும். மற்றவர்களைப் பற்றிப் பேசுகிறபோது நம்மோடு இருப்பவர்கள் வேண்டுமானால் மகிழ்வார்களே தவிர, புதிதாக ஆட்கள் வருவதற்கு வாய்ப்புகள் குறையும். அதற்காகத்தான் நான் இந்த உதாரணங்களையும் விளக்கங்களையும் சொல்கிறேன்.

1967 தேர்தலின்போது அண்ணா சொன்னார், "இன்னும் ஓர் ஐம்பதாண்டு காலத்துக்காவது இந்த இயக்கம் தேவை" என்று. அந்த ஐம்பதைத் தாண்டிவிட்டோம். தமிழன் என்ற ஒருவன் வாழ்கிற வரை, தமிழ்நாடு என்ற ஒரு பூகோள அமைப்பு இருக்கிறவரை திராவிட முன்னேற்றக் கழகத்தினுடைய தேவை அவசியம்.

இப்படிப் படிப்படியாக உழைத்தோம் மக்களுக்குத் தொண்டாற்றினோம், அவர்களுக்காகப் பாடுபட்டோம், தியாகங்களை மேற்கொண்டோம். இங்கே, நேசன் சொன்னதைப் போல கல்லக்குடி போராட்டம், இந்தி எதிர்ப்புப் போராட்டம் எனப் பல்வேறு போராட்டங்கள், இன்னல்களைத் தாங்கினோம்.

அண்ணாவின் கடைசி நிகழ்ச்சி

ஆட்சிக்கு வந்ததற்குப் பின்னால் எவற்றையெல்லாம் நாம் சொல்லிக்கொண்டிருந்தோமோ அவற்றை நடைமுறைப்படுத்த ஆரம்பித்தோம். அதில் முதல் சட்டம்தான் சுயமரியாதைத் திருமணச் சட்டம். இரண்டாவதாக இருமொழிக் கொள்கை. மூன்றாவதாகத் தமிழ்நாடு பெயர் மாற்றம். அதுதான் அண்ணா கடைசியாகக் கலந்துகொண்ட நிகழ்ச்சி. அதற்குப் பிறகு கலைவாணரின் சிலை திறப்பில் கலந்துகொண்டார். ஆனால், அரசு ரீதியாகக் கலந்துகொண்ட அந்த நிகழ்ச்சியில் பேசுகிறபோது, "உடல் நலம் குன்றியிருந்தேன். மருத்துவர்கள் விழாவிற்குச் செல்ல வேண்டாம் என்று சொன்னார்கள். தமிழ்நாடு பெயர் மாற்ற விழாவிற்குச் செல்ல முடியாமல் இந்த உயிர் இருப்பதைவிட போவது மேல் என்று வந்தேன்" என்று குறிப்பிட்டார்.

அடுத்து இன்னொன்றையும் அண்ணா சொன்னார், "இந்த அண்ணாதுரை நாளை இல்லாமல் போகலாம். என் ஆட்சி இல்லாமல் போகலாம். ஆனால், நான் கொண்டுவந்த மூன்று சட்டங்களிலும் எவராலும் எந்தக் காலத்திலும் கை வைக்க முடியாது" அது உண்மையாக மாறியது.

பின்னர் கலைஞர் முதலமைச்சர் ஆனார். அண்ணல் நபிகள் நாயகம் அவர்கள்தான் உலகத்திலேயே முதன்முதலாகப் பெண்களுக்கும் சொத்தில் பங்கு உண்டு என்று சொன்னவர். பின்னவர் பெரியார் நம்முடைய மண்ணிலே சொன்னார். அதை நடைமுறைப்படுத்தியவர் கலைஞர் அவர்கள்தான்.

ஒடுக்கப்பட்டவர்கள் உயர்வதற்குப் பல்வேறு சட்டங்கள் கொண்டுவரப்பட்டன. இந்தியாவிலேயே சிறுபான்மை இனத்தைச் சார்ந்த முஸ்லிம்களுக்கு இட ஒதுக்கீடு தந்தது முதன் முதலாகக் கலைஞர்தான். அவர்களைப் பிற்படுத்தப்பட்டவர்கள் என்ற பட்டியலில் சேர்த்து, பிற்படுத்தப்பட்டவர்களுக்கு இருந்த இட ஒதுக்கீட்டில் இஸ்லாமியர்களுக்கும் இடஒதுக்கீடு என்று தந்து எல்லோரையும் உயர்த்துகின்ற முயற்சியில் அடுத்தடுத்து ஈடுபட்டு இன்றைக்குத் தமிழ்நாடு வளர்ச்சியைக் கண்டிருக்கிறது என்றால் அது இந்த இயக்கத்தின் மூலமாகத்தான்.

பெரியார் என்ற தலைவருடைய தாக்கமும், அண்ணா என்ற தலைவன் காட்டிய வழியும்தான் தமிழ்நாட்டினுடைய நிரந்தரமான பாதை. அதேபோலத்தான் கலைஞர் அவர்களும்.

நான் இங்கு சிக்கந்தரைப் பார்க்கிறேன், பரக்கத்தைப் பார்க்கிறேன், ஜமாலைப் பார்க்கிறேன், சாகுலைப் பார்க்கிறேன், உசேனைப் பார்க்கிறேன், இம்தியாஸ்... இவ்வளவு பேர் இருக்கிறீர்களே உங்களைப் பார்க்கிறபோது வயதின் காரணமாக நான் அண்ணன் என்றோ, தம்பி என்றோதான் அழைக்க முடியும். நீங்களும் என்னை அப்படித்தான் அழைக்கிறீர்கள். நம் உறவு இறுகுகிறது. வயதில் மூத்தவர்களை அண்ணன் என்றும், வயதில் இளையவர்களைத் தம்பி என்றும், வயதில் ஒத்தவர்களைத் தோழர்கள் என்றும் அழைக்கின்ற பாங்கினை உருவாக்கிய பேரியக்கம். அந்த வகையில் எனக்கு ஆயிரக்கணக்கில் அண்ணனும் தம்பியும் தமிழ்நாட்டில் மட்டுமில்லை, உலகம் எங்கிலும் இருக்கிறார்கள். அதற்குக் காரணம் திமுக. திமுகவினால் கிடைத்த உறவுகள் அவை. அந்தப் பேரியக்கத்தின் மேடையில் இருக்கின்றோம்.

நான் தமிழ்நாட்டின் எல்லா ஊர்களுக்கும் செல்கிறேன். எல்லா ஊர்களிலும் உறவினர்கள் இருக்கிறார்கள். அவர்கள் வீடுகூட எனக்குத் தெரியாது. காரணம், என் தேவைகளை என் கட்சிக்காரன் பார்த்துக்கொள்கிறான். உறவினர் வீட்டை நான் தேடிச்செல்ல வேண்டிய அவசியம் இல்லை.

அன்றிலிருந்து இன்று வரை எங்களுடைய நெருக்கம், நேசம் என்பதெல்லாம் இயக்கத் தோழர்களாகவே மாறிவிட்டது. இல்லாவிட்டால் சவுதி அரேபியாவில், ரியாத்தில் எனக்கென்ன வேலை? என் ஊரைச் சார்ந்த தொழிலதிபர் என்னைத் தேடுகிறாரா? என்னை வா என்று அழைக்கிறாரா? வந்தால் வாருங்கள் பார்க்கலாம் என்றுதான் சொல்வார்களே தவிர, நீ எங்கள் விருந்தினர் என்று என்னை அழைப்பது என் கட்சிக்காரர்கள்தான். இங்கிருக்கிற தமிழ்ச் சங்க அமைப்பைச் சார்ந்தவர்கள்தான்.

தமிழ் என்பதும் இயக்கம் என்பதும் நம்மை உலகம் எங்கிலும் அழைத்துச் செல்கிறதே, அந்த உணர்வைத் தந்த ஓர் இயக்கத்தின் விழா இது என்கிறபோது இங்கே நாம் ஒன்று சேர்கிறோம். அதை நடத்துவதற்கு அயல்நாட்டில் இவ்வளவு பேர் ஓர் அரங்கத்தில். பெரும்பாலும் இதுபோன்ற ஊர்களில் இதுபோன்ற நிகழ்வுகளில் இத்தனை பேர் வருவது கிடையாது எனக்குத் தெரியும், பத்து இருபது பேரோடு நடத்தி முடித்து வெளிநாட்டிலே விழா என்று சொல்வார்கள்.

நீங்கள் தொழுகைக்குச் சென்று வந்தபின் இந்த அரங்கம் நிறைந்து இருக்கிறது. மற்ற கட்சியைச் சார்ந்தவர்களும் வந்திருக்கிறீர்கள். பல பொது அமைப்புகளைச் சார்ந்தவர்களும் வந்திருக்கிறீர்கள். உங்களுடைய அன்பைப் பெற்ற இயக்கமாகத் திராவிட முன்னேற்றக் கழகம் தன் இலட்சியப் பயணத்தை தொடர்ந்துகொண்டிருக்கிறது. நான் பெருமையோடு இங்கே குறிப்பிட விரும்புவது, பெரியார் என்பவர் விதை, அண்ணா என்பவர் வேர், கலைஞர் என்பவர் விருட்சம், தளபதி என்பவர் விழுதாக இருந்து அதைப் பாதுகாக்கிறார்.

இந்த அமைப்பைச் சார்ந்த நாமெல்லாம் பெருமையோடு மக்கள் முன்னால் நடமாடுகிறோம். நான் உயர்ந்தவன் என்று அல்ல, நான் உன்னை ஆளப்போகிறவன் என்பதல்ல, நாங்கள் உங்களோடு, நீங்கள் எங்களோடு, நாம் அனைவரும் சேர்ந்து பாடுபட்டு இந்த இனத்தை, இந்த மொழியை, இந்த நாட்டை, மக்களை உயர்த்துவோம் என்ற எண்ணத்தைச் சுமந்து செல்கின்ற ஒரு பேரியக்கம்.

அந்த இயக்கத்தின் உணர்வுகளைத் தாங்கியிருப்பவர்கள் ரியாத்தில் இருக்கிறீர்கள். தமாமில் இருக்கிறீர்கள். ஜித்தாவில் இருக்கிறீர்கள். அரபு நாடுகளில், உலகமெங்கிலும் இருக்கிறீர்கள். நீங்கள் ஒன்றுசேர்ந்து இங்கே விழா நடத்துகிறபோது நம்முடைய மேன்மையினை, வரலாற்றினை, தொன்மையினை, மொழிச் சிறப்பினை உலகறியச் செய்கிறீர்கள்.

தமிழ் மொழி தொன்மையான ஒன்று. மதுரைக்கு அருகில் கீழடியில் ஆராய்ச்சி நடைபெற்றிருக்கிறது. கண்டுபிடிக்கப்பட்ட பொருள்களின் காலம் 2,600 ஆண்டுகள் என்று பெருமையோடு சொல்கிறார்கள். தமிழன் அதற்கு முன்னரே ஆயுதங்களோடு வாழ்ந்திருக்கிறான். நாணயங்களை வைத்துப் புழங்கியிருக்கிறான் என்று சொல்கிறார்கள்.

நான் வருகிறபோது என்னோடு பைசல் வந்தார், சிக்கந்தர் இருந்தார், தம்பி பரக்கத் இருந்தார். அவர்களிடம் "எனக்கு இதில் ஆச்சரியமே இல்லை" என்று சொன்னேன். காரணம், தொல்காப்பியன் தமிழுக்கு இலக்கணம் எழுதியது 2,500 ஆண்டுகளுக்கு முன்னால். 2,500 ஆண்டுகளுக்கு முன்னால் மொழிக்கு இலக்கணம் எழுதுகிற அளவிற்கு இருந்தது என்றால் அந்த மொழி இன்னும் பழமையானதாக இருந்திருக்க வேண்டும்.

மொழி பழமையானதாக இருந்திருக்க வேண்டுமென்றால் அந்த மொழி பேசியவன் அதற்கு முன்னால் இருந்து வாழ்ந்திருக்க வேண்டும்.

கீழடி சான்று. ஆனால் உண்மை ஏற்கனவே இருக்கிறது. பலர் அதை ஏற்றுக்கொள்ளாமல் இருந்தார்கள். இப்போது ஆதிச்சநல்லூர் ஆராய்ச்சி என்பதைத் தாண்டி, கீழடி என்பது சிந்து சமவெளி நாகரிகத்தை ஒட்டியது அல்லது முந்தியது என்று ஆராய்ச்சி சொல்கிறது. இதை யாரும் மறுக்க முடியாத அளவிற்கு ஆதாரங்கள் கிடைத்திருக்கின்றன.

இவ்வளவு தொன்மையான ஓர் இனத்துக்குச் சொந்தக்காரர்கள் நாம். தமிழ் மொழி பாதுகாக்கப்பட வேண்டும். தமிழ் மொழி பேசுகிறவர்கள் வாழ்க்கையில் உயர வேண்டும். நாம் வாழுகின்ற அந்தத் தமிழ்நாடும், இந்திய நாடும் உயர வேண்டும் என்கிறபோது நமக்குத் தோழமையாக இருக்கிற இதுபோன்ற நாடுகளின் வளர்ச்சிக்கும் நாம் துணை நிற்கிறோம்.

நான் உங்களைப் பாராட்டுகிறேன். உறவுகளைவிட்டு வெகுதொலைவில் வந்து வாழ்கிறீர்கள். கடல் கடந்து வாழ்கிறீர்கள். நான் சென்ற கூட்டத்திலே குறிப்பிட்டேன்.

அண்ணா சொல்வார், "கடல் நீர் உப்புக் கரிக்கிறது என்றால் காரணம், விஞ்ஞானரீதியாக அல்ல தம்பி, கடல் கடந்து வாழ்கிற தமிழன் வடிக்கிற கண்ணீர்தான் அது உப்பாக இருக்கிறது" என்று.

நீங்கள் கோடி கோடியாகச் சம்பாதியுங்கள். இரவு உறங்கச் செல்கிறபோது உங்கள் ஊரார், உங்கள் வீட்டில் இருப்பவர்கள் நினைவு வந்தால் உறக்கம் தொலைவதுடன் அந்தக் கவலை உங்களோடு வரும். இன்னும் சில நேரங்களில் வேதனை மிகும் என்னடா வாழ்க்கை? என்ன காசு பணம்? ஊருக்குப் போவோம் என்றெல்லாம் கூட தோன்றும்.

நிர்பந்தத்தின் காரணமாக, சூழ்நிலையின் காரணமாக நீங்கள் இங்கே பொருளீட்ட வந்தாலும் உங்களுடைய உறவுகள் எங்கோ தொலைதூரத்தில் இருக்கிறார்கள். அதையும் சுமந்துகொண்டு உங்கள் குடும்பம் உயரப் பாடுபடுகின்ற உங்களை நான் பாராட்டுகின்றேன்.

குடும்பத்துக்காக உழைப்பது மட்டுமில்லை, வந்த இடத்தில் மொழிக்காக நீங்கள் அமைப்பு வைத்திருக்கிறீர்களே, அதற்காக உங்களை நான் வாழ்த்துகிறேன்.

மொழிக்காக அமைப்பு வைத்திருப்பதோடு அந்த மொழிக்காகப் பாடுபடக்கூடிய இந்த இயக்கத்திற்கு இன்னும் வலிமை சேர்க்கிறீர்களே அதற்காக நான் நன்றி செலுத்தக் கடமைப் பட்டிருக்கிறேன்.

ஆக, பாராட்டவும் வாழ்த்தவும் நன்றிக்குரியவர்களாகவும் இருக்கிற உங்களை இன்றைக்கு நான் மீண்டும் சந்திக்கும் வாய்ப்பு கிடைத்ததற்காகப் பெரும் மகிழ்ச்சி அடைந்து மீண்டும் அடிக்கடி சந்திப்போம்.

நான் தொடக்கத்தில் சொன்னது வெறும் வாய் வார்த்தை அல்ல. உலகின் பல நாடுகளுக்குச் சென்றாலும் எனக்கு சவுதிக்கு வருகிறபோது மிகவும் பழகிய இடத்திற்கு வருவதைப்போல உணர்கிறேன்.

இப்போதுகூட வரும் வழியில் இதெல்லாம் எனக்குத் தெரிந்த இடம்தானே என்று சொல்லி வந்தேன். இடம் மட்டுமல்ல நீங்களும் எனக்குத் தெரிந்தவர்கள்தான். 'வாட்ஸ் அப்'பின் மூலமாகப் பலர் என்னோடு தொடர்ந்து தொடர்பில் இருக்கிறீர்கள். அந்தத் தொடர்பு நம்மை நினைவூட்டிக்கொண்டே இருப்பது. அத்தோடு நின்றுவிடாமல் நீங்கள் வந்து என்னைப் பார்க்க முடிகிறதோ இல்லையோ, நான் அடிக்கடி வந்து எல்லோரையும் ஓரிடத்திலே பார்க்கின்றேன் என்ற மகிழ்ச்சியோடு, மீண்டும் நாம் அடிக்கடி சந்திப்போம்.

நாடு உயர, மொழி தழைக்க, மனிதகுலம் உலகத்தில் நிலைத்து நிற்க நாம் அனைவரும் ஒன்றுசேர்ந்து பாடுபடுவோம். அதற்குத் திராவிட முன்னேற்றக் கழகத்தின் வளர்ச்சிக்கு நாம் உறுதுணையாக இருப்போம் என்று இந்த முப்பெரும் விழாவில் கூறி விடை பெறுகிறேன்.

நன்றி, வணக்கம்!!

14
சேலம் சிறப்பு மாநாடு

நாடாளுமன்றத் தேர்தல் வெற்றி விழா நிகழ்ச்சிகளை முன்னிட்டு சேலத்தில் நடைபெற்றுக் கொண்டிருக்கிற கழகத்தின் சிறப்பு மாநாட்டின் தலைவர் தான் குனிந்து எழுதி தமிழ்ச் சமுதாயத்தை தலை நிமிர வைத்திருக்கின்ற முத்தமிழறிஞர், செம்மொழி கொண்டான் கழகத் தலைவர் கலைஞர் அவர்களே!

தீந்தமிழால் இனப் புரட்சியினை உருவாக்கி வரும் கழகத்தின் பொதுச்செயலாளர் அண்ணன் பேராசிரியர் அவர்களே!

அன்பால் அனைவரையும் அரவணைக்கின்ற கழகத்தின் பொருளாளர் அண்ணன் ஆற்காட்டார் அவர்களே!

கழகத்தின் முதன்மைச் செயலாளர் மொழிப்போர் தியாகி அண்ணன் துரைமுருகன் அவர்களே...

மலைகளைத் தகர்த்து பள்ளங்களை நிரப்பி சமதர்மம் சமுதாயம் காணுகின்ற இயக்கம் இது என்பதை நிலைநிறுத்த, எழுச்சிமிக்க இந்த மாநாட்டினை உணர்ச்சியோடு ஏற்பாடு செய்திருக்கின்ற தியாகச் செம்மல் இந்த மாநாட்டின் வரவேற்புக் குழு தலைவர், மரியாதைக்குரிய அண்ணன் வீரபாண்டியர் அவர்களே...

மத்திய அமைச்சர் பெருமக்களே, கழகத்தின் முன்னணித் தலைவர்களே, பெரியோர்களே, தாய்மார்களே, இளைய தலைமுறை இனிய தோழர்களே உங்கள் அனைவருக்கும் வணக்கம்!

இந்தச் சிறப்பு மாநாட்டில் காலையில் முதல் நிகழ்ச்சியாக வரலாற்றில் நிலைத்து நிற்கக்கூடிய செம்மல்கள் படத்தினைத் திறந்து வைத்து உரையாற்றுகின்ற வரிசையில் எனக்கும் ஒரு வாய்ப்பு.

மறைந்த மரியாதைக்குரிய என்.வி. நடராசன் அவர்கள், ஏ.கோவிந்தசாமி அவர்கள், அண்ணன் சாதிக்பாட்சா அவர்களுடைய படங்களை நான் திறந்து வைத்திருக்கிறேன்.

உழைப்பு, உறுதி, பொறுமை மூன்றுக்கும் இலக்கணமாக வாழ்ந்தவர்கள். பிறப்பு என்பது ஒரு சடங்கு அல்ல, ஒரு சம்பிரதாயமும் அல்ல.

இன்றும் நாளையும் நடக்க இருக்கின்ற இந்த மாநாட்டில் தமிழ்ச் சமுதாயத்தில் நிகழ்காலப் பிரச்சனைகளை அலசி ஆராய இருக்கின்றோம். இதுகுறித்து சரிசெய்வதற்கான முடிவுகளைத் தீர்மானங்களாக வடித்து நாளைய கடமைகளை நாம் முடிவெடுக்க இருக்கின்றோம்.

இன்றைய பிரச்சனைகளைக் குறித்து விவாதம், நாளைய கடமைகளைக் குறித்து முடிவு எடுக்கின்ற போது கடந்த கால வரலாற்றை எண்ணிப் பார்த்து அதன் அடிப்படையிலேயே தான் நம்முடைய பயணம் தொடர்ந்து கொண்டிருக்கிறது என்பதன் அடையாளமாக இந்த மேடையிலே இதுவரை திறந்து வைக்கப்பட்ட இந்தத் தலைவர்களின் படங்களைப் பார்க்கிறபோது வரலாறு கண்ணுக்கு முன்னால் விரிகிறது.

இந்த மேடையிலே பேசுகிற நான் மட்டுமல்ல, எதிரே வந்திருக்கிற கழகத் தலைவர் கலைஞரின் படைவரிசை சிப்பாய்கள் மட்டுமல்ல, இந்தத் தமிழ் நாட்டில் வாழ்கின்ற அத்தனை பேரும் ஒரே ஒரு கேள்வி கேட்டுக் கொண்டால் நாளை நாம் என்ன செய்யவேண்டும் என்பது குறித்த விடைகள் உங்களுக்குக் கிடைக்கும்.

இந்தப் பேரியக்கம் தோன்றியிருக்காவிட்டால் நான் யாராக இருந்திருப்பேன்? இந்தக் கேள்வி எனக்கு, இந்தக் கேள்வி உங்களுக்கு, இந்தக் கேள்வி தமிழ்ச் சமுதாயத்தில் இருக்கின்ற அத்தனை பேருக்கும்.

கல்வி கிடைத்திருக்காது, உரிமைகள் கிடைக்கப்பட்டிருக்காது, இன்றைக்கு சமுதாயத்தில் எல்லோருக்கும் நிகரான வளமுடன் இருக்கிற வாய்ப்பு நமக்குக் கிடைத்திருக்காது என்கிற போது அதற்குக் காரணமான இந்த இயக்கத்தைக் காத்தும், இந்த இயக்கத்தைக் காக்கத் தங்களை அர்ப்பணித்துக்கொண்ட தலைவர்களை எண்ணிப்பார்ப்பது நம்முடைய கடமையாக இருக்கிறது. அதனால்தான் தலைவர் அவர்கள் இந்தப் பொறுப்புகளை வழங்கிய நேரத்தில் மூன்று அரும்பெரும் குணங்களைக் கொண்ட தலைவர்களின் படங்களை என்னைத் திறக்க வைத்திருக்கிறார் என்று நான் நம்புகிறேன்.

மரியாதைக்குரிய மறைந்த என்.வி. நடராஜன் அவர்கள் காங்கிரஸ் பேரியக்கத்தில் இருந்து இந்தியை எதிர்த்துக் குரல் கொடுத்து, அவர்கள் அந்தக் குரலை மதிக்காத காரணத்தால் வெளியேறி நம்முடைய இயக்கத்தில் சேர்ந்தவர்.

தண்ணீர் பள்ளம் இருக்கிற திசையை நோக்கித்தான் பாயும் என்பதைப்போல, யார் எங்கே இருக்க வேண்டுமோ அங்கே தான் இருப்பார்கள். சூழ்நிலை சந்தர்ப்பங்களால் வேறு இடத்தில் இருந்தாலும் காலம் அவர்களைச் சரியான இடத்தில் கொண்டுவந்து சேர்க்கும்.

தந்தை பெரியார் அவர்கள் காங்கிரஸ் பேரியக்கத்தில் இருந்து இட ஒதுக்கீட்டின் வலியுறுத்தலால் வெளியே வந்து ஒரு புதிய பாதையை இந்தத் தமிழ்ச் சமுதாயத்திற்கு உருவாக்கினார்கள். அதுபோல என்.வி.என் அவர்கள் 1937ம் ஆண்டு காங்கிரஸ் கட்சியில் நடைபெற்ற ஒரு மாநாட்டில் தன்னுடைய கருத்து வேறுபாட்டைத் தெரிவித்து வெளியேறினார்கள். அன்று மாலை சென்னை கடற்கரையில் அறிஞர் அண்ணா அவர்கள் ஏற்பாடு செய்த ஒரு பொதுக்கூட்ட நிகழ்ச்சி, இந்தி எதிர்ப்பு நிகழ்ச்சி, அந்நிகழ்ச்சியில் என்.வி. நடராஜன் அவர்களுடைய பெயர் பொறிக்கப்பட்டிருந்தது. நிகழ்ச்சியில்

கலந்துகொண்டு என்.வி.என் அவர்கள் அண்ணாவைப் பார்த்து கேட்டாராம் "நான் இந்த நிகழ்ச்சியில் கலந்து கொள்வேன் என்று உங்களுக்கு எப்படித் தெரியும்?" என்ற போது "இந்த முடிவிற்கு நீங்கள் என்றைக்கும் வருவீர்கள் என்பதை நான் ஏற்கனவே உணர்ந்தவன்" என்று சொன்னதாகச் சொல்வார்கள்.

திராவிட கழகத்தின் மாநில நிர்வாகக் குழு உறுப்பினராக இருந்தவர், தந்தை பெரியார் அவர்களுக்கு நெருக்கமானவராக இருந்தவர், பெரியார் அவர்கள் எங்கு சென்றாலும் அவரை உடனழைத்துச் செல்வார். 'திராவிடன்' என்கின்ற இதழை நடத்தித் தன்னுடைய உணர்ச்சிமிக்க வரிகளை அதில் எழுதி தன்னுடைய பேச்சை விட எழுத்து வீரியமானது என்பதை நிலைநிறுத்தியவர் மறைந்த என்வி.என் அவர்கள்.

1948 ஆவது ஆண்டு இந்தி எதிர்ப்புப் போராட்டத்தில் பங்கேற்று அவர் சிறை புகுந்த போது அவருடைய இல்லத்திற்குச் சென்று தந்தை பெரியார் அவருடைய குடும்பத்திற்கு உதவி செய்தபோது, அவருடைய துணைவியார் அதை மறுத்து "ஒரு நியாயமான கொள்கைக்காகப் போராட்டத்திற்குச் சென்றதற்காக அதற்கு ஈடாக நாம் பணம் பெற்றால் தியாகத்தை விலை பேசியதாக அர்த்தம்" என்று மறுத்ததை பெரியார் அவர்கள் வியந்து ஓரிடத்தில் குறிப்பிடுகிறார்.

என்.வி. நடராஜன் யார் என்று எதிர்க்கட்சியினர் கேள்வி கேட்ட போது அதனுடைய இதழில் எழுதினார், "நான் வெளிச்சத்தினாலோ விளம்பரத்தினாலோ வெளியே வந்தவன் அல்ல; பல்வேறு துன்பங்களை அனுபவித்துக் கீழ்மட்டத்திலிருந்து கட்சியை வளர்க்கிற தொண்டனுக்குத் தொண்டனாக இருந்தவன். இந்த இயக்கத்தைத் தொடங்கியவர்களில் ஒருவன். இதற்குமேல் நான் சொல்லத் தயாராக இல்லை" என்று எழுதியதாகச் சொல்வார்கள்.

இவற்றையெல்லாம் சொல்வதற்குக் காரணம் திராவிட முன்னேற்றக் கழகத்தின் முதல் அமைப்புச் செயலாளராகப் பொறுப்பேற்றவர். 1963 ஆவது ஆண்டு இந்தி எதிர்ப்பு திராவிட முன்னேற்றக் கழகத்தால் இரு முனைகளாக நடத்தப்பட்ட போது மதுரையிலே சட்ட எதிர்ப்பிலே பங்கேற்றவர்களை வழியனுப்ப தலைவர் கலைஞருடன் என்.வி.என் அவர்களும் சென்றார்கள். போராட்டத்தில் கலந்து கொண்டவர்களுக்கு அப்பாற்பட்டுத் தலைவர் அவர்கள் மீதும் என்.வி.என் அவர்கள் மீதும் கிளர்ச்சியைத் தூண்டியதாக வழக்குத் தொடுத்துச் சிறையில் அடைக்கிறார்கள்.

திராவிட முன்னேற்றக் கழகம் நடத்திய எல்லாப் போராட்டங்களிலும் கலந்து கொண்டவர். 1957, 1962 தேர்தலில் தோல்வியுற்றாலும் 1964ம் ஆண்டு மேலவைக்குத் தேர்ந்தெடுக்கப்பட்டு தலைவர் கலைஞர் அவர்களால் முதன் முதலாக அவருடைய ஆட்சிக் காலத்தில்தான் 'பிற்பட்ட நலத்துறை' என்ற ஒன்றினை உருவாக்கி அதற்கு அமைச்சராக்கி அழகு பார்த்தவர் தலைவர் கலைஞர் அவர்கள்.

அறிஞர் அண்ணா அவரை மேலவைக்குக் கொண்டு வந்தார். தலைவர் கலைஞர் அவர்கள் அவரை அமைச்சராக்கி அழகு பார்த்தார். திராவிட முன்னேற்றக் கழகத்தின் முதல் அமைப்புச்செயலாளர் என்பதோடு மட்டுமல்ல, "இந்த இயக்கத்திற்காக எதையும் தாங்கும் இதயம் கொள்வோம்; எழிலார் திராவிடம் வெல்வதற்கு உறுதி பூணுவோம்" என்கிற செய்தியோடு பத்திரிகை நடத்திய அவர் கடைசிவரை தலைவர் கலைஞரோடு இருந்தவர். இறுதி மூச்சு வரை இவரைத் தவிர வேறு எவரும் இல்லை என்று இருந்தவர்.

நான் திறந்து வைத்திருக்கின்ற இந்த மூன்று படங்களிலும் உள்ள தலைவர்களுக்கு உள்ள ஒற்றுமை சோதனையான நேரத்தில் தலைவர் கலைஞருக்கு அருகிலிருந்த அற்புதமான தலைவர்கள் என்று எண்ணுகின்ற போது என் நெஞ்சம் பூரிக்கின்றது.

கொள்ளென்றால் வாயைத் திறப்பதும் கடிவாளம் என்றால் வாயை மூடிக் கொள்வதும் குதிரைகளுக்கு மட்டுமல்ல சில அரசியல்வாதிகளுக்கும் பழக்கம். ஆனால் போராட்டம் என்றாலும் முன்னால் நிற்பவர் என்.வி. நடராஜன் என்று, தலைவர் கலைஞர் அவர்களால் பாராட்டப்பட்ட மறைந்த பெரியவர் என்வி.என் அவர்கள்.

இன்றைக்கு அவர் இல்லை. ஆனால், அவர் உழைத்த உழைப்பு, இந்த இயக்கம்தான் தங்கள் உயிர் மூச்சு என்று வாழ்ந்த அந்த வாழ்க்கை, கடைசி நாள் வரை கழகத்தைத் தவிர வேறு எதுவும் இல்லை என்று தலைவர் கலைஞரும் எல்லாமாக இருந்த அவர் இன்றைக்கு இல்லை. அவர் படத்தைத் திறந்து வைத்திருப்பதன் நோக்கம் வளரும் தலைமுறை அவர்களை வழிகாட்டியாகக் கொள்ள வேண்டும். இழப்புகள் எது வந்தாலும் ஏற்க வேண்டும் என்கிற மனப்பக்குவம் வரவேண்டும். கொண்ட கொள்கையில் எந்த நேரத்திலும் உறுதி குறையக்கூடாது. தலைவர் எவ்வழி அவ்வழி என்கிற பாணியில் பதவி மட்டுமே குறிக்கோள் அல்ல, பாடுபட வேண்டும் என்றால் அதற்கும் தயார் என்று சொல்லக்கூடிய நிலை வரவேண்டும் என்பதற்காக திறந்து வைத்த படங்களில் மரியாதைக்குரிய என்.வி.என் அவர்களுடைய படம்.

அடுத்து 'ஏ.கோவிந்தசாமி' அவர்கள். தென்னாற்காடு மாவட்டத்தில் 1952ஆம் ஆண்டு திராவிட முன்னேற்றக் கழகம் தேர்தலில் போட்டியிடாத அந்தக் காலத்தில் 'உழவர் உழைப்பாளர் கட்சி' என்ற கட்சியின் சார்பில் களத்தில் இறங்கியபோது, திராவிட முன்னேற்றக் கழகம் வலியுறுத்தி வந்த 'திராவிட நாடு திராவிடர்க்கே' என்பதை ஆதரிப்பவர்கள் யாரோ அவர்களுக்கு உறுதுணையாக இருக்கும்; களத்தில் இறங்கிப் பணியாற்றும் என்கிற அந்த ஆணையை ஏற்றுத் திராவிட முன்னேற்றக் கழகம் தந்த உறுதிமொழிப் பத்திரத்தில் கையெழுத்திட்டுத் தேர்தலில் போட்டியிட்ட அவருக்கு 'விக்கிரவாண்டி' தொகுதியில் முதன்முதலாக திராவிட முன்னேற்றக் கழகத்தில் சொந்தமாகக் கார் வாங்கியது வேறு யாருமல்ல தலைவர் கலைஞர்தான். அந்தக் காரை எடுத்துக்கொண்டு விக்கிரவாண்டி தொகுதியில் கிராமம் கிராமமாகச் சுற்றி கோவிந்தசாமி அவர்களை வெற்றி பெற வைத்தது தலைவர் கலைஞர் அவர்கள்.

வெற்றி பெற்றதற்குப் பின்னால் திராவிட முன்னேற்றக் கழகத்தின் ஆதரவோடு வெற்றி பெற்றவர்கள் சபலத்தினால் இடம் மாறினார்கள். பிரிவினைச் சூழ்ச்சியை ராஜாஜி அவர்கள் கையாண்டு பலருக்கும் பதவிகள் வழங்கியபோது "திராவிட முன்னேற்றக் கழகத்தின் ஆதரவுடன் வெற்றி பெற்ற நான் வேறு எந்தக் காரணத்திற்காகவும் ஆதரவு தர மாட்டேன்" என்று சட்டசபையிலேயே செயல்பட்ட காரணத்தால் "The only man in the assembly" என்று ராஜாஜியால் வர்ணிக்கப்பட்டவர் கோவிந்தசாமி அவர்கள்.

1954 ஆம் ஆண்டு நினைக்கும்போதே சிலிர்க்கிறது, 'ஜில்லா போர்டு' தேர்தலில் அவர் போட்டியிட்ட போது அவருக்குக் கிடைத்த சின்னம் உதயசூரியன். 1952ஆம் ஆண்டு கழகம் தேர்தலில் போட்டியிடுவதற்கு முன்பாக, கழகத்தின் ஆதரவாளராகச் செயல்பட்டு வந்த அவருக்குக் கிடைத்த சின்னம் உதயசூரியன். அதுவே கழகத்தின் சின்னமாக இன்றைக்கும் ஒளிவீசிக் கொண்டிருக்கிறது என்பதை நாம் நினைத்துப் பார்க்கிறோம்.

மும்முனைப் போராட்டம் நடைபெற்று கல்லக்குடியில் தலைவர் கலைஞர் அவர்கள் போராட்டத்தில் ஈடுபட்டு ஆறுமாத கடுங்காவல் தண்டனை பெற்றார்கள். அறிஞர் அண்ணா உள்ளிட்ட தலைவர்கள் அதற்குப் பின்னால் போராட்டத்தில் ஈடுபட்டு மூன்று மாத காலம் சிறையில் இருக்கிறார்கள்.

அப்பொழுது கழகத்தை வழிநடத்த, கழக அலுவலகத்தில் வேலை பார்க்க யார் இருக்கிறார்கள்? என்று தடுமாறியபோது தயங்கியபோது "நான் இருக்கிறேன்" என்று முன்வந்து கழகத்தின் போராட்டங்கள் அனைத்தையும் செம்மையாக நடத்தியதோடு மட்டுமல்ல, விடுதலையாகி வந்த தலைவர் கலைஞர் அவர்களையும் அதற்குப் பின்னால் விடுதலையாகி வந்த அறிஞர் அண்ணா உள்ளிட்ட தலைவர்களையும் கொண்டு, அதுவரை சென்னை மாநகரம் காணாத அளவிற்கு சூளையில் ஒரு பெரும் பொதுக் கூட்டத்தை நடத்தி வரலாற்றை உருவாக்கியவர் கோவிந்தசாமி அவர்கள்.

அறிஞர் அண்ணா அவர்களின் அமைச்சரவையிலும் தலைவர் கலைஞர் அவர்களின் அமைச்சரவையிலும் அமைச்சராக இருந்தவர்.

நண்பர்களே மிக முக்கியமான செய்தி. இறக்கிற நேரத்தில் அவர் மரண வாக்குமூலம் தந்தார். மரணமடைவதற்கு ஒரு சில மணித்துளிகள் முன்னால் அவர் வரலாற்றுச் சிறப்புமிக்க தன்னுடைய வாழ்க்கையில் மறக்க முடியாத உணர்வாகச் சில கருத்துக்களைச் சொன்னார்.

என்ன கருத்துகள் தெரியுமா? "நான் ஏழையாகப் பிறந்தேன்; ஏழையாகவே சாகிறேன். இந்த நாட்டு மக்களுக்கு நான் சொல்லக்கூடிய செய்தி, இந்த மண்ணில் வாழ்கின்ற பிற்படுத்தப்பட்ட, மிகவும் பிற்படுத்தப்பட்டவர்களுக்கு கலைஞரைத் தவிர வேறு நாதி இல்லை என்பதை நான் பிரகடனமாகச் சொல்லி விட்டுச் செல்கிறேன். தலைவர் கலைஞர் அவர்களே! என் குடும்பத்தை நான் உங்களிடம் ஒப்படைக்கிறேன்" என்று சொன்னதோடு மட்டுமல்ல, ஒரு சிலரை உங்களுக்கு அடையாளம் காட்டிவிட்டுச் செல்கிறேன் என்றார். அவரையும் இன்றைக்குப் படமாகத் திறந்து வைத்து இருக்கின்றோம்.

அடுத்த பகுதியில் 'அமைதியின் உருவம்' அய்யா சாதிக் பாட்சா... நாடாளுமன்றத் தேர்தல் வெற்றிவிழா நிகழ்ச்சிகளை முன்னிட்டு சேலத்தில் நடைபெற்றுக் கொண்டிருக்கிற கழகத்தின் சிறப்பு மாநாட்டின் தலைவர், தான் குனிந்து எழுதித் தமிழ்ச் சமுதாயத்தைத் தலைநிமிர வைத்திருக்கின்ற முத்தமிழறிஞர், செம்மொழி கொண்டான் கழகத் தலைவர் கலைஞர் அவர்களே, தீந்தமிழால் இனப் புரட்சியினை உருவாக்கி வரும் கழகத்தின் பொதுச் செயலாளர் அண்ணன் பேராசிரியர் அவர்களே, அன்பால் அனைவரையும் அரவணைக்கின்ற கழகத்தின் பொருளாளர் அண்ணன் ஆற்காட்டார் அவர்களே, நாளைய விடியலின் பூபாள ராகம் கழகத்தின் துணைப் பொதுச் செயலாளர் ஆருயிர் அண்ணன் தளபதி ஸ்டாலின் அவர்களே, கழகத்தின் முதன்மைச் செயலாளர் மொழிப்போர் தியாகி அண்ணன் துரைமுருகன் அவர்களே, மலைகளைத் தகர்த்துப் பள்ளங்களை நிரப்பி சமதர்ம சமுதாயம் காண்கின்ற இயக்கம் இது என்பதை நிலை நிறுத்த எழுச்சிமிக்க இந்த மாநாட்டினை உணர்ச்சியோடு ஏற்பாடு செய்திருக்கின்ற தியாகச் செம்மல், இந்த மாநாட்டின் வரவேற்புக் குழுத் தலைவர் அண்ணன் வீரபாண்டியார் அவர்களே, மத்திய அமைச்சர் பெருமக்களே, கழகத்தின் முன்னணித் தலைவர்களே, பெரியோர்களே, தாய்மார்களே, இளைய தலைமுறையின் இனிய தோழர்களே உங்கள் அனைவருக்கும் வணக்கம். எல்லாவற்றிற்கும் மேலாக நாங்களெல்லாம் தலையெடுத்து

இந்த இயக்கத்தில் பணியாற்றத் தொடங்கியபோது பொறுமையின் சின்னமாக வலம் வந்த பொருளாளர் அண்ணன் சாதிக் பாட்ஷா அவர்கள்.

தன்னுடைய வாழ்நாளில் வழக்கறிஞராகப் பணியாற்றிய நாட்களில் வீணான வழக்குகளில் ஆஜராகாதவர்; ஏமாற்றிப் பணம் பறிக்கும் பழக்கம் இல்லாதவர்.

திராவிட முன்னேற்றக் கழகத்தில் இணைந்ததற்குப் பின்னால், சுதந்திரப் போராட்ட காலத்திலே சிலபேர் சொல்வார்களாம், "நாடு விடுதலை அடைகின்றவரை எனக்கு வாழ்வில் மகிழ்ச்சி ஏதும் கிடையாது. நான் திருமணம் செய்து கொள்ள மாட்டேன். சுகபோகங்களை நாட மாட்டேன்" என்று சொன்னதாகப் படித்திருக்கிறோம்.

ஆனால், திராவிட முன்னேற்றக் கழகத்தில் ஒருவர் அப்படி "கழகமும் தன்னுடைய இலட்சியங்களும் ஒருசேர ஈடேறுகின்ற வரையில் நான் திருமணம் செய்து கொள்ள மாட்டேன்" என்று சொல்லி, 1968 ஆவது ஆண்டு கழகம் ஆட்சிப் பொறுப்பேற்றதற்குப் பின்னால் திருமணம் செய்து கொண்டவர் மறைந்த அண்ணன் சாதிக்பாட்ஷா அவர்கள்.

சுதந்திரப் போராட்டத்தில் மட்டும்தான் தியாகிகளா? திராவிடப் பேரியக்கத்தில் இல்லாத தியாகிகளா? யாருக்கும் நாங்கள் எந்த வகையிலும் சளைத்தவர்கள் இல்லை என்பதற்கு ஆயிரக்கணக்கில் சான்றுகள் உண்டு. எத்தனையோ பேர் வாழ்வை இழந்திருக்கிறார்கள்; வசந்தத்தைத் தொலைத்திருக்கிறார்கள்; எதிர்காலம் என்ன என்பதை எண்ணிப் பார்க்காமல் 'இந்த இயக்கம் ஒன்றே மூச்சு' என்று வாழ்ந்திருக்கிறார்கள்.

அவர்களில் ஒருவர், தலையாயவர், நம்மிடையே இன்று இல்லாதவர் அண்ணன் சாதிக் பாட்ஷா அவர்கள்.

அவர் அமைச்சராகப் பொறுப்பேற்றிருக்கிறார். அறிஞர் அண்ணாவின் அமைச்சரவையிலும், தலைவர் கலைஞர் அமைச்சரவையிலும் அவர் வகித்த பொறுப்புகளை எண்ணிப் பார்க்கிறபோது பிரமிப்பாக இருக்கிறது.

ஒரு மாநில அரசு எதெல்லாம் மிகச் சிறப்பான துறை என்பார்களோ, அத்தனையிலும் இடம் பெற்றிருக்கிறார். மக்கள் நல்வாழ்வுத் துறை, பொதுப்பணித் துறை, போக்குவரத்துத் துறை, மின்சாரத் துறை, வருவாய்த் துறை, சட்டத் துறை இத்தனையும் ஏற்றார்.

அண்ணா அவருக்குப் பொறுப்பு வழங்குகின்ற போது சொன்னாராம், "தம்பி சாதிக், மக்கள் நல்வாழ்வுத் துறை என்பது நிறையக் கெட்ட பெயரைச் சம்பாதிக்கிற துறை. இதில் கண்ணியமாக நீங்கள் நடந்து கொள்வீர்கள் என்பதற்காகத்தான் கண்ணியமான உங்களிடம் இதை ஒப்படைக்கிறேன்" என்று. சொன்னதற்கேற்ப தலைவர் கலைஞர் அவர்களும் அவருக்கு மிக முக்கியமான துறைகளைக் கொடுத்து அழகு பார்த்தார்.

ஒருமுறை அவர் வெளிநாடு சென்றபோது அவருடைய சுற்றுப்பயணம் பிரான்சு நாடு, ஈரான், ஈராக் என்றிருந்தபோது இஸ்லாமிய மார்க்கத்தின் வழக்கத்திற்கு ஏற்ப, மார்க்கக் கடமைகளில் ஒன்றாக மக்கா, மதினா சென்று உம்ரா செலுத்த வேண்டும் என்று விரும்புகிறார். செல்கிறபோது அவர் சொன்னாராம், "என் சுற்றுப்பயண நிகழ்ச்சி நிரலிலிருந்து இது மாறுபட்டதாக இருக்கிறது. எனவே நான் மக்கா, மதினா செல்கின்ற செலவை என் சொந்தச் செலவாகக் கருதுங்கள். அரசு செலவாகக் கருதாதீர்கள்" என்று சொன்ன உத்தமர், தலைவர் கலைஞரின் அமைச்சரவையில் இருந்த மறைந்த அண்ணன் சாதிக் பாட்ஷா அவர்கள்.

அரசு பதவியை எந்தக் காரணத்திற்காகவும் சொந்த லாபத்திற்காகப் பயன்படுத்த மாட்டேன் என்ற தூய ஆட்சி நடத்தியது நம்முடைய தலைவர் கலைஞர் அவர்களும் அவரோடு இருந்தவர்களும். இவற்றையெல்லாம் சொல்கின்றபோது கண்ணீர் பொங்குகின்றது எனக்கு.

அவர் மறைந்த பின்னர்தான் ஊர் உலகத்துக்கு ஓர் உண்மை தெரிந்தது, இத்தனை நாள்கள் பத்திரிகைகளில், எளிமையாக வாழ்ந்து முடிந்த ஒரு சிலரை மட்டும் அடையாளம் காட்டிவந்த காங்கிரஸ் பேரியக்கத்திலும், சுதந்திரப் போராட்டத்திலும் ஈடுப்பட்டவர்கள்தான் வறுமையில் வாழ்ந்தார்கள் என்று இந்த நாட்டில் வெளிச்சம் போட்டுக் காட்டிக் கொண்டிருந்த பத்திரிகையாளர்கள் தயவுசெய்து இதையும் சொல்லுங்கள்.

சற்றேறக்குறைய பத்து முக்கியமான துறைகளில் மூன்று முறைக்கு மேலாக அமைச்சர் பொறுப்பேற்றிருந்த ஒருவர் இறந்தபோது சென்னை பட்டினப்பாக்கத்தில் அரசு குடியிருப்பில் இரண்டாவது மாடியில் வாடகை வீட்டில் இருந்து மறைந்தவர் எங்கள் அண்ணன் சாதிக் பாட்ஷா என்பதை இந்த நாட்டுக்கு நாங்கள் தெரிவிக்கின்றோம்.

எளிமையை உணர்த்தியவர் எங்கள் தலைவர்; உழைப்பை முன்னிறுத்தி வலியுறுத்தியவர் எங்கள் தலைவர். எந்தப் பொறுப்புக்குச் சென்றாலும் அப்படியே இருக்க வேண்டும் என்று வாழ்ந்து காட்டியவர்கள் அந்தத் தலைவர்கள். அவர் மறைந்தபோது தலைவர் அவர்கள், "அமைதியின் உருவம் அமைதி கொண்டது" என்று சொன்னார்கள். என்.வி.நடராஜன் அவர்களுக்கு மணிவிழா ஒன்று நடத்தப்பட்டது. அந்த மணிவிழா இன்றைக்கு அண்ணா அறிவாலயம் இருப்பது திறந்த வெளியாக இருந்தபோது அங்கே நடத்தப்பட்டது. அந்த மணிவிழா மலர்க் குழுவின் தலைவராக அண்ணன் முரசொலி மாறன் அவர்கள் இருந்து செயல்பட்டு இருக்கிறார்.

அவர் மறைந்ததற்குப் பின்னால் தலைவர் கலைஞர் அவர்கள் எழுதி இருக்கிறார், "எத்தனையோ நடராஜன்கள் இந்த இயக்கத்தில் இருந்திருக்கின்றார்கள். எல்லோரையும் நினைவுகூர முடியாது. நான் இல்லாதவர்களைப் பற்றி மட்டுமே சொல்கின்றேன். மடமையிருள் நிரம்பியிருந்த நாட்டில் மாணிக்கப் பிரதியென்று இயக்கத்துக்குக் கிடைத்த தளபதி 'மாயவரம் நடராஜன்', தமிழ் காக்கும் போரில் தன்னுயிர் தந்த தாளமுத்துவோடு உயிர் நீத்த 'தாளமுத்து நடராஜன்', கல்லக்குடி போராட்டத்தில் உயிர் நீத்த லால்குடி இளைஞன் நடராஜன். இவர்களுடைய கொள்கைப் பற்று அத்தனையும் ஒருங்கு சேர்ந்து வாழ்ந்த என்.வி.நடராசன். எதற்கெடுத்தாலும் எங்கே நடராஜன் என்று தேடுவோமே, இனி எங்கே போய் அவரைத் தேடுவோம்?" என்று மறைகின்ற நேரத்தில் தலைவரின் பேனாவிலிருந்து சிந்துகின்ற மைத் துளிகள் கண்ணீர்த் துளிகளாகவே சிந்தியிருக்கின்றன.

இன்றைக்கும் அந்த ஏடுகளைப் புரட்டிப் பார்க்கின்றபோது 'அமைதியின் உருவம் அமைதி கொண்டது' என்று அண்ணன் சாதிக்பாட்ஷா அவர்களைப்பற்றி அவர் குறிப்பிடுகிறபோது, என்.வி.என்னைப் பற்றி எழுதுகிறபோது, "அடுக்கடுக்கான துன்பம், அதிர்ச்சியூட்டக்கூடிய துன்பம் எப்படித்தான் தாங்கும்?" என்று அவர் கலங்குகின்றாரே, அந்தத் தலைவரோடு வாழ்ந்த தலைவர்களெல்லாம் இன்று இல்லை. ஆனால் அவர்கள் தலைவருடைய இதயத்தில் இருக்கிறார்கள்.

அவர்கள் வாழ்ந்து காட்டிப் போன வழி, தம்பிமார்களே! நீங்கள் கடைப்பிடிக்க வேண்டிய வழி என்று நமக்குச் சொல்கின்றார்கள்.

அந்த நாள்களில் தலைவர் அவர்கள், "சேரன் வாழ்ந்த சிறப்பிடம் எங்கே? வீரர் பாண்டியர் அரசேன் கவிழ்ந்தது? சேரர் உலவிய சோர்விலா நாட்டில் கோழைக் கொள்கை குவிந்தது எவ்விதம்?" என்று கேட்டார்கள்.

அத்தோடு மட்டுமல்ல, "வாழ்வதற்கென்றே பிறந்தோம் நாம். இன்று வகையறியாது இருக்கின்றோம். ஆள்வதற்கென்றே பிறந்தவர் நாம் என்றறிந்தும் அடிமையாகிடலாமா? அடிமையாகிடலாமா?

துடிக்கிறது உணர்ச்சி உள்ளத்தில் மட்டுமல்ல; உடலில் ஓடுகின்ற குருதிகளில் உணர்ச்சி கொப்பளிக்கின்றது.

"துடுக்கு மிகு ஆரியர்தாம்
... ...
பாராட்டிப் போற்றி வந்த பழமை மோகம்
ஈரோட்டுப் பூகம்பத்தால் இடியுது பார்"

என்று கனல் தெறிக்கத் தலைவர் அவர்கள் எழுதிய வார்த்தைகள் மட்டுமல்ல, அவர் நடந்து வந்த வீர வரலாற்றிலும்கூட இன்று நம்மையெல்லாம் உயர்ந்த இடத்தில் நிறுத்தி இருக்கிறது.

நான் நன்றியோடு சொல்கிறேன், இங்கு வந்திருக்கின்ற அத்தனை பேர் சார்பாகச் சொல்கிறேன், பலபேர் என்னைப்போல் வந்திருப்பவர்கள் படித்த பட்டங்கள், நாம் அடைந்திருக்கின்ற முன்னேற்றங்கள், இவையெல்லாம் தலைவர் கலைஞர் அவர்களால் என்பதை நாம் உணர்கிறோம்.

இந்த இயக்கம் இல்லாவிட்டால், தலைவர் கலைஞர் அவர்களே! நீங்கள் உழைக்கத் தொடங்கியிருக்காவிட்டால், ஒவ்வொரு மாலை நேரத்திலும் ஏதோ ஒரு காவல் நிலையத்தின் வாசலில் போய் [illegible]கை புரட்டிவிட்டு அடுத்த நாள் காலை வீடு திரும்ப வேண்டிய சாதாரண சமுதாயத்தைச் சார்ந்தவர்களாக ஆயிரக்கணக்கான இளைஞர்கள் முடங்கிப் போயிருப்பார்கள்.

கல்விச்சாலை எங்கே? உள்ளே நுழைய முடியாது. நாடாளுமன்றம், சட்டமன்றம் எங்கே? அனுமதி கிடையாது. உயர்ந்த வாய்ப்பு கிடையாது என்கின்ற நிலைக்குத் தள்ளப்பட்டிருக்க வேண்டிய சமுதாயத்தைக் காப்பாற்றிக் கரை சேர்த்த தலைவர் அவர்களே! இன்று உங்கள் முன்னால் நின்று நாங்கள் சூளுரைக்கின்றோம்.

81 வயது உங்களுக்கு. வாலிப நாள்களில் வரலாறு படைத்து வாழ்ந்த பல தலைவர்கள் முதிர்ந்த வயதில் முடங்கிப் போயிருக்கிறார்கள். எதற்காக இந்த மக்களுக்கு உழைக்க வேண்டும் என்று விரக்தி அடைந்திருக்கிறார்கள்.

ஆனால் கடைசி நாள்வரை நாட்டுக்காகத் தன் குரல் கொடுத்த ஒரே தலைவர் தந்தை பெரியார் அவர்கள்தான். அதற்குப் பின்னால் இந்த 81 வயதிலும், ஒரு காலத்தில் ஒலிபெருக்கி முன்னால் நின்று கூண்டுக்குள் அடைபட்ட புலிபோல உறுமுகின்ற நீங்கள், இன்று நின்று பேச முடியாத நிலையிலும் உட்கார்ந்து இந்தத் தமிழ்ச் சமுதாயத்திற்காகக் குரல் கொடுக்கின்றீர்களே!

உங்கள் உடலில் தெம்பு குறைந்திருக்கலாம், உள்ளத்தில் குறையவில்லை. உங்கள் குரலில் இன்னும் கம்பீரம் குறையவில்லை. உங்கள் கர்ஜனையைக் கேட்டுத் தமிழ்ச் சமுதாயம் என்கிற காடு அதிர வேண்டும்.

இங்கே நான்தான் வலிமையோடு வலம் வருகிற யானை என்று சொல்லி வருகின்றவர்கள் முதுமலைக் காட்டுக்கு ஓட வேண்டும். அந்த நாள் விரைய வேண்டும். இது வெறும் ஆட்சி வேண்டும் என்கின்ற ஆசையல்ல. தடுமாறி நிற்கின்ற எங்கள் தமிழகம் மீண்டும் நிமிர்ந்து நிற்க வேண்டும் என்ற ஆசை.

உலகத்துக்கு வழிகாட்டியாக வாழ்ந்த இந்த இனம் வாழ்ந்தது, வீழ்ந்தது, பின்னர் வீறுகொண்டு எழுந்தது. வாழ்ந்தது வீரத்தால், விவேகத்தால், அறிவால். வீழ்ந்தது வஞ்சகத்தால், துரோகத்தால், சூழ்ச்சியால். மீண்டும் எழுந்தது இந்த இயக்கத்தால், உங்களால்.

இந்த இயக்கம் மீண்டும் ஆட்சிக் கட்டிலில் ஏறும். உங்களை ஆட்சிக் கட்டிலில் வைத்து அழகு பார்க்கும். அது எங்களால், எங்கள் உழைப்பால்.

இளைஞரணி தளபதி தலைமையில் வலம் வருகின்றதே அந்த அணியும், இந்தச் சமுதாயத்தில் இன்று உணர்ச்சியோடு உங்களால்தான் நாங்கள் வாழ்கின்றோம் என்பதை உணர்ந்த புறநானூற்றுத் தாயெனப் புறப்பட்டிருக்கின்ற தாய்மார்களும், மாணவர்களும், இளைஞர்களும் அந்தச் சரித்திரத்தைப் படைப்பார்கள். வெறும் அரசியல்வாதிகளாக அல்ல, இலட்சியவாதிகளாக.

நான் படமாகத் திறந்து வைத்திருக்கின்ற அண்ணன் என்.வி.என் அவர்களது உழைப்பும், ஏ.கோவிந்தசாமி அவர்களது மன உறுதியும், அண்ணன் சாதிக்பாட்ஷா அவர்கள் கடைப்பிடித்த பொறுமையும் எங்களுக்கு வழி காட்டும்.

உங்களுக்குப் பின்னால் அணி வகுப்போம், வெறும் தொண்டர்களாக மட்டுமல்ல போர்ப்படைச் சிப்பாய்களாக வாளேந்துவோம். அது நீங்கள் தந்த அறிவு வாள். அந்த அறிவு வாளைக் கொண்டு தமிழ்ச் சமுதாயத்தை மீண்டும் தன்மானமிக்க சமுதாயமாக மாற்றுவோம் என்று இந்தச் சேலம் சிறப்பு மாநாட்டில் சூளுரை ஏற்று அடுத்து நடைபெற இருக்கின்ற மாநாடு, தலைவர் கலைஞர் அவர்கள் முதலமைச்சராக வலம் வருகின்ற வெற்றி மாநாடாக இருக்க வேண்டும் என்று இந்த நல்ல வாய்ப்புக்கு நன்றி கூறி விடைபெறுகின்றேன்.

நன்றி! வணக்கம்!

15

தஞ்சை மண்டல மாநாடு

"செம்மொழி அன்னைத் தமிழுக்கு அணிவிக்கப்பட்ட மணிமகுடம்" மதிப்புக்கும் மரியாதைக்கும் உரிய தஞ்சைமண்டல திராவிட முன்னேற்றக் கழக மாநாட்டின் தலைவர், மொழிப்போர் தளகர்த்தாக்களில் முதன்மையானவர், கழகத்தின் முதன்மைச் செயலாளர், எனதன்புக்கும் பாசத்துக்குமுரிய அண்ணன் துரைமுருகன் அவர்களே, மாநாட்டின் நிறைவாக வரலாற்றுப் பேருரை ஆற்றவிருக்கின்ற கன்னித் தமிழின் தலைவர், பண்டைத் தமிழர் பண்பாட்டின் பாதுகாவலர், இன்றைய தமிழகத்தின் ஈடு இணையற்ற தலைவர் கழகத் தலைவர் கலைஞர் அவர்களே, கழகத்தின் பொதுச் செயலாளர் அண்ணன் இனமான பேராசிரியர் அவர்களே, கழகத்தின் பொருளாளர் அண்ணன் ஆற்காட்டார் அவர்களே, நாளைய விடியலின் பூபாள ராகம் கழகத்தின் துணைப் பொதுச் செயலாளர் அண்ணன் தளபதி மு.க.ஸ்டாலின் அவர்களே, மாநாட்டினைத் திறந்து வைத்து உரையாற்றியிருக்கின்ற கழகத்தின் துணைப் பொதுச் செயலாளர் தோழர் பரிதி இளம்வழுதி அவர்களே, துணைப் பொதுச் செயலாளர் அம்மையார் சற்குணபாண்டியன் அவர்களே, மாநாட்டின் கொடி ஏற்றி உரையாற்றி யிருக்கின்ற நிர்மலா சுரேஷ் அவர்களே, கழகக் காவலர் திராவிட முன்னேற்றக் கழகத்தின் தஞ்சை மாவட்டச் செயலாளர், எழில் குலுங்கும் இந்த மாநாட்டை ஏற்பாடு செய்திருக்கின்ற வரவேற்புக் குழுத் தலைவர் அண்ணன் கோ.சி.மணி அவர்களே, பெரியோர்களே, தாய்மார்களே, அறிவு என்னும் வாளேந்தி அராஜக அரசை வீழ்த்துவதற்குக் கிளம்பி இருக்கின்ற வாலிபப் பட்டாளத்தைச் சேர்ந்த வரிப்புலிகளே உங்கள் அனைவருக்கும் வணக்கம்.

சற்றேறக்குறைய இரண்டாயிரம் ஆண்டுகளுக்கு முன்பாக ஆற்றில் ஓடுகின்ற நீரைத் தேக்கி வைத்துத் தேவையான நேரத்திற்குப் பயன்படுத்திக் கொள்ளலாம் என்ற முதல் பொறியியல் வல்லுநன் 'கரிகால் பெருவளத்தான்' கட்டிய 'கல்லணை' இருக்கின்ற மாவட்டம் தஞ்சை மாவட்டம். உலக வரலாற்றில் அதற்கு முன்பாக அணை கட்டியதாக வரலாறு இல்லை.

தன்னுடைய நிழல் தரையில் விழாத அளவிற்கு உலகத்தில் இருக்கின்ற மிகப் பெரிய கட்டடக் கலை வல்லுநர்களெல்லாம் இன்னும் வியந்து பார்க்கின்ற தஞ்சைப் பெரிய கோவில் கட்டிய 'இராஜராஜன்' இந்த மண்ணுக்குப் பெருமை சேர்த்தவன் என்று கட்டியம் கூறிக் கொண்டிருக்கிற பெரிய கோவில் நின்று நிமிர்ந்து கொண்டிருக்கிற தஞ்சை மாவட்டம்.

1920 இல் தமிழ் மொழியைச் செம்மொழியாக்க வேண்டுமென்று 'கரந்தை தமிழ்ச் சங்கம்' தீர்மானம் நிறைவேற்றிய மன்றம் இன்றும் இருக்குமிடம் இந்த மாவட்டத்தில்தான்.

ஆயிரக்கணக்கான ஆண்டுகள் பழமையான தமிழ்மொழிக்குச் செம்மொழி என்ற அங்கீகாரத்தைப் பெற்றுத் தந்த தன்னேரில்லாத் தலைவர் கலைஞர் அவர்கள் இந்த மாநாட்டை நடத்திக் கொண்டிருக்கிறார்.

வரலாற்றில் நடைபெறுகின்ற அற்புதமான மாற்றங்களைக் கவனிக்காமலே செல்கின்ற சராசரிக் கூட்டமாகத் தமிழ்ச் சமுதாயம் மாறிக் கொண்டிருக்கிறதே என்ற கவலை நமக்கு.

நான் ஒருவரைச் சந்தித்தேன். குழப்பவாதியுமல்ல; குதர்க்கவாதியுமல்ல, அதே நேரத்தில் எதார்த்தவாதியுமல்ல. அரசியல் தொடர்பில்லாதவர் கேட்டார், "மாதத்திற்கு ஒரு மாநாடு நடத்துகிறீர்களா?" என்று.

"ஆம்" என்றேன்.

"அலுத்துப் போகவில்லையா?" என்று கேட்டார்.

"இது உளுத்துப் போனவர்களின் கூட்டமல்ல; இந்தத் தமிழ்ச் சமுதாயத்தைக் காக்கின்ற கூட்டம்" என்றேன்.

"அவசியம் என்ன வந்தது?" என்று கேட்டார்.

"எங்கள் தலைவர் கலைஞர், இந்தக் கட்சியில் இருக்கின்ற ஒவ்வொரு தொண்டனையும் மாதத்திற்கு ஒருமுறையாவது ஒருசேரச் சந்திக்க வேண்டும் என்று விரும்புகின்றார். எதிர்காலத்தில் நடைபெற இருக்கின்ற போருக்கு அவர்களைத் தயார் செய்கின்றார். மற்றவர்கள் செய்ய முடியவில்லை என்று அங்கலாய்க்கிறார்கள். முயன்று பார்க்கட்டும். முயன்று தோற்றுப் போனவர்கள்தானே" என்றேன்.

நான் பெருமையோடு சொல்கிறேன், ஒவ்வொரு மாநாட்டிற்கும் எழில் கூடுகின்றது; எண்ணிக்கை கூடுகின்றது; கருத்துகளின் பரிமாற்றம் அதிகமாக இருக்கிறது என்றால் இந்த வலிமையும் சக்தியும் தலைவர் கலைஞர் இருக்கின்ற தலைமையில் இயங்குகின்ற திராவிட முன்னேற்றக் கழகத்தைத் தவிர வேறு எந்த இயக்கத்திற்கும் இல்லை.

மாநாடுகள் நடத்தி இந்த இடத்தில் நாங்கள் எவ்வளவு வலிமையானவர்கள் என்று காட்டுவதோடு மட்டுமல்ல, எதிர்காலத்துக்குத் தேவையான திட்டங்களைத் தீர்மானங்களாக வடித்துத் தருகின்ற வரலாறு திராவிட முன்னேற்றக் கழகத்துக்கு மட்டுமே உண்டு. என்ன செய்திருக்கின்றோம் என்பதையும் என்ன செய்ய இருக்கின்றோம் என்பதையும் தெளிவாகத் திட்டமிடும் இயக்கம் இது.

தேர்ப்படை, குதிரைப்படை, காலாட்படை என்று சொல்வார்களே அதைப்போல எல்லாப் படைகளும் ஒருசேர வைத்திருக்கின்ற இயக்கம்.

“இந்த மாநாட்டில் ஒவ்வொருவருக்கும் ஒரு தலைப்பா?” என்று அதிசயமாகக் கேட்டார்கள்.

“கழகத்தின் கொள்கைகளை ஒவ்வொருவரும் ஒரு தலைப்பாக ஏற்று மக்களுக்கு விளக்குவதுதான் நாங்கள் மாநாடு நடத்துகின்ற பாரம்பரியம்” என்று சொன்னபோது, “செம்மொழி என்றால் என்ன?” என்று கேட்டார்கள்.

“செம்மொழி என்றால் என்ன என்பதைவிட மொழி என்றால் என்ன?” என்று அவர்களிடம் கேட்டேன்.

“நீயும் நானும் பேசிக் கொள்வதுதான் மொழி” என்றார்கள்.

தமிழினத்தின் பெருமையை உணராத தற்குறிக் கூட்டமொன்றின் பிரதிநிதி பேச ஆரம்பித்திருக்கிறது என்று புலப்பட்டது.

எத்தனை பெரிய வரலாறு, எத்தனை பெரிய அதிசயம், நாம் எந்த மண்ணைச் சார்ந்தவர்கள், எந்த மொழியைச் சார்ந்தவர்கள் என்றுகூட உணராதவர்களாக இந்த இனம் இருக்கிறதே என்கின்ற கவலையோடு மட்டுமல்ல, பொறுப்புணர்ச்சியோடும் நான் சொன்னேன்.

வாய் பேச முடியாத ஊமைக்குக்கூட உணர்ச்சிகள் உண்டு. தன்னுடைய உணர்ச்சிகளை அவன் செய்கைகளால் வெளிப்படுத்துகின்றான். பசிக்கிறது என்று சொல்கின்றான்; உடல் வலிக்கிறது என்று சொல்கின்றான். ஏதாவது ஒரு வகையில் செய்கைகளின் மூலமாகத் தன்னுடைய உணர்ச்சிகளை வெளிப்படுத்துவதைப் போல ஒரு காலத்தில் தனக்குப் பேசத் தெரியும் என்று தெரியாத மனிதனும் செய்கைகளின் மூலமாகவே பேசினான்.

அறிவின் மூலமாக மனிதன் கண்டுபிடித்தவை பல. ஆனால் தனக்குள்ளே இருந்த ஆற்றலை வெளிக்கொணர்வதற்கு அவன் பகுத்தறிவு பயன்பட்டது. செய்கைகளின் மூலமாகப் பேசிப் பழகிய மனிதன் பின்னர் ஒலிகளின் மூலமாகத் தங்கள் கருத்துகளைத் தெரிவிக்கத் தொடங்கினான்.

பொருளற்ற ஒலிகள், தொடர்பில்லாத ஒலிகள், பின்னர் அவை ஒழுங்குமுறைப் படுத்தப்பட்டு மெல்ல மெல்லச் சொற்களாக மாறுகின்றன. அவை மொழி என்கின்ற வடிவம் பெறுகின்றன. Nandri நண்பர்களே! விரித்து விளக்க நேரமில்லை. ஒருவருக்கொருவர் தன்னுடைய உணர்ச்சிகளை, கருத்துகளைப் பரிமாறிக் கொள்வதற்காக உருவான மொழிகளின் எண்ணிக்கை, இன்றைய இந்த உலகத்தில் ஆயிரம் பேர், பல ஆயிரம் பேர், இலட்சக் கணக்கானோர் என்று பேசுகின்ற மொழிகளின் எண்ணிக்கை சற்றேறக்குறைய மூவாயிரம்.

அவற்றில் பேச்சு வழக்கில் உள்ள மொழிகள் மெல்ல மெல்ல அழிந்து கொண்டிருக்கின்றன.

எழுத்து வடிவத்திலும் இருக்கின்ற மொழிகள்தான் ஜீவிக்கின்றன. அப்படி வாழ்ந்து கொண்டிருக்கின்ற மொழிகளின் எண்ணிக்கை உலக அளவில் இருநூற்று ஐம்பது.

மக்களுக்கு, நாட்டில் வாழ்பவர்களுக்கு, உலகில் இருக்கிற எல்லோருக்கும் தெரிந்தவற்றில் மிகப் பிரபலமான மொழி, உலக அளவிலே பெரிதும் துணை நிற்கக்கூடிய மொழி ஆங்கிலம்.

ஒரு மொழி எப்போது தோன்றியது என்பதை ஆராய்ச்சியாளர்கள் கண்டு உணர்கிறார்கள். அறிஞர்கள் பல்வேறு சிந்தனைகளின் மூலமாக, ஆதாரங்களின் மூலமாக தொடக்க காலத்தைக் கண்டுபிடிக்கிறார்கள்.

ஆங்கில மொழி... உலக அளவில் இன்றைக்குப் பரந்து விரிந்திருக்கின்றது. அந்த மொழியின் தோற்றுவாய் கண்டு பிடிக்கப்பட்டது. அது உருவானது ஏழாவது நூற்றாண்டு. சற்றேறக்குறைய ஆயிரத்து முந்நூறு ஆண்டுகளுக்கு முன்பாக.

ஜெர்மன் மொழி... உலகத்தின் வல்லரசுகளில் ஒன்றாக விளங்குகின்ற அளவுக்கு வளர்ந்திருக்கின்ற அந்த நாட்டினுடைய மொழி இன்றைக்குப் பலரால் கற்கப்பட்டு வருகின்றதே, அது தோற்றுவிக்கப்பட்டது எட்டாவது நூற்றாண்டு.

ஸ்பெயின் மொழி ஒன்பதாவது நூற்றாண்டு. இரஷ்ய மொழி பத்தாவது நூற்றாண்டு. போர்த்துக்கீசிய, டச்சு மொழிகள் உருவானது பதினொன்றாம் நூற்றாண்டு, பன்னிரண்டாம் நூற்றாண்டு என்று ஆராய்ச்சி செய்து கண்டுபிடித்து இருக்கிறார்கள்.

எல்லோராலும் இன்றைக்குப் பாராட்டப்படுகின்ற ஷேக்ஸ்பியர் எழுதிய நாடகங்கள் அரங்கேறிய காலம் பதினாறாம் நூற்றாண்டு. அவற்றிற்கு முன்பாகவே ஆங்கில இலக்கியத்தில் கவிஞர்களின் தந்தை என்று உணரப்பட்ட 'ஜெஃப்ரி சாசர்' வாழ்ந்தது பதினைந்தாம் நூற்றாண்டு.

நான் எண்ணிப் பார்க்கிறேன், இப்படிப்பட்ட வரலாற்றில் இடம் பெறக்கூடிய அளவுக்கு சில நூற்றாண்டுகளுக்கு முன்பாக உருவான மொழிகளைக் கடந்து இரண்டாயிரம் ஆண்டுகளுக்கு மேலாக இருந்த மொழிகள் ஆறு மொழிகள்தான்.

அந்த ஆறு மொழிகள் எவையென்றால், கிரேக்க மொழி, இலத்தீன் மொழி, ஹீப்ரு மொழி, சீன மொழி, சம்ஸ்கிருதம், தமிழ் மொழி.

ஏன் தமிழை நான் ஆறாவதாகச் சொல்கிறேன் என்று நீங்கள் வியக்கலாம். செம்மொழி என்று சொல்வதற்கான அடிப்படை ஆதாரமாக உலகம் கைக்கொள்கின்ற மொழிகள் கிரேக்கமும் இலத்தீனும்தான்.

கிரேக்க மொழி செம்மை பெற்றது மாவீரன் அலெக்ஸாண்டரும் அவனுடைய தந்தை பிலிப்பும் ஆண்டபோது என்று சொல்கிறார்கள். அலெக்ஸாண்டருடைய குரு அரிஸ்டாட்டில், அரிஸ்டாட்டிலின் குரு பிளேட்டோ, பிளேட்டோவினுடைய குரு சாக்ரடீஸ். அவன் வாழ்ந்த காலம் இரண்டாயிரத்து நானூறு ஆண்டுகளுக்கு முன்பாக, சற்றேறக்குறைய இரண்டாயிரம் ஆண்டுகளுக்கு முன்பாகத்தான் கிரேக்க மொழி செழுமை பெற்றிருந்தது.

அங்கே பிறந்த 'ஹோமர்' என்பவர் எழுதிய 'இலியட்', 'ஒடிசி' என்கின்ற காப்பியங்கள் இன்றும் பாராட்டப்படுகின்றன. ஆனால் இடைக்காலத்தில் கிரேக்க மொழி மெல்ல மெல்ல அழியத் தொடங்கிற்று. கிரேக்க நாடு சுதந்திரம் பெற்றதற்குப் பின்னால் இன்று மீண்டும் தலையெடுக்க முனைந்து கொண்டிருக்கிறது. இது ஓர் உண்மை.

இலத்தீன் மொழி 'வெர்ஜில்' என்பவன் எழுதிய 'ஏனியட்' என்கின்ற காப்பியத்தின் மூலமாகச் செழுமை பெறத் தொடங்கியது. அது சற்றேறக்குறைய ஆயிரத்து எண்ணூறு ஆண்டுகளுக்கு முன்பாகத்தான்.

ஹீப்ரு மொழி அழிந்து போனது. இஸ்ரேல் நாடு உயிர் கொடுத்துக் கொண்டிருக்கிறது. சீன மொழி என்பது பட வடிவிலான மொழியென்கின்ற காரணத்தால் பரந்து விரிந்து வளர முடியவில்லை. சமஸ்கிருத மொழி என்பது பேச்சு வழக்கில் இல்லாத ஒரு மொழி. அது வேதத்தை ஓதுவதற்கென்றே உருவாக்கப்பட்ட மொழி. 'வேதம்' என்பதை 'மறை' என்று தமிழில் சொல்வதற்குக் காரணம் அது மறைத்து வைக்கப்பட்ட மொழி என்பதற்காக. அந்த சமஸ்கிருத மொழிக்கு இந்த நாடு அங்கீகாரம் கொடுத்திருக்கிறது. நமக்குரிய கவலை அதுதான்.

காலங்களை உணர முடியாத மொழி நம்முடைய தாய்மொழி 'தமிழ்மொழி'. பாவேந்தர் பாரதிதாசன், பாரதியார் என்று சொல்வதற்கும் முன்பாக மெல்ல மெல்லக் கடந்து ஆன்மீக ரீதியாக, சமூக வளர்ச்சிக்காக எத்தனையோ மாற்றங்களுக்குப் பயன்பட்ட தமிழ்மொழி கி.பி. இரண்டாம் நூற்றாண்டு, சற்றேறக்குறைய 1800 ஆண்டுகளுக்கு முன்னால், இளங்கோவடிகள் எழுதிய 'சிலப்பதிகாரம்', அதற்கு முன்பாக வான் புகழ் வள்ளுவன், தலைவர் கலைஞர் அவர்கள் குமரி முனையிலே வைத்த 133 அடி உயரச் சிலை, சுனாமி வந்தபோதுகூட அய்யனின் பாதத்தைத் தொட்டுத்தான் போக முடியுமே தவிர அந்தச் சிலையை இழுத்துக்கொண்டு போகிற ஆற்றல் இல்லை என்ற அளவிற்கு உலகத்தில் பாராட்டப்படுகின்ற சுதந்திர தேவியின் சிலையைப் போல நிற்கின்ற திருவள்ளுவர் தன்னுடைய திருக்குறளை எழுதியது ஈராயிரம் ஆண்டுகளுக்கு முன்பாக.

நான் சொல்லித் தீர வேண்டும் நண்பர்களே! 'சாசரை' ஆங்கிலப் பேராசிரியரின் துணை இல்லாமல் படிக்க முடியாது. ஷேக்ஸ்பியரை ஒரு நல்ல உரைநூலின் துணை இல்லாமல் புரிந்து கொள்ள முடியாது.

ஆனால்,

"எந்நன்றி கொன்றார்க்கும் உய்வுண்டாம் உய்வில்லை
செய்நன்றி கொன்ற மகற்கு."

என்று இரண்டாயிரம் ஆண்டுகளுக்கு முன்னால் திருவள்ளுவர் எழுதியதை விளக்குவதற்கு வேறு யாரும் தேவையில்லை. எளிமையான தமிழ். அதற்கு முன்பாக இரண்டாயிரத்து ஐநூறு ஆண்டுகளுக்கு முன்பாகவே 'தொல்காப்பியர்' இலக்கணம் எழுதியிருக்கிறது.

அந்தத் தொல்காப்பியத்தில் நடுகல் என்று சொல்லப்படுகின்ற களத்தில் இறந்துபட்ட வீரர்களுக்கு நடப்படுகின்ற நடுகல்லில் பெயரும் புகழும் எழுதி வைப்பார்கள் என்கின்ற போது இரண்டாயிரத்து ஐநூறு ஆண்டுகளுக்கு முன்பாகவே வரலாற்றை எழுதி வைக்கின்ற பெருமை தமிழ்மொழிக்கு மட்டும்தான் இருந்தது.

இவற்றையெல்லாம் நான் சொல்ல நேர்ந்ததற்குக் காரணம், கிரேக்க மொழி அழிந்து விட்டது, ஹீப்ரூ மொழி அழிந்து விட்டது; இலத்தீன்மொழி அழிந்து விட்டது; சமஸ்கிருத மொழி என் தாய்மொழி என்று சொல்வதற்கு எவனுமில்லை. ஆனால் பலகோடி மக்கள் பேசுகின்ற, பல நூறாண்டுகளாக, ஆயிரக்கணக்கான ஆண்டுகளாக எப்போது தோன்றியது என்று கண்டுபிடிக்க முடியாத, நான் இங்கே குறிப்பிட வேண்டும், என்சைக்ளோபீடியா பிரிட்டானிகா' என்பது கலைக் களஞ்சியம். உலகத்தில் யாருக்கு எந்தச் சந்தேகம் ஏற்பட்டால் அந்தப் புத்தகத்தைப் பார்த்தால் அதற்கு விளக்கம் இருக்கும், அதில் குறிப்பிட்டிருக்கிறார்கள் "The Tamil language is perhaps only example of ancient classical language. Which has Survived as a spoker language for more than 2500 years which 1/5 leasic (almost unchanged" என்ற அடிப்படையின் தன்மை மாறாமல் இரண்டாயிரத்து ஐநூறு ஆண்டுகளாக வாழ்ந்து

கொண்டிருக்கின்ற ஒரே மொழி தமிழ் மொழி என்று 'என்சைக்ளோபீடியா பிரிட்டானிகா' சொல்கிறது.

'என்சைக்ளோபீடியா இந்தியா' என்பது தமிழின் தோற்றுவாய் கண்டுபிடிக்க முடியவில்லை என்று சொல்கிறது.

இந்த மொழிக்குச் செம்மொழி அங்கீகாரம் வேண்டுமென்று கேட்பதற்கு நாதியில்லை. பேசினார்கள்; போனார்கள். ஆனால் நண்பர்களே! முதன் முதலாக அந்தக் குரலை வலிமையாக ஒலித்து தான் ஆட்சிப் பொறுப்பேற்ற நேரத்தில் தான் தீர்மானங்களாக நிறைவேற்றி, வாய்ப்புக் கிடைக்கின்ற போதெல்லாம். எடுத்துச் சொல்லி, இந்த மொழியைச் செம்மொழியாக்குங்கள் என்று குரல் கொடுத்த ஒரே தலைவர் நம் தலைவர் கலைஞர் என்பதை யாரும் மறந்துவிடக் கூடாது.

மத்தியிலே இருக்கின்ற அரசாங்கத்தில் சேர்ந்த நேரத்திலெல்லாம் குரல் கொடுத்தோம். 1996 ஆவது ஆண்டு பொறுப்பேற்ற 'ஐக்கிய முன்னணி' அரசுக்குத் தலைவர் கலைஞர் கடிதம் எழுதினார். அப்போது எங்கள் ஆருயிரண்ணன் 'முரசொலி மாறன்' உயிரோடு இருந்தார்கள்.

"தம்பி குரல் கொடுப்பதோடல்லாமல் பதிய வைக்க வேண்டிய இடத்தில் பதிய வைக்க வேண்டும். நாடாளுமன்றத்தில் இது குறித்துப் பேசி திராவிட முன்னேற்றக் கழகத்தின் குரலை வலிய அங்கே பதிவு செய்யுங்கள்" என்று எங்களைப் போன்றோரைத் தயார் செய்து பேச வைத்தவர் அவர். அந்த அரசு அன்றைக்கு ஒத்துக்கொள்ள மறுத்தது. இதற்கு முன்பு 'பாரதீய ஜனதா கட்சியி'ன் ஆட்சிக்குத் தலைவர் கலைஞர், வாஜ்பாய்க்கு நீண்ட கடிதம் எழுதினார். தமிழின் தொன்மையெல்லாம் விளக்கிச் சொன்னார். "இந்த ஆட்சி எங்களால்தான் உருவானது. நாங்கள் வேறெதுவும் கேட்கவில்லை. சொந்த வாழ்வின் வசதிக்காகக் கேட்கவில்லை. என் தாய்மொழி தமிழைச் செம்மொழியாக அறிவியுங்கள், என்று கேட்டார்கள். ஆனால், இப்போது நடைபெற்ற நாடாளுமன்றத் தேர்தலில் வைக்கப்பட்ட அந்த வாக்குறுதி இன்றைக்கு இருக்கிற அரசால் உடனடியாக நிறைவேற்றப்பட்டு இருக்கிறது, என்று சொல்கிறபோது. நான் தமிழ்ச் சமுதாயத்தைச் சேர்ந்த அத்தனை பேரையும் வேண்டி விரும்பிக் கேட்டேன், இரண்டாயிரத்து ஐநூறு ஆண்டு பழைமையான மொழிதான், நாடாண்டவர்கள் எத்தனையோ பேர்தான், அறிஞர் பெருமக்கள் ஆயிரக்கணக்கில் உலவி மறைந்திருக்கிறார்கள், ஆனால் கலைஞர் என்கிற ஒருவர் வந்ததால், இந்தத் தமிழ் மொழிக்குச் 'செம்மொழி' என்கின்ற அங்கீகாரத்தைத் தர முடிந்திருக்கிறது என்றால் வாராது போல் வந்த மாமணி' நம் தலைவர் கலைஞர் அவர்கள்.

எண்பத்திரண்டு வயது அவருக்கு. உருவாக்கிய கொள்கைகள் தொடர்ந்து இலட்சியப் பாதையில் செல்வதையும், பின்னர் அவை வெற்றியினைத் தொடுவதையும் கண்ட தலைவர்கள் உலகத்தில் அரிது.

'ஆப்ரஹாம் லிங்கன்' கண்டிருக்கிறான். 'பெடல் கேஸ்ட்ரோ' கண்டிருக்கிறான். இந்த நாட்டிலே வாழ்ந்த, உலகத்திலிருந்த தலைவர்களில் 'நெல்சல் மண்டேலா'கண்டிருக்கிறான். அதற்குப் பின்னால் கொள்கைகள் உருவான நேரத்திலும், வெற்றிப் பயணத்தில் சென்ற நேரத்திலும், வெற்றியின் முகட்டைத் தொடுகின்ற நேரத்திலும் வாழ்ந்து காட்டியிருக்கின்ற. ஒரே தலைவர் நம் தலைவர் கலைஞர் என்கின்றபோது இத்தனை பெரிய தலைவனுக்குக் கொடுக்க வேண்டிய சாதாரண இடத்தை இந்த நாடு தரவில்லையே என்கின்ற கலக்கம்.

தலைவர் அவர்களே! தமிழைச் செம்மொழி ஆக்கினீர்கள் உங்களைக் கண்ணின் மணியெனக் காத்த அறிஞர் அண்ணா இல்லை. நீங்கள் கண்ணின் மணியென வளர்த்த ஆருயிரண்ணன் முரசொலி மாறன் அவர்கள் உயிரோடு இல்லை. 'பரிதிமாற் கலைஞர்' உயிரோடு இல்லை. ஆனால், உங்கள் தம்பிமார்கள் நாங்கள் இந்தத் தமிழ்ச் சமுதாயத்தின் காலில் விழுந்தாவது "இதோ இந்தத் தலைவனைப் பாருங்கள். இவர் இல்லாவிட்டால் தாய்மொழி தமிழ்மொழிக்கு இன்றைக்கு மணிமகுடம் என்று சொல்கிறார்களே, அது சூட்டப்பட்டிருக்காது. விரைவில் அந்த மணிமகுடத்தில், வைரமொன்று ஜொலிக்கப் போகிறது. அதுதான் 'இந்தியத் துணைக்கண்டத்தின் ஆட்சி மொழிகளில் ஒன்றாகத் தமிழும் மாறியது' என்கின்ற அறிவிப்பு. அதையும் தலைவர் கலைஞர் அவர்கள் கொண்டு வருவார்கள்."

நான் உங்களுக்கு ஒரேயொரு வேண்டுகோளை வைக்கின்றேன். கடந்த முறை பாரதிய ஜனதா அரசு சமஸ்கிருத ஆண்டு என்ற ஓராண்டை அறிவித்தார்கள், தமிழ்மொழி அதைவிடத் தொன்மையான மொழி, "தமிழாண்டு" என்று அறிவியுங்களேன் என்று கேட்டோம். "முடியாது! சமஸ்கிருதம்தான் செம்மொழி. தமிழ் செம்மொழியல்ல என்றார்கள். இன்றைக்குத் தமிழ் செம்மொழியாகி இருக்கிறது. இந்தியத் துணைக்கண்டத்தின் எல்லா இடங்களிலும் 'தமிழாண்டு" என்று கொண்டாடக்கூடிய ஒரு சூழ்நிலையைத் தலைவர் அவர்களே நீங்கள் உருவாக்கித் தர வேண்டும்.

செம்மொழியான காரணத்தால் உலகப் பல்கலைக்கழகங்களில் தமிழுக்கு ஓர் இருக்கை என்கின்ற உயர்ந்த இடத்தை உருவாக்கித் தந்திருக்கின்றீர்கள். இந்தியாவில் இருக்கின்ற அனைத்துப் பல்கலைக்கழகங்களிலும் தமிழுக்கென்று ஓர் இருக்கை உருவாக்கி, அந்த இருக்கைகளின் கட்டமைப்பைத் தலைவர் கலைஞர் அவர்கள் தலைமையேற்று நடத்துகின்ற நாள் வர வேண்டும். நீலகிரி மலையின் உச்சகட்டப் பகுதி, தமிழகத்தின் உயர்ந்த இடம் 'தொட்டபெட்டா,' அந்தத் தொட்டபெட்டாவிலே நீங்கள் நின்றபோதுதான் தமிழ்மொழி செம்மொழியானது என்ற அறிவிப்பு வந்தது.

நான் நீலகிரி மாவட்டச் செயலாளரையும், குண்டனையும், மற்றவர்களையும் கேட்கிறேன், அந்த அறிவிப்பு வந்தபோது தலைவர் கலைஞர் அவர்கள் எந்த இடத்தில் நின்றாரோ அந்த இடத்தை குறித்து வையுங்கள்.

'சேரன் செங்குட்டுவன்' இமயத்திலே இலச்சினை பொறித்தது போல்,

'டென்சிங்' எவரெஸ்ட் சிகரத்திலே இலச்சினை பொறித்தது போல், தலைவர்

கலைஞரின் ஆட்சி மலர்ந்தவுடன் 'தொட்டபெட்டா' சிகரத்தில் வரலாற்றின் நினைவாக நாம் இந்த இடத்திலே குறித்து வைக்க வேண்டும். இங்கு எங்கள் தலைவர் நின்ற போதுதான், இதற்காகப் பாடுபட்ட தலைவர் இதோ தமிழகத்தின் உயர்ந்த இடத்தில் நின்ற போதுதான் தமிழுக்கு உயர்ந்த சிம்மாசனம் தரப்பட்டது என்கின்ற நிலை உருவாகுவதற்கு மீண்டும் ஆட்சி வேண்டும், அதிகாரம் வேண்டும்.

ஊர் சுற்றுவதற்கும் உலா வருவதற்கும் அல்ல. தமிழ் மக்களின் வாழ்க்கையில் விடிவை ஏற்படுத்துவதற்காக, கண்ணீரில் கலங்கிக் கொண்டிருக்கின்ற தமிழக மக்களின் கண்ணீரை துடைப்பதற்காக, இன்றைக்கு மடமை மகுடம் சூடியிருக்கிற அது விலக வேண்டும் என்பதற்காக, இருள் விலக வேண்டும் என்பதற்காக, பகலவனே எங்கள் கதிரவனே பாராள வந்து விடு! தமிழ் மக்களின் துயரத்தைத் துடைத்து விடு!

தவித்துக் கிடக்கின்ற தமிழகத்தைத் தலைநிமிர்த்த மாநாடுகள் நடத்தி எழுச்சிமயமாக இது போன்ற தீர்மானங்களை நிறைவேற்றி இந்த நாட்டுக்கு நல்லதை உருவாக்கித் தருகின்ற தலைவர் அவர்களே! புதிய ஆத்திசூடியாக நாங்கள் சொல்கிறோம், "நான் தமிழன். என் தாய்மொழி செம்மொழி. கழகம் என் உயிர்! கலைஞர் எங்களுடைய தலைவர்.

தமிழகம் இனித் தமிழனுக்கு மட்டுமே. இதற்காகப் பாடுபடுவது மட்டுமே எங்கள் கடமை" என்கின்ற உறுதிமொழியை நாங்கள் எடுக்கிறோம்.

காலமெல்லாம் தமிழ்ச் சமுதாயம் கூன்பட்டுக் கிடக்கிறது. தலைவர் அவர்களே! தமிழைச் செம்மொழியாக்கினீர்கள். இந்தியாவின் ஆட்சி மொழியாக ஆக்குங்கள். இந்த நாட்டிற்கும் தமிழுக்கும் நீங்கள் பாதுகாவலன், வரலாறு உங்களை குறித்துக்கொள்ளும்.

ஆட்சி முறைகள் மாறும். ஆட்சியாளர்கள், வருவார்கள், போவார்கள், ஆனால் இன்னும் ஆயிரக்கணக்கான ஆண்டுகள் ஆனாலும் வள்ளுவரும் இருப்பார், தலைவர் கலைஞர் அவர்களும் இருப்பார். அவர் நம் தலைவர் என்கின்ற பூரிப்போடு இந்த நல்ல வாய்ப்புக்கு நன்றி கூறி விடைபெறுகிறேன்.

நன்றி! வணக்கம்!

16

நெல்லை இளைஞரணி மாநாடு

மதிப்பிற்கும் மரியாதைக்கும் உரிய திராவிட முன்னேற்றக் கழக இளைஞர் அணியின் முதல் மாநாட்டின் தலைவர், புதியதோர் சரித்திரத்தைப் படைக்க இருக்கின்ற செந்தமிழ் நாட்டு சிங்கங்களின் தலைவன், வருங்காலத் தமிழகத்தின் வரலாற்றுப் போக்கைத் தீர்மானிக்கின்ற தமிழகத்தின் தலைவன், நாளைய விடியலில் பூபாளராகம், கழகத்தின் துணைப் பொதுச் செயலாளர் ஆருயிர் அண்ணன் தளபதி மு. க. ஸ்டாலின் அவர்களே!

வஞ்சகர்தம் வலையறுத்து, வளமார் தமிழகத்துக்கு வாழ்வு தந்து, காரிருளை விலக்க வந்த கதிரவனாய், சூரியக் குடும்பத்தின் தலைவனாய் நமக்கெல்லாம் வாழ்த்துரையும் வரலாற்றுப் பேருரையும் ஆற்ற இருக்கின்ற தமிழகத்தின் முதல்வர் தன்னேரில்லாத் தலைவர் கலைஞர் அவர்களே...

இன மானமும் மொழி மானமும் தன்மானம் என்று வாழ்ந்து காட்டிக் கொண்டிருக்கின்ற கழகத்தின் பொதுச்செயலாளர் அண்ணன் பேராசிரியர் அவர்களே....

அன்பின் உருவமாம் பொருளாளர் அண்ணன் ஆற்காட்டார் அவர்களே... தலைமைக் கழகத்தின் முதன்மைச் செயலாளர் அண்ணன் துரைமுருகன் அவர்களே...

துணைப் பொதுச்செயலாளர்கள் பரிதி இளம்வழுதி அவர்களே... திருமதி சற்குணம் பாண்டியன் அவர்களே!

மாநாட்டினைத் திறந்து வைத்து உரை நிகழ்த்த இருக்கின்ற மாணவரணிச் செயலாளர் கடலூர் புகழேந்தி அவர்களே.... மாநாட்டு முகப்பில் கழகத்தின் இரு வண்ணக் கொடியினை உயர்த்தி வைத்து விரிவானதோர் உரையாற்ற இருக்கின்ற என் தங்கை தமிழச்சி தங்கபாண்டியன் அவர்களே.....

பேரணியைத் துவக்கி வைத்து உரை நிகழ்த்தியிருக்கிற மத்திய அமைச்சர் தம்பி ராஜா அவர்களே...

தம்பி ஜின்னா அவர்களே...

வரவேற்புக் குழுத் தலைவர் தம்பி முத்துராமலிங்கம் அவர்களே....

மாவட்டச் செயலாளர் அண்ணன் 'க'னா அவர்களே...

பெரியோர்களே... தாய்மார்களே.. வாழுகின்ற நாட்களில் வசந்தத்தையெல்லாம் வளமார்ந்த நாட்டின் எதிர்காலத்துக்கு அர்ப்பணித்திருக்கின்ற இளைய தலைமுறையின் இனிய தோழர்களே உங்கள் அனைவருக்கும் வணக்கம்.

டெல்லியிலே சோவியத் நாட்டைச் சார்ந்த, ரஷ்ய நாட்டின் தூதரகத்தைச் சார்ந்த சில அதிகாரிகளோடு சந்தித்துப் பேசுகிற வாய்ப்பு கிடைத்தது. இரு நாட்டின் அரசியல் நிலவரங்களைப் பேசிக்கொண்டிருந்த அவர்கள் பேச்சின் இடையில் "எங்களுக்கு ஸ்டாலினை ரொம்பப் பிடிக்கும்" என்று சொன்னார்கள்.

"ரஷ்ய நாட்டில் பிறந்தவர்களுக்கு ஸ்டாலினைப் பிடிப்பதில் ஆச்சர்யம் இல்லையே," என்றேன்.

"நான் சொல்வது எங்கள் ஸ்டாலினை அல்ல, உங்கள் ஸ்டாலினை" என்று சொன்னார்கள்.

"எங்கள் இளைஞரணிச் செயலாளரையா?" என்று கேட்டேன்.

"ஆம்" என்று சொல்லி, அவசர நிலைக் காலத்தில் திருமணமான சில மாதங்களிலேயே அன்பு மனைவியைப் பிரிந்து அவர் சிறையில் வாடியதையெல்லாம் சொல்லிவிட்டு, அவர்கள் சொன்ன வார்த்தை, "He is a promising leader" என்று சொன்னார்கள். 'நம்பிக்கைக்குரிய ஒரு தலைவன்' என்று ரஷ்ய நாட்டின் தூதரகத்திலே பணியாற்றுகிறவர்கள் சொல்கின்ற, இந்த இயக்கத்தை நாளைக்கு வழி நடத்தவிருக்கின்ற 'தளபதி' தலைமையில் இந்த மாநாடு.

2004 ஆவது ஆண்டு ஜனவரி மாதம் 2ஆம் தேதி, புத்தாண்டு முடிந்து கொண்டாட்டங்கள் ஓய்ந்து எல்லோரும் சகஜ நிலைக்குத் திரும்பிக் கொண்டிருந்தபோது இந்த நாட்டின் வட பகுதியில் ஓரத்தில் இருக்கிற 'ஜம்மு' ரயில் நிலையத்தில் ஓர் இளம் இராணுவ அதிகாரி 'லெப்டினன்ட் திரிவேணி சிங்' என்பது அவன் பெயர்.

இரண்டு மாதங்கள் கழித்துத் திருமணத்திற்கு நாள் குறித்திருக்கிறார்கள். மனத்திற்கு ஏற்றவள் மனைவியாக வரப் போகிறாள் என்ற மகிழ்ச்சியோடு கனவுலகில் திளைத்துக்கொண்டு அந்த இரயிலடியில் அவன் நின்றபோது எதிர்பாராமல் முதலாவது, இரண்டாவது நடைபாதையை இணைக்கின்ற பாலத்திலே இருந்து தீவிரவாதிகள் தாக்குதல் நடத்துகிறார்கள். எல்லோரும் சிதறி ஓடுகிறபோது அந்த இளம் அதிகாரி மட்டும் முன்னேறுகிறான்.

பதுங்கி இருக்கின்ற ஓர் இடத்தில் இருந்து குறிபார்த்து ஒரு தீவிரவாதியை வீழ்த்துகிறான். இவனை அடையாளம் கண்ட தீவிரவாதிகள் இவன்மீது வெடிகுண்டு வீசுகிறார்கள்; துப்பாக்கியால் சுடுகிறார்கள். உடலில் பல இடங்களில் இரத்தக் காயம். எழுந்து நிற்க முடியாத நிலையில் அத்தனை தீவிரவாதிகளையும் சுட்டுப் பொசுக்கிவிட்டுத் தள்ளாடி, மெல்லத் தட்டுத் தடுமாறித் தன் மேலதிகாரியின் பக்கத்திலே போய் நின்று விரைந்து இராணுவ மரியாதையோடு ஒரு வணக்கத்தைச் சொல்லிவிட்டு அவன் சொன்ன வார்த்தை, "Mission accomplished sir" என்று சொன்னான். கடமையை நான் வெற்றிகரமாக முடித்துவிட்டேன் என்று சொல்லி அடுத்தகணம் கீழே விழுந்து சாகிறான். அவன் வீட்டில் கண்ணீர் வெள்ளம் பெருக்கெடுத்து ஓடுகிறது.

இந்தச் செய்தியை நான் படித்தபோது எனக்கு என்ன நினைவுக்கு வந்தது தெரியுமா?

1980 ஆவது ஆண்டு மதுரையில் தவழத் தொடங்கிய இளைஞரணி, 1982 ஆவது ஆண்டு திருச்சியில் தளிர்நடை போடத் தொடங்கிய இளைஞரணி உங்களோடு நாங்களும் பத்தாண்டுகள் அந்த அமைப்பில் துணைச் செயலாளராக இருந்து நாடு முழுதும் வலம் வந்திருக்கிறேன்.

தலைவர் கலைஞர் அவர்கள் எழுதிய 'தொடங்கினோம் தொடர்வோம்' என்ற ஒரு புத்தகத்தை ஒரு ரூபாய்க்கு நாம் ஊரெல்லாம் விற்றுக்கொண்டு போனோம்.

தொடங்கியபோது நாங்கள் இருந்தோம். தொடர்ந்தது நீங்கள் மட்டும்தான்; வளர்த்ததும் நீங்கள் மட்டும்தான்.

அந்த நேரத்தில் நீங்கள் எல்லா ஊர்களிலும் என்ன பேசினீர்கள் தெரியுமா? எனக்கு நன்றாக நினைவு இருக்கிறது.

இரண்டாவது உலக மகா யுத்தத்தின்போது 'வின்ஸ்டன் சர்ச்சில்' சொல்வான், நாடு இக்கட்டான நிலையில் இருக்கிறபோது தன் நாட்டு மக்களைப் பார்த்துச் சொல்வான், "Do or Die", "செய் அல்லது செத்து மடி" என்பான்.

அதையே தளபதி மாற்றிச் சொல்வார், "Do or Die" என்பதல்ல, "Do and Die" என்று சொல்வார். "செய்துவிட்டுச் செத்து மடி" என்று சொல்வார்.

ஜம்முவிலே தீவிரவாதிகளை வீழ்த்திவிட்டு இறந்த லெப்டினன்ட் சிங்கினுடைய நிகழ்ச்சியை நான் கேள்விப்பட்டபோது அந்த இராணுவ அதிகாரிக்கு இருக்கிற உணர்ச்சி என் நாட்டிலிருக்கிற இளைஞர்களுக்கு வேண்டும் என்று நாடெல்லாம் நீங்கள் சுற்றி வந்து தேடிய பட்டாளம் இதோ முன்னால் அமர்ந்திருக்கிறது.

இது இளைஞர்களின் சேனை; இது தமிழர்களின் சேனை; இது தாய்மொழி தமிழைக் காக்கும் சேனை; இது தன்மானத்தைப் பேணும் சேனை; தருக்கர்தம் கொட்டத்தை அடக்கும் சேனை; தலைவர் கலைஞர் அவர்களின் தம்பிமார்களின் சேனை; தளபதி அவர்களின் கட்டளைக்குக் காத்திருக்கிற பட்டாளத்துச் சிப்பாய்களின் சேனை.

எத்தனை இலட்சம் பேர் தெரியாது. ஐந்து இலட்சம் பேர் இருக்கலாம் என்று அதிமுக கணக்குப் போடுகிறது. எதிரிகளின் கணக்கே ஐந்து இலட்சம் பேர் என்றால், எத்தனை இலட்சம் பேர் என்று காலையில் தளபதி அவர்கள் கேட்டார்களே, வந்திருப்பது எத்தனை இலட்சம் பேர் தெரியாது.

அதைவிட மிக அற்புதமான செய்தி, முதன்முதலாக திராவிட முன்னேற்றக் கழகத்து இளைஞரணியின் சார்பில் இணைய தளத்திலே ஒரு புதிய இணையதளம் ஒன்று தொடங்கப்பட்டு நேற்றிலிருந்து இந்த மாநாடு நேரடி ஒளிபரப்பாக இணையத்தின் மூலம் உலகம் முழுவதும் சென்று கொண்டிருக்கிறது.

இன்று மாலைவரை கிடைத்த செய்தி, முப்பது இலட்சம் பேர் அதைப் பார்த்திருக்கிறார்கள். அதிலே, முதல் செய்தி, நம்முடைய துணைப் பொதுச் செயலாளர் பரிதி இளம்வழுதிக்கு வந்துகொண்டே இருக்கிறது.

நான் வந்த செய்திகளைத் தமிழ்ப்படுத்திச் சொல்கிறேன்.

ஜப்பான் நாட்டிலிருந்து வந்திருக்கிற செய்தி. "என்னால் ஜப்பான் நாட்டிலிருந்து தளபதியின் உரையைத் தெளிவாகக் கேட்க முடிந்தது." இன்று மதியம் கேட்டு இன்று மாலை e-mail மூலம் அவர் அனுப்பியிருக்கிற செய்தி.

சிங்கப்பூரில் இருந்து முத்துப்பிள்ளை என்பவர் அனுப்பியிருக்கிற செய்தி, "நேற்றிலிருந்து நான் மாநாட்டு நிகழ்ச்சிகளை நேரடியாகப் பார்த்து வருகிறேன். இது மிகச் சிறந்த இனிய அனுபவம்."

அடுத்தபடியாக குவைத்திலிருந்து ஒரு தோழர், "எனது உணர்வுகளை வர்ணிக்க முடியாத அளவில் நான் மூழ்கியிருக்கிறேன், இந்த மாநாட்டு நிகழ்ச்சிகளைப் பார்த்து."

அதையும் கடந்து இன்னொருவர் எழுதுகிறார். எங்கே இருந்து தெரியுமா? அமெரிக்க நாட்டிலிருந்து. "திராவிட முன்னேற்றக் கழகப் பேரணியைப் பார்த்தேன். மிகச் சிறப்பாக இருந்தது. என் போன்றவர்கள் அமெரிக்காவில் வாழ்கிறவர்கள்கூட இதைப் பார்க்கிற வாய்ப்பு கிடைத்து நான் பூரிப்படைகிறேன், புளகாங்கிதம் அடைகிறேன்."

சௌதி அரேபியாவில் இருந்து அதேபோல ஒரு செய்தி. "தொழில்நுட்ப வசதியுடன் ஓர் அரசியல் கட்சி நடத்தும் இளைஞரணி மாநாடு எனக்குத் தெரிந்து இந்தியாவில் இதுதான் முதல் பேரணி இராணுவக் கட்டுப்பாட்டோடு இருந்தது. வளரும் தொழில்நுட்பம் திராவிட முன்னேற்றக் கழகத்தின் வளர்ச்சிக்கும் மற்றவர்களுக்கும் பயன்படும் வகையில் இருக்கும் என்று நம்புகிறேன், புளகாங்கிதம் அடைகின்றேன்."

உங்களுக்கு மகிழ்ச்சி தரக்கூடிய செய்தி; நெல்லை மாநகரத்து மக்களுக்கு மகிழ்ச்சி தரக்கூடிய செய்தி. சௌதி அரேபியாவிலிருந்து 'ஜாபர் சாதிக்' என்பவர் எழுதுகிறார். "என்னுடைய மாவட்டத்தில் நடக்கும் இளைஞரணி நிகழ்ச்சிகளை நேரடியாகப் பார்ப்பதில் நான் பெருமதிப்பு அடைகிறேன். என்னால் ஊரில் இருக்க முடியவில்லை. ஆனால், இருக்கிற இடத்தில் இருந்து நெல்லை மாவட்டத்தில் நடைபெறுகிற நிகழ்ச்சிகளைப் பார்த்து ரசித்தேன். விரைவில் நான் தமிழ்நாட்டுக்கு வந்து அங்கேயே என்னுடைய கடமையைத் தொடங்க இருக்கிறேன். மேலும் திராவிட முன்னேற்றக் கழக இளைஞரணியில் சேர்ந்து பணியாற்ற ஆர்வமாக இருக்கிறேன்".

இதுதான் மாநாட்டின் வெற்றி. வேறு எந்தக் கட்சிக்கும் இத்தனை இலட்சம் இளைஞர்கள் கிடையாது, எங்களால் நெஞ்சை நிமிர்த்திச் சொல்ல முடியும்.

இந்த சேனை, எத்தனை இலட்சம் பேர் இங்கு வந்திருக்கிறார்கள் என்று சொல்கிறபோது, இது திடீரென்று இழுத்து வரப்பட்டதல்ல; அழைத்து வரப்பட்டதல்ல; கூலி கொடுத்துக் கூட்டி வரப்பட்ட கூட்டமல்ல. ஊர் ஊராகச் சுற்றிச் சுற்றி வந்து சேர்த்த கூட்டம்.

இருபத்தேழு ஆண்டுகள், இன்றைக்கு இந்த அமைப்பின் செயலாளராக, கழகத்தின் துணைப் பொதுச் செயலாளராக எல்லோருடைய நம்பிக்கைக்கும் பாத்திரமாக இருக்கிற அவர் சுற்றிச் சுழன்று வந்தது.

நேற்றைக்கு கலைஞர் தொலைக்காட்சியில் அவர் பேட்டி தருகிறபோது, பேட்டி கண்டவர் சொல்கிறார்: " நான் வாழ்கின்ற ஊருக்கு முதன்முதலாக ஓர் அரசியல் தலைவர் வந்ததை உங்களைத்தான் பார்த்தேன்" என்று சொல்கிறார்.

சுதந்திரம் அடைந்த காலத்திலிருந்து பெரிய அரசியல் தலைவர்கள் போகாத ஊருக்கெல்லாம் போனார். காலையில் தொடங்குகின்ற கொடியேற்று விழா நிகழ்ச்சிகள்

அடுத்த நாள் அதிகாலை முடிகின்ற அளவில்கூட நாங்களும் உடன் இருந்து சுற்றுப்பயணம் செய்திருக்கிறோம்.

நான் அடிக்கடி சொல்வேன். உண்மையில் எல்லோரும் உணர்ச்சிபூர்வமாக ஒத்துக் கொள்ளக்கூடிய உண்மை. தமிழ்நாட்டில் பறக்கின்ற கறுப்பு சிவப்பு கொடிகளில் பாதி தலைவர் கலைஞர் ஏற்றியது. மீதி தளபதி அவர்கள் ஏற்றியது. அப்படித்தான் இந்தப் பெரும் பட்டாளத்தைக் கொண்டுவந்து இங்கே சேர்த்திருக்கிறார்.

யார் இவர்கள்? எதற்காக வந்திருக்கிறார்கள்? என்ன கிடைக்கும் என்று வந்திருக்கிறார்கள்?

அறிஞர் அண்ணா இந்த இயக்கத்தை ஆரம்பிக்கின்றபோது, "வாருங்கள் பதவி தருகிறேன்" என்று அழைக்கவில்லை. "சாவதற்குத்தான் அழைக்கின்றேன்" என்று சொன்னார்.

"சாவதற்குத்தான் நான் வருகிறேன்" என்று சொன்னவர்கள்தான் இங்கே உட்கார்ந்திருக்கிற, இந்தியாவே நிமிர்ந்து பார்க்கிற நம்முடைய தலைவர் கலைஞர் அவர்கள்.

தளபதி அவர்கள் இந்த நாளை, டிசம்பர் 15, 16ஐ ஏன் தேர்ந்தெடுத்தார் என்கிறபோது தம்பி இளம்வழுதி பேசுகிறபோது சொன்னான், "பனகல் அரசர் மறைந்த நாள்" என்று. "வேதனையான நிகழ்ச்சி ஆனால் நினைவுகூர வேண்டிய நிகழ்ச்சி" என்று சொன்னான்.

மகிழ்ச்சிகரமான செய்தி என்ன தெரியுமா? இதற்கு ஒத்துவரக்கூடிய ஒன்று.

உலகின் எல்லா நாடுகளிலும் முயன்று முடியாமல் தோற்றுப்போக, இரஷ்யா முதன்முதலாகச் செவ்வாய்க் கிரகத்தில் காலடி எடுத்து வைத்தது டிசம்பர் 16ஆம் தேதி.

இதே டிசம்பர் 16, 1971 ஆம் ஆண்டுதான் பாகிஸ்தான் படைகள் இந்தியாவிடம் சரணடைந்தன. பங்களாதேஷ் என்னும் ஒரு புதிய நாடு மலர்ந்தது.

இந்த நாட்டிலே இருக்கின்ற பகைக் கூட்டம் நம்மிடம் சரண்டையப் போகிற நாள் இன்றைக்குத் தொடக்கம் என்று அறிவிக்கிற நிகழ்ச்சி.

நெல்லையில் நடைபெறுவதைச் சொன்னார்கள். இங்கே பட்டினியாகக் கிடந்தாலும் தன் பாத் திறத்தின் மூலமாகப் பாரையே சிலிர்க்கச் செய்த பாரதி நடமாடினான். அவன் செத்தது 39 வயதில்.

"தூக்குமர நிழல்தான் எனக்குப் பரிசாகக் கிடைத்தாலும் நான் கப்பம் கட்ட மாட்டேன்," என்று சொன்ன கட்டபொம்மன் தூக்கில் தொங்கினானே! அவன் செத்தபோது வயது 39. அவன் தம்பி ஊமைத்துரைக்கு அதைவிடக் குறைந்த வயது. சுந்தரலிங்கத்துக்கு அதைவிடக் குறைந்த வயது.

சிதம்பரனார் செக்கிழுத்தார்; தீரமாகக் கப்பலோட்டினார் என்று சொல்கிறோம். எல்லாவற்றிற்கும் மேலாகப் பாளையங்கோட்டை சிறைச்சாலை.

நேற்று இரவு பார்த்தோமே, கலைஞர் காவியத்தில். தனிமைச் சிறை, கூட்டுவதற்குக்கூட ஆள் வரவில்லை என்கிறபோது, தன்னுடைய நகைச்சுவை உணர்வு மாறாமல் தலைவர் கலைஞர் சொல்கிறார்: "கூட்டுவதற்குத்தானே ஆள் வரவில்லை. என்னை வந்து காலையிலே கட்டுவிரியன் பாம்பு விசாரித்துவிட்டுப் போனது" என்று சொன்னாரே. அந்த அளவிற்குத் தனிமைச் சிறையில் வாடிய இந்த நெல்லையிலிருந்து கிளம்புவதற்குக் காரணம், இந்த மாநாடு இன்றைக்கு இங்கே நடக்கிறது என்று சொன்னால் இது வீரம் விளைந்த மண்.

நேதாஜி நடத்திய INA படைக்கு அதிகமான ஆட்களை அனுப்பியது இராமநாதபுரம், மதுரை, திருநெல்வேலி மாவட்டங்கள் என்பது வீர வரலாறு. அந்த வீர வரலாறு நிறைந்த மண்ணிலே இருந்து தளபதி அவர்கள் இதைத் தொடங்கியிருக்கிறார்.

தலைவர் அவர்கள் 25 கடிதங்கள் எழுதினார் என்று பெருமையோடு காலையில் தளபதி சொன்னாரே, நான் எண்ணிப் பார்க்கிறேன்.

சாதாரணமாகச் சொல்வார்கள், "மழை பொழிகிறபோது பறவைகளெல்லாம் தன்னுடைய கூட்டுக்கு ஓடிச் சென்று பதுங்கிக்கொள்ளும். ஆனால், இராஜாளிப் பறவை மட்டும் மேகங்களுக்கு மேலே சென்று தன் பயணத்தைத் தொடர்ந்துகொண்டே இருக்கும்" என்பார்கள்.

அரசியலில் தலைவர் இராஜாளிப் பறவையைப் போல். எல்லாப் பறவைகளும் அடைக்கலம் தேடுகிறபோது அவர் மட்டும் வேறு வழி கண்டு பறந்துகொண்டே இருப்பார்.

முகம் பார்க்கின்ற கண்ணாடியை எத்தனை துண்டுகளாக வேண்டுமானாலும் உடையுங்கள். உடைகின்ற ஒவ்வொரு துகளும் அதே பிம்பத்தைத்தான் காட்டுமே தவிர வேறு பிம்பத்தைக் காட்டாது. அதுதான் நம் தலைவர் கலைஞர்.

உலகத்தில் இலட்சக்கணக்கான ஆண்டுகளாக மக்கள் வாழ்வதாக வைத்துக்கொள்ளுங்கள். கோடிக்கணக்கான மனிதர்கள் வாழ்ந்து மறைந்திருக்கிறார்கள். ஆனால், இத்தனை ஆண்டுகளுக்கும் பின்னால் ஞாபக மறதியை மட்டுமே மனிதனுக்குத் தந்துவிட்டு உருண்டோடுகிற நாள்களில் நூற்றாண்டுகளைக் கடந்து மனத்தில் நிற்பவர்கள் ஒரு நூறு பேர் இருப்பார்களா, உலகம் முழுதும்?

எத்தனையோ பேர் வாழ்ந்தார்கள்; மறைந்தார்கள்; இருந்தார்கள்; ஏதேதோ செய்தார்கள். ஆனால், நினைவில் நிற்பது ஒரு நூறு பேருக்கு உள்ளாக.

நான் இந்த இடத்தில் நின்று சொல்கிறேன், இந்த நூறு பேருக்குள்ளாக உலகம் முழுவதும் நிற்கப்போகிற தலைவர்களில் ஒருவர் நம் தலைவர் கலைஞர் அவர்கள்.

நம்மிடம் எதை எதிர்பார்த்து இங்கே அழைத்திருக்கிறார்? அவர் முகத்தில் நேற்றையிலிருந்து எல்லையில்லா மகிழ்ச்சி. அவரை அருகே இருந்து பார்க்கிற எங்களுக்குத் தெரியும். ஒவ்வொரு குறிப்பையும் பார்த்து, கோபமாக இருக்கிறாரா? வேதனையில் இருக்கிறாரா? என்றெல்லாம் அறிய முடிந்த எங்களுக்கு அவருடைய மகிழ்ச்சி புரிந்தது.

என்ன காரணம்?

இத்தனை பெரிய இளைஞர் கூட்டம். இனி எந்த வகையிலும் தாழ்வில்லை இந்தச் சமுதாயத்திற்கு. இதோ தம்பிமார்கள் புறப்பட்டுவிட்டார்கள் என்ற உள்ளக் கிளர்ச்சியை மேடையில் பார்த்தோம். ஒவ்வொருவர் பேசுவதையும் அவர் காது கொடுத்துக் கேட்பதைப் பார்க்கிறோம்.

தம்பிமார்களே! நான் உங்களை அழைப்பது எதற்குத் தெரியுமா? ஆயிரம் ஆண்டுகளாக மட்கிப் போயிருந்த மடைமைத்தனத்தை ஒரு நூற்றாண்டுக்குள் மாற்றத்தான் இயக்கத்திற்கு உங்களை அழைக்கிறேன்.

இரத்தப் புரட்சி நடத்தினால்தான் மாற்றம் என்பார்கள். கருத்துப் புரட்சி நடத்தி, உயிர்ப்பலி கொடுக்காமல் மாற்றத்தைக் கொண்டுவருவது நாங்கள். வாருங்கள்" என்று அரவணைக்கிற அண்ணனாகத் தலைவர் கலைஞர் நம்மையெல்லாம் அழைத்திருக்கிறார்.

இருபத்தைந்து கடிதங்களிலும் எத்தனை தலைவர்களின் வாழ்க்கை.

எதற்காக?...

வாலிப வயதில் சாதித்தவர்கள்தான் எதிர்கால வரலாற்றில் நிலைத்து நின்றிருக்கிறார்கள். அவர் யாராக வேண்டுமானாலும் இருந்திருக்கலாம். அவர் எழுதிய அந்த நீண்ட நெடிய பட்டியலை எல்லோருமே சொன்னார்கள்.

'மாசே துங்' என்ற ஒருவன் மட்டும் பிறக்காமலே இருந்திருந்தால், 'சென்னியாட்சென்'னுக்குப் பின்னால் அவன் மட்டும் இல்லாமல் இருந்திருந்தால் இன்றைக்குப் புதியதொரு சீனாவை யாரும் கண்டிருக்க முடியாது. சீரழிந்த, சிதைந்துபோன சீனாவைத்தான் பார்த்திருக்க முடியும்.

'அபின்' என்ற போதைப் பொருளுக்கு அடிமையாகக் கிடந்த இளைஞர் கூட்டத்தை மாற்றுவதற்கு ஒரு மாசே துங் கிளம்பினானே, அந்த மாசே துங்கைப்போல "தம்பிமார்களே! நீங்கள் வாருங்கள்" என்ற வேண்டுகோள் அவரிடம் இருக்கிறது.

தோளில் ஒரு பையோடு, "எங்கெல்லாம் ஒடுக்கப்பட்ட இனம் இருக்கிறதோ, அது என்னுடைய நாடு," என்று சொன்ன 'சேகுவாரா'வைப்போல, "தம்பிமார்களே! உங்களில் எத்தனை சேகுவாராக்கள் இருக்கிறார்கள்?" என்று கேட்டு அவர் நமக்கு எழுதியது.

ஒரு சின்ன நிகழ்ச்சி, ஒரு சின்ன இழிவு மனிதனின் வாழ்க்கையைப் புரட்டிப் போடும்.

ஒரு மாட்டுவண்டியிலே இருந்து உருட்டித் தள்ளப்பட்ட 'பீமாராவ்' என்ற இளைஞன் அரசியல் சட்ட மேதையாக 'அண்ணல் அம்பேத்கராக' மாறுகிறார்.

ஒரு இரயில் வண்டியிலிருந்து உதைத்துத் தள்ளப்பட்ட 'மோகன்தாஸ்' என்ற இளைஞன் 'மகாத்மா காந்தி'யாக மாறுகிறார்.

பள்ளி இந்தி ஆசிரியர் ஓங்கி அறைந்த ஒரு சாதாரணமான திருவாரூரில் பிறந்த பள்ளிச் சிறுவன் இன்றைக்குத் தமிழ் மொழிக்குச் செம்மொழி அந்தஸ்து மட்டுமில்லை, விரைவில் ஆட்சிமொழி அந்தஸ்து தேடித்தர இருக்கிறார் என்றால் நாம் கற்றுக்கொள்ள வேண்டியவை என்ன?

உங்களுக்குத் தெரியுமா?

ஒரு சாதாரண ஏழைக் குடும்பத்தில், தன்னுடைய அன்றாட படிப்புச் செலவுக்குக்கூட வழியில்லாமல் தினந்தோறும் வீடுகளுக்குப் பேப்பர் போடுகிற வேலை பார்த்தவன்தான் அமெரிக்க நாட்டில் பின்னாள் அதிபராக மாறிய 'ஆப்ரகாம் லிங்கன்'.

அப்படிச் செய்தித்தாள் போடுகிறபோதுதான் ஒருநாள் எதேச்சையாக ஒரு வீட்டுக்குப் போகிற செய்தித்தாள் தாமதமாகப் போக, அதில் வருகிற செய்தியைப் பார்க்கிறான்.

காலையில் நம்முடைய அமைச்சர் தம்பி ராசா பேசும்போது சொன்னார்; பேச்சு ஓட்டத்தில் ஒரு வார்த்தையைச் சொன்னார்.

அமெரிக்காவில் ஒரு அமெரிக்கனால் தாக்கப்பட்ட கறுப்பர் இனத்தைச் சார்ந்தவன் நீதிமன்றத்திற்குப் போகிறான். "நான் வேலை பார்த்தேன்; கூலி கொடுக்கவில்லை; சோறு போடவில்லை; தினந்தோறும் உதைக்கிறான். எனக்கு நீதி வேண்டும்," என்று கேட்கிறான்.

நீதிபதி நியமிக்கிறபோதுதான் வழக்கு விசாரணைக்கு வரும். ஆறு, ஏழு, எட்டு நாள்கள் ஆகின்றன. ஒன்பதாவது நாள் வழிமறித்துக் கேட்கிறான். "தினந்தோறும் வருகிறேன் என் வழக்கிற்கு நியாயமில்லையா?" என்று.

"உன் வழக்கு என்ன?" என்கிறார்.

"அமெரிக்கன் என்னை இழிவுபடுத்துகிறான்; அடிக்கிறான்; உதைக்கிறான்; துன்பப்படுத்துகிறான்."

"அதற்கு நியாயம் கேட்க உனக்கு உரிமை இல்லை" என்கிறான்.

"ஏன் நான் மனிதனில்லையா?"

"இல்லை. இந்த நாட்டைப் பொறுத்தவரை நீ ஒரு தட்டுமுட்டுச் சாமானைப்போல. உன்னை யார் அடித்தாலும் உதைத்தாலும் இங்கே சட்டம் உனக்குத் துணைக்கு வராது. நீ ஒரு கேவலம் பொருளைப்போல, உயிரற்ற ஜடத்தைப்போல" என்று சொன்னதைப் படித்த ஏழைச் சிறுவன்தான் நானொரு வழக்கறிஞராக மாறினால் இதற்கு வாதாடுவேனே என்று எண்ணுகிறான்.

வழக்கறிஞராகிறான் சாத்தியப்படவில்லை. இதை மாற்ற வேண்டுமென்றால் சட்டத்தை இயற்றுகின்ற இடத்துக்குச் சென்றால்தான் முடியும் என்று அமெரிக்க நாட்டின் அதிபராக மாறினான்.

அங்கே கறுப்பர்களின் அடிமைத்தளை அறுந்தது என்கிறார்களே, "எத்தனை ஆப்ரகாம் லிங்கன் இந்தக் கூட்டத்தில் இருக்கிறீர்கள்?' என்ற கேள்வி தலைவரிடம் இருக்கிறது.

தோழர்களே! நான் நீட்டி வளர்க்க விரும்பவில்லை. இப்படி ஓர் இயக்கத்தில் இருக்கிறோம் என்பது நமக்கெல்லாம் பெருமை.

'பகத்சிங்' செத்தபோது வயது இருபத்து நான்கு. அவனை அடுத்த நாள் காலை தூக்கிலே போடவேண்டும். தூக்கில் போட்டால் காலையில் ஊர் கொந்தளிக்கும் என்று முதல்நாள் மாலை இழுத்துப் போகிறார்கள்.

அவன் காவலரிடம் சொல்கிறான், " நான் தவறு செய்ததாக அரசாங்கக் குற்றவாளியாக நடத்துகிறீர்களே, என் கடைசி ஆசையை நிறைவேற்றுவீர்களா?

"என்ன?" என்று கேட்கிறார்கள்.

"என்னைத் தூக்கில் போடாதீர்கள். துப்பாக்கியால் சுட்டுத் தள்ளுங்கள், ஒரு யுத்த கைதியைப்போல," என்கிறான் பகத்சிங்.

"என்ன வேறுபாடு? இரண்டிலுமே உயிர் போகுமே" என்கிறார்கள்.

"இல்லை. தூக்கில் போட்டால் உடல் கொஞ்ச நேரம் என் தாய் மண்ணிலிருந்து இரண்டு அடிக்கு உயரே துடித்துக் கொண்டிருக்கும். துப்பாக்கியால் சுட்டால், சுட்டு விழுந்த அடுத்த கணமே தாய்நாட்டு மண்ணை முத்தமிட்டுக் கீழே விழுவேன்" என்றானே அவன். அவனுக்கு வயது இருபத்து நான்கு.

அதைத்தான் எழுதினார் தோழர்களே. காரல் மார்க்சை, ஏங்கல்ஸை, லெனினை, ஜோசப் ஸ்டாலினை, ஆப்ரகாம் லிங்கனை, இப்படியே நான் சொல்லலிக்கொண்டு போக விரும்பவில்லை.

இந்தத் தலைவரைப் பாருங்கள்; இந்தத் தளபதியைப் பாருங்கள். உள்ளாட்சித்துறை அமைச்சர், கழகத்தின் துணைப் பொதுச் செயலாளராகப் பார்க்காதீர்கள். நேற்று இரவு பார்த்தீர்களே கலைஞர் காவியத்தில், சிறைச்சாலையில் இருந்து வெளியே இழுத்து வரப்பட்டு உயிர் மட்டும் தங்கட்டும் உடலில் என்று மிதித்தார்களே, அந்தக் காட்சியைப் பாருங்கள்! அந்த இளைஞரைப் பார்த்து இவரைப்போல வர வேண்டும் என்று எண்ணுங்கள்.

நம்முடைய நெஞ்சமெல்லாம் நன்றிக்குரியவராக என்றைக்கும் நிலைத்து நிற்கிறவர் ‘சிட்டிபாபு’ என்ற மறைந்த, இந்த இயக்கத்தின் முன்னோடி. அவர் இல்லாமல் போயிருந்தால் இந்தத் தளபதி இல்லை; இந்த இளைஞரணி இல்லை; இந்த இயக்கதிற்கு எதிர்காலம் இல்லை.

அந்தத் தளபதியைப் பார்ப்பதைப்போல நம் தலைவரைப் பாருங்கள்.

தினந்தோறும் கலைஞர் செய்திகள் பார்க்கிறீர்களே, அதிலே செய்திக்கு முன்னால் ஒரு குரல் கேட்கிறதே, நமக்கு அறிமுகமான, பரிச்சயமான குரல்தானே?

என்ன குரல்?

“தமிழர்களே! தமிழர்களே! என்னைக் கடலில் தூக்கிப் போடுங்கள். நான் மூழ்கிவிட மாட்டேன். கட்டுமரமாகத்தான் மிதப்பேன். அதில் ஏறி நீங்கள் பயணம் செய்யலாம்.”

நம் தலைவர் கலைஞரின் குரல்தானே. எப்போது சொன்னார் தெரியுமா? எந்தக் காலகட்டத்தில் சொன்னது தெரியுமா?

முதலமைச்சராக இருந்த அவரை, அதற்குப் பின்னால் வந்த ஆட்சி அரைக்கால் ட்ராயரும் அரைக்கைச் சட்டையும் மாட்டி ஒரு கிரிமினல் கைதியைப்போல நடத்தியபோது சொன்ன வார்த்தைகள். அதையும் தாங்கி நின்றார்.

அவசர நிலைக் காலத்தில், தனிமனிதனாக விட்டபோது சொன்னார், “ அன்னமிட்ட கையை அறுத்தெறிகிறார்கள்; தனக்கு உதவி செய்தவன் கையை முறித்துப் போடுகிறார்கள்; தூக்கி வந்த தோளை சம்மட்டியால் உடைத்து நொறுக்குகிறார்கள்.

என் பின்னால் வீரர்கள் தொடரட்டும்; கோழைகள் விலகட்டும்“ என்று தன்னந்தனி மனிதனாக நின்று சொன்ன நம் தலைவர் கலைஞரைப் பாருங்கள்.

எனக்கு முன்னால் பேசியவர் சொன்னதைப்போல, பாளைச் சிறையிலே இருந்தபோது வயது நாற்பத்து ஒன்று. கல்லக்குடி போராட்டத்திற்குச் சென்றபோது வயது இருபத்து ஒன்பது. அந்த ஒன்றை மட்டும் நான் சொல்ல விரும்புகிறேன்.

உலக அளவில் தலைசிறந்த சொற்பொழிவுகள் எது எது என்று தெரியுமா?

ஆப்ரகாம் லிங்கன் கெட்டிஸ்பெர்க்கில் ஆற்றிய உரை, ஜூலியஸ் சீசர் இறந்துபோன சடலத்தை வைத்துக்கொண்டு மார்க் ஆண்டனி ரோம் நகரத்து மக்கள் முன்னால் ஆற்றிய உரை.

இரண்டாவது உலக மகா யுத்தத்தின்போது வின்ஸ்டன் சர்ச்சில் பிரிட்டிஷ் பாராளுமன்றத்தில் நின்று ஆற்றிய உரை, சிகாகோவிலே சென்று விவேகானந்தர் ஆற்றிய உரை.

நம்முடைய நாடு விடுதலை அடைந்தபோது பண்டித நேரு நம்முடைய நாடாளுமன்றத்தில் ஆற்றிய உரை.

இந்த வரிசையில் எந்த வகையிலும் குறைவில்லாமல், அயர்லாந்தின் விடுதலை வீரன் 'டிவேலரா' பேசினானே, அந்த உரைக்கு எந்த அளவும் குறைவில்லாமல் கல்லக்குடி போராட்டத்திற்குச் செல்வதற்கு முதல்நாள் 'போர் முரசு' என்ற பெயரில் தலைவர் கலைஞர் ஆற்றிய உரை உலகத்தின் வைரமிக்க என்றைக்கும் நிலைத்து நிற்கிற ஓர் உரையாக இருக்கும் என்பதைத் தோழர்கள் மறவாதீர்கள்.

படியுங்கள்; தயவுசெய்து படியுங்கள். உலக அரசியலுக்குப் போக வேண்டாம். உலகத் தலைவர்களைத் தெரிந்து கொள்ள வேண்டாம். நம் தலைவரைப் பற்றிப் படியுங்கள்; அவர் எழுதியதைப் படியுங்கள்; அவர் பேசியதைப் படியுங்கள்.

அந்தப் போராட்டத்திற்குப் போகிறபோது என்ன சொல்கிறார்?

"நான் வீட்டிலேயே வாய்க்கரிசி வாங்கிக்கொண்டுதான் வந்திருக்கிறேன். மலபார் போலீசாரின் குண்டாந்தடிகள் என் மண்டையை உடைத்து இரத்தம் சிந்தினாலும் நான் கவலைப்பட மாட்டேன். சொட்டுகின்ற இரத்தத்தை எடுத்துச் சுரண்டல்காரனின் பெயரை அழித்து என் சொந்த நாட்டுக்காரனின் பெயரை எழுதுவேன்" என்று சொல்லிவிட்டுக் கல்லக்குடி போராட்டத்திற்குப் போகிறார்.

"இந்தப் போராட்டத்தில் ஒன்று வெற்றி ஊர்வலம், இல்லை... அவர் பெயரைச் சொல்லி அந்தச் சவ ஊர்வலம் நடக்கும். என்னை வாழ்த்தி அனுப்புங்கள்," என்று சொல்லிக் கிளம்பினாரே, அதற்கு ஈடான ஒரு வீர உரை கிடையவே கிடையாது தோழர்களே.

அந்தத் தலைவர்தான் நம்மை அழைத்திருக்கிறார். தோழர்களே, நமக்கு முன்னால் இருக்கின்ற கடமைகள் என்ன தெரியுமா?

'மாசினி' அடிமைத்தனத்துக்கு எதிராகக் கண்ட நிறம் கறுப்பு. 'மார்க்ஸ்' புரட்சிக்காகக் கண்ட நிறம் சிவப்பு.

அந்தக் கறுப்பையும் சிவப்பையும் இணைத்து நம் கையில் தலைவர் கொடுத்து, தளபதிக்குப் பின்னால் நாம் நடக்கிறோமே, அந்தக் கறுப்பு சிவப்பு கொடியைக் காக்க வேண்டும்.

இந்தக் கொடி பறந்தால்தான் இந்த இனம் வாழும். இந்தக் கொடி உயர்ந்தால்தான் தமிழன் தமிழனாக வாழ்வான்.

இன்றைக்குத் தமிழனுக்கு வடபுலத்தில் மரியாதை. முப்பது மாநிலங்கள், எந்த மாநிலத்தின் முதலமைச்சர் டெல்லிக்கு வந்தாலும் பரபரப்பு இல்லை. தலைவர் கலைஞர் வந்தால் ஏற்படக்கூடிய பரபரப்பே தனி.

அதற்குக் காரணமானது இந்தக் கறுப்பு சிவப்பு கொடி. வந்திருக்கிற நீங்கள், தலைவர் வார்த்தையில் சொல்ல வேண்டுமென்றால் 'கூடிக் கலைகிற காகக் கூட்டமல்ல; கூடிப் பொழிகிற மேகக் கூட்டங்கள்'

ஊருக்குச் செல்லுங்கள்; ஒவ்வொருவரிடமும் கலந்து பேசுங்கள்; நமக்குச் சம்மந்தமில்லாத தோழர்களோடும் பேசிச் சொல்லுங்கள்.

“பொய்த் தத்துவங்களுக்குப் பின்னால் போகாதீர்கள்; போலித் தலைவர்களுக்குப் பின்னால் அலையாதீர்கள்; புரட்சி என்ற சொல்லுக்குப் பின்னால் பொல்லாங்கு பேசுவோர்களை நாட்டைவிட்டு விரட்டுங்கள்; நம் பொன்னையும் பொருளையும் பொழுதையும் வீணாக்குகிற நிழல் மனிதர்கள் நாடாளுகின்ற நிலை வரக்கூடாது. சாதிச் சங்கங்கள் வேண்டாம்; மதச் சார்புடைய நம்முடைய மனத்தை மாய்க்கின்றவை வேண்டாம்; நமக்குத் தேவை கறுப்பு சிவப்பு கொடிதான், கழகம்தான், தலைவர்தான். அவருக்குத் துணை சேர்க்க நாம் தளபதியின் பின்னால் அணிவகுப்போம்.” என்று ஊரையெல்லாம் சேருங்கள் தோழர்களே.

அதுதான் நமக்கு முன்னால் இருக்கிற கடமை. கடைசித் தமிழன் உள்ளவரை கறுப்பு சிவப்பு கொடி பறக்க வேண்டும்.

அந்தக் கொடி பறக்க வேண்டும். அந்தக் கொடி பறந்தால்தான் நம் வாழ்வு தழைக்கும்.

தமிழனுக்கு வீழ்ச்சி இல்லை; தமிழன் கீர்த்தி தாழ்வதில்லை.

தமிழ்நாடு, தமிழ் மக்கள், தமிழ் என்னும் பேருண்மை உணர்ச்சி இன்று இருப்பதுபோல் இதுவரை இருந்ததில்லை.

“தமிழுக்குத் தொண்டு செய்யும் தமிழர்க்கு எதிர்காலத்தில் தாழ்வில்லை” என்று புரட்சிக் கவிஞன் பாரதிதாசன் பாடினானே, அந்த நாள் இந்த நாள்.

இன்றைக்குப் போர் மேகங்கள் இல்லை; பகைவர்கள் எங்கோ பதுங்கி இருக்கிறார்கள்; முனகல் சத்தம் கேட்கிறது; எங்கோ சில இடங்களில் காலிப் பானைகள் கலகலக்கின்றன.

ஆனால் போர் வந்தால்தான் கூர்தீட்ட வேண்டும் என்பதில்லை. எந்த நேரத்திலும் போர் வரலாம் என்று தளபதி அவர்கள் படை திரட்டி வைத்திருக்கிறார்.

இந்தப் படை எந்த நேரத்திலும் தயாராக நிற்கிறது. செழித்து வளர்ந்திருக்கின்ற கழனியைச் சிதைப்பதற்கு யாராவது முன்வருவார்களேயானால் அவர்களைச் சிதறி ஓடச் செய்கின்ற கூட்டமாக இந்தக் காளையர் பட்டாளம் இருக்கட்டும் என்பதற்கு இந்த மாநாடு கட்டியம் கூறட்டும் என்று கூறி இந்த நல்ல வாய்ப்பிற்கு நன்றி கூறி விடைபெறுகிறேன்.

நன்றி!

வணக்கம்!

சமூகம்

விளம்பரம்

17

நல்லவை தேய்கிறதா?

உலகமெங்கிலும் வாழ்கின்ற தமிழர்களுக்கு அறிமுகமாகி இருக்கின்ற 'சன்' டிவியின் 'கல்யாணமாலை'யில் உரையாற்றுவதில் நான் பெருமையும் மகிழ்ச்சியும் அடைகின்றேன்.

இந்த மேடையில், மலர்களால் அலங்கரிக்கப்பட்ட ஒரு கோலம். நெல்மணிகளைக் குவித்து வைத்திருக்கிறார்கள். அதன் மீது தென்னம்பாலை. ஆக, வேளாண்மையைக் காப்பதற்குக் 'கல்யாண மாலை' முன்னிற்கும் என்பதன் அடையாளம்தான் இந்த விழா.

பதினெட்டு ஆண்டுகளில் மூன்றரை இலட்சம் இதயங்களை இணைத்து இணைகளாக்கி, இல்லற வாழ்வை நல்லறம் ஆக்கியிருக்கின்ற ஓர் அருமையான அமைப்பு.

திருமதி மீரா நாகராஜன் அவர்கள் பேசுகிறபோது "இதைத் தொழிலாகச் செய்யவில்லை" என்றார். கடமையாகக்கூட அவர்கள் செய்யவில்லை. உணர்வுபூர்வமாக ஆற்றிக் கொண்டிருக்கிறார்கள்.

தலைவர் கலைஞர் அவர்கள் 'பராசக்தி' படத்தில் ஒரு வசனம் எழுதுவார், "மீனின் சுயநலத்திலும் பொதுநலம் கலந்திருக்கிறது" என்று, அதுபோல.

நீங்கள் ஒரு நிறுவனத்தை நடத்தி வருகிறீர்கள். அதன் மூலமாக இங்கே நீங்கள் பொழுதுபோக்கு நிகழ்ச்சியை நடத்துவதற்குப் பதிலாக, உலகமெங்கிலும் பல நாடுகளில், இந்தியாவின் பல மாநிலங்களில், தமிழ்நாட்டின் பல நகரங்களில் தமிழர்களை ஒன்றுகூட்டி நல்ல நல்ல தலைப்புகளைக் கொண்டு விவாத அரங்குகள் நடத்தி, இப்போது 'பேச்சரங்கம்' என்ற நிலைக்கு வந்திருக்கிற உங்களை நான் பாராட்டக் கடமைப்பட்டிருக்கின்றேன்.

தமிழ்ப் பணியாற்றுவதில் இது ஒரு வகை; விழிப்புணர்ச்சி ஆற்றுவதில் இது ஒரு சிறந்த இடம்.

ஒரு நல்ல சொற்பொழிவாளர் அந்த மேடையில் கிடைக்கின்ற செய்தியைத் தன்னுடைய செய்தியாக எடுத்துக் கொள்வார். அதுதான் ஒரு நல்ல சொற்பொழிவாளருக்கு இலக்கணம். முன்னால் பேசுகிறவர்களின் பேச்சை அல்லது நடந்த ஒன்றைத் தன்னுடைய பேச்சாக மாற்றுகிறபோது அவருக்கு இயல்பாகத் திறமை இருக்கிறது என்று பொருள்.

தன்னுடைய இடத்தை நிலை நிறுத்துவதற்காக நாகை முகுந்தன் அவர்கள் ஒன்றைச் சொன்னார்: "இந்த நிகழ்ச்சியைத் தொடங்குவதற்கு முன்னால் குத்துவிளக்கேற்ற வருகை தந்த நான் காலணிகளைக் கழற்றிவிட்டு விளக்கேற்றினேன்" என்று சொல்லிப் பாராட்டினார். நல்லவை தேய்ந்து கொண்டுதான் இருக்கின்றன. ஆனால், நல்லவை இருக்கின்றன என்பதன் அடையாளம் அது.

பெரியாரின் குணம்

'தமிழ்த் தென்றல்' திரு.வி.க. அவர்கள் மறைவதற்கு முன்னால், தன்னுடைய இறுதிக் காரியங்களைத் தமிழறிஞர் அ.ச.ஞானசம்பந்தன்தான் செய்திடவேண்டும் என்று எழுதி வைத்திருக்கின்றார். இறுதிச் சடங்கிற்கு அவருடைய உடல் இடுகாட்டில் இருக்கின்றபோது அவர் தமிழ் வளர்த்த உத்தமர் என்ற காரணத்தால், தந்தை பெரியார் அவர்கள் அங்கு சென்று நாற்காலியில் உட்கார்ந்திருக்கிறார். அதனால் காரியம் ஆற்ற வேண்டிய அ.ச.ஞானசம்பந்தன் அவர்களும் மற்றவர்களும் தயங்கினார்களாம்.

அய்யா பெரியார், "என்ன தயக்கம்?" என்று கேட்டிருக்கிறார். "அய்யா, அவர் இறுதிக் காரியங்களை நாங்கள்தான் செய்ய வேண்டும் என்று சொல்லியிருக்கிறார்."

"செய்யுங்களேன்..."

"சிதைக்குத் தீ மூட்டுவதற்கு முன்பாக நாங்கள் 'திருவாசகம்' பாடுவது வழக்கம். நீங்கள் உட்கார்ந்து இருக்கிறீர்களே என்பதற்காகத் தயங்குகிறோம்" என்றபோது, "நான் உட்கார்ந்திருக்கிறேன் என்பதற்காக உங்கள் கடமைகளில் நீங்கள் தவறிட வேண்டாம். தொடர்ந்து செய்யுங்கள்" என்று பெரியார் உட்கார்ந்திருந்தார்.

குன்றக்குடி சன்னிதானத்துக்குப் பெரியார் செல்கிற போதெல்லாம், குன்றக்குடி மடாதிபதிகள் அவருக்குத் திருநீறைத் தருகிறபோது அதை வாங்கிக் கொள்வாரே தவிர, மறுக்கமாட்டார்.

அவரவர் கருத்து அவரவர்க்கே தவிர, அடுத்தவர் மீது திணிப்பதற்கு அல்ல. இது கொள்கையில் மட்டுமல்ல, மொழியிலும் பொருந்தும்.

நல்லவை தேய்கிறதா?

'நல்லவை தேய்கிறதா?' நல்ல தலைப்பு.

திருமதி. மீரா நாகராஜன் அவர்கள், "எல்லா ஆண்களின் வெற்றிக்கும் பின்னால் ஒரு பெண் இருப்பார்" என்று சொல்வார்கள். அது வெறும் வாய் வார்த்தையல்ல; என்னுடைய வாழ்க்கையின் உயர்வுக்குப் பள்ளிப் பக்கமே செல்லாத என் தாயார், பள்ளிப் படிப்பை முடிக்காத என் மனைவி, இவர்கள் பெருங்காரணமாக இருந்தார்கள். எல்லா இடங்களிலும் பெண்கள் பெருங்காரணம்.

'நல்லவை தேய்கிறதா?' என்ற தலைப்பில் ஐவர் பேசுகிறோம். பக்தி, தொழில், உறவு, சமூக அக்கறை ஆகிய தலைப்புகளில் பேசிவிட்டார்கள். இப்போது நான் 'மொழி' என்ற தலைப்பில் பேசுகிறேன்.

இங்கே கூடியுள்ள மக்களைப் பார்க்கும்போது நான் சிலிர்த்துப் போயிருக்கிறேன். அவர்கூடச் சொன்னார் குறித்த நேரத்தில் முடியுமென்று. அப்படி நேரம் கருதி எழுந்து செல்கிறவர்களாக இவர்களை நான் பார்க்கவில்லை. ஒரு நிகழ்ச்சிக்கு எத்தனை பேர்

வந்திருக்கிறார்கள் என்பது எங்களுக்கு முக்கியம் இல்லை; எப்படிப்பட்டவர்கள் வந்திருக்கிறார்கள் என்பதுதான் முக்கியம்.

அரிஸ்டாட்டில் பார்வையில் உலகம்

உலகத்தில் இருப்பவை எல்லாவற்றையும் அறிஞர் அரிஸ்டாட்டில் நான்கு வகையாகப் பிரித்தார். கடல், காற்று, நிலம், இவை உயிரற்றவை. தாவர இனம் அவை பூக்கும், காய்க்கும், கனி தரும். ஆனால், இடம் பெயராது. விலங்கினம் இனப் பெருக்கமும் செய்யும், இடம் பெயர்ந்தும் செல்லும், பேசத் தெரியாது. மனிதன் ஒருவனுக்குத்தான் பேசத் தெரியும். அவனுக்கு மட்டும்தான் தன் உணர்வுகளை வெளிப்படுத்துகின்ற 'மொழி' தெரியும்.

கோடிக்கணக்கான ஆண்டுகளில் பிறந்து மறைந்த கோடிக்கணக்கான மனிதர்களில் பலர் பலவற்றைக் கண்டுபிடித்திருக்கிறார்கள். அவற்றைப் பாராட்டத் தக்கவை, வியக்கத் தக்கவை, போற்றத் தக்கவை, மறக்க முடியாதவை, தவிர்க்க முடியாதவை என்று பட்டியல் இடலாம். ஆனால், எல்லாவற்றிற்கும் சிகரம் வைத்தாற்போல் மனிதனுடைய கண்டுபிடிப்பில், மிகப்பெரிய கண்டுபிடிப்பு 'மொழி' என்பதை யாரும் மறுக்க மாட்டார்கள்.

மொழி எப்படித் தோன்றியது?

மொழி எப்படித் தோன்றியது? ஒலியில் இருந்துதான் மொழி தோன்றியது. ஆதி காலத்தில் வாழ்ந்த மனிதனுக்கு நடக்கத் தெரியாது. அவனுக்குத் தனக்கான உணவு உற்பத்தி என்பது வேளாண்மையின் மூலம் என்ற அறிமுகமே கிடையாது.

தன்னுடைய கைகளில் வளர்ந்த கூரிய நகங்களினால் எதிரே வருகிற மிருகத்தோடு அவன் போரிடுவான். மிருகமும் இவனைத் தாக்கும், இவனும் மிருகத்தைத் தாக்குவான், மிருகம் வென்றால் மனிதன் மிருகத்துக்கு உணவு, மனிதன் வென்றால் மிருகம் மனிதனுக்கு உணவு.

ஒரு நாள் இவனுடைய துரத்தலுக்கு பயந்து ஓடிய மிருகம் காட்டில் பற்றி எரிந்த தீயிலே வீழ்கிறது. தீ அணைகிறவரை காத்திருக்கிறான். அதை எடுத்துச் சாப்பிடுகிறபோது சுவை கூடியிருப்பதை உணர்கிறான்.

பச்சையாக உண்ணுவதைவிட தீயிலே வெந்துபோன மாமிசம் சுவை என்பதை அறிகிறான். ஆனால் தீயை மூட்டத் தெரியாது.

ஒரு முறை, ஒரு மிருகத்தை விரட்டுவதற்கு ஒரு கூர்மையான கல்லை வீசி எறிகிறபோது அந்தக் கூரிய கல் இன்னொரு கல் மீது படுகிறது. அதனால் தீப்பொறி பறக்கிறது. காட்டிலே தீ பற்றுகிறது. இப்படித்தான் தீ மூட்ட முடியும் என்பதைக் கண்டறிகிறான். நெருப்பு, உலகில் மனிதனின் முதல் கண்டுபிடிப்பு!

மரத்துக்கு மரம் தாவுகிறபோது ஒருநாள் கீழே விழுகிறான். விழுந்தவன் வலி தாங்க முடியாமல் 'ஆ' என்ற அலறுகிறான். அலறல் ஓசை கேட்டு முன்னால் சென்றவன் திரும்புகிறான். அந்தக் கூட்டமே 'ஆ' என்கிறது 'ஓ' என்கிறது. ஒலி பிறக்கிறது. மனிதன் ஒருவனை ஒருவன் அழைப்பதற்கு நம்மிடம் திறமை இருக்கிறது என்பதை அறிகிறான்.

இந்த ஒலிதான் மெல்ல மெல்ல வடிவம் பெறுகிறது. படமாக வரைகிறான். தான் பார்க்கிற மிருகத்தை, தன் கண்ணுக்குத் தெரிந்ததை வரைகிறான். அதுதான் எழுத்தின் முதல் வடிவம்.

ஒலி மொழியாக மாறுகிறது. மொழியின் வடிவம் படங்களாக உருவெடுக்கிறது. பின்னர் மொழி வளர ஆரம்பிக்கிறது. இதுதான் தொடக்கம்.

எது மனிதனை இணைக்க ஆரம்பித்ததோ, அதுவே மனிதனைப் பிரிக்க ஆரம்பித்தது.

நாகை முகுந்தன் அவர்கள் பேசுகிறபோது, "மனிதன் எதையும் தவறாகப் பயன்படுத்தத்தான் முதலில் கற்றுக்கொள்கிறான்" என்று சொன்னார்.

எதிர்மறை எண்ணங்கள்

செல்லிடப் பேசியை நேர்மறையாகப் பயன்படுத்துவதைவிட எதிர்மறையாகப் பயன்படுத்துபவர்கள் அதிகம். கண்டுபிடிக்கப்படுகிற பொருட்கள் எல்லாவற்றிலும் தனக்குத் தேவை என்ன என்று கருதுவதைப் போல மனிதனை ஒருங்கிணைப்பதற்கு உருவான மொழிகள் பல கூறுகளாயின. மனிதனைப் பிரித்து வைத்தன.

மனிதனை நேர்மைப்படுத்துவதற்கு உருவான சமயங்கள் ஒருவருடன் ஒருவர் மோதிக்கொள்வதற்குப் பயன்பட்டதைப் போல, மொழியின் காரணமாக ஒருவரையொருவர் அழிக்கின்ற நிலைமை வந்தது.

லாரியில் போகிற ஒருவன் காரில் போகிறவனை நிறுத்தி, என்னுடைய வாகனம் பெரியது. என் லாரியில் ஏறிக்கொள் என்று சொல்வதைப் போல காலம் மாறிவிட்டது.

"நான் பெரியவன். ஆகவே, நான் சொன்னதை நீ செய்ய வேண்டும்" என்கிறார்கள். இதை நீ செய்தாக வேண்டும் என்று கட்டாயப்படுத்துவதை 'உரிமைக்குரல்' என்றும், 'நான் ஏன் செய்ய வேண்டும்?' என்பதைக் கலகக் குரலாகவும் பார்க்கின்ற காலம் வந்துவிட்டது.

மொழிப்பற்று

நான் சுருக்கமாக உங்களுக்குச் சொல்வேன்: கோழைத் தனத்துக்கும் முரட்டுத்தனத்திற்கும் இடைப்பட்டதற்குப் பெயர் வீரம். கூழைக் கும்பிடு போடுவதற்கும் நிமிர்தனத்திற்கும் இடையில் இருப்பதற்குப் பெயர் பணிவு. மொழி வெறிக்கும், மொழி உணர்வற்று இருப்பதற்கும் இடையில் இருப்பது மொழிப்பற்று.

இன்று மொழிப்பற்று மங்கி வருகிறது. நான் கவலையோடு சொல்கிறேன். ஒரு பத்து மதிப்பெண்களுக்காகத் தமிழை மறந்து பிரெஞ்சையும் சமஸ்கிருதத்தையும் படிக்கிற பிள்ளைகள் வந்து விட்டார்கள். "என் பிள்ளை மிகச் சிறப்பாகப் படிப்பான். தமிழில் தான் வீக்" என்று பெருமைப்படுகிற பெற்றோர்கள் இருக்கின்றனர்.

'தமிழ்நாடு வீதிகளில் தமிழ்தான் இல்லை' என்று புரட்சிக்கவி பாவேந்தர் பாரதிதாசன் எழுதியது நமக்கு நினைவுக்கு வருகிறது.

உணர்வுகள் என்பவை என்ன? மனிதனை மனிதன் மதிக்க வேண்டும் எல்லா வகைகளிலும்!

நாகை முகுந்தனுக்குக் 'கலைமாமணி' பட்டம் கொடுத்ததற்காக கலைஞருக்கு நன்றி சொல்வதற்காகத் திருப்பதி லட்டு கொண்டு போகிறார். கலைஞர் வாங்க மறுக்கவில்லை. வாங்கிக்கொண்டு மகிழ்ச்சியோடு, "லட்டுதான் கொடுத்தீர்கள், அல்வா கொடுக்க வில்லையே!" என்றார்.

அதற்கும் முன்னர் இன்னொன்றைச் சொல்கிறேன். ஒருமொழி தெரிந்தால் இன்றைக்கு உலகின் பல பகுதிகளுக்குச் செல்லலாம். இதில் யாருக்கும் கருத்து வேறுபாடு இல்லை.

அது ஆங்கிலம். அந்த ஆங்கில மொழி எப்போது நடைமுறைக்கு வந்தது தெரியுமா? பத்தாவது நூற்றாண்டில்!

இராஜராஜ சோழன் மிகப்பெரிய தொழில் நுட்பத்தோடு தஞ்சைப் பெரிய கோயிலைக் கட்டிக்கொண்டிருந்தானே, அப்போதுதான் ஆங்கிலம் நடமாடத் தொடங்கியது.

தஞ்சை பெரிய கோயிலின் சிறப்பு

இராஜராஜ சோழன் கட்டிய பெரிய கோயிலை ஆலயமாகவும் பார்க்கலாம், கட்டடக் கலையின் அற்புதமான வடிவமாகவும் பார்க்கலாம். மலைகளே இல்லாத ஒரு பகுதியில், கற்களே கிடைக்காத ஓர் ஊரில் ஐம்பது மைல்களுக்கு அப்பால் இருந்து 1200 டன் கிரானைட் கற்களைக் கொண்டுவந்த அறிஞர் பெருந்தகை இராஜராஜ சோழன்.

80 டன் எடையுள்ள அந்த விமானத்தை எப்படி மேலே கொண்டு போனார்? கிரேன் கிடையாது. எந்த வசதியும் கிடையாது. சாரத்தின் வழியாக யானையை வைத்து என்று ஏதேதோ சொல்கிறார்கள். எப்போது? இன்றிலிருந்து ஆயிரம் ஆண்டுகளுக்கு முன்னால் இப்படி ஓர் அறிஞன் நம்மிடையே வாழ்ந்தான்.

சுடுகல் கிடையாது. சிமெண்ட் கிடையாது. எந்த விதமான கலவையும் கிடையாது. ஆனால் கற்களால் மட்டுமே கட்டப்பட்ட கோயில் ஆயிரம் ஆண்டுகளைக் கடந்தும் வலிமையோடு இருக்கிறது.

இன்னுமொரு செய்தி சொல்லவா? தமிழர்களின் பெருமைக்குரியது. இங்கே யாராவது பொறியாளர்கள் இருந்தால் அவர்கள் கவனத்துக்கும் சொல்கிறேன். அவ்வளவு பெரிய கோயிலின் அடித்தளம் நான்கு அடி மட்டும்தான்.

தொல்பொருள் ஆராய்ச்சியினர் அந்தக் கோயிலைச் சுற்றிப் பல மீட்டர்களுக்கிடையில் எந்தக் கட்டடத்தையும் கட்டக்கூடாது என்று சொல்கிறார்கள். சட்டத்தை மீறி ஒருவர் கட்டடம் கட்ட முனைகிறார். ஆழ்துளைக் கிணறு இடுகின்றார். ஆழ்துளைக் கிணறு போய்க்கொண்டே இருக்கிறது. கல் கிடைக்கவில்லை மண்ணாகவே வந்து கொண்டிருக்கிறது.

என்ன காரணம் தெரியுமா? அன்றைக்கே அடித்தளத்தில் மண்ணை வைத்து நிரப்பினால் பூகம்பத்தைத் தாங்கும் என்ற அறிவு இராஜராஜ சோழனுக்கு இருந்திருக்கிறது.

நான் பேச்சினூடே இதையும் சொல்லியாக வேண்டும். தமிழன் என்று சொல்கிறபோது தமிழ் மொழி என்கிறபோது நம்முடைய பெருமைகளை உங்கள் பிள்ளைகளுக்குச் சொல்லித் தாருங்கள். தமிழ் வெறுமனே என் பேச்சு மொழியல்ல. ஒருவருக்கொருவர் தன்னுடைய உணர்வுகளை வெளிப்படுத்துவது மட்டுமல்ல அது ஓர் உள்ளக் கிளர்ச்சி. பேசுகிறபோது பெருமிதம் வரவேண்டும், என் வரலாறு, என் இனம், என் மொழி என்று.

உலகின் முதல் நீர்த்தேக்கம் கல்லணை

கோடைக் காலம் வந்தால், குடிக்கத் தண்ணீர் இல்லை. விவசாயம் பட்டுப் போகின்றது. கால்நடைகள் செத்துப் போகின்றன. ஏரி, குளங்கள் தூர்ந்து போகின்றன, வானம் பொய்த்து விடுகின்றது. மக்கள் தவிக்கிறார்களே, இதற்கு என்ன வழி? என்று யோசிக்கிறோம் இந்தக் காலத்தில்.

ஆனால், இரண்டாயிரம் ஆண்டுகளுக்கு முன்னால், பெருகி வருகின்ற ஆற்றின் நீரை ஒரு குறிப்பிட்ட இடத்தில் தேக்கி வைத்தால் தேவையான நேரத்தில் திறந்து கொள்ளலாம் என்ற அணை கட்டுகிற அறிவு கரிகால் பெருவளத்தானுக்கு இருந்தது. அதுதான் கல்லணை.

ரோம் நாட்டிலிருந்தும், கிரேக்க நாட்டிலிருந்தும் வந்து கல்லணையைப் பார்த்துப் போனார்கள். தமிழர்களே, நம்மில் பலர் அதை ஒரு சுற்றுலாத் தளமாகக்கூடப் போய்ப் பார்ப்பதில்லை.

அஜந்தா குகை ஓவியங்களைப் பார்க்கிறவர்கள், புதுக்கோட்டைக்குப் பக்கத்திலிருக்கிற சித்தன்னவாசல் ஓவியங்களைப் போய்ப் பார்ப்பதில்லை. எல்லாம் நம்மைச் சுற்றி இருக்கின்றன.

மக்கள் மொழி

மக்கள் பேசிக்கொள்கிற போதுதான் அது மக்களின் மொழியாகிறது. வேறு மொழிகளில் இலக்கியம் இருக்கலாம். அதில் பல உன்னதமானவைகூட இருக்கலாம்.

ஆனால், பாமரன் பேசுவது தான் மக்கள் மொழி. 'சிந்து பைரவி' திரைப்படத்தில் ஒரு பாடல் வருமே, என்ன அழகான வரிகள்:

"சேரிக்கும் சேர வேண்டும்
அதற்கும் ஒரு பாட்டுப் படி"

சங்கீத கலா சாலையில் உட்கார்ந்துகொண்டு கை தட்டுகிறவர்களுக்கும், தாளம் போடுகிறவர்களுக்கும் மட்டுமல்ல சங்கீதம் காதிலே கேட்கிறவனுக்கும், ஆடு மாடுகளும்கூடத் தலையை அசைப்பதுதான் உண்மையான இசை.

அதுபோல மக்கள் மொழி இருவர் பேசிக்கொள்கின்ற மொழி என்று சொல்கின்றபோது இந்த மொழிகளுக்கு அடுத்து நம்முடைய தாய்மொழி மட்டும்தான் காலங்களைக் கடந்தும் இன்னும் இருக்கிறது. உங்களை நான் அன்போடு கேட்டுக் கொள்கிறேன், நான் மொழி வெறியன் அல்லன், மொழிப் பற்றுள்ளவன். இனி உங்கள் நிகழ்ச்சிகளில் இறை வணக்கத்தைத் தொடர்ந்து தமிழ்த்தாய் வாழ்த்தும் ஒலிக்க வேண்டும். ஏற்பீர்கள் என்பது என் நம்பிக்கை. அது எதிர்பார்ப்பல்ல, நம்பிக்கை, நல்லவைப் செய்கிறவர் நீங்கள்.

அந்தத் தமிழ்த்தாய் வாழ்த்தில் மனோன்மணியம் சுந்தரனார் ஒரு வரி எழுதியுள்ளார், 'சிதையா உன் சீரிளமைத் திறன் வியந்து' காலம் தன் முத்திரையை யார்மீதும் பதிக்காமல் போவதில்லை. எதன் மீதும் அதன் அழுத்தம் இல்லாமல் இருப்பதில்லை. அதன் சுவடு எல்லாவற்றிலும் இருக்கும். மனிதர்கள் முதுமை அடைகிறபோது தோற்றத்தை தொலைக்கிறார்கள். ஆனால், காலம் மாறமாறத் தமிழ் சிதையாத இளமையோடு இருக்கிறது. அதனால்தான் 'சிதையாத உன் சீரிளமை' என்று சொல்கிறார். நான் சிலிர்த்துப் போகிறேன்.

ஆங்கிலம் பத்தாவது நூற்றாண்டு, பிரெஞ்சு எட்டாவது, ஜெர்மன் ஆறாவது நூற்றாண்டு. அப்படியானால், தமிழ் எப்போது தோன்றியது? அறிஞர் பெருமக்களே சொல்லுங்கள். ஆய்வாளர்களே சொல்லுங்கள்.

தொல்காப்பியன் காலம்

தமிழுக்கு இலக்கணம் எழுதிய தொல்காப்பியன் வாழ்ந்தது இரண்டாயிரத்து ஐநூறு ஆண்டுகளுக்கு முன்னால். அவன் வாழ்ந்த காலத்தில்தான் கிரேக்க நாட்டில் சாக்ரடீஸ் நடமாடிக் கொண்டிருந்தார். கன்பூசியஸ் என்ற தத்துவவாதி சீனாவில் நடமாடிக் கொண்டிருந்தார். வடக்கே புத்தர் என்ற ஓர் அருமையான மனிதன் மாமனிதனாக நடமாடத் தொடங்கினார். பாருங்கள், ஒரே காலகட்டத்தில் எவ்வளவு அறிஞர்கள்

சாக்ரடீஸ், கன்பூசியஸ், புத்தர். இங்கே தொல்காப்பியன். அங்கே அவர்கள் வாழ்க்கைக்கு வழி காட்டிக்கொண்டிருந்தார்கள் என்றால், இங்கே இவர் வாழ்க்கைக்கு நாதமாக விளங்குகிற மொழிக்கு இலக்கணம் எழுதிக் கொண்டிருந்தார்.

எப்போதுதான் தோன்றியது என் மொழி? ஆராய்ந்து பார்த்தான், விடை தெரியவில்லை முடித்துக்கொண்டான் கடைசியில்: 'கல் தோன்றி மண் தோன்றாக் காலத்தே முன் தோன்றிய மூத்தமொழி'.

தலைவர் கலைஞரிடம் கேட்டார்கள் "நீங்கள் பெரியாரைக் கொண்டாடுகிறீர்கள். அவர் தமிழைக் காட்டுமிராண்டி மொழி என்கிறாரே?"

எல்லாவற்றிற்கும் உடனடியாகப் பதில் சொல்கிற ஆற்றல் பெற்ற கலைஞர் சொன்னார், "அவர் எதையும் சரியாகத்தான் பேசுவார். மனிதன் காட்டுமிராண்டியாக வாழ்ந்த காலத்திலேயே பேசிய மொழி தமிழ் மொழி!" என்று.

கல்தோன்றி மண் தோன்றாக் காலத்தே முன் தோன்றிய மூத்த மொழி நம் தமிழ்மொழி, அதை நான் விட்டுக் கொடுக்கிறேன் வயிற்றுப் பிழைப்புக்காக என்றால் நான் வாழ்வதற்குத் தகுதியானவனா?

"என் உயிரைத் தருகிறேன், என் மொழியைத் தா" என்று கேட்டவன் இந்த நாட்டில் இருந்திருக்கிறான்.

பகத்சிங் நகைச்சுவை

24 வயதில் தூக்குமேடையில் நின்றுகொண்டு, "என்னைத் தூக்கில் போடாமல் துப்பாக்கியால் கொன்றுவிடு" என்று சொன்ன ஒரே வீரன் பகத்சிங்.

தூக்கிலிடுவதற்கு முதல் நாள் அவன் தாய் சென்று பார்க்கிறாள். "நாளை என்னைத் தூக்கில் போட்ட பின்பு வந்து பார்க்காதே" என்கிறான். "ஏனப்பா?" என்கிறாள். "நீ அழுவாய், எல்லோரும் உன்னையே பார்ப்பார்கள். என்னை யாரும் பார்க்க மாட்டார்கள்" என்றான். அப்போதுகூட அவனுக்கு நகைச்சுவை உணர்வு இருந்தது.

சாக்ரடீஸின் மரணம்

"சாக்ரடீஸ் நஞ்சு அருந்திச் சாகவேண்டும்" என்று நீதிமன்றம் தண்டனை தருகிறது.

சனநாயகம் என்றால் என்ன தெரியுமா? நான்கு அறிஞர்களின் முடிவினை, ஒன்றுமே இல்லாத ஆறுபேர் சேர்ந்து தோற்கடிப்பதுதான் சனநாயகம்.

கிரேக்க நாட்டு நீதிமன்றத்தில் வாதம் நடக்கிறது. நான் சாக்ரடீஸ் அந்த நீதிமன்ற வாதத்தை ஆங்கிலத்திலிருந்து தமிழில் மொழிபெயர்த்திருக்கிறேன் 'குற்றவாளிக் கூண்டில் சாக்ரடீஸ்" என்ற பெயரில்.

அவன் சாகக்கூடாது, அவனுக்குத் தண்டனை தரக்கூடாது என்று 56 பேர் வாக்களிக்கிறார்கள். அவன் சாக வேண்டுமென்று 71 பேர் வாக்களிக்கிறார்கள்.

சாக்ரடீஸ் கடைசியாகச் சொல்லிவிட்டுச் சாகிறான், "இன்றைக்கு சாக்ரடீஸ் சாகப் போகிறான், ஆனால் யார் வாழப் போகிறார்கள் என்பதைச் சரித்திரம் சொல்லும்."

சிறைச்சாலையில் "இந்த நஞ்சை எப்படி அருந்த வேண்டும்?" என்று கேட்கிறான். "கொஞ்சம் கொஞ்சமாக அருந்துங்கள். முதலில் கால்கள் மரத்துப் போகும். பின்னர் இடுப்பு, உடல், கைகள் சோர்ந்து படுப்பீர்கள். பின்னர் உயிர் வலி இல்லாமல் பிரியும்."

"சரி கொடு நான் அருந்துகிறேன்." அதற்கு உடனிருந்தவர்கள் சொல்கிறார்கள், "நாளை காலைவரை உங்களுக்குத் தண்டனைக் காலம் இருக்கிறது."

சாக்ரடீஸ் சொன்னார், "ஒருவேளை இன்று இரவுக்குள் இந்தக் கிழவன் இயற்கையாக இறந்துபோனால், கிரேக்க நாட்டின் சட்டத்தை மதிக்காமல் சாக்ரடீஸ் செத்தான் என்ற அவப்பெயர் எனக்கு வரும். இப்போதே கொடு" என்றார்.

தாய் மண்ணை முத்தமிட்டு சாக விரும்பிய பகத்சிங்

ஆனால், பகத்சிங் முதல்நாள் மாலை தூக்கிலிட மறுத்தான். பின்னர் தூக்குமேடையில் நின்று சொன்னான், "என்னைத் துப்பாக்கியால் சுட்டுக் கொன்றுவிடு, தூக்கில் போடாதே" என்று.

"ஏன்?" என்று கேட்டார்கள். "தூக்கில் போட்டால் என் உடலில் இருந்து உயிர் பிரிகிறவரை தாய்நாட்டு மண்ணைவிட்டு அந்தரத்தில் தொங்கும். துப்பாக்கியால் சுட்டால் அடுத்த கணம் கீழே விழுகிறபோது என் மண்ணை முத்தமிடுவேன்" என்று சொன்னான்.

இந்திக்கு நாங்கள் எதிரிகள் இல்லை

நான் இந்தியை எதிர்த்துப் பேசுகிறேன் என்று இந்த மன்றத்தில் யாராவது கருதுவீர்களேயானால், இந்தி இருக்கக்கூடாது என்று சொல்பவர்கள் நாங்களாக இருப்போமேயானால் தமிழ்நாட்டில் 'இந்திப் பிரச்சார சபா' இருக்காது. ஆனால், அது இருப்பதன் பொருள் புரிகிறதா? அந்த மொழி கூடாது என்று சொல்லவில்லை. என் தாயை இழக்க நான் தயாராக இல்லை. தமிழ் எங்கள் உயிர். உலகத்தின் இணையற்ற மொழி. எத்தனையோ இலக்கியங்கள் இதில் உண்டு. எத்தனையோ இலக்கண வளம் உண்டு.

இங்கு வந்திருக்கிற பெற்றோர்களே, இளைஞர்களே, நல்லவர்களே, நான் எதையும் எதிர்த்துப் பேசவில்லை. என்னைக் காப்பாற்றிக்கொள்ள நான் முனைகிறபோது எதிரே எதாவது வந்தால் நான் எதிர்த்து நிற்கவேண்டிய நிலைக்குத்தான் ஆளாவேன். அது என் கடமை. மொழியை ஏற்கச் செய்வதற்கு ஒரு வழி இருக்கிறது. ஓர் உதாரணம் சொல்கிறேன்.

அச்சமில்லை அச்சமில்லை

2001ஆம் ஆண்டு நாடாளுமன்றத்தை தீவிரவாதிகள் தாக்கினார்கள். நான் அப்போது நாடாளுமன்றத்திற்குள் இருந்தேன். முதன் முதலாக வெடிகுண்டு சத்தத்தை நேரில் கேட்ட நாளது.

காவலர்களும் தீவிரவாதிகளும் துப்பாக்கியால் தோட்டாக்களைப் பரிமாறிக் கொண்ட சத்தம் கேட்டு எல்லோரும் மிரண்டு உட்கார்ந்திருந்தோம். கொஞ்ச நேரத்தில் அங்கிருந்த காவலர்களின் திறமையால் நான்கு பேர் உயிரைப் பலி கொடுத்து எங்களைக் காப்பாற்றி வந்தார்கள். அத்தனை தீவிரவாதிகளையும் கொன்றார்கள். பின்னர் "பெண் உறுப்பினர்கள் மட்டும் செல்லலாம். அடுத்து ஆண்கள் செல்லலாம்" என்று எல்லோரும் அங்கிருந்து கிளம்பினார்கள்.

அப்போது அமைச்சராக இருந்த திருமதி சுஷ்மா சுவராஜ் அவர்கள், "நான் வரவில்லை, பின்னர் வருகிறேன்" என்று சொன்னார்.

'சரி, அவர் அமைச்சரின் கடமையைச் செய்கிறார்' என்றுதான் கருதினோம். மறுநாள் அவை கூடியது.

எதனால் இந்தத் தீவிரவாதம்? எப்படி வந்தது? பாதுகாப்பின் குறைபாடா? அல்லது தீவிரவாதிகளின் திறமையா? என்பது பற்றிய விவாதம்.

அப்போது திருமதி சுஷ்மா சுவராஜ் பேசுகிறார், இந்தியில்தான் பேசினார். மொழிபெயர்ப்பின் மூலமாக நான் ஆங்கிலத்தில் கேட்டுக்கொண்டிருந்தேன். "நேற்று இந்த நிகழ்ச்சி நடந்தபோது, பெண்கள் மட்டும் பாதுகாப்பாகச் செல்லலாம் என்று சொன்னார்கள். நான் செல்ல மறுத்தேன். அதற்குக் காரணம், பெண் என்ற சலுகையை வைத்து நான் உயிர் பிழைக்க விரும்பவில்லை. இரண்டாவதாக, நான் திமுக உறுப்பினர் திருச்சி சிவாவைப் பார்க்க நேர்ந்தது. அதனால் நான் போகவில்லை?" என்றார். எனக்கே புரியவில்லை ஏன் என்று.

பின்னர் அவர் சொன்னார், "திருச்சி சிவா பேசுகிறபோது திருவள்ளுவரைப் பற்றி, பாரதியாரைப் பற்றி நிறைய சொல்லியிருக்கிறார். அவர்களுடைய பெருமைகளைச் சொல்லியிருக்கிறார். 'இலங்கையில் தமிழன் வாடுகிறபோது இங்கே ஏன் அழுகிறாய்?' என்கிறபோது, காலில் காயம்பட்டால் கண்களில் நீர் வருவதைப் போல, அங்கிருக்கிற தமிழன் அடிபட்டால் இங்கு இருக்கிறவனுக்குக் கண்களில் நீர் வரும்' என்று சொன்னார். அது மாதிரி, நேற்று எனக்கு நினைவுக்கு வந்தது என்ன தெரியுமா? அவர் சொல்லித் தந்ததில் ஒன்று.

"அச்சமில்லை அச்சமில்லை அச்சமென்பதில்லையே
உச்சிமீது வானிடிந்து வீழுகின்ற போதிலும்
அச்சமில்லை அச்சமில்லை அச்சமென்பதில்லையே"

நம்புங்கள், இந்தப் பாடல் வரிகளை தமிழிலேயே சொன்னார். "அது நினைவுக்கு வந்தவுடன் நான் வெளியே செல்லவில்லை" என்றார்.

நான் நினைத்துக் கொண்டேன், 'இந்தி படி' என்று பேசுபவர்களை தமிழைப் பேச வைத்திருக்கிறேன்.

ஒரு மொழியை ஏற்க வைக்க வேண்டுமென்றால் அது மென்மையான முறையில் இருக்கவேண்டுமே தவிர, வற்புறுத்தி, வலியுறுத்தி அல்ல, பயமுறுத்தி அல்ல. தமிழன் எதற்கும் பயந்தவன் அல்ல.

இன்னொன்று சொல்லவா! உலகமெங்கிலும் சென்று வென்றவன் தமிழன். இராஜராஜ சோழனைப் போல வரலாறு படைத்தவன் எவனுமில்லை. இமயத்தில் சென்று இலச்சினை பொறித்தான் செங்குட்டுவன். படிக்கிறோம்; பொய்யல்ல அதற்கான அடையாளங்கள் இருக்கின்றன. பர்மா சென்று வியாபாரம் செய்து வந்தான். ரோம் நகரில் வாழ்ந்த பேரழகி கிளியோபாட்ராவின் அழகுக்கு அழகு சேர்த்த முத்துகளை என் பாண்டிய நாட்டு வாணிகன் கொண்டுபோய்க் கொடுத்திருக்கிறான். எவனையும் அடக்கி ஆண்டதில்லை. அடுத்தவனுடையதை எடுத்துக்கொள்ள வேண்டும் என்று எண்ணியதும் இல்லை.

ஆனால், நம் மண்ணை, நம் மொழியைக் காப்பாற்ற வேண்டும் என்ற உணர்வு நமக்கு வந்தாக வேண்டும் என்பதில் என்றைக்கும் முன்னணியில் இருப்போம். மெல்லத் தேய்கிறது அந்த உணர்வு.

"எல்லாம் சரியாக இருக்கிறது, நீங்கள் பார்க்க மறுக்கிறீர்கள்" என்று சொல்கிறார்கள். தம்பி, நீங்கள் நல்லதைப் பார்க்கிறபோது கெட்டதைப் பார்க்காமல் போனால் அந்தக் கெட்டது நல்லதை பாழாக்கிவிடும். மறந்துவிடாதீர்கள்.

ஒரு குடம் பாலில் ஒரு துளி விஷம். நயவஞ்சகன் ஒருவன் இருந்தால் போதும். நாடு நாசமாகிப் போகும். அதைத் தடுக்க வேண்டிய கடமை நமக்கு இருக்கிறது.

கள்வர்களின் எண்ணிக்கை அதிகம். காவலர்களின் எண்ணிக்கை குறைவு. நாடு பெரிது. எல்லை விரிந்தது. இராணுவத்தினரின் எண்ணிக்கை குறைவு. ஆனால், கடமை பெரிது.

நல்ல உணர்வுகள் மங்கி வருகின்றன. நான் தொடக்கத்தில் சொன்னதைப் போல தாய்மார்களிடம் மன்றாடிக் கேட்கிறேன். பத்து மதிப்பெண்கள் பெறவேண்டும் என்பதற்காக வேறு மொழியில் படிக்கச் சொல்லாதீர்கள். நான் இருக்கிறேன் உனக்கு, நம் தாய் மொழியைப் படி. நிறையப் படி. நன்றாகப் படி. எங்கே சென்றாலும் நிமிர்ந்து நில். நான் தமிழ்க் குழந்தை என்று சொல், நான் தமிழ் மண்ணில் பிறந்தவன் என்று சொல்.

என் மொழிக்கு ஈடு எதுவும் இல்லை. நான் வாழ்க்கையின் வசந்தத்தைத் தொலைப்பேன்; வாழ்க்கையின் வசதிகளை இழப்பேன், எதிர்காலத்தைக்கூட நான் எந்த வகையிலும் இழப்பேன். ஆனால், ஒருபோதும் என் மொழியை இழக்க மாட்டேன் என்ற உணர்வை நீங்கள் தரவேண்டும். நான் இங்கே அரசியல் பேசவில்லை. யாரையும் தாழ்த்திப் பேசவில்லை.

நம் மொழியின் பெருமையைப் பேசியிருக்கிறேன். நம் இனத்தின் சிறப்பைச் சொல்லியிருக்கிறேன். இந்த மண்ணின் பண்பாட்டுப் பெருமையை, கலாச்சாரத்தை சொல்லியிருக்கிறேன். உலகமெங்கிலும் தமிழனைப்போல் வாழ்ந்தவனுமில்லை, இன்றைக்குத் தமிழன் மெல்ல வீழ்ந்து கொண்டிருக்கிறான். தன்னை மறந்த காரணத்தால்; தன் மொழியை இழக்கின்ற காரணத்தால். காப்பாற்ற வேண்டிய கடமை ஒவ்வொருவருக்கும் இருக்கிறது.

'கல்யாணமாலை' நடத்துகின்ற உங்களுக்கு நான் நன்றி சொல்வேன் என்னைப் பேச அழைத்ததற்காக அல்ல, எத்தனை சீரிய கடமையை மேற்கொண்டிருக்கிறீர்கள், எத்தனை இதயங்களை இணைக்கிறீர்கள் என்று சொன்னேன் பெயருக்கு நீங்கள் இணை சேர்க்கவில்லை. இதயங்களை இணைக்கிறீர்கள். மூன்றரை இலட்சம் பேரை இல்லறம் நடத்துவதற்கு நீங்கள் முறையாகச் செய்திருக்கிறீர்கள் என்கிறபோது எவ்வளவு பெரிய பணி அது.

இவர்கள் இணைந்து நடத்துகிற வாழ்க்கை, இந்தச் சமுதாயத்துக்குப் பெருமை சேர்க்கும் என்று சொன்னதோடு நிற்கவில்லை, உங்கள் இருவருக்கும் இதில் பணியாற்றுகிற அத்தனை பேருக்கும் நான் நன்றி சொல்வேன், தமிழை வளர்க்கிறீர்களே, தமிழன் இருக்கிற திசையெல்லாம் செல்கிறீர்களே, தமிழ் அறிஞர்களை அழைத்து வைத்து எல்லாவற்றைப் பற்றியும் பேசச் சொல்கிறீர்களே, விழிப்புணர்ச்சி ஏற்படுத்துகிறீர்களே. அரசாங்கம் செய்யாத கடமையை கல்யாணமாலை செய்கிறது.

நம்மைக் காப்பாற்றுவதற்கும் நம் உயிருக்கு இணையான மொழியைக் காப்பாற்றுவதற்கும் எதையும் இழக்கத் தயாராவோம் என்ற உணர்வினை உங்கள் பிள்ளைகளுக்குத் தாருங்கள் என்று கேட்டு இந்த நல்ல வாய்ப்பிற்கு நன்றி கூறி விடை பெறுகிறேன்.

நன்றி! வணக்கம்!!

18

ஒளிந்திருக்கும் அதிசயம்

இந்த நிகழ்ச்சியில் பங்கேற்பதில் நான் மகிழ்ச்சி அடைகிறேன். இந்த அமைப்பு இவ்வளவு வெற்றிகரமாகத் தொய்வின்றித் தொடர்ந்து, பல தரப்பு மக்களுடைய பேராதரவினைப் பெற்று நடைபெற்று வருவதற்குக் காரணமாக இருக்கின்ற 'கல்யாணமாலை' திரு. மோகன் அவர்களே! எல்லா வெற்றிக்கும் பின்னால் ஒரு பெண் இருப்பார் என்று சொல்வார்கள். ஆனால் அவருக்குப் பின்னால் அல்ல, முன்னால் நிற்கின்ற மீரா நாகராஜன் அவர்களே! இந்தச் சக்கரங்கள் ஓடுவதற்கு அச்சாணியாக இருக்கின்ற 'பிரமீடு' நடராஜன் அவர்களே! இந்த அரிய நிகழ்ச்சியில் பங்கேற்று உரையாற்றுகின்ற சான்றோர் பெருமக்களே! திரளாக இந்த அரங்கத்தில் கூடியிருக்கின்ற கோவை வாழ் அறிஞர் பெருமக்களே! பெரியோர்களே! தாய்மார்களே! உங்கள் அனைவருக்கும் வணக்கம்.

'கல்யாண மாலை' குழுவினருக்கு நான் கொடுத்திருக்கின்ற இலக்கு, பத்து லட்சம் திருமணங்களை அவர்கள் நடத்தியாக வேண்டும். நான்கு இலட்சங்களைக் கடந்துவிட்டார்கள். பத்து இலட்சம் இவர்களால் முடியும் என்று நாம் நம்புவதைவிட, பத்து லட்சத்தையும் கடந்து இந்த அமைப்பு தொடர்ந்து இயங்கிட வேண்டும்.

ஒளிந்திருக்கும் அதிசயம்

'ஒளிந்திருக்கும் அதிசயம்'. அந்த அதிசயங்கள் என்ன என்பதை அவர்களாகவே கண்டுபிடித்து அதில் பேசுவதற்கு எங்கள் ஐந்து பேரை அழைத்திருக்கின்றார்கள். 'ஆன்மா' என்ற தலைப்பில் திரு. இந்திரா சௌந்தரராஜன் அவர்கள் பேசியிருக்கிறார்கள். ஆன்மா என்பதை உயிர் என்றும் கொள்ளலாம்.

டாக்டர் சாய் சதீஷ் அவர்கள் 'ஆக்கை' (உடல்) என்பது குறித்து அவருடைய துறை சார்ந்த கருத்துகளை மக்களுடைய மனத்தில் பதிகின்ற அளவிற்கு எடுத்து வைத்தார்கள்.

'அண்டம்' (உலகம்) என்ற தலைப்பில் திருமதி. பாரதி பாஸ்கர் அவர்களும், 'அகம்' (உள்ளம்) என்ற தலைப்பில் நம்முடைய நண்பர் இராஜா அவர்களும் உரையாற்ற இருக்கிறார்கள்.

நான் 'அறிவு' என்ற தலைப்பில்.

நான் யோசித்துப் பார்த்தேன், 1990களில் எங்கள் கட்சியின் ஒரு மாநாட்டில் எனக்கு பேசக் கொடுத்த தலைப்பு, '21ஆம் நூற்றாண்டில் நாம்' என்பது.

எந்தத் தலைப்பு கொடுத்தாலும் அதற்குக் குறிப்புகள் கிடைக்கும், ஆதாரங்கள் கிடைக்கும். நம்முடைய கடந்தகால அனுபவங்களைக் கொண்டு உரையாற்றிட முடியும். ஆனால் எதிர்காலத்தில் நாம் எப்படி இருப்போம் என்று பேசுவதற்கு அனுமானித்துதான் பேசமுடியும்.

அதுபோல, இன்றைய தலைப்பிற்கு நான் மிகவும் யோசித்துக் கொண்டிருந்தேன். கொஞ்சம் கிடைத்தன, தேவையானவை கிடைக்கவில்லை. இப்போது டாக்டர் சாய் சதீஷ் வெளிநாடுகளில் மருத்துவப் பணியின் நிமித்தமாக சுற்றிவிட்டு நேற்றுதான் வந்திருக்கிறார். நான் உங்களைப் பாதுகாக்கக் கூடிய, சட்டங்களை இயற்றுகின்ற மன்றத்தில், உங்களைப் பாதிக்கக் கூடிய சட்டங்களைத் தடுக்க வேண்டிய மன்றத்தில் உட்கார்ந்திருக்கிறேன்.

'கல்யாணமாலை' உள்ளங்களை மட்டும் இணைப்பதில்லை. நம் தாய்த் தமிழை வளர்த்துக் கொண்டிருக்கிறது. உலகமெங்கும் செல்கிறார்கள். தமிழ் அமைப்புகள் தமிழை வளர்ப்பதைவிட அதிகமான அளவிற்குத் தமிழுக்குத் தொண்டாற்றுகிற அமைப்பு 'கல்யாணமாலை' என்கின்ற தனி மரியாதை இதற்கு உண்டு. அதன் பொருட்டுதான் நான் ஓடோடி வருகிறேன். எப்போது? எங்கே வருகிறீர்கள்? உங்களுக்கு என்ன செய்ய வேண்டும்? என்று கேட்டார்கள். "உங்கள் நிகழ்ச்சிக்கு வந்து நிற்கிறேன். அவ்வளவுதான் என் வேலை. நான் எந்த வகையிலும் உங்களுக்குத் தொல்லை தரமாட்டேன்" என்று சொல்லி வந்திருக்கிறேன்.

தமிழ்த்தொண்டு

"சிவன் அடியார்களுக்குத் தொண்டாற்றுவதுதான் சிவனுக்கு ஆற்றுகிற தொண்டு" என்று இந்திரா சௌந்தரராஜன் அவர்கள் சொன்னார்கள். தமிழுக்குத் தொண்டாற்றுகிறவர்களுக்குத் தொண்டாற்றுவதுதான் நான் தமிழுக்கு ஆற்றுகிற தொண்டு.

கடந்த ஒருவார காலமாக நாடாளுமன்றப் பணிகளுக்கு இடையில், இரவு படுக்கிறபோது, பயண நேரத்தின்போது, ஓய்வில் இருக்கிறபோது என 'ஒளிந்திருக்கும் அதிசயம் அறிவு' என்கிற தலைப்புதான் ஓடிக்கொண்டே இருந்தது. யோசித்து யோசித்துப் பார்த்தேன். இதை நான் நியாயப்படுத்த வேண்டும். அதுவும் பாரதி பாஸ்கரும், ராஜாவும் மேடைகளைக் கட்டி ஆள்கிறவர்கள். நாங்களும் இன்னொரு துறையில் அதைத்தான் செய்து கொண்டு இருக்கிறோம்.

நான் சுருக்கமாகச் சொல்கிறேன், இது பட்டிமன்றம் அல்ல. இருந்தாலும் நான் யோசித்ததில் எனக்குக் கிடைத்த விடை, இந்த உலகில் உடலோடு உயிர் கொண்டு, உள்ளத்தோடு அண்டத்திலே வாழ்கின்ற உயிரினங்கள் எத்தனையோ கோடி இருக்கின்றன. எல்லா உயிரினங்களுக்கும் உயிர் உண்டு, உள்ளம் உண்டு. ஆனால், அறிவு என்பது மனிதனுக்கு மட்டும்தான் உண்டு.

என்ன காரணம்? 'ஏன் மற்ற உயிரினங்களுக்கு அறிவு இல்லையா? நாய்க்கு இல்லையா? மாட்டுக்கு இல்லையா? யானைக்கு இல்லையா? புள்ளினங்கள் என்று சொல்கிற பறவைகளுக்கு இல்லையா? கரப்பான் பூச்சிதான் உலகத்தில் பூகம்பம் வந்து எல்லா உயிரினங்களும் அழிகிறபோது, மிச்சமிருக்கக்கூடிய ஒரே இனம். அதற்குப் பூகம்பம்

வருவதன் அறிகுறி தெரியும். எங்கே போனால் தப்பிக்க முடியும் என்பதும் தெரியும். இது அறிவு இல்லையா?' என்று கேட்கக்கூடும்.

எந்த இடத்தில் என்ன இருக்கிறது என்று தெரிந்து தேடிப்போகிற அறிவு மிருகங்களுக்கு இருக்கிறது. என் நிலை, மனிதர்களுக்குத்தான் அறிவு, மற்றவைக்கு இல்லை என்பது.

நான் சிலரை முனைந்து தேடினேன். யாரைத் தேடினேன்? மொழிக்கு இலக்கணம் தந்த தொல்காப்பியர், வாழ்க்கைக்கு இலக்கணம் தந்த வள்ளுவர், வாழ்க்கைக்கு நெறி காட்டிய ஔவையார், வாழ்க்கையில் என்னவெல்லாம் வரும் என்று சொன்ன இளங்கோவடிகள், வாழ்க்கைக்குச் சுவை தந்த பாரதியார், வாழ்ந்தால் சுயமரியாதையோடு வாழவேண்டும் என்று சொன்ன பாரதிதாசன். இப்படி நான் தேடிக்கொண்டே இருந்தேன். தேடுதல் அதிகமானதில் நிறையக் கிடைத்தன. ஆனால், தொட வேண்டிய இடத்தைத் தொட முடியவில்லை.

தொல்காப்பியன் கூறிய அறிவு

பின்னர் அந்த இடத்தில் தொல்காப்பியர் வந்தார். உலகத்தில் 2,500 ஆண்டுகளுக்கு முன்னால் வாழ்ந்த ஒரு பெரிய அறிஞன் தொல்காப்பியன். அவர்தான் தமிழ் மொழிக்கு இலக்கணம் எழுதினார். தமிழனுடைய பல சிறப்பான தன்மைகளுக்கும் இலக்கணம் எழுதினார்.

அவர், ஆறு அறிவுகளையும் ஒவ்வொன்றாகச் சொல்கிறார். "ஓரறிவு கொண்ட உயிரினங்கள் தொடுதல் உணர்வைக் கொண்டு வாழ்கின்றவை. ஈரறிவு உள்ளவை தொடு உணர்வோடு நாவின் சுவை அறியக் கூடியவை. தொடு உணர்வு, சுவை உணர்வோடு, முகர்வதால் உண்டாகும் அறிவு கொண்டவை மூன்றறிவு உயிரினங்கள். இந்த மூன்றோடும் சேர்ந்து பார்வையால் ஒன்றைத் தெரிந்து கொள்கின்ற அறிவு நான்கறிவு கொண்டவை, இவற்றோடு சேர்த்து செவி அறிவு கொண்டவை ஐந்தறிவு உயிரினங்கள். மக்கள் மட்டுமே இவற்றோடு பகுத்தறியும் அறிவான ஆறறிவு அறிவைக் கொண்டவர்" என்கிறார்.

இப்போது உங்களில் பெரும்பாலோர்க்கு இந்தக் கருத்து விளங்கியிருக்கும். என்னைப் பொறுத்தவரை, மற்ற உயிரினங்களுக்கு இருக்கின்ற திறமை என்பதை 'அறிவு' என்று அழைக்கிறார்கள். இந்த அறிவு என்பது விரிந்து வளர்ந்து தொடர்ந்துகொண்டே இருக்கக் கூடியது.

'ஒளிந்திருக்கும் அதிசயம்' ஒளிந்திருப்பது எது? ஏற்கனவே இருக்கிறது. ஆனால், நம்முடைய பார்வைக்குப் புலப்படாததற்குப் பெயர் ஒளிந்திருப்பது.

அதிசயங்கள்

அதிசயம் என்பது எது? ஒரு காலத்தில் வானொலி என்பது அதிசயம்; இப்போது அது இல்லை. ஒரு காலத்தில் தொலைபேசி அதிசயம்; இப்போது அப்படி இல்லை. ஒரு காலத்தில் இசைத்தட்டு அதிசயம்; இப்போது இல்லை. ஒரு காலத்தில் ஒலி நாடா அதிசயம்; இப்போது இல்லை. பின்னர் ஒளி நாடா வந்தது. அதுவும் இப்போது இல்லை.

ஏதேதோ வளர்ந்துகொண்டே போகிறபோது அதிசயம் என்பதுதான் நிரந்தரமான அதிசயமாக இருக்கிறது. அது ஒன்றோடு நின்றுவிடக்கூடாது. வளர்ந்துகொண்டே இருக்க வேண்டும். மனிதனுடைய அறிவு மட்டும்தான் நிலைத்து நின்றுவிடாமல் வளர்ந்துகொண்டே இருக்கிறது.

உங்களில் சிலர் வாதிடக்கூடிய அறிவு கொண்டதாகக் கருதக்கூடிய உயிரினங்கள் கோடிக்கணக்கில் வாழ்ந்து மறைந்திருக்கின்றனவே, அவற்றிற்கான அடையாளம் ஏதாவது இருக்கிறதா? இல்லை. அவை வாழ்ந்து மறைகின்றன. ஆனால், மனிதன் மட்டும்தான் வாழ்ந்ததற்கான அடையாளத்தை விட்டுச் செல்கிறான்.

மனிதனின் கண்டுபிடிப்புகள்

மனிதனுடைய கண்டுபிடிப்புதான் நெருப்பு; அவனுடைய கண்டுபிடிப்புதான் சக்கரம்; அவனுடைய கண்டுபிடிப்புதான் இலக்கியங்கள். கற்களால் கட்டப்பட்ட கட்டடங்களும், சொற்களால் கட்டப்பட்ட காவியங்களும். இவை எத்தனை பரிமாணங்கள். ஒரு மனிதன் வாழுகிறபோது அவன் சாதிக்கக் கூடியவற்றை நம்மால் வியந்து பார்க்காமல் இருக்க முடியவில்லை.

ஆயுதங்கள் அவன் கண்டுபிடித்தவை. பரிமாணங்களின் எல்லா வடிவங்களையும் தொட்டுத்தொட்டு உலகை விரித்துக் கொண்டே போன அவனின் தேடுதல் மட்டும் நிற்கவில்லை. அதற்குக் காரணம் அவனுக்குள்ள அறிவு மட்டும்தான்.

மிருகங்களில் தங்கள் உணவைத் தாங்களே தயார் செய்யும் மிருகம் ஏதாவது ஒன்றைச் சொல்லுங்கள் பார்ப்போம். தன் உணவைத் தானே தயார் செய்துகொள்கிற உயிரினம் மனிதன் மட்டுமே.

தேனீ மட்டும்தான் தேனைச் சேகரிக்கும். அதுகூடத் தயார் செய்யாது. பூவிலிருக்கிற தேனை எடுத்துக் கொண்டு போய்ச் சேகரிக்குமே தவிர, தன் உணவைத் தானே தயார் செய்வதில்லை.

நிலத்தைக் கீறி, விதை விதைத்து, வேலி கட்டி, நீர் பாய்ச்சி, களை பறித்து, பயிர் வளர்த்துப் பின்னர் அதைப் பல்லுயிர்க்கும் தந்து தானும் உண்டு வாழ்கிற இந்த அறிவு மனிதனுக்கு மட்டும் தான்.

அதைத்தான் சொல்கிறேன், அறிவியல் என்பது தொடர்ந்து கொண்டே இருக்க வேண்டும். அடுத்த மனிதனின் கண்டுபிடிப்பு என்னவென்று தெரியவில்லை.

நிலவில் கால் பதித்தான், செவ்வாய் கிரகம் நோக்கிப் போகிறான். அங்கே குடியேறப் போகிறான். இன்னும் என்னவெல்லாம் நடக்குமோ தெரியாது.

மனிதனுக்கு அறிவு இருக்கிறது. ஞானம் குறைவு. அந்த ஞானம் மற்ற உயிரினங்களுக்கு இருக்கிறது.

எந்தப் பறவையாவது அடுத்தவர் குடியைக் கெடுத்திருக்கிறதா? எந்த மான் இனமாவது அடுத்தவர் உணவைத் திருடி உண்டிருக்கிறதா?... இப்படி சொல்லிக்கொண்டே போகலாம். சில உயிரினங்கள் நிர்ப்பந்தத்தின் காரணமாக வேட்டையாடி வாழ்கின்றன. ஆனால் பிறர் உழைப்பில் உண்டு கொழுத்து இருக்கின்ற உணர்வு மனிதனைத் தவிர யாருக்கும் இல்லை.

மாறுபட்டுப் பேசுகிறேன் என்று கருதாதீர்கள். மனிதனுக்கு அறிவு இருக்கிறது; அதை அவன் சரியாகப் பயன்படுத்துவதில்லை.

ஒரு கதை சொல்வார்கள்:

மனிதனுக்கு பறவை சொன்ன மூன்று அறிவுரைகள்

ஒரு பறவையை ஒருவன் பிடிக்கிறான். அந்தப் பறவை அவனிடம் கெஞ்சுகிறது "என்னை விட்டுவிடு. உனக்கு மூன்று அறிவுரைகள் தருகிறேன்" என்கிறது.

கவனியுங்கள். அந்தப் பறவை, 'வரம் தருகிறேன்' என்று சொல்லவில்லை. அது ஒன்றும் வானத்தில் இருந்து இறங்கி வந்ததல்ல. மூன்று அறிவுரைகள் தருகிறேன் என்று சொன்னது.

"சரி" என்கிறான். அது சொல்கிறது, "முதல் அறிவுரையை, என்னை உன் கையிலிருந்து விட்டதற்குப் பின்னால் சொல்கிறேன். இரண்டாவது அறிவுரையை நான் மரத்தில் போய் உட்கார்ந்த பின்னால் சொல்கிறேன். மூன்றாவது அறிவுரையை, நான் அங்கிருந்து பறப்பதற்கு முன்னால்" என்கிறது.

"சரி" என்று, அவன் அந்தப் பறவையை விடுவித்துவிடுகிறான்.

விடுபட்ட பறவை முதலாவது அறிவுரையைச் சொல்கிறது:

"முதலில் உன் கடந்தகாலத் தவறுகளையும், நீ இழந்தவற்றையும் நினைத்து அவற்றைச் சுமைகளாக்கி உன் வாழ்க்கையைப் பாழாக்கிக் கொள்ளாதே."

மரத்தில் போய் உட்காருகிறது. இரண்டாவது அறிவுரையைச் சொல்கிறது:

"யார் எதைச் சொன்னாலும் உன் பகுத்தறிவைக் கொண்டு யோசித்துப் பார். அதை அப்படியே நம்பிவிடாதே. உன் அறிவுகொண்டு நீ யோசித்தால்தான் அதைச் சரியாகச் செய்ய முடியும்." தொடர்ந்து சொல்கிறது, "பைத்தியக்காரா, என்னை விட்டு விட்டாயே. என் உடலுக்குள் அற்புதமான இரண்டு பெரிய வைரங்கள் இருக்கின்றன. என்னை நீ கொன்றிருந்தால் நீ அவற்றை அடைந்திருக்கலாம். விட்டுவிட்டாயே" என்று.

உடனே இவன் சொல்கிறான் "சரி விட்டுவிட்டேன், வேதனை தான். எவ்வளவு பெரிய தவறு. உள்ளபடியே எனக்குப் பெரிய இழப்புதான்" என்று புலம்பி, "மூன்றாவது அறிவுரையாவது சொல், முடியுமா என்று பார்க்கிறேன்" என்கிறான்.

அதற்கு அந்தப் பறவை சொல்கிறது, "நான் முதலில் உனக்குச் சொன்னதே, கடந்த காலத் தவறுகளையும் இழப்புகளையும் எண்ணி நொந்து போகாதே என்பதுதான். நீ அதைத்தான் செய்கிறாய். இரண்டாவது அறிவுரையாக, யார் எதைச் சொன்னாலும் உன் பகுத்தறிவு கொண்டு யோசித்துப் பார் என்று சொன்னேன். இவ்வளவு சின்னப் பறவையாகிய என் வயிற்றில் இரண்டு பெரிய வைரங்கள் இருக்கின்றன என்று சொன்னால் உன் அறிவு எங்கு போயிற்று. எனவே மூன்றாவது அறிவுரை, ஏற்கனவே இருந்ததைப் பயன்படுத்தாதவை உனக்குப் பயன்படாது" என்று சொன்னது.

மனிதன் அறிவுள்ளவன். ஆனால், அவன் அதைச் சரியாகப் பயன்படுத்துவதில்லை. இல்லையென்றால் மனித குலத்தில் இத்தனைப் பூசல்கள் இருந்திருக்காது.

தன் இனத்தைத் தானே அழித்துக்கொள்வதை மனிதனைத் தவிர வேறு எந்த உயிரினத்திலும் பார்த்ததில்லை. எந்த மிருகமாவது தன் இனத்துக்குள் சாதி வகுத்ததுண்டா? பேதம் பார்த்ததுண்டா? சிங்கமோ, புலியோ, கரடியோ எவ்வளவு கொடிய மிருகமாக இருந்தாலும் தன் இனத்தோடுதான் சேர்ந்து வாழும். இந்த பாழாய்ப் போன மனிதன்தான் பிரித்து வாழ்கிறான். மனிதன் சாகக்கூடாது என்று வாழ்கிறான். ஆனால் வாழாமலே சாகிறான்.

மிருகங்களுக்கு வரலாறு கிடையாது; ஆனால் வாழ்கின்றன! சொத்து கிடையாது; ஆனால் சுகம் உண்டு! மனிதனுக்கு எல்லாம் இருக்கிறது; ஆனால் எதுவுமே இல்லை! ஏன்? அறிவைப் பயன்படுத்துவது இல்லை!

வாழ்கிற காலத்தில் வாழ்க்கை நிரந்தரம் என்றும், தனக்கு மிஞ்சி எதுவுமே இல்லை என்றும் கருதுகிற ஒரு மனநிலை மனிதனுக்கு, உடலிலிருந்து தலைவரை சென்று சேர்கிறது.

அசோக மன்னனின் வணக்கத்துக்குரியவர்கள்

அசோகச் சக்கரவர்த்தி தேரில் போகிறான். போகிற வழியில் புத்த பிட்சுகள் வருகிறார்கள். இவன் தேரிலிருந்து இறங்கி அவர்களைக் குனிந்து வணங்குகிறான்.

வணங்கித் தேரில் ஏறுகிறபோது அமைச்சர் கேட்கிறார், "நீங்கள் எவ்வளவு பெரிய சக்கரவர்த்தி. பாழாய்ப்போன அந்த பரதேசிகளுக்கு ஏன் தலை வணங்குகிறீர்கள்?"

அறிவுள்ள மன்னன். ஆகவே, உடனே பதில் சொல்லவில்லை, கோபம் காட்டவில்லை. அரண்மனைக்குத் திரும்பியவுடன், மறுநாள் காலை அமைச்சரை அழைத்து ஒரு வேலையைத் தருகிறான்.

"நீ வெளியே கிளம்பிப் போய் எனக்கு ஓர் ஆட்டுத் தலை, ஒரு புலித் தலை, ஒரு மனிதத் தலை இந்த மூன்றையும் கொண்டு வா" என்கிறான். காலையில் சென்ற அமைச்சர் மாலையில் வருகிறார்.

"ஏன் இவ்வளவு நேரம்?" என்று கேட்கிறார் மன்னர்.

"ஒன்றுமில்லை மன்னா! ஆட்டுத் தலை தெருமுனையிலேயே கிடைத்தது. புலித்தலையை வேட்டையாடி வந்த ஒருவனிடம் பேரம் பேசி அதிக விலை கொடுத்து வாங்கினேன். மனிதத் தலை கிடைக்கவில்லை. கடைசியாக இடுகாட்டில் இறந்துபோய் ஒரு சடலத்தைப் புதைக்க வந்த அவன் உறவினர்களிடம் மன்றாடிப் பேசித் தலையை வாங்கி வந்தேன்."

"சரி... இந்த மூன்றையும் கொண்டுபோய் விற்று வா."

போகிறார் அமைச்சர். திரும்பி அரண்மனைக்கு வந்து, "ஆட்டுத்தலை தெருவிலே விற்றது. புலித்தலையை சிலவற்றைப் பாதுகாக்கிற ஒருவன் வாங்கினான். இந்த மனிதத் தலையை எந்த உறவினர்கள் கொடுத்தார்களோ அவர்களே வாங்க மறுக்கிறார்கள்."

மன்னர் சொன்னார், "இதுதான் மனித வாழ்க்கை. ஆடு இறந்ததற்குப் பின்னும் அது பயன்படுகிறது. கொடிய மிருகம் என்று சொல்கின்ற புலிக்கும் ஒரு மரியாதை இருக்கிறது. தான்தான் எல்லாம் என்று கருதுகிற, தனக்கு மேல் எவரும் இல்லை என்று கருதுகிற மனிதன் இறந்துபோனால் அவன் ஒன்றுமே கிடையாது. மறந்து விடாதே" என்றார்.

"தக்கார் தகவிலார் என்பது அவரவர் எச்சத்தாற் காணப்படும்." ஒருவன் வாழ்கின்ற வாழ்க்கையின் மிச்சம்தான், அவன் எப்படிப்பட்ட வாழ்க்கை வாழ்ந்தான் என்று எதிர்காலத்திற்குச் சொல்லவேண்டும்.

நான் தொடக்கத்தில் கேட்டேன், கோடிக்கணக்கான உயிரினங்கள் வாழ்ந்து மறைந்தனவே, எச்சம் உண்டா என்று. சில மனிதர்கள் வாழ்ந்து ஆயிரக்கணக்கான ஆண்டுகள் ஆகின்றன. இன்னும் நினைவில் இருக்கிறார்கள்.

எத்தனை ஆண்டுகள்... எத்தனை தலைமுறைகள்... எத்தனை உயிரினங்கள்... எத்தனை மாற்றங்கள்... ஆனால் இவர்கள் இன்னும் நிலைத்து நிற்கிறார்கள்.

அடையாளங்கள்

இரண்டே இரண்டு பேரைச் சொல்கிறேன். 'அறிவு கொண்டு வாழ்ந்துவிடு. பிறர் சொல்கிறார் என்று கேட்காதே. எவன், எவ்வளவு பெரிய ஆளாக இருந்தாலும் அவன் சொல்லை அப்படியே நம்பாதே. உன் அறிவு கொண்டு முடிவு எடு" என்று சொன்னவர்கள் இருவர். ஒருவர் கிரேக்கப் பெரியார் சாக்ரடீஸ்; இன்னொருவர் தமிழ்நாட்டின் தந்தை பெரியார்.

பலர் பிறந்தார்கள், சாதித்தார்கள், கண்டுபிடித்தார்கள், நாடாண்டார்கள்.

இராஜராஜ சோழனுக்கு ஓர் அடையாளம் 'பெரிய கோயில்.' இராஜேந்திர சோழனுக்கு 'கங்கை கொண்ட சோழபுரம்'; கரிகால் பெருவளத்தானுக்குக் 'கல்லணை'. ஆனால், சோழக் குடியில் வாழ்ந்த மனிதர்கள் எத்தனையோ பேர். அவர்களின் அடையாளம் எங்கே? பாண்டிய நாட்டை ஆண்டவர்கள் எங்கே? ரோம் நாட்டை ஆண்டவர்கள் எங்கே? மன்னர்கள் மறைந்தார்கள், ஆனால், மக்களுக்கு நல்லதைச் சொன்னவர்கள், அறிவு கொண்டு வாழ்ந்தவர்கள் இன்றும் வாழ்கிறார்கள்.

அறிவுள்ளவனைப் பகை நெருங்காது. அறிவை எதனாலும் அழிக்க முடியாது; கொள்ளை கொள்ள முடியாது; தீயினால் எரிக்க முடியாது; வெள்ளத்தால் கொண்டுபோக முடியாது. அறிஞன் எல்லாவற்றையும் எதிர்த்து வெல்வான்.

நான் மாணவத் தங்கங்களை, வளர்கின்ற தலைமுறையினரை, அவர்களுக்கு வழிகாட்டுகின்ற பெரியோர்களை, பெற்றோர்களை, ஆசிரியப் பெருமக்களைக் கேட்டுக் கொள்கிறேன் 'அறிவு கொண்டு வாழப் பழகுங்கள்'.

உலகத்தின் எந்த உயிரினத்திற்கும் இல்லாத இரண்டு சிறப்புகள் மனிதனுக்கு உண்டு. எந்த உயிரினத்துக்கும் பேசத் தெரியாது. மனிதனுக்கு மட்டும்தான் மொழி உண்டு. மனிதனுக்கு மட்டும்தான் அறிவு உண்டு. அந்த அறிவை ஆக்கப்பூர்வமாகப் பயன்படுத்தினால் அவனும் வாழ்வான், உலகமும் உயரும். அழிவுக்குப் பயன்படுத்தினால் எதிர்காலத்தில் மனிதகுலம் வீழும். மற்ற அறிவில்லாத உயிரினங்கள் வாழும்.

எதிர்கால தலைமுறை எதிர்கொள்ளவிருக்கும் சிக்கல்கள்

இன்றைய தலைமுறையில், இன்றைய காலத்தில், நாம் பாதுகாத்து வைத்தவற்றில் பல மெல்லமெல்ல நலிந்து கொண்டிருக்கின்றன. எதிர்காலத் தலைமுறை வாழப்போகிற உலகத்தில் எவையெல்லாம் இலவசம் என்று சொல்கிறோமோ அவற்றிற்கு அவர்கள் காசு தரப் போகிறார்கள். காற்றுக்கும் நீருக்கும் உணவுக்கும்.

உறவுகள் மெலிந்து கொண்டிருக்கின்றன. பண்பாடுகள் பழுதாகிக் கொண்டிருக்கின்றன. நடமாடும் வாழ்க்கை அச்சம் தருவதாக மாறிக்கொண்டிருக்கிறது என்றால், இதைத் தடுக்க மனிதன் தன்னுடைய அறிவின் மூலமாக சீரிய பாதையில் சிந்தித்துச் செயல்பட வேண்டும்.

அதனால்தான் என்னை நடுநாயகமாக உட்கார வைத்தீர்கள். அதனால்தான் இந்த ஐந்தில் அறிவை மையமாக்கி இருக்கிறார்கள்.

ஒழுக்கம் சிதைந்து வருகிறது. அதர்மம் நடமாடுகிற நாட்டில் நம் பிள்ளைகளை எப்படிப் பள்ளிக்கு அனுப்புவது? என்ற பதை பதைப்பு ஏற்படுகிறது.

நாடாளுமன்றத்தில் சம்பிரதாயங்களைப் போல நாங்கள் பேசி முடித்து வருகிறோம். பத்திரிகைகளும் ஊடகங்களும் பறைசாற்றிக் கொண்டிருக்கின்றன. ஆனால், சமுதாயம்

தவறாகவே போய்க் கொண்டிருக்கிறது. காரணம், அறிவு மெலிந்து கொண்டிருக்கிறது. அறிவு சரியாகப் பயன்படுத்தப்படவில்லை. அறிவை பிறரை அழிப்பதற்கான ஆயுதமாகப் பயன்படுத்துகிறார்கள் அல்லது தன்னைத்தானே அழித்துக் கொள்ளப் பயன்படுத்துகிறார்கள். இதை மாற்ற வேண்டும்.

அறிவு அதிசயமாகவே இருக்க வேண்டுமென்றால் நான் மீண்டும் சொல்வேன், பகுத்தறிவாக அதைப் பயன்படுத்துங்கள். நல்லது எது? கெட்டது எது? என்று பார்த்து நல்லதை நாம் பாதுகாப்போம்.

நன்றி! வணக்கம்!!

19
முடிவா? ஆரம்பமா?

திருவாரூர் வேலுடையார் கல்வியியல் கல்லூரியின் 9ஆவது ஆண்டு பட்டமளிப்பு விழா சிறப்புரை

திருவாரூர் வேலுடையார் கல்வியியல் கல்லூரியின் 9ஆவது ஆண்டு பட்டமளிப்பு விழாவிற்குத் தலைமைப் பொறுப்பேற்றிருக்கிற வேலுடையார் கல்வி நிறுவனங்களின் தலைவர் அன்பிற்கினிய கே.எஸ்.எஸ்.தியாகபாரி அவர்களே! வரவேற்புரை ஆற்றியிருக்கின்ற கல்லூரியின் முதல்வர் செல்வி உமாதேவி அவர்களே! முன்னிலைப் பொறுப்பேற்றிருக்கின்ற அன்பிற்கினிய கார்த்திகேயன் அவர்களே! திரு.கனகராஜன் அவர்களே! வேலுடையார் கல்விக் குழுமத்தின் கல்விக்குழு உறுப்பினர்களே! வேலுடையார் மேல்நிலைப் பள்ளியின் தலைமை ஆசிரியர் எஸ்.டி.சந்தர் அவர்களே! தமிழ்ப் பெரும் புலவர் சண்முகவடிவு அவர்களே! மத்திய பல்கலைக்கழகத்தின் முதல்வர் முனைவர் வேல்முருகன் அவர்களே! வணக்கத்திற்குரிய அம்மா கிருஷ்ணவேணி அவர்களே! இன்றைக்குப் பட்டம் பெற்று, எடுத்துக்காட்டான ஆசிரியர்களாக விளங்க இருக்கின்ற இந்தக் கல்லூரியில் பயின்ற மாணவியர்களே! பெற்றோர்களே! சிறப்பு அழைப்பாளர்களே! உங்கள் அனைவருக்கும் வணக்கம்!

முடிவா? ஆரம்பமா?

அறிஞர் அண்ணா அவர்கள், கல்லூரிப் படிப்பை முடித்து வெளியே செல்கிறவர்களிடம் "இது முடிவா? அல்லது ஆரம்பமா?" என்ற ஒரு வினாவை வைப்பார்கள்.

கல்லூரிக் கல்வி முடிவு பெறுகிறது; வாழ்க்கைப் பயணம் ஆரம்பமாகிறது. சமுதாயத்தில் ஓர் அடையாளத்தோடு சங்கமிக்க இருக்கின்ற நீங்கள் இதுநாள் வரை 'மாணவர்கள்' என்ற ஒரு பெயரோடு உலா வந்தவர்கள், இனிமேல் 'ஆசிரியர்கள்' என்ற பொறுப்புடன் சமுதாயத்தில் மற்றவர்களுக்கு முன்னோடியாகத் திகழ இருக்கின்றீர்கள்.

நான் பல்வேறு கல்லூரிகளில் பல நிகழ்ச்சிகளில் பங்கேற்று இருக்கிறேன். கலை அறிவியல் கல்லூரி பட்டமளிப்பு விழாக்களில் பங்கேற்றிருக்கின்றேன். ஆனால் ஒரு

கல்வியியல் கல்லூரியில் நான் கலந்து கொள்கின்ற வாய்ப்பு இன்றுதான் கிடைத்திருக்கிறது. அதற்காக நான் பெருமகிழ்ச்சி அடைகிறேன். காரணம், கலை அறிவியல் கல்லூரியில் படிக்கின்ற மாணவர்கள் பட்டம் பெற்றுத் தங்களுடைய அடுத்த இலக்கு எது என்று தீர்மானிக்க முடியாத நிலையில் இருக்கக் கூடியவர்கள். ஆனால், நீங்கள் இன்றைக்கு இந்தப் பட்டம் பெற்றதற்குப் பின்னால் என்ன பொறுப்பை ஏற்க இருக்கிறீர்கள் என்ற ஒரு தெளிவான பாதை உங்கள் கண்முன்னால் இருக்கிறது.

எனது வேண்டுகோள்கள்

நான் உங்களுக்கு வாழ்த்துரை வழங்குவதற்குப் பதிலாக வேண்டுகோள்கள் வைப்பதற்காகத்தான் வந்திருக்கிறேன்.

இந்தச் சமுதாயத்தில் புனிதப் பணிகள் என்று மருத்துவப் பணியையும், ஆசிரியப் பணியையும் குறிப்பிடுவார்கள். மருத்துவர்கள் பணி என்பது உடல் பிணியை நீக்குவது, ஆசிரியர் பணி என்பது சமுதாயப் பிணியை நீக்குவது.

ஒரு வளர்ச்சி அடைந்த நாட்டின் அடையாளம் என்பது, நாகரிகச் சமுதாயம். நாகரிகம் அடைந்த சமுதாயத்திற்கு இலக்கணம் அந்தச் சமுதாயத்தில் பரவி இருக்கக்கூடிய, வளர்ந்து இருக்கக்கூடிய கல்வி. அந்தக் கல்வி மற்றவர்கள் பாராட்டக்கூடிய அளவிற்கு செழுமையுடன் திகழ்கிறது என்றால் அதற்குக் காரணம் ஆசிரியப் பெருமக்கள்.

இந்த உலகத்தில் உயர்ந்த பொறுப்பில் எத்தனையோ பேர்கள் இருக்கலாம். பலர் பாராட்டக்கூடிய நிலையினை அடைந்திருக்கலாம். ஆனால், எல்லாவற்றிற்கும் காரணமாக ஆசிரியப் பெருந்தகைகளே இருக்கிறார்கள் என்பதை உங்களுக்குப் பெருமையுடன் எடுத்துச் சொல்ல விரும்புகிறேன்.

அறியாமை இருளகற்றும் அறிவு ஒளிவிளக்கு

அறியாமை இருளகற்றும் அறிவு ஒளிவிளக்கு நீங்கள். விளக்கு என்பது இன்னும் பல விளக்குகளுக்கு ஒளி தருமே தவிர அது எந்தக் காலத்திலும் இருளைத் தராது.

அறிவு இல்லாத சமுதாயம் என்பது அறியாமை நிறைந்த சமுதாயம். அவலங்கள் அதிகமாக அரங்கேறுகிற சமுதாயம். அச்சமின்றி அநீதியை அரசோச்சுகின்ற ஒரு சமுதாயம்.

அநீதிகள் அகல வேண்டுமென்றால் அநியாயங்களைச் செய்கிறவர்கள் இந்த நாட்டில் இருக்கக்கூடாது என்றால், நல்லவை மட்டுமே அரங்கேற்றப்பட வேண்டும் என்றால் அப்படிப்பட்டவர்களை உருவாக்குகின்ற கடமை ஆசிரியப் பெருமக்களாகிய உங்களை வந்து சேர்கிறது.

நான் பல நேரங்களில் குறிப்பிட்டிருக்கிறேன். இங்கே என்னை விளிக்கின்றபோது, 'நாடாளுமன்ற நாயகன்' என்று சொன்னார்கள். நான் ஐ.நா. மன்றத்தில் உரையாற்றி இருக்கிறேன் என்று சொன்னார்கள். நான் அத்தகைய பெருமைமிகு மன்றங்களுக்குச் செல்கிறேன் என்றால், என் கட்சியின் சார்பாக நான் பிரதிநிதியாக அங்கு இருக்கலாம். ஆனால் நான் ஆற்றுகின்ற கடமை, நான் ஈடுபட்டிருக்கின்ற பணி, அது மற்றவர்களுக்குப் பயன் தரக்கூடிய அளவிலும் பாராட்டக்கூடிய தன்மையிலும் இருக்கிறது என்றால் அதற்கு என்னிடம் சில குணங்கள் இருந்தாக வேண்டும், சில இயல்புகள் வளர்ந்திருக்க வேண்டும்.

மற்றவர்கள் மனம் கோணாமல் கருத்துகளை எடுத்துச் சொல்கிற பாங்கினை நான் கற்றுணர்ந்திருக்க வேண்டும். வலிமையான கருத்தாக இருந்தாலும் மென்மையான

மலர்களாகத்தான் அது மற்றவர்கள் மீது வீசப்பட வேண்டும். கற்கண்டாக இருந்தால் கூட காயப்படுத்தும்.

இங்கே எனக்கு மலர் மாலை அணிவித்தார்கள். மலர் என்பது மென்மையானதுதான், ஆனால், மலர்கள் ஒன்று சேர்கிறபோது கனமான மாலையாக மாறுகிறது. பார்ப்பவர்களுக்குப் பரவசமாக இருக்கக்கூடும். சுமக்கிறவனுக்குத்தான் அதன் சுமை தெரியும். பொறுப்புகளும் அப்படித்தான்.

அது நாடாளுகின்ற பொறுப்பாக இருக்கலாம், நாட்டு மக்களை வழி நடத்தக்கூடிய பிரதிநிதிகளாக இருக்கலாம், உங்களைப்போல சமுதாயத்தைச் சீர்படுத்தக் கூடியவர்களாக இருக்கலாம். பொறுப்பின் சுமை சுமப்பவர்களுக்குத்தான் தெரியும்.

அப்படிக் கடமையாற்றுகிறபோது அது பிறருக்கு இடையூறு தருவதாக இருக்கக் கூடாது. உதாரணத்துக்கு, இங்கே புகைப்படம் எடுத்துக் கொண்டிருக்கிறவர், அது சரியாகச் செம்மையாக வரவேண்டும் என்பதற்காக, அவர்கள் பாய்ச்சுகின்ற ஒளி திரும்பி வருவதற்காக இரண்டு குடைகள் வைத்திருக்கின்றார்கள். ஆனால், அந்தக் குடைகள், பேசுகின்ற எனக்கும் உங்களுக்கும் இடையூறாக இருக்கிறது. ஒருவர் தன்னுடைய செயல் சரியாக நடக்க வேண்டும் என்பதற்காக இத்தனை பேருக்கு இடையூறு தருவதை அவர் உணரவில்லை. நான் உணர்ந்திருக்கிறேன். இந்தக் குடை இல்லாமல் எடுக்கின்ற படமே போதும், நான் எதிரிலே இருக்கின்றவர்களைப் பார்த்துப் பேசவேண்டும். அவர்கள் என்னைப் பார்க்கவேண்டும்.

எந்தப் பணியினைச் செய்கிறவர்களாக இருந்தாலும் அது செம்மையாக வரவேண்டும் என்று முயற்சி செய்கிறபோது பிறருக்கு அது இடையூறு விளைவிக்கிறதா? என்று சிந்திக்க வேண்டும்.

சொல்கின்ற கருத்தும் நோக்கமும் சரியானதாக இருக்கலாம். ஆனால், சொல்கின்ற முறை, அதை எடுத்து வைக்கக்கூடிய வாதங்கள், அதற்குத் துணை நிற்கக்கூடிய ஆதாரங்கள், இவையெல்லாம் மற்றவர்கள் ஏற்றுக் கொள்ளக்கூடிய அளவில் இருந்திட வேண்டும். அதைத்தான் நமக்கு முன்னால் வாழ்ந்த தலைவர்கள், பல முன்னோடிகள் நமக்கு உணர்த்தி இருக்கிறார்கள்.

என் பள்ளி ஆசிரியர்கள்

நாடாளுமன்றத்தில் நான் ஆங்கிலத்தில் பேசலாம். அது என் பள்ளி ஆசிரியர்கள் தந்த ஆங்கிலம் என்பதை நான் எல்லா இடங்களிலும் நிமிர்ந்து நின்று சொல்வேன். நான் இளங்கலையும் முதுகலையும் ஆங்கில இலக்கியம் படித்தவன். பின்னர் சட்டம் படித்தேன். அதன்பிறகு ஆட்சிப் பணி என்று சொல்லக்கூடிய ஐ.ஏ.எஸ். தேர்வு எழுதியிருக்கிறேன். எல்லாவற்றுக்கும் அடித்தளம் என் பள்ளி ஆசிரியர்கள். பலர் இன்று இல்லை, சிலர் என்னைக் காணுகிறபோது அடையாளம் காண்கிறார்கள். நினைவுகள் தடுமாறிய நிலையில் வயது முதிர்ந்து இருக்கிறார்கள். ஆனால் நன்றிப் பெருக்கோடு நான் அவர்களை வணங்கி நிற்கிறேன். "நான் இன்றைக்கு உயர்ந்து நிற்பதற்குக் காரணம் ஆசிரியர்களாகிய நீங்கள். நீங்கள் பின்னாலிருந்து இயக்கிய காரணத்தால்தான் நான் இன்று சமுதாயத்தில் முன்னிலையில் இருக்கிறேன்" என்று நான் சொல்லியிருக்கிறேன்.

அதுபோல, எதிரே இருக்கிற நீங்கள் ஆசிரியர்களாக ஆனதற்குப் பின்னால், எதிர்காலத்தில் உயர்ந்தவர்கள் பலர் வந்து, "வேலுடையார் கல்லூரியில் படித்த

ஆசிரியர்களால் நான் இந்த நிலைக்கு உயர்ந்தேன்” என்று. அந்த அளவிற்கு நீங்கள் உயர்ந்த ஆசிரியர்களாக வேண்டும்.

ஏதோ படித்தீர்கள், ஏதோ வேலைக்காகப் பட்டம் பெற்றீர்கள். அது வேலைதான், ஆனால் புனிதமான பணி. ஈடுபடுகிறவர்களின் முறைதான் அந்தப் பொறுப்பின் தன்மையைத் தீர்மானிக்கும்.

நாற்காலி என்பது அடையாளம் மட்டுமே. ஆனால் அந்த நாற்காலிக்கு உட்காருகிற மனிதர்தான் பெருமை சேர்க்கிறார். அது மரத்தால் ஆன ஒன்றுதான். ஆனால் உட்காருகின்றவர் அந்த நாற்காலியைப் பார்த்துப் பணிந்து வணங்கச் செய்கிறார்.

அம்மா கிருஷ்ணவேணியைப் பார்த்து எல்லோரும் வணங்குகிறோம். ஏன்? நல்ல பிள்ளைகளைப் பெற்ற காரணத்தால். நான்கு பேருக்குக் கல்விக்கண் திறக்கிற பெரிய நிறுவனங்களை உருவாக்கியிருக்கிற ஒரு பெரிய பின்னணி அவருடையது என்பதற்காக.

நான் கட்டிய அரங்கத்தில் உட்கார்ந்திருக்கிறேன்

நான் ஒரு சாதாரணமான மனிதன். நான் இந்தப் பட்டமளிப்பு விழாவில் கலந்து கொள்கின்ற அரங்கம் என்னுடைய நாடாளுமன்ற உறுப்பினர் நிதியிலிருந்து கட்டப்பட்டது. ஆகவே, நான் பெருமிதத்தோடு உட்கார்ந்திருக்கிறேன். என் சொந்தப் பணத்தால் கட்டப்பட்டது அல்ல. அரசாங்கப் பணம்தான். ஆனால் நல்ல செயலுக்குத் தந்தேன்.

அதன் விளைவாக இன்றைக்குத் திருவாரூர் மாவட்டத்தில் இருந்து இளைஞர்கள் பலர் கைப்பந்து போட்டியில் இந்திய அளவில் உயர்ந்து நிற்கிறார்கள். அதற்குக் காரணம் இந்த விளையாட்டு அரங்கம். என்னை அந்த இடத்துக்கு அனுப்பிய எங்கள் தலைவர் கலைஞரிடம் பொறுப்புணர்ச்சியோடு பணியாற்ற வேண்டும் என்று நான் இளமையில் இருந்து எடுத்துக்கொண்ட பயிற்சி.

நான் இங்கே சில இலக்கியங்களைப் பற்றிச் சொல்லிவிட்டுப் போகலாம். எனக்குத் தெரிந்த சரித்திரத்தை உங்கள் முன்னால் படம்பிடித்துக் காட்டிப் போகலாம்.

என் வேலை அதுவல்ல, நோக்கம் அதுவல்ல. எதிரே இருக்கிற நீங்கள் நாளை என்னவாகப் போகிறீர்கள் என்ற எதிர்பார்ப்போடு நான் பேசுகிறேன்.

இது சாதாரணமான மற்ற கூட்டங்களைப் போல் அல்ல. இது பட்டமளிப்பு விழா. உங்கள் வாழ்க்கையில் ஒரு திருப்புமுனை. உங்களைப் பெற்றவர்கள் பெருமிதத்தோடு பின்னால் உட்கார்ந்திருப்பார்கள். நீங்கள் பட்டம் பெறுவதற்கான இந்த உடையை அணிந்திருப்பதைப் பார்த்துப் புகைப்படம் எடுத்து வீட்டில் மாட்டிக் கொள்வார்கள். “இது என் பிள்ளை” என்று அவர்கள் சொல்வார்களே, அந்தப் பெருமைக்கு ஏற்றவர்களாக நீங்கள் மாறிட வேண்டும்.

கற்றல்... கற்பித்தல்...

சிறந்த ஆசிரியர்கள் என்றைக்கும் கற்கிறவர்களாகவே இருப்பார்கள். கல்வி என்கின்ற நாணயத்தின் இரு பக்கங்களில் ஒரு பக்கம் ஆசிரியர்கள்; மறு பக்கம் கற்றுக் கொள்கின்ற மாணவர்கள். அதுபோல, ஒரு பக்கம் கற்பித்தல்; இன்னொரு பக்கம் கற்றல்.

நீங்கள் உங்களைத் தினந்தோறும் புதுப்பித்துக் கொண்டால் தான் புதியவற்றை நீங்கள் மாணவர்களுக்குச் சொல்லித் தரமுடியும். ‘அன்று எனக்குத் தெரிந்ததைத்தான் நான் என்றும் சொல்வேன்’ என்றால், இன்றைய கால ஓட்டத்துக்கு ஏற்றவர்களாக

நீங்கள் இருக்கமுடியாது. அது பழமையாகிப் போனதாக, பயனற்றுப் போனதாக, புறக்கணிக்கப்பட்டதாகக் கருதப்படும்.

இந்த ஆசிரியர் வருகிறாரே என்று வேதனைப்படாமல், ஒதுங்கி ஓடாமல், இந்த ஆசிரியருடைய வகுப்பு எப்போது வரும் என்று எதிர்பார்க்கிற ஓர் ஆசிரியராக மாறுவீர்களேயானால் அதுதான் உங்களுக்குக் கிடைக்கக்கூடிய மிகப்பெரிய வெற்றி.

தனித்தன்மையுடன்...

ஆசிரியருடைய வேலை என்ன? எங்களைப் போன்றவர்களுடைய பணி என்ன? புதியதைத் தெரிந்து சொல்ல வேண்டும். தெரிந்ததைப் புதிதாகச் சொல்ல வேண்டும். அப்படிச் சொல்கிறபோது அதில் மாணவர்களுக்கு ஈர்ப்பு ஏற்படும்.

எத்தனை ஆயிரம் திரைப்படங்கள் வந்துவிட்டன. எத்தனை இலட்சம் இலக்கியங்கள் வந்திருக்கின்றன. ஆனால், எல்லாவற்றிற்கும் பின்னணியில் இருப்பவை என்ன?

காதல், வீரம், பழிவாங்குதல், பாசம் இவைதான் அடித்தளமாக இருக்கும். ஆனால் மாறிமாறி வந்துகொண்டிருக்கின்றன.

கவிதையாக இருக்கலாம், திரையில் ஓடுகின்ற காவியமாக இருக்கலாம் எல்லாவற்றிற்கும் பின்னணியில் ஒரே ஒரு கருப்பொருள். ஆனால் உருவாக்கித் தருகிறவர்கள் அதை மாற்றி மாற்றித் தருகிறார்கள். அப்படி மாற்றித் தருகிறபோதுதான் ஒருவருடைய தனித்தன்மை வெளிப்படுகிறது.

புத்தக வாசிப்பு

இயல்பாகவே எனக்குப் படிக்கிற பழக்கம் உண்டு. இப்போதெல்லாம் நேரமில்லை என்று ஒரு காரணத்தைச் சொல்லிக் கொள்கிறோம். உண்மையும் அதுதான். ஆனால், உறங்கச் செல்லும் முன் ஏதாவது ஒரு புத்தகத்தை எடுத்து, ஒரு பத்துப் பக்கங்களாவது படித்த பிறகுதான் படுக்கவேண்டும் என்ற ஓர் இயல்பை நான் வளர்த்துக் கொண்டிருக்கிறேன்.

புத்தகங்கள் இல்லை என்றால், சரித்திரம் என்பது இந்த உலகத்தில் இல்லை. நமக்கு முன்னால் யார் யாரோ வாழ்ந்திருக்கிறார்கள், யார் யாரோ எதையெதையோ சாதித்திருக்கிறார்கள்.

ஒன்றுமில்லாத இந்த உலகத்தில் பல புதியவற்றைப் பார்க்கிறோம். அந்தப் புதியவற்றிற்கும் காரணமாக இருந்தவர்கள் யார்? நீங்களும் நானும் பார்த்திருக்க மாட்டோம். ஆனால், நமக்கு அதைச் சொல்லித் தருவது வரலாறு.

வரலாறு மட்டும் இல்லையென்றால், தஞ்சையில் இருக்கின்ற பெரியகோயில் என்பது ஏதோ ஒரு கோயில் என்பதாகத்தான் தெரியுமே தவிர, பத்தாவது நூற்றாண்டிலேயே கட்டடக் கலையில் தலை சிறந்தவனாகச் சோழ மன்னன் ஒருவன் இருந்திருக்கிறான் என்பதை அறிந்திருக்கமாட்டோம்.

விஞ்ஞானிகளுடைய கண்டுபிடிப்புகளும் அப்படித்தான். இதை இவன் கண்டுபிடித்தான் என்று எழுதி வைப்பது வரலாறு.

இங்கே தியாகபாரி பேசுகிறபோது சிலருடைய பெயர்களைக் குறிப்பிட்டார். அந்தப் பெயர்கள் இன்றைக்கும் நிரந்தரமாக நெஞ்சில் குடியிருக்கிறதென்றால் என்ன காரணம்? வரலாறு!

வரலாற்றைத் தவிர்த்து உலகம் இல்லை. வரலாற்றை ஒருவன் மறைக்கிறான் என்றால் எதிர்காலத்தை இருள் சூழச் செய்கிறான் என்று பொருள். கடந்த காலத்தில் நடந்தவற்றைத் தெரிந்து கொள்ளாதே என்று சொன்னால், எதிர்காலத்தில் ஒருவன் எப்படி வாழவேண்டும் என்று தீர்மானிக்க முடியாத நிலைக்கு விட்டுச் செல்கிறான் என்று பொருள்.

புத்தகம் என்ற ஒன்று இல்லாமல் போயிருக்குமேயானால் வரலாறு என்பது இல்லாமல் போயிருக்கும். இலக்கியம் என்பது வெறுமையாகி இருக்கும். நான் இன்றைக்கு மேடையில் பேசுகிறேன். நீங்கள் அதைக் கேட்கலாம். சில கருத்துகள் மனதில் பதியலாம். நாள்பட நாள்பட அவை மறக்கலாம்.

ஒலி என்பது காற்றில் கரையும். ஆனால், எழுத்து கல்வெட்டைப் போல நிரந்தரமாகச் சரித்திரமாக நிலைத்து நிற்கும். அப்படி எழுதப்பட்ட வரலாறுகள்தான் இன்றைக்கு நம்மை புதுப்பித்துக் கொண்டிருக்கின்றன.

உலகின் உயர்ந்த இனம் தமிழினம் என்று சொல்கிறோமே, எப்படி? தொன்மையான மொழி நம் தாய்மொழி 'தமிழ்' என்று அழுத்தம் திருத்தமாகச் சொல்கிறோமே. என்ன காரணத்தால்?

கீழடியில்...

இன்று மதுரைக்கு அருகில் கீழடி என்ற ஒரு கிராமத்தில் தோண்டத் தோண்டக் கிடைத்துக் கொண்டிருக்கின்றன. 2600 ஆண்டுகளுக்கு முன்னால், கிறிஸ்து பிறப்பதற்கு 600 ஆண்டுகள் முன்னால் தமிழன் வாழ்ந்திருக்கிறான். அவன் பயன்படுத்திய பொருள்கள் கிடைக்கின்றன; உலோகப் பொருள்கள் கிடைக்கின்றன; ஆயுதங்கள் கிடைக்கின்றன; எழுத்து வடிவங்கள் கிடைக்கின்றன.

அற்புதமான ஒரு செய்தி எனக்குக் கிடைத்தது. 'இதுவரை கீழடியில் கிடைத்த எந்தப் பொருளும் அங்கே சமயங்கள் இருந்தன என்பதற்கான சான்றே இல்லாமல் இருக்கின்றன'. தமிழன் மதங்களைக் கடந்து வாழ்ந்திருக்கிறான். இதைச் சொல்வது வரலாறு.

நீங்கள் ஆசிரியர்களாக நாளை மாணவர்களிடம் பேசுபவர்கள் என்பதற்காகத்தான் இதைச் சொல்கிறேன். 2,600 ஆண்டுகள் என்பது சாதாரணமானது அல்ல. பத்தாண்டுகளுக்கு முன்னால் பார்த்த திருவாரூர் இப்போது இல்லை. 2,600 ஆண்டுகள் என்பதை நினைத்துப் பார்க்க முடியாது. அச்சு இயந்திரம் இல்லை; புத்தகங்கள் என்கிற காகிதம் கிடையாது. விஞ்ஞான வளர்ச்சி இல்லை. ஆனால், அந்தக் காலத்தில் உலோக ஆயுதங்களைப் பயன் படுத்தியவன் தமிழன் என்கிறபோது நிமிர்ந்து நின்று பார்க்கக்கூடிய இனம் நம் தமிழினம்.

படிப்பாளி ஆகுங்கள் படைப்பாளியாக மாறுங்கள்

நான் உங்களிடம் வேண்டுவதும் விரும்புவதும், நீங்கள் சொல்லித் தருவதோடு நிறுத்தாதீர்கள். படிப்பாளி ஆகுங்கள்; படைப்பாளியாக மாறுங்கள்.

நிறையப் படியுங்கள்; நிறையப் படையுங்கள். உங்கள் மாணவர்களை எழுத்தாளர்களாக, சிந்தனையாளர்களாக, சாதனையாளர்களாக மாற்றுங்கள். நீங்கள் வேலைக்குப் போகும்போது இந்தச் சமுதாயத்தைப் புதுப்பிக்கப் போகிறீர்கள் என்ற உணர்வோடு செல்லுங்கள்.

நான் தியாகபாரிக்கு நன்றி சொல்வேன், ஆசிரியர்களாகப் பொறுப்பேற்கப் போகிறவர்களுக்குப் பட்டங்களை வழங்குகின்ற வாய்ப்பு கொடுத்தமைக்காக.

இங்கே இருப்பது இருநூறு மாணவியர் அல்ல; நாளை சற்றேறக்குறைய இரண்டு கோடி மாணவர்களை உருவாக்கப் போகிறவர்கள் எதிரே உட்கார்ந்திருக்கிறீர்கள். அந்த உணர்வோடு நான் பேசுகிறேன்.

உங்கள் பிள்ளைகளுக்குத் தமிழன், தமிழ்மொழி என்ற உணர்வினை ஊட்டுங்கள். தமிழ்த்தாய் வாழ்த்து சொல்லித் தருவதற்காகவே ஒரு நாளில் ஒரு வகுப்பை ஒதுக்குங்கள். அது முதலில் இந்தக் கல்லூரியில் இருந்து தொடங்கட்டும்.

ஆசிரியர்களாகப் பொறுப்பேற்று அவர்கள் செய்யப் போவதைச் சொல்லித் தருகின்ற கல்லூரியாக இது மாறட்டும். வகுக்கப்பட்ட பாடத்திட்டங்களைச் சொல்லித் தருவது அல்ல கல்வி நிறுவனம். அதைக் கடந்து, நாம் எதையாவது கற்க வேண்டும் என்றால் நூலகத்துக்குச் செல்லலாம். புத்தகங்களை வாங்கிப் படிக்கலாம்.

ஆனால், எனக்கு எதிரே ஒருவர் நின்று பேசுகிறபோது எனக்குள்ளே ஏற்படுகின்ற கிளர்ச்சி, என் ஆசிரியர் ஒன்றை விளக்கியபோது நான் புரிந்துகொண்ட விதம், நான் பல இடங்களில் இப்போதும் மேற்கோள் காட்டுகிறேன் என்றால், அனைத்தும் பள்ளியிலும் கல்லூரியிலும் படித்தவை மட்டும்தான். அதற்குக் காரணம் அவர்கள் சொல்லிக்கொடுத்த முறை, அதை அவர்கள் எடுத்து வைத்த விதம்.

அதனால்தான் சொல்கிறேன், தமிழ் மொழியின் மேன்மையையும் தமிழனுடைய சிறப்பையும் மாணவர்களுக்குச் சொல்லித்தர வேண்டிய ஆசிரியர்களை உருவாக்கும் கல்லூரி இது. எனவேதான் நான் இங்கே எதிர்பார்ப்போடு சொல்கிறேன்.

புதிய சரித்திரத்தை உருவாக்குவோம்

பலம் கொண்ட நம்மைத் 'தாக்கிப் பார்க்கலாமா?' என்ற சபலம் ஒருவனுக்கு வருகிறதென்றால், நாம் உறங்கிக் கொண்டிருக்கிறோம் என்ற காரணத்தால்தான். நாம் விழிப்போடு இருக்கிற வீரன் என்றால் நெருங்குவதற்கு அஞ்சுவான். எனவே குரல் ஓங்கி ஒலிக்கவேண்டும். சரித்திரம் என்பது யாரோ உருவாக்குவது அல்ல. நாம் உருவாக்க வேண்டும். சாமான்யர்கள்தான் இந்தச் சமுதாயத்தைத் தலைகீழாகப் புரட்டிப் போட்டிருக்கிறார்கள்.

இப்போது நான் பேசுவதை எல்லாம், ஒரு பட்டமளிப்பு விழாவில் நாடாளுமன்ற உறுப்பினர் பேசிய பேச்சு என்பதாகக் கருதாதீர்கள். நான் உங்கள் சிந்தனையைக் கிளறிக் கொண்டிருக்கிறேன்.

இங்கே பட்டம் பெறுகிற யாராவது பத்து ஆசிரியர்களின் மனத்தில் இந்தப் பொறி விழுந்து அது, நெருப்புப் பிழம்பாக மாறுமேயானால் அது போதும்.

"அக்கினிக் குஞ்சொன்று கண்டேன் அதை
ஆங்கோர் காட்டிலோர் பொந்திடை வைத்தேன்
வெந்து தணிந்தது காடு தழல் வீரத்தில்
குஞ்சென்றும் மூப்பென்றும் உண்டோ!"

என்றானே பாரதி. அக்கினியில் பெரிது, சிறிது இல்லை. எங்கே விழுகிறது, யாரிடம் சென்று சேர்கிறது என்பதைப் பொறுத்து.

பட்டமளிப்பு விழா என்பது பட்டத்தை சம்பிரதாயமாகக் கொடுத்து, வாங்கிப் புகைப்படம் எடுப்பதற்கு அல்ல. இந்த நாள் உங்கள் வாழ்வில் ஒரு திருப்புமுனை. இவ்வளவு

நாள் நீங்கள் படித்ததைப்போல இதுவும் ஒரு வகுப்பு என்று கருதிக்கொள்ளுங்கள். உங்களுக்குப் பாடத்தைப் பற்றிப் பேசியவர்களைப்போல நான் நடைமுறை வாழ்க்கையைப் பேசுகிறேன்.

முன்பெல்லாம் பள்ளிகளில் வாரத்தில் ஒரு நாள் ஒரு மணி நேரம் Moral instruction சொல்லித் தருவார்கள். இப்போது அது இல்லை. கல்லூரிகளிலே மொழிப் பாடங்களில் இன்னொன்று கூடுதலாக இருந்தது. இப்போது இது இல்லை. எல்லாம் சுமை என்கிறார்கள். ஆனால் அவை இருந்தவரை எல்லாம் சரியாகவே இருந்தன. இப்போது தேர்வில் வெற்றி பெறுவதற்காக மாணவர்களைத் தயார் செய்கிற கூடங்களாகக் கல்வி நிறுவனங்கள் மாறி விட்டனவே தவிர அவர்களை வாழ்க்கைக்குத் தயார்படுத்துபவையாக இல்லை. அது கல்வித் திட்டத்தின் குறைபாடு. ஆனால், குறைபாடான அந்தக் கல்வித் திட்டத்திலேயே சரியான இடம் பார்த்து அவர்களைச் செதுக்கக்கூடிய வல்லமை பொருந்திய சிற்பிகள் ஆசிரியர்கள் மட்டும்தான்.

'இதுதான் வகுக்கப்பட்டது, இதுதான் நிர்ணயிக்கப்பட்டது. ஆனால், அதையும் கடந்து, எனக்குக் கிடைத்திருக்கிற வாய்ப்பின் மூலம் நான் இதைச் செய்கிறேன்' என்று மாணவரைத் தயார்படுத்துங்கள். அவர்களிடம் என்ன திறமை இருக்கிறதோ அதைக் கூர் தீட்டுங்கள். அவன் விளையாட்டு வீரனாக, கவிதை எழுதுகிற வல்லமை பெற்றவனாக, பேச்சாற்றல் உள்ளவனாக, விஞ்ஞானத்தில் ஆர்வமுள்ளவனாக, ஆராய்ச்சி மனநிலை உள்ளவனாக, படம் வரைகிற திறன் உள்ளவனாக இருக்கலாம். அவர்களின் தனித் தன்மையை ஊக்கப்படுத்துங்கள்.

உங்களுடைய வேலை, வகுப்புக்கு வருவதும் போவதும் அல்ல. உங்களுடைய வகுப்பிலே இருக்கிற மாணவனைக் கவனியுங்கள். யார் கண்களில் ஒளி வீசுகிறது பாருங்கள். எவனிடம் என்ன திறமை மறைந்திருக்கிறது கண்டுபிடியுங்கள். அது பெற்றோரின் வேலையன்று, ஆசிரியர்களின் வேலை.

ஒரு பிள்ளை விழித்திருக்கிற நேரத்தில் அதிகமான நேரம் இருப்பது பள்ளியில். வீட்டிலே இருக்கிற நேரம் விளையாடவும் உறங்கவும். மற்ற நேரங்களை மற்றவர்களோடு செலவிடுகின்றன. ஆனால், சரியான செயலைச் செய்வதற்கு ஒருங்கிணைந்து உட்காருகிற ஒரே இடம் கல்விக்கூடம். அதுவும் உங்களுக்கு முன்னால்.

பெற்றோர்களின் எதிர்பார்ப்பு

பெற்றோர்கள் எதிர்பார்ப்பதை நான் உங்களிடம் சொல்கிறேன். உங்கள் மாணவனிடம் இருக்கிற திறமைகளைக் கண்டு உணருங்கள். எவன் ஒருவன் முன்னேறுகிறானோ அவன் வெற்றியைத் தொடுவான். எவனொருவன் தேங்கி இருக்கிறானோ அவன் முன்னேற்றம் என்பதை அறியாதவனாக இருப்பான். முன்னேற்றுங்கள்; முன்னேறுகிற உத்வேகத்தை அவனுக்குத் தாருங்கள். இன்றைய உலகம் போட்டிகள் நிறைந்த உலகம். திறமைகள் சமமாக இருப்பவர்கள் பலர் இருக்கிற உலகம்.

முன்பெல்லாம் எவன் ஒருவனுக்குத் திறமை இருக்கிறதோ அவன் வெற்றி பெறுவான். அது பந்தயமாக இருக்கலாம். எந்த விதமான ஒரு தேர்வாகவும் இருக்கலாம். ஆனால் இப்போது எல்லாம் சம அளவில் இருக்கிறார்கள். இதில் வெற்றி பெற வேண்டுமென்றால் ஏதோ ஒரு தனித்திறமை மிளிர்ந்து இருந்தால்தான் அவனால் உயர்ந்து நிற்க முடியும். அதற்குத் தயார்படுத்துங்கள்.

சிதையும் சமுதாயம்

இது போட்டி நிறைந்த உலகம் மட்டுமல்ல. இது சிதைந்து கொண்டிருக்கிற ஒரு சமுதாயம்.

இவ்வளவு காலம் நாம் பெருமையோடு பார்த்துக் கொண்டிருந்த பல தன்மைகளும் பண்புகளும் மெல்ல... மெல்ல... மெல்லத் தேய்ந்து கொண்டிருக்கிற காலம். உறவுகள் என்பவை உடைந்து கொண்டிருக்கிற காலம். கட்டுப்பாடு என்பதற்காக நாம் வைத்திருந்த அத்தனையும் தளர்ந்து கொண்டிருக்கிற காலம்.

எதிர்கால உலகம் அழியப்போவது அணுகுண்டினால் அல்ல. எதிர்கால மனித குலம் தேய்ந்து சிறுமைப்பட்டுப் போவது ஏதோ இரண்டு நாடுகளுக்கு இடையே நடக்கிற போரினால் அல்ல. மனிதனுடைய பண்புகள் மங்குகின்ற காரணத்தால். மனித நேயம் இல்லாமல் போகிற காரணத்தால். ஒருவனுக்கு இன்னொருவன் மீது இரக்கம் இல்லாத காரணத்தால். தான் வெற்றி பெற வேண்டும் என்பதற்காகப் பிறரை அழிக்கிற மனநிலை மிகுந்து கொண்டிருக்கிற காரணத்தால்.

பாகிஸ்தான் அதிபர் சொல்கிறார்: "இந்தியாவுக்கும் பாகிஸ்தானுக்கும் யுத்தம் வந்தால் பாகிஸ்தான் தோற்கும். ஆனால் விளைவுகள் விபரீதமாகும்." இரண்டு பலம் பொருந்திய நாடுகள். ஒருவன் தோற்போம் என்பதை ஒத்துக்கொள்கிறான். ஆனால் என்னைத் தொட்டால் விளைவுகள் விபரீதமாகும் என்கிறானே. இதுதான் இக்கால உலகம்.

போரற்ற ஒரு சமுதாயத்தை உருவாக்க வேண்டும் என்றால், இரக்கம் நிறைந்த மனிதகுலத்தை உருவாக்க வேண்டியது அவசியம். அது பெற்றோர்களிடம் இல்லை, ஆசிரியர்களிடம்தான் இருக்கிறது.

நான் உணர்ச்சிப் பெருக்கோடு நிற்கிறேன். உங்கள் ஒவ்வொருவரிடம் தனித்தனியாகப் பேசுவதாகவே நீங்கள் கருதிக் கொள்ளுங்கள். இன்றைக்கு நான் பேசுகிற பேச்சு உங்கள் சிந்தையில் ஒலித்துக்கொண்டே இருக்கவேண்டும், நீங்கள் ஆசிரியப் பணியாற்றுகிற காலம் முழுவதும்.

எந்த ஊரில் வேண்டுமானாலும் வேலை செய்யுங்கள். உங்களுக்கு வேலை கிடைத்து நீங்கள் வகுப்பிற்கு நுழைகிறபோது பட்டமளிப்பு விழாவில் திருச்சி சிவா சொன்னாரே என்று நினைவுப்படுத்திக்கொண்டு செல்லுங்கள்.

சமுதாய நோயைத் தீர்க்கும் மருந்து

என் வகுப்பின் கூர்மையான மாணவன் எவன்? நான் கண்டுபிடிக்கப் போகிறேன். அவனைக் கூர் தீட்டப் போகிறேன். இந்த நாட்டினுடைய சிறப்புகளைச் சொல்லித்தரப் போகிறேன். மொழியின் மேன்மையை உணர்த்தப் போகிறேன். அதற்காக நான் என்னைப் புதுப்பித்துக் கொள்கிறேன். வேறு எவராலும் செய்ய முடியாத காரியத்தை நான் செய்கிறேன். பலர் சமுதாயத்தைச் சிதைத்துக் கொண்டிருக்கலாம். அதைச் சரி செய்யப் போகிற ஓர் அருமையான மாணவனை நான் இங்கே உருவாக்குகிறேன் என்ற உணர்வோடு ஒவ்வொரு நாளும் வகுப்புக்குச் செல்லுங்கள். ஒவ்வோர் ஆண்டும் படிப்பு முடிந்து வெளியேறிக்கொண்டே இருப்பார்கள். நீங்கள் புதியவர்களை உருவாக்கிக்கொண்டே இருப்பீர்கள்.

சமுதாய நோயைத் தீர்க்கின்ற மருந்து பள்ளிக்கூடத்திலிருந்து உருவாகிற மாணவன்தான் என்கிறபோது அவனைத் தயார் செய்கிற ஆசிரியர்கள் நீங்கள் இன்று பட்டம் பெறுகிறீர்கள்.

எனக்கு நம் நாட்டின் நிலை தெரியும். உலகம் போகிற போக்கு மற்றவர்களைவிட எனக்குக் கொஞ்சம் அதிகமாகப் புரியும். சிலவற்றைப் பகிர்ந்து கொள்ளலாம். சிலவற்றைச் சொல்ல முடியாது.

பாதுகாப்பும் காவலும்

நாட்டின் பாதுகாப்புத்துறை என்று ஒன்று இருக்கிறது. உள்துறை என்ற ஓர் அமைச்சகம் இருக்கிறது. அந்த இரண்டு துறைகளின் பணி என்ன தெரியுமா? தவறுகள் நடக்காமல், குற்றங்கள் நிகழாமல், குற்றவாளிகள் தவறான செயல்களில் ஈடுபடாமல் தடுக்க வேண்டிய கடமை.

நாட்டில் ஒன்றுமே நடக்கவில்லை என்றால் இந்தத் துறைகள் தூங்குகின்றன என்று பொருளல்ல. எங்கோ ஓரிடத்தில் உருவான ஒரு குற்றத்தை, எங்கோ ஓரிடத்தில் தவறு செய்யத் தயாரான ஒரு குற்றவாளியை சத்தமே இல்லாமல் இந்தத் துறைகள் அடக்கிக்கொண்டு இருக்கின்றன என்று பொருள்.

நூறு குற்றச் செயல்களைத் தடுக்கிற முயற்சியில் ஒன்றில் காவல்துறை தோற்றுப் போகுமேயானால் அது விமர்சிக்கப்படும். நூறு முயற்சிகள் செய்து ஒரு தீவிரவாதி ஒன்றில் வெற்றி பெறுவானேயானால் அதுதான் அவனுடைய வெற்றி. ஒன்றில் தோல்வியடைவது இவர்களுடைய குறைபாடு. ஒன்றில் அவன் வெற்றி பெறுவது அவனுடைய நிரந்தரமான வெற்றி.

நான் சொல்ல வருவது என்ன தெரியுமா?

எங்கோ இரண்டு, மூன்று துறைகள் இயங்கிக் கொண்டிருக்கின்றன. அவர்கள் நமக்குத் தெரியாமல் குற்றங்களைத் தடுத்துக் கொண்டிருக்கிறார்கள். அந்நிய ஊடுருவலைத் தடுத்திருக்கிறார்கள். நமக்கு ஏற்பட இருந்த ஆபத்தை அவர்கள் நிறுத்தியிருக்கிறார்கள்.

அதுபோலத்தான், சமுதாயத்தில் எங்கோ நடக்கிற தவறைத் தடுத்து நிறுத்துகிற, அடையாளம் தெரியாத, ஆடம்பரம் இல்லாத, வெளிப்படுத்திக் கொள்ளாத மிகப்பெரிய சக்திகள் உள்துறை, பாதுகாப்புத் துறை, காவல் துறையைப் போன்றவர்கள் ஆசிரியப் பெருமக்கள் என்பதைப் பெருமையோடு சொல்கிறேன்.

வரலாற்றைச் சொல்லிக் கொடுங்கள்

ஆசிரியர்களாகப் பணியாற்றப் போகிறவர்கள் வரலாற்றைச் சொல்லித் தரவேண்டும். எதிர்காலத்தில் ஆற்ற வேண்டிய கடமைகளுக்கு அவர்களைத் தயார்படுத்த வேண்டும்.

“இந்த நாட்டில் ஏதோ ஒரு தேவையைக் கண்டுபிடிக்கிறவனாக நீ உருவாகு. உன்னை உலகம் போற்றும். இந்த நாட்டில் பரவியிருக்கிற அவல நிலையைத் தவிர்ப்பதற்கு நீ புதிய தத்துவத்தைச் சொல்லித் தா. உன்னை எதிர்காலம் கொண்டாடும்” என்று சொல்லிக்கொடுங்கள்.

அதனால்தான் நான் தொடக்கத்தில் சொன்னேன், நீங்கள் ஒளிவிளக்கு. பல விளக்குகளை ஏற்றி விடுகிற அகல் விளக்கு என்று. அறிவுச் சுடரை ஏற்றி, அறியாமை இருளை அகற்றுகிற எதிர்கால ஆசிரியப் பெருமக்களே உங்களை நான் வாழ்த்துகின்றேன். உங்களுடைய எதிர்காலப் பணி சிறக்க வேண்டும் என்று நான் மனதார விரும்புகின்றேன்.

இந்தப் பட்டமளிப்பு விழாவில் பட்டம் பெற்றுள்ள உங்களுக்கு என்னைத் தெரிந்திருக்கலாம். பலர் என்னைப் பற்றி கேள்விப்பட்டிருக்கலாம். ஆனால், எனக்கு

உங்களில் யாரையும் தெரியாது. இன்னும் பத்து ஆண்டுகள் கழித்து, நீங்களும் நானும் நிச்சயமாக இந்த உலகத்தின் ஏதோ ஒரு மூலையில் சந்திப்போம். அப்படிச் சந்திக்கிறபோது தயவுசெய்து என்னிடம் வந்து அறிமுகப்படுத்திக் கொள்ளுங்கள். பத்தாண்டுகளுக்கு முன்னால் 2019ஆவது ஆண்டு திருவாரூரில் வேலுடையார் கல்வியியல் கல்லூரிக்கு வந்து பட்டமளிப்பு விழாவில் உரையாற்றினீர்களே, அப்போது பட்டம் பெற்ற மாணவி நான். இன்று இந்த ஊரில் மிகச்சிறந்த ஆசிரியை என்று பெயர் பெற்றிருக்கிறேன் என்று நீங்கள் என் கரம் குலுக்குகிற அந்த நாளை நான் எதிர்பார்க்கிறேன்.

அப்படி ஒருநாள் வந்தால்தான் இந்த விழா வெற்றி பெற்றதாகப் பொருள். நீங்கள் என்னைச் சந்திக்கிற நாளின்போது நான் இன்னும் உயர்ந்த நிலையில் இருப்பேன். அந்த நம்பிக்கை எனக்கு இருக்கிறது. நீங்கள் நிரூபியுங்கள்.

நல்ல ஆசிரியர்கள் என்பதைப் பட்டத்தினால் அல்ல, செயலினால் உணர்த்துங்கள். உங்கள் பெயர் சொல்வதற்கு நூறு மாணவர்கள் உருவாகி, உயர்ந்த இடத்திற்குச் சென்ற பின்னால் இவற்றிற்கெல்லாம் காரணம் இந்த ஆசிரியர் என்று சொல்கிற இடத்தை நீங்கள் அடைந்திருந்தால் அது உங்களுக்கு மட்டுமில்லை, உங்கள் ஆசிரியர்களுக்கும், உங்களைப் பெற்றவர்களுக்கும் பெருமை என்று சொல்லிச் சாதியுங்கள்.

நிறைய வெற்றியாளர்களை உருவாக்குங்கள்.

எதிர்கால நாட்டிற்கு நீங்கள்தான் ஒளிவிளக்கு.

வாழ்த்துகின்றேன்.

நன்றி! வணக்கம்!!

20

மனதில் நிலைத்திருப்பவர்கள்

திருவாரூர் ரோட்டரி அமைப்பின் சார்பில் நடைபெறுகின்ற 'முப்பெரும் விழா'விற்குத் தலைமைப் பொறுப்பேற்றிருக்கின்ற சங்கத்தின் தலைவர் சிவக்குமார் அவர்களே! வரவேற்புரை ஆற்றியிருக்கின்ற செயலாளர் கலைச்செல்வன் அவர்களே! சிறப்புரை ஆற்றியிருக்கின்ற முன்னாள் ஆளுநர் மணி அவர்களே! அன்பிற்கினிய ரோட்டேரியன் மோகன் அவர்களே! சிறப்பு அழைப்பாளராகப் பங்கேற்றிருக்கின்ற வேலுடையார் கல்வி நிறுவனங்களின் தாளாளர் தியாகபாரி அவர்களே! நிகழ்ச்சியினைத் தொகுத்து வழங்கிக் கொண்டிருக்கின்ற ஆசிரியர்களின் பிரதிநிதி செந்தமிழ்ச் செல்வி அவர்களே! நன்றியுரை ஆற்றவிருக்கின்ற ரோட்டேரியன் சத்தியசீலன் அவர்களே! விருதுகளைப் பெற்று இங்கே அமர்ந்திருக்கின்ற சமுதாயத்தின் பல்வேறு துறைகளில் நாடு வளர்க்கும் பணியில் ஈடுபட்டிருக்கக்கூடிய பெரியோர்களே! தாய்மார்களே! உங்கள் அனைவருக்கும் வணக்கம்.

சிவக்குமார், திராவிடர் கழகத்தில் தீவிரமாகப் பணியாற்றக்கூடிய ஒரு தோழர். என் மீது அளவற்ற அன்பு கொண்டவர். அவர் ரோட்டரி அமைப்பின் தலைவராகப் பொறுப்பேற்கிறபோது அந்த விழாவிற்கு வருவதற்கு இசைவு தெரிவித்த என்னால் வர இயலாத காரணத்தால் அதை நிறைவு செய்கின்ற வகையில் இப்போது நான் வந்திருக்கின்றேன்.

ரோட்டரி அமைப்பு என்பது, நான் பெரிதும் மதிக்கின்ற அமைப்புகளில் ஒன்று. இங்கே நம்முடைய மணி அவர்கள் குறிப்பிட்டதைப் போல, கேட்பதற்கே பிரமிப்பூட்டும் அளவிற்கு 22,000 கோடி ரூபாயினைத் தங்களுடைய சொந்தப் பணத்தைச் சமுதாய நலனுக்காகச் செலவிடக்கூடிய ஓர் அமைப்பு.

பொருளை ஈட்டுவதற்காக பல்வேறு அமைப்புகள் உள்ளன. ஆனால், பொருளைச் செலவு செய்து நாட்டின் நலிவு நீங்குவதற்காகப் பாடுபடக்கூடிய அமைப்பு 'ரோட்டரி' என்கின்ற மரியாதை எனக்கு நிறைய உண்டு.

இந்த ரோட்டரி அமைப்பில் 'ரோட்டராக்ட்' என்ற மாணவர்களுக்கான ஓர் அமைப்பு இருக்கிறது. அது எதிர்காலத்தில் அவர்களைத் தயார் செய்வதற்காக உருவாக்கப்பட்டிருக்கிற அமைப்பு. அந்த அமைப்பினுடைய நோக்கம் சிறந்த எதிர்காலத்தை இன்றைய இளைஞர்களுக்குத் தருவதைவிட, சிறந்த இளைஞர்களை எதிர்காலத்துக்குத் தருவது.

எவ்வளவுதான் நன்மைகளை, தேவைகளை நிறைவேற்றுகின்ற அளவுக்கு நாம் சாதித்திருந்தாலும் அதைக் காப்பாற்றுகிற ஒரு தலைமுறை தேவை. ஆனால், ஒன்றுமே இல்லை என்றாலும்கூட ஆற்றல் மிக்க இளைஞர்களாக இருந்தால் அவர்கள் புதியதோர் சமுதாயத்தை உருவாக்கக்கூடிய வல்லமை பெற்றவர்களாக இருப்பார்கள்.

ஒரு காலகட்டத்தில் நான் சார்ந்திருக்கிற என்னுடைய கட்சி திராவிட முன்னேற்றக் கழகம் சில அரசியல் காரணங்களினால் அதிகமான அளவிற்குப் பணிகளில், பிரச்சாரங்களில் ஈடுபட முடியாத ஒரு சூழல் இருந்தபோது என் எண்ணங்களுக்கு வடிகாலாக அமைந்தவை 'ரோட்டரி' மேடைகள்தான்.

தமிழ்நாட்டின் பல்வேறு பகுதியில் கிளை அமைப்புகளை மட்டுமல்ல, இன்றுவரை ரோட்டரி மாநாடுகளில் நான் தவறாமல் பங்கேற்கிறேன். நான் 'ரோட்டேரியன்' இல்லையே தவிர, நானும் உங்கள் அமைப்பைச் சார்ந்தவன்தான்.

National Builders Award ஒரு கௌரமான விருது. எதிர்காலத்தில் உங்கள் வளர்ச்சிக்குப் பெரிதும் துணை நிற்கக்கூடிய ஒன்று என மணி அவர்கள் குறிப்பிட்டார்கள். நான் சிவக்குமாரிடமும், கலைச் செல்வனிடமும், "இதேபோல இன்னொரு சிறந்த விருது இருக்கிறது தெரியுமா?" என்று கேட்டேன். "என்ன?" என்று கேட்டார்கள். 'FOR THE SAKE OF HONOUR' என்ற விருது. அது முன்னாள் ஆளுநருக்கு மட்டும்தான் தெரிந்திருக்கிறது. காரணம், அது சிறப்புக்குரிய ஒரு விருது என்பதால் மிகச் சிலருக்கு மட்டுமே தருவார்கள்.

நான் ஒரு தகவலுக்காக மட்டும் சொல்கிறேனே தவிர, வேறு பெருமைக்காக அல்ல, திருச்சியில் இருக்கிற மலைக்கோட்டை ரோட்டரி அமைப்பு இந்த விருதினை மூன்று பேருக்குத் தந்திருக்கிறது. நடிகர் திலகம் சிவாஜி அவர்கள், பி.டி.உஷா அவர்கள், மூன்றாவதாக எனக்கு. அவ்விருதின் பாராட்டிதழ் இன்னும் என் வீட்டின் வரவேற்பறையில் மாட்டி வைத்திருக்கின்றேன்.

பெரும்பாலும் எனக்குத் தரப்படுகின்ற இதுபோன்ற நினைவுப் பரிசுகளோ, வாழ்த்து மடல்களோ மாட்டி வைக்க முடியாத அளவிற்கு எங்கள் வீட்டில் நிறைந்து இருக்கின்றன.

ஒரு காலத்தில் என்னுடைய தாயார் இருந்தபோதும், என்னுடைய மனைவியும் சொல்வார்கள். "ஊரில் இருந்து வருகிறபோது பெட்டி நிறைய சால்வைகளாகக் கொண்டு வருவார்" என்று. பெட்டி நிறைய வேறு கொண்டுபோய்ப் பழக்கம் இல்லை சால்வைகள், வாழ்த்து மடல்கள் போன்றவற்றைக் கொண்டுபோய், முதலில் மாட்டி வைத்தோம், பின்னர் அடுக்கி வைத்தோம், அதன் பின்னர் அதற்கென்று ஓர் அலமாரி வைத்தோம், இப்போது பரண் மீது வைக்கின்ற அளவிற்கு நிரம்பி இருக்கின்றன.

என் வீட்டில் ஒரு நூலகம் இருக்கிறது

என் வீட்டு மாடியிலே ஒரு நூலகம் இருக்கிறது. நான் வீடு கட்டுகின்றபோதே என் பிள்ளைகளுக்கு ஆளுக்கு ஓர் அறை, எனக்கு ஒன்று என்று பிரிக்கிறபோது நூலகத்துக்கு ஒன்று என்று நான் தனியாகத் திட்டமிட்டு உருவாக்கினேன்.

எல்லோரும் ஆச்சரியப் பட்டார்கள். வீடு கட்டுகிறபோதே இது உணவுக்கூடம், இது வரவேற்பறை என்று பல்வேறு வகையில் திட்டமிடுகிறபோது, நூலகம் என்று சொல்கிறீர்களே என்றார்கள். உணவுக்கூடம் எந்த அளவிற்கு இன்றியமையாததோ அதைப்போல நூலகமும் அவசியம் என்று அவர்களிடம் சொன்னேன். அதில் இந்த விருதுகள் நிறைந்திருக்கும்.

ஒவ்வொரு விருதைப் பார்க்கிறபோதும் அது எந்த விழாவில், எந்த ஊரில், எந்த நிகழ்ச்சியில், எந்த ஆண்டு, யார் கொடுத்தார்கள், யாரையெல்லாம் சந்தித்திருக்கிறோம் என்றெல்லாம் நினைவுகள் மனத்தில் உருண்டோடும்.

விருதுகளை வைக்க இடமில்லை என்று எங்களைப் போன்றோர் கருதுகின்ற அளவிற்கு நிறைந்திருக்கின்ற அந்த வீட்டில் நான் வரவேற்பறையில் பெரியார், அண்ணா, கலைஞர், எங்கள் கட்சித் தலைவர் தளபதி இப்படிப்பட்ட படங்களோடு நான் வைத்திருக்கிற ஒரேயொரு வாழ்த்து மடல் ரோட்டரி அமைப்பு தந்த 'For the sake of Honour' மடல்.

அதில் அழகாக சொற்களைத் தேர்ந்தெடுத்து பொருளோடு எழுதியிருப்பார்கள். எவ்வளவோ பேர் இருந்தாலும் எப்படி நாம் சந்திக்கிறவர்களில் சிலர் நம் மனத்தில் தங்கிவிடுகிறார்களோ அதைப் போலத் தொடர்ந்து நடக்கிற நிகழ்வுகளில் ஏதாவது ஒன்று நம் மனத்தில் தங்கிவிடும்.

மனதில் நிலைப்பவர்கள்

காண்டேகர் எழுதுவார்: "நாம் வாழ்க்கையில் சந்திக்கிற மனிதர்கள், பயணத்தில் நாம் வாகனத்தில் செல்கிறபோது கடந்து செல்கின்ற மரங்களை போலச் சிலர், மரங்கள் கடந்து செல்லும். அது என்ன மரம் என்றுகூடத் தெரியாது. ஆனால் பல ஆயிரக்கணக்கான மரங்களைக் கடந்து சென்றிருப்போம். அது போலச் சில மனிதர்கள். சிலர் வானத்தில் மின்னுகின்ற நட்சத்திரங்களைப் போல மின்னுவார்கள், வசீகரிப்பார்கள். ஆனால், அவை யாவும் ஊன்றுகின்ற அளவிற்கு நம் நினைவில் தங்குவது இல்லை. ஆனால் மிகச் சிலர்தான் நிலவைப்போல் எப்போது பார்த்தாலும் நம் மனத்தில் நிறைந்து நிற்பார்கள்" என்று எழுதியிருக்கிறார்.

அதைப்போல பல நிகழ்ச்சிகள், பல மனிதர்கள், பல்வேறு சம்பவங்கள் என்று வருகின்றபோது ஏதாவது ஒன்று, யாராவது ஒருவர், ஏதாவது ஒரு வார்த்தை மனத்தில் பதியும். ஒரு வார்த்தை ஓர் உறவை உருவாக்கும்; ஒரு வார்த்தை ஓர் உறவை முறிக்கும்.

சொற்கள் பொருள் பொதிந்தவை. பெரும்பாலும் அவை அடுத்தவர்க்குப் பயன்பட வேண்டும். இன்றைக்கு விருதுகள் பெற்றவர்கள் ஆசிரியர்கள், காவல் துறையில் திறம்படச் செயல்படக்கூடிய ஓர் இளைஞர், தபால் இப்போது புழக்கத்தில் இல்லாத காலத்திலும் அந்தத் துறையில் பெருமையோடு பணியாற்றுகின்ற ஒரு தபால்காரத் தோழர், சத்துணவு அமைப்பாளர்கள் இப்படிப் பலதரப்பட்டவர்கள் விருதுகளைப் பெற்றிருக்கிறீர்கள்.

இன்றைய என் பொழுது பெரும்பாலும் ஆசிரியர்களுடன் கழிந்து விட்டது. மாலையில் வேலுடையார் கல்வியியல் கல்லூரியில் ஆசிரியர் பட்டம் பெற்றவர்களுக்கு நான் பட்டமளிப்பு விழாவில் உரை ஆற்றினேன். இப்போது ஆசிரியர்களாகப் பணியாற்றிக் கொண்டிருப்பவர்களுக்கு முன்னால் விருதுகளை வழங்கி உரையாற்றிக் கொண்டிருக்கிறேன். எதிர்கால சமுதாயத்தை உருவாக்கக்கூடிய ஓர் அமைப்பைச் சார்ந்தவர்களுக்கு முன்னால் புனிதமான பணி, Noble profession என்று சொல்லக்கூடியவை இரண்டுதான்.

ஒன்று மருத்துவப் பணி, இன்னொன்று ஆசிரியப்பணி. கடவுள் என்று நம்புகின்றவர்கள் செந்தமிழ்ச் செல்வியோ, சிவக்குமாரோ கடவுள் இல்லை என்று பேசுகிறவர்கள். ஆனால் ரோட்டரி அமைப்பில் தொடங்குகிறபோது எல்லாம் இறைவனே என்று சொல்கின்றபோது எழுந்து நிற்க வேண்டியவர்கள் இருக்கிற இடத்தைப் பொறுத்து ஒருவருடைய சொல்லும் செயலும் தீர்மானிக்கப்படுகிறது.

கடவுள் இருக்கிறார் என்று நம்புகிறவர்கள்கூட உடல்நலம் குன்றினால் மருத்துவரைப் பார்த்து "நீதானய்யா கடவுள்" என்று சொல்வார்கள். காரணம் உயிர் பயம் வருகிறபோது காப்பாற்றுகிறவர்களைக் கடவுளாகக் கருதுகிற மனநிலை தானாக வந்துவிடும். உடல் நோயைப் போக்குகிறவர்கள் மருத்துவர்கள்.

சமுதாயத்தின் நோயினைப் போக்கக்கூடிய சிற்பிகளை உருவாக்குகின்றவர்கள் ஆசிரியப் பெருமக்கள். அதனால்தான் இந்த இரண்டையும் புனிதமான பணி என்று சொன்னார்கள். நான் உங்கள் அனைவரிடமும் இந்த நல்ல சந்தர்ப்பத்தைப் பயன்படுத்திக் கேட்டுக் கொள்வது, நான் பேசுகிறபோது, "ஒரு சொல், ஓர் உறவை உறுதியாக்கும். ஒரு சொல், வலிமையாக இருக்கிற உறவை முறிக்கும்" என்று சொன்னேன்.

இரண்டாம் உலக யுத்தத்தில் பாதிக்கப்பட்ட பெண்ணின் அனுபவம்...

உதாரணத்திற்கு, ஒரு சராசரிப் பெண். எப்போதும் கனிவுடன், கோபம் என்றால் என்னவென்றே தெரியாத ஒருவராக அவர் வாழ்ந்து கொண்டிருக்கிறார்.

ஒரு நாள் அவரைப் பார்த்துக் கேட்கிறார்கள், "இந்த இயல்பு உங்களுக்கு எப்படி வந்தது? கோபமே வருவதில்லையே. யாரிடமும் உங்கள் கோப உணர்ச்சியைக் காட்டாமல் இவ்வளவு இனிமையாகப் பழகுகின்றீர்களே! இது இயற்கையாக வந்ததா? நீங்கள் வளர்த்துக் கொண்டதா?" என்று.

அந்தப் பெண்மணி, "இரண்டாவது உலக மகாயுத்தம் நடந்த போது அந்தப் போரில் அப்பாவிப் பொதுமக்கள் பல்லாயிரக்கணக்கில் கொல்லப் பட்டார்கள். என்னுடைய தாய் தந்தையர், உடன் பிறந்தவர்கள், ஊரார் எல்லோரும் கொல்லப்பட்டார்கள். நானும் என்னுடைய சிறிய வயது தம்பியும் மட்டும்தான் தப்பிப் பிழைத்தோம். எல்லோரையும் "ஊரைவிட்டுச் செல்லுங்கள்" என்று வற்புறுத்திய நேரத்தில், நானும் அவனும் மற்றவர்களோடு சேர்ந்து ஓர் இரயில் நிலையத்திற்கு வந்து காத்திருந்தோம். கடும் குளிர். உண்ண உணவில்லை, குடிக்க நீரில்லை. இரண்டு நாள்கள் கழித்து இரயில் வந்தது. எல்லோரும் முண்டியடித்து ஏறினார்கள். நாங்களும் ஏறினோம். ஏறுகின்றபோது என் தம்பியின் காலணி கழன்று தண்டவாளத்தில் விழுந்தது. வண்டியும் கிளம்பிற்று.

என் கோபத்தையெல்லாம், அடக்கி வைத்திருந்த ஆத்திரத்தை எல்லாம், பட்ட வேதனைகளை எல்லாம் நான் அந்த நேரத்தில் அவனிடம் கொட்டித் தீர்த்தேன். "பொறுப்பற்றவனாக இருக்கிறாயே. எல்லாவற்றையும் இழந்தோம். இந்தக் கடும் குளிரில் காலணியையும் இழந்துவிட்டாயே. நீ இவ்வளவு பொறுப்பற்றவனாக இருந்தால் எப்படி வாழப் போகிறாய்?" என்று மிகக் கடும் சொற்களை நான் வீசினேன். அவன் குற்றமற்றவன். தெரியாமல் நடந்த தவறு. அவன் என்னைப் பரிதாபமாகப் பார்த்துக் கொண்டு, 'நான் தெரியாமல் செய்தேன்' என்று சொல்லவும் முடியாமல் ஊமையைப் போல் உட்கார்ந்திருந்தான்.

சிறிது நேரத்தில் காவலர்கள் வந்தார்கள். ஆண்களையும் பெண்களையும் தனியாகப் பிரிக்கிறோம் என்று சொல்லி, ஆண் என்ற பெயரால் என் சின்ன வயதுத் தம்பியையும்

பிரித்து அழைத்துச் சென்றார்கள். நான் அவனைக் கடைசியாகப் பார்த்தது அப்போதுதான். என்றாவது ஒரு நாள் அவனைப் பார்த்து, "அன்று நான் பேசியது கோபத்தால் அல்ல, ஆதங்கத்தால். நான் உன்னை அப்படிப் பேச நினைக்கவில்லை தம்பி..." என்று சொல்ல நினைக்கிறேன். அவன் எங்கிருக்கிறானோ தெரியவில்லை. ஆண்டுகள் உருண்டோடிவிட்டன. அதிலிருந்து நான் என்ன நினைத்தேன் என்றால், யாரைச் சந்தித்தாலும் அவர்களைச் சந்திப்பது இதுதான் கடைசிமுறை என்ற உணர்வோடு பேசுவேன். காயப்படுத்தாமல் பேசுவேன்; புண்படுத்தாமல் பேசுவேன்; மனத்திற்கு இனிமையாகப் பேசுவேன்" என்று சொன்னார்.

இதைக் கேள்விப்பட்டபோது நான் நெகிழ்ந்து போனேன். வாழ்க்கை என்பது யாரும் திட்டமிட முடியாத ஒன்று. மனிதர்கள் அற்புதமான படைப்புகள். உலகத்தில் எத்தனையோ உயிரினங்கள் இருக்கின்றன. மனித இனத்தைப்போல் ஒரு சிறந்த உயிரினம் கிடையாது.

தன்னுடைய உணர்வுகளை மொழியால் வெளிப்படுத்துகிற ஆற்றல் மனிதனுக்கு மட்டுமே உண்டு. வேறு எந்த இனத்துக்கும் தன் துன்பத்தை, மகிழ்ச்சியைச் சொல்வதற்கு மொழி கிடையாது.

ஒரு காலத்தில் கோழிகள் என்றால் மேயும். ஆனால் இன்று பிராய்லர் கோழி பிறந்ததிலிருந்து கொல்லப்படுகிறவரை ஒன்றரை சதுர அடிக்குள்ளாக நின்று வளர்ந்து சாகிற ஒரே ஜீவன் அது. குஞ்சாக இருக்கிற காலத்திலிருந்து வளர்ந்து பின்னர் அதைக் கறிக்கு அனுப்புகிறவரை, காலிருந்தும் நடமாட முடியாமல் இருக்கிற ஒரே ஜீவன் பிராய்லர் கோழி.

இப்படிப்பட்ட பிறவிகளுக்கு இடையில், பேசவே தெரியாத நிலையில் தன் உணர்வுகளை வார்த்தைகளால் வெளிப்படுத்தத் தெரிந்த ஒரே இனம் மனித இனம். சொற்களை எப்படிப் பயன்படுத்துவது என்று தெரியாத ஒரு கூட்டமாக இன்றைக்கு மனித இனம் வாழ்ந்து கொண்டிருக்கிறது. வள்ளுவர்

'சொல்லுக சொல்லிற் பயனுடைய'

'கனியிருப்பக் காய் கவர்ந்தற்று'

என்று இரண்டாயிரம் ஆண்டுகளுக்கு முன்னர் ஏன் சொன்னார்?

நல்லவற்றைப் பேசுங்கள்; அடுத்தவர்களின் மனம் குளிரப் பேசுங்கள்; காயப்படுத்தாமல் பேசுங்கள். அது உறவாக இருக்கலாம், நட்பாக இருக்கலாம். நமக்கு அறிமுகமில்லாதவராக இருக்கலாம். யாராக இருந்தாலும் சரி, பேசுகிற வார்த்தைகளின் மூலம் நீங்கள் அவர்கள் மனத்தில் இடம்பெறலாம். கொடியவர்களாக இருந்தாலும் மென்மையானவர்களாக மாற்றலாம்.

இதை யாருக்குச் சொல்ல முடியும்? நம் பிள்ளைகளுக்குச் சொல்லலாம். ஒருவர், தன் வீட்டில் இருக்கிற பிள்ளைகளுக்கு மட்டும்தான் சொல்லலாம். ஆனால், ஊரில் இருக்கிற பிள்ளைகளுக்கெல்லாம் சொல்கின்ற வாய்ப்பு ஆசிரியர்களுக்கு மட்டும்தான் இருக்கிறது. இதைத்தான் நான் கல்லூரியில் பேசுகிறபோதும் சொன்னேன்.

நீங்கள் உருவாக்குகிறீர்கள். அப்துல்கலாம், அறிஞர் அண்ணா போன்றவர்களை உருவாக்கிவிட்டு அதே இடத்தில் இருக்கக்கூடிய ஆசிரியர்கள் பெருமிதப்படலாம். நாம் சிலரை அடிக்கடி சந்திப்பதில்லை. ஆனால் அவர்கள் நினைவு வராமல் இருப்பதில்லை. சந்திக்கவில்லை என்ற காரணத்தால் நினைவு அகன்றுவிட்டது என்று பொருள் அல்ல.

சில ஆசைகள் இருந்தன. மெல்ல மெல்ல அவை அகலும். மருத்துவராக வேண்டும் என்ற ஆசை இல்லாதவர்களே இல்லை. இப்போதுகூட கண்மணி என்ற குழந்தை வந்தது. தன் தாயைப் படமெடுத்தது. ஆனால் அந்தப் படம் சரியாக அமையவில்லை. அதனால் அந்தக் குழந்தை தடுமாறியது. காரணம் வீட்டுக்குச் சென்றவுடன் அந்தத் தாய் "உன்னைப் படம் எடுக்கச் சொன்னால் இப்படியா எடுப்பாய்?" கோபப்படக் கூடும். இதை உணர்ந்த நான் மறுபடி அந்தத் தாயை அழைத்து அந்தப் பெண்ணைப் படம் எடுக்கச் சொல்லிக் குழந்தையையும் அழைத்துப் பேசினேன்.

இது ஒரு சிறிய நிகழ்வுதான். என்றாலும், ஒரு தாயின் கடும் சொல்லைத் தவிர்த்து விட்டேன். அந்தப் பிள்ளை பல் மருத்துவராக வேண்டும் என்ற கனவையும் தெரிந்து கொண்டேன்.

கனவு இனி வலுப்படும். மேடையில், வந்திருந்த சிறப்பு விருந்தினர் நாடாளுமன்ற உறுப்பினரிடம் சொல்லியிருக்கிறோம். இனி இலக்கை நோக்கி நகரவேண்டும் என்ற எண்ணம் வகுக்கப்பட்டு விட்டது.

எல்லோருக்கும் ஓர் இலக்கு உண்டு. இங்கே இருக்கிற தம்பி பாரதநேரு என்று கருதுகிறேன், காவல் துறையைச் சார்ந்தவர், இப்போது விருது பெறும்போது அவர் பெயரைப் பார்த்தேன். என் மனத்தில் பதிந்தது. ஒருவர் காவல் துறையில் ஓர் அதிகாரியாக வந்துவிட்டார் என்றால் அவருடைய பயணம் அத்தோடு அல்ல, அவர் செயல்படுவதன் மூலமாக இன்னும் பெரிய பொறுப்புகளை அடையவேண்டும் என்பதல்ல, இவர் தனிப்பட்ட முறையில் பலரால் மதிக்கப்படக்கூடிய ஒரு காவலராக இருக்கிறார் என்ற பெயர் பெறவேண்டும். அதுதான் சிறப்பு.

நான் எவ்வளவு பெரிய பதவிக்குச் செல்கிறேன் என்பதைவிட நான் ஆற்றுகின்ற பணியின் மூலம் எத்தனை பேருடைய உள்ளத்தில் இடம்பெறுகிறேன் என்பதும், அந்தப் பொறுப்புக்கு நான் பெருமை சேர்க்கிறேனா என்பதும்தான் முக்கியம்.

நான் படித்த பள்ளி

எம்.ஜி.ஆர். அவர்கள் உடல்நலம் குன்றியிருந்தபோது அவருக்கு மருத்துவம் பார்ப்பதற்காக ஜப்பானில் இருந்து வருகிறார் ஒரு நரம்பியல் நிபுணர். கானு என்பது அவர் பெயர். அவர் வந்தவுடன் "இவருடைய உடல்நலம் குறித்து தமிழ்நாட்டில் இருக்கிற நரம்பியல் நிபுணர் இராமமூர்த்தி அவர்களிடம் கருத்து கேட்டீர்களா?" என்று கேட்டார்.

"அவர் கலைஞருக்கு மருத்துவர் என்கிற காரணத்தால் எம்.ஜி.ஆரை அவரிடம் காட்டவில்லை" என்று சொன்னார்கள்.

"அவர் இருக்கிறபோது என்னை ஏன் அழைத்தீர்கள்?" என்று கானு கேட்டார். அந்த பெருமைக்குரிய இராமமூர்த்தி அவர்கள் படித்த பள்ளி, நான் படித்த திருச்சி இ.ஆர். மேல்நிலைப் பள்ளி. டாக்டர் மாத்ருபூதம் படித்ததும் அங்குதான்.

நடிகர் இரவிச்சந்திரன் சொன்னார், "நான் திரைப்படத்தில் நடிக்கச் சென்றபோது என்னைத் தேர்வு செய்த இயக்குநர் ஸ்ரீதர், மற்றவர்களிடம் இருந்து மாறுபட்டவர். எல்லோரும் பராசக்தி வசனத்தைப் பேசுவார்கள். நான் Hamlet வசனத்தைப் பேசினேன். உடனே என்னைத் தேர்ந்தெடுத்து, "எப்படி இவ்வளவு கற்றாய்?" என்றார் "என் பள்ளியில் ஆசிரியர் சொல்லித் தந்தது" என்று சொன்னேன். அதுதான் எனக்கும்.

என் ஆசிரியர்கள் மேசை நுனியில் உட்கார்ந்துகொண்டு ஆங்கிலம் பேச ஆரம்பித்தால் கேட்டுக்கொண்டே இருக்கலாம். வேட்ஸ்வொர்த்தை அவர்கள் சொல்லியதுபோல் பின்னாளில் என் கல்லூரி ஆசிரியர்கள் சொல்லித் தந்ததில்லை.

நான் பி.ஏ., ஆங்கில இலக்கியம், எம்.ஏ., ஆங்கில இலக்கியம் படித்தேன். 'மிசா' சட்டத்தில் கைதாகி ஓராண்டு காலம் சிறையில் இருந்தேன். விடுதலை பெற்று வந்து ஒருமுறை ஐ.ஏ.எஸ். தேர்வு எழுதி, அதற்குள் என் கட்சி கொடுத்த மாணவரணிப் பொறுப்பு அதைவிடப் பெரிதாக இருந்த காரணத்தால் அந்தக் கனவை மறந்து நான் அரசியலில் பயணிக்கத் தொடங்கினேன்.

இங்கே ஆசிரியர்கள் இருக்கின்ற காரணத்தால் இதைச் சொல்கிறேன். ஒரு கனவு கரைந்து போனது என்பதால் நான் சோர்ந்து போகவில்லை. நான் ஓர் ஐ.ஏ.எஸ். அதிகாரி ஆகியிருந்தால் நான் பெற்றிருக்கக்கூடிய பெருமையைவிட இப்போது அதிகமாகப் பெற்றிருக்கிறேன்.

இந்தியாவில் 135 கோடி மக்கள். அதில் 800 பேர் இரண்டு அவைகளிலும் நாடாளுமன்ற உறுப்பினர்கள். அதில் நான் ஒருவன் நான்காவது முறையாக. இதைவிட என்ன பெருமை வேண்டும்? அது நான் பணியாற்றுகிற கட்சி எனக்குத் தந்த அங்கீகாரம்.

தனிநபர் மசோதா நாயகன்

இங்கே செந்தமிழ்ச் செல்வி, சிவக்குமார், கலைச்செல்வன் பேசுகிறபோது சொன்னார்கள் 'தனிநபர் மசோதா நாயகன்' என்று. அதற்கு எல்லோரும் திருநங்கையர் மசோதாவைச் சொன்னார்கள். நான் இன்னொன்றைச் சொல்கிறேன்.

கடந்த மூன்று ஆண்டுகளாக ஐ.ஏ.எஸ் தேர்வு எழுத்துத் தேர்வில் ஒரு கேள்வி. பின்னர் நேர்முகத் தேர்விலும் ஒரு கேள்வி. அண்மையில் நான் கேள்விப்பட்டது. குரூப் 1க்குத் தயார் ஆகின்றவர்களுக்கும் அதைச் சொல்லித் தருகிறார்கள் என்று கேள்விப்பட்டேன்.

'கேள்வி என்ன! அண்மைக காலத்தில் நாடாளுமன்றத்தில் நடைபெற்ற ஒரு சரித்திர நிகழ்வு என்ன?'

அந்தக் கேள்விக்கான பதில், "45 ஆண்டுகளுக்குப் பிறகு திருநங்கையருக்கான ஒரு தனிநபர் மசோதா ஏகமனதாக நிறைவேறியது. அது திருச்சி சிவாவின் மசோதா".

நான் எந்த ஐ.ஏ.எஸ். இடத்திற்குச் செல்ல விரும்பினேனோ, அந்த இடத்திற்குச் செல்ல விரும்புகிறவர்கள் என்னைப் பற்றித் தெரிந்து கொண்டு போகிறார்கள். நான் பூரிப்படைகிறேன். நான் பணியாற்றுகின்ற இடத்தில் நான் ஆற்றிய முறையில் எனக்கு ஓர் இடம் கிடைக்கின்றது.

இதுவரை ஏழு தனி நபர் மசோதாக்களில் ஐந்து விவாதிக்கப்பட்டன. இரண்டு விவாதிக்கப்பட வேண்டும். கடந்த பத்து ஆண்டுகளில் அதிகமான அளவுக்குத் தனி நபர் மசோதா கொண்டு வரப்பட்டு விவாதிக்கப்பட்டது என்னுடையது என்பதைத்தான் அவர்கள் இங்கே குறிப்பிட்டார்கள்.

அதில் மிக முக்கியமான ஒன்று, இந்தியாவில் இருக்கிற அரசியல் சட்டத்தின் எட்டாவது அட்டவணையில் உள்ள 22 மாநில மொழிகளையும் இந்தியாவின் ஆட்சி மொழிகளாக்க வேண்டும் என்ற தனிநபர் மசோதா. பல தரப்பினர் அந்த விவாதத்தில் கலந்துகொண்டு ஆதரவு தெரிவித்தார்கள்.

இன்றைக்கு மொழிப் பிரச்சனை தலைவிரித்து ஆடுகிறபோது எல்லோரும் அதைச் சொல்கிறார்கள். ஆனால், இப்படி ஒரு நிகழ்வு நடந்தது என்பது பலருக்குத் தெரியாது. காரணம் நம் பத்திரிகைகள் அதைப் பகிர்ந்ததில்லை ஊடகங்கள் இந்தச் செய்திகளைச் சுமந்து சென்றதில்லை.

இன்றைக்கு நான் நாற்பது பேருக்கு விருதுகள் கொடுத்ததாகச் சொல்கிறார்கள். அதில் ஒருவருக்குக் கொடுத்த விருதில் சட்டம் கழன்று இருந்தது. ஆணி இவரிடம் இருக்கிறது. படம் அவரிடம் இருக்கிறது. அதை இவர்களிடமே கொடுத்துச் சரி செய்து கொள்ளுங்கள் வீட்டிற்குக் கொண்டுபோய். இது ஏன் இப்படி இருக்கிறது என்று யோசிக்க வேண்டாம்.

கலைஞர் ஏன் கை குலுக்குவதில்லை?

இங்கே பலர் கைகுலுக்கினார்கள். ஆனால், கலைஞர் கை குலுக்குவதில்லை. அதைப் பற்றி கலைஞரிடமே கேட்டிருக்கிறேன். அதுபோல, "மாலைகள் அணிவித்தால் ஏன் தோளில் வாங்கிக் கொள்வதில்லை?" என்றும் கேட்டிருக்கிறேன். அதிகமாக விவரம் தெரியாத பருவம் எதையும் கேட்டுவிடுவது என்ற உணர்வோடு கேட்டேன்.

பெரியாரிடமும் அண்ணாவிடமும் வளர்ந்த அந்தத் தலைவர் எங்களைப் போன்றோரையும் சமமாக மதித்து பதில் சொன்னார், "கை குலுக்குகிறபோது யாராவது இறுக்கிப் பிடித்தால் நான்கு நாள்கள் எழுத முடியாது" என்றார். பல நேரங்களில் நான் அதை உணர்ந்திருக்கிறேன். அன்பை வெளிப்படுத்துவதற்காக, உறவை வலுப்படுத்துவதற்காகக் கரம் கொடுப்பதற்கு மாறாகப் பலத்தைக் காட்டுவதற்காகச் சிலர் வருவார்கள். பல நேரங்களில், பல மேடைகளில் கையை உருவிக் கொள்வோம். என்ன? எப்படி? என்று நினைப்பார்கள். விளைவு எங்களுக்குத்தானே தெரியும். அடுத்ததாக, "எனக்கென்ன மாலைகள் பிடிக்காதா? மாலையின் ஓரிதழ் கண்ணில் பட்டால், ஏற்கனவே அறுவை சிகிச்சைக்கு ஆளாகியிருக்கிற கண், அதிலும் ஏதாவது பட்டுவிட்டால் நான் என்ன செய்வேன். யோசித்துப் பார்" என்று சொல்வார். நமக்கு மனம் கலங்கும்.

சட்டம் கழன்ற பட்டம்

சட்டம் கழன்ற படத்தைக் கொடுத்தபோது அவரைக் கவனித்தேன். அது அவரது மனத்தை உறுத்திக் கொண்டிருக்கும். அவர் உணர்வுகளை நான் புரிந்து கொள்கிறேன். எல்லோருக்கும் கொடுத்தது நல்லபடியாக மேசையில் வைக்கலாம். ஆனால் அவர் அப்படி வைக்க முடியாது. அது யாரென்று கண்டறிந்து அதைச் சரி செய்து தாருங்கள்.

இதுபோன்ற சின்னச் சின்ன நிகழ்வுகள். அதுபோலத்தான் வாழ்க்கையிலும். வாழ்க்கையில் சந்திக்கிற மனிதர்கள், சந்திக்கிற நேரங்கள் குறைவாக இருக்கலாம். ஆனால், ஒருமுறை ஒருவரைச் சந்தித்தாலும் வாழ்க்கை முழுவதும் மறக்கக்கூடாது என்கிற அளவுக்கு உங்கள் அணுகுமுறை இருந்திட வேண்டும். இந்த ஆசிரியப் பெருமக்கள் பிள்ளைகளை அவ்வாறு தயார்ப்படுத்த வேண்டும். சிதைந்து கொண்டிருக்கிற பல்வேறு தன்மைகள் மெல்ல மெல்ல நழுவிக் கொண்டிருக்கிற இந்தச் சமுதாயத்தில் அதை சரிசெய்கிற ஒரு தலைமுறையை உருவாக்கக்கூடிய ஆசிரியப் பெருமக்கள் நீங்கள்.

அங்கே புதிதாக ஆசிரியர் பட்டம் பெற்றவர்களுக்கு முன்னால் பேசினேன். இங்கே ஏற்கனவே பணியாற்றிக் கொண்டிருக்கிறவர்கள். பெரும்பாலும் எல்லோரும் தொடக்கப்பள்ளி, அல்லது நடுநிலைப்பள்ளி ஆசிரியர்கள். அதுதான் மிக முக்கியமான பருவம்.

பதினான்கு வயதுக்குள் மனிதனுடைய மனதிற்குள் என்ன மாற்றம் ஏற்படுகிறதோ, அதுதான் அவனுடைய பிற்காலம். அதற்குள் அவன் வடிவமைக்கப்படுவது பள்ளியில். செதுக்குகின்ற சிற்பிகள் ஆசிரியர்கள்.

அவனுக்குப் பாடத்தை நடத்தி பரிட்சைக்குத் தயார் செய்வதற்கு மாறாக, வாழ்க்கைக்குத் தயார் செய்யுங்கள். "மற்றவர்கள் போற்றுகின்ற அளவுக்கு உயர்ந்திட வேண்டும்" என்ற எண்ணத்தை விதையுங்கள். "எதிரே இருக்கிறவர் உன் மனம் நோக நடக்கலாம். நீ சிரித்துக்கொண்டே கடந்து போ" என்று சொல்லுங்கள். எப்போதும் புன்சிரிப்பால் உன் முகத்தை நிரப்பிக்கொள். அதற்கு மரியாதை இருக்கும்" என்று சொல்லுங்கள்.

கோபத்தைத் தவிர்க்கச் சொல்லுங்கள். எல்லோருக்கும் திறமை இருக்கிறது என்று ஊக்கப்படுத்துங்கள். எந்தச் சவாலாக இருந்தாலும் வெற்றி பெறுகின்ற வல்லமை மனிதனுக்கு உண்டு. கோடிக்கணக்காக மனிதர்கள் பிறந்து மறைந்த இந்த உலகத்தில் இன்றும் உலகம் மறக்க முடியாமல் சில நூறு பேர்கள் மட்டுமே இருக்கிறார்கள்.

இவர்கள் யார்? இவர்கள் உருவாக்கப்பட்டவர்கள் அல்லர், உருவானவர்கள். காலம் அவர்களைக் கண்டுகொள்ளும். சந்தர்ப்பம் அவர்களை உருவாக்கும். தேவைகள் ஒரு தலைவனை எங்கிருந்தாவது கொண்டுவந்து தரும்.

இப்போது நம் கண்ணுக்கு எதிரே வெளிச்சத்திலிருக்கிற பிரபலங்கள் மட்டும் தலைவர்கள் அல்லர். இந்தக் கூட்டத்தின் ஓரத்தில் குனிந்தவாறு உட்கார்ந்திருக்கிற ஓர் இளைஞன் நாளைக்கு உலகைத் தலைநிமிரவைக்கும் ஒரு தலைவனாக மாறலாம். அது தேவையின் நிமித்தமாக இருக்கும். அதற்கான ஆற்றல் அவனிடம் மறைந்திருக்கக் கூடும். சந்தர்ப்பம் அவனை வெளியே கொண்டுவரும்.

சீமான் வீட்டுப் பிள்ளைகள் சரித்திரத்தைப் படைக்கிறார்கள் என்றல்ல. சேரியில் பிறந்தவர்களும் சரித்திரத்தை மாற்றி அமைத்திருக்கிறார்கள். பொருளாதாரப் பின்னணி இல்லாதவர்கள், பின்பலம் இல்லாதவர்கள் எவரும் இல்லை என்று நாதியற்ற நிலையில் வாழ்ந்தவர்கள்தான் குறிப்பிடத்தக்கவர்களாக மாறியிருக்கிறார்கள். கண்டுபிடிப்பாளர்களாக, இலக்கிய அறிஞர்களாக, சமுதாயத்தின் பல பிணிகளைத் தீர்க்கக்கூடிய வல்லமை பெற்றவர்களாக, மிகப்பெரிய தலைவர்களாக மாறியிருக்கிறார்கள்.

உங்கள் பிள்ளைகளை நீங்கள் மாற்றுங்கள். பிள்ளைகள் என்றால் பெற்ற பிள்ளைகள் அல்ல. நான் தொடக்கத்தில் சொன்னதைப் போல, பெற்றோர் தங்கள் பிள்ளைகளை மட்டும்தான் உருவாக்குகிறார்கள். ஆனால், ஆசிரியர்களாகிய நீங்கள் ஆண்டுதோறும் நூற்றுக்கணக்கான பிள்ளைகளை உருவாக்குகிறீர்கள்.

இன்றைய தேவை அதுதான். காரணம், உறவுகள் கட்டுக் குலைந்து கிடக்கின்றன. சித்தப்பா, பெரியப்பா உறவுகள் இல்லை. மாமன் மைத்துனன் என்ற நெருக்கம் இல்லை. இரண்டு தலைமுறை கடந்த உறவுகளின் பெயர் தெரிவதில்லை. நல்ல நாட்களில் சேர்கிறபோதுகூட நண்பர்களைப்போல் பார்த்துப்போகிற நிலை.

இப்படிப்பட்ட சூழலில், இந்த நிகழ்ச்சியின் மூலமாக உங்கள் அனைவரிடமும், சிறப்பு விருந்தினர்களையும் சேர்த்துக் கேட்டுக் கொள்கிறேன்: வாரத்தில் ஒரு நாளாவது, ஒரு வேளையாவது வீட்டில் இருக்கிற எல்லோரும் சேர்ந்து உட்கார்ந்து சாப்பிடுங்கள். என்றாவது ஒருநாள் ஓய்வு கிடைத்தால் வீட்டின் மொட்டை மாடியில் உட்காருங்கள்; கதை பேசுங்கள். நல்ல நிகழ்வுகள்தான் நல்ல நினைவுகள். நாம் படைக்கின்ற உணவின்

தன்மை நம் வீட்டின் பொருளாதாரத்தை அவர்களுக்குப் புரியவைக்கும். "நீ கேட்டது இல்லை. ஆனால் விரும்பியது இருக்கிறது. என்னால் முடிந்ததைச் செய்திருக்கிறேன்" என்று தாய் சொல்கிறபோது பிள்ளைக்குக் குடும்பத்தின் நிலை தெரியும். இந்த நிலை மாற வேண்டுமானால் நீ நல்ல நிலைக்கு வரவேண்டும்" என்று தாய் சொல்லலாம்.

உட்கார்ந்திருக்கிற அண்ணனும் தங்கையும் அந்த இடத்தில் விளையாடுகிறபோது நெருக்கம் இன்னும் அதிகமாகும். தந்தையின் உழைப்பு, தாயின் பரிவு இவை பிள்ளைகளுக்குத் தெரியவரும். இவை எப்போது கிடைக்கும் என்றால் கூட்டுக் குடும்பத்தைப்போல கூடி சேர்ந்து சாப்பிடுகிறபோது கிடைக்கும்.

செல்லிடப்பேசியின் ஆதிக்கம்

இப்போது ஒரே வீட்டில்தான் இருக்கிறோம்; ஆனால் தனித்தனியாக வாழ்கிறோம். ஆளுக்கு ஓர் அறை. யார் எப்போது வந்தார்? எப்போது சாப்பிட்டார்? தெரியாது. போதாத குறைக்கு ஆளுக்கு ஒன்று கையில். எங்கு சென்றாலும், நான்கு பேர் உட்கார்ந்துகொண்டு நான்கு பேரும் தலை குனிந்து வாழ்கின்ற நிலைமை. இதற்குப் பெயர் தகவல் தொடர்பு சாதனம். உண்மையில், தொடர்புகள் அறுக்கும் சாதனம்.

ஆஸ்திரேலியாவில் இருப்பவன் எனக்கு முகநூல் நண்பன். என் பக்கத்து வீட்டுக்காரன் பெயர் எனக்குத் தெரியாது. பேச்சு குறைந்துவிட்டது. மொழி என்பது மனிதனுக்குக் கிடைத்த அரும் பெரும் கொடை. அதைச் சரியாகப் பயன்படுத்துவது இல்லை. இப்போது பேசுவதே இல்லை.

பிள்ளைகள் அழாமல் இருக்க வேண்டுமென்றால் தாயார் செல்லிடப்பேசியைக் கையில் கொடுத்துவிடுகிறார். குழந்தையை அடக்குவதற்கு அதை தூக்கி இடுப்பில் வைத்துக் கொள்ளலாம், தோளில் சாய்த்துக் கொள்ளலாம், கதை பேசலாம், பிடித்தமான ஏதோ ஒன்றைக் கொடுக்கலாம் அல்லது கவனத்தைத் திசை திருப்பலாம். "இந்தா, என்னை ஆளைவிடு" என்று சொல்லி ஒதுங்குகிறபோது பின்னாளில் அது செய்கிற தவறுகளுக்கு நாமும் காரணமாகிறோம்.

பொதுவாக ஒன்றைப் பயன்படுத்துவதற்கு முன்னால், அதை எப்படிப் பயன்படுத்தக் கூடாதோ அதைத்தான் கற்றுக்கொள்கிறோம். இது வெறுமனே பேசுகிற கருவியாக இருந்த காலம் மாறிவிட்டது. இது புகைப்படமும் எடுக்கும்; திரைப்படமும் காட்டும்; இசைகளையும் சுமந்து செல்லும்.

திரைப்படம் என்றால் தேவையானதை மட்டுமா காட்டுகிறது? எல்லாத் தொல்லைகளையும் காட்டுகிறது. தனியாக ஒரு பிள்ளை இதை வைத்துக்கொண்டு தலை குனிந்து உட்கார்ந்திருக்கிறான் என்றால் எதையோ கற்றுக் கொள்கிறான் என்றல்ல, கற்றுக்கொள்ளக் கூடாததையும் பார்த்துக்கொண்டு இருக்கலாம்.

சமுதாயத்தின் அவலங்களுக்குக் காரணம் சட்டம் ஒழுங்கு சீர்குலைந்திருக்கிறது. சட்ட ஒழுங்கை சரியாகக் காவலர்கள் பின்பற்றவில்லை என்பதன்று. நம்மையும் மீறி வளர்ந்து நிற்கின்ற ஒரு தொழில் நுட்பம் அவர்களைப் பாழ்படுத்திக் கொண்டிருக்கிறது என்பதும் காரணம்.

ஆசிரியர்களைக் கேட்டுக் கொள்கிறேன். "அதைத் தொடாதே" என்று சொல்லுங்கள். "அது உன்னைத் தேடி வரும். ஒதுக்கி வை" என்று சொல்லி அவர்களை வளர்க்க வேண்டும். அப்போதுதான் எதிர்காலத்தில் ஒரு நல்ல தலைமுறை உருவாக வாய்ப்பு உண்டு.

நம் சிறு வயதில் பத்திரிகைகள் குறைவு. அந்தப் பத்திரிகைகள் நல்லவற்றைச் சொல்லித் தந்தன. திரைப்படங்களில் பாடல்கள் எப்படிப்பட்டவை

“மழை கூட ஒரு நாளில் தேனாகலாம்,
மலைகூட ஒரு நாளில் பொன்னாகலாம்
ஆனாலும் அவையாவும் நீயாகுமா?
அம்மா என்றழைக்கின்ற சொல்லுக்கு ஈடாகுமா?”

இந்தப் பாடலைக்கேட்டுத் தானே வளர்ந்திருக்கிறோம்.

“மண்ணுக்கு மரம் பாரமா?
மரத்துக்கு இலை பாரமா?
கொடிக்குக் காய் பாரமா?
பெற்றெடுத்த குழந்தை தாய்க்குப் பாரமா-?”

“மலர்ந்தும் மலராத பாதி மலர்போல...”

இப்படி கேட்டுக்கேட்டு உருகி வளர்ந்த காலமும் உண்டு, இப்போது கேட்டுத் தொலைக்கிற பாடல்களும் உண்டு. பொருள் புரிவதில்லை, புரிந்தால் சகிக்கவில்லை.

என் இளைய தலைமுறை வாழ்கின்ற இன்றைய காலத்தில் அவர்களுக்குக் காட்டப்படுகின்ற திரைப்படங்களோ, சொல்லித் தருகின்ற திரைப்படப் பாடல்களோ, அவை தருகின்ற செய்திகளோ அவர்களைச் சரியான வழியில் கொண்டு செல்கிறவையாக இல்லை. அதனால் நம்முடைய பொறுப்புகள் அதிகமாகின்றன. யாருக்கு? பெற்றோர்களுக்கும் ஆசிரியப் பெருமக்களுக்கும்.

பெற்றோர்கள் தேவைகளைக் கவனித்தால் போதும் என்று நிறைவு கொள்கிறார்கள். நமக்கு தீபாவளிக்கும் பொங்கலுக்கும் மட்டும்தான் புதிய துணிகள். இப்போது பிறந்தநாளுக்கு, எல்லா நாளிலும் எல்லாப் பிள்ளைகளுக்கும் “உனக்கு வேண்டியதை யெல்லாம் வாங்கித் தந்தேன். இன்னும் நிறைவில்லையா?” என்றால் அதுதான் பிரச்சனை.

என் மகன் ஒரு நாள் என்னிடம் கேட்டான், “நிறைய வாங்கித் தருகிறீர்கள். எனக்குப் பிடித்தமானவற்றையா வாங்கித் தந்தீர்கள்?” என்றான். அன்றைக்கு நான் வாங்கித் தருவதை நிறுத்தினேன். பணத்தைக் கொடுத்தேன், “போய் விரும்பியதை வாங்கிக்கொள்” என்றேன்.

நான் நினைத்தேன், எனக்குப் பிடித்தவை அவனுக்கும் பிடிக்கும் என்று. அவன் கேட்டது, “நிறையத் தருகிறீர்கள். எனக்குப் பிடித்தது எதுவும் தரவில்லையே” என்பதுதான். அவர்களின் தேடுதல் வேறாக இருக்கிறது. பெற்றோர்கள் தேவைகளை நிறைவேற்றுகிறார்கள். ஆனால், அதையும் தாண்டி, அந்தப் பிள்ளைகளை இந்தச் சமுதாயத்தின் கொடுமைகளிலிருந்து காப்பாற்றிச் சரிப்படுத்த வேண்டிய பெரும் பொறுப்பு ஆசிரியர்களே, உங்களுக்கு இருக்கிறது.

இங்கே உங்களுக்குத் தந்தவை சட்டம் போட்ட சாதாரண விருதுதான். இது உங்களுக்குப் பெரிய வெகுமதி இல்லை. ஆனால், உங்கள் உழைப்பிற்கு, நீங்கள் ஆற்றிக் கொண்டிருக்கிற தொண்டிற்கு அங்கீகாரம் ‘Nation Builders’. சரியான வார்த்தை இது. நீங்கள் இந்த நாட்டைக் கட்டமைக்கிறவர்கள். நீங்கள் கட்டடம் கட்டவில்லை. இந்த நாட்டையே கட்டமைத்துக் கொண்டிருக்கிறீர்கள் என்பதற்காக இந்தப் பாராட்டு, பல துறையைச் சார்ந்தவர்களுக்கு.

சத்துணவு அமைப்பாளர் பசி ஆற்றுகிறார். தபால்காரர் தகவலைக் கொண்டு போய்ச் சேர்க்கிறார். தபால்காரரைப் போல் ஓர் அற்புதமான மனிதர் யார் இருக்கிறார்? ஒரு காலத்தில் கடிதங்கள் கொடுத்த உயிரோட்டம் வேறு எதில் இருந்தது. ஒரு கடிதத்திற்காக தபால்காரருக்குக் காத்திருந்தது போல நாம் யாரையும் எதிர்பார்த்துக் காத்திருக்கவில்லையே. எல்லாவிதமான கடிதங்களும் வரும். அன்பு மட்டுமல்ல, அவசரமான தகவலைக் கொண்டுவர எல்லோருக்கும் தகவலைக் கொண்டுபோய் சேர்த்தது தபால்காரர்கள்.

இந்தியாவை ஒருங்கிணைத்தது இரண்டு. ஒன்று இரயில்வே; இன்னொன்று தபால்துறை. அவை வெள்ளைக்காரன் நமக்குக் கொடுத்துச் சென்றவை. கடைக்கோடியில் இருப்பவனுக்கும் தொடர்பு இந்த இரண்டினாலும்தான். இப்போதிருக்கிற Signal system அவன் விட்டுப்போனது. இன்றும் மாற்ற முடியவில்லை. இப்போது கொஞ்சம் கொஞ்சமாக மாற்றிக் கொண்டிருக்கிறார்கள்.

இன்று எங்கள் தலைவர் பிறந்த திருவாரூருக்கு வந்து மாலையில் இளைய தலைமுறை ஒன்று ஆசிரியப் பணிக்குத் தங்களை ஒப்படைத்துக்கொண்ட அருமையான பட்டமளிப்பு விழாவில் உரையாற்றி, இப்போது உங்கள் முன்னால் உரையாற்றி இருக்கின்றேன்.

மகிழ்ச்சியான ஒரு நாளாக, என் மனத்தின் பாரங்களெல்லாம் குறைந்த ஒரு சந்தர்ப்பமாக, நாடாளுமன்றத்தில் சென்று ஆற்றுகின்ற பணியாக இருந்தாலும், சமுதாயத்தில் ஆற்றுகின்ற பணியாக இருந்தாலும் என்னைப் போன்றவனுக்கு உங்களைப் போன்றவர்களைச் சந்திக்கின்ற நிகழ்வுதான் உண்மையான புத்துணர்ச்சி. நீங்கள் தருகின்ற வாழ்த்துகள் எங்களுக்கு ஊக்கம் தரும்.

உங்களுக்கும் எனக்கும் என்ன உறவு? எதுவுமில்லை. ஆனால், ஒருவரை ஒருவர் நேசிக்கிறோமல்லவா! ஒருவர் நலமாக வாழ வேண்டும் என்று இன்னொருவர் வாழ்த்துகிறோம் அல்லவா! அதுதான் உண்மையான உறவு! அப்படிப் புதிய உறவுகளை இன்று நான் கண்டேன் என்ற மகிழ்ச்சியோடு நான் உங்களுக்கு நெருங்கியவன் என்ற அறிவிப்பையும் இந்த நேரத்தில் தந்து எதிர்காலம் எல்லோர்க்கும் ஒளிமயமாக மாறட்டும் என்று வாழ்த்தி விடைபெறுகிறேன்.

நன்றி! வணக்கம்!!

21

எழில்மிகு எதிர்காலம்!

ஊற்றங்கரை முத்தமிழ் இலக்கியப் பேரவை

ஊற்றங்கரை முத்தமிழ் இலக்கியப் பேரவையின் சார்பில் நடைபெற்றுக் கொண்டிருக்கிற முத்தமிழ் பெருவிழாவின் மூன்றாவது ஆண்டு நிகழ்ச்சியின் இந்த அமர்வின் தலைவர் பெருமரியாதைக்குரிய சுவாமிநாதன் அவர்களே! வரவேற்புரை ஆற்றியிருக்கின்ற தணிகை வி.கருணாநிதி அவர்களே! வாழ்த்துரை ஆற்றியிருக்கின்ற அன்பிற்கினிய எழிலரசன் அவர்களே! முன்னிலை பொறுப்பேற்றிருக்கின்ற சக்கரவர்த்தி அவர்களே! ராஜு அவர்களே! வேங்கடம் அவர்களே! பெருமாள் அவர்களே!

ஊற்றங்கரை எனும் ஊர் பெயர் உலகம் அறிய கல்வி நிறுவனங்களை நடத்திவருகின்ற வித்யா கல்வி மந்திர் கல்வி நிறுவனக் குழுமத்தின் தலைவர், தமிழ்க் காக்கும் புரவலர் மரியாதைக்குரிய சந்திரசேகரன் அவர்களே! முன்னதாக, தமிழ்நாட்டின் அரசவைக் கவிஞராகப் பொறுப்பேற்று, தமிழுக்குப் பெருமை சேர்க்கிற கவிதைகளை எழுதிய வணக்கத்திற்குரிய கவிஞர் முத்துலிங்கம் அவர்களே! விருதுகள் வழங்கி வாழ்த்திப் பேசி அமர்ந்திருக்கும் திராவிட இயக்க தமிழர் பேரவையின் பொதுச்செயலாளர் எங்களுடைய பேரன்புக்குரிய பேராசிரியர் சுப.வீ. அவர்களே! நாடாளுமன்ற முன்னாள் உறுப்பினர் கிருஷ்ணகிரி மாவட்ட திராவிட முன்னேற்றக் கழகத்தின் செயலாளர் என் தம்பி சுகவனம் அவர்களே! 'சங்கப்பலகை' இலக்கிய அமைப்பின் தலைவர் தம்பி சாவல்பூண்டி சுந்தரேசன் அவர்களே! நிகழ்ச்சியில் பங்கேற்று சிறப்பித்துக் கொண்டிருக்கின்ற அறிஞர் பெருமக்களே! ஆசிரியப் பெருமக்களே! மாணவ மாணவியர்களே! சிறப்பு அழைப்பாளர்களே! உங்கள் அனைவருக்கும் வணக்கம்.

காலையிலிருந்து தமிழ்மழை பொழிந்துகொண்டிருக்கிறது. வைகை வறண்டிருந்தாலும், வைகை கரையிலிருந்து வந்தவர் தமிழை அருவியாக அள்ளி வழங்கி காலையிலே சென்று அவரைத் தொடர்ந்து நம்முடைய பேராசிரியரும் கவிஞரும் எதிரே வீற்றிருக்கிறவர்கள் முன்னால் தங்கள் உள்ளக் கிடக்கைகளை எல்லாம் தமிழும் தமிழ் இனமும் இன்றைக்கு என்ன நிலைக்கு ஆளாகியிருக்கிறது என்பதை ஆதங்கத்துடனும் பல்வேறு ஆதாரங்களுடனும் உரையாற்றி அமர்ந்திருக்கின்றார்கள்.

இந்த நிகழ்ச்சிக்கு நான் வருகை தரவேண்டும் என்று நம்முடைய மரியாதைக்குரிய சந்திரசேகர் அவர்கள், திருச்சிக்கு ஆசிரியர் மன்றத்தின் நிகழ்ச்சி ஒன்றிற்காக வருகை தந்தபோது என்றாவது ஒரு நாள் எங்கள் நிறுவனத்திற்கு அழைப்பேன் என்றார். நான் மாணவ மாணவியரிடையே உரையாற்ற வேண்டும் என்று விரும்பினேன். ஆனால், அவர் எப்போதும் சாமர்த்தியம் மிக்கவர் என்பதற்கு அடையாளமாக இன்றைக்கு தமிழ் ஆர்வலர்களையும், மாணவ மாணவியரையும் இணைத்து இந்த நிகழ்ச்சியை நடத்தி, இதில் பேசுவதற்கு என்னைப் பணித்திருக்கிறார்.

ஆக, இரண்டு கடமைகளை உள்ளடக்கிய எளிமையான நிகழ்ச்சி இது. இந்த நிகழ்ச்சிக்கு ஒருங்கிணைப்பாளராக எங்களோடு தொடர்பு கொண்ட திரு. பிரகாசம் அவர்கள், வெளிநாட்டில் வாழ்ந்தாலும் உள்ளம் இங்குதான் இருக்கும் என்று எனக்குத் தெரியும்.

நான் காலையில் இந்த நிகழ்ச்சிக்கு சுப.வீ.யின் உரையைக் கேட்கத்தான் வர நேர்ந்தது என்றாலும், சட்டமன்ற உறுப்பினர் வைகைச்செல்வன் அவர்கள் உரையை நான் தங்கியிருந்த இடத்திலிருந்தே கேட்டுக்கொண்டிருந்தேன். அந்த அளவுக்கு இப்போது தகவல் தொழில்நுட்பம் வளர்ந்திருக்கிறது.

நான் ஒன்றை உணர்ந்தேன். ஐம்பெரும் காப்பியம் என்றால் என்ன என்று இந்தத் தலைமுறையிடம் கேள்வி எழுப்பிவிட்டு வைகைச்செல்வன் சென்றார். தமிழ் இலக்கியத்தின் பெருமையையும் கவிஞர் முத்துலிங்கம் கவிதைகளின் சிறப்பையும், இன உணர்வையும் பற்றி தந்தை பெரியாருக்குப் பின்னால், ஆசிரியர் அய்யா வீரமணி அவர்களுக்குப் பின்னால் நாங்கள் பெரிதும் மதிக்கும் சுப.வீ. அவர்கள் உரையாற்றியிருக்கிறார். எனக்குத் தந்திருக்கிற தலைப்பு 'எழில்மிகு எதிர்காலம்'.

யாருக்கு? எனக்கா? மேடையிலே உரையாற்றியவர்களுக்கா? இல்லை. எதிரே அமர்ந்திருக்கிற இந்த இளம் தளிர்களுக்கு. அவர்களின் எதிர்காலம் எப்படி அமையவேண்டும் என்ற பொறுப்புணர்ச்சியோடு செயல்படக்கூடிய, அதற்காக கடமையாற்ற வேண்டிய பொறுப்பில் இருக்கிற நாங்கள் அவர்களுக்கும் சில விழிப்புணர்ச்சியை ஏற்படுத்த வேண்டிய உணர்வோடு வந்திருக்கிறோம்.

எங்களைப் போல மேடையில் உரையாற்றுபவர்களின் இயல்பு, புதியதைத் தெரிந்து சொல்லவேண்டும். தெரிந்ததைப் புதிதாகச் சொல்லவேண்டும். பேராசிரியர் ஒரு அழகான செய்தியைச் சொன்னார். இங்கு வந்திருப்பவர்களில் இரண்டு பேராவது எங்கள் எண்ணங்களை சுமந்து சென்றால் போதும் என்றார். ஏன், இரண்டு பேர். ஆயிரக்கணக்கில் இளைய தலைமுறையினர் கூடி இருக்கிற அவையில் ஏன் இரண்டு பேர் என்ற ஏக்கம் என்றால், இது போதும் என்பதல்ல. அந்த இருவர் தலைவர்களாக வருவார்கள் என்ற நம்பிக்கையில்தான். அந்த இருவர் யார் என்பதுதான். அந்த இருவரில் ஒருவராக நான் இருக்கவேண்டும் என்று இங்கிருக்கிற ஒவ்வொருவரும் நினைத்தாலே போதும்.

எவ்வளவு எழுச்சிமிகு அரங்கம் இது. எவ்வளவு சீர்மிகு ஏற்பாடுகள். எத்தனை நாள் முயற்சி. நம்முடைய சந்திரசேகர் போன்றவர்கள் தான் வாழ்ந்தால் போதும் என்று நினைத்திருந்தால் இந்த அரங்கம் தேவையில்லை. இந்த நிகழ்ச்சி தேவையில்லை. நாங்கள் இந்த இடத்திற்கு வரவேண்டிய அவசியம் இல்லை. போதும் என்கிற மனமில்லாமல் பொருளை குவித்துக் கொண்டிருக்கிறவர்கள் ஒரு பக்கம். எங்கே வைக்கிறோம், யாரிடம் கொடுக்கிறோம் என்று தெரியாமலே வைத்துவிட்டு யாரிடமும் சொல்லாமலே போய்ச்

சேருகிறவர்கள் வாழ்ந்து கொண்டிருக்கிற காலம் இது. கோடி கோடியாக சேர்த்து அதைப் பயன்படுத்தவும் முடியாமல், பயன்பட வேண்டியவர்களுக்கும் அது சென்று சேராமல். அந்த வாழ்க்கை எங்களுக்குத் தேவையில்லை. நாங்கள் வாழ்கிற காலத்தில் நான் ஈட்டுவதை என் தாய்மொழி தமிழ் காக்க நான் தருகிறேன் என்று தந்திருக்கின்ற அவருக்கு நாம் அனைவரும் நன்றி சொல்லவேண்டும்.

'அமிழ்தமே நம் மொழி தமிழ்' என்றொரு வாசகத்தைத் தந்திருந்தார்கள். நான் அதை 'அமுதமே எங்கள் தமிழ்மொழி' என்பதை விட தமிழ்மொழிதான் அமுதம் என்று சொன்னால் இன்னும் சிறப்பாக இருக்கும். காரணம் அமிழ்தம் என்று எதுவும் கிடையாது. ஒருவேளை அப்படி ஒன்று இருக்குமேயானால் அதுதான் தமிழ்மொழி என்ற அளவில் தமிழ் மொழியின் சிறப்புகளை, குறிப்பாக நாம் தமிழர்கள் என்கிற உணர்வினை இங்கே இருப்பவர்கள் பெறவேண்டும். ஏற்கெனவே பெற்றவர்கள் முன்வரிசையில் அமர்ந்திருக்கிறார்கள். மேடையிலே இருக்கிறார்கள். எதிரே இருக்கிற பிள்ளைகளின் நாளைய வாழ்க்கை எப்படி அமையப்போகிறது என்பதற்காக உட்கார்ந்திருக்கிறார்கள். போட்டி நிறைந்த உலகம் இது. திறமை, ஆரோக்கியம் குறைவானவர்களும், எல்லா வகையிலும் தகுதி குறைந்தவர்களும் போட்டிக்களத்தில் இருக்கிற காலம் இது. தகுதியுடையவர்கள் மட்டுமே களத்தில் இருந்தால் போட்டி ஆரோக்கியமாக இருக்கும். தகுதியற்றவர்கள் நிறைய பேர் வந்து குழுமியிருக்கிற இடத்தில் தகுதியானவனும் போட்டியிட வேண்டிய நிர்ப்பந்தத்தில் வாழ்கின்ற காலகட்டத்தில் இந்த செல்வங்கள் இருக்கின்றார்கள். இவர்களைக் காப்பாற்றி கரைசேர்க்க வேண்டியது நம்முடைய கடமை.

ஒரு நல்ல எதிர்காலத்தை இந்தப் பிள்ளைகளுக்கு உருவாக்கித் தருவதைவிட, நல்ல பிள்ளைகளை உருவாக்கி எதிர்காலத்திற்கு தரவேண்டியதுதான் ஆசிரியர்களின் கடமை.

நான் நாடாளுமன்றத்தில் பணியாற்றிக் கொண்டிருக்கிறேன். என் தம்பி சுகவனம் சட்டமன்றத்திலும் நாடாளுமன்றத்திலும் பணியாற்றி இருக்கிறார். அதுபோல பல்வேறு பொறுப்புகளில் இருக்கும் வாய்ப்பினைப் பெற்றவர்கள் எதிரே அமர்ந்திருக்கலாம், எங்களுக்கு ஏதோ ஒரு பதவி என்ற உணர்வோடு நாங்கள் அங்கே செல்வதில்லை. இங்கே என்னை அறிமுகப்படுத்தியபோது தந்தை பெரியாரையும், அறிஞர் அண்ணாவையும், தலைவர் கலைஞரையும் காணுகிறபோது எங்கள் உள்ளத்திலும் உடலிலும் ஒரு சிலிர்ப்பு உண்டாகிறது. அவர்கள் எங்கள் உறவுகள் அல்ல; எங்களுடைய உணர்வு அவர்கள். உயிரோட்டம் அவர்கள். அவர்கள் இல்லாவிட்டால் இன்றைக்கு நாங்கள் இல்லை என்ற எண்ணத்தை நாங்கள் அழுத்தமாகப் பதிவு செய்திருக்கிறோம். நாடாளுமன்றத்தில் மட்டுமல்ல, ஐ.நா.மன்றத்திலும் திருச்சி சிவா என்பதை நிலைநிறுத்திவிட்டு வந்திருக்கிறேன் என்றால், அது தனமாக்கியம் நடேசன் அம்மையாரினால் அல்ல. இந்த மூன்று பெரிய தலைவர்கள் உருவாக்கிய இயக்கத்தின் காரணமாக. அவர்கள் தந்த அடையாளத்தின் காரணமாக.

ஊற்றங்கரை என்கிற ஊர் இன்றைக்கு உலகம் அறிந்திருக்கிறது என்றால், அதற்கு இந்தக் கல்வி நிறுவனம் முக்கியக் காரணம் என்பதை யாரும் மறுக்கமுடியாது. நான் ஊற்றங்கரைக்குச் செல்கிறேன் என்று சொன்னவுடன் 'ஊத்தங்கரை' என்றுதானே சொல்வார்கள் என்றார்கள். ஒரு அறிவாளி "அங்கே வெண்ணெய் சிறப்பாகக் கிடைக்கும்" என்றார். ஊத்துக்குளிக்கும் ஊத்தங்கரைக்கும் வித்தியாசம் தெரியாதவர்கள்கூட இருக்கிறார்கள். ஆனால், இந்த ஊரிலே வளம் எதுவும் இல்லை. தங்குவதற்குக்கூட சரியான இடவசதி இல்லை என்று சொன்னார்கள். ஆனால், எனக்கு அந்தக் குறை

232 / மேடையெனும் வசீகரம்

இல்லை. இந்த நிறுவனத்தின் கீழ் செயற்படுகின்ற கல்லூரி முதல்வரின் இல்லத்தில் நான் மிகவும் மகிழ்ச்சியோடு நேற்றைக்குத் தங்கியிருந்தேன். சொந்த வீட்டிலே தங்கியிருப்பதைப் போல ஓர் உணர்வு.

என்றாலும், தமிழ்நாட்டின் தலைசிறந்த ஒரு கல்வி நிறுவனமாக, நிறைய மதிப்பெண்களை வாங்குகிற பிள்ளைகளை அல்ல, நல்ல எதிர்காலத்தை உருவாக்கித் தருகிற பிள்ளைகளை உருவாக்குகிற கல்வி நிறுவனமாக இருக்கிற நீங்கள் நடத்துகிற நிகழ்ச்சியில் நாங்கள் பங்கேற்பதில் மகிழ்ச்சி அடைகிறோம்.

இன்றைக்கு பொறியியல் கல்லூரிகளில் ஒரு லட்சம் இடங்கள் காலியாக இருக்கின்றன. ஏன்? அதைப் படித்தால் எதிர்காலம் இல்லை என்று கருதுகிற ஒரு நிலை வந்திருக்கிறது. மருத்துவக் கல்லூரியிலே சேரவேண்டும் என்று விரும்புகிறவர்கள் 'நீட்' தேர்வின் அடிப்படையிலா? அல்லது பள்ளித் தேர்வில் பெற்ற மதிப்பெண்களின் அடிப்படையிலா? என்று தெரியாமல் குழம்பித் தவித்துக் கொண்டிருக்கிறார்கள். வளர்கிற பிள்ளைகளின் வாழ்க்கை இப்படியா தொடங்க வேண்டும்?

பொறியியல் படிப்பில் பட்டம் பெற்று வெளியே வந்திருப்பவர்களில் 60 விழுக்காடு வேலை இல்லாமல் இருக்கிறார்கள்.

பொறியியல் பட்டதாரிகளின் நிலை

இஸ்ரோ என்கிற விண்வெளி ஆராய்ச்சி நிறுவனத்தின் தலைவர் ஓர் அறிக்கையைத் தந்திருக்கிறார். "பொறியியல் பட்டப் படிப்பு பெற்று வெளியே வந்தவர்களில் 26 விழுக்காடினர்தான் வேலைக்கு ஏற்றவர்களாக இருக்கிறார்கள்." அப்படியானால் என்ன கல்வித் திட்டம் இருக்கிறது இந்த நாட்டில்?

மத்திய கல்வி என்பது எங்களுக்கு ஏற்புடையது இல்லை என்றால், நம்முடைய கல்வியின் தரம் இன்னும் உயரவேண்டும். மத்திய கல்வித் திட்டம்கூட உலக அளவிற்கு இன்னும் உயரவில்லை. ஆக, இப்படிப்பட்ட போட்டிகளுக்கு இடையே இன்னும் சில கடமைகள் நமக்கு இருக்கின்றன. கவலைகள் இருக்கின்றன.

நாங்கள் இந்தப் பிள்ளைகளை அச்சுறுத்துவதற்காக வரவில்லை; தயார்ப்படுத்துவதற்காக வந்திருக்கிறோம். நாம் படிக்க வேண்டும், நிறைய மதிப்பெண்கள் பெறவேண்டும், வேலைக்குப் போகவேண்டும், பொருளீட்ட வேண்டும். அது ஒரு பக்கம்.

அதையும் கடந்து நமக்கென்று ஒரு பாரம்பரியம் இருக்கிறதல்லவா! வேறு எவருக்கும் இல்லாத பண்பாடு இருக்கிறதல்லவா! உலகத்தில் எவனுக்கும் இல்லாத சிறந்த மொழி தாய்மொழியாகக் கிடைத்திருக்கிறதல்லவா! அதையும் பாதுகாக்க வேண்டுமென்ற உணர்வை இந்தப் பிள்ளைகளின் மனதில் விதைக்கவேண்டிய கடமை கல்வி நிறுவனங்களுக்குத்தான் இருக்கின்றன.

வரலாறு தெரியாத பிள்ளைகள் வருங்காலத்தை உருவாக்க முடியாது. எனக்குத் தெரிந்த இலக்கியத்தைப் பேச நான் வரவில்லை. சில நகைச்சுவை துணுக்குகளைச் சொல்லி உங்களை சிரிக்க வைத்துவிட்டுப் போவதற்கு நாங்கள் ஒன்றும் 'பிக் பாஸ்' நிகழ்ச்சியை நடத்தவில்லை. இந்தப் பிள்ளைகளை எதிர்காலத்திற்குத் தயார் செய்யவேண்டும் என்ற கவலையோடு நிற்கிறோம். அதனால்தான் 'எழில்மிகு எதிர்காலம்' என்று தலைப்பு கொடுத்திருக்கிறேன். 'ஏற்றமிகு எதிர்காலம்' என்று ஏன் கொடுக்கவில்லை!

கதிராமங்கலம், நெடுவாசல்

கதிராமங்கலம் என்ற ஓர் ஊரில் போராட்டம் நடைபெறுகிறது. உங்களில் எத்தனைப் பேருக்குத் தெரியும் என்று எனக்குத் தெரியாது. ஊற்றங்கரையில் என்ன நடக்கிறது என்று திருச்சியில் இருப்பவனுக்குத் தெரியாது. திருச்சியில் இருப்பவனின் நிலை திருத்தணியில் இருப்பவனுக்குத் தெரியாது. அப்படியானால் வடக்கே இருப்பவனின் வாழ்க்கை என்ன என்பது தெற்கே இருக்கிற நமக்குத் தெரியாது. தெற்கே இருக்கிற நமது நிலை மேற்கே வாழ்பவனுக்குத் தெரியாது. உலகில் என்ன நடக்கிறது என்று பலருக்குத் தெரியாது.

கதிராமங்கலம் என்றொரு கிராமம், நெடுவாசலும் அப்படித்தான். அந்த ஊருக்குச் சென்று பார்த்தால் ஏதோ ஒரு மலை கிராமத்தில் இருப்பது போன்ற ஒரு குளிர்ச்சி அங்கே எப்போதும் இருக்கும். பசுமை படர்ந்த வயல்கள், நெடிதுயர்ந்த தென்னை மரங்கள், எப்போதும் நீர் ஓடிக்கொண்டிருக்கும் வாய்க்கால், ஆங்காங்கே உட்கார்ந்து தங்களுக்குக் கிடைக்கிற தீவனத்தைத் தின்றுவிட்டு அசைபோட்டுக் கொண்டிருக்கிற ஆடுகளும் மாடுகளும். அவரவர் வேலைகளைப் பார்த்துக்கொண்டு விவசாயப் பெருங்குடி மக்கள், பிள்ளைகளோடு வாசலிலே உட்கார்ந்து பேசிக்கொண்டிருக்கிற தாய்மார்கள்... இப்படி இருக்கின்ற ஊரில் எண்ணெய் வளம் இருக்கிறது என்கிற காரணத்தினால் பசுமை சூழ்ந்த வயலைப் பாலைவனமாக்குகிறேன் என்று ஓர் அரசாங்கம் முயல்கிறது. மக்கள் மாதக்கணக்காகப் போராடிக்கொண்டிருக்கிறார்கள். இது ஊற்றங்கரையில் இருக்கிற நமக்குத் தெரியாது.

பாலைவனத்தில் எண்ணெய் இல்லையா?

நான் இது குறித்து நாடாளுமன்றத்தில் பேசுவதோடு மட்டும் இருந்துவிடவில்லை. அமைச்சரிடமும் பேசினேன். அவர் என்னிடம், *“தமிழ் நாட்டை முன்னேற விடமாட்டீர்களா?”* என்று கேட்டார். *“என்னிடமா கேட்கிறீர்கள்?”* என்று கேட்டேன். *“ஆம்! உங்களிடம்தான் கேட்கிறேன். ஓரிடத்தில் எண்ணெய் வளம் இருக்கிறது. எத்தனை நாட்களுக்குத்தான் அரபு நாடுகளிலிருந்து நீங்கள் எண்ணெய் வாங்கிக்கொண்டே இருப்பீர்கள். இருக்கிற இடத்தில் எண்ணெய் எடுக்கக்கூடாதா?”* என்றார்.

நான் சொன்னேன், *“ஏன், ராஜஸ்தான் பாலைவனத்தில் போய் எடுங்களேன்.” காவேரிப் படுகையில் மட்டும்தான் எண்ணெய் கிடைக்கிறதா? கங்கைப் படுகையில் எண்ணெய் கிடைக்கவில்லையா? அந்தக் காலத்திலிருந்து நாங்கள்தான் ஏமாந்தவர்களா? நெடுவாசலில் எண்ணெய் கிடைப்பதன் மூலமாக 3,000 கோடி கிடைக்குமா? நான் 5,000 கோடி தருகிறேன். டெல்லியின் மையப் பகுதியில் 10 ஏக்கர் நிலத்தை விளைநிலமாக மாற்றுவதற்கு உங்கள் அரசாங்கத்திடம் சக்தி இருக்கிறதா?”* என்று கேட்டேன்.

எங்கள் வாழ்க்கையில் வசதி வேண்டாம். நிம்மதி வேண்டும். படுத்தால் உறக்கம் வரவேண்டும். சுவாசிக்கிற காற்று சுத்தமாக இருக்கவேண்டும். குடிப்பதற்கு தண்ணீர் வேண்டும். உண்ணுவதற்கு சோறு வேண்டும். அது இல்லாத காசு எங்களுக்குத் தேவையில்லை. இந்த உணர்வு நம் எல்லோருக்கும் வரவேண்டும்.

‘ஏற்றமிகு எதிர்காலம்’ என்றால் வளர்ச்சித் தரக்கூடிய வாழ்க்கை; ‘எழில்மிகு எதிர்காலம்’ என்றால் நிறைவு தரக்கூடிய வாழ்க்கை. அதனால்தான் ‘எழில்மிகு எதிர்காலம்’ என்று தலைப்பைச் சொன்னேன். இங்கே குழந்தைச் செல்வங்கள், பெற்றோர்கள், ஆசிரியர்கள், மற்றவர்கள் இருக்கிறீர்கள். நான் அச்சத்தோடு சொல்வேன்: இன்னும் ஓர் இருபது ஆண்டுகள் கழித்து நாம் இருக்கிறோமோ, இல்லையோ தெரியாது. நம் பிள்ளைகள்

இருப்பார்கள், பேரப்பிள்ளைகள் இருப்பார்கள். ஆனால், அவர்களுக்குக் குடிப்பதற்குத் தண்ணீர் இருக்குமா? தெரியாது. உண்ணுவதற்கு சோறு கிடைக்குமா? தெரியாது. விவசாயம் செய்வதற்கு விளைநிலம் இருக்குமா? தெரியாது. சுவாசத்திற்கு ஆக்சிஜன் குழாயை மாட்டிக்கொண்டு அலையக்கூடிய காலம் வருமோ? அச்சமாக இருக்கிறது.

மகாத்மா காந்தி சொல்வார், “நீ இந்த மண்ணைவிட்டுப் போகிறபோது புதிதாக எதையும் தரவேண்டாம். நீ பிறக்கிறபோது இருந்ததை அப்படியே விட்டுவிட்டுப் போ” என்று. எல்லாவற்றையும் பாழ்படுத்திக் கொண்டிருக்கிறோமே. படிப்பை மட்டும் தந்தால் போதுமா? வேலை தந்தால் போதுமா? வீடு கட்டினால், கார் வாங்கினால் போதுமா? எங்கள் பிள்ளைகளுக்குக் கையிலே பணம் இருக்கும்; சோறு இருக்காது. பணத்தைத் தின்ன முடியாது.

என் பள்ளி அனுபவம்

நான் ஒரு பிராமணப் பள்ளியில் படித்தேன். என் வகுப்பில் நாற்பது மாணவர்கள் மேல் வகுப்பைச் சார்ந்தவர்கள். நான்கு மாணவர்கள்தான் பின் தங்கிய வகுப்பு. அதில் இரண்டு பேர் ஐயங்கார். ஐயங்கார்களை அவர்கள் ஏற்றுக்கொள்வதில்லை. மீதி இரண்டு பேர்தான். அதனால் பல புறக்கணிப்புகள். வசதியானவர்கள் வீட்டுப் பிள்ளைகள் படித்த பள்ளியிலே படித்த நான் ஏக்கத்தோடு வீட்டுக்குச் செல்கிறபோது என் தாயார், “தம்பி, அவர்கள் உணவுக்கு தங்கத்தைத் தின்னவில்லை. நம்மைப் போல அரிசியை வேகவைத்துத் தான் சோறு தின்னுகிறார்கள். மறந்து விடாதே!” என்று சொல்வார்.

நாங்கள் உங்களுக்கு அதைத்தான் தரவேண்டும். அதற்காகத் தான் போராடுகிறோம். நாங்கள் அரசியல் கட்சி நடத்துவது, எங்கள் வசதிக்காக அல்ல. எங்களுக்கு ஏதோ பதவி கிடைக்க வேண்டும் என்பதற்காக அல்ல. அந்த அதிகாரத்தைத் தேடுவது நல்லதை செய்வதற்காக. தவறுகளைத் தடுப்பதற்காக. வாழ்க்கையில் உழைக்க நினைப்பவனுக்கு வாய்ப்புத் தரவேண்டும். அதற்கான ஊதியம் தரவேண்டும். அதற்கான விலைவாசி வேண்டும். இவ்வளவும் நடக்கிற நாட்டில் நிம்மதி வேண்டும். இத்துடன் சமுதாயத்தில் நிலவுகிற மேடு பள்ளங்களை சரி செய்யவேண்டும். பண்பாட்டை பாதுகாக்க வேண்டும். மொழிக்கு ஊறு நேர்ந்தால் அதைத் தடுக்க வேண்டும்.

நேற்றைக்கு முன் தினம் தொலைக்காட்சியைப் பார்த்த யாருக்காவது தெரிந்திருக்கலாம். புதிதாகப் பொறுப்பேற்றிருக்கும் துணைக் குடியரசுத் தலைவர் மேதகு வெங்கையா நாயுடு அவர்கள் பதவி ஏற்கிறார். எங்களுடைய அவையில் வாழ்த்திப் பேசுகிறோம். நான் பேசுவதற்கு முன்பு நாடாளுமன்ற மரபுப்படி, தமிழில் பேசவேண்டும் என்ற விருப்பத்தை எழுதிக் கொடுத்துவிட்டேன். இங்கே இருக்கிற சுகவனத்துக்குத் தெரியும். ஆங்கிலத்தில் பேசக்கூடாது என்பதல்ல, பேச முடியாது என்பதல்ல. முன்னதாக எழுதிக்கொடுத்தால் மொழிபெயர்ப்பாளர் வருவார். ஆனால், அதில் என்ன கொடுமை என்று பேராசிரியர் சுபவீ.க்குச் சொல்வேன். நாங்கள் பேசுவோம். மொழிபெயர்ப்பு வரும். ஆனால், ஒருவரும் கேட்கமாட்டார்கள். அதுதான் கொடுமை. காதில் அதை மாட்டினால்தானே ஒலி மாற்றம் போய்ச்சேரும். அதைக்கூட செய்ய மாட்டார்கள். அதனாலேயேதான் தந்தை பெரியார் சொல்வதைப் போல, கருத்து எப்படியாவது போய்ச் சேர்ந்தால் போதுமென்று ஆங்கிலத்தில் பேசுவது.

வெங்கையா நாயுடு அவர்கள் தென்னிந்தியாவைச் சார்ந்தவர் என்பதற்காக தமிழில் பேசவேண்டும் என்று எழுதிக் கொடுத்தேன். ஆனால், நான் பேச ஆரம்பித்த பின்னர்தான்

"மொழிபெயர்ப்பாளர் வரவில்லை" என்று சொல்கிறார்கள். ஆனால், எங்களைப் போன்றவர்கள் பேசினால் கேட்பார்கள். தமிழ்நாட்டிலிருந்து வந்தவர்கள் என்பதல்ல. தமிழ்நாட்டில் எந்த முகாமிலிருந்து வந்திருக்கிறார்கள் என்ற முறையில் கேட்பார்கள். அதனால் நான் மீண்டும் ஆங்கிலத்தில் பேசினேன். அப்போது அவரைப்பற்றி, "நீங்கள் கடைக்கோடி மனிதனின் பிரதிநிதியாக இந்த இடத்தில் உட்கார்ந்திருக்கிறீர்கள். எங்களை ஆளாக்கிய அண்ணாவும், வழிநடத்துகிற தலைவர் கலைஞரும் எங்களுக்குச் சொல்லித் தந்திருப்பதைப் போல, தோற்றம், இயல்பு, பழக்க வழக்கம் ஆகியவற்றில் சாமான்யர்களில் ஒருவரைப்போல பிரதிபலிப்பவராக இருக்கிறீர்கள். திருவள்ளுவர்,

"சமன்செய்து சீர்தூக்கும் கோல்போல் அமைந்தொருபால்
கோடாமை சான்றோர்க்கு அணி"

என்பார்.

அதுபோல, நீங்கள் ஒரு தராசினைப் போல இரு பக்கமும் சமமாக இருந்து தயவுசெய்து எல்லோரையும் ஒன்றாகக் கருதுங்கள் என்று, அது நாடாளுமன்றம் என்ற காரணத்தால் ஒரு நம்பிக்கையின் காரணமாக வேண்டுகோள் வைத்தோம். நான் அரசியல் பேசவில்லை. புரிந்து கொள்கிறவர்கள் புரிந்துகொள்ளலாம்.

நான் 'மிசா' கைதிலிருந்து அரசியல் பயணத்தைத் தொடங்கியது போலவே அவரும் 'மிசா' காலத்திலிருந்து அரசியல் வாழ்க்கையைத் தொடங்கினார். நான் ஓராண்டு காலம் சிறைவாசம். அவர் ஒன்றரை ஆண்டு காலம். கட்சியில் பல்வேறு பொறுப்புகளில் இருந்த அவர், தன் கட்சியிலிருந்து ராஜினாமா செய்கிறார், தான் உட்காரப்போவது கட்சி சார்பு இல்லாத பொறுப்பு என்ற காரணத்தால், அந்த நம்பிக்கை மற்றவர்களுக்கு வரவேண்டும் என்ற நியதியின் காரணமாக.

இராமேஸ்வரமும் காசியும்

என்னிடம் உத்திரப்பிரதேசத்தின் முன்னாள் முதலமைச்சர் அகிலேஷ் யாதவ் கேட்டார், "ரொம்ப பிடிவாதமாகப் பேசுகிறீர்கள் சிவா, மனிதாபிமானத்தோடு பேசுங்கள். கொஞ்சம் எனக்கு விளக்கம் சொல்லுங்கள்" என்றார்.

"என்ன?" என்று கேட்டேன். "எங்கள் பகுதியில் இருந்து புண்ணியத்தலமாக இருக்கிற உங்கள் ராமேஸ்வரத்திற்கு ஏராளமான பக்தர்கள் வருகிறார்கள். நீங்கள் ஆங்கிலத்திலும் தமிழிலும் மட்டும்தான் அங்கே எழுதியிருக்கிறீர்கள். இந்தி மட்டுமே தெரிந்த அவர்கள் சிரமப்பட மாட்டார்களா? அவர்களுக்காக இந்தியிலும் சேர்த்து எழுதக்கூடாதா?" என்று கேட்டார்.

"அகிலேஷ், நியாயமான கேள்விதான். எனக்கு ஒரு சந்தேகம். எங்கள் ஊரிலிருந்து ஏராளமானோர் காசிக்கு வருகிறார்கள். நீங்கள் ஆங்கிலத்தில்கூட எழுதுவதில்லை. இந்தியில் மட்டும்தானே எழுதியிருக்கிறீர்கள். ஏன், ஆங்கிலத்திலாவது எழுதக்கூடாதா?" என்று கேட்டேன்.

"உங்களிடம் பேசினால் இப்படித்தான் பதில் கிடைக்கும்" என்று சொல்லிவிட்டுப் போனார்.

தி.மு.க. என்றாலே பேசத் தெரிந்தவர்கள் என்று சொல்வார்கள். மற்றவர்களுக்குப் பேசத் தெரியாதா? சரியாகப் பேசத் தெரிந்தவர்கள் என்று பொருள். எங்கள் தலைவர் அப்படி சொல்லிக் கொடுத்திருக்கிறார்.

நான் எந்த மொழிக்கும் எதிரி அல்ல. எந்த மொழி பேசுகிறவனுக்கும் பகைவன் அல்ல. எந்த மொழியோ, எந்த மொழி பேசுகிறவனோ என் இனத்தையோ, என் மொழியையோ ஆதிக்கம் செலுத்த வந்தால் நான் ஒரு போர்ப்படை வீரனாக மாறி நிற்பேன் என்பதுதான் அடையாளம்.

சேர, சோழ, பாண்டியரைப் பற்றி படித்திருப்பீர்கள். உலகம் முழுவதும் சென்றிருக்கிறான். கங்கை கொண்டான், கடாரம் கொண்டான், பர்மாவை வென்றான் என்பார்கள். எல்லா நாடுகளுக்கும் சென்றான். ஆனால் எங்கேயும் காலனி ஆதிக்கம் செலுத்தவில்லை. என்னை நீ பழித்தாய். உன்னைவிட நான் வலிமையுள்ளவன் என்பதை நிரூபித்துவிட்டேன். இனியாவது ஒழுங்காக நடந்துகொள் என்று எச்சரிக்கை செய்துவிட்டு திரும்பி வந்தவன் என்பது தமிழனின் பரந்த மனப்பான்மை.

அலெக்சாண்டர் உலகம் முழுவதும் ஆண்டான். இந்தியாவிற்குக்கூட நுழைந்தான். புருசோத்தமனை வென்றான். தென்னகத்திற்குள் கால் வைக்கிற யோக்கியதை அலெக்சாண்டருக்கு இல்லை. அது தமிழனின் கீர்த்தி.

இந்தியாவை ஒரு குடைக்குள் ஆண்டவன் அசோக சக்கரவர்த்தி என்பார்கள். அவன் ஆட்சிக்கு உட்படாத ஒரே இடம் தமிழ்நாடு எனும் தென்பகுதி மட்டும்தான். இப்படியெல்லாம் வாழ்ந்தோம். ஆனால், இன்றைக்கு நம்மை அழிப்பதற்கு, நம்மை மெல்ல மெல்ல கரைப்பதற்கும் நம்மிடையே சக்திகள்.

தமிழுக்கு என்ன சிறப்பு? என்று கேட்கிறார்கள். என் மகனுக்குத் தமிழ் மட்டும்தான் வராது என்று பெற்றோர்கள் சொல்கிற காலம் வந்திருக்கிறது. இது மாறிட வேண்டும். பிள்ளைகளுக்குத் தமிழ்ப் பெயர் சூட்டுங்கள். பிள்ளைகளுக்குத் தமிழைச் சொல்லித் தாருங்கள். இதுபோன்ற இலக்கிய மன்றக் கூட்டங்களுக்கு அழைத்து வந்து கேட்கச் சொல்லுங்கள். ஆங்காங்கே நடைபெறுகிற புத்தகத் திருவிழாவிற்கு அழைத்துச்சென்று சின்னச்சின்னத் தமிழ்ப் புத்தகங்களை வாங்கிக் கொடுத்துப் படிக்கச் சொல்லுங்கள்.

"இளங்கதிர் கிழக்கில் இன்னும் எழவில்லை
இரவு போர்த்த இருள்நீங்கவில்லை
ஆயினும், கேள்வியால் அகலும் மடைமை போல்
நள்ளிரவு மெதுவாய் நகர்ந்தே சென்றது"

என்று பாவேந்தர் பாரதிதாசன் பொழுது விடிவதை அழகாகச் சொல்வார். இதையெல்லாம் உங்கள் பிள்ளைகளுக்கு நீங்கள் சொல்லிக்கொடுங்கள்.

குழந்தைகளுக்குக் கல்லணையைக் காட்டுங்கள்

உங்கள் பிள்ளைகளை விடுமுறைக்கு தாஜ்மகால், ஜெய்ப்பூர், சிம்லா என அழைத்துச் செல்வீர்கள் அல்லவா! அதேபோல என் ஊருக்கு அருகிலிருக்கிற 'கல்லணை'க்கு அழைத்து வந்து காட்டுங்கள்.

ஓடுகிற ஆற்றில் நீர் வற்றுகிறபோது, வானம் பொய்த்துப் போகிறபோது, வயல் வாடிப் போகிறபோது, கால்நடைகளுக்கும் மனிதர்களுக்கும் தண்ணீர் இல்லாமல் போகிறபோது, ஊற்றிலே தண்ணீர் வராதபோது மனிதன் துடித்துத் தவித்த காலத்தில்... எல்லாவற்றிற்கும் ஓர் ஆரம்பம் உண்டு.

(இங்கே நான் பேசிய ஒரு சிறிய பகுதியை ஒளிபரப்பினார்கள். "ஒரு தேவை, நிர்ப்பந்தம் மனிதனை உழைக்கச் செய்கிறது" என்று). அதைபோல ஒரு தேவை மனிதனைக்

கண்டுபிடிக்கச் செய்கிறது. ஒரு துன்பத்திலிருந்து விடுபட வேண்டுமென்கிறபோது மனிதனாக இருந்தாலும், மிருகமாக இருந்தாலும், ஒரு பூச்சி, புழுவாக இருந்தாலும் அது போராடி வெளியே வரும். அது இயற்கை. மனிதன் யோசிக்கிறான், யோசிப்பவன் கண்டுபிடிப்பாளனாக மாறுகிறான்.

ஆற்றில் நீர் வருகிறபோது ஒரு குறிப்பிட்ட இடத்தில் அதை தேக்கி வைத்தால், சேமித்து வைத்தால் தேவையான நேரத்தில் அதை திறந்துவிட்டு பயன்படுத்திக் கொள்ளலாம். இதுதான் அணைக்கட்டு என்கிற தொழில்நுட்பம். அணைக்கட்டு என்பது இப்போது சாதாரணம். ஆனால், இரண்டாயிரம் ஆண்டுகளுக்கு முன்பு? உலகத்திலேயே முதன்முதலாக அணைகட்டி தண்ணீரைத் தேக்கிப் பின்னர் பயன்படுத்தலாம் என்கிற அறிவியல் தொழில்நுட்ப அறிவு இருந்தது கரிகால் பெருவளத்தான் என்கிற தமிழ் நாட்டின் சோழ மன்னனுக்கு. கிரேக்கர்களும் ரோமானியர்களும் அதைப் பார்த்துவிட்டுப் போனார்கள். அதை நீங்கள் சுற்றுலாப் பயணியாகவாவது பார்த்துவிட்டு வாருங்கள்.

சந்திரசேகர ஐயாவைப் போன்றவர்கள் உங்கள் பிள்ளைகளுக்கு ஒரு சுற்றுப்பயணம் ஏற்பாடு செய்யுங்கள். கல்லணை, பெரிய கோயில், சித்தன்ன வாசல் போன்ற இடங்களுக்கு அழைத்துச் செல்லுங்கள்.

வெளிநாட்டில் உள்ளவர்களின் படங்களை எல்லாம் பனியனில் போட்டுக்கொண்டு திரிகிறோம். எங்கோ ஒரு நாட்டிலே பிறந்த சீர்திருத்தவாதியைப் பாராட்டுகிறோம். தவறில்லை. ஆனால், நம்முடன் உள்ளவர்களை மறந்துபோகிறோம். அதனால்தான் பேராசிரியர் இங்கே குறிப்பிட்டதைப் போல கவிஞர் முத்துலிங்கம் போன்றவர்களை ஊர் உணராமல் இருக்கிறது. அவர் எழுதிய பாடல்களைக் கேட்கிறோம். ஆனால், இவர்தான் எழுதினார் என்று தெரியாது. இவர் பெயரே தெரியாது. பிறகு இவருடைய பாடலென்று எப்படித் தெரியும்?

கவிஞர் வாலி, "நான் எழுதிய பாடல்களை எல்லாம் கண்ணதாசன் எழுதியதாகச் சொல்கிறார்கள் எனக்கென்ன அதைப்பற்றி" என்று சொல்வார்.

தஞ்சை பெரிய கோயில் அதிசயம்

அதுபோல தஞ்சை பெரிய கோயிலின் அடித்தளம் நான்கு அடிதான். ஒரு தூணைக்கூட நாலு அடியில் நிறுத்தமுடியாது. ஆனால், அவ்வளவு பெரிய கோயில், 12,000 டன் கற்களைச் சுமந்திருக்கிற கோயிலின் அடித்தளம் வெறும் நான்கு அடி மட்டும்தான்.

தஞ்சை மாவட்டத்தில் மலைகள் கிடையாது. பாறைகள் கிடையாது. 12,000 டன் கிரானைட் கற்களை கிரேன் வசதி இல்லாத, லாரிகள் இல்லாத காலத்தில் எப்படிக் கொண்டு வந்தான் இராஜராஜன்? தெரியாது. ஆனால் பெரிய கோயில் என்பது கட்டிடக் கலையின் அற்புதம், 10ஆவது நூற்றாண்டில் தமிழன் கட்டியது.

இராஜராஜ சோழன் மகன் இராஜேந்திர சோழன் கங்கைகொண்ட சோழபுரத்தில் கட்டிய கோயில். அது சிற்பக்கலையின் அடையாளம்.

அஜந்தா குகை ஓவியங்களைவிட அருமையான அழியாத ஓவியங்களைக் கொண்டிருக்கிற சித்தன்ன வாசல் ஓவியங்கள் புதுக்கோட்டைக்கு அருகில் இருக்கின்றன. இதெல்லாம் தமிழ்நாட்டில் உள்ளவை. நம் முன்னோர் நமக்கு விட்டுவிட்டுப் போன அடையாளங்கள்.

விக்டோரியா மகாராணி தன் அருகில் படிப்பதற்காக வைத்திருக்கிற நூல்களில் ஒன்று திருக்குறள் என்பது நம்மில் எத்தனைப் பேருக்குத் தெரியும்! நாமே அதைப் படிப்பதில்லை. மனப்பாடத்திற்காக மட்டுமே படிப்போம். திருக்குறளைப் போல ஒரு விழுமிய நூல், வழிகாட்டுகிற நூல் வேறு எங்கும் இல்லை. இவையெல்லாம் நம்முடைய பெருமைகள். தமிழன் வாழ்ந்தான் என்பதற்கான சிறப்பு.

இத்தனை நீண்ட நெடிய வரலாறு கொண்ட நம்முடைய மொழியை அழிப்பதற்கு ஒரு கூட்டம் அதிகாரத்தின் மூலமாகவும், ஆசை வார்த்தைகளின் மூலமாகவும் வருகிறது என்று சொன்னால் உங்களைக் காக்கிற கவசமாக இன்று நாங்கள் இருப்போம். நாளை எங்கள் இடத்திற்கு நீங்கள் வரவேண்டும் என்பதற்காகத்தான் இதுபோன்ற கூட்டங்கள்.

எனக்கு முன் பேசிய வைகைச்செல்வன் பல விசயங்களைப் பேசினார். ஆனால் ஒன்றை மட்டும் சொல்லாமல் போய்விட்டார். நேரக்குறைவு காரணமாக இருக்கலாம். எல்லா மொழிகளுக்கும் தோற்றுவாய் உண்டு. ஒரு மொழி தெரிந்தால் போதும். உலகமெல்லாம் சுற்றி வரலாம். அது ஆங்கில மொழி.

நான் கொரியா நூல் ஒன்றைப் படித்துக் கொண்டிருக்கிறேன். அங்கே பெரிய பெரிய கட்டடங்கள், சாலைகளைப் பார்க்கவே ஆசையாக இருக்கும். ஆனால், அந்த நாட்டில் வாழ்கிற எவனும் வெளிநாட்டுக்கே போகக்கூடாது. அங்கே ஏதோ புதிதாக ரசாயனத்தைக் கண்டுபிடித்தால் அதைப் பரிசோதிப்பதற்காக கைதிகளைக் கொண்டுபோய் ஓரிடத்தில் அடைத்து வைத்து, ரசாயனப் புகையை உள்ளே அனுப்பி, அவர்கள் செத்துப் போகிறார்களா? பிழைத்துக் கொள்கிறார்களா? என்று பார்க்கிற ஓர் அரசாங்கம் அங்கே நடைபெறுகிறது. பணக்கார நாடு. ஆனால், அங்கே வாழ்கிற மக்கள் நல்ல வாழ்க்கை வாழ்ந்திடவில்லை. அதுபோல பல நிலைமைகள் இருக்கின்றன.

இளைஞர்களே யோசியுங்கள்... கேள்வி கேளுங்கள்!

இளைஞர்களே! நீங்கள் யோசிக்கவேண்டும். யோசித்தால்தான் கேள்விகள் எழும். கேள்விகள் எழுந்தால்தான் விடை கிடைக்கும். விடை கிடைத்தால்தான் அறியாமை அகன்று அறிவு வளரும். சிந்தனை பெருகும். பாதை தெளிவாகும். வெற்றி என்பது எளிதாகக் கிடைக்கும். கேள்வி கேளுங்கள் இளைஞர்களே! யோசியுங்கள்!

அறிஞர் அண்ணா 'தமிழ்நாடு' என்று பெயர் வேண்டும் என்று நாடாளுமன்றத்தில் பேசுகிறார். அப்போது ஒருவர் "நீங்கள் தமிழ்நாடு என்று அழைப்பதால் என்ன லாபம் அடைகிறீர்கள்?" என்று ஒருவர் குறுக்கிடுகிறார். அப்போது அண்ணா கேட்டவருக்குப் பதில் சொல்லவில்லை. பிரதமராக இருக்கிற பண்டித நேருவைப் பார்த்து சொன்னார், "உங்களைப் போன்ற ஓர் அறிஞனை நாங்கள் இதுவரைப் பார்த்ததில்லை. நீங்கள் வேறு கட்சியாக இருக்கலாம். நீங்கள் உலக வரலாறு தெரிந்தவர். திராவிட ஆரியப் போரைப் பற்றி எங்களைவிட அதிகமாக எழுதியவர். தமிழன் வாழ்ந்த கதையும் வீழ்ந்த கதையும் உங்களுக்குத் தெரியும். ஆனால், வீழ்ந்ததற்கான காரணம் தெரியாதல்லவா! இன்று சொல்கிறேன், கேட்டுக் கொள்ளுங்கள். தமிழ்நாடு என்று பெயர் வைப்பதால் என்ன லாபம் அடையப் போகிறாய்?" என்று என்னைப் பார்த்து கேட்டவர் பஞ்சாபி அல்ல, குஜராத்தி அல்ல. காஷ்மீரி அல்ல. நான் பிறந்த தமிழ்நாட்டில் காவிரி நீரைக் குடித்து வாழ்கிற ஒரு தமிழரே என்னைப் பார்த்துக் கேட்கிறார். என் எதிரி எங்களுக்குள்ளேயே இருக்கிறார். இந்த நாட்டில் எந்த மாநிலத்தை அதன் தலைநகரின் பெயரால் அழைக்கிறீர்கள்? நீங்கள் பெரிய பதவியாகக் கருதுகிற குடியரசுத் தலைவரை 'ராஷ்டிரபதி' என்று இந்தியிலே

அழைக்கிறீர்களே, உங்களுக்கு அதிலென்ன ஆனந்தம். அதே ஆனந்தம்தான் எனக்கும்" என்று பேசினார் அண்ணா.

அதேபோல, தமிழனைப் போல் அறிவாளி இல்லை என்று சொன்னபோது ஒருவன் கேட்டான், "ஒரு மனிதனைத் தீண்டினால் உடனே செத்துப்போகிற அளவுக்கு நஞ்சை வைத்திருக்கிற பாம்பை 'நல்ல பாம்பு' என்று அழைத்தவன் அறிவாளியா? கருப்பு ஆட்டை வெள்ளாடு என்று அழைத்தவன் அறிவாளியா?" என்று கேட்டான். இந்தக் கேள்விகளைக் கேட்டவனும் தமிழன்தான்.

நீங்கள் பாம்பைச் சீண்டினால்தான் அது உன்னைத் தீண்டும். இல்லையென்றால் அதன் வழியில் அது போய்க்கொண்டே இருக்கும். அதனால்தான் அது நல்ல பாம்பு. அதற்கு நஞ்சு என்ற ஒன்று இருப்பது அதைப் பாதுகாத்துக்கொள்ள. சினிமாவில்தான் படியேறி கட்டிலுக்கு மேல் படமெடுத்து ஆடுமே தவிர, நடைமுறையில் அப்படி அல்ல. வெள்ளாடு என்பது வேளாளன் வளர்க்கிற ஆடு வெள்ளாடு.

ஆசிரியர்களே! உங்கள் பிள்ளைகளிடம் ஒரு பரீட்சை மாதிரி வையுங்கள். "இந்த ஒரு நாள் நிகழ்ச்சியில் உங்கள் மனங்கவர்ந்தது என்ன என்பதை உங்களுக்குத் தோன்றியபடி கட்டுரையாகவோ கவிதையாகவோ எழுதுங்கள்" என்று எழுதச் சொல்லி வாங்கிப் படியுங்கள். அவர்களில் கவிஞர்கள் இருப்பார்கள். எழுத்தாளர்கள் இருப்பார்கள். படைப்பாளிகள் இருப்பார்கள். எழுதுவதற்கு பேனா எடுப்பார்கள். பின்னர் பார்த்ததை எல்லாம் எழுதச் சொல்லும். மனதில் படுவதை எல்லாம் எழுதச் சொல்லும். பின்னர் ஒரு முத்துலிங்கம் உருவாகுவார். ஒரு சுப.வீ. உருவாகுவார். ஏன், ஓர் அண்ணா, கலைஞர்கூட உருவாகலாம். ஓர் அன்னை தெரசா உருவாகலாம். சாதனை படைக்கக்கூடிய யாரோ ஒருவர் உருவாகலாம்.

ஒரு தமிழாசிரியரின் ஆதங்கம்

நான் காலையில் ஒரு செய்தி படித்தேன். ஒரு தமிழாசிரியர் வகுப்பறையில் பார்க்கிறார். ஒரு மாணவன் தலை குனிந்து உட்கார்ந்திருக்கிறான். தன்னை மறைத்துக் கொள்கிறான். பக்கத்தில் சென்று பார்க்கிறார். செல்லிடப் பேசியில் பார்க்கக்கூடாத ஒன்றை பார்த்துக்கொண்டிருக்கிறான். செல்லிடப் பேசியை பிடுங்கி வைத்துக்கொண்டு "நாளைக்கு உன் தந்தையை அழைத்துவா" என்கிறார். அதற்கு அந்தப் பையன் கவலைப்படாமல் சொல்கிறான். "வேண்டுமானால் செல்லிடப் பேசியை நீங்களே வைத்துக் கொள்ளுங்கள். 'மெமரி கார்டை' மட்டும் கொடுத்து விடுங்கள். நான் இனிமேல் பள்ளிக்கெல்லாம் வரமாட்டேன். எனக்கு படிக்க விருப்பமில்லை. என் அப்பாவிடம் சொன்னால் நான் தற்கொலை செய்து கொள்வேன்" என்று மிரட்டுகிறான். இவர் பயந்து செல்லிடப்பேசியை அவனிடம் கொடுத்துவிடுகிறார். "நான் என்ன செய்யப் போகிறேன்" என்று ஓர் ஆசிரியர் கலக்கத்தோடு எழுதியிருக்கிறார்.

எல்லா பிள்ளைகளுமா அப்படி? ஆனாலும் சிலர் அப்படி. அவர்களைப் பாழாக்கியது பள்ளிக்கூடமல்ல, இந்தச் சமுதாயம்.

நாங்கள் வாழ்ந்த காலத்தில் வந்த பத்திரிகைகள் வேறு. இப்போது வருகிற பத்திரிகைகள் வேறு. நாங்கள் கேட்ட திரைப்படப் பாடல்கள் வேறு, இப்போது கேட்கிற திரைப்படப் பாடல்கள் வேறு. ஆகவே, என் செல்வங்களே! நல்லதைக் கேளுங்கள், நல்லதைப் படியுங்கள். இந்தச் சமூகத்தை சீர்படுத்துகிற அருமையான மூலிகை ஊற்றங்கரையில்

இருக்கிற வித்யாமந்திர் கல்வி நிறுவனத்தில் இன்று கிளம்பியது என்ற பெருஞ்சொல் இந்த உலகத்திற்குக் கிடைக்கட்டும்.

தமிழ்நாட்டில் போட்டியிட்டு முதல் இடத்திற்கு வருகிறீர்கள் அல்லவா! அதுபோல தமிழ் மண்ணில், இந்தியத் திருநாட்டில், உலக அளவில் பரவியிருக்கிற பல நோய்களுக்கு மருந்தாக இங்கிருக்கிற அறிவுச் செல்வங்கள் கிளம்பியது என்ற வரலாற்றை நீங்கள் படையுங்கள். அதற்காக தினமும் ஏதாவது படியுங்கள்.

நீங்கள் வாழப்போகிற நாட்கள் நிம்மதியாக இருக்கவேண்டும். நீங்கள் பெருமையோடு வலம் வரவேண்டும். யோசியுங்கள். வகுப்பறையில் கேள்வி கேளுங்கள்.

ஆசிரியப் பெருமக்களே! கேள்வி கேட்கிற பிள்ளைகளை 'அதிகப் பிரசங்கி' என்று சொல்லாதீர்கள். 'நீதான் வளரக்கூடிய வாய்ப்பு உள்ளவன்" என்று பாராட்டி ஊக்கப்படுத்துங்கள். அதன் மூலமாக அவர்களுடைய அறிவு வளரும்.

ஓரிடத்தில் எழுந்து ஒருவன் நின்றாலே அவன் துணிச்சல் பெற்றவனாக மாறுகிறான். ஓர் அவையில் பல பேருக்கு முன்னால் அவன் குரல் ஒலிக்கிறது என்றாலே அவனிடம் ஏதோ தனித்தன்மை இருக்கிறது என்று பொருள். அது பெண்ணாகவும் இருக்கலாம்; ஆணாகவும் இருக்கலாம். அப்படி ஓர் அவையில் கூச்சத்தைத் தவிர்த்து, சூழலைத் தவிர்த்து எழுந்து நிற்கிற அந்த ஆணோ பெண்ணோதான் இதுபோன்ற மன்றத்தில் ஒலிபெருக்கிக்கு முன்னால் வந்து நிற்கக்கூடிய காலமாக மாறும். அது நீங்களாக வேண்டும்.

வறுமை என்பது வாழ்க்கைக்குத் தடையல்ல. பின்னணி என்பது ஒரு மனிதனுக்கு ஊக்கம் அல்ல. மனதில் இருக்கிற ஊக்கம் மட்டும்தான். மனதில் இருக்கிற வைராக்கியம் மட்டும் தான். குறிக்கோள் ஒன்றை வகுத்துக் கொள்ளுங்கள். உள்ளுக்குள்ளேயே வைத்துக் கொள்ளுங்கள். யாரிடமும் பகிர்ந்து கொள்ளாதீர்கள். இந்த உலகம் மோசமான உலகம். கருவாக இருந்தால் கலைத்துவிடுவார்கள். உருவான பின்னால் வியந்து பாராட்டுவார்கள். அந்த வைராக்கியம் நிறைவேறுகிறபோது இந்த உலகம் உங்களை நிமிர்ந்து பார்க்கும். கூட்டத்தில் ஒருவராக அல்ல, இவர்தான் என்று குறிப்பிட்டுச் சொல்லுமளவுக்கு உயருங்கள்.

பத்தாண்டுகளுக்குப் பிறகு சந்திப்போம். அந்த நாளை எதிர்நோக்கி இன்று விடைபெறுகிறேன்.

நன்றி! வணக்கம்!!

22

சாதனைக்கு வறுமை ஒரு தடையல்ல!

திருச்சியில் அமைந்துள்ள அய்மான் மகளிர் கலை மற்றும் அறிவியல் கல்லூரியில் மாணவர்கள் பேரவையின் தொடக்க விழாவிற்கும், பல்வேறு துறைகளில் சிறப்புடையவர்கள் பங்கேற்கும் அந்த அமைப்பின் தொடக்க விழாவுக்கும் தலைமைப் பொறுப்பேற்றிருக்கின்ற இக்கல்லூரி குழுவின் தலைவர் ஜனாப் சம்சுதீன் அவர்களே! வரவேற்புரை ஆற்றியிருக்கின்ற கல்லூரியின் முதல்வர் டாக்டர் சுபாஷிணி அவர்களே! மரியாதைக்குரிய கல்லூரியின் செயலாளர் ஜனாப் அபிபுல்லா அவர்களே! பொருளாளர் ஜனாப் அப்துல் மஜீத் அவர்களே! இங்கே அறிமுகவுரை ஆற்றி அமர்ந்திருக்கின்ற ஜமால் முகமது கல்லூரியின் முதல்வராக இருந்து இந்தக் கல்லூரிக்கு முதுகலை ஆராய்ச்சித் துறையின் இயக்குநராக இருக்கின்ற டாக்டர் ஷேக் முகமது அவர்களே! சமூகத்தில் குடும்ப அமைப்பு எப்படி இருக்கவேண்டும் என்பதற்கு தனக்கேயுரிய தன்மைகளோடு விளக்கி உரையாற்றி அமர்ந்திருக்கின்ற என்னுடைய பெருமரியாதைக்குரிய ஜமால் முகமது கல்லூரியின் முன்னாள் துணை முதல்வரும் எம்.ஐ.ஐ.டி. கல்லூரியின் முன்னாள் முதல்வருமான பேராசிரியர் மன்சூர் அவர்களே! மாணவியர் பேரவையின் செயலாளர் மகா ஜெகபதீன் சையத் முகமது பாஷா அவர்களே! நன்றியுரை ஆற்றவிருக்கின்ற கல்லூரியின் துணை முதல்வர் அவர்களே! பேராசிரியர் பெருமக்களே! சிறப்பு அழைப்பாளர்களே! மாணவியர்களே! உங்கள் அனைவருக்கும் வணக்கம்!

பொதுவாக, கல்வி நிறுவனங்களில் நடைபெறும் நிகழ்ச்சிகளில் கலந்துகொள்வதற்கு நான் ஆர்வம் காட்டுகிறவன். காரணம், பல்லாயிரக்கணக்கானோர் கூடியிருக்கிற பொதுக்கூட்டங்களில் பங்கேற்பதால் கிடைக்கிற பயனைவிட சில நூறு மாணவ, மாணவியர் கூடுகிற பள்ளிகளில் ஆற்றுகிற உரையில் பயன் அதிகம் என்பதை நான் அனுபவத்தில் உணர்ந்திருக்கிறேன். பாறையில் தூவப்படுகின்ற விதைகளாக இல்லாமல், விளைநிலங்களில் விதைக்கப்பட்டு பயிர்களாக செழிக்கக்கூடிய விதைகள் என்பதில் எனக்கு நிறைய நம்பிக்கை உண்டு. அதிலும் இது பெண்கள் கல்லூரி. ஒரு சமுதாயத்தின் வளர்ச்சி என்பதின் அடையாளம்.

இது ஒரு சுயஉதவிக் கல்லூரி. பல நல்ல உள்ளங்கள் ஒன்று சேர்ந்து இஸ்லாமிய பெண்களுக்கென்று ஒரு கல்லூரி இந்த ஊரில் தொடங்கியிருப்பதற்கு நான் நன்றி தெரிவிக்க விரும்புகிறேன். காரணம், பெண்கள் போதுமான கல்வி பெறவில்லை என்பதைவிட, இஸ்லாமிய பெண்களுக்கு இது மிக அவசியத் தேவையாக இருக்கிறது. இன்றைக்கு இந்த நாட்டில் பல வகையிலும் அவர்கள் பாதிக்கப்பட்டிருக்கிறார்கள். முதலில் அவர்களுக்கு கல்வி வழங்க வேண்டும். கல்வி தந்தால்தான் விழிப்புணர்ச்சி பெறுவார்கள். விழிப்புணர்ச்சி பெற்றால்தான் சமுதாயத்தில் அங்கீகாரம் கிடைக்கும். வேலை வாய்ப்பு பெற்றால்தான் தன்னிறைவு பெற்று வாழ முடியும். அதற்கு உதாரணமான ஓர் அருமையான கல்லூரி.

உங்களில் சிலருக்குப் பொருளாதார பின்னணி இல்லை என்று இங்கே சொன்னபோது, எனக்கு என் கல்லூரிக் காலம் நினைவுக்கு வந்தது. பக்கத்தில் இருக்கிற பெரியார் கல்லூரியில்தான் நான் படித்தேன். இப்போது போல் அப்போது போக்குவரத்து வசதிகள் கிடையாது. காலையில் ஒன்று, மாலையில் ஒன்று. பெரும்பாலும் ஜங்ஷனில் இறங்கி நடந்து செல்வார்கள். சிலர் சைக்கிளில் வருவார்கள். யாராவது ஒருவன் மோட்டார் சைக்கிளில் வந்தால் அவன் கதாநாயகனைப் போல பார்க்கப்பட்ட காலம்.

என் கல்லூரித் தோழன்

அப்போது, ஒரு தோழன், 'அரசு பிற்படுத்தப்பட்டோர் நல விடுதி'யில் தங்கிப் படித்தான். அந்த விடுதி, புத்தூர் அரசு மருத்துவமனை அருகில் இருந்தது. அங்கிருந்து, அந்தப் பதினாறு வயதில் நடந்தே காலையில் கல்லூரிக்கு வருவான், மாலையில் நடந்தே விடுதிக்குச் செல்வான். அந்த விடுதியில் தரப்படுகிற சாப்பாட்டை பையில் எடுத்துவருவான். அதைத் திறந்து பார்த்தால், ஒவ்வொரு அரிசியும் சரியாக வேகாமல் விரைத்துக் கொண்டிருக்கும். அதில் ஏதோ தயிர் ஊற்றி தயிர்சாதம் என்று எடுத்துக்கொண்டு வருவான். தொட்டுக்கொள்ளக்கூட எதுவும் இருக்காது. நாங்கள் கொண்டு வருகிற உணவை அவனுடன் பகிர்ந்து உண்கிற பழக்கம் ஏற்பட்டது.

பிறகு, இந்த நெருக்கத்தின் காரணமாக "எங்களோடு பேருந்தில் வா" என்று அவனை அழைத்தேன். "இல்லை, நீங்கள் செல்லுங்கள். நான் நடந்தே போகிறேன்" என்றான். "பரவாயில்லை. உனக்கு பேருந்து டிக்கெட் நான் வாங்கித் தருகிறேன்" என்றேன். "இன்றைக்கு நீ அழைத்துப் போவாய். நாளைக்கு நீ வராமல் இருக்கலாம். அல்லது வந்துவிட்டு என்னை விட்டுவிட்டும் போகலாம். யாராவது அழைத்துப் போவார்களா? என்று எனக்கு ஏக்கம் வரும். ஆகவே, நடந்து போவது என் கால்களுக்குச் சுகமாக இருக்கிறது. இதுதான் என் வாழ்க்கை" என்று சொல்லிவிட்டு நடக்க ஆரம்பித்தான்.

உடனே நாங்கள் "எங்களோடு பேருந்தில் வர மறுக்கிறாய். அதனால் நாங்கள் உன்னோடு நடந்து வருகிறோம்" என்று நாங்கள் அவனோடு சேர்ந்து நடந்தோம். அவனைக் கொண்டுபோய் விடுதியிலே விட்டுவிட்டு ஆண்டாள் தெருவில் இருந்த வீட்டுக்கு நடந்தே சென்றிருக்கிறேன். நட்பின் காரணமாக சுமார் பத்து கிலோமீட்டர் நடந்திருக்கிறேன்.

அப்படி நடக்கிறபோது அவன் சொன்னான், "நான் தினந்தோறும் காலையில் எழும்போதும், இரவு உறங்கும்போதும் பட்டுக்கோட்டை கல்யாணசுந்தரம் பாடலின் இரண்டு வரிகளை நினைவில் கொள்வேன்.

"வறுமையை நினைத்துப் பயந்துவிடாதே
திறமை இருக்கு மறந்துவிடாதே.''

இதுதான் என்னை இயக்குகிற வரிகள். இதை எண்ணித்தான் நான் வாழ்கிறேன்" என்று சொன்னான். அந்த ஆண்டு எங்கள் கல்லூரியில் முதல் மதிப்பெண் பெற்றது அவன்தான்.

கணிதமேதை இராமானுஜம்

இப்படி ஏராளமானவர்களைப் பற்றிப் படிக்கிறோம். கணித மேதை சீனிவாச ராமானுஜம், உணவு இல்லாமல் கோயிலில் கொடுத்த உண்டியை வாங்கி அதை உண்டு, அந்தக் கோயிலில் உட்கார்ந்து கூட்டல், கழித்தல் போட்டு உலகின் மிகப்பெரிய கணிதமேதையாக மாறினார்.

லால் பகதூர் சாஸ்திரி

லால் பகதூர் சாஸ்திரி தன்னுடைய பள்ளி நாட்களில் ஆற்றைக் கடந்து செல்ல வேண்டும். ஆனால், படகுக்குத் தர அவரிடம் காசு இல்லாததால், வேட்டியை அவிழ்த்து அதில் புத்தகத்தை முண்டாசாக தலையில் கட்டிக் கொண்டு ஆற்றில் நீந்தி கரை சேர்ந்து பள்ளிக்கூடம் போய் படித்து வந்தார் என்று கேள்விப்படுகிறோம்.

அப்துல் கலாம்

ஏ.பி.ஜே. அப்துல் கலாம், செயின்ட் ஜோசப் கல்லூரியில் படிக்கிறபோது விடுதிக்குக் கட்ட பணம் இல்லை என்பதால் கடற்கரையில் மீன் பிடித்து வாழ்கிற குடும்பத்தைச் சார்ந்தவர்கள் புலால் உண்பதைத் தவிர்த்து, அந்தப் பணத்தை அப்துல் கலாமுக்குக் கொடுத்து நாட்டின் தலைசிறந்த விஞ்ஞானியாக மாற்றினார்கள்.

அறிஞர் அண்ணா

அறிஞர் அண்ணா சொல்வார்: "கல்லூரியில் படித்த காலங்களில் நான் ஒவ்வொரு முறை வீடு திரும்புகிறபோதும் என் தாத்தாவின் கழுத்திலோ காதிலோ ஏதோ ஒரு நகை குறைந்திருக்கும், அது எனக்காக என்று தெரியும்" என்று சொல்வார்.

அறிஞர் அண்ணா படித்து முடித்தவுடன் குடும்ப சூழ்நிலையினால் அவரை வேலைக்குச் செல்லச் சொல்கிறார்கள். நகர சபையில் ஒரு வேலை காலியாக இருப்பதை அறிந்து, சிபாரிசுக்காக ஒரு நீதிபதியிடம் செல்கிறார். அந்த நீதிபதி, அண்ணாவைப் பார்த்தவுடன் வெளியே வந்து "நானே உங்களைப் பார்க்கவேண்டும் என்றிருந்தேன். ராஜா சர் அண்ணாமலைச் செட்டியாரிடம் நீங்கள் சிபாரிசு செய்யவேண்டும். அது உங்களால்தான் முடியும்" என்று சொன்னவுடன், "நாம் யாரிடம் வேலை கேட்டு வந்தோமோ, அவர் நம்மிடமே சிபாரிசு கேட்டு வருகிறாரே என்று வாயை மூடிக்கொண்டு திரும்பி வந்துவிட்டாராம். இதை எழுதிவிட்டு அண்ணா சொல்கிறார்: "ஒருவேளை அன்றைக்கு அந்த வேலை கிடைத்திருந்தால் உன்னுடைய அண்ணன் நகரசபையின் தலைமை குமாஸ்தாவாக இருந்திருப்பானே தவிர, தமிழ்நாட்டின் தலைமை அமைச்சராகி இருக்கமாட்டான்" என்று பின்னாளில் அண்ணா சொன்னார்.

ஆகவே, எந்தக் காரணத்தினாலும் தாழ்வு மனப்பான்மை கொள்ளாதீர்கள். வேறு எவரிடமும் இல்லாத தனித்திறமை உங்களிடம் மறைந்திருக்கும். அதை வெளிக்கொணருங்கள்.

இங்கே பேசுகிற நான் யார்? நாடாளுமன்றத்தின் நான்காவது முறை உறுப்பினர் என்பது மட்டுமல்ல, நான் மாநிலங்களவையின் துணைத்தலைவராக இருந்திருக்கிறேன். எங்கள் அவையின் தலைவர் வெங்கையா நாயுடு அவைக்கு வராதபோது, அவையை

நடத்துகிற இடத்தில் திருச்சி சிவா இருக்கிறேன். என் கட்சி பெரிய கட்சி அல்ல. ஆனால், அந்த அவையில் இருக்கிற எல்லோரும் எழுந்து என்னைப் பார்த்து வணங்கிவிட்டு உட்காருகிறார்கள் என்றால், அந்த இடத்திற்கு எப்படிச் சென்றேன்?

நாடாளுமன்றத்தின் ஒட்டுமொத்த வளாகமும் இருக்கிறது அல்லவா! மக்களவை, மாநிலங்களவை என்று புகழ்பெற்ற அந்த அரங்கங்கள். அதன் பாதுகாப்புக் குழுவில் மாநிலங்களவையில் இருக்கிற மூவரில் நானும் ஒருவனாக இருக்கிறேன். மற்ற இருவரும் முன்னாள் முதலமைச்சர்கள். அதில் ஒருவர் முன்னாள் ஆளுநர். நான் சாதாரணமானவன். இதெல்லாம் நாம் பெருமைப்படக் கூடியவை.

நான் என் பின்னணியை நினைத்திருந்தால் ஒரு சராசரி ஊழியனாக இருந்திருக்கக்கூடும். ஒரு தொழில் தொடங்கியிருந்தால் இன்னும் கொஞ்சம் பணம் சம்பாதித்திருக்கக்கூடும். என் நோக்கம் அதுவாக இல்லை.

ஒரு காலத்தில் நான் சொல்வேன்: "உன்னுடைய எதிர்பார்ப்பு என்பது, உன் உறவுகளுக்கு அப்பாற்பட்ட, உன் நண்பர்களுக்கு அப்பாற்பட்ட, உனக்கு அறிமுகம் இல்லாதவன் வீட்டில், உன் வாழ்க்கைக்குப் பின்னால் உன் படத்தை வைத்து, 'இவரால் இந்த நல்ல காரியம் நடந்தது எனச் சொல்வது போல வாழவேண்டும். அதுதான் சிறந்த வாழ்க்கை' என்று. அப்படி ஏதாவது ஒன்றை நீங்கள் செய்யுங்கள்.

என் கலெக்டர் கனவு

என் இளவயது ஆசை, நான் ஒரு கலெக்டர் ஆகவேண்டும் என்பது. ஆசைதான்! ஆனால், பள்ளியில் படித்தபோது என் வகுப்பில் ஒரு ஆசிரியர், எல்லோரிடமும் "நீங்கள் எதிர்காலத்தில் என்ன ஆக விரும்புகிறீர்கள்?" என்று கேட்டார். மாணவர்கள் ஒவ்வொருவரும் "என் மாமாவைப் போல இன்ஜினியர்", "என் அப்பாவைப் போல டாக்டர்", "என் சித்தப்பாவைப் போல வழக்கறிஞர்" என்று சொல்லிக் கொண்டிருந்தார்கள். அவர்களைப் போல சொல்வதற்கு எனக்கு யாரும் இல்லை. எனக்குத் தந்தை கிடையாது. நான் பிறந்தவுடன் அவர் மறைந்தார். வீட்டில் யாரும் கல்லூரிப் பக்கமே சென்றதில்லை. அதனால், "நான் கலெக்டர் ஆகவேண்டும் சார்" என்றேன். அவர் கேலியாகச் சொன்னார், "பில் கலெக்டரா?" என்று. "இல்லை ஐயா, நான் மாவட்ட கலெக்டர் ஆகவேண்டும்" என்றேன். "அதெல்லாம் உன்னைப் போன்றவர்கள் ஆசைப்படக்கூடாது. உட்கார்" என்றார். எல்லோரும் சிரித்தார்கள். காரணம், அவர்களெல்லாம் வசதியான குடும்பம். தாய், தந்தை அடையாளம் காட்டக்கூடிய பின்னணி. எனவே நான் ஒரு பெரிய கனவை சொல்லிவிட்டு குமைந்துபோய் உட்கார்ந்தேன்.

வீடு திரும்பினேன். என் தாயிடம் வகுப்பறையில் நடந்ததைச் சொல்லி, "நான் கலெக்டர் ஆகமுடியாதாம்மா?" என்று கேட்டேன். உடனே என் அம்மா, "எவன் சொன்னது? உனக்கு உண்மையிலேயே ரோஷம் வருகிறது என்றால், நீ நன்றாகப் படி. கலெக்டராகி அவருக்கு முன்னால் போய் நின்று 'நான் கலெக்டர் ஆகிவிட்டேன்' என்று சொல்" என்றார். எனக்கு சுயமரியாதை, ஊக்கம், தைரியம், முயற்சி, அனைத்தையும் ஊட்டியது என் தாய்.

வைக்கிற புள்ளிகள் எல்லாம் கோலமாக மாறுவதில்லை. அதுபோல, நாம் விரும்புகிற வாழ்க்கை அமைவதில்லை. நம் வாழ்க்கைப் பாதை நம்மை எங்கெங்கோ இட்டுச்செல்லும். திசை திருப்பிச் செல்லும். வேறு இடத்திற்கு நம்மைப் புரட்டிப்போடும். ஆனால், அந்த இடத்திற்கு ஏற்றவர்களாக நம்மை நாம் தக்கவைத்துக் கொள்கிறபோது நாம் வெற்றி பெற்றவர்களாக மாறுவோம் என்பதை மறந்துவிடாதீர்கள்.

நபிகள் நாயகம்

ஒவ்வொரு நாளும் ஒரு விக்கிரகத்தை வைத்து வணங்கிக் கொண்டிருந்த மக்களுக்கு முன்னால் போய் நின்று துணிச்சலாக "கடவுளுக்கு உருவம் இல்லை. இறைவன் ஒருவனே" என்று சொன்ன அண்ணல் நபிகள் நாயகம் நூற்றாண்டுகளைக் கடந்து வாழ்கிறார். இன்றைக்கு 78 நாடுகளில் அவரது பாதையைப் பின்பற்றுகிறார்கள். ஒரு தனிமனிதன் கிளம்பினார், புரட்சி ஏற்படுத்தினார். இன்றைக்கு அது சரியென்று உலகம் ஏற்றுக்கொண்டது.

ஒருவர் ஒன்றைச் செய்கிறபோது தனி மனிதராகத்தான் இருப்பார். மெல்ல மெல்ல அவருடைய கருத்துகள் வலிமையாகிற போது, அதைப் பின்பற்றக்கூடியவர்கள் அதிகரிக்கிறபோது அவருக்குப் புகழ் கிடைக்கும். திருவள்ளுவர், நபிகள் நாயகம், ஏசுநாதர், காந்தியடிகள், அண்ணா, கலைஞர் என்பதன் தொடர்ச்சி உங்களில் ஒருவராகக்கூட இருக்கலாம். இருக்க வேண்டும் என்பது என் ஆசை.

சில நாட்களுக்கு முன்னால் ஜமால் முகம்மது கல்லூரியில் நடந்த ஒரு விழாவில் கலந்துகொள்கிற வாய்ப்பு எனக்குக் கிடைத்தது. இந்திய விடுதலைப் போராட்டத்தில் பங்குபெற்ற இஸ்லாமியர்களைப் பற்றிய ஒரு புத்தகத்தினுடைய வெளியீட்டு விழாவில் பேசுவதற்காக அந்த நூலினை நான் படித்தேன். அதில் பல இஸ்லாமியத் தலைவர்களைப் பற்றி எழுதப்பட்டிருக்கிறது.

நான் ஒருவரைப் பற்றி மத்திய அரசின் கவனத்திற்குக் கொண்டுசெல்ல வேண்டும். பகத்சிங் போராடிய காலத்தில் சிறைச்சாலையிலிருந்து அவன் ஒரு வழக்கறிஞரைப் போல செயல்பட்டான். பகத்சிங் மீது மிகப்பெரிய குற்றச்சாட்டு என்பது லாகூர் வெடிகுண்டு வழக்கு என்பதோடு நாடாளுமன்றத்தில் அவன் வெடிகுண்டு வீசினான் என்பது.

பகத்சிங் பேச்சாற்றலில், வாதத்திறமையில் வல்லவன். எனவேதான் சுகதேவ்க்கு வருகிற வாய்ப்பு பகத்சிங்கிற்குப் போகிறது. பகத்சிங் நீதிமன்றத்தில் வாதிடுவதைக் கண்டு வியந்து போகிறார்கள். அப்போது சிறைச்சாலையில் பத்திரிகைகள் வேண்டும் என்று போராட்டம் நடத்துகிறார். போராட்டம் மதிக்கப்படவில்லை என்றவுடன் உண்ணாவிரதம் தொடங்குகிறார். சிறைச்சாலையில் உண்ணாவிரதம் இருப்பது மிகப்பெரிய குற்றம். உண்ணாவிரதம் இருக்கும் இவர்களைக் கைது செய்து கொண்டுபோய் மருத்துவமனையில் வைக்கிறார்கள். அதில் அந்தமான் சிறையில் இருந்த ஒரு போராளியையும் கொண்டுபோய் மருத்துவமனையில் வைத்து குழாய் மூலமாக உணவு கொடுக்க முயற்சிக்கிறார்கள். அவன், குழாயை வாயில் வைத்தவுடன் பல்லைக் கடித்துக்கொண்டு அந்த உணவை உள்ளே விடாமல் தடுக்கிறான். எனவே மூக்கு வழியாக உள்ளே விடுகிறார்கள். அதை இருமி வெளியே எடுத்துவிடுகிறான். இதன் காரணமாக உள்ளே இருக்கிற உடலுறுப்புகள் காயம்பட்டு இரத்தம் வெளியே வர ஆரம்பிக்கிறது. இப்படிப் போராடிப் போராடி அவன் சில நாட்களுக்குப் பிறகு செத்துப்போகிறான். அதன் பின்னர்தான் அரசாங்கம் அதிர்ந்து சிறைச்சாலையில் பத்திரிகைகள் தர ஆரம்பிக்கிறது.

நமக்கு பகத்சிங் தெரியும். ஓரளவுக்கு சுகதேவ், ராஜகுரு இருவரையும் தெரியும். இந்தச் சிறைச்சாலையில் ஒரு பத்திரிகைக்காக உண்ணாவிரதம் இருந்து, உண்ண மறுத்து, இவ்வளவு போராட்டங்களுக்குப் பின்னால் அதைத் துப்பி, இருமி, இரத்தத்தைக் கக்கி செத்துப் போனானே அவனைத் தெரியுமா?

அலி அம்சா

அலி அம்சா என்றொருவர். அவர் பர்மாவில் வாழ்ந்தார். நேதாஜி சுபாஷ் சந்திரபோஸ் இந்திய தேசிய இராணுவத்திற்காக அங்கு சென்று உதவிகளைப் பெறுகிறபோது அவர் 'ப்ளாங் செக்' கொடுத்து, "நீங்கள் எத்தனை லட்சங்கள் வேண்டுமானாலும் நிரப்பிக் கொள்ளுங்கள்" என்று கொடுத்துவிட்டார். நேதாஜிக்கு மாலை அணிவிக்கிறார்கள். அந்த மாலையை ஏலத்திற்கு விடுகிறார்கள். அந்த மாலையை 3 லட்சம் ரூபாய்க்கு ஏலம் எடுத்திருக்கிறார். 1940களில் ஒரு பவுன் தங்கத்தின் விலை இரண்டு ரூபாய். அப்படியானால் அந்த 3 லட்சம் ரூபாய்க்கு எத்தனை பவுன் தங்கம் வாங்கியிருக்கலாம் என்று நினைத்துப் பாருங்கள். இவ்வாறு இந்திய சுதந்திரத்திற்காக தன் பணத்தை எல்லாம் வழங்கிய அவர், கடைசி காலத்தில் அகதியாக இந்தியாவுக்குத் திரும்பினார். வாடகை வீட்டில் குடியிருந்தார். வறுமையில் செத்தார்.

அவருக்காக நடந்த ஒரு விழாவில் அவருடைய மகள் ஒரு கைத்தறி புடவையோடு வந்து நின்ற அவலத்தை நான் பார்த்தேன். அவரும், அவருடைய வாரிசுகளும் விழா நடத்துபவர்கள் கொடுத்த ஒரு லட்சம் ரூபாய் காசோலையை வாங்கிக்கொண்டு போனார்கள். நான் கலங்கி நின்றேன். இதுதான் உலகம். மறந்துவிடாதீர்கள்.

அன்று விழாவில் அந்தக் காட்சியைப் பார்த்தேன். இன்றைக்கு இங்கே பேசுகிறேன். இத்துடன் நிறுத்திக்கொள்ள மாட்டேன். நாடாளுமன்றத்தில் பேசுவேன். முடிந்தால் பிரதமரின் கவனத்திற்கும் கொண்டு செல்வேன். இவர்களைப் போன்றவர்களுக்கு என்ன செய்யப் போகிறீர்கள்?

வறுமையில் வாடிய வ.உ.சி.

'நம் நாட்டுக்காக கப்பலோட்டிய தமிழன்' என்று பாடப்புத்தகத்தில் படிக்கிறோமே, அந்த வ.உ.சி. கடைசி காலத்தில் மளிகைக் கடையில் கணக்கு எழுதிப் பிழைத்தார். அவர் பெரியாருக்கு, "வறுமையில் வாடுகிறேன் ஐயா, நான் யாரிடம் பகிர்ந்து கொள்வேன்?" என்று கடிதம் எழுதினார். இதுதான் நாட்டுக்கு உழைத்தவர்களுக்கு தரப்படுகிற பரிசு என்றால், இந்நிலை தொடரக்கூடாது.

என் தூக்கத்தைக் கலைத்த ஒரு விஞ்ஞானக் கதை

நேற்று இரவு விஞ்ஞான புனைகதை ஒன்றைப் படித்து, என் தூக்கம் போனது. அதில் சொல்கிறான். ஒரு காலம் வரும். அப்போது காலை ஆறு மணிக்கு ஒரு சப்தம் வரும். "நீ தூங்குவதற்கான நேரம் முடிந்து விட்டது. எழுந்திரு" என்று. "எனக்குக் களைப்பாக இருக்கிறது, இன்னும் கொஞ்சம் தூங்க வேண்டும்" என்றால், "முடியாது . நீ காலை ஆறு மணிக்கு எழுந்திருக்க வேண்டும் என்பது நீதி, திட்டம். அதுபோல குளிப்பது, சாப்பிடுவது, அலுவலகம் செல்வது, எல்லாவற்றையும் குறிப்பிட்ட நேரத்தில் செய்தாக வேண்டும். எனக்குத் தூக்கம் வருகிறதோ, வரவில்லையோ பன்னிரெண்டு மணிக்குப் படுத்தாகவேண்டும். கடைசியாக ஒரு அழைப்பு வரும். "உன் காலம் முடிந்தது. கிளம்பு". "நான் ஆரோக்கியமாகத்தான் இருக்கிறேன்". "அதெல்லாம் முடியாது. இந்தக் கணக்குப்படி உன் காலம் முடிந்தது. நீ போய் அந்த நாற்காலியில் உட்கார். உன் வாழ்க்கை முடிந்துவிடும்." இப்படி ஒரு காலம் வரும்.

பயமாக இருக்கிறதா? எதுவரை எல்லாம் நம் கட்டுப்பாட்டில் இருக்கிறதோ, அதுவரை எல்லாம் சரியாக இருக்கும். எது நம்மை மீறி நம்மை ஆள ஆரம்பிக்கிறதோ, பின்னர் அது நம்மை அடித்து சாப்பிட ஆரம்பிக்கும். மறந்துவிடாதீர்கள்.

ஒன்றை எப்படியெல்லாம் சரியாகப் பயன்படுத்துவது என்பதை முழுமையாகத் தெரிந்துகொள்வதற்கு முன்னால், அதை எப்படியெல்லாம் தவறாகப் பயன்படுத்தலாம் என்று தெரிந்து கொள்கிறவர்கள் வந்து சேர்கிறார்கள். அதை மட்டுமே கற்றுக்கொள்கிற கூட்டம் அதிகமாகிப் போகிறது.

தோழியர்களே! நீங்களும் நானும் இந்த உலகின் ஏதோவொரு மூலையில் சந்திப்போம்! நிச்சயமாக சந்திப்போம்! அப்போது வந்து என்னிடம் உங்களை அறிமுகப்படுத்திக் கொள்ளுங்கள். உயர்ந்த இடத்தில் நீங்கள் என்னோடு கைகுலுக்கும் நாளை நான் ஆவலோடு எதிர்பார்க்கிறேன். அப்போது நான் இன்னும் உயரமான இடத்தில் இருப்பேன் என்கிற நம்பிக்கை எனக்கு இருக்கிறது.

நாம் எப்போது பேசினாலும், எப்போது யோசித்தாலும், எப்போது எதைச் செய்தாலும் எல்லாம் நேர்மறையாகவே இருக்கட்டும். எதிர்மறை எண்ணங்களை ஒருபோதும் அனுமதிக்காதீர்கள். 'என்னால் இது முடியும்' என்று நினைத்தால், எதுவும் முடியும்.

கற்பனை செய்ய முடியாத அளவுக்கு பலவற்றை நாம் இன்று அனுபவிப்பதற்குக் காரணம், நமக்கு முன்னால் வாழ்ந்த பலர். அப்படி மாறப்போகிறவர்களில் நீங்களும் ஒருவராக இருப்பீர்கள். அந்த நம்பிக்கையோடு விடைபெறுகிறேன்.

நன்றி! வணக்கம்!!

23
பெண்ணினம் போற்றுவோம்
குவைத் யாழ் நிகழ்ச்சியில் ஆற்றிய உரை

நான் பெண்களைப் பெரிதும் மதிக்கிறவன்; போற்றுகிறவன். நான் மூன்று மாதக் குழந்தையாக இருந்தபோது தந்தையை இழந்த என்னை அந்தப் பருவத்திலிருந்து ஒரு மனிதனாக வளர்த்தவர், நற்பண்புகளை, ஒழுக்கத்தை, சுயமரியாதையை எனக்குச் சொல்லித் தந்தவர் என் தாயார்.

பின்னர், எனது அரசியல் பணிகளுக்கு, சமூகக் கடமைகளுக்கு பக்கபலமாக, பேருதவியாக இருந்தவர் எனது மனைவி. இவர்கள் மட்டுமல்லாமல் என் வாழ்க்கையில் முக்கியமான பங்குகளை வகித்தவர்கள் பெண்கள். இப்போது கூட எனக்கு உதவியாக இருப்பவர்கள் என் பெண் பிள்ளைகள்.

மனிதகுல வரலாற்றில் பெண்கள்

ராகுல் சாங்கிருத்யாயன் தனது 'வால்கா முதல் கங்கை வரை' எனும் மனிதகுல ஆராய்ச்சி நூலில் மிக அருமையான ஒரு செய்தியைச் சொல்கிறார். மனிதகுலம் தோன்றி அது மெல்லமெல்ல வளர ஆரம்பித்தக் காலத்தில் குடும்பத்தின் தலைவர்களாக மட்டுமல்லாமல், குழுக்களின் தலைவர்களாகவும் பெண்களே இருந்திருக்கிறார்கள். அப்போது தாய்தான் எல்லாவற்றுக்கும் முதன்மையானவள் என்று ஆராய்ச்சி ரீதியாக அவர் சொல்லியிருக்கிறார். வழி நடத்துகின்ற ஆற்றல், போர் புரிகிற வலிமை, அன்பு காட்டுகிற, எல்லாவற்றையும் நிர்வகிக்கிற திறமை பெண்களுக்கு இருந்திருக்கிறது என்பதற்கு அடையாளம் ஆதிகால மனிதனின் தலைமைப் பொறுப்பு பெண்களிடம் இருந்தது என்பதுதான்.

பின்னர் பல்வேறு காரணங்களால் மனித குலம் மெல்ல மெல்ல இடம்பெயர்ந்தபோது ஆண் தலைமை ஏற்கிற நிலை ஏற்பட்டது. அதனால் பல நடந்தன. ஆனாலும் அதிலிருந்து பெருமளவுக்கு மீண்டு வந்துவிட்டோம் என்பது மகிழ்ச்சி.

பல நடந்தன என்கிறபோது அதில் ஒன்று பெண்கள் ஒடுக்கப்பட்டவர்களாக மாறிய அவலநிலை. பெண்கள் தங்களின் ஆற்றலை, அறிவை, திறமையை வெளிப்படுத்திவிட

முடியாமல் ஒரு குறிப்பிட்ட காலத்தில் ஆண் இனக் கூட்டம் அவர்களை ஆதிக்கம் செலுத்தியது. அதற்கேற்ப சட்ட, திட்டங்களை வகுத்துக் கொண்டார்கள். அதற்கு கடவுளை, மதத்தை, சாதியை, சமூகக் கட்டுப்பாடுகளை எல்லாம் காரணம் காட்டினார்கள்.

தமிழ் இலக்கியத்தில் பெண்கள்

தமிழ் இலக்கியத்தைப் பொறுத்தவரை முதல், இடை, கடை எனும் மூன்று சங்க காலங்களிலும் ஆயிரத்து அறுநூறுக்கும் மேற்பட்ட புலவர்கள் இருந்திருக்கிறார்கள். அவர்களில் முப்பத்து இருவர் பெண் புலவர்கள். புறநானூறு, அகநானூறு, பதிற்றுப்பத்து ஆகியவற்றில் பெண்கள் எழுதிய பாடல்கள் இருக்கின்றன.

ஆதிமந்தி

நான் திருச்சியில் பிறந்தவன். கரிகாற் சோழன் உரையூரை தலைநகராகக் கொண்டு ஆட்சி செய்த ஊர் அது என்பது எங்களுக்குள்ள பெருமை. கரிகாற் சோழனுடைய மகள் ஆதிமந்தி. அவள் சேரன் ஆட்டனத்தியை மணம் செய்து கொள்கிறாள். இதனை பாவேந்தர் பாரதிதாசன் 'சேரதாண்டவம்' என்ற நாடகமாக எழுதினார். கவியரசு கண்ணதாசனோ 'ஆட்டனத்தி ஆதிமந்தி' எனும் காவியமாக இயற்றினார். இக்காவியம்தான் எம்.ஜி.ஆர். பத்மினி நடித்த 'மன்னாதி மன்னன்' எனும் திரைப்படமாக வெளிவந்தது.

கரிகாற் சோழன் சோழர் குலத்தின் முன்னோடி. அவருடைய சாதனைகள் பல உண்டு. எனினும், அவருடைய மகள் ஆதிமந்தி புலவராக, சிறப்புக்குரியவராக இருந்திருக்கிறார். அவரைப் பற்றிய பல பெருமைக்குரிய அம்சங்கள் இருந்திருக்கின்றன.

காக்கைப்பாடினியார்

சேர மன்னன் சேரலாதனைப் பாடி, மகிழ்வித்து, அவரை மனம் கவர்ந்து அவரையே மணந்துகொண்டவர் நச்செள்ளையார். அந்த நச்செள்ளையார் பற்றி கவிஞர் வைரமுத்து 'வில்லோடு வா நிலவே' என்றொரு நூலை எழுதியிருக்கிறார். அந்த நச்செள்ளையாரே பின்னர் 'காக்கைப்பாடினியார்' என்று போற்றப்படுகிறார். தமிழுக்கு இலக்கணம் எழுதியவர் தொல்காப்பியர். அவரைப் போல தமிழுக்கு இலக்கணம் எழுதிய பெண் என்றால் அவர் காக்கைப் பாடினியார்தான்.

ஒக்கூர் மாசாத்தியார்

கலைஞர் அவர்களுக்கு மிகவும் பிடித்த புறநானூறில் ஒரு பாடலை,

"குடிசைதான் ஒரு புறத்தில்
கூரிய வேல்வாள்
வரிசையாய் அமைந்திருக்கும்..."

என்று எழுதினாரே, அப்பாடலில் ஒரு பெண் தன் கணவனை, தமையனை போரில் இழந்து இறுதியாக தன் மகனைப் போருக்கு அனுப்பியதை எடுத்துச் சொல்லியது ஒக்கூர் மாசாத்தியார் எனும் பெண் புலவர். இப்படி தமிழ்ப் பெண்ணினப் பெருமையைச் சொல்லிக்கொண்டே போகலாம்.

ஔவையார்

ஔவையார் அந்தக் காலத்திலேயே எல்லோருக்கும் தெரிந்தவர். அவர்தான் பெண் புலவர்களிலேயே அதிகமாக எழுதியவர்; அதிகமாக அறியப்பட்டவர். அவருக்கும் முன்னதாகவே பல பெண் புலவர்கள் இருந்திருக்கிறார்கள்.

அக்காலப் பெண்கள் ஆட்சி புரிவதிலும் நிகரற்றவர்களாக இருந்திருக்கிறார்கள். மன்னர்களுக்குத் துணையாக இளவரசி போருக்குச் சென்றிருக்கிறார். மன்னன் இறந்ததற்குப் பிறகு அவரது பொறுப்பை ஏற்று ஆட்சி செய்திருக்கிறார். தங்களுடைய நாடு எவருக்கும் அடிமைப்படக் கூடாது என்று எந்த வகையிலும் சளைக்காமல் பெண்கள் ஆட்சி நடத்திய வரலாறு நிறைய உண்டு.

நாடாளுமன்றத்தில்...

சென்ற ஆண்டு மகளிர் தினத்தின்போது நாடாளுமன்றத்தில் ஒரு நிமிட நேரம் பேசுகிற வாய்ப்பு எனக்குக் கிடைத்தது. அப்போது, "பெண்கள் அதிகமாக பயன்படுத்துகிற 'சானிடரி நாப்கி'னுக்கு ஜி.எஸ்.டி. வரிவிலக்குத் தாருங்கள். அது பெண்களுக்குத் தரக்கூடிய மிகப்பெரிய கொடையாக இருக்கும். ஏழைப் பெண்களுக்குப் பேருதவியாக இருக்கும்" என்று நான் எடுத்து வைத்தேன்.

இந்த ஆண்டு நான் பேசுகிறபோது, "இந்திய விடுதலைக்காகப் பாடுபட்ட தலைவர்கள் என்றால் திலகர், காந்தி, படேல், வ.உ.சி., பாரதியார், பகத்சிங் என்றெல்லாம் சொல்லிக்கொண்டு போகிற போது, பெண்களில் ஜான்சிராணி இலக்குமிபாய், சரோஜினி நாயுடு, விஜயலட்சுமி பண்டிட் என்று கூறுவார்கள்.

ஆனால், 16ஆவது நூற்றாண்டில் முதன் முதலாக வெள்ளையர்களை எதிர்த்துப் போரிடுகிற உணர்வு வந்தது தமிழ்நாட்டில்தான். அவ்வுணர்வை வெளிப்படுத்தியவன் பூலித்தேவன். அவரைத் தொடர்ந்து கட்டபொம்மன். 1857ல் வேலூரில் 'சிப்பாய் புரட்சி' நடந்தது அதற்கு வெள்ளையர் வைத்த பெயர் 'சிப்பாய் கலவரம்'.

வேலு நாச்சியார்

முதன் முதலில் சிவகங்கையில் வேலு நாச்சியார் என்கிற வீரப் பெண்மணி தன் கணவன் மறைவுக்குப் பின்னால் ஆட்சிப் பொறுப்பேற்று ஆங்கிலேயரை எதிர்த்துப் போரிட்டு கடந்த காலத்தில் இழந்த கோட்டைகளை எல்லாம் மீட்டார். திப்பு சுல்தான், ஹைதர் அலி, மருது சகோதரர்கள் போன்றவர்களின் துணையோடு ஆங்கிலேயரை எதிர்த்து பெரும் போர்கள் புரிந்தார்.

முதல் தற்கொலை வீராங்கனை 'குயிலி'

குறிப்பாக, வெள்ளையர்கள் ஏராளமான நவீன ஆயுதங்களைக் கொண்டுவந்து குவித்து, இனி வெல்லவே முடியாது என அச்சுறுத்தி முற்றுகை இட்டபோது, வேலு நாச்சியார் என்ன செய்வது என்று தடுமாறிய நேரத்தில் அவருக்குத் தளபதியாக இருந்த 'குயிலி' என்கிற வீரப்பெண் அந்தக் கோட்டைக்குள் சில பெண்களோடு கலை நிகழ்ச்சி நடத்துகிற ஒரு குழுவினராக உள்ளே நுழைந்து, அவர்கள் தங்களின் உடலின் மீது நெய்யை ஊற்றி, தீயை வைத்துக்கொண்டு வெள்ளையர்களின் ஆயுதக்கிடங்கில் குதித்து, அதை ஒட்டுமொத்தமாக அழித்தார்கள். முதல் தற்கொலை வீராங்கனை என்று சொல்லக் கூடியவர் 'குயிலி' ஆவார். அவ்வாறு குயிலி வெள்ளையர்களின் ஆயுதக் கிடங்கை அழித்த பிறகு வேலு நாச்சியாரின் வெற்றி எளிதானது.

ராணியம்மா, அப்பக்கா

அதுபோல ராணியம்மா, அப்பக்கா போன்றவர்கள் எல்லாம் மிகப்பெரிய வரலாற்று நாயகிகள். இவர்களைப் பற்றி தமிழ்நாட்டில் சிலருக்குத் தெரியும். அகில இந்திய அளவில் யாருக்கும் தெரியாது.

நான் நாடாளுமன்றத்தில் குறிப்பிட்டேன்: “இப்படிப்பட்ட தமிழ்ப் பெண் வீரர்கள் எல்லாம் நாடோடிப் பாடல்களில் மட்டுமே இன்னும் ஒலிக்கப்பட்டுக் கொண்டிருக்கிறார்கள். சில ஊர்களில் தெருக்கூத்துகளில் சொல்லிக் கொண்டிருக்கிறார்கள்; சில ஊர்களில் பாடப்படும் பாடல்களில் இருக்கின்றார்களே தவிர, வரலாற்றில் குறிப்பிடத்தக்க இடத்தில் அவர்கள் இடம் பெறவில்லை. அடுத்த தலைமுறைக்கு அவர்களைப் பற்றி சொல்கின்ற கடமையினை யாரும் ஏற்கவில்லை. எனவே, மத்திய அரசின் பாடத்திட்டமான சி.பி.எஸ்.இல் இந்தப் பெண்களைப் பற்றியெல்லாம் பாடங்களாகக் கொண்டு வாருங்கள்” என்று கேட்டுக்கொண்டேன்.

அப்போது அவையில் இருந்த அவைத்தலைவர் வெங்கையா நாயுடு அவர்கள் எனக்குப் பாராட்டு தெரிவித்ததுடன் அரசின் கவனத்துக்குக் கொண்டு சென்றார். அது தொடர்புடைய அமைச்சருடன் பேசி அவர் மேற்கொண்டு பேசுவார் என்று தெரிவித்தார்.

இப்போது தமிழ்நாட்டில் தளபதி மு.க.ஸ்டாலின் அவர்கள் தலைமையில் அரசு அமைந்ததற்குப் பின்னால் இந்த ‘யாழ் குவைத்’ நிகழ்ச்சியிலே முத்துக்குமார் தொடக்கத்திலே சொன்னதுபோல பாராட்டத்தக்க அளவில், வியக்கத்தக்க அளவில் பல்வேறு சாதனைகள் தமிழ்நாட்டில் நடந்துகொண்டிருக்கின்றன. இதுபற்றி கல்வி அமைச்சர் அன்புத்தம்பி அன்பில் மகேஷ் பொய்யாமொழியுடனும் பாடநூல் நிறுவனத்தில் உள்ளவர்களிடமும் பேசி உள்ளேன்.

இது போன்ற பல சாதனைகளைப் புரிந்த நம்முடைய மண்ணில் பிறந்த பெண்களைப் பாடத்திட்டங்களில் கொண்டு வந்து எதிர்காலத்திலே பிள்ளைகளுக்கு அவர்களைப் பற்றி தெரியக்கூடிய வாய்ப்பினை உருவாக்க வேண்டும்.

குந்தவை நாச்சியார்

இராஜராஜ சோழன் என்றால் உடனே குந்தவை நாச்சியார் நினைவுக்கு வருவார். கல்கியின் ‘பொன்னியின் செல்வன்’ படிக்கிற போது அதில் வருகிற ஆண்களுக்கு ஈடாக பெண்களின் பங்களிப்பும் இருந்திருப்பதை அறியலாம். அரசியல் ராஜதந்திரத்தில், போர்க்களத்தில் முன்னணியில் நிற்பதில், வீர விளையாட்டுகளில் மட்டுமல்ல பொறுப்புணர்வுடன் குடும்பத்தை பாங்குடன் நடத்துவதிலும், அன்பு காட்டுவதிலும் பெண்கள் முக்கியமானவர்களாக இருந்திருக்கிறார்கள்.

ஆண்கள் ஏன் வீரர்களாக இருந்திருக்கிறார்கள் என்றால், அதற்குக் காரணம் அவர்களைப் பெற்ற தாயார்களால்தான் இருந்திருக்கிறார்கள். மராட்டிய மன்னன் சிவாஜி யிலிருந்து நமக்குத் தெரிந்த யாராக இருந்தாலும் தாய்தான் காரணமாக இருந்திருக்கிறார்.

கவியரசு கண்ணதாசன்,

‘கருவினில் வளரும் மழலையின் உடலில்
தைரியம் வளர்ப்பாள் தமிழ் அன்னை’

என்று எழுதியுள்ளார். தாய் தன் பிள்ளைகளுக்கு ஊட்டுகிற வீர உணர்வு, அவர்களை வீரர்களாக உருவாக்கும்.

அயர்லாந்து இங்கிலாந்திலிருந்து பிரிகிறபோது நடந்த யுத்தத்தில் படைத்தளபதி வீரஞ்செறிந்த ஓர் உரையாற்றுகிறபோது, முதலில் பெண்களைப் பார்த்து, “பெண்களே நீங்கள் வீரமுள்ளவர்களாக இருங்கள். அப்போதுதான் உங்களால் வீரமுள்ள பிள்ளைகளை வயிற்றில் சுமந்து இந்த நாட்டுக்குத் தரமுடியும்” என்றான்.

ஆகவே, பெண்களுக்குத் திறமை இருந்தது, ஆற்றல் இருந்தது, அறிவு இருந்தது, புலமை இருந்தது, வீரம் இருந்தது, ஆட்சி நடத்துகிற நிர்வாகத்திறன், ராஜதந்திரம் எல்லாம் இருந்தது.

இப்படிப்பட்ட பெண்கள் எப்போது அடிமையானார்கள்? ஏன் அடிமையானார்கள்? யார் அடிமைப்படுத்தினார்கள்? போன்ற பல கேள்விகள் எழுகிறபோதுதான், நமக்கு வரலாறு தெரியவேண்டும், நாம் வாழ்ந்தது தெரிய வேண்டும். அது தெரிகிறபோது இடையில் இழந்ததற்கான காரணம் புரியும். சிலருடைய சூழ்ச்சியும் தெரியவரும்.

ஒருவர் திறமையானவர் என்றால் அவரை ஏற்க மறுக்கிற மனநிலை நம்மிடமும் உண்டு. திறமையான ஒருவரைக் கண்டு பரவசப்படுகிற உணர்வு பெரும்பாலும் இருப்பதில்லை. பொறாமை உணர்வு எழுந்து நிற்பது தவிர்க்க முடியாத ஒன்றாக உள்ளது. அது சமுதாயத்தில் இன்றைக்கு நேற்றைக்கு அல்ல; புராண காலத்தில், இதிகாச காலத்திலேயே இருந்திருக்கிறது. வரலாற்றுக் காலத்திலும் இருந்திருக்கிறது. இன்னமும் இருக்கிறது. ஆனால், அதையெல்லாம் மீறி வரவேண்டும்.

இன்று இலக்கியம் பேசுகிற, பல்வேறு பணிகளைச் செய்கிற பெண்கள், 'சமையல் கலை' என்று வருகிறபோது அது ஏதோ செய்யக்கூடாத ஒன்று என்பதைப் போல நினைக்கிறார்கள். சிலர் 'எனக்குச் சமைக்கத் தெரியாது' என்று சொல்வதைக்கூட பெருமையாக நினைக்கிறார்கள். சமைப்பதும், பரிமாறுவதும் அன்பை அமைதியாக வெளிப்படுத்துவதும் ஒரு கலை. நல்ல உணவு இருந்தால்தான் வயிறு நிறையும். வயிறு நிறைவாக இருந்தால்தான் மனது நிறைவாக இருக்கும். அந்த நல்ல உணவைப் பரிமாறுகிற போது அன்புடன், பாசத்துடன், பரிவுடன், பாங்குடன் பரிமாறுகிற போது இன்னும் சிறப்பாக இருக்கும். அதையும் பெண்கள் செய்ய வேண்டும்.

வரலாற்றில் இந்த இடைப்பட்ட காலத்தில் பெண்கள் ஒடுக்கப்பட்டு இன்னும் போராடிக் கொண்டிருக்கிறார்கள். Women Empowerment, Economic Empowerment என்று பேசுகிறோம். பெண்கள் இன்றைக்குப் பல இடங்களில் அதிகாரம் மிக்கவர்களாக இருக்கிறார்கள். உள்ளாட்சி அமைப்புகளில் பல பெண்கள் தலைவர்களாக பொறுப்பேற்றிருக்கிறார்கள். ஆனால், அவற்றை நடத்துவது அவர்களின் கணவன் அல்லது அண்ணன், தம்பிகள், தந்தையாக இருப்பார்கள். பெரும்பாலும் அவர்களை சுதந்திரமாக செயற்பட அனுமதிப்பதில்லை.

பெண்களுக்கு 30 விழுக்காடு இடஒதுக்கீடு

அரசு மற்றும் தனியார் பணியிடங்களில் பெண்களுக்கு 30 விழுக்காடு இடஒதுக்கீடு வேண்டும் என்பது என்னுடைய தனிநபர் மசோதா. அதற்குக் காரணம் எல்லோருக்கும் முன்னோடியாக விளங்கிய தலைவர் கலைஞர்தான். தமிழ்நாட்டில் அரசுப் பணிகளில் பெண்களுக்கு 30 விழுக்காடு ஒதுக்கீடு செய்தார்.

அடுத்து ஆரம்பப் பள்ளிகள் அனைத்திலும் பெண்கள் மட்டுமே ஆசிரியர்களாக இருப்பார்கள் என்கிற ஒரு சட்டத்தை நிறைவேற்றினார். ஏனெனில், சிறு வயது பிள்ளைகளை அன்போடு அரவணைத்து பாடம் சொல்லித் தருகிற ஒரு பண்பு, இயல்பு பெண்களுக்கு உண்டு என்கிற அந்த உணர்வினால்தான்.

முதலில் பெண்கள் வெளியே செல்வதற்கே அனுமதி இல்லை. பின்னர் பெண்கள் கல்வி கற்க உரிமை இல்லை, தகுதி இல்லை என்று ஒதுக்கி வைக்கப்பட்ட காலம் ஒன்று

உண்டு. “அடுப்பு ஊதும் பெண்களுக்குப் படிப்பு எதற்கு?” என்கிற நிலை எல்லாம் மாறி, இன்றைக்கு விண்ணிலே சென்று ஆண்கள் சாதிக்க முடியாததை பெண்கள் சாதிக்கிற நிலை உருவாகி இருக்கிறது.

வியக்க வைக்கும் பெண் விமானிகள்

ஒரு சம்பவத்தைக் குறிப்பிடுகிறேன்: பொதுவாக விமானம் தரையில் இறங்குகிறபோது அது பெரிய விமானமாக இருந்தாலும், சிறிய விமானமாக இருந்தாலும் ஒரு குலுக்கலோடுதான் இறங்கும். ஆனால், அது குலுங்காமல், அமைதியாக இறங்கி சீராக தரையில் செல்கிறது என்றால் அந்த விமானத்தின் விமானி பெண்ணாகத்தான் இருக்க முடியும். இதை நான் பலமுறை உணர்ந்திருக்கிறேன். இது ஓர் ஆச்சர்யம்.

உதாரணமாக, சென்ற வாரம் நான் சென்னையிலிருந்து திருச்சிக்குச் சென்றபோது அந்த சிறிய விமானம் இறகு இறங்குவது போல தரையில் இறங்கியதை உணர்ந்தேன். பின்னர் அந்தப் பெண் விமானியை அழைத்து பாராட்டிவிட்டு வந்தேன். பெண்கள் எதைச் செய்தாலும் அதை பாங்குடன், பக்குவத்துடன் செய்வார்கள் என்பதற்கு இது ஓர் உதாரணம்.

முன்பு, கணவன் இறந்தால் அவன் சடலத்தோடு சேர்ந்து மனைவியும் விழுந்து எரிந்து சாகவேண்டும் என்கிற நிலை இருந்தது. கணவன் இறந்துவிட்டால் மனைவி நெற்றியில் திலகமிடக் கூடாது, நல்ல அணிகலன்களை அணியக்கூடாது, நல்ல உடை உடுத்தக்கூடாது, தலையிலே மணம் கமழ்கின்ற மலர்களைச் சூடிக்கொள்ளக்கூடாது என்றெல்லாம் பெண்களை ஒடுக்கி வைத்திருந்தது இந்தச் சமுதாயம்.

என் தாயின் மானத்தைக் காப்பாற்றிய பெரியார்

என் தந்தை இறந்தபோது என் தாய்க்கு வயது 29. நான் ஐந்து மாதக் குழந்தை. பெண்கள் கணவனை இழந்தால் அவர்கள் மேல்சட்டை அணியக்கூடாது என்பது அன்றைய சடங்கு, சம்பிரதாயம். அதனால் ஊர்க்காரர்கள் என் அம்மாவிடம் “இனி நீ மேல்சட்டை அணியக்கூடாது. அணிந்திருப்பதைக் கழற்று” என்று கட்டாயப்படுத்தி இருக்கிறார்கள். 29 வயது பெண் வெளியே செல்லக் கூடியவர். அவருடைய மனநிலை எப்படி இருந்திருக்கும் நினைத்துப் பாருங்கள். கதறிக்கொண்டே என் அம்மா எங்கள் உறவினர்களிடம் முறை யிட்டிருக்கிறார். உறவினர்களும் “இது நம்ம பழக்கம்தானே மேல்சட்டையை கழற்றிவிடு” என்று சொல்லி இருக்கிறார்கள். அப்போது என் தாயாரோடு பிறந்தவர்கள் அன்றைக்கே திராவிட இயக்கத்தில் பற்றுடையவர்களாக இருந்த காரணத்தினால் போராடித் தடுத்திருக்கிறார்கள். “பெரியாரால் என் மானம் காப்பாற்றப்பட்டது” என்று தாய் பலமுறை சொல்லி இருக்கிறார். பெரியாரைப் பற்றி எனக்குச் சொல்லியதே என் தாயார்தான்.

பல வீடுகளில் முக்கியமான நிகழ்வுகளில் கணவனை இழந்த பெண்கள் கலந்து கொள்ளக் கூடாது, எதிரே வரக்கூடாது என்றெல்லாம் இருந்த நிலை மெல்ல மெல்ல இயல்பாகவே மாறிவிட்டன என்றால் வரலாற்றில் ஒரு மாற்றம் நடந்திருக்கிறது. அதனால்தான் வரலாற்றைப் படியுங்கள் என்று சொல்கிறேன்.

வரலாற்றில், சீதை சொல்ல முடியாததை கண்ணகி நடத்திக் காட்டினார் என்று சொல்கிறோம். மாதவி ‘பெண் பிறவியின் பெருமைக்குரிய அடையாளமாக வாழ்ந்தாள்’ என்று சொல்கிறோம். அவருடைய மகள் மணிமேகலை... இவையெல்லாம் கடந்த காலம். அதோடு நின்றுவிட்டதா? என்றால் இல்லை. அதையெல்லாம் கடந்து வருகிறபோது

ஒடுக்குமுறை அதிகமாக இருந்து, அதிலிருந்தும் பெண்கள் விடுபட்டார்கள். அப்படி விடுபடுவதற்குக் காரணம் பல தலைவர்கள் பெண்களுக்காகப் பாடுபட்டார்கள். அதில் குறிப்பாக தென்னகத்தில் இன்றைக்கும் நம்மால் மறக்க முடியாதவர் தந்தை பெரியார் அவர்கள்.

பெண்விடுதலைக்காகப் போராடிய பெரியார்

பெரியாரின் முதல் முழக்கம் 'பெண் விடுதலை' என்பதாகவே இருந்தது. 'யாரும் யாருக்கும் அடிமை இல்லை' என்றார். அவருடைய முக்கியமான கொள்கை சுயமரியாதை. பெண் இனத்தின் உயர்வு என்பதை தனது முழக்கமாக வைத்தார்.

பெண்களுக்கு சொத்திலே உரிமை வேண்டும் என்று முதல் குரல் கொடுத்தவர் நபிகள் நாயகம். அதற்குப் பிறகு பெரியார்தான் சொன்னார், "ஒரு பெண் வசதி வாய்ப்புகளோடு பிறந்து எத்தனை சீர்சிறப்புகளோடு புகுந்த வீடு சென்றாலும் 'இன்னும் மிச்சம் மீதி அங்கே இருக்கிறதே' என்று பேசக்கூடிய புகுந்த வீட்டைச் சார்ந்தவர்கள் இருக்கிறார்கள். இது அவசியம்தானா? என்பதைவிட எதிர்பார்ப்புகள் என்று வருகிறபோது எவ்வளவு நல்ல பெண்ணாக இருந்தாலும், எவ்வளவு பொறுப்புள்ள பெண்ணாக இருந்தாலும் அந்தப் பெண்ணுக்கு இந்தச் சொத்தின் காரணமாக பிரச்சினை வருகிறது என்கிறபோது, ஏன் அந்தப் பெண்ணுக்கு அந்த சொத்தில் உரிமை இல்லையா? மூதாதையர் சொத்திலே ஆண்களுக்கு மட்டும்தான் உரிமையா?" என்கிற ஒரு புரட்சிக் குரல் ஒலித்தது என்றால் அது பெரியார்தான். அவரது அந்த எண்ணத்துக்கு கலைஞர் ஆட்சிக்கு வந்ததும் செயல்வடிவம் கொடுத்தார்.

இஸ்லாமியர்களுக்கு ஒரு சட்டம் உண்டு. கிறித்தவர்களுக்கு ஒரு சட்டம் உண்டு என்பதைப் போல இந்து சட்டத்தின்படி 1990ஆவது ஆண்டுக்கு முன்னால் அவர் இறந்திருந்தால் அவருடைய சொத்துக்களில் பெண்ணுக்கு ஒரு பங்கு போகாது. 90ஆவது ஆண்டில் பெண்களுக்கு சொத்தில் பங்கு உண்டு என்கிற நிலை வருகிறது. அதற்குக் காரணம் அன்றைய முதல்வர் கலைஞர்.

ஆக, பெண்களுக்கு சொத்திலே பங்கு கொடுத்தது, கல்வியிலே வாய்ப்பு கொடுத்தது, வேலையிலே வாய்ப்பு கொடுத்தது என்று மெல்ல மெல்ல மாறி வருகிற சூழலில் இன்றைக்கு பெண்களே மீண்டும் வழிகாட்டிகளாக மாறி வருகிறார்கள்.

நான் பெருமையோடு சொல்வேன், என்னைவிட திறமையான ஒருவர் என்னைவிட வேகமாக ஓடினால் ஏற்றுக்கொள்ள வேண்டுமே தவிர, அவரை ஓட்டப்பந்தயத்தில் கலந்து கொள்ளக்கூடாது என்று எனக்கு இருக்கிற அதிகாரத்தை வைத்து நிர்ப்பந்திக்கக் கூடாது. பலர் செய்வதே அதுதான்.

பணியிடங்களில் பெண்கள் மீதான ஒடுக்குமுறை

திறமையான ஒருவர் இருந்தால் அவரை மதிப்பதைவிட நீ இந்த இடத்திலேயே இருக்கக்கூடாது என ஒதுக்குவதற்கும் ஒடுக்குவதற்கும்தான் முயற்சி செய்கிறார்கள். குறிப்பாக பெண்களை ஒடுக்குவதில் பெரும்பாலும் வீட்டிலுள்ள ஆண்களே முக்கியமானவர்களாக இருப்பார்கள். பணியிடங்களில் மேலமைப்பில் இருப்பவர்கள் சக பெண் தொழிலாளர்களை வேறு பார்வையில் பார்த்து அவர்களை ஒடுக்கி வைப்பது என்பது ஒரு வகை. பெண் தொழிலாளர்களை ஏற்றுக்கொள்ளாத ஒரு தன்மை; அவர்களை அவமானப்படுத்துகிற ஒரு தன்மை. இவற்றையெல்லாம் கடந்து மீண்டு வந்திருக்கிறோம் என்றாலும், முழுமையாக

வந்துவிட்டோமா என்றால் இல்லை. இன்னும் நாம் செல்லவேண்டிய தூரம் அதிகமாக இருக்கிறது.

சாதனை படைக்கிற அளவுக்கு ஆற்றல் மிக்கப் பெண்கள், வரலாற்றிலே இடம்பெறுகிற அளவுக்கு பெரும் கடமைகளை ஆற்றக்கூடிய அளவுக்கு திட்பமுடைய பெண்கள், இன்றைக்கு இந்த நிகழ்ச்சியில் 'யாழ் குவைத்' அமைப்பினர் பேசுவதை, அவர்களின் செயற்திறன் காட்சிகளை வரிசையாகச் சொல்வதைக் கண்டு உள்ளபடி நான் நெகிழ்ந்து போனேன். இவ்வளவு அற்புதமாக ஓர் அமைப்பை நடத்துவது என்பதோடு அந்த அமைப்பின் மூலம் நிகழ்ச்சிகளை சுவைபடத் தருவதுதான் உங்களுடைய தனிச்சிறப்பு. பள்ளிகளிலோ கல்லூரிகளிலோ பெரும்பாலும் இத்தகைய கலாச்சார நிகழ்ச்சிகளை நடத்துகிறபோது பெண் ஆசிரியைகளின் பொறுப்பில் இருந்தால் அதில் ஒரு நேர்த்தி இருக்கும்.

வீட்டில் ஓர் அறையை என்னிடம் கொடுப்பீர்களானால் என்னைச் சுற்றி புத்தகங்கள் கிடக்கும். களைந்து போட்ட ஆடைகள் கிடக்கும். பொருட்கள் எல்லாம் சற்று கலைந்து கிடக்கும். அதே அறையை ஒரு பெண்ணிடம் கொடுத்தால் அந்த அறை கலை வடிவம் பெறும். இருப்பது இருக்க வேண்டிய இடத்தில் இருக்கும். பார்ப்பதற்கு பரவசமாக இருக்கும். அதுபோல பெண்கள் கைகளில் கொடுக்கப்படுகிற எதுவும் வீணாகப் போகாது.

பழைய பாடல் ஒன்றில்,

"அம்மா கையில் கொடுத்துப் போடு செல்லக்கண்ணு
அவங்க ஆற நூறு ஆக்குவாங்க செல்லக்கண்ணு"

என்று சொல்வார்.

அதுபோல பெண்களிடம் எதைக் கொடுத்தாலும் அதை செம்மையாக, சிறப்பாக, நேர்த்தியாக செய்வார்கள். பெண்கள் இப்போது குடும்பத்தை சிறப்பாக நிர்வகிப்பது மட்டுமல்லாமல் நாட்டையும் நிர்வகிக்கக் கூடியவர்களாக உள்ளனர். விஞ்ஞானிகளாக, சிறந்த மருத்துவர்களாக, படைப்பாளிகளாக எனப் பல்வேறு துறைகளில் இன்று சாதித்து வருகின்றனர். அதனால்தான் 'பெண்ணினம் போற்றுவோம்' என்கிறேன்.

'பெண்ணியம்' என்பது பலருக்குப் பல வடிவங்களில் பல்வேறு கருத்துகளில் சொல்லப்படும். நான் 'பெண் இனம் போற்றுவோம்' என்றுதான் சொல்வேன். 'எல்லோரும் ஓர் குலம்; எல்லோரும் ஓர் நிறை' என்பது போல பெண்களை சமமாக நடத்திட வேண்டும். நம்மைவிட உயர்வாக இருப்பார்களேயானால் போற்றிட வேண்டும், மதித்திட வேண்டும். அதில் நான் பெருமைகொள்ள வேண்டும்.

இங்கே என் தாயைப் பற்றி குறிப்பிட்டேன். என் தாய் பள்ளிக்கூடமே செல்லாதவர். என் மனைவி பள்ளிப் படிப்பையே முடிக்காதவர். ஆனால், இந்த இருவருக்கும் தோன்றுகிற யோசனைகள் அபாரமானது.

பெண்களின் தனித்திறமைகள்

பிறந்த வீட்டில், பள்ளிப் பருவத்தில் யாழ், வீணை போன்ற இசைக் கருவிகளைக் கற்று வளர்கின்ற பெண்கள் திருமணத்திற்குப் பிறகு தங்களின் தனித்திறமைகளை தொலைத்துவிட்ட சோக முகங்களைப் பார்க்கலாம். அவர்கள் அடுப்படியில் நின்றுகொண்டு முணுமுணுத்துக் கொண்டிருப்பார்கள். நான் பல நேரங்களில் 'ரோட்டரி' போன்ற குடும்பத்தாரைச் சந்திக்கிற நிகழ்ச்சிகளில் கேட்டுக் கொள்வதுண்டு: "தயவு செய்து

குறிப்பிட்ட ஒரு நாளை குடும்பத்தாருடன் செலவு செய்யுங்கள். ஒரு வேளையாவது குடும்பத்தினருடன் சேர்ந்து உணவருந்துங்கள். அப்படி சேர்ந்து உணவருந்துகிறபோதுதான் பலவற்றை பேசிக் கொள்வதற்கான வாய்ப்புகள் கிடைக்கும். குடும்ப நிலை தெரியும். அவரவருடைய தனித் திறமைகள் தெரியவரும். இரவு நேரங்களில் விளக்கை அணைத்துவிட்டு கதை சொல்லச் சொல்லுங்கள். அந்த இருட்டிலேயே பாடச் சொல்லுங்கள். தயக்கம் இருக்கிறவர்களுக்குக்கூட அந்த இருளில் பாடுகிற தைரியம் வரும். அவர்களின் திறமை வெளிப்படும். பின்னாளில் இவையெல்லாம் இனிய நினைவுகளாகவாவது இருக்கும்" என்று சொல்வதுண்டு.

சமீபத்தில் வெளிவந்த ஒரு திரைப்படத்தில் கால்பந்தாட்ட வீராங்கனையை அவரது கணவன் அடக்கி வைத்த காட்சிகளைப் பார்த்தோம். அதுபோல எத்தனையோ ஆற்றல் மிகுந்த பெண்கள் திருமணத்திற்குப் பின்னால் குடும்பத்தைப் பாதுகாப்பதற்கு மட்டுமே என ஒடுங்கிப் போகிறபோது நான் பேசுவது பெண்களுக்காக மட்டுமல்ல, ஆணினத்தைச் சேர்ந்த தோழர்களுக்கும்தான் சொல்கிறேன். உங்கள் வீட்டில் இருக்கிற மனைவியாக இருக்கலாம். உங்களுடைய பிள்ளைகளாக இருக்கலாம். உங்கள் உறவுகளாக இருக்கலாம். உங்களில் யாருக்காவது திறமை இருக்குமானால் அந்தத் திறமைகளை நீங்கள் ஊக்கப்படுத்தி, பாராட்டி வெளிச்சத்துக்குக் கொண்டு வாருங்கள். "இவர் என் வீட்டுப் பெண்" என்று சொல்கிற உணர்வு ஆணுக்கு வரவேண்டும்.

ஆணைவிட பெண் உயர்ந்தவளா? என்கிற எண்ணம் ஆண்களுக்கு வரக்கூடாதது போலவே, பெண்களுக்கும் தாழ்வு மனப்பான்மை வரக்கூடாது. ஆண் எல்லாம் தெரிந்தவன் என்று கருதக்கூடாதது போலவே, பெண் எதுவும் தெரியாதவள் என்றும் கருதக்கூடாது.

இங்கே பேசிய இப்ராகிம், அவர் பள்ளியில் படிக்கும்போது என்னை சட்டக் கல்லூரி மாணவனாகப் பார்த்ததாக சொன்னார். ஆனால், அந்த நேரத்தில் நான் முதுகலைப் படிப்பு முடித்து அதன் பிறகு பதினைந்து ஆண்டுகள் கழித்துதான் சட்டம் படிக்கப் போனேன். அப்போது ஆட்சியாளர்கள் நான் கழகத்தைச் சேர்ந்தவன் என்பதால் எனக்கு இடம் தர மறுத்தபோது நான் ஐ.ஏ.எஸ். தேர்வு எழுதி, பின்னர் முழுமையாக அரசியலுக்கு வந்து பின்னர் 1991ல் அம்மையார் ஜெயலலிதா ஆட்சிக்கு வந்தபோது ஓய்வு அதிகம் கிடைத்ததால் சட்டம் படித்தேன். அந்த நேரத்தில்கூட ஒரு போராட்டத்தில் கைதாகி அதிலிருந்து விடுப்பில் வந்து தேர்வு எழுதிய நாட்கள் உண்டு. அப்பொழுதெல்லாம் நான் தேர்வு எழுதச் செல்வதா? போராட்டத்திற்குச் செல்வதா? என்றெல்லாம் குழப்பம் வருகிறபோது என் மனைவி சொன்னார், "உங்களுக்கு அரசியல்தான் வாழ்க்கை என்று வந்துவிட்ட பிறகு தேர்வு இரண்டாவதுதான். நீங்கள் ஒன்றும் வழக்கறிஞர் வேலை பார்க்கப் போவதில்லை" என்று மிக எளிதாகத் தீர்வு சொன்னார்.

உலகிலேயே உயர்ந்த உறவு 'தாய்' என்கிற உறவு. பிறந்த குழந்தையை ஓர் ஆண் கையில் சுமந்து செல்லக்கூட தயங்குகிற போது அந்தக் குழந்தையை தன் வயிற்றில் சுமந்து உருமாறி, உடல் தடுமாறி, களைப்படைகிறபோதுகூட பிள்ளைக்கு வலிக்கக் கூடாதே என்பதற்காக பாதம் நோகாமல் நடக்கின்ற தாய், குழந்தைக்கு உடல் கொடுப்பாள், உயிர் கொடுப்பாள், அது பிறந்த பிறகு தன் இரத்தத்தைப் பாலாகக் கொடுப்பாள். அதனால்தான் மற்ற யாரையும் விட குழந்தைக்குத் தாயின் மீது ஒரு நம்பிக்கை பிறக்கும். தாயிடம் ஒரு பாதுகாப்புக் கிடைக்கும். தாய்தான் தனக்கு பேருதவியாக, துணை நிற்கமுடியும் என்கிற எண்ணம் வேரூன்றி விடும். அதனால்தான் இரவு நேரங்களில் பயந்து விழிக்கிறபோதோ, தடுக்கி விழுகிறபோதோ இயல்பாக எல்லோருக்கும் "அம்மா" என்பதற்குக் காரணம் அதுதான். ஒவ்வொரு பெண்ணுக்குள்ளேயும் ஒரு தாய் இருக்கிறாள்.

கண்ணதாசன் சொல்வார்: இந்த நாட்டில் பிச்சை எடுப்பவன் கூட ஏழு வயது சிறுமியைப் பார்த்து "சிறுமியே பிச்சைப் போடு" என்று கேட்கமாட்டான். "தாயே பிச்சையிடு" என்றுதான் கேட்பான். இங்கே பிறக்கிற குழந்தைகளுக்குத் தாய்மை பண்பு தானாக வரும்" என்பார்.

எனவே, பெண்கள் தங்களுக்குள் உள்ள தனித்திறமையை முதலில் நீங்கள் அடையாளம் காணுங்கள். உங்களை நீங்களே இரசியுங்கள். நம்மை நாமே மதிக்கவேண்டும். அப்போதுதான் பிறர் நம்மை மதிக்கவேண்டும் என்கிற உணர்வை நம்மால் ஏற்படுத்த முடியும்.

பீர்பால் மனைவியின் மதிநுட்பம்

மன்னர் அக்பர், பீர்பாலுக்குச் சோதனைகள் வைத்து அதன் மூலமாக அவரது அறிவை மற்றவர்களிடம் நிலைநிறுத்துவார். பீர்பாலுக்குத் திறமை மிகுதி. அதேபோல அவர் மீது மற்றவர்களுக்குப் பொறாமை அதிகம். உடன் இருந்து பணிபுரிபவர்களுக்கு அவரளவுக்கு ஆற்றல் இல்லை என்றாலும், அதை ஏற்கிற மனநிலை இல்லை. எனவே அவர்கள் எப்படியாவது அவரை தாழ்த்திவிட வேண்டும் என்று பலமுறை முனைகிறபோதும், மன்னர் அவருடைய அறிவுத் திறமையை ஏதாவது ஒரு வகையில் நிலைநிறுத்தி 'இதனால்தான் இவர் இந்த இடத்தில் இருக்கிறார்' என்று புரிய வைக்கவேண்டிய பொறுப்பு மன்னருக்கு வந்து சேரும்.

பீர்பாலை தன்னகத்தே வைத்துக் கொள்ளவேண்டிய அவசியம் அவருக்கு இருந்தது. ஆனால், மற்றவர்களுக்குப் புரிய வைக்கவேண்டும் என்கிறபோது அவருடைய ஒவ்வொரு கட்ட திறமையின் மூலமாகவே அவர் அதை நிரூபித்தார். பீர்பாலின் சின்னச்சின்னக் கதைகளில்கூட நாம் அதைப் புரிந்து கொள்ளலாம். அது அவருக்கான சோதனைகள் அல்ல; அவரை நிலைநிறுத்திக் கொள்வதற்காக மன்னர் எடுத்துக்கொண்ட முயற்சி என்பது.

ஒருமுறை எல்லோரும் பீர்பாலினால் இதைச் செய்ய முடியுமா, அதைச் செய்ய முடியுமா என்கிறபோது, "பால் கறக்கிற காளை மாடு உண்டா!" என்று ஒருவர் கேட்க "உண்டு. அதை பீர்பால் கொண்டு வருவார்" என்று மன்னர் சொல்லிவிட்டார்.

மன்னர் சொல்கிறபோது மறுக்க முடியுமா? அவர் சொல்லுக்குக் கட்டுப்பட வேண்டிய நிலை. "ஒரு வார காலம் அவகாசம் கொடுங்கள்" என்று மட்டும் கேட்டுக்கொண்டு பீர்பால் செல்கிறார். ஆறு நாட்கள் வரை விடை தெரியாமல் தவிக்கிறார். ஆறாவது நாள் இரவு வீட்டில் குழப்பத்தின் உச்சத்தில் இருக்கிறார். அப்போது மனைவி வருகிறார். அவர் "ஏன் குழப்பத்தில் இருக்கிறீர்கள்?" என்று கேட்கிறார். "பால் கறக்கிற காளைமாடு வேண்டுமாம். எங்கே போவது? உலகத்திலே நடக்காத அதிசயம்" என்கிறார்.

பீர்பால் மனைவி, "உறங்கச் செல்லுங்கள். நாளைய பொழுது நல்ல பொழுதாக விடியட்டும்" என்கிறாள். இது பீர்பாலுக்குச் சம்பிரதாயமான சொல்லாகத்தான் தெரிந்தது. இருந்தாலும் உறங்கச் செல்கிறான்.

மறுநாள், பீர்பாலின் மனைவி அதிகாலை நாலு மணிக்கெல்லாம் எழுந்து அரண்மனைக்கு பக்கத்தில் இருக்கிற குளத்தில் துணிகளை எல்லாம் நனைத்து ஓங்கி ஓங்கி அடித்துத் துவைக்கிறாள். ஓசை கேட்டு உறக்கம் கலைந்த மன்னன் எழுந்து சென்று சாளரத்தின் வழியே "யாரது, அதிகாலை வேளையில் அரண்மனைக்கு அருகே வந்து துணி துவைத்து தொல்லை செய்வது?" என்று கேட்கிறான்.

“மன்னா மன்னியுங்கள். வீட்டில் என் கணவனுக்குக் குழந்தை பிறந்திருக்கிறது. அவரும் குழந்தையும் உறங்குகிற இந்த நேரத்தில்தான் அவர்களின் துணியை எல்லாம் என்னால் துவைக்க முடியும்” என்கிறாள்.

மன்னரோ “என்ன? யாரிடம் கதை பேசுகிறாய்? எந்த நாட்டில் ஆண் மகன் குழந்தை பெறுவான்?” என்று கேட்கிறபோது, “எந்த நாட்டில் காளை மாடு பால் கறக்குமோ அந்த நாட்டில்தான் மன்னா, ஆண் மகனும் குழந்தை பெறுவான்” என்று பதில் சொல்கிறாள். உடனே மன்னன், “நீ பீர்பாலின் மனைவியா?” என்று கேட்கிறார். “ஆம்” என்கிறாள்.

மறுநாள், அவை கூடியவுடன் எல்லாரும் வந்த பிறகு பீர்பாலைப் பார்த்து மன்னர் சொன்னார், “இவ்வளவு காலம் உன்னுடைய அறிவுக்கும் திறமைக்கும் நீதான் காரணம் என்று நினைத்திருந்தேன். உனக்குப் பின்னால் உன் மனைவி இருக்கிறாள் என்பதை இன்றுதான் உணர்ந்து கொண்டேன். நீ கொடுத்து வைத்தவன்” என்று பாராட்டியதாக ஒரு நிகழ்ச்சி.

இன்றைக்கு அமெரிக்க நாட்டின் துணை அதிபராக நம்முடைய மண்ணிலே பிறந்த ஒரு பெண் திறமையோடு இருக்கிறார். நீங்கள் குவைத்தில் இருக்கிறீர்கள். கடல் கடந்து உற்றார் உறவினர்களை எல்லாம் பிரிந்திருக்கிறீர்கள். அருகில் இருப்பவர்களைவிட தொலைதூரத்தில் இருப்பவர்களுக்குத்தான் குடும்பத்தினர் மீது அன்பு மிகுதியாக இருக்கும். அதுபோல வேற்று நாட்டு மண்ணில் வசிக்கிற உங்களுக்குத் தமிழ் உணர்வு தமிழ்நாட்டில் உள்ளவர்களைவிட அதிகமாக இருக்கும்.

தமிழ்நாட்டில் இருப்பவர்கள் தங்கள் பிள்ளைகளுக்குத் தமிழ் சொல்லித் தருவதில் அக்கறை காட்டுவதில்லை. இன்றைக்கு நாடாளுமன்றத்தில், எங்களுக்குத் தரப்பட்ட கையேட்டில் வெறும் இந்தி மட்டுமே இருந்தது. “எங்களுடைய தாய்மொழிக்கு எதிராகத் தான் இவ்வளவு காலம் நீங்கள் சதி செய்கிறீர்கள். இது ஆங்கிலத்தையும் அகற்றுகிற முயற்சியா?” என்று நான் கேட்டபோது, வழக்கம் போல் துணை குடியரசுத் தலைவர் தலையிட்டு “நான் அதை சரி செய்கிறேன். தயவு செய்து பெரிதுபடுத்த வேண்டாம்” என்று உடனே அதிகாரிகளுக்கு உத்தரவிட்டு, “இதற்கு யார் காரணமோ அவர்கள் மீது நடவடிக்கை எடுங்கள்” என்று சொன்னார்.

தமிழ்நாட்டில் மத்திய அரசுப் பள்ளிகளில் தமிழ் இல்லை. ஆனால், குவைத்தில் தமிழ்ப் பள்ளிகள் இருக்கின்றன. அரேபிய நாடுகளில் தமிழ்ப் பள்ளிகள் இருக்கின்றன. லண்டனில் தமிழ் ஆய்வாளர்கள் இருக்கிறார்கள். பெண்ணைப் பெறுகிறவர்கள் பாக்கியசாலிகள். ஒரு பெண்ணைப் பெற்றெடுப்பவள் ஒரு தாயைப் பெற்றெடுக்கிறாள். பெண்கள் மதிக்கப்படவேண்டியவர்கள். பெண்ணை மதிக்காதவன் மனிதனே கிடையாது. போற்றப்பட வேண்டியவர்கள் பெண்கள். ஆகவே, பெண்ணினத்தைப் போற்றுவோம்.

நன்றி! வணக்கம்!!

24

வேளாண் தொழில் காப்போம்

நாடு முழுவதும் நடைபெற்றுக் கொண்டிருக்கிற உழவர் போராட்டத்திற்கு ஆதரவு தெரிவித்து நடைபெற்றுக் கொண்டிருக்கிற உண்ணாநிலை போராட்டத்திற்கு தலைமை பொறுப்பேற்றிருக்கின்ற திராவிட முன்னேற்றக் கழகத்தின் தலைவர் தமிழின விடியலின் பூபாளராகம் ஆருயிர் அண்ணன் தளபதி அவர்களே! தோழமைக் கட்சித் தலைவர்களே! நாடாளுமன்ற சட்டமன்ற உறுப்பினர்களே! பெரியோர்களே! தாய்மார்களே! வணக்கம்.

நடுங்கும் குளிரில் தொடர்ந்து தங்களுடைய கொள்கையினை உறுதியாகப் பற்றி தலைநகரிலே போராடிக் கொண்டிருக்கிற விவசாயிகளுக்கு தென்கோடியிலே இருக்கின்ற திராவிட முன்னேற்றக் கழகமும் அதன் தோழமைக் கட்சிகளும் நாங்கள் இருக்கின்றோம் என்ற நம்பிக்கையைத் தருகின்ற உண்ணாநிலை போராட்டம் இது

இந்தியாவின் எந்த மூலையில் என்ன பிரச்சனை என்றாலும், ஒரு மாநிலக் கட்சியாக இருக்கிற திராவிட முன்னேற்றக் கழகம்தான் அதை முன்னெடுத்துச் செல்கின்றது என்கிற நிலையினை அண்மைக் காலமாக பலரும் உணர்ந்து பாராட்டிக் கொண்டிருக்கிறார்கள். இன்றைக்கு நடைபெறுகின்ற போராட்டமும் அப்படித்தான். விரிவாக எல்லோரும் பேசிய காரணத்தினால் நான் இரண்டு செய்திகளை மட்டும் விளக்க விரும்புகின்றேன்.

உலக அளவிலே 2007ஆவது ஆண்டு ஒரு பொருளாதார சிதைவு ஏற்பட்டது. ஐரோப்பிய நாடுகளெல்லாம் அல்லாடிய அந்த நேரத்தில் அதில் சிக்காமல் தப்பித்த ஒரே நாடு இந்தியத் திருநாடு. அதற்குக் காரணங்கள் இரண்டே இரண்டுதான். ஒன்று, விவசாயத்தில் வளம் பொருந்தி உணவு உற்பத்தியில் தன்னிறைவு பெற்றது. இரண்டாவதாக, பொதுத்துறை நிறுவனங்களின் செயற்பாடுகள்.

இந்த இரண்டையும் முற்றிலுமாக ஒன்றுமில்லாமல் செய்கின்ற முயற்சியில் இன்றைக்கு மத்தியிலே இருக்கிற பாரதிய ஜனதா அரசு செயற்பட்டுக் கொண்டிருக்கிறது. லாபத்தில் இயங்குகிற பொதுத்துறை நிறுவனங்கள்கூட தனியார் கைக்குச் சென்று சேர்ந்துவிட்டது. அத்தியாவசியப் பொருட்களையும் இப்போது தனியாருக்குக் கொண்டு போய்ச் சேர்கிற நிலையினைத் தொடங்கி இருக்கின்றார்கள்.

யாராக இருந்தாலும் தாங்கள் உற்பத்தி செய்கிற பொருளுக்குத் தாங்களே விலை நிர்ணயிப்பார்கள். ஆனால், உழவன் மட்டும்தான் அவன் உற்பத்தி செய்கின்ற பொருளுக்கு அவன் விலையை நிர்ணயிக்க முடியாத நிலையில் வாழ்கின்றான். அதற்குக் காரணம் இருக்கின்றது.

மற்றவர்கள் உற்பத்தி செய்கின்ற பொருளை விருப்பம் இருந்தால் வாங்கலாம், இல்லாவிட்டால் வாங்காமல் இருக்கலாம். ஆனால், விவசாயி உற்பத்தி செய்கிற பொருள் அடிப்படையான தேவை என்ற காரணத்தினால் அரசாங்கமே ஒரு விலையினை நிர்ணயித்து இதற்குக் குறைந்து யாரும் வாங்கக் கூடாது. அப்படி வாங்க முன்வந்தால் நாங்களே வாங்கிக் கொள்கிறோம் என்ற நிலையினைத் தொடர்ந்து கடைபிடித்து வருகிறது.

'ரெகுலேட்டட்' என்கிற வார்த்தையே இன்று இல்லாமல் போய்விட்டது. பெட்ரோல், டீசல், மண்ணெண்ணெய், சமையல் எரிவாயு போன்றவை எல்லாம் கட்டுப்பாட்டு விலைகளுக்குள் இருந்தன. இப்போது தளர்த்தப்பட்டுவிட்ட காரணத்தினால் உலக அளவில் கச்சா எண்ணெயின் விலை குறைந்திருந்தாலும் அதன் பலன் மக்களுக்குச் சென்று சேர்வதில்லை. குறிப்பாக, சமையல் எரிவாயு பத்து நாட்களுக்குள் நூறு ரூபாய் உயர்ந்து இருக்கிறது.

இப்படி ஒவ்வொன்றாக கட்டுப்படுத்தப்பட்ட நிலையில் இருந்த விவசாயப் பொருட்களையும் அதிலிருந்து அகற்றுகின்ற நிலையைத்தான் இப்போது மேற்கொண்டிருக்கிறார்கள்.

ஏன் தனியார் துறைக்குப் போகக்கூடாது எனத் தடுக்கிறோம் தெரியுமா? ஒரு தனியார் லாபம் சம்பாதித்தார் என்றால் 'மரேன் டிரைவ்' பகுதியிலே 35 மாடி சொந்த வீடாக மாறும். ஆனால், பொதுத்துறை நிறுவனம் லாபம் ஈட்டினால் அது மீண்டும் மக்களுக்கு மானியமாகவும் நலத்திட்டங்களாகவும் வந்து சேரும்.

திராவிட முன்னேற்றக் கழகத்தை உருவாக்கிய அறிஞர் அண்ணா காலத்திலிருந்து, நெஞ்சமெல்லாம் நிறைந்திருக்கும் தலைவர் கலைஞர் காலத்திலிருந்து, இப்போது தளபதி காலம் வரை பொதுத்துறை நிறுவனங்களுக்குப் பாதுகாப்பாக இருக்கின்ற இயக்கம் திராவிட முன்னேற்றக் கழகம். அதே கொள்கையை உடையவர்கள்தான் உடன் இருக்கின்றார்கள்.

இப்போது வேளாண்துறை பாதிக்கப்பட்டிருக்கிறது. இனி தனியார்தான் இதில் ஆதிக்கம் செலுத்துவார்கள். விளைநிலங்கள் மலடு நிலங்களாக மாறுவதற்கான அறிகுறிகளும் ஆதாரங்களும் நிறைய இருக்கின்றன. நீ இந்தப் பொருளைத்தான் விற்பனை செய்ய வேண்டும் என்று நிர்ணயிக்க வியாபாரி ஒருவன் எங்கிருந்தோ வருவான். அவன் நீட்டுகிற ஒப்பந்தத்தில் கையெழுத்திடுகிற விவசாயிக்கு என்ன ஒப்பந்தம் என்று தெரியாது. எல்லாவற்றிற்கும் மேலாக மரபணு மாற்று விதைகள் என்பது அறிமுகப்படுத்தப்படும்.

மரபணு மாற்று விதைகள்

மரபணு மாற்று விதைகள் என்றால், இப்போது சாதாரணமாக ஒரு விவசாயி விளைவித்த நெல்லில் ஒரு பகுதி தனக்கு, ஒரு பகுதி விற்பனைக்கு என்று போக, மற்றொரு பகுதியை 'விதைக்கு' என்று எடுத்து வைப்பார். ஆனால், மரபணு மாற்று விதையை அப்படி எடுத்துவைக்க முடியாது. காரணம், அது ஒரு முறைதான் முளைக்கும். அதனால் அதை யார் விற்கிறானோ அவனுக்குப் பின்னால் போய் நிற்கவேண்டிய அவல நிலை உருவாகும்.

இப்போது நரேந்திர மோடி கொண்டு வந்திருக்கிற இந்த சட்டத்தின்படி வாங்க வருகிற வியாபாரி "நீ இந்த விதையைத்தான் பயன்படுத்தவேண்டும்" என்று நிர்ப்பந்தித்தால், நம்முடைய விவசாயிக்கு வேறு வழி இருக்காது. இன்ன பயிர்தான், இன்ன விதைதான், இன்ன தரம்தான் என்று அவர்கள் தீர்மானிப்பார்கள். இத்தனை ஆபத்துகள். இன்னும் விரிவாக இதற்குள் செல்ல விரும்பவில்லை.

நாடாளுமன்றமோ சட்டமன்றமோ ஒரு சட்டம் இயற்றுகிறது என்றால், அது சம்பந்தப்பட்டவர்களுக்கு நலம் விளைவிப்பதாக, பாதுகாப்புத் தருவதாக இருக்கவேண்டும். ஆனால், யாருக்காக என்கிறார்களோ அவர்களையே பாதிக்கின்ற சட்டங்களை நிறைவேற்றுகிற நிலை இந்திய நாட்டில் தொடர்ந்து நடந்து வருகிறது.

எனக்கு முன்னால் நாடாளுமன்ற உறுப்பினர்கள் எல்லாம் பேசினார்கள். மக்களவையிலே பெரும்பான்மை ஆளுங்கட்சிக்கும் மெலிந்த நிலையில் எதிர்க்கட்சிகளும் இருக்கின்ற காரணத்தினால் எல்லாவற்றையும் வேகமாக நிறைவேற்றி மாநிலங்களவைக்குக் கொண்டு வருகிறார்கள். மாநிலங்களவையில் சற்றேறக்குறைய அவர்களுக்குப் பெரும்பான்மை. இன்னும் சொல்ல வேண்டுமென்றால் சிலரை அச்சுறுத்தி, சிலரை வசப்படுத்தி தங்களுக்குப் பெரும்பான்மையை ஏற்படுத்திக் கொள்கிறார்கள். அதற்கு முன்பாக நான் உங்களின் கவனத்திற்கும் விளக்கத்திற்கும் ஒன்றைச் சொல்ல விரும்புகிறேன்.

மதுரை நாடாளுமன்ற உறுப்பினர் தம்பி சு.வெங்கடேசன் பேசுகிறபோது சொன்னார், மூன்று நிமிட நேரம்தான் விவாதத்திற்குத் தருகிறார்கள்' என்று. எங்களுக்கு அதைவிட மோசம், இரண்டு நிமிட நேரம்தான் தருவார்கள். ஏழு உறுப்பினர்களைக் கொண்ட தி.மு.க.வுக்குக் கிடைக்கிற நேரம் நான்கு நிமிடங்கள். இன்னும் சில நேரங்களில் மூன்று நிமிடங்கள். இதற்குள்ளாகத்தான் கருத்துகளை எடுத்துச் சொல்லவேண்டும் என்ற கட்டாயம்.

நிலைக்குழு

எனவேதான், எந்த மசோதா சட்டமாக நிறைவேறுவதற்கு முன்னாலும் அதை நிலைக்குழுவுக்கு அனுப்ப வேண்டும் என்ற ஒரு மரபு இருக்கிறது. இதை 'ஸ்டேன்டிங் கமிட்டி' என்று சொல்வார்கள். என்ன வேறுபாடு? அவையிலே கட்சி உறுப்பினர்களின் எண்ணிக்கைக்கு ஏற்ப நேரம். ஆனால், நிலைக்குழுவில் விவாதிக்கிற போது எல்லா கட்சிகளுக்கும் சமமாக மாறிவிடும். எல்லோருக்கும் நிரம்ப நேரம் கிடைக்கும். விரிவாக விவாதிக்கலாம். இதை எல்லாம்விட மேலாக இப்போது போராடிக் கொண்டிருக்கிற விவசாயிகள் அல்லது அவர்களுக்கு ஆதரவு தெரிவிப்பவர்கள், இந்த மசோதாவுக்கு ஆதரவு தெரிவிப்பவர்கள் எல்லோரும் அந்தக் குழுவுக்கு முன்னால் வந்து தங்கள் கருத்துகளை நாடாளுமன்றத்தில் சொல்வது போல சொல்கிற வாய்ப்பு உண்டு. ஆனால், பாரதிய ஜனதா ஆட்சிக்கு வந்ததிலிருந்து எந்த மசோதாவையும் நிலைக்குழுவுக்கு அனுப்புவது இல்லை.

பெரும்பாலும் அவசரச் சட்டமாகப் பிறப்பித்து, அவசரச் சட்டம் பிறப்பித்தப் பிறகு உடனேயே அது நடைமுறைக்கு வருகிறது. இதனுடைய சாதக பாதகங்களை ஒருவேளை நிறைவேற்றாமல் போனால் சிரமமாகிவிடும் என்று சொல்லி அதை நிறைவேற்றுகிறார்கள்.

தேர்வுக் குழு

ஒரு வேளை நிலைக்குழுவுக்குப் போகாமல் மக்களவையில் ஒரு மசோதா தேர்வாகி மாநிலங்கள் அவைக்கு வருகிறபோது, நாங்கள் அதனைத் தேர்வுக்குழுவுக்கு அனுப்புவோம். இதனை 'செலக்ட் கமிட்டி' என்று சொல்வார்கள்.

நிலைக்குழுவில் இரு அவை உறுப்பினர்களும் இருப்பார்கள். ஆனால், இந்தத் தேர்வுக்குழுவில் எல்லா கட்சிகளைச் சேர்ந்த எல்லா மாநிலங்களவை உறுப்பினர்களும் இருப்பார்கள்.

இப்போது இந்தப் பிரச்சனைக்கு வருகிறபோது, மக்களவையில் சப்தமில்லாமல் நிறைவேற்றி வந்த அந்த மசோதாக்கள் முக்கியமாக மூன்று. இந்தக் கூட்டத்தொடர் கொரோனா காலத்தில் நடைபெற்றது. நிரம்ப இடைவெளிவிட்டு மக்களவையும் மாநிலங்களவையும் இரு வேறு நேரங்களில், இரு அவைகளிலும் ஒரு அவையில் உட்காருகிற அளவிற்கு இட ஏற்பாடுகள். காலை 9.00 மணி முதல் மதியம் 1.00 மணி வரை மாநிலங்கள் அவையும், மதியம் 3.00 மணி முதல் 7.00 மணி வரையும் மக்களவையும் நடைபெற்ற சூழல். இந்தக் காலகட்டத்தில் பாதுகாப்பைப் பயன்படுத்தி எப்படிச் செயல்படலாம் என்று பாதுகாப்புத்துறை அமைச்சர் ராஜ்நாத்சிங், பாராளுமன்ற விவகாரத்துறை அமைச்சர் ஜோஷி, எல்லாவற்றிற்கும் பஞ்சாயத்துப் பேசுகிற கோயல் போன்றவர்கள் எங்களை எல்லாம் அழைத்துப் பேசினார்கள். அழைத்துப் பேசியபோது நாங்கள் சொன்னோம், மிகமுக்கியமாக: "எதிர்க்கட்சிகளுக்கு ஆறு மணி நேரம் ஒதுக்குங்கள். மீதி நேரங்களை நீங்கள் மசோதாக்களுக்கு எடுத்துக் கொள்ளுங்கள். மொத்தம் இருக்கிற நேரம் 72 மணி நேரம். எங்களுக்கு 16 மணி நேரம் ஒதுக்குங்கள். மீதி நேரங்களை நீங்கள் எடுத்துக் கொள்ளுங்கள்" என்று சொன்னோம்.

மிகமுக்கியமாக, திராவிட முன்னேற்றக் கழகத் தலைவர் வலியுறுத்தி வருகிற தேசிய கல்விக் கொள்கையை எதிர்ப்பதற்காக ஒரு விவாதம், சுற்றுச்சூழலுக்காக ஒரு விவாதம், ஜி.எஸ்.டி.யை எதிர்ப்பதற்காக ஒரு விவாதம். இவை எல்லாம் நாங்கள் முன்மொழிந்தது. எல்லாவற்றையும் ஏற்றுக்கொண்டார்கள். பின்னர் அவர்கள் மசோதாக்களை வரிசைப் படுத்தியபோது, இந்த மூன்று மசோதாக்களைக் குறிப்பிட்டு, "இது விவாதத்திற்குரியது. எனவே, தேர்வுக்குழுவுக்கு அனுப்பவேண்டும்" என்று நாங்கள் சொன்னபோது, அந்தக் கூட்டத்தில் பெரிய தலைவராக இருக்கின்ற பாதுகாப்புத்துறை அமைச்சரும், ரயில்வேதுறை அமைச்சரும் பாராளுமன்ற விவகாரத்துறை அமைச்சரும் "சரி" என்று ஒப்புக்கொண்டார்கள். ஆனால், இரண்டு நாட்கள் கழித்து நாங்கள் கொடுத்த எந்தப் பிரச்சனையையும் எடுத்துக்கொள்ளவில்லை. ஆனால், அவர்களுடைய மசோதாக்களை மட்டும் வேகவேகமாக நிறைவேற்றி வருகிறார்கள். இந்த நிலையில் இந்த மூன்றையும் தேர்வுக்குழுவுக்கு அனுப்புவதற்கான தீர்மானத்தை என்னைப் போன்றோர் கொடுத்திருந்தோம்.

அப்போது என்னைத் தனியே அழைத்து, அந்த அமைச்சர்கள் "தேர்வுக்குழுவுக்கு அனுப்ப முடியாது" என்று சொன்னார்கள். "ஒப்புக்கொண்டீர்களே" என்றேன்.

"அன்றைக்குச் சொன்னோம். இப்போது மேலிடத்தில் இருந்து அதை நிறைவேற்றித் தரவேண்டும் என்று சொல்லிவிட்டார்கள். ஆக, நாங்கள் தயாராக வேண்டிய நிலைமை" என்றார்கள்.

பதினெட்டு திருத்தங்கள் கொடுத்ததோடு இதை தேர்வுக் குழுவுக்கு அனுப்பவேண்டும் என்று திராவிட முன்னேற்றக் கழகத்தின் சார்பில் நானும், மார்க்சிஸ்ட் கம்யூனிஸ்ட் கட்சி சார்பில் கே.கே.ராகேஷும், கேரளாவில் இருக்கின்ற கரீம் போன்றவர்களும், காங்கிரஸ் கட்சியிலிருந்து வேணுகோபால் போன்றவர்களும் கொடுத்திருந்தோம். திரிணாமுல் காங்கிரசில் இருந்தும் கொடுத்திருந்தார்கள்.

பொதுவாக ஒரு மசோதா நிறைவேறுவதற்கு முன்னால் அதை ஆரம்பித்த உடனேயே, இதுபோன்ற தீர்மானங்களைக் கொடுத்தவர்கள் “அந்த தீர்மானத்தை வலியுறுத்துகிறீர்களா?” என்று கேட்பார்கள். நான்கு பேரும் “வலியுறுத்துகிறோம்” என்று சொல்லிவிட்டோம். விவாதம் நடந்தது.

முதல் நாள் இரண்டு மசோதாக்கள். அண்ணன் வைகோ அவர்கள் கொரானா காலம் என்பதால் வர இயலவில்லை. அவர் இல்லை என்கிற வேதனையை நான் அன்றைக்கு உணர்ந்தேன். இரண்டு மசோதாக்களுக்கு நான்கு மணி நேரம். 9.00 முதல் 9.30 வரை ‘ஜீரோ ஹவர்’. மீதி மூன்றரை மணி நேரம்தான். இந்த மூன்றரை மணி நேரத்திற்குப் பின்னால் விவாதத்திற்கே இன்னும் அரைமணி நேரம் மிச்சமிருக்கிறது.

நாங்கள் தொடக்கத்திலேயே, “எங்கள் திருத்தத்தை வலியுறுத்துகிறோம்” என்று சொல்லியாகி விட்டது. ஆனால், மூன்றரை மணி நேரத்திற்குள்ளாக இந்த இரண்டு மசோதாக்களையும் வேக வேகமாக ஒன்றாக இணைத்து அந்த விவாதத்தை முடித்து, அவையை நீட்டிக்க வேண்டுமென்றால் அவையின் ஒப்புதலைப் பெறவேண்டும். உறுப்பினர்களைப் பார்த்து, “அவையை நீட்டிக்கலாமா?” என்று கேட்டு, அதிலே சிலர் வேண்டாம் என்று சொன்னால்கூட குறிப்பிட்ட நேரத்தில் ஒத்தி வைத்துவிடுவார்கள். ஆனால், அன்றைக்கு ஒட்டுமொத்தமாக எதிர்க்கட்சியினர் அனைவரும் எழுந்து சொல்கிறோம்.

“இதில் நிறைய திருத்தங்கள் இருக்கின்றன. நேரமாகும். இரு அவைகளிலும் இருக்கிற உறுப்பினர்கள் வாக்களிக்கவேண்டும். எனவே நாளை வைத்துக்கொள்ளலாம்” என்று சொன்னபோது, அவையின் துணைத்தலைவர் காதிலேயே வாங்கிக் கொள்ளாமல் சடசடவெனத் தொடர்ந்து மசோதாவை நிறைவேற்ற ஆரம்பித்தார். கொந்தளிப்பு நடந்த நேரத்தில் அடுத்தத் திருத்தத் தீர்மானங்கள்.

தேர்வுக்குழுவிற்கு அனுப்பவேண்டும். ராகேஷ் இல்லை, வேணுகோபால் இல்லை. என பெயரை அழைத்தபோது “நான் இங்குதான் இருக்கிறேன்” என்று குரல் கொடுத்துக் கொண்டே இருந்தேன். ஆனால், அவர்கள் காதில் வாங்கிக் கொள்ளவில்லை. அமைச்சர்களிடம் மன்றாடினோம். “தேர்வுக்குழுவுக்குச் செல்வதால் எந்த ஆபத்தும் வராது. விவசாயிகள், விவசாயப் பிரதிநிதிகள் தங்களின் கருத்துகளைச் சொல்வார்கள். அடுத்தக் கூட்டத்தொடரில் வைத்து நிறைவேற்றிக் கொள்ளுங்கள். உங்களுக்குப் பெரும்பான்மை இருக்கிறது. துணைபோகிற கட்சிகள் இருக்கின்றன. மூன்று மாத காலம் பொறுக்க முடியாத அளவுக்கு உங்களுக்கு யாரிடமிருந்து நிர்ப்பந்தம்?” என்று கேட்டோம். அந்த நிர்ப்பந்தம் யார் என்பதை இங்கே பேசியவர்கள் எல்லாம் சொன்னார்கள். கூச்சல், குழப்பம். நீங்கள் பார்த்திருப்பீர்கள்.

நேற்றைக்குத்தான் டெல்லி முதலமைச்சர் அரவிந்த் கெஜ்ரிவால், டெல்லி சட்டசபையில் அந்த சட்ட நகலை கிழித்து எறிந்திருக்கிறார். அவருக்கு முன்பாகவே திராவிட முன்னேற்றக் கழகத்தைச் சேர்ந்த நான் நாடாளுமன்றத்தில் அந்த மசோதாவைக் கிழித்து அவர்கள் முன்னால் விட்டெறிந்தேன். இந்த மசோதா இப்படி நிறைவேறக்கூடாது. இப்படி ஏற்றுக்கொள்ள முடியாது. காரணம், நாங்கள் போராளியாகிய கலைஞர், வீராதி வீரனாகிய தளபதியின் படைவரிசையைச் சார்ந்தவர்கள். எல்லோரும் பாராட்டினார்கள். அந்தக் கூச்சல் குழப்பத்தில் ஒட்டுமொத்த கவனத்தையும் ஈர்த்து, “நீங்கள் அதைச் செய்தாக வேண்டும்” என்று நிர்ப்பந்தப்படுத்தினோம்.

பின்னர் பலர் சென்று அவரிடம் முறையிட்டபோது, துணைத்தலைவர் இப்போது ஓர் அறிக்கை தந்திருக்கிறார். 'வாக்கெடுப்பு நடந்தபோது, தீர்மானத்தைக் கொடுத்த யாரும் அவர்களின் இடத்தில் இல்லை. ஆனால், திருச்சி சிவா மட்டும் அவர் இடத்தில் இருந்தார். ஆனால் அவை அமைதியாக இல்லாத காரணத்தினால் நாங்கள் அதை நிறைவேற்ற முடியவில்லை' என்று கூறியிருக்கிறார்கள்.

அவை அமைதியாக இல்லாதபோது எப்படி மசோதா நிறைவேறியது? ஒரு திருத்தத்தை உங்களால் வாக்கெடுப்புக்கு விட முடியவில்லை. ஆனால், ஒட்டுமொத்த மசோதாவை சட்டமாக மாற்றுவது மட்டும் எப்படி குரல் வாக்கெடுப்பாக நடந்தது. இந்த கேள்வியெல்லாம் நீதிமன்றத்தில் வரும். நீதிமன்றத்தில் தலைவரின் வழிகாட்டுதலுடன் உச்சநீதிமன்றத்தில் நான் வழக்குத் தொடுத்திருக்கிறேன்.

இன்னொரு மகிழ்ச்சியான செய்தி. இன்றைக்கு டெல்லியிலே போராடிக் கொண்டிருக்கிற விவசாயிகள் கூட்டமைப்பின் தலைவர் இந்த வழக்கில் தன்னையும் இணைத்துக்கொள்ள வேண்டும் என்று உச்சநீதிமன்றத்தில் கேட்டிருக்கின்றார்.

ஆக, திராவிட முன்னேற்றக் கழகம் எதை முன்னெடுத்துச் செல்கிறதோ, அதுதான் இன்றைக்கு எல்லோரும் ஏற்றுக்கொள்ளக் கூடிய வழிமுறை என்றாகி உள்ளது.

காஷ்மீரின் உரிமைகள் பறிக்கப்பட்டபோது, இந்தியாவிலே பல கட்சிகள் அமைதி காத்தபோது, வாய் மூடிக் கிடந்தபோது, டெல்லி பட்டணத்தில் பதினான்கு கட்சிகளை ஒருங்கிணைத்து ஆர்ப்பாட்டம் நடத்தியது திராவிட முன்னேற்றக் கழகத்தின் தலைவர் தளபதி அவர்கள். அப்போது காங்கிரஸ் கட்சியின் மூத்த தலைவர் குலாம் நபி ஆஷாத் மற்றும் பல கட்சித் தலைவர்கள் என்னிடம் வந்து சொன்னார்கள்: "கலைஞர் இருந்திருந்தால் என்ன செய்திருப்பாரோ, அதைத்தான் மு.க.ஸ்டாலின் செய்கிறார்" என்று சொன்னார்கள். அதேதான் இன்றைக்கும் நடைபெறுகிறது. இப்போது போராட்டம், பெரும் போராட்டம். அடங்கவில்லை. "திரும்பப் பெறுங்கள்" என்கிறார்கள். அவர்கள் திரும்பப்பெறுவதற்கு மாறாக, இது குறித்து ஆதரவு திரட்டுவதற்கு கூட்டம் நடத்திக் கொண்டிருக்கிறார்கள்.

முதுகெலும்புள்ள முதலமைச்சர்

ஒன்று சொல்கிறேன்: அவர்கள் திரும்பப் பெறுகிறார்களோ இல்லையோ, நாடாளுமன்றத்தைக் கூட்டி இந்தச் சட்டத்தை விவாதிக்கிறார்களோ இல்லையோ, இன்னும் நான்கு மாதம் பொறுங்கள். முதுகெலும்புள்ள ஒரு முதலமைச்சர் தமிழ்நாட்டுக்கு வருவார்.

இன்றைய தமிழகத்தின் முதலமைச்சர் வீதியிலே நின்றுகொண்டு "இந்தச் சட்டங்களில் என்ன தவறு?" என்று கேட்கிறார். விவசாயிக்கு வேட்டு வைக்கிற இந்தச் சட்டங்களை ஆதரிக்கின்ற இந்த நிலை மாறும். எங்கள் தளபதி முதலமைச்சர் ஆகிறபோது, "இந்த வேளாண் சட்டங்கள் தமிழகத்திற்குச் செல்லாது. நாங்கள் ஏற்க முடியாது. இங்கே நீட் தேர்வு இருக்காது. குடியுரிமைச் சட்டத்தை ஏற்கமாட்டோம். முடிந்ததைப் பார்த்துக்கொள்" என்று சொல்கிற திராணி திராவிட முன்னேற்றக் கழகத்திற்கு இருக்கிறது. அது நடக்கும். அவரை அந்த இடத்திற்குக் கொண்டு செல்ல வேண்டிய பொறுப்பு இந்த நாட்டு மக்களுக்கு இருக்கிறது.

இந்த நாட்டில் ஒடுக்கப்பட்டவர்களைப் பாதுகாக்க, நியாயமான பிரச்சனைகளுக்கு உரிமைக் குரல் கொடுக்க, அண்ணா வழியில் கலைஞர் போல் குரல் கொடுக்க தளபதி தயாராக இருக்கிறார். நாட்டு மக்களே தயாராகுங்கள்.

25

தொழிலாளர் தோழர்களே...

சேலம் உருக்காலை தொழிலாளர் முன்னேற்ற சங்கம் தொழிற்சங்க அங்கீகார தேர்தல் பிரச்சாரக் கூட்டத்தின் தலைவர் சேலம் மத்திய மாவட்ட திராவிட முன்னேற்றக் கழகத்தின் செயலாளர், சட்டப்பேரவை உறுப்பினர் தொழிலாளர்களின் பாதுகாவலர் தம்பி இராஜேந்திரன் அவர்களே! வரவேற்புரை ஆற்றியிருக்கின்ற சேலம் உருக்காலை தொ.மு.ச.வின் பொதுச்செயலாளர், உங்களின் ஆலைப் பிரச்சனைக்காக தொடர்ந்து என்னோடு தொடர்பு கொண்டிருக்கின்ற பெருமாள் அவர்களே! முன்னதாக இங்கே உரையாற்றி அமர்ந்திருக்கின்ற தொழிலாளர் முன்னேற்றச் சங்கப் பேரவையின் தலைவர் அண்ணன் குப்புசாமி அவர்களுக்குப் பின்னால் கழகத்தின் தொழிற்சங்க அமைப்பாகிய இதன் செயற்பாடுகளுக்கு வலிமை சேர்த்து வருகிற அண்ணன் சுப்புராமன் அவர்களே! என்.எல்.சி. தொ.மு.ச.வின் தலைவர் வீர.ராமச்சந்திரன் அவர்களே! தொலை தொடர்புத்துறை தொ.மு.ச.வின் இணை பொதுச் செயலாளர் விஜயகுமார் அவர்களே! திருச்சி பி.எச்.இ.எல். தொ.மு.ச. பொதுச்செயலாளர் தம்பி தீபன் அவர்களே! சேலம் உருக்காலை தொ.மு.ச. இணைப் பொதுச்செயலாளர் அம்மாசி அப்பன் அவர்களே! எல்.எல்.எஃப்.ன் பொதுச் செயலாளர் தொடர்ந்து எல்.பி.எச். தோழர்களோடு என்னை சந்தித்துக் கொண்டிருக்கின்ற அன்பிற்கினிய தம்பி இரவிச்சந்திரன் அவர்களே! மாரமங்களத்துப்பட்டி ஊராட்சி செயலாளர் மணிமாறன் அவர்களே! சேலம் உருக்காலை தொ.மு.ச. உதவித் தலைவர் நன்றியுரை ஆற்றவிருக்கின்ற பெரியசாமி அவர்களே! தொழிலாளர் தோழர்களே! தாய்மார்களே! உங்கள் அனைவருக்கும் வணக்கம்!

இருபத்தெட்டு ஆண்டுகளுக்குப் பின்னால் இந்த ஆலையில் நடைபெற இருக்கின்ற தொழிற்சங்க அங்கீகார தேர்தலில் உங்களுக்காகப் பாடுபடுவதற்குப் போட்டியிடுகின்ற தொ.மு.ச. அமைப்பிற்கு அங்கீகாரம் கிடைக்க நான்காம் எண்ணிலே நீங்கள் வாக்களிக்க வேண்டும் என்று வேண்டி கேட்டுக்கொள்வதற்காக இந்தப் பிரச்சாரப் பொதுக்கூட்டம். தேர்தல் நெருங்கிக் கொண்டிருக்கின்ற காலகட்டத்தில் இது ஒரு முக்கியமான நேரமிது.

வெற்றியோடு வாருங்கள்!

நேற்றைக்கு நான் சென்னையிலிருந்து கிளம்புவதற்கு முன்பாக கழகத் தலைவர் தளபதி அவர்களிடம் இது குறித்து தெரிவித்துவிட்டுக் கிளம்பியபோது "வெற்றியோடு வாருங்கள்" என்ற வாழ்த்துச் செய்தியோடு இங்கே என்னை அனுப்பி வைத்திருக்கிறார். நானும் மிகுந்த நம்பிக்கையோடுதான் உங்கள் முன்னால் நின்று கொண்டிருக்கிறேன்.

குறிப்பாக, சேலத்தில் நடைபெற இருக்கின்ற இந்த அங்கீகாரத் தேர்தலுக்கு ஆதரவு கேட்டு தமிழ்நாட்டின் பல்வேறு பகுதிகளில் இருந்து தொழிற்சங்க அமைப்பின் பல்வேறு தலைவர்கள் வந்து இங்கே உரையாற்றி இருக்கிறார்கள். இதை வாயில் கூட்டமாக நடத்தச் சொல்லித்தான் பெருமாள் அவர்களிடம் சொல்லியிருந்தேன். ஆனால், அவர் பொதுக்கூட்டமாக நடத்தியிருக்கிறார்.

வாயில் கூட்டம் என்றால், இன்னும் கொஞ்சம் பொதுவானவர்களுக்கு மத்தியிலே பேசுவதற்கு வாய்ப்பாக இருந்திருக்கும் என்பது என்னுடைய கருத்து. அப்போதுதான் மாற்றுக் கருத்து கொண்டவர்கள் கூட நின்று கேட்டு மனம் மாறுவதற்கான ஒரு வாய்ப்பு உண்டு. "இப்போதும் அதற்கான சாத்தியங்கள் இருக்கின்றன" என்று நல்ல தொழிற்சங்கத் தலைவராக அண்ணன் சுப்புராமன் அவர்கள் என்னை நம்ப வைத்தார்கள். இருந்த போதிலும் இங்கே எனக்கு முன்னால் உரையாற்றிய பல்வேறு தலைவர்கள் உங்களிடம் வேண்டிக் கேட்டுக்கொண்டதுபோல வந்திருக்கிற அத்தனை பேரும் ஆளுக்கு ஒரு வாக்கு சேர்ப்பீர்களேயானால் வெற்றி நிச்சயம் நமக்குத்தான் என்கிற அளவுக்கு இங்கே நீங்கள் திரண்டிருக்கிறீர்கள். தாய்மார்களும் இந்தக் கூட்டத்திற்கு வந்திருப்பது மிகுந்த மகிழ்ச்சியையும் நம்பிக்கையையும் தருவதாக இருக்கிறது.

சேலம் உருக்காலை உருவான வரலாறு

சேலம் உருக்காலை உருவான வரலாற்றைப் பற்றி எல்லாம் குறிப்பிட்டார்கள். தலைவர் கலைஞர் அவர்கள் முதல்வராக இருந்தபோது, அறிஞர் அண்ணா அவர்கள் அந்தக் காலத்தில் இயக்கம் தொடங்கிய நாள்தொட்டு திராவிட நாடு கோரிக்கை மக்கள் மன்றத்தில் எடுத்து வைத்து ஆதரவு கேட்ட காலத்திலிருந்து நான் கேட்டதெல்லாம் தமிழ்நாடு புறக்கணிக்கப்படுகிறது. வடக்கு வாழ்கிறது, தெற்கு தேய்கிறது என்று சொன்னதற்கான காரணம், எல்லா தொழிற்சாலைகளும் வடபுலத்திலேயே உருவாக்கப்பட்டு வருகின்றன. தெற்குப் பகுதியைப் புறக்கணித்து வருகின்றார்கள். எப்படி இப்போது சிலர் அங்கீகரிக்கப்பட்ட அகில இந்திய சங்கங்கள்தான் மத்தியிலுள்ள அரசாங்கத்தோடு பேசமுடியும் என்று ஏமாற்று வார்த்தை சொல்கிறார்களோ, அதுபோல அகில இந்திய கட்சிகள்தான் தமிழ்நாட்டிற்கு எதுவும் கொண்டு வர முடியாமல் அந்தக் காலத்தில் தவித்தன என்பது வரலாறு. அப்போதுதான் அண்ணா அவர்கள் அதையே முழக்கமாக வைத்தார்கள். அவரது அடிப்படையான முழக்கங்களில் முக்கியமானவை சேது சமுத்திரத் திட்டமும், சேலம் உருக்காலையும்.

என்னவெல்லாம் நமக்குத் தேவை என்பதைச் சொன்னார்கள். வளம் கொழிக்கின்ற இந்தப் பகுதி நம்முடைய திறமை, உழைப்பு, வளங்கள் எல்லாம் நமக்குப் பயனில்லாமல் வடநாட்டுக்குச் சென்று சேருகிறது என்று வைக்கப்பட்ட கோரிக்கை 'திராவிட நாடு' கோரிக்கை. சீன நாட்டின் படையெடுப்பை முன்னிட்டு அந்த கோரிக்கையைக் கைவிட்டு அண்ணா சொன்னது, "கோரிக்கையை கைவிடுகிறோம், நாட்டின் நலம் கருதி. ஆனால், கோரிக்கைக்கான காரணங்கள் அப்படியே இருக்கின்றன" என்று சொன்னார்.

அண்ணாவைப் போல சாதுர்யமாக ஒரு கருத்தை வலியுறுத்துவதற்கு இனி ஒருவர் உலகத்தில் பிறந்து வர முடியாது.

ஒரு கொள்கையைக் கைவிடுகிறபோது நான் இன்னும் அந்த ஆதங்கத்தோடுதான் இருக்கிறேன் என்று சொல்கிற வல்லமை அவரிடம் இருந்தது. கோரிக்கையை கைவிடுவதோடு அதனுடைய தேவைகளும் நோக்கங்களும் பட்டுப்போய்விடவில்லை என்பதை அண்ணா வலியுறுத்திச் சொன்னார்கள். பிற கழக மாநாடுகளில் நிறைவேற்றப்பட்ட பல்வேறு தீர்மானங்களில் இதுதான் முக்கியத்துவம். கிழக்குக் கடற்கரைச் சாலை என்பது நமது நீண்டநாள் கோரிக்கை.

சேது சமுத்திரத் திட்டம், கிழக்குக் கடற்கரைச் சாலை, சேலம் உருக்காலை போன்ற பல்வேறு கோரிக்கைகள் அத்தனையும் திராவிட முன்னேற்றக் கழகத்திற்கு அதிகாரம் கிடைத்ததற்குப் பின்னால்தான் நடைமுறைக்கு வந்தன என்பதை யாராலும் மறக்க முடியாது.

1970ஆம் ஆண்டு தலைவர் கலைஞர் அவர்கள் அண்ணாவின் கனவுகளை நிறைவேற்ற அவருடைய பாதையிலே பயணத்தைத் தொடங்கியவர். அன்றைய பிரதமர் இந்திரா காந்தி அம்மையாரிடம் வலியுறுத்தி என்னதான் பல கட்சியைச் சார்ந்தவர்கள் பேசினாலும் முதலமைச்சர் பேசுகிறபோது அதற்கு வலிமை அதிகம். 'உரிமைக்குக் குரல் கொடுப்போம், உறவுக்குக் கை கொடுப்போம்' என்ற புது முழக்கத்தோடு டெல்லியில் கால் வைத்தது தலைவர் கலைஞர் அவர்கள்தான்.

தேர்தல் களத்தில் இணைந்து போட்டியிடுவோம். ஆனால், அதற்காக உரிமைகளைப் பறிகொடுக்க மாட்டோம். எதையும் விட்டுக்கொடுக்க மாட்டோம். உங்களுடைய உறவு என்பது எங்களுடைய உரிமைகளைப் பெறுவதற்காகத்தானே தவிர, யாரோ ஒருவரை வாழ வைப்பதற்காக அல்ல என்ற அந்த உணர்வோடுதான் தலைவர் அவர்கள் பெற்று வந்தது இந்த சேலம் உருக்காலை.

ஆனால், இது தொடக்கத்தில் அவரே சொன்னதுபோல உருட்டாலையாக இருந்தது. பின்னர் நம்முடைய தொடர்ந்த முயற்சியின் காரணமாக உருக்காலையாக மாறியது. இன்னும் பல கோரிக்கைகள் இருக்கின்றன.

உருட்டாலை உருக்காலையாக மாறியது. அதற்குத் தேவையான மூலப்பொருட்கள் இல்லை. இப்பொழுது உங்களுக்கு நன்றாகவே தெரியும். ஸ்கிராப் என்பதிலிருந்து தயாரிக்கப்படுகிற எஃகு என்பது ஓ என்கிற மூலப்பொருளிலிருந்து தயாரிக்கிற நிலைக்கு வருமேயானால், 2 லட்சம்தான் உற்பத்தித் திறனுடைய இந்தத் தொழிற்சாலை இன்று 3 லட்சம் உற்பத்திச் செய்து கொண்டிருக்கிறது. அதனால்தான் இது லாபத்தில் இயங்குகிற ஒரு நிறுவனமாக இருக்கிறது. பல தொழிற்சாலைகள் உற்பத்தித் திறன் அளவிற்கு உற்பத்திச் செய்வதில்லை. ஆனால், இங்கே உற்பத்தித் திறனுக்கு மேலாகவே உற்பத்திச் செய்கிறீர்கள். இதைத் தனியார் மயமாக்கும் ஒரு முயற்சி நடக்கிறது. இதை மட்டுமல்ல, இந்தியாவில் இருக்கிற பல பொதுத்துறை நிறுவனங்களை. இப்போது 'ஸ்கிராப்' என்பதிலிருந்து தயாரிக்கப்படுவதற்குப் பதிலாக 'ஓ' என்கிற மூலப்பொருளிலிருந்து தயாரிக்கப்படுமானால் இதனுடைய வளர்ச்சி இன்னும் அதிகமாகும். லாபம் அதிகமாகும். வளர்ச்சி இந்தப் பகுதியிலே கூடும். வேலைவாய்ப்புகள் பெருகும் என்கிறபோது அதற்காகப் பாடுபடுகிற வாய்ப்பு நம்முடைய தொழிற்சங்கத்திற்கு இருக்கிறது என்பதை கவனத்தில் கொள்ளவேண்டும்.

செயல்படாத கமிட்டிகள்

தில்லியில் போய் வாதாட முடியாதாம். தில்லியில் வாதாடுவதற்கு நாங்கள் இருக்கிறோம். இங்கே ஆலைகளுக்குள் பெறவேண்டிய உரிமைகளுக்குத் தொழிலாளர் மீது அக்கறை கொண்ட ஒரு தொழிற்சங்கம் தேவை. அது எல்.கே.வைத் தவிர வேறு இருக்க முடியாது. எத்தனை கமிட்டிகள் இந்த ஆலைக்குள் இருக்கின்றன. ஒன்றாவது சரியாக செயல்படுகிறதா?

ஐந்து ஆண்டுகளில் ஓர் ஆட்சியே சலித்துப்போகிறது. இருபத்தெட்டு ஆண்டுகள் எப்படித்தான் சமாளித்தீர்களோ தெரியாது. மீண்டும் விரும்புகிறார்கள். போதாதா இது? பதினான்கு ஆண்டுகளை வனவாசம் என்பார்கள். இரண்டு வனவாசம் போயிருக்கிறீர்கள். அதிலிருந்து விடுதலை ஆவதற்கு ஒரு பெரிய வாய்ப்புக் கிடைத்திருக்கிறது.

நான் திராவிட முன்னேற்றக் கழகம்தான். ஆனால், மத்திய அமைச்சர்கள் எங்களைப் போன்றோருக்குத் தனி மரியாதை தருகிறார்கள், எங்களுடைய பழக்கத்தின் காரணமாக. நாங்கள் நாடாளுமன்றத்தில் எடுத்து வைக்கிற வாதங்களின் தன்மை கருதி. நாங்கள் பேசுகிற முறையினால். பல கோரிக்கைகளை நிறைவேற்றி இருக்கிறோம். மிகவும் அன்போடுதான் நிறைவேற்றி இருக்கிறார்கள். காரணம், அங்குள்ளவர்கள் கட்சி பாரபட்சம் காட்ட முடியாது. இங்கே பி.எஸ்.என்.எல். கோரிக்கைகள் நிறைய கிடக்கின்றன.

நான் நாடாளுமன்றத்திற்கு சுகமாகக் கிளம்புவதாகப் பலர் கருதுகிறார்கள். அல்ல. ஒருநாள் பேசுவதற்கு வாய்ப்புக்குப் போராடி பின்னர் இரண்டு மூன்று நாட்கள் தயார் செய்து, பல்வேறு இடையூறுகளுக்கு இடையில் கருத்துகளை எடுத்துவைக்க நாங்கள் படுகிற சிரமம் எங்களுக்குத்தான் தெரியும்.

அப்படி பரபரப்பாகக் கிளம்பும்போது பி.எஸ்.என்.எல். தொழிலாளர்களோடு அண்ணன் சுப்புராமன் வந்திருப்பார் அல்லது பெருமாள் வந்து நிற்பார். சத்தமில்லாமல் எதையும் சாதிக்கிற வல்லமை படைத்த ராஜேந்திரன்தான் அனுப்பி வைத்திருப்பார். அமைதியாக இருப்பார். ஆனால், பெரிய மாற்றத்தை உருவாக்குகிற வல்லமை. அறிஞர் அண்ணாவைத்தான் ‘தென்றலைப் போல் தமிழ்நாட்டில் தவழ்ந்தார். ஆனால், புயலைப் போல மாற்றங்கள் ஏற்பட்டது’ என்று சொல்வார்கள்.

சேலம் மாவட்டத்தில் தொ.மு.ச. நிமிர்ந்து நிற்கிறதென்றால், தம்பி ராஜேந்திரன் அவர்களால்தான். அவர்தான் இந்த தொழிலாளர் முன்னேற்ற சங்கத்தைக் காப்பாற்றுவதற்கு உறுதுணையாக இருந்தவர். சேலத்தில் BURN STANDARD என்ற தொழிற்சாலை இருப்பது இன்னமும் பலருக்குத் தெரியாது.

எத்தனையோ ஆலைகள் இருக்கின்றன. சற்றேறக்குறைய அது மூழ்குகிற நிலைமையில் அதை விற்றுவிடுகிற நிலைக்கு வந்துவிட்டார்கள். கொல்கத்தாவில் நான்கு ‘போன்’ சென்டர்கள். அதில் இரண்டு விற்றாகிவிட்டது. மீதி இரண்டு ரயில் பெட்டிகள் செய்யக்கூடிய ஆற்றல் பெற்றவை என்பதால் ரயில்வே எடுத்துக்கொண்டது.

அவர் வந்ததற்கு முக்கியமானக் காரணம், தொழிலாளர்களைக் காப்பாற்ற வேண்டும் என்பதற்காகத்தான். “இந்த ஆலை காப்பாற்றப்பட்டால் பல குடும்பங்களை நடுத்தெருவுக்கு வராமல் காக்கலாம்” என்று என்னிடம் வந்தார்.

அப்போது நான் நாடாளுமன்ற தொழில்துறையின் நிலைக்குழுத் தலைவராக இருந்தேன். அமைச்சர் பொறுப்பு இல்லையென்றாலும்கூட அதற்கென்று சில

அதிகாரங்கள் உண்டு. இங்கே இருக்கிற ஈ.டி.விடம் பேசவேண்டும் என்றால்கூட நாங்கள் சிரமப்பட்டுத்தான் பேசவேண்டும். ஆனால், அந்தப் பொறுப்பில் இருக்கிறபோது, எங்களுடைய நாடாளுமன்ற அலுவலகத்திற்கு எல்லா பொதுத்துறையின் சி.எம்.டி.களும் வந்து பேசிவிட்டுப் போவார்கள். எல்லா துறையின் அரசு செயலாளர்களும் எங்கள் அலுவலகத்திற்கு வருவார்கள். டி.பி. செகரெட்டரி வருவார்.

அதுபோல தொழில்துறையின் செயலாளர் அமைச்சருக்கு நேரடியாக அடுத்த இடத்தில் இருப்பவர்கள் இந்த அலுவலகத்திற்கு வரவேண்டும். இது ஒரு புரோடக்கால். அதுபோல சி.எம்.டி. வருவார். அதையெல்லாம் நிறையப் பயன்படுத்தி இருக்கலாம். கடந்தகாலத்தில் பலர் பயன்படுத்தவில்லை. அது எனக்கு ஒரு குறை. ஆனால், அதை சரியாகப் பயன்படுத்தியது தம்பி இராஜேந்திரன்.

என்னிடம் வந்து முறையிட்டார். என்ன செய்வது என்று யோசித்தபோது, அந்தத் தொழிலாளர்கள்தான் எனக்கு வழி சொன்னார்கள். “இது ஸ்டீல் பிளான்ட்டுக்குத் தேவைப்படும். அதற்கு ஏதாவது செய்ய முனையுங்கள்” என்றனர்.

அந்த பிளாண்ட்டுக்கு சேர்மனாக வர்மா என்றொரு அருமையான அதிகாரி இருந்தார். மிகவும் தன்மையானவர். நான் அவரை அழைத்துப் பேசினேன். அவர் “நான் நேரடியாக அந்த ஆலையைப் பார்க்க வேண்டும்” என்றார். “சரி” என்று ஒப்புக்கொண்டேன். உடனடியாக ஒரு நாள் குறித்து, திருச்சியிலிருந்து காரில் வருகிறேன். அவர் தனி விமானத்தில் வருகிறார். சாயில் சேர்மன்களுக்கு அந்த வசதிகள் எல்லாம் உண்டு. முதலில் தொழிற்சாலையை சுற்றிப் பார்த்தோம். பின்னர் அலுவலகத்திற்கு வந்தார். உடனடியாக அறிவித்தது. “செய்.... இந்த ஆலையை துணைவர் மூலமாக எடுத்துக் கொள்ளும்.” நான் பெருமிதப்படுகின்றேன்.

அறிஞர் அண்ணா, தலைவர் கலைஞர், இன்றைக்கு தளபதி. இது ஒரு பேரியக்கம். எங்களைப் போன்றோர் இப்படிப் பல குடும்பங்களை வாழ வைத்திருக்கிறோமே என்ற மனநிறைவு எங்களுக்கு இருக்கிறது.

அன்றைக்கு நஷ்டத்தில் இயங்கிக்கொண்டிருந்த அந்தத் தொழிற்சாலை இப்போது சற்றேறக்குறைய 60 கோடி ரூபாய் லாபத்தில் இயங்கிக் கொண்டிருக்கிறது. தொழிலாளரின் சம்பளம் என்பது அப்போது அவர்கள் வாங்கிக்கொண்டிருந்தது 1999 ‘பே ஸ்கேல்’. இன்றைக்கு 2007 ‘பே ஸ்கேல்’ வாங்கிக் கொண்டிருக்கிறார்கள். அநேகமாக இன்னும் கூடியிருக்கலாம். சில ஆயிரம் குடும்பங்கள் இன்றைக்கு கம்பீரத்தோடு, மன நிறைவோடு, நிம்மதியோடு இருக்கிறார்கள்.

எச்.எம்.டி. தொழிலாளர்கள்

எச்.எம்.டி. தொழிற்சாலை தொழிலாளர்களுக்கு பல ஆண்டுகள் சம்பளம் கிடைக்கவில்லை. கலங்கி நின்றார்கள். அந்தத் துறையின் தலைவராக இருந்தபோது நான் எச்.எம்.டி.க்குச் சென்றிருந்தேன். எல்லோரிடமும் பேசிவிட்டு வெளியே வருகிறபோது சில தொழிலாளர்கள் வழி மறித்தார்கள். “நிறைய பேசிவிட்டோம். நீங்கள் என்ன புதிதாக சொல்லப்போகிறீர்கள்?” என்று கேட்டோம். “ஒரே ஒரு வார்த்தை” என்றார் ஒருவர். “சொல்லுங்கள்” என்றேன். “எங்களுக்கு ஒன்றும் வேண்டாம். எங்கள் வீட்டிலே இருக்கிற பெண்டுகளும் பிள்ளைகளும் ஒரு வேளை சோறு தின்பதற்கு வழி செய்துவிட்டு போங்கள்” என்றார். நான் ஆடிப்போனேன்.

ஒரு பெரிய தொழிற்சாலை. இந்தியாவிற்கு மிகவும் கௌரவம் தேடித் தந்த கடிகாரங்களைச் செய்து தந்த தொழிற்சாலை. இன்றைக்கு நஷ்டத்திற்கு இயங்குகிறது என்பதைவிட அந்தத் தொழிலாளர்கள் ஒரு வேலை சோற்றுக்கு வந்து கெஞ்சுகிற நிலை ஏற்பட்டிருக்கிறது. சற்றேறக்குறைய அந்த நிலைக்கு இந்த உருக்காலை ஆகியிருக்கும்.

ஆனால், இன்று அவர்கள் மகிழ்ச்சியோடு தொலைக்காட்சியில் படம் பார்க்கிறார்கள் என்றால் அதற்குக் காரணம் திராவிட முன்னேற்றக் கழகம் என்பதை நான் பெருமையோடு சொல்லிக்கொள்ள விரும்புகிறேன்.

பொதுத்துறை நிறுவனங்கள் ஏன் நலிகின்றன?

பொதுத்துறை நிறுவனங்கள் ஏன் நலிந்து போகின்றன? இதற்கான ஆய்வை எங்கள் குழு மேற்கொண்டது. மிகமுக்கியமாக மூன்று காரணங்கள்.

1. ‘மிஸ் மேனேஜ்மென்ட்’ (Mis management).
2. தனியார் துறையைப் போல இந்தத் தொழிலை நவீனப்படுத்தவில்லை.
3. Low morale of employees.

தொழிலாளர்களின் தேவைகளை சரியாகக் கவனிக்காதபோது, அவனுடைய உழைப்பின் பயனை அனுபவிக்கிற நிர்வாகம் அவர்களுக்குத் தேவையான சலுகைகளைத் தராதபோது அவர்களின் பங்களிப்புக் குறைந்து போகிறது. அதுதான் ‘மிஸ் மேனேஜ்மெண்ட்’.

இந்த அறிக்கையை எங்கள் குழுவின் சார்பில் நாங்கள் நாடாளுமன்றத்தில் சமர்ப்பித்தோம். இதையெல்லாம் நான் சேலம் முச்சந்தியிலே நின்றுகொண்டு பேசுவதாகக் கருதாதீர்கள். இதை ஓர் அறிக்கையாகத் தயார் செய்து நாடாளுமன்றத்தில் சமர்ப்பித்திருக்கிறோம்.

அந்தக் குழு அப்போது ஆற்றிய பணி கேரளாவில் இருக்கிற ‘ஃபேக்ட்’ தொழிற்சாலை, சென்னையில் இருக்கிற எம்.ஆர்.எல். நிறுவனம், ஒரிசாவில் பேப்பர் தயாரிக்கும் நிறுவனம் என பல நிறுவனங்களைக் காப்பாற்றுவதற்குப் பாடுபட்டது.

அந்தக் காலகட்டத்தில்தான் உருக்காலை தொடர்பாக இவர்களும் வந்தார்கள். பி.எஸ்.என்.எல். போலவே மற்றவர்களும் “இதை தனியாருக்குத் தாரை வார்க்கக்கூடாது” என்கிற கோரிக்கையோடுதான் வந்தார்கள். பொதுத்துறை நிறுவனங்களின் முழுமுதல் காவலன் தலைவர் கலைஞரும், திராவிட முன்னேற்றக் கழகமும். அதில் யாரும் சமரசம் செய்துகொள்ளவே முடியாது.

நான் அந்தக் குழுவின் தலைவராக இருந்தபோது அதிகாரிகளை அழைத்துச் சொல்லியிருக்கிறோம். பண்டித நேரு அவர்கள், ‘பொதுத்துறை நிறுவனங்கள் இந்திய பொருளாதாரத்தின் ஆலயங்கள்’ என்று சொன்னார். அதன் விளைவாகத்தான் இந்தியாவின் தரம் உலக அளவில் உயர்ந்தது.

இன்றைக்கு நான் உங்கள் சார்பாக அல்ல, உங்களில் ஒருவனாக நின்று சொல்கிறேன். இன்றைக்கு இந்தியாவில் இருக்கிற தனியார் துறைகள் அல்ல, உலக நிறுவனங்களோடு போட்டி போடுகிற ஆற்றல் நம்முடைய பொதுத்துறை நிறுவனங்களுக்கு உண்டு. ஆனால், பயன்படுத்த வேண்டிய அளவுக்கு பயன்படுத்துவது இல்லை. மாறாக, இவற்றை விற்று பலவீனமாக்கிக் கொண்டிருக்கிறார்கள்.

இந்தத் தொழிற்சாலையில் பயன்படுத்தப்படாத இடங்கள் ஏராளமாக உள்ளன. மெல்ல அவற்றை விற்பார்கள். இன்றைக்கு இடமதிப்புக்கு எல்லா தொழிலதிபர்களும் வந்து நிற்பார்கள். வெளிநாட்டு தொழிலதிபர்களும் வந்து நிற்பார்கள். தொழிற்சாலைகள் இயங்கும். ஆனால், அது நம்முடையதாக இருக்காது. வேலை வாய்ப்புத் தரப்படும். அவன் நம் மாநிலத்தைச் சார்ந்தவனாக இருக்கமாட்டான்.

நாளைக்கு நீங்கள் ஒவ்வொருவரிடமும் வாக்குகள் கேட்கிறபோது உணர்ச்சிப் பெருக்கோடு பேசுங்கள். இந்த அங்கீகாரம் கேட்பது எதற்காக என்றால், இப்படி உணர்ச்சியோடும் உணர்வோடும் போராடிப் பெறுகின்ற தொழிற்சங்கங்கள் இல்லாமல் போகுமேயானால், இந்த ஊரிலுள்ள நாமெல்லாம் நடுத்தெருவில் நிற்போம். நம் பிள்ளைகளுக்கு வேலை கிடைக்காது என்று சொல்லுங்கள்.

இங்கே தம்பி ஜீவன் பேசுகிறபோது, “ஏன் கெஞ்சிக் கேட்கிறீர்கள்?” என்று, ஒரு துடிப்புள்ள இளைஞன், ஒரு தொழிற்சங்கத் தலைவனாக போராடுகிற உணர்வோடு அவர் பேசினார். சுப்புராமன் அழுத்தமாகப் பேசுவார். வீரியம் இருக்கும். இது அணுகுமுறையின் வேறுபாடே தவிர, குணமும் உணர்வும் ஒன்றுதான். இப்படி பல்வேறு பிரச்சனைகள் இங்கே இருக்கின்றன.

பொதுத்துறை நிறுவனங்களைத் தனியார்மயமாக்கக்கூடாது என்பதில் இப்போதுள்ள அமைச்சருக்கு உடன்பாடு இருந்தது. நான் அவரிடம் தனிமையில் சொல்லி இருக்கிறேன். அவரும் என்னிடம் தனிமையில் சொன்னதுதான். அவர் என்னிடத்தில் “உங்களுக்கு நம்பிக்கைத் தருகிறேன்'' என்று சொன்னார். கொள்கை அளவில் உங்களுக்குத் தெரிந்ததுதான். பொதுத்துறை நிறுவனங்களை மெல்ல மெல்ல தனியார்மயமாக்குவது இன்றைய ஆட்சியல்ல, எல்லா ஆட்சிகளிலும் நடப்பதுதான். இன்றைக்கு ஓட்டு கேட்கிற யாராக இருந்தாலும் சங்கத்தின் சார்பில் பொதுத்துறையை காப்பாற்றுகிற உரிமையை இழந்து அதைத் தனியார் மயமாக்க முயற்சித்தவர்கள்தான். அதனால் அவர் சொன்னார், “கொள்கை அளவில் பல்வேறு கட்டமைப்புகளுக்கு உட்பட்டு அதை செய்கிறோம்” என்று சொன்னவர், தனியாக பொறுப்பு வாக்குறுதி, “இப்போது இருக்கிற சூழலிலும் நடைமுறையில் இருக்கிற சில தன்மைகளினாலும் உங்களுக்கு நான் நம்பிக்கை தருகிறேன். சேலம் உருக்காலைத் தனியார்மயமாக்கப்படாது” என்று சொன்னார். நான் அதை அவரிடமும் பகிர்ந்துகொண்டேன்.

பயப்படாதீர்கள். என்ன பாடுபட்டாலும் தமிழ்நாட்டில் இருக்கிற பொதுத்துறை நிறுவனங்களை விட்டுத்தர மாட்டோம். என்.எல்.சி.க்கு அப்படியொரு நிலை வந்தபோதும் அப்படித்தான். பி.எச்.இ.எல். நலிந்துகொண்டிருந்தபோதும் குரல் கொடுத்ததும் நாங்கள்தான். இதிலே பணியாற்றுகிறவர்கள் என்னவொரு பெருமிதத்தோடு உலவி வருகிறார்கள். அதையெல்லாம் இழக்க முடியாது.

புரிந்துகொள்ளுங்கள். தொழிற்சாலைகளுக்கும் உற்பத்திகளுக்கும் அரசாங்கம் ஜி.டி.பி. என்று கணக்கு காட்டும். இந்த அளவுக்கு என்னுடைய பொருளாதாரத்தின் புள்ளி கோடு மேலே உயர்கிறது என்று சொல்வார்கள் அல்லவா, அது நம்முடைய உழைப்பாளிகளினால் கிடைக்காது. மாறாக, பல பணக்காரர்களினால் காட்டப்படுகிற கணக்கு.

தனிமனித வருமானம் உயராமல் ஒட்டுமொத்தமாக ஜி.டி.பி. உயர்ந்தது என்று சொல்வதில் அர்த்தமில்லை. ரிலையன்ஸும் நிரவ் மோடியும் (நரேந்திர மோடி அல்ல) இன்னும் பல அதிபர்களும் கொண்டுவந்து கொட்டுகிற பணத்தைக் காட்டி “பாருங்கள் பாருங்கள் உயர்ந்திருக்கிறது” என்று காட்டுகிறார்கள். இப்படியெல்லாம் சொல்லலாம்.

ஆனால், என் சராசரி மனிதனுடைய வாழ்க்கைத்தரம் உயர்ந்திருக்கிறதா? இங்கே இந்த தொழிற்சாலை தனியார்மயமானால் உற்பத்திப் பெருகும். லாபம் கிடைக்கும். ஆனால் அது அம்பானியின் 36 மாடி கட்டடம் 46ஆக மாறும். ஆனால், பொதுத்துறை நிறுவனமாக இருக்குமானால் அதன் உற்பத்தி லாபம் ஏழைக் குடிசையை மாடி வீடாக மாற்றும். அவனை மகிழ்ச்சியோடு நடமாட வைக்கும். லாபம் என்பது அரசாங்கத்திற்கு வந்து மக்களுக்கு மீண்டும் திட்டங்களாகச் சென்று சேரும். அதுதான் பொதுத்துறை நிறுவனத்தின் சிறப்பு.

'ஏர் இந்தியா' நலிவடைந்துகொண்டே இருக்கிறது. என்ன காரணம்? அதில் கவனம் செலுத்த விரும்பவில்லை. நான் பெயர் சொல்ல விரும்பவில்லை. பி.எஸ்.என்.எல்.ஆக இருக்கலாம். பொதுத்துறை நிறுவனம் குறித்து எங்களைப் போன்றவர்கள் கவலை தெரிவித்தபோது அங்கே இருப்பவர்கள் சொல்லி இருக்கிறார்கள். அது நலிந்துபோகும்!

அண்ணன் சுப்புராமன் பேசுகிறபோது சொன்னார், என் நண்பன் தபன்சன் சொன்னதாக. பாராளுமன்றத்தில் பேசுவதால் என்ன கிடைத்துவிடப் போகிறது? என்று. ஒரு வகையில் அவர் பேசியதில் நியாயம் இருக்கிறது. காரணம் அங்கே அவர்கள் பேசுவது, அவர்களின் செவிகளில் விழும், சிந்தையைப் போய் சேராது. ஒரு பதிவு இருக்கும். இந்த நேரத்தில் இந்தக் குரல் ஒலித்தது என்று. ஆனால், அப்படிப் பேசியதற்குப் பின்னால் தொடர்ந்து சம்பந்தப்பட்ட துறை அமைச்சரிடம் சென்று, இல்லத்திற்குச் சென்று போராடி அதைப் பெறுவது என்பது அதைச் செய்கிற கடமையை திராவிட முன்னேற்றக் கழகம் ஆற்றி இருக்கிறது. நாங்கள் நாடாளுமன்றத்தில் மட்டுமல்ல, தனிப்பட்ட முறையிலும் பேசியிருக்கிறோம்.

அடுத்ததாக, ஒரு கோரிக்கை வைத்தார்கள். தனியார் மயமாகும் என்கிற அச்சத்தோடு வந்தார்கள். ஆகாது என்ற நம்பிக்கைத் தரப்பட்டது. அன்றல்ல, இப்போதும் சொல்கிறோம்.

திராவிட முன்னேற்றக் கழகம் ஒரு மாநில கட்சிதான். எல்.பி.எஃப். அதன் தொழிற்சங்கப் பிரிவுதான். ஆனால், தி.மு.க. செய்த சாதனையை வேறு எந்த அகில இந்தியக் கட்சியும் செய்ததில்லை. இன்றைக்கு நீங்கள் காணுகிற வளர்ச்சி எல்லாம் நாங்கள் கொண்டு வந்தது. பெருமிதத்தோடு சொல்வோம். எவையெல்லாம் கனவுகளாக, திட்டங்களாக இருந்தனவோ, "கப்பல் கட்டும் தளம் இங்கே. கப்பல் துறை அமைச்சர் அங்கேயா?" கேட்டது நாம். கப்பல் துறை அமைச்சரையே இங்கே கொண்டு வந்தோம்.

ராணுவத் தளம் இங்கே. இராணுவக் கட்டுப்பாடு அங்கேயே? இராணுவ அமைச்சரையே கொண்டு வந்தோம்.

பறக்கும் சாலை, சேதுசமுத்திரத் திட்டத்தைக் கொண்டு வருகிறோம்.

உருட்டாலையைக் கொண்டுவந்து உருக்காலையாக மாற்றி மக்களை வாழ வைக்கிறோம்.

சேலம் உருக்காலை: தமிழ் நாட்டின் கௌரவம்

சேலம் மாநகரம் இன்றைக்கு தலைநிமிர்ந்து ஒரு தொழில் நகரமாக இருக்கிறது என்றால், அதற்குக் காரணம் கலைஞரும், தி.மு.கவும், அண்ணாவும், தளபதியும், நாங்களும். இது தொடரவேண்டும்.

தமிழ்நாட்டின் கௌரவம் சேலம் உருக்காலை. பல்லாயிரக்கணக்கான ஏக்கர் நிலங்களை இந்தப் பகுதியில் வாழ்ந்த மக்கள் நாடு முன்னேற வேண்டும் என்பதற்காகக்

கொடுத்தார்கள். அந்த இடங்களை எல்லாம் தனியாருக்கும் ஏதோ காசு வருகிறது என்று விற்கமுடியாது. "எங்களுக்குப் பணம் தேவையில்லை, தன்மானம் முக்கியம்" என்று வாழுகின்ற உணர்வும், "இது எங்களுடையது" என்று சொல்கிற உரிமையும் பறிபோய்விடும். தனியார்மயமானால் இந்த இடம் இன்னும் செழிப்பாகிவிடும். ஆனால், அது அடுத்தவனுக்காகத்தானே தவிர, நமக்காக இல்லை. சுருக்கமாகவே சொல்கிறேன். ஒரு சிறிய உதாரணம்.

பி.எஸ்.என்.எல். தொலைபேசி வைத்திருக்கிறோம். அதில் ஏதோ ஒரு குறை. ஏதோ ஒரு சங்கடம். சரியாகத் தொடர்பு கிடைக்கவில்லை. இப்படிப்பட்ட பிரச்சனை வருகிறபோது என்னிடம் வருவீர்களேயானால், ராஜேந்திரனிடம் வருவீர்களேயானால், நாங்கள் டி.ஜி.எம்.ஐ அழைக்கலாம், ஜி.எம்.ஐ அழைக்கலாம். யாரை வேண்டுமானாலும் அழைக்கலாம். "இது என்ன பிரச்சனை என்று பாருங்கள்" என்று கூறலாம். உடனடியாக அதற்குப் பதில் சொல்வார்கள்.

ஆனால், 'ஏர்டெல்' தொலைபேசியில் ஒரு பிரச்சனை என்றால் யாரிடமும் பேசமுடியாது. அவர்கள் சொல்கிற எண்ணுக்கு அழைத்தால் "காத்திருக்கவும்", "எண் இரண்டை அழுத்தவும்", "ஆங்கிலத்தில் என்றால் நான்கிற்குப் போகவும்", பின்னர் "நீங்கள் காத்திருக்கிறீர்கள்... காத்திருக்கவும்... காத்திருக்கவும்..." என்றுதான் பதில் வரும். இதுதான் தனியாருக்கும் பொதுத்துறைக்கும் உள்ள சின்ன வித்தியாசம். பி.எஸ்.என்.எல்.இல் பிரச்சனை என்றால், அய்யா நாங்களே தீர்த்து வைப்போம். அல்லது நீங்களேகூட அலுவலகத்திற்கு நேரில் சென்றால், அங்குள்ள அதிகாரிகள் உங்களுக்கு ஒத்துழைப்பார்கள். குறைந்தபட்சம் பதிலாவது சொல்வார்கள். ஆனால், தனியார் நிறுவனத்தில் உள்ளே நுழையமுடியாது. நியாயம் கேட்க முடியாது. யாராவது ஓங்கி குரல் கொடுத்தால் அடுத்த நிமிடம் தூக்கி வெளியே வீசுவான்.

ஒவ்வொருவரிடமும் சொல்லுங்கள். ஊரில் இருக்கிற எல்லோரிடமும் சொல்லுங்கள். இந்த ஆலையில் பணியாற்றாதவனிடமும் சொல்லுங்கள். பொதுத்துறை நிறுவனங்கள் இந்த நாட்டிலிருந்து மறைந்து போகிற நாள்தான் இந்த நாட்டின் மிகப்பெரிய மோசமான நாள் என்பதைச் சொல்லுங்கள்.

கடுமையாக உழையுங்கள்

தனியார் துறையை தடுக்க முடியாது என்கிற நிலை இருக்கிறது. நாம் தவிர்க்கவேண்டும். அதற்கு நீங்கள் உழைக்க வேண்டும். நான் எல்லா தொழிற்சங்கக் கூட்டங்களிலும் அதைச் சொல்வேன். உங்களுடைய உரிமைகளுக்கு நாங்கள் பாடுபடுகிறோம். உரிமைகளைப் பெற்றுத் தருகிறோம். உங்களைக் காப்பாற்றுகிறோம். ஆனால், அதே நேரத்தில் உங்கள் உழைப்பு என்பது வேறு எவருக்கும் ஈடில்லாததாக இருக்கவேண்டும். இது என் வேண்டுகோள். பலரும் சொல்கிற குறை அதுதானே.

வங்கியில் பணியாற்றுகிறவர்களையோ, இதுபோன்ற ஆலைகளில் பணியாற்றுகிறவர்களையோ "சம்பளம் வாங்கிக்கொண்டு, மேலும் சம்பளத்துக்குக் கேட்கிறார்கள். இவர்களுக்கு என்ன குறைச்சல்?" என்று கேட்பவர்களும் உண்டு. அவர்களிடம் சொல்லவேண்டும், "இவர்கள் உழைப்பினால்தான் நாம் நிம்மதியாக வாழ்கிறோம்" என்று. அதுபோல இரவு பகலாக உழையுங்கள். உண்மையாக உழையுங்கள். உங்கள் உழைப்பினால்தான் இது உயர்ந்தது என்பதை நிலைநிறுத்துங்கள். பொதுமக்களின் ஆதரவு உங்களுக்குத் தானாக வந்து கிடைக்கும். இது என் வேண்டுகோள்.

பொதுத்துறை நிறுவனங்களைக் காப்பாற்ற வேண்டுமென்பது இங்கே பணியாற்றுகிற உங்களுக்கு மட்டுமல்ல, இந்த நாட்டின் பொருளாதாரத்தின் மீது, இந்த நாட்டின் எதிர்காலத்தின் மீது, வளர்கிற உங்கள் பிள்ளைகளின் மீது கொள்கிற அக்கறையினால் திராவிட முன்னேற்றக் கழகம் சொல்கிறது, "அதைக் காப்பாற்றுகிற முதல் சிப்பாயாக தி.மு.க.தான் நிற்கும்". அந்த வகையில் நாங்கள் போராடுகிறோம். எந்தக் கட்சி ஆட்சியில் இருந்தாலும், நாங்கள் கூட்டணியில் இருந்தாலும், எதிர்க்கட்சியில் இருந்தாலும் போராடிக் கொண்டே இருப்போம்.

இந்த சங்க அங்கீகாரத் தேர்தலில் என்ன சங்கடம் என்று இங்கே சொன்னார்கள். எல்லோரும் ஒரு கருத்தைச் சொன்னார்கள். அவர்கள் சங்கத்திற்கு ஆதரவு தெரிவித்த போதிலும், தொழிலாளர்களின் ஆதரவுடன் நாங்கள் தேர்ந்தெடுக்கப்பட்ட சங்கமாக இருக்கிறோம். காரணம், அப்போதுதான் உரிமைகளுக்குப் போராட முடியும். அவர்களாகப் பார்த்துவைத்தால் நாளை நிர்வாகத்திடம் ஏதாவது பேச்சுவார்த்தைக்குப் போகிறபோது "நாங்க பார்த்து வச்சவங்கதான். கொஞ்சம் நீங்க பார்த்து நடந்துக்குங்க" என்று சொல்வார்கள். அந்த இடத்தில் நீங்கள் உரத்துப் பேச முடியாது. ஆகவே, நீங்கள் தேர்ந்தெடுத்த முறை சரியானது.

நாங்கள் முதலில் அமைச்சரிடம் சென்றோம். அவர் எனக்கு ஏக மரியாதை கொடுத்து, டீ கொடுத்து, பிஸ்கட் கொடுத்து, "இதற்கெல்லாம் நீங்கள் ஏன் என்னிடம் வந்துகொண்டு? சி.எல்.சி.யைப் பாருங்கள். அவர் சொல்வதுபோல செய்யுங்கள்" என்று சொல்லி அனுப்பிவிட்டார். அவரிடம் சென்று பேசியபோது அவர் சில காரணங்களைச் சொன்னார். நான் அவருக்கு விளக்கிச் சொன்னேன். நான் சென்றது தொழிற்சங்கப் பிரச்சனை அல்லவா? அதனால் உங்களைப் போலவே கொஞ்சம் உரத்துப் பேசினேன். அப்படிப் பேச வேண்டிய ஒரு சூழல் உருவானது. பின்னர் அவர் அதன் நியாயங்களை உணர்ந்துகொண்டார். "சரி, நான் செய்கிறேன்" என்று சொன்னார். இரண்டாவது முறை அணுகினோம். "அதற்கான ஏற்பாடுகள் நடந்துகொண்டிருக்கின்றன" என்றார்கள். அந்த நேரத்தில் ஆள் மாறிவிட்டார். அவர்களும் இந்தத் தேர்தலுக்கு ஒப்புக்கொள்கிறார்கள். அவர்களுக்கு எந்த சங்கடமும் இல்லை. மறுபடியும் ஒரு சுற்றுச்சுற்றி வந்தபிறகு இப்போதுதான் இருபது தினங்களுக்கு முன்பாக, நாடாளுமன்றம் நடக்கிறபோது மறுபடியும் வந்து பெருமாள் நிற்கிறார். "என்னங்க, காலங்காத்தால? முக்கியமான மீட்டிங். நான் கிளம்புகிறேன்" என்றால், "சி.எல்.சி.யை மாற்றிவிட்டார்கள். மறுபடியும் அங்கே பிரச்சனை" என்கிறார்.

அன்றைக்கு கஜா புயலுக்காக 'Zero hour'. அவையை ஆரம்பித்தவுடன் பதினோரு மணிக்கு நான் பேசவேண்டும். முதல் கேள்வி என்னுடையது. மதியம் மூன்று மணிக்குமேல் அவைத்தலைவர் நாற்காலியில் உட்கார்ந்து அவையை நடத்த வேண்டும். உங்களில் சிலருக்குத் தெரியாது. நான்குபேரை மட்டுமே கொண்ட தி.மு.க.வைச் சேர்ந்த நான், மாநிலங்கள் அவையை நடத்துகிற துணைத்தலைவர்களில் ஒருவராக இருந்தேன். அவர்களாகப் பார்த்து என்னை உட்கார வைத்திருக்கிறார்கள். என்னைவிட பெரிய ஆட்கள் எல்லாம் இருக்கிறார்கள். என்றாலும், என் மீது நம்பிக்கை வைத்து அந்தப் பொறுப்பைத் தருகிறார்கள். நான் அங்கே உட்காருகிறபோது பாரபட்சம் இல்லாமல்தான் நடந்துகொள்வேன். கனிமொழி பேசினாலும் நேரம் ஆகிவிட்டால் மணி அடிப்பேன். அதிமுகவினர் பேசுகிற போது 'பொன்மனச் செம்மல்', 'புரட்சித்தலைவர்' என்றால் பேசாமல்தான் இருப்பேன். நான் அங்கே திருச்சி சிவா அல்ல. நான் அவையின் துணைத்தலைவர். எந்த மாண்பைக்

காக்க வேண்டுமோ அந்த மாண்பை காக்கவேண்டும் என்பதால்தான் அவ்வளவு பெரிய அவையில் நம்மை அந்த இடத்தில் உட்கார வைத்திருக்கிறார்கள்.

நன்றாகக் கவனியுங்கள் இத்தனை வேலைகளுக்கு இடையில், நான் அவரை அழைத்துக்கொண்டு சி.எம்.சி.யைப் பார்க்கச் சென்றேன். அறிவிப்பு வருகிறது, “தேர்தலுக்கான நாள் குறித்துவிட்டது” என்று. உங்களுக்கு என்ன மகிழ்ச்சியோ, அதே மகிழ்ச்சி எனக்கும் ஏற்பட்டது. இந்த மகிழ்ச்சி எனக்கும் தொடரவேண்டும், உங்களுக்கும் தொடரவேண்டும். நம்முடைய கட்சியின் தலைவர் தளபதிக்கும் அந்த மகிழ்ச்சி சென்று சேரவேண்டும் என்றால், இந்தத் தேர்தலில் வெற்றி பெறுவது மட்டும் குறிக்கோள் அல்ல. என்னுடைய எதிர்பார்ப்பு, எண்ணுகின்ற வாக்குகள் எல்லாம் 4ஆம் எண்ணுக்காகவே இருக்கட்டும்.

இங்கே யாராவது பிரச்சாரம் செய்வார்கள், “டெல்லியில் போய் வாதிடுவதற்கு நீங்கள் பெரிய சங்கம் இல்லை” என்று சொல்வார்கள். அவர்களிடம் சொல்லுங்கள். “எங்களுக்காக குரல் கொடுக்க அங்கே எங்களின் நாடாளுமன்ற உறுப்பினர்கள் இருக்கிறார்கள்'' என்று. நான் இங்கே வந்த வரலாறு இதுதான். ஒரு பெரிய வரலாறுதான் இது. 28 வருடங்களாக இறுகிப் போயிருந்ததை உடைத்திருக்கிறோம் அல்லவா. இந்தத் தேர்தலை நடத்துவதற்கான சூழலை கொண்டுவந்திருக்கிறோம். வெற்றிபெற வேண்டியது உங்கள் கையில்தான் இருக்கிறது.

முன்னோட்டமாக...

நாடாளுமன்றத் தேர்தலில் அதிக இடங்களில் வெற்றிபெற்று மத்தியில் ஆட்சியைத் தீர்மானிக்க இருக்கிறோம். அதனுடைய முன்னோட்டமாக 27ஆம் தேதி இந்த உருக்காலை தேர்தல் தீர்ப்பு இருக்கட்டும்.

நாளையிலிருந்து ஒவ்வொருவரும் தேர்தல் முடிகிறவரை உறங்காதீர்கள். ஒவ்வொருவரும் வீடுவீடாகச் செல்லுங்கள். தனிப்பட்ட முறையில் மன்றாடுங்கள். இந்த ஆலையில் நாம் மரியாதையுடன் நடத்தப்பட வேண்டுமென்றால், இங்கு பொம்மைகள் போல பெயரளவுக்கு இருக்கும் கமிட்டிகளை அது கேண்டீன் கமிட்டியாகட்டும், விளையாட்டுத்துறை கமிட்டியாகட்டும், எல்லா கமிட்டிகளும் செயற்படுகிற கமிட்டிகளாக மாறும். ஓர் உற்சாகமான அமைப்பு உருவாகும். அதற்கு நாங்கள் பாடுபடுவோம் என்ற நம்பிக்கையை அவர்கள் மனதில் விதையுங்கள்.

தம்பி ஜீவன், விஜயகுமார், ராமச்சந்திரன், இங்கு பேசிய எல்லோரும் சொன்னார்கள். நானும் அதை வழிமொழிகிறேன். இன்றைக்கு நாங்கள் இங்கே வந்திருக்கிறோம். வெற்றி விழா கூட்டத்திற்கு இதே இடத்திற்கு நாங்கள் வரவேண்டும். நீங்கள் வெற்றி பெற்ற பிறகு இந்த ஆலையைச் சுற்றிப் பார்க்க நான் வருவேன். அப்படி வருவதன் மூலமாக இன்னும் பல கோரிக்கைகளை மத்திய அரசிடமிருந்து பெற்றுத்தர எங்களால் முடியும்.

நீங்கள் தனி மனிதன் அல்ல; திராவிட முன்னேற்றக் கழகம் உங்களோடு இருக்கிறது. இந்தச் சங்கத்தின் குரல் டெல்லியில் ஒலிக்கும், எங்கள் மூலமாக.

நீங்கள் பணியாற்றுங்கள். உழையுங்கள். ஆலையின் தரத்தைக் கூட்டுங்கள். உங்கள் வாழ்க்கையின் தரமும் கூடும். இந்த நாடும் உயரும். எல்லோரும் நலமுடன் இருப்போம்.

நன்றி! வணக்கம்!

இலக்கியம்

26
அண்ணாவின் வாழ்வில் நூல்கள்

"தமிழுக்குத் தொண்டு செய்து சிறைக்குச் சென்றோன்
தலைசிறந்த பேச்சு வல்லோன் தமிழ் வீரன்
தமர் என்றும் தான் என்றும் நினைப்ப தன்றித்
தமிழ் நாட்டின் நலத்தினுக்கே உயிர் உடல்கள்
அமைக என இரவு பகல் உழைக்கும் மேலோன்"

என அறிஞர் அண்ணாவைப் பற்றி பாவேந்தர் பாரதிதாசன் குறிப்பிட்டு இருக்கிறார்.

அண்ணா என்கிற ஓர் எளிமையான மனிதர் அரசியல் வாழ்வில் ஓர் அதிசயமான மனிதராகத் தோற்றமளித்தார். அவருடைய பிறப்பு என்பது மிகச் சாதாரணமாக இருந்தாலும் கூட அவருடைய வாழ்க்கைப் பயணம் என்பது தமிழகத்தின் சரித்திரத்தையே புரட்டிப் போட்டது.

இருள் படிந்திருந்த தமிழகத்தில் பகலவன் உதிப்பதுபோல அறிஞர் அண்ணா அவர்கள் தோன்றினார். அண்ணா தோன்றிய பின்னர்தான் தான் யார் என்பதை தமிழன் உணர்ந்துகொள்கிற காலமே எழுந்தது என்பதை யாராலும் மறுக்க முடியாது. அந்த அளவுக்குத் தமிழர்கள் யார் என்பதை உணர்வூட்டி எடுத்து வைத்தவர் அறிஞர் அண்ணா.

அவருடைய பேச்சுகள் பாமரரையும் ஈர்த்தன. அவருடைய எழுத்துகள் கற்றோரையும் இளைஞர்களையும் அவர்பால் வட்டமிட வைத்தன. அவருடைய கலைத்திறன் என்பது எல்லோரையும் குறிப்பாக முற்போக்குச் சிந்தனையாளர்களை, புரட்சிகரமான கருத்துகளை உடையவர்களை ஏற்று அவற்றைப் பின்பற்றலாம் என்கிற எண்ணத்தை உருவாக்கியது.

திரு.வி.க. அவர்கள், "அண்ணாவினால்தான் தமிழகத்தின் அறியாமை அகன்றது" என்று குறிப்பிட்டிருக்கின்றார். புலவர் குழந்தை அவர்கள் "திருக்குறளுக்கு ஏற்ப வாழ்ந்து காட்டியவர்" என சொல்லியிருக்கின்றார்.

அண்ணா பேசுகிறபோதும் எழுதுகிறபோதும் மேற்கோள்கள் நிறைய வரும். படிக்கிற காலத்தில் தன்னைப் பற்றி சொல்கிறபோது "நான் படிக்கிற காலம்வரை சாதுவான பிராணி; இப்போது என்னைப் போல் தொல்லை தருகின்ற மனிதன் யாருமில்லை" என்று அவரே சொன்னார்.

அவர் கல்வி கற்கின்ற நாட்களில் பெரும்பாலும் இருந்ததெல்லாம் 'கன்னிமாரா' நூலகத்தில்தான் என்று சொல்வார். கன்னிமாரா நூலகம் மிகப்பெரிய நூலகம். அந்த நூலகத்தில் உள்ள அனைத்துப் புத்தகங்களையும் படித்தவர் அறிஞர் அண்ணா ஒருவரே என்று சொல்வார்கள். வெளிநாட்டு சரித்திரங்களை, அயல் நாட்டு அறிஞர் பெருமக்களின் எழுத்துகளை இவருடைய நடையிலே சாதாரணமாகக் கொண்டு சேர்த்தார். அதன் மூலமாகத்தான் சில உண்மைகளை உணர்த்த முடியும் என்று அண்ணா அவர்கள் பின்பற்றினார்.

என் போன்றவர்களுக்குக்கூட படிக்கிற ஆர்வம் அதிகம் வளர்ந்ததற்கு அறிஞர் அண்ணாதான் காரணம்.

"தொட்டனைத் தூறும் மணற்கேணி மாந்தர்க்கு
கற்றனைத் தூறும் அறிவு"

என்பார் திருவள்ளுவர்.

ஆக, படிக்கப் படிக்க அறிவு விசாலமடைகிறது; பரந்து விரிகிறது. அதன் விளைவு நம்முடைய சிந்தனைகளைத் தெளிவுபடுத்துகிறது. செல்கிற பாதையில் உறுதி ஏற்படுத்துகிறது. எதைச் செய்கிறோமோ அதில் ஒரு மேன்மையான எண்ணமும் வளரும் என்பதற்கு அண்ணாவின் வாழ்க்கைதான் இலக்கணம்.

பகத்சிங்கைப் பற்றி சொல்கிறபோது, அவர் தூக்கிலிடுவதற்கு முதல் நாள் இரவு காவலர் அவரிடம், "உன்னைத் தூக்கிலிட வேண்டும். வா..." என்று அழைத்தபோது, "நான் மறுநாள் காலை தூக்கிலிடப்பட வேண்டியவன். என்னை ஏன் இப்போது அழைக்கிறீர்கள்?" என்று பகத்சிங் மறுத்தாராம். அதற்கு "நீ ஒரு நாள் இரவில் எதை சாதித்துவிடப் போகிறாய்?" என்று கேட்கிறார்கள். "நான் சட்டத்தை மதிக்கிறவன். சட்டத்தின் தீர்ப்பின்படிதான் என்னைத் தூக்கிலிட வேண்டும்" என்கிறார். மீண்டும் அந்தக் காவலர் கிண்டலாக, "ஓர் இரவு உயிர் வாழவேண்டும் என்று நினைக்கிற நீ நீதிமன்றத்தில் மன்னிப்புக் கேட்டு போயிருக்கலாமே" என்று கேட்டதற்கு, "நான் உயிர் வாழ நினைப்பது ஒரு நாள் இரவில் எதையும் சாதிப்பதற்காக அல்ல. நான் லெனினின் வாழ்க்கை வரலாறு நூலினைப் படித்துக் கொண்டிருக்கிறேன். அதை முடிக்க வேண்டும்" என்று சொன்னதாகச் சொல்வார்கள்.

அதுபோல, அறிஞர் அண்ணா அவர்கள் புற்றுநோயினால் உடல்நலம் குன்றி மருத்துவமனையில் அறுவை சிகிச்சைக்குத் தயாராக இருந்தார். விஞ்ஞானம் அதிகமாக வளராத காலம் அது. அந்த நோயின் தன்மைகள், விளைவுகள் என்ன ஆகும் என்று அண்ணா ஏற்கெனவே படித்திருக்கின்ற காரணத்தினால் மருத்துவரிடம், "இந்த அறுவை சிகிச்சையின் விளைவு எப்படி இருக்கும்?" என்று கேட்டிருக்கிறார். அதற்கு "உங்களுக்குத் தெரியாதது எதுவுமில்லை. குணமாகலாம். ஒருவேளை வேறு ஏதாவது நடக்கலாம்" என்று சொன்னபோது, அண்ணா, "இந்த அறுவை சிகிச்சையை ஒரு நாள் தள்ளி வைக்கமுடியுமா?" என்று கேட்கிறார். "ஏன்?" என்று கேட்கிறார்கள். "அதற்குள் கையில் இருக்கிற நூலினைப் படித்து முடித்துவிடுவேன்" என்கிறார். ஆக, மரணம் வாசலில் என்று சொல்கிறபோதுகூட விரக்தி அடையவில்லை, வேதனை அடையவில்லை, மரணத்தைக் கண்டு அச்சம் அடையவில்லை. மாறாக, அப்போதுகூட கற்று இன்னும் ஏதாவது தெரிந்துகொண்டு செல்லவேண்டும் என்கிற உணர்வுதான் அண்ணாவுக்கு இருந்தது.

அண்ணாவிடம் நேரு வாங்கிப் படித்த புத்தகம்

ஒரு முறை பண்டித நேரு அவர்கள் சென்னைக்கு வந்து ராஜ்பவனில் தங்கி இருந்தார். அப்போது அவர் இந்நாட்டின் பிரதமர். அவருக்கு ஒரு குறிப்பிட்ட நூல்

தேவைப்பட்டது. எல்லா இடங்களிலும் தேடி கிடைக்கவில்லை. 'ஹிக்கிம்பாதம்ஸ்' கடையில் உள்ளவர்கள் "எங்களிடம் இருந்த பிரதிகள் எல்லாம் தீர்ந்து விட்டன. அறிஞர் அண்ணாவிடம் ஒரு புத்தகம் இருக்கிறது. வேண்டுமானால் நீங்கள் வாங்கிப் படிக்கலாம்" என்று சொல்கிறார்கள். உடனே பண்டித நேரு அவர்கள் அண்ணாவிடம் ஒருவரை அனுப்பி அந்த நூலை வாங்கிவரச் சொல்லிப் படிக்கிறார். அடுத்த நாள் நேரு அதைத் திரும்பக் கொண்டுபோய் கொடுக்கச் சொல்லும்போது, "இவ்வளவு பெரிய நூலை அதற்குள் படித்து முடித்துவிட்டீர்களா?" என்று கேட்டதற்கு, "இத்தனை பெரிய நூலை ஓர் இரவுக்குள் என்னால் படிக்க முடியாது. ஏற்கெனவே அண்ணா படித்து அடிக்கோடிட்டு வைத்திருந்ததை ஒரு முறை பார்த்தேன். அதுவே எனக்குத் தேவையான தகவல்களைத் தந்துவிட்டது" என்று பண்டித நேரு சொன்னதாகச் சொல்வார்கள்.

நாடாளுமன்றத்தில் அண்ணா பேசுகிறபோது அவரிடம் "தமிழ்நாடு என்ற பெயர் மாற்றத்தை ஏன் விரும்புகிறீர்கள்? அப்படியொரு பெயர் இருக்கிறதா?" என்று கேட்டதற்கு சிலப்பதிகாரத்திலும் மணிமேகலையிலும் சங்கத் தமிழ் இலக்கியங்களிலும் எங்கெல்லாம் 'தமிழ்நாடு' என்று பெயர் வருகிறது என்பதை அண்ணா எடுத்துக் காட்டியபோது எல்லோரும் அசந்து போனார்கள். அந்த அளவுக்கு தமிழ் இலக்கியங்கள், சங்க இலக்கியங்கள், தமிழ்நாட்டின் வரலாறு, திராவிட இனம் என்றால் என்ன என்பன மட்டுமல்ல, வெளிநாட்டில் வாழ்ந்தவர்கள், அங்கு நடந்த புரட்சிகள், அதற்கான காரணங்கள், புரட்சிகளை வழிநடத்திச் சென்றவர்கள், அதில் பெற்ற வெற்றி தோல்வி, பெற்ற படிப்பினைகள் போன்றவை அண்ணாவின் மூலமாக ஒவ்வொரு தனி மனிதனுக்கும் சென்று சேர்ந்தபோதுதான் இப்படியொரு மனிதரா? என்று எல்லோரும் வியந்தனர்.

அரசியலில் இப்படியொரு மனிதரை அதுவரை யாரும் கேள்விப்பட்டதுகூட கிடையாது. முடிந்தால் நாலுபேருக்கு நல்லது செய்வது, இல்லாவிட்டால் இருக்கிற அதிகாரத்தை வைத்துக்கொண்டு இருந்துவிட்டுப் போவது என்றிருந்த காலத்தில் ஓர் அரசியல் கட்சியின் தலைவர் மக்களுக்கு அறிவு புகட்டுகின்றார்; அறியாமையைப் போக்குகிறார்; இன உணர்வைத் தருகின்றார்; நீ பெற வேண்டியது பதவியல்ல, பணமல்ல, பட்டமல்ல. இழந்த பெருமையை என்கிறார்.

கங்கையும் இமயமும் நமதாக இருந்தது. அங்கிருந்து தென்னாட்டை ஆண்டவன் தென்னவன். புகழ் ஓங்கியிருந்த தமிழன் இன்றைக்கு கோழைகளாய் வாழ்கிறான். இருந்ததை எல்லாம் இழந்து விட்டான். அதற்கான காரணங்களை அண்ணா சொன்னார்: "நாம் மடமையால் வீழ்த்தப்பட்டோம். மூடநம்பிக்கைகள் நம்மை முடமாக்கிப் போட்டன, இந்த நாட்டில் வரக்கூடாதவர்கள் எல்லாம் வந்து சேர்ந்ததால்" என்றார்.

ஆங்கில நாட்டு அறிஞர்கள் எழுதிய நாடகங்களை தமிழில் மொழிபெயர்த்துத் தந்தார். சாமான்யர்கள் கூடுகிற பொதுக்கூட்ட மேடைகளில் கூட மேற்கோள்களை நூல்களிலிருந்து கூறுவார். இவ்வளவு நூல்களை ஒருவர் கற்றிருக்க முடியுமா? என்கிற அளவுக்கு காலமெல்லாம் படித்துக் கொண்டிருந்தார். ஒருவர் கருத்தை சொல்கிறபோது அவர் சொல்கிற முறையிலேயே அவருக்கு அதில் எந்த அளவுக்குத் தெளிவு இருக்கிறது என்று தெரிந்துவிடும். மேலோட்டமாகப் பேசுவது, தெரிந்ததைப் பேசுவது என்றில்லாமல் ஒன்றைச் சொல்லி அதற்குத் தெளிவான விளக்கம் கூறுவார்.

அண்ணா பேசுவதைக் கேட்கிறபோது எதிர் கருத்தைக் கொண்டிருப்பவர்களும்கூட பின்னர் அவரது பேச்சைக் கேட்க வேண்டும் என்ற நிலைக்கு ஆளானார்கள். அதற்குக் காரணம் அவர் சொன்ன விளக்கங்கள்.

ஒரு கருத்தை அண்ணா சொல்கிறபோது, மாற்றுக் கருத்து எதிரே இருக்கிறவர் மனதில் தோன்றுமேயானால், அந்தக் கருத்தை இவர் முன்னதாகவே எடுத்துச் சொல்லி அதற்கும் விளக்கம் அளித்துவிடுவார். அதனால் அண்ணாவின் பேச்சில் யாருக்கும் ஐயம் எழ வாய்ப்பிருக்காது என எனது சிறுவயதிலேயே சொல்லக் கேட்டிருக்கிறேன்.

அண்ணா அளவுக்குப் புலமை வாய்ந்த மிகப்பெரிய அரசியல் தலைவர் யாரையும் கண்டதில்லை. ஒரு சாரார் அண்ணாவின் பேச்சினால் ஈர்க்கப்பட்டார்கள். ஒரு சாரார் அண்ணாவின் எழுத்துக்களால் அவரைப் பின்தொடர்ந்தார்கள். இன்னொரு சாரார் அவர் எழுதிய நாடகங்கள், அதில் இடம்பெற்றிருந்த வசனங்கள் மூலமாக மயங்கி நின்றார்கள். கிரேக்க நாட்டில் தமாஸ் சரிஸ், ரோம் நாட்டின் சிசரோ, இங்கிலாந்தில் எட்மண்ட் பர்க், அமெரிக்காவில் இங்கர்சால் என்றால், தமிழ்நாட்டில் அறிஞர் அண்ணா.

அந்த அண்ணா என்கிற மனிதரை மீண்டும் மீண்டும் எண்ணிப் பார்க்கிறோம். அண்ணா தென்றலாகத்தான் தவழ்ந்தார். ஆனால், அவரது பயணம் புயலின் மாற்றங்களை இந்த நாட்டில் ஏற்படுத்தியது. புயல் என்பது எல்லாவற்றையும் தலைகீழாகப் புரட்டிப் போடுவது. புரட்சி என்பதும் அப்படித்தான். புரட்சி என்றால் என்ன? முன்பிருந்த கட்டமைப்பை தலைகீழாகப் புரட்டிப் போடுவது. ஏற்புடையது அல்ல என்று சொன்னால் அதை மாற்றி அமைப்பது. அது ஆயுதம் தாங்கிய புரட்சி என்றிருந்த நிலையில் அறிவுப் புரட்சியால் முடியும் என்றது அண்ணாவின் குரல், அண்ணாவின் அறிவு, நூல்களால் பெற்ற அண்ணாவின் புலமை.

‘திருக்குறளை தேசிய நூலாக்க வேண்டும்’ என்ற குரல் இன்றைக்கு ஓங்கி ஒலிக்கிறது என்றால் அதன் தொடக்கம் அறிஞர் அண்ணா அவர்கள்தான்.

இந்த நாட்டில் தனித்தமிழ் என்று சொல்கின்ற நிலை வந்திருக்கிறது. இன்றைக்கு நாடெங்கும், வீடெங்கும், மேடையெங்கும் எல்லா கட்சியினரும், எல்லோரும் நல்ல தமிழ்ப் பேசுகிறார்கள் என்றால், அதைத் தொடங்கி வைத்த அரும்பெரும் தலைவர் அறிஞர் அண்ணா அவர்கள்.

தமிழுக்கு உயிர் கொடுத்து, தமிழின் தன்மையைக் காத்த மிகப்பெரிய தலைவர் அறிஞர் அண்ணா. அதுபோல பெர்னாட்ஷாவின் ‘The Apple cart’ என்ற மிகச்சிறந்த நாடகத்தை ‘தம்பிக்கு கடிதங்கள்’ என்று எழுதிய அண்ணாவின் அணுகுமுறை உலகத்தில் எந்தத் தலைவனும் தன் தொண்டனோடு உரையாடியிருக்காத ஒரு வகை. தனது கட்சியின் கடை கோடி தொண்டனுடன் அண்ணா பேசினார். அப்படிப் பேசுகிறபோது, அவர்களுக்கு உலக அறிவைப் புகட்டினார். உலகத்தில் இருக்கக்கூடிய இலக்கியங்களைப் பற்றி சொன்னார். பல்வேறு நாடுகளில் பிறந்த தலைவர்களையும் அவர்களின் வாழ்க்கை முறைகளையும் சொன்னார். இப்படியெல்லாம் தொண்டர்களுக்குச் சொல்கிறார் என்றால், அவர்களைப் பற்றி அவர் அறிந்திருந்தால்தானே அவரால் சொல்லமுடிந்தது.

அப்படிச் சொல்வதற்குக் காரணம், மீண்டும் சொல்ல வேண்டும் என்றால், அவர் நூலகத்தின் உள்ளேயே குடியிருந்தார். பொழுது முழுதும் படித்தார். பின்னர் அதை எழுதினார். அதன் பின்னர் அதைப் பேசினார். மக்களோடு மக்களாக எளிமையாகப் பழகினார். அவருக்கு எவ்வளவோ திறமைகள் இருந்தும் அவருடைய இந்த எளிமைதான் ஒரு சிகரமாக, இதுவரை யாரும் காணாத ஒரு தலைவனாக ஒரு மகத்தான மக்கள் தலைவனாக அவரை உயர்த்தியது.

அறிஞர் அண்ணா அவர்கள் ஒரு தத்துவத்தின் அடிப்படையில் உருவாகி, பின்னர் அந்தத் தத்துவத்தை வென்றடைய வேண்டும் என்பதற்காக ஓர் அரசியல் கட்சியைத்

தொடங்கியவர். அது வெறும் அதிகாரத்தைக் கைப்பற்றுகின்ற ஓர் அமைப்பாக இருக்க வேண்டும் என்றில்லாமல், ஒரு சமுதாய மாற்றத்திற்கான அமைப்பாக இருக்க வேண்டும் என விரும்பினார்.

"யாருடைய கையில் அதிகாரம் இருக்கிறதோ, அந்த இனத்தை, அந்த வர்க்கத்தைச் சார்ந்தவர்களுக்குத்தான் அதிகாரம் சாதகமாக செயற்படும்" என்று கார்ல் மார்க்ஸ் சொல்வார். அதுபோல, அண்ணா அவர்கள் ஆட்சிக்கு வந்த பின்னர்தான், அண்ணா அவர்களுக்கு அதிகாரம் வந்த பின்னர்தான் தமிழன் எழுச்சிப் பெற்றான். தமிழ் இனம் கீர்த்தி பெற்றது. தமிழ் மொழிக்கு உயிர்ப்பு வந்தது.

இரண்டாம் உலகத் தமிழ் மாநாட்டை அண்ணா நடத்தியது மிகப்பெரிய சாதனை. அந்த மாநாட்டுக்கு எல்லா தரப்பினரையும் அழைத்தார். கருத்து வேறுபாடுகள் இல்லாமல், அரசியல் கட்சித் தலைவர்களையும் தமிழறிஞர்களையும் அழைத்தார். தமிழ் அறிஞர்களைப் போற்றுவதற்குத்தான் கடற்கரையில் சிலைகளை அமைத்தார். கால்டுவெல் போப் என்பவரை அதுவரை கல்வியாளர்கள் மட்டுமே அறிந்திருந்தனர். சாதாரணமானவர்களும் அவரைப் பற்றி தெரிந்து கொள்வதற்காக கடற்கரையில் சிலை எழுப்பினார். வீரமாமுனிவர், இத்தாலி நாட்டிலிருந்து வந்து தமிழ் மொழிக்கு பல இலக்கியங்களைத் தந்தவர் என்பதோடு தமிழ் எழுத்துகளுக்கு மாற்றங்களைத் தந்தவர் என்பதெல்லாம் அண்ணாவின் மூலமாகத்தான் தெரியவந்தது. இவற்றை எல்லாம் அண்ணா எப்படிச் செய்தார் என்றால் வேறொன்றுமில்லை. அண்ணா கற்றார், கற்றார், கற்றுக்கொண்டே இருந்தார். 'கற்க கசடற' என்பதற்கேற்ப கற்றதை உள்வாங்கி அதன் அடிப்படையில் நம் மண்ணுக்கு ஏற்றாற் போல் சிந்தித்து, எதை யாருக்கு சொல்ல வேண்டுமோ, அதை அவருக்குச் சொல்லி, எதை எப்படி எழுத வேண்டுமோ, அதை அப்படி எழுதி ஒரு பெரிய மாற்றத்தை சப்தமே இல்லாமல் செய்த சாதனை அறிஞர் அண்ணாவினுடையது. அவரை 'அறிஞர்' என்று அழைப்பது பெயரளவில் அல்ல; அறிவின் தலைமை இடத்தில் உட்காருகிற அளவிற்குப் புலமைப் பெற்றிருந்தார்.

அண்ணா படித்தவை, படைத்தவைதான் இன்றைக்கு தமிழ் நாட்டினுடைய உயிர் நாடியாக இயங்கிக் கொண்டிருக்கிறது. அண்ணாவின் அறிவுப் புலமை என்பது தமிழினத்திற்கு ஒளி விளக்காக, கலங்கரை விளக்கமாக, வழிகாட்டியாக விளங்குகிறது. அண்ணா இன்றல்ல, நாளையல்ல, உலகம் உள்ளவரை நிரந்தரமாக நிலைத்திருப்பார். எப்படி இரண்டாயிரம் ஆண்டுகளைக் கடந்து திருவள்ளுவர் நிற்கிறாரோ, அதைப் போல அறிஞர் அண்ணா அவர்களும் நின்று நிலைப்பார்.

அறிஞர் அண்ணா மறைந்தபோது தமிழகத்தில் வேறு எந்தத் தலைவனுக்கும் வராத அளவிற்கு, எவ்வளவு பெரிய பொறுப்பில் இருந்த மன்னனுக்கும் வராத அளவுக்குப் பெருமளவில் மக்கள் குவிந்து கண்ணீர் வடித்ததை கின்னஸ் புத்தகம் குறித்து வைத்திருக்கிறது என்றால், அவர் வாழ்ந்த வாழ்க்கை என்பதைவிட எத்தனைப் பேருடைய இதயத்தைத் தொட்டிருக்கிறார், எத்தனை பேர் அவர் மறைந்தபோது நொறுங்கிப் போனார்கள். இதுதான் ஒரு மனிதன் எப்படி வாழவேண்டும் என்பதற்கு இலக்கணமான வாழ்க்கை.

தமிழ் மொழி இருக்கிற வரை, தமிழன்தான் யாரென்று உணர்கிறவரை, தன் இனத்தைப் பாதுகாக்க வேண்டும் என்ற உணர்வு கடைகோடி மனிதனுக்கும் ஏற்படுகிற வரை அந்த இடத்தில் எல்லாம் அண்ணா இருப்பார்.

(15.09.2021 அன்று திருச்சிராப்பள்ளி வானொலி அலைவரிசைகளில் நிகழ்த்திய உரை)

27

மறக்கமுடியாத அண்ணா

அறிஞர் அண்ணா அவர்களின் 115வது பிறந்த நாள். அவர் நம்மை விட்டுப் பிரிந்து 54 ஆண்டுகள் ஆகின்றன. ஆனால் இன்னமும் அண்ணா நம்முடன் வாழ்வது போலவே இருக்கின்றது. அண்ணாவினுடைய பெயர், அண்ணாவினுடைய தாக்கம், அண்ணாவினுடைய கருத்துகள், கொள்கைகள், இலட்சியங்கள் இது காலங்களைக் கடந்து நிற்கும்.

வறுமையான குடும்பப் பின்னணி, வளம் செறிந்த அறிவுச்செறிவு இதுதான் ஆரம்ப காலத்தில் அண்ணா. இந்நிலையில் வாழ்க்கையைத் தொடங்கிய அவர் பின் நாட்களில் அவருடைய தனிப்பட்ட திறமைகளினால், பேச்சாற்றலினால், நாட்டு மீது, நாட்டு மக்கள் மீது கொண்ட அக்கறையினால் ஏராளமான நூல்களை படித்ததன் காரணமாக அவர் வடித்தெடுத்த வார்த்தைகள், பேசிய கருத்துகள், எழுதிய சொல்லோவியங்கள் காலத்தால் அழிக்க முடியாதவையாக நின்று கொண்டிருக்கின்றன.

அண்ணா பின்நாளில் ஓர் அரசியல் கட்சித் தலைவர். ஆனால் தொடக்கத்தில் சமுதாய சீர்திருத்தக் கருத்துகளை நெஞ்சத்திலே தாங்கியவராக, தமிழன் வாழ்ந்த அந்த நாட்களினுடைய வரலாற்றை மறந்து கிடந்த இந்தச் சமுதாயத்திற்கு, மீண்டும் புத்துணர்ச்சியூட்டியவர் அண்ணா.

அண்ணா பிறந்ததற்குப் பின்னால் தமிழ் வீறுகொண்டு எழுந்து நடமாட ஆரம்பித்தது. இன்னும் சரியாகச் சொல்லவேண்டுமென்றால் எல்லோருக்கும் தெரிந்தது தான்: அண்ணா அரசியலுக்கு, பொது வாழ்க்கைக்கு வந்ததற்குப் பின்னால்தான் நல்ல தமிழ் எல்லோருடைய நாவிலும் நடனமாடத் தொடங்கியது. அண்ணாவை போல் ஓர் அறிவுஜீவி, ஆழ்ந்த புலமை கொண்டவர்கள் மிக அரிதாகத்தான் பிறப்பார்கள். தலைவர்கள் உருவாக்கப்படுவதில்லை, தலைவர் பிறப்பார்கள் என்பதற்கு ஓர் இலக்கணம் அறிஞர் அண்ணா. இப்படிப்பட்ட பின்னணியிலே இருந்து வந்தவர்கள்தான் சரித்திரம் படைப்பார்கள், சரித்திரத்தின் போக்கினை மாற்றுவார்கள், மக்களின் மனம் கவர்வார்கள் என்பதையெல்லாம் மாற்றி எளிமையான குடும்பம், எந்தவிதமான பின்னணியும் இல்லை ஆனால் நல்ல சிந்தனை, கூர்மையான இலட்சியம், மக்கள் மீது கொண்டிருக்கிற பற்று இது

ஒரு மனிதனை எந்த உயரத்தில் கொண்டுபோய் நிறுத்தும் என்பதற்கு காலம் காலமாக எல்லோருக்கும் ஒரு பாடமாக அண்ணா வாழ்ந்து மறைந்திருக்கின்றார்.

அவருடைய எழுத்துகள் குறிப்பாகச் சொல்லவேண்டுமென்றால், முதன்முதலாக ஓர் அரசியல் களத்தில் இருக்கிறவர்கள் உள்ளூர் அரசியலைப் பற்றி மட்டுமேதான் பேசுவார்கள். ஆனால் அண்ணாவினுடைய எழுத்துகளில் அரசியல் இருந்தது, அரசு இருந்தது. நாடு. மொழி, இனம், கலை, இலக்கியம், தத்துவம், மதம், மூடநம்பிக்கைகள் இவற்றைக் கடந்து உலக நாடுகள், நம்முடைய பண்டை நாட்டினுடைய வரலாறு, இன்றைய நாட்டினுடைய நிலைமை, பக்கத்திலே இருக்கிற நாடுகள், அதில் வாழ்கின்ற மக்கள், அங்கிருந்த தலைவர்கள், ஏற்பட்ட மாற்றங்கள், அதற்கான காரணங்கள், புரட்சிகள் இத்தனையும் இருந்தன. இவற்றையெல்லாம் அண்ணா சாதாரண மனிதனுக்கு சொல்லித்தந்த பாங்கு இதற்கு முன் உலக வரலாற்றில் வேறு எவருமே செய்திராத ஒன்று.

பாமரனுக்கு எதற்கு இது என்று கருதாமல், அவனுக்குத் தேவையானதை மட்டுமே தந்திட வேண்டும் என்று எண்ணாமல், அவனுக்கு அறிவை அதிகமாக்கி, சிந்தனையை தூண்டி, தானாக ஒரு பிரச்சினையைப் பற்றி தெரிந்து கொள்ள வேண்டுமென்ற தெளிவு வரவேண்டுமென்று அண்ணா கடைபிடித்த முறைகள் இவைகள்.

இவ்வளவு ஆழ்ந்த புலமையுள்ள அண்ணா என்று சொல்கிறோம். அவர் தொடாத துறையே இல்லை! அவருக்கு தெரியாத இலக்கியம் இல்லை! அவருக்குத் தெரியாத வரலாறு இல்லை! அவர் படிக்காத தலைவர்களுடைய வாழ்க்கையும் இல்லை! வரலாறும் இல்லை! எல்லாவற்றையும் தெரிந்து வைத்திருந்தார்.

நெப்போலியனைப் பற்றி எழுதினார். ஆபிரகாம் லிங்கன் என்ன மாற்றத்தை எப்போது கொண்டுவந்தான்? இப்படி உலகத்தின் பல்வேறு நாட்டு தலைவர்கள் பற்றி ரூஸ்வெல்ட் யார்? இங்கர்சால் யார், இவர்களுடைய சாதனைகள் என்ன? சிந்தனைகள் என்ன? என்பதையெல்லாம் ஒரு பாமரனுக்கு சொல்லித் தர வேண்டுமென்ற எண்ணம் எந்தத் தலைவனுக்கு வந்திருக்கிறது?

ஒரு நல்ல தலைவனுக்கு இலக்கணம் என்பது நிறைய தொண்டர்களை வைத்திருப்பது அல்ல. நிறைய தலைவர்களை உருவாக்கக் கூடியவர்கள்தான் தலைவர்கள். அதனால்தான் அண்ணா காலத்தில் அவரைப் போலவே நிறைய பேர் இருந்தார்கள். அவரைப் போலவே நிறைய பேர் எழுதினார்கள். பேச ஆரம்பித்தார்கள்.

திரு.வி.க சொல்லுவார்; என்னைத்தான் எல்லாக் காலத்திலும் நிலைத்திருக்கக்கூடிய சொற்பொழிவாளர் என்று, என்னுடைய நடையென்று சொல்லுவார்கள். திரு.வி.க. நடை என்பார்கள். ஆனால் இனி எதிர்காலத்தில் அண்ணா நடை என்று சொல்லுகின்ற நிலை வருமென்று ஒரு தீர்க்கதரிசியைப் போல் சொன்னார். அதுதான் நடந்தது.

எவ்வளவு செறிந்த அறிவுள்ள அண்ணா, அவருடைய தோற்றம், ஒரு கம்பீரமான தோற்றமல்ல. பளப்பளப்பான உடை கிடையாது. பார்ப்பவர்களை கவரக்கூடிய எந்தவிதமான அலங்காரமும் இருக்காது. சின்ன குள்ளமான உருவம், எளிமையான கைத்தறி ஆடை, புன்சிரிப்பு, சிறு குழந்தையிலிருந்து எந்த மனிதனாக இருந்தாலும் அவர்களுடன் நேசத்துடன் பழகுகின்ற அந்தப் பாங்கு அவரை எல்லோருடைய இதயத்திலும் கொண்டுபோய் சேர்த்தது. அண்ணாவால் அறிவு பெற்றார்கள், அண்ணாவால் அன்பு பெற்றார்கள்! ஓர் அண்ணன் தலைவனாக மாறுகிறான் என்பதில் அதிசயம் இல்லை. ஆனால் ஒரு தலைவன் அண்ணனாக மாறிய அற்புதம் அண்ணாவால்தான் நிகழ்த்தப்பட்டது.

உலகத்திலேயே ஒரு கட்சியிலே பணியாற்றுகின்ற தொண்டர்கள் ஒரு தலைவனை தன்னுடைய குடும்பத்தின் தலைவனாகக் கருதுகிற முறையினை உருவாக்கித்தந்தது அறிஞர் அண்ணா அவர் கடிதங்கள் எழுதுகின்ற போது அந்தக் கடிதங்களின் தலைப்பே கவர்ச்சிகரமாக இருக்கும்.

ஒரு காலத்தில் வீதிகளிலே நாடகங்கள் நடைபெற்றன. கலை என்பது மக்களிடம் கருத்துகளை கொண்டுபோய் சேர்ப்பதற்கு சரியான தளம். இதனைப் புரிந்து கொண்டவர்கள் இன்று, நேற்றல்ல புராண காலத்திலே இருந்து கடவுள்களினுடைய கதைகளைச் சொல்லி, அவர்கள் நிகழ்த்திய அற்புதங்களைச் சொல்லி, அவர்களாலே உருவாக்கப்பட்ட சாஸ்திரங்கள் இவையென்பதை மனதிலே பதித்த காலத்தில்: பின்நாட்களில் மன்னர் ஆட்சி வந்ததற்குப் பின்னால் மன்னர்களின் புகழ்பாடத் தொடங்கினார்கள். அண்ணா தான் பாமரனைப் பற்றி பேசுகின்ற ஒரு நிலைக்கு வந்தார். வீதிகளில் பவளக்கொடியும், வள்ளித் திருமணமும், நல்லதங்காள் கதையும் நடந்து கொண்டிருந்த போது வேலைக்காரியும், ஓர் இரவும் அரங்கேறின.

ஒரு சாதாரண பிறவியாக ஒரு மனிதனாக பிறந்தவர்களில் அவர்களுடைய தரமென்ன? நிலையென்ன? வசதி, வளமென்ன? என்று கருதாமல் எல்லா மனிதர்களுக்கும் உள்ளமிருக்கும், எல்லோருக்கும் ஏக்கம் இருக்கும், எல்லோருக்கும் எதிர்பார்ப்பு இருக்கும் என்பதற்கு இலக்கணம் தான் அவர் எழுதிய 'வேலைக்காரி' என்ற நாடகம். மகத்தான, புரட்சிகரமான ஒரு நாடகமாகக் கருதப்பட்டது.

அதே போல் 'ஓர் இரவு' என்பது ஒரே நாள் இரவிலே அவசரமாக ஒரு நாடகம் வேண்டுமென்று கேட்டபோது சற்றேறக்குறைய 1500 பக்கங்கள் கொண்ட அந்த நாடகத்தை ஒரே இரவிலே அண்ணா எழுதினார் என்பது நம்பமுடியாத ஒரு அதிசயம். இவையெல்லாம் பின்னாளில் திரைப்படங்களாக மாறின. என்ன காரணத்தினால்?

நாடகங்கள் என்பதிலிருந்து திரைத்துறைக்கு மெல்ல கலை நகர்ந்து கொண்டிருந்தது மக்கள் திரையிலே வருவதைப் பார்த்து ரசிக்க ஆரம்பித்தார்கள். ஆக கால ஓட்டத்திற்கேற்ப தன்னை மாற்றிக் கொண்ட அண்ணா இந்தத் திரைத்துறைக்கு வந்ததற்குப் பின்னால் அவருடைய வசனங்கள், அந்தக் கதைகள், காலத்திலே பெரும் பாதிப்பை ஏற்படுத்தின. இத்தோடு அவர் நின்றுவிடவில்லை.

தன்னுடைய ஏடுகளின் மூலமாக திராவிட நாடு இதழ், காஞ்சி இதழ் இன்னும் சொல்லப்போனால் பெரியாருடைய குடியரசு இவைகளெல்லாம் எழுதிய போது அண்ணாவினுடைய உணர்வுகள் வெளிப்பட்டன. தலைப்பிலேயே ஒருவரை ஈர்க்கின்ற ஆற்றல் முதன்முதலாக அண்ணாவினுடைய கடிதங்களுக்குக் கிடைத்தன.

"காகிதக் கப்பலில் கவனம் செலுத்தாதே', "ஆவடியும் காவடியும்", "அளவுகோல் எது? இந்திராணி சேலை", "துறவி காவியில்லை", "தண்ணீரும் பன்னீரும்", "குன்றெல்லாம் கேட்கிறது", "உலாவும் ஊழலும்", "கோடு உயர்ந்தது குன்றம் தாழ்ந்தது", "தொழுதூர் வந்தது பொழுதும் விடிந்தது", "கேட்டது வாழ்வு கிடைத்தது சாவு" கேட்கிற போதே சிலிர்க்கின்றதல்லவா! தலைப்புகளைப் பார்க்கிற போதே படிக்கத் தூண்டுகிறதல்லவா!

அண்ணா எழுதிய இதழ்கள் வருகிறது என்று சொன்னால் தொடர்வண்டி நிலையத்திலே காத்திருந்த இளைஞர் பெருங்கூட்டம் அதை வாங்கிக் கொண்டுபோய் பொது இடத்திலே நின்றுகொண்டு ஒருவர் உரக்க படிக்க, ஊரெல்லாம் அதைக் கேட்க, அதை மெல்ல மெல்ல எல்லோரும் உள்வாங்கிக் கொண்டு, மீண்டும் அதை திருப்பிப்

பேச, படிக்கின்ற ஆர்வம் உள்ளவர்கள் அதைக் குறிப்பு வைத்துக் கொண்டு வேறு இடங்களிலே பேச இது மாதிரி மிகப் பெரிய அதிசயங்கள் இந்த நாட்டில் எந்தப் பகுதியிலும் நடந்ததில்லை.

விடுதலைப் போராட்டக் காலத்தில் அந்த நாட்களில் நடைபெற்றதை அண்ணா பேசினார். அத்தோடு அவர் நின்றிடவில்லை. நாடு விடுதலை அடைவதற்கு முன்னால்தான் அவருடைய வேகமான கருத்துகள் உலவிக்கொண்டிருந்தன. அப்போது தான் அந்தக் காலத்திலே அமெரிக்க நாட்டிலே நடந்த சீர்திருத்தங்கள் இன்னும் ஒரு சரியான உதாரணம் சொல்ல வேண்டும். அண்ணாவைப் போல தீர்க்கதரிசி யாருமில்லை. இர்விங் வாலெஸ் என்பவர் எழுதிய ஒரு கதையினை தழுவி அண்ணா ஒரு நாடகம் எழுதினார். "வெள்ளை மாளிகை" என்பது அதனுடைய பெயர்.

அந்த நாடகத்தினுடைய கரு என்பது நிறவெறி அதிகமுடைய, இன உணர்வு அதிகம் நிரம்பிய, அமெரிக்க நாட்டில் கருப்பர் இனத்தைச் சார்ந்த ஒருவர் அந்த நாட்டின் அதிபராக வருகிறார் என்ற ஒரு தளத்தின் அடிப்படையில், கருவின் அடிப்படையில் அண்ணா அந்த நாடகத்தை எழுதினார். அதெப்படி சாத்தியம்? அந்தக் காலத்திலே கருப்பர் இனத்தைச் சார்ந்தவர்களை அங்கே மனிதர்களாகக் கூட நடத்தவில்லை. அடிமைகளாக நடத்தினார்கள். சவுக்கால் அடித்தார்கள், சரியாகக் கூலி கொடுப்பதில்லை, மனிதனாக நடத்தாத நாட்டில் அந்த நாட்டை எப்படி ஆள்வது? என்ற கேள்வி எழுந்திருக்கும்.

தீர்க்கதரிசிகள், தொலைநோக்குப் பார்வையுடையவர்கள், எதுவும் நடந்தே தீரும் என்ற உணர்வுடையவர்கள் பார்வை இப்படித்தான் இருக்கும். "ஆடுவோமே பள்ளுப் பாடுவோமே" என்ற அடிமைப்பட்டு இருந்த நாட்டில் பாரதியார் பாடியதை அப்போது ஏளனம் செய்தார்கள். பின்னாளில் அது நடந்தது.

அதுபோல அண்ணா எழுதுகிறார்: அமெரிக்க நாட்டின் அதிபராக இருக்கின்ற ஒருவர் திடீரென்று இறந்து போய்விடுகின்றார், ஒரு விபத்தில்! மரபு ரீதியாக அந்த இடத்திற்கு அடுத்து துணைக் குடியரசுத் தலைவர் தான் வந்திட வேண்டும். அவரும் அந்த விபத்திலே மாண்டுவிட்டார். அடுத்து அந்த இடத்திற்கு வரக்கூடியவர்கள் காங்கிரஸ் என்று சொல்லக்கூடிய அமெரிக்க நாட்டின் மக்களவையினுடைய தலைவர் அந்த இடத்திற்கு வரவேண்டும். அவர் கடுமையாக உடல்நலம் குன்றியிருக்கிறார். அடுத்து அந்த இடத்திற்கு வரக்கூடிய வாய்ப்பு அங்கிருக்கின்ற செனட், இங்கு இருக்கின்ற மாநிலங்களவை போன்ற ஒன்று. அதனுடைய தலைவர்தான் வரலாம் என்ற நிலையில் அவர் ஒரு கருப்பர் இனத்தைச் சார்ந்தவர். சூழ்நிலையின் காரணமாக வேறு வழியில்லை. ஒரு கருப்பர் அமெரிக்க நாட்டின் குடியரசுத் தலைவராகிறார். ஆனால் அஃதோடு நிற்கவில்லை அந்த பொறுப்பிற்கு வந்ததற்குப் பின்னால் அவருக்கு எத்தனை இடையூறுகள் வருகின்றன. எப்படி அவரை தொடரவிடாமல் செய்கிறார்கள் என்று இதையெல்லாம் அண்ணா எழுதியதைப் பார்த்து அப்போதெல்லாம் யாரும் நம்பவில்லை.

ஆனால் நடந்ததே! பாரக் ஒபாமா என்பவர் அமெரிக்க நாட்டில் அதிபராக இப்போதைய 21ம் நூற்றாண்டில் வந்தபொழுது நாமெல்லாம் திரும்பிப் பார்க்கிறோம்.

20ம் நூற்றாண்டின் பாதியில் இடைப்பட்ட காலத்திலேயே அண்ணா எழுதியிருக்கிறார். அமெரிக்க நாட்டின் அதிபராக ஒரு கருப்பர் இனத்தைச் சேர்ந்தவர் வருவார் என்பதை. ஆக இதுதான், அடிமைப்பட்டவன் காலமெல்லாம் அடிமையாகவே இருக்க முடியாது, இருக்கக் கூடாது, அவன் எழுவான், நாட்டையே ஆள்வான், உலகையே வெல்லுவான்

என்பதற்கு அவர் பேசியது மட்டுமில்லை, நடைமுறையில் இதெல்லாம் சாத்தியம் என்று சொன்னார். அவர்தான் ஒடுக்கப்பட்டவர்களுக்காகக் குரல் கொடுத்தார். அவர்கள் ஆதிக்க சக்திகளினுடைய ஆதிக்க உணர்வுகளுக்கு சம்மட்டி அடி கொடுத்தவர்.

இந்த நாடு ஒரு கூட்டாட்சித் தத்துவம் கொண்ட நாடாகத்தான் இருந்திட வேண்டும். பல மொழிகள், பல இனங்கள், பல கலாச்சாரங்கள், பல பண்பாடுகள் கொண்ட இடத்தில் ஓர் ஒற்றை அரசு இருக்க முடியாது. ஓர் அரசு, வல்லரசு, தனி அரசு, நான் தான் எல்லாம் என்ற மனநிலை இருந்திடக் கூடாது. அது பாசிசத்தின் வெளிப்பாடு என்று நெப்போலியனை உதாரணம் காட்டுவார். அவன் அப்படி இருந்ததால் தான் வீழ்ந்தான். பேராசை பிடித்ததனால் தான் பல மன்னர்களுடைய ஆட்சிகள் கவிழ்ந்திருக்கின்றன என்பதைச் சொல்லி எளிமையான வாழ்வு, மக்கள் நலனே குறிக்கோள் என்று இருக்கின்ற உணர்வு வந்திட வேண்டுமென்று அரசியலை அடிமட்டத்திலிருக்கிற மனிதனுக்குக் கொண்டுபோய் புரியவைத்த ஒரு பெரும் வரலாறு அண்ணாவிற்கு உண்டு.

நான் அண்ணாவைப் பற்றி பேசுகிறேன். இலக்கியவாதியாக பேசுவதா? ஓர் அண்ணனாக அவருடைய அன்பை நேசித்து அதுபற்றி புளகாங்கிதம் அடைவதா? ஒரு தலைவனாக அவர் வலம்வந்து இந்த நாட்டிலே ஒரு புத்தெழுச்சி உருவாக்கினாரே அதைச் சொல்வதா? மெல்ல மெல்ல தமிழ் இன்னொரு மொழியினுடைய கலாச்சார ஆதிக்கத்திற்கு உட்பட்டு, படையெடுப்பிற்கு உள்ளாகி மெல்ல பொலிவிழந்த நிலையில் அதை மீட்டு புது வடிவிலே நடமாட விட்டாரே அதைச் சொல்வதா? ஆட்சிக்கு வந்ததற்குப் பின்னால் அதிசயமாக பல சட்டங்களை நிறைவேற்றினாரே அதைச் சொல்வதா?

எல்லாவற்றிற்கும் மேலாக இன்றைக்கும் அண்ணா இல்லையே என்ற ஏக்கம் உறங்கப் போகிற போது வருகிறது. நடமாடுகிற போது வருகிறது. ஏதாவது நற்செயல்களை செய்கிற போது அண்ணா இருந்தால் எப்படி செய்திருப்பார்? அண்ணா இருந்தால் எதைச் சொல்லி யிருப்பார்? என்று சிந்திக்கிறோமே இந்த அளவிற்கு தாக்கத்தை இதற்கு முன் ஏற்படுத்திய எண்ணத்திலேயே தலைவர்கள் எத்தனை பேர்? அதனால் தான் 50 ஆண்டுகளைக் கடந்தும் அந்தத் தலைவனைப் பற்றி பேசுகிறோம்.

அவரைப் பற்றி எண்ணுகின்ற போது எண்ணங்கள் விரிந்து கொண்டே போகின்றன. கற்பனை சிறகடிக்கிறது. அவருடைய எழுத்துகள் எண்ணத்திலே நிழலாடுகிறது. அவர் பேசிய முறை, குட்டிக் கதைகளைச் சொல்லி எல்லோருடைய மனதையும் அவர் கவர்ந்தது. பாமரர்களிடம் அவர் பேசுகிற போது மிக எளிதாகக் கொண்டுபோய் சாதாரணமாக சேர்த்துவிட்டுப் போவார்.

ஒரு நாள் ஒருவருடைய வீட்டிலே சாப்பிடுகிறார். சாப்பிடுகிற போது அவர்கள் அப்பளமும், முட்டையும் வைக்கிறார்கள். காற்றிலே அப்பளம் பறக்கிறது. அவர் கேட்கிறார் முட்டை என்ன விலை? நாலணா! அப்பளம் என்ன விலை? காலணா! காலணா சிறகு விரித்துப் பறக்கிறது, நாலணா அடக்கத்தோடு இருக்கிறது என்று அண்ணா சிரித்துக் கொண்டே சொல்லுகிறார். இது மாதிரி எளிமையாக எப்படி உயர்ந்தவர்கள் பண்புடன் இருப்பார்கள் என்று சொல்லுகிறார்.

நான் அடிக்கடி ஒரு கதை சொல்வேன். என்னால் மறக்க முடியாத ஒன்று அண்ணா சிலவற்றை உணர்த்துவதற்காகச் சொல்வார். ஒரு குருவியிடம் ஒரு நாள் ஒரு காசு கிடைக்கிறது. அந்தக் காசை வைத்துக் கொண்டு ஒரு மரத்திலே போய் உட்கார்ந்து கொண்டு இந்தக் காசு யாருக்கு வேண்டும்? இந்தக் காசு யாருக்கு வேண்டும்? என்று

கேட்கிறது. எல்லோரும் பைத்தியக்காரக் குருவி என்று சொல்லிவிட்டுப் போகிறார்கள். அந்த வழியாக வந்த மன்னன் என்னுடைய நாட்டில் இப்படி ஒரு குருவி கூக்குரலிடுகிறதே என்று பரிதாபப்பட்டு எனக்குக் கொடு என்று வாங்கிக் கொள்கிறான். உடனே அந்தக் குருவி சொல்லுகிறது, இந்த நாட்டு ராஜா என்னிடம் ஒரு காசை பிச்சை வாங்கிவிட்டார் என்று பேசுகிறது. ராஜாவுக்கு கோபம் வந்து விட்டெறிகிறார். உடனே அந்தக் குருவி சொல்லுகிறது, இந்த நாட்டு ராஜா என்னைப் பார்த்து பயந்து காசை விட்டெறிந்துவிட்டார் என்று. இதை சொல்லிவிட்டு அண்ணா சொல்லுவார், யாரிடம் எப்படி நடந்து கொள்ள வேண்டுமென்பதற்கு இதுதான் இலக்கணம். மன்னர் தன்னுடைய நிலையினை மறந்து ஒன்றுமில்லாத குருவியிடம் பரிதாபப்பட்டதுடைய விளைவு அவமானப்பட்டான் என்று சின்னச் சின்ன விஷயங்களை சாதாரணமாகச் சொல்லுவார்.

அண்ணாதுரைக்கு காலிலே பெரிய வியாதி வந்துவிட்டது என்று சொல்லுவார்கள். நான் மறுநாள் காலை முக்காலியை வைத்து அதன் மேல் என் காலை வைத்து நன்றாகத்தானே இருக்கிறது என்று காட்டுவேன். இல்லை நாங்கள் சொன்னது இடது கால், அவர் காட்டியது வலதுகால் என்பார்கள். ஆக யார் எதைச் சொன்னாலும் பொருட்படுத்தாமல் சென்று கொண்டே இருக்க வேண்டும்.

ஒவ்வொருவருக்கும் விளக்கம் அளித்துவிட்டு அவர்கள் மனதை தெளிவுபடுத்திவிட்டுதான் நடக்க வேண்டும் என்று சொன்னால் அடைய வேண்டிய இடத்தை அடைய முடியாது என்று சின்னச் சின்ன செய்திகள் உதாரணங்கள் மூலம் எல்லோருக்கும் தெளிவை ஏற்படுத்திய அந்த மாமேதை அண்ணா, எங்களை இயக்குவது அண்ணா, எங்களை ஆளாக்கியது அண்ணா, அவர் இலட்சியங்களை இன்னமும் நெஞ்சிலே தாங்குகிறோம்.

தமிழ், தமிழன், தமிழ்நாடு இது நம்முடைய உணர்வு. அதே நேரத்தில் இந்திய துணைக் கண்டத்தில் நாமும் ஓர் அங்கம் என்று வருகிற போது இந்த நாட்டினுடைய ஒற்றுமைக்கும், இந்த நாட்டினுடைய பாதுகாப்பிற்கும் நாமும் துணை நிற்க வேண்டும் என்ற அந்த ஒற்றுமை உணர்வைத் தந்ததும் அறிஞர் அண்ணா தான். அதனால் சீன நாட்டு படையெடுப்பின் போது திராவிட நாடு கோரிக்கையைக் கைவிட்டு நடைமுறையிலும் மாற்றிக் காட்டினார். ஆக, கால் இங்கே ஊன்றியிருக்கிறது. நம் கரங்கள் விரிந்திருக்கிறது. பார்வை பரந்துபட்டு இருக்கிறது.

இதற்கெல்லாம் காரணம் அண்ணா என்ற அந்தத் தலைவன். அவருடைய பிறந்தநாள் இன்னும் 100 ஆண்டுகள், இன்னும் 1000 ஆண்டுகள் உருண்டோடும்! உலகம் மாறும்! மனிதர்கள் பிறப்பார்கள்! அரசாங்கங்கள் உருவாகும்! ஆட்சியாளர்கள் வருவார்கள்! ஆனால் பலபேர் அடையாளம் தெரியாமல் போகிற போது அண்ணா என்ற அந்தப் பெயர் இருக்கும்! அண்ணாவினுடைய படைப்புகள் இருக்கும்! அண்ணாவின் தாக்கம் இருக்கும்! இன்றைக்கு நமக்கு! நாளைக்கு நம் அடுத்த தலைமுறைக்கு! நன்றி! வணக்கம்.

28

அண்ணாவின் எளிமை

வணக்கம் அறிஞர் பெருந்தகை அண்ணா அவர்களின் 116 ஆவது பிறந்தநாள். 1909 ஆவது ஆண்டு பிறந்த அண்ணா அவர்கள் 1969 வரை தான் வாழ்ந்தார்கள். வாழ்ந்த காலம் குறைவு என்றாலும் கூட வரலாற்றில் அவருடைய அழுத்தமான பதிப்பு என்பதும் முத்திரை என்பதும் எந்தக் காலத்திலும் எவராலும் மறக்க முடியாததாக இருக்கின்றது. இன்னும் நூறாண்டுகள் பல கடந்தாலும் கூட அண்ணா என்ற தலைவனுடைய நினைப்பு யாருக்கும் மறவாது. அவருடைய அரசியல் கருத்துக்கள் இல்லாமல் தமிழ்நாட்டில் யாரும் இயங்க முடியாது என்று அழுத்தமான வாழ்க்கைப் பாதை அண்ணாவினுடைய பாதை. ஏழை எளியவர்களுடைய மனம் தொட்டார், அதேபோல் படித்தவர்கள் என்று உச்சத்தில் இருந்தவர்களுடைய கருத்துக்களில் மன மாற்றம் ஏற்படுத்தப்பட்டிய அளவிற்கு அண்ணாவினுடைய அணுகுமுறை இருந்தது. கொள்கையில் தெளிவு, சிந்தனையிலே தீர்க்கம், நாடு என்கின்ற எண்ணமும், மக்கள் என்கின்ற கவலையும், மொழியை பாதுகாக்க வேண்டும் என்ற பொறுப்புணர்ச்சியும் அவரைப் போல் அதற்கு முன்பு வேறு யாருக்கும் இருந்ததாகத் தெரியவில்லை. அதற்கான சுவடுகளும் இல்லை. சிலருக்கு இருந்திருக்கலாம், ஆனால் அண்ணாவைப் போல் நடைமுறைக்குக் கொண்டு வந்தவர்கள் யாருமே கிடையாது. மக்களில் பலதரப்பட்டவர்கள் இருக்கின்றார்கள். எல்லோருடைய உள்ளங்களையும் தொடுவது என்பது அவ்வளவு எளிதானது அல்ல. சிலர் ஏழைகளுக்கான தலைவர்களாக இருப்பார்கள், சிலர் உழைக்கின்ற வர்க்கத்தை சார்ந்தவர்களுக்காக தொழிலாளர் நலன் பேணுபவர்களாக இருப்பார்கள், சிலர் படித்தவர்களுக்கு மத்தியிலே அவர்கள் மிகவும் திறமைசாலிகள், புத்திசாலிகள் என்று பெயர் பெற்றவர்களாக இருப்பார்கள். ஆனால் எல்லோரையும் கவருகின்ற அளவிற்கு வாழ்ந்த தலைவர் அண்ணா ஒருவர்தான். அவருடைய வாழ்க்கையினுடைய மிகப்பெரிய சிறப்பு என்பது அவருடைய எளிமை. ஏழைகளுக்காகவே அவருடைய வாழ்வு இருந்தது என்பதை அவருடைய பொன்மொழிகளில் தலையாயது, எந்நாளும் மறக்க முடியாத ஒன்று "ஏழையின் சிரிப்பில் இறைவனைக் காண்போம்." அவருடைய தோற்றம், அவருடைய உடைகள், செயல்பாடுகள், உணவுப் பழக்கவழக்கங்கள், பழகுகின்ற முறை எல்லாமே ஏழைகள் தங்களுக்குரியவர் இவர் என்று கருதுகின்ற அளவிற்கு தான் இருந்தன. அதைத்தான் அண்ணா அவர்கள் தன்னுடைய தம்பிமார்களுக்கு அறிவுரை சொல்கிறபோது சொல்வார்,

"Dear brother, go to the people, live among them, love them, serve them" என்று ஆரம்பிக்கிற போதே நன்றாகவே தெரியும். அவர்களுக்கு என்ன தெரியுமோ அவர்களைச் சென்று நேசியுங்கள் என்று சொன்னார். "Start with what they know, build on what they have" என்று சொல்லுகிற போது ஏழைகளிடம் சென்று, அவர்களோடு வாழ்ந்து, அவர்களை நேசித்து, அவர்களுக்கு எது தெரியுமோ அதிலிருந்து தொடங்கு! அவர்களிடம் என்ன இருக்கிறதோ அதிலிருந்து நீ கட்டுமானத்தை ஆரம்பிக்க வேண்டும் என்று அண்ணா சொன்னது அவருடைய கவனம் முழுவதும் ஏழைகளின் பாலே இருந்தது என்பதற்குத்தான்.

அண்ணா மறைந்ததற்குப் பின்னால் அவருடைய காஞ்சிபுரம் இல்லத்தை நினைவு இல்லமாக திறந்து வைப்பதற்கு குடியரசுத் தலைவராக இருந்த நீலம் சஞ்சீவ ரெட்டி அவர்கள் வந்தார்கள். ஒரு மாநிலத்தினுடைய முதலமைச்சரின் வீட்டை நினைவு இல்லமாக திறப்பதற்கு குடியரசுத் தலைவர் வந்தது இதுதான் முதல் முறை. அப்போது சஞ்சீவி ரெட்டி அவர்கள் மிகுந்த வியப்போடு சொன்னது, இவ்வளவு எளிமையான வீட்டில் பிறந்த தலைவனா ஒரு மாநிலத்தினுடைய முதலமைச்சராக உயர்ந்தார் என்பதைவிட, எல்லோருடைய மனம் கவருகின்ற அளவிற்கு வாழ்ந்தார் என்று குறிப்பிட்டு ஆக ஒரு மனிதனுடைய பொருளாதாரப் பின்னணி என்பது அவருடைய தகுதிகளுக்கோ அவருடைய வளர்ச்சிக்கோ காரணமல்ல என்பதும், ஜனநாயகத்தினுடைய சிறப்பும் புரிகிறது என்றும் குறிப்பிட்டு விட்டுச் சென்றார்கள். எனக்குத் தெரிந்தவரை நான் படித்ததும் கேட்டதும் தான் அதிகம். என்னுடைய வயதிற்கு அண்ணாவை நேரடியாக பார்த்து நெருங்கிப் பழகுகின்ற அளவிற்கு வாய்ப்பினை நான் பெறவில்லை. பெரியாரோடு பார்த்துப் பழகுகின்ற வாய்ப்பு கிடைத்திருக்கிறது. இவர்கள் இருவருடைய வடிவத்தில் இருந்த கலைஞரோடு இருக்கின்ற வாய்ப்பு கிடைத்திருக்கின்றது. ஆனால் அண்ணாவோடு நெருங்கி இருக்கிற வாய்ப்பு கிடைத்ததில்லை. ஆனால் அவரோடு பழகியவர்கள் சொல்லக்கேட்டு அவரோடு இருந்தவர்கள் எழுதியதை வைத்துதான் இன்றைக்கும் அண்ணாவைப் பற்றி தெரிந்து கொள்கிறோம். அண்ணாவினுடைய எழுத்துக்களை எப்போது படித்தாலும் சிலிர்ப்பு ஏற்படும். முன்பு இருந்ததைவிட நம்முடைய பாதையின் பயணத்தில் வேகம் அதிகம் பிறக்கும். இன்னும் எத்தனை பிரச்சனைகளா? இதை இப்படி அணுகலாமா? இவ்வளவு மென்மையாக ஒரு பிரச்சனையை அணுகி அதில் வெற்றி பெறலாமா என்பதற்கெல்லாம் அண்ணா அவர்கள்தான் எடுத்துக்காட்டு.

ஒருமுறை அண்ணா அவர்கள் திருச்சிக்கு வந்திருந்த போது, அவருடைய காலணிகள் பழையதாகி அறுந்து போய்விட்டது. புதிய செருப்பு வேண்டும் என்று கேட்டபோது, அப்போது திருச்சியிலே கட்சியினுடைய நிர்வாகியாக இருந்த கொஞ்சம் வசதியாக இருந்து திரு எஸ்.ஏ.ஜி.ராவ் என்பவர் அண்ணாவை அழைத்துக் கொண்டு சிங்காரத்தோப்பு கடைவீதிக்குச் செல்கின்றார். அங்கே சென்று ஒரு பெரிய கடையிலே நிறுத்தி உள்ளே சென்று செருப்புகளைப் பார்க்கிறார்கள். செருப்பின் விலை ஐந்து ரூபாய், ஆறு ரூபாய் என்று இருக்கிறது. எல்லாவற்றையும் பார்த்துவிட்டு, இது வேண்டாம் என்று நிராகரித்து விட்டு திரும்பி கிளம்பி வருகின்ற வழியில், தெப்பக்குளத்திற்குப் பக்கத்திலே சாலையோரத்தில் ஒரு செருப்பு தைக்கின்ற தொழிலாளி செருப்பு தைத்துக் கொண்டிருக்கின்றார். அப்போதெல்லாம் கொஞ்சம் பழக்கமாக இருந்த ஒன்று, கார் சக்கரத்திலே இருக்கின்ற அந்த டயரிலிருந்து செருப்பு தைப்பார்கள். அதுபோல ஒரு முரட்டுத்தனமான செருப்பை அவர் வைத்திருக்கிறார். அதன் விலை எட்டணா. அண்ணா அதைப் பார்த்துவிட்டு அதை காலிலே அணிந்து பார்க்கிறார்; சரியாக இருக்கிறது. எனக்கு இதை வாங்கிக் கொடு என்கிறார். அதற்கு உடன் வந்தவர் சொல்லுகிறார் அண்ணா

அங்கே நல்ல செருப்பு பார்த்தோம், காலுக்கு இதமாக இருக்கும், இது கடினமாக இருக்குமே என்று சொல்லுகிற போது அண்ணா சொன்னார், அது எப்படியாவது விற்றுவிடும், யாராவது வந்து வாங்குவார்கள் ஆனால், இந்த ஏழைக்கு இன்று இதை நான் வாங்கிச் சென்றால்தான் அவன் வீட்டிலே இன்றைக்கு உலை கொதிக்கும். எனவே 'என் காலுக்கு அது இதம் தரும் என்பதைவிட அவன் வாழ்வுக்கு சுகம் தரும்' என்பது தான் முக்கியம் என்று அணிந்து கொண்டு சென்றதாக சொல்லுவார்கள். கேட்கிறபோதே நெஞ்சம் நெகிழும்.

அதேபோல் பின்னர் ஒரு முறை அண்ணாவினுடைய தேதிகள், அவருடைய கூட்டங்களுக்கு நிகழ்ச்சிகளுக்கு எப்போது அவர் செல்வது என்பதை வகுத்துக் கொடுக்கின்ற அந்தப் பெரிய கடமை திரு அரங்கண்ணல் அவர்கள்தான் செய்து கொண்டிருப்பார்கள். அரங்கண்ணல் அவர்கள் பின்னாளில் பல பொறுப்புகளில் இருந்தார், சட்டமன்ற உறுப்பினராக இருந்தார். குடிசை மாற்று வாரியத் தலைவர் என்றெல்லாம் இருந்தார். ஆனால் அண்ணா காலத்திலே அவருக்கு அணுக்கமாக இருந்து அவருக்கு சேவை செய்வதையே தொண்டு என்று கருதியவர்கள் பலபேர். அதில் அவர் ஒருவர். அண்ணாவுக்கு பக்கத்தில் இருந்து அவருடைய ஒவ்வொரு அசைவையும் கவனித்து, அதைப் பற்றி பிறரிடம் புகழ்ந்து பேசி அல்லது இப்படிப்பட்ட ஒரு தலைவனுக்குப் பின்னால் செல்கிறோம் என்ற ஒரு பெருமிதம் எல்லோருக்கும் இருந்தது. அதனால்தான் எல்லோருமே பெரிய தலைவர்களாக பரணமித்தார்கள். அப்படி ஒரு சந்தர்ப்பத்தில் அரங்கண்ணல் அண்ணாவிடம் சென்று சொல்லுகிறார், அண்ணா, சில தொழிலதிபர்கள் தேர்தலுக்கு நிதி தர விழைகிறார்கள். Cosmopolitan club இலே அதை வைத்துக் கொள்ளலாம் என்று சொல்லுகிறார்கள் என்று அண்ணாவிடம் சொன்னபோது அண்ணா கேட்கிறார், தேதி கொடுத்து விட்டாயா? என்று கேட்கிறார். உங்களைக் கேட்காமல் நான் எப்படித் தருவேன் என்று இவர் பதில் சொன்னவுடன், வேண்டாம், தேதி தர வேண்டாம் என்று அண்ணா சொல்லுகிறார். அதற்கு இவர் கொஞ்சம் தயங்கியபடியே, அண்ணா நிறைய நிதி தருவார்கள் என்று சொல்கிறார். நிறைய நிதி தருவார்கள் தம்பி, ஆனால் கொடுக்கிறவர்கள் யார்? கொடுக்குற இடம் எது? என்று பார்! நாம் அங்கு சென்று அவர்களிடம் கையேந்தி நிதி வாங்கினோம் என்றால் பின்னர் அவர்கள் சொல்வதற்கெல்லாம் கட்டுப்பட வேண்டி இருக்கும். நாம் ஏழைகளுக்காக இயக்கம் நடத்துகிறவர்கள். இப்படிப்பட்ட பெரும் பணக்காரர்களிடம் நெருங்க நேருமேயானால் எதிர்காலத்தில் நம்முடைய கொள்கைகள் தடம் மாறும் என்று சொன்ன அந்தப் பெருந்தகையை இன்றைக்கு எண்ணிப் பார்க்கிறோம்.

1967 திராவிட முன்னேற்றக் கழகம் தேர்தலில் வெற்றி பெறுகின்றது. அண்ணா முதலமைச்சராகிறார். எல்லாரும் உற்சாகத்திலே, உச்சாணிக்கொம்பிலே இருந்த போது அண்ணா கவலையோடு இருந்தாராம். நாம் இன்னும் கொஞ்சம் காலதாமதமாக இந்தப் பொறுப்பிற்கு வந்திருக்கலாம். இன்னும் பயிற்சி பெற வேண்டி இருக்கிறது என்று தான் அண்ணா சொன்னார். காமராஜர் அந்தத் தேர்தலில் தோற்றுவிட்டார் என்ற செய்தி வந்த போது அண்ணா மிகுந்த கவலையுற்றார். எல்லோரும் ஓடி வந்து அண்ணா, காமராஜரையே தோற்கடித்து விட்டோம் என்று சொன்னார்கள். அப்போது அண்ணா சொன்னார் திருத்திக் கொள்ளுங்கள், காமராஜரையே தோற்கடிக்கிற நாடு இது என்பதை நீங்கள் புரிந்து கொள்ள வேண்டும். அவர் எதிர்க்கட்சித் தலைவராக உட்கார்ந்திருந்தால் நமக்கு மிகப்பெரிய வழிகாட்டுதல் இருந்திருக்கும். அவருடைய அனுபவம் நமக்கு சட்டமன்றத்திலே மிகப்பெரிய துணையாக இருந்திருக்கும். ஆக அவருடைய தோல்வி எல்லாம் நாம் கொண்டாடப்பட வேண்டியது இல்லை. நாம் வேதனைப்பட வேண்டியது

என்று சொல்லிவிட்டு, கழகத் தோழர்கள் வெற்றிவிழா கூட்டம் என்று நடத்துவதை கொஞ்ச நாள் தள்ளிப் போடுங்கள் தம்பி, கொண்டாட்டங்கள் வேண்டாம். ஏற்கனவே தோற்றுப் போன வேதனையிலேயே இருக்கிற காங்கிரசாருக்கு மேலும் மன வேதனையை உருவாக்க வேண்டாம் என்று சொன்ன பெருந்தகையை எண்ணிப் பார்க்கிறோம். இப்படிப்பட்ட தலைவர் மண்ணிலே வாழ்ந்திருக்கிறார்.

பெரியாரிடம் கருத்து வேறுபாடு கொண்டு அண்ணா பெரிய அளவில் இளைஞர் பட்டாளத்தோடு தனியாக ஒரு இயக்கம் தொடங்கிய பொழுது, "திராவிட நாடு" என்று அவர் ஆசிரியராக இருந்த இதழில் எல்லோரும் கண்ணீர் விட்டு அழுவதைப் போல அந்தக் கண்ணீரிலே பெரியார் மூழ்குவதைப் போல ஒரு அட்டைப்படம் வெளி யிட்டிருந்திருக்கிறார்கள். அதைப் பார்த்து கோபப்பட்ட பெரியார், அண்ணாவிற்கு பின்னால் சென்றவர்களை எல்லாம் கண்ணீர்த் துளிகள் என்று விமர்சித்தார். இன்னும் கடுமையாகக் கூட விமர்சித்தார். அப்போது அண்ணா அவர்கள் கொஞ்சம் கூட கோபம் கொள்ளவில்லை. மாறாக அவர் சொன்ன வார்த்தை "நான் கண்டதும் கொண்டதும் ஒரே தலைவர் பெரியார் தான்". இந்தக் கட்சியிலே தலைவர் என்ற நாற்காலி அவருக்காகவே காத்திருக்கும், அந்த நாற்காலியில் உட்கார வேறு யாருக்கும் தகுதி கிடையாது என்று சொல்லி அண்ணாவை அவ்வளவு கடுமையாக பெரியார் விமர்சித்த போது கூட அவரைத்தான் தலைவர் என்று சொன்னவர். அதைவிட முக்கியம், தேர்தலில் வெற்றி பெற்ற பின்னர் தமிழ்நாடே கொண்டாட்டத்தின் உச்சாணியில் இருக்கிற போது, அண்ணா யாருக்கும் சொல்லாமல் அங்கிருந்து கிளம்பி நேரடியாக வந்து சந்தித்தது தந்தை பெரியார் அவர்களை. யார் தன்னை காலமெல்லாம் விமர்சித்துக் கொண்டு இருந்தார்களோ, திராவிட முன்னேற்றக் கழகம் தோற்க வேண்டும் என்பதற்காக ஊரெல்லாம் சென்று பிரச்சாரம் செய்தாரோ அந்தப் பெரியாரைத் தேடி வந்து இந்த ஆட்சி உங்களுக்கு காணிக்கை என்று சொன்னபோது பெரியார் நெகிழ்ந்து போனார். நெகிழ்ந்து போனதோடு மட்டுமில்லை மிகுந்த தயக்கத்தோடு இவ்வளவு பெருந்தன்மை உள்ள உங்களை நான் எப்படி எல்லாம் புண்படுத்தி இருக்கிறேன் என்றுதான் பெரியார் சொன்னார். அந்த அளவிற்கு தன்னை விமர்சித்தவர்களை, தன்னை நிந்தித்தவர்களை, பதிலுக்கு பதில் என்று இல்லாமல் தன்னுடைய மென்மையான அணுகுமுறையால் தான் யார் என்பதை உணர வைக்கின்ற அந்த மிகப்பெரிய பண்பு அண்ணாவுக்கு தான் உண்டு. அப்பொழுது மாணவர்களுடைய போராட்டம் தான் அந்தக் கட்டத்தில் தமிழ்நாட்டில் உச்சத்தில் இருக்கின்றது. யாராலும் அடக்க முடியாத அளவிற்கு துப்பாக்கிச் சூடெல்லாம் நடத்த வேண்டிய நிலைமை வந்தது. இந்திய வரலாற்றில் அப்படி ஒரு நிகழ்ச்சி அதற்கு முன்பு நடந்ததே இல்லை. மாணவர்கள் போராட்டம் நடக்கிறபோது பல பேர் சிறையிலே இருக்கிறார்கள். முன்னதாகவே கைது செய்யப்பட்டு அண்ணா சிறையில் இருக்கிறார். மாணவர்களின் போராட்டம் வெளியிலே மிக வேகமாக நடந்து கொண்டிருக்கிறது. பின்னர் அண்ணா அங்கிருந்து பார்க்க வந்தவர்கள் மூலமாக மாணவர் தலைவர்களாக அன்றைக்கு இருந்த பெ. சீனிவாசன், இன்றைக்கு இருக்கிற எல். கணேசன், துரைமுருகன் போன்றோர்களை எல்லாம் வரவழைக்கின்றார். அழைத்து அவர்களை சிறைச்சாலையிலே பார்த்துச் சொன்ன வார்த்தை, போதும் போராட்டத்தில் இருந்து நீங்கள் விலகிக் கொள்ளுங்கள் என்று அண்ணா சொல்கிறார். அதற்கு அவர்கள் அண்ணா போராட்டத்தை இனி அடக்க முடியாது, இது உச்சத்திற்கு சென்று விட்டது. தமிழைக் காக்கத்தானே போராட்டம் நடத்துகிறோம் இன்று என்று கேட்டபோது அண்ணா கோபத்தோடு கேட்டு இருக்கிறார், தமிழை காப்பது எதற்குத் தெரியுமா? உங்களை

எல்லாம் வாழ வைப்பதற்கு! உங்களையெல்லாம் சாகக் கொடுத்துவிட்டு நான் தமிழைக் காப்பாற்றி என்ன செய்யப் போகிறேன்? ஒதுங்கிக் கொள்ளுங்கள். இனி கட்சி பார்த்துக் கொள்ளும். தயவுசெய்து மாணவர்கள் இப்படிப்பட்ட போராட்டங்களில் ஈடுபட்டு உயிர்த் தியாகத்திற்கு ஆளாக வேண்டாம் என்று சொன்னார்.

அண்ணா முதல்வரானதற்குப் பின்னால் இரண்டு நிகழ்வுகள் நடந்தன. முதலிலே ஒரு மாணவர் போராட்டம் நடைபெறுகிறது. அப்போது காவல்துறை அதிகாரிகள் அண்ணாவை சந்தித்துச் சொல்கிறார்கள், அண்ணா போராட்டம் எல்லை மீறிச் சென்று விட்டது, கட்டுக்கடங்காமல் போகிறது எனவே எங்களுக்கு துப்பாக்கிச் சூடு நடத்த அனுமதி தாருங்கள் என்று கேட்கிறார். அண்ணா வேண்டாம். முடிந்தவரை கலவரத்தை ஒடுக்கப் பாருங்கள் என்று சொல்கிறார். அவர்களோடு பேசிப் பாருங்கள் என்கிறார். இல்லை அண்ணா, அவர்கள் ரயில் நிலையம் நோக்கிச் செல்கிறார்கள் என்று சொன்னபோது, உங்கள் துப்பாக்கி தோட்டா ஒரு மாணவனுடைய உயிரை பறிக்குமேயானால், அவனுடைய பெற்றோருக்கு அந்தப் பிள்ளையை நான் திருப்பித் தர முடியாது என்று சொல்லுகிற அந்தத் தாய் உள்ளம் ஒரு தலைவனுக்கு இருந்தது. தன்னுடைய ஆட்சி, அதிலே இடையூறு ஏற்படுத்த முயற்சிக்கிறார்களே என்று கருதாமல் மாணவர்களை பாதுகாக்க வேண்டும் என்று எதிர்க்கட்சியாக இருந்தபோது தன் தொண்டர்களை போதும் நீங்கள் ஒதுங்கிக் கொள்ளுங்கள், உங்களை எல்லாம் வாழ வைப்பதற்கு தான் போராட்டமே தவிர, உங்களை சாகக்கொடுத்து அதில் கிடைக்கிற வெற்றி எனக்கு தேவை இல்லை என்று சொன்ன அந்தப் பண்பு எல்லா அரசியல் தலைவர்களும் கற்றுக்கொள்ள வேண்டிய ஒன்று. அதேபோலத்தான் பின்னாளில் ஆளுங்கட்சியாக இருக்கிற போது மாணவர்கள் போராட்டத்தின் போது மாணவர்களை எதுவும் செய்யாதீர்கள் என்று சொன்ன அண்ணா, அதற்கும் பின்னால்தான் 68 ஆம் ஆண்டு ஒரு மருத்துவக் கல்லூரி மாணவருக்கும் ஒரு பேருந்து நடத்துநருக்கும் ஏற்பட்ட மோதல் பெரிதாகி மிகப்பெரிய கலவரமாக உருவாகிறது. (முதலமைச்சராக இருந்த அண்ணாவே தலையிட்டு மாணவர்களின் சார்பாக நடத்துனரிடம் மன்னிப்புக் கோருகிறார். ஆனால் அண்ணா மன்னிப்புக் கோரியதற்குப் பின்னாலும் அவர்கள் இசைய மறுக்கிறார்கள். போராட்டத்தை இன்னும் அதிகமாக எடுத்துச் செல்கிற போது அதிலே தீவிரமாகப் பேசிய அண்ணா மயக்கமுறுகிறார். மயக்கமுற்ற அண்ணாவுக்கு அப்போது வாயிலே இருந்து ரத்தம் வருகிறது. மருத்துவமனைக்கு அழைத்துச் செல்கிறார்கள். அப்பொழுதுதான் தெரிகிறது அண்ணாவுக்கு புற்றுநோய் என்று. ஆக இதையெல்லாம் பார்க்கிற போது ஒரு பெரிய தலைவன் பெரிய பொறுப்பிலே இருக்கிறவர், எது நடந்தால் எனக்கென்ன? என்னிடம் இருக்கிற அதிகாரத்தைக் கொண்டு ஒடுக்குவேன் என்று கருதாமல், மாறாக அவர்களை அழைத்து சமாதானம் செய்வது, அவர்களுக்காக தானே மன்னிப்புக்குக் கோருவது, ஒரு பிரிவினருடைய தேவையை நிறைவேற்ற என்ன செய்ய வேண்டும் என்று இறங்கி வருவது இதெல்லாம் தான் ஒரு அரசியல் தலைவனிடம் கற்றுக்கொள்ள வேண்டும். அப்பொழுதெல்லாம் சென்னையிலே அடிக்கடி வரக்கூடிய செய்தி என்னவாக இருக்கும் என்றால் குடிசைகள் பற்றி எரிந்து விட்டன என்று. அப்பொழுதெல்லாம் நிறைய குடிசை வீடுகள் தான், கூரை வீடுகள் தான் எல்லா இடங்களிலும் இருக்கும். இன்றைக்கு காலம் மாறி இருக்கிறது. உயர்ந்த கட்டடங்கள், அடுக்குமாடி கட்டடங்கள் அதைத்தான் அண்ணா சொல்லுவார், உயர்ந்த கோபுரங்கள் தாழ்ந்த உள்ளங்கள் என்று சொல்லுவார். கோபுரங்கள் உயரமாக இருக்கலாம். ஆனால் அதில் இருப்பவர்களுடைய உள்ளம் தாழ்வாக இருக்கிறது என்று.

“நிலையும் நினைப்பும்” என்கிற தலைப்பில் அண்ணா பேசுகிறபோது அதைத்தான் சொல்வார். ஒரு இடத்திலே ஒருவருடைய நிலை உயர்ந்து இருக்கிற காரணத்தினால் அவருடைய நினைப்பும் உயர்ந்திருக்க வேண்டும் என்ற அவசியம் இல்லை. மாங்கனி திருடுவதற்கு மரத்தில் ஏறி இருப்பவன் இருப்பது உயர்ந்த இடம், ஆனால் பயம் என்னவோ கீழே இருக்கிற தோட்டக்காரனுக்கு மத்தியிலே இருக்கும். அதனால் நிலை என்பது இருக்கிற இடத்தைப் பொறுத்தது அல்ல, நினைப்பைப் பொறுத்தது என்று சொல்வார்கள். அதைப்போல் அன்றைக்கு எங்கே பார்த்தாலும் குடிசைகள், கோடைகாலத்தில் எப்படியோ தீப்பற்றி விடும். அப்பொழுது விறகு வைத்து எரிக்கிற அடுப்புகள் தான் அதிகம் இருக்கும் அல்லது ஏதோ ஒரு காரணம் கடும் வெப்பமாகக் கூட இருக்கலாம். ஆக எங்கு பார்த்தாலும் குடிசைகள் எரிகின்றன என்ற செய்திகள் தான் வந்து கொண்டிருக்கும். அண்ணா முதல்வரான உடன் செய்த முதல் காரியமே குடிசை வீடுகளையெல்லாம் மாற்றி ஆஸ்பெஸ்டாஸ் வீடுகளாக மாற்றினார். பின்னர் அதை கலைஞர் காலத்திலே அடுக்குமாடி வீடுகளாக மாற்றிய சரித்திரம் அண்ணாவிடம் இருந்துதான் தொடங்குகிறது .ஏழையின் சிரிப்பில் இறைவனைக் காண்போம் என்று சொன்னதைப் போல, அதேபோல அடுத்தவர்களுடைய மனம் அறிந்து செயல்படக் கூடியவர். அண்ணா நல்லதம்பி படத்திற்கு வசனம் எழுதுகிறார். நல்லதம்பி படம் அதை தயாரிப்பவர் அதிலே நடிப்பவர் கலைவாணர் என் எஸ் கே. அவர் மிக வசதியாக இருந்த காலகட்டம் அது. அதிலே கலைவாணருக்கு ஒரே ஒரு கதாநாயகி தான். திருமதி பானுமதி அவர்கள் அவருடைய கதாநாயகி. படம் தொடர்பாக அண்ணா அவர்கள் கலைவாணர் அவர்களுடைய இல்லத்திற்குச் சென்று இருக்கிற போது, பேசிக் கொண்டிருக்கிற நேரத்தில் ஒன்றை உணர முடிகிறது. கலைவாணருடைய துணைவியார் மதுரம் அவர்களும் ஒரு நடிகை. அவருக்கு மனதிற்குள் ஒரு ஆதங்கம் இவ்வளவு பெரிய படம், அண்ணா வசனம் எழுதுகிற படத்தில் தனக்கு வாய்ப்பு கிடைக்கவில்லையே என்று ஆதங்கத்தை அவர் வெளிப்படுத்தவில்லை. ஆனால் அதிலே புரிந்து கொண்ட அண்ணா வீட்டிற்குச் சென்றவுடன் கதையை மாற்றி அமைத்து கலைவாணருக்கு இரண்டு கதாநாயகிகள் என்பதைப் போல உருவாக்கி அதிலே டி எம் மதுரம் அவர்களுக்கும் ஒரு பாத்திரம் கொடுக்கிறார். ஆக அதில் என்ன புரிகிறது என்று சொன்னால், ஒருவருக்கு என்ன தேவை, என்ன கவலை என்பதை சொல்லித் தெரிந்து கொள்கிறவர்கள் உண்டு. சொன்னாலும் புரிந்து கொள்ளாமல் மதிக்காதவர்கள் உண்டு. ஆனால் சொல்லாமலேயே இன்னொருவருடைய மனநிலையைப் புரிந்து அவர்களுடைய ஏக்கத்தை தீர்க்கிற அந்தக் குணம்தான் அவர் ஆட்சிக்கு வந்த பின் வந்த திட்டங்களை எல்லாம் அப்படி செயல்பட வைத்தது. அந்தப் படத்திலே வசனம் எழுதியதற்காக அது பெரிய வெற்றியைப் பெற்றதற்காக கலைவாணர் அவர்கள் அண்ணா அவர்களுக்கு விலை உயர்ந்த காரை பரிசாக அளித்ததோடு மட்டுமல்லாமல், அப்பொழுதெல்லாம் பெட்ரோல் போடுவதற்கு பெரிய அளவு தட்டுப்பாடு இருந்த காரணத்தால், தொடர்ந்து ஒரு மாத காலத்திற்கு பெட்ரோல் போடுவதற்கான கூப்பன்களையும் கொடுத்து விட்டுப் போனதாகச் சொல்லுவார்கள்.

திருச்சியிலே மாநாடு, அண்ணா வந்து மாநாடு நடத்தி முடித்து விட்டார் ஆனால், மாநாட்டிற்கான செலவுகளை சரி செய்கின்ற அளவுக்கு வசூல் ஆகவில்லை. மாநாடு மிகச் சிறப்பாக நடைபெற்று விட்டது. மாநாட்டில் கலந்து கொண்டவர்கள் எல்லாம் பஞ்சைகள், பராரிகள், ஏழைகள். அண்ணாவை தொடர்ந்தவர்கள் அப்படிப்பட்டவர்கள் தானே! சீமான்கள் அவருக்குப் பின்னால் இல்லையே! செல்வந்தர்கள் கிடையாதே! மிட்டா மிராசுகளை தான் எதிர்த்துக் கொண்டு இருந்தோமே, ஆக வந்தவர்கள் எல்லாம்

கூலித் தொழிலாளிகள், பாட்டாளி வர்க்கம், விவசாயப் பெருங்குடி மக்கள். வந்த கூட்டம் பெரிது, அது உழைக்கின்ற இனம்! அது வெற்றிகரமான மாநாடு! உணர்ச்சிப் பெருக்கு! ஆனால் தேவையான அளவிற்கு நிதி கிடைக்காமல், அண்ணா அதற்குப் பின்னால் மூன்று நாட்கள் ஊருக்குச் செல்ல முடியாமல் தங்கி, எங்கெங்கோ கடன் வாங்கி, மாநாட்டிற்கான செலவுகளை எல்லாம் சரி செய்து கொடுத்துவிட்டு, பின்னர் இங்கிருந்தவர்களிடம் பெட்ரோலுக்கு பணம் பெற்றுக் கொண்டு சென்னைக்கு சென்றதாகச் சொல்வார்கள். இப்படி ஒரு தலைவன் வளருகின்ற காலத்தில் ஏழ்மையை சந்தித்தார். வறுமையை சந்தித்தார். வாழ்க்கையிலே பொருளாதாரம் என்பதற்கு முக்கியத்துவம் இரண்டாம் பட்சம் என்று செய்தாலும் கூட, ஏழையாக இருக்கிறவர் உயர வேண்டும், மாடி வீட்டிலே இருக்கிறவரை குடிசை வீட்டிற்குக் கொண்டு வருவது அல்ல சமத்துவம்; குடிசையிலே இருக்கிறவர்களை கோபுரத்திலே கொண்டு போய் அமர்த்துவது தான் உண்மையான சமத்துவம் என்று செயல்பட ஆரம்பித்த அண்ணா அவருடைய பேச்சில் எழுத்தில் கனிவு இருந்தது. வேகம் இருந்தது. துணிவு இருந்தது. எல்லாவற்றிற்கும் மேலாக யாருக்கு என்ன தேவை என்பதை எதிர்காலத்திலே தொலைநோக்கோடு பார்க்கின்ற பார்வை அண்ணாவுக்கு இருந்தது. அதனால்தான் இத்தனை ஆண்டுகள் கடந்தும் இன்னும் அண்ணாவை நினைக்கிறோம். அண்ணா மறைந்து 55 ஆண்டுகள்! யாராவது நம்ப முடியுமா? நெருங்கியவர்கள் மறைந்தால் கூட பத்தாண்டுகளில் நினைவு மங்கிப் போகின்றது. அவர் எந்த நாள் மறைந்தார் என்பது தெரியாமலே போகின்றது. நினைவு கூட்டிப் பார்க்க வேண்டியிருக்கிறது. ஆனால் பிப்ரவரி மாதம் மூன்றாம் தேதி என்று சொன்னால் நம்மையும் அறியாமல் உள்ளம் கலங்குகிறதே! செப்டம்பர் 15 என்றால் உள்ளம் குதூகலம் அடைகிறதே! செப்டம்பர் 15 அண்ணா பிறந்தநாள். பிப்ரவரி 3 அண்ணா மறைந்த நாள். அண்ணா மறைந்தது 1969. இப்போது 55 ஆண்டுகள் ஆகின்றன. இன்னும் அண்ணாவைப் பற்றி பேசிக்கொண்டே இருக்கிறோம். ஓராண்டும் பேசுகிறோம் என்பதைவிட நாளெல்லாம் பேசுகிறோம் பொழுதெல்லாம் பேசுகிறோம். செல்லுகிற இடம் எல்லாம் பேசுகிறோம் என்றால் அவர் எல்லாவற்றையும் கடந்தவர். அவரால் தமிழ் வாழ்வு பெற்றது. தமிழ் என்கின்ற இந்த மொழி உலகின் தொன்மையான மொழி நம்முடைய தாய்மொழி. தொன்மையான மொழிகளிலே மூத்த தலைமையான மொழி தமிழ் மொழி. அந்த மொழிக்கு எத்தனையோ இடையூறுகள் வந்திருக்கின்றன. எத்தனையோ ஊறுகள் நேர்ந்திருக்கின்றன. பண்பாட்டுப் படையெடுப்பு, மொழிப் படையெடுப்பு, இனப் படையெடுப்பு, நிலப் படையெடுப்பு என்று எத்தனையோ வந்த போது, தமிழ் தலையெடுத்தது, தத்தளித்தது, பின்னர் வாழ்ந்து கொண்டே இருந்தது பல்வேறு காலகட்டங்களில். ஆனால் ஒரு குறிப்பிட்ட காலத்திற்குப் பின்னால் தமிழில் வேறு மொழிக் கலப்படம் என்று ஆரம்பித்து மொழியின் தன்மை சிதைய ஆரம்பித்த போது தான் அண்ணா என்ற அரசியல் தலைவன் கிளம்பினார். அவர் கிளம்பியதற்குப் பின்னால் தான் தனித்தமிழ் இயக்கம் உருவானது. தமிழை தூய்மைப்படுத்துகின்ற தமிழைப் புதுப்பிக்கின்ற தமிழை அதிலே இருந்து மீட்டெடுக்கின்ற மிகப்பெரிய கடமையை அண்ணா செய்தார். அதன் விளைவாகத்தான் இன்றைக்கு நல்ல தமிழ்நாட்டிலே எல்லோருடைய நாவிலேயும் புழங்குகிறது என்று சொன்னால் அது அண்ணாவால் தான் ஆரம்பித்தது. கூட்டத்து தலைவர் அவர்களே என்று ஆரம்பித்து சட்டமன்றம் இன்று சட்டப்பேரவை என்பதை பெயர் மாற்றி, அங்கத்தினர் என்பதை உறுப்பினர் என்று மாற்றி, அபேட்சகர் என்பதை வேட்பாளர் என்று மாற்றியதோடு மட்டுமின்றி ஒரு காலத்தில் தமிழ்நாட்டினுடைய லட்சணையில் சத்தியமேவ ஜெயதே என்று இருந்ததை எடுத்து வாய்மையே வெல்லும் என்று ஆரம்பித்தார்கள். ஆக அண்ணா பேச ஆரம்பித்த

உடன் சாதாரண பாமரனுக்குக் கூட நல்ல தமிழ் பேச வேண்டும் என்ற ஆர்வம் வந்தது. அண்ணா நாடகம் எழுதினார், நாடகங்களில் நடித்தார், திரைப்படங்களுக்கு கதை எழுதினார், திரைப்படங்களுக்கு வசனம் எழுதினார். அதைவிட மிகப்பெரிய சிறப்பு சிறைச்சாலையிலே அண்ணா இருக்கிற போதெல்லாம் யாராவது அவரைக் காண வந்தால், அவர் அவர்களிடம் கேட்பது எனக்கு ஏதாவது புத்தகம் வாங்கித் தாருங்கள், எழுதுவதற்கு வெற்றுத்தாள் கொண்டு வந்து தாருங்கள் இந்த இரண்டும் தான் கேட்பாரே தவிர எனக்கு உண்பதற்கு அதை வாங்கி வா, என் உடுப்பிற்கு வேறு வாங்கி வா என்றெல்லாம் சொல்வதே கிடையாது. கேட்டதெல்லாம் புத்தகங்களும் அதேபோல வெற்றுத் தாள்களும். அண்ணா நிறைய எழுதுவார், சில நேரங்களிலே படங்கள் வரைவார், சில நேரங்களில் நகைச்சுவைத் துணுக்குகளும் வரைவார். இவ்வளவு உயர்ந்த தலைவனுக்கு, இவ்வளவு கற்ற தலைவனுக்கு ஒரு துணுக்கு சொல்வார்கள். ஒரு பலகாரக்கடை அதிலே சாப்பிட வருகிறவர் அந்தப் பணியாளரிடம் கேட்பார், என்னையா வடை சுவை குறைவாக இருக்கிறது அளவும் சிறியதாக இருக்கிறதே என்று சொல்லுகிற போது சுவை குறைவாக இருந்து அளவு பெரியதாக இருந்தால் சாப்பிடுவதற்கு சிரமம் என்று பதில் சொல்வார். நகைச்சுவை உணர்வும் அண்ணாவுக்கு இருந்தது. மேடைகளில் பேசுகிறபோது அப்படித்தான், ரொம்ப போகுற போக்கிலே நகைச்சுவையை தெளித்து விட்டுச் செல்வார். தமிழ்நாடு பெயர் மாற்றம் என்று அண்ணா நாடாளுமன்றத்தில் பேசுகிறபோது, இன்றைக்கு தமிழ்நாடு என்று பெருமையோடு சொல்லுகிறோம் ஆனால் ஒரு காலத்திலே இது சென்னை மாகாணம். பல பேர் வாதிட்டார்கள். சென்னை என்பதும் மெட்ராஸ் என்பதும் அறிமுகமான சொற்றொடர். உலகம் முழுவதும் தெரியும். அதை ஏன் மாற்ற வேண்டும் என்று கேட்டபோது அண்ணா, மறுத்துப் பேசினார். இந்தியாவில் வேறு எந்த மாநிலத்தின் பெயர் அதன் தலைநகரின் பெயரால் இருக்கிறது என்று சொல்லுங்கள் என்று கேட்டார். இந்த மாநிலத்திற்கு தமிழ்நாடு என்று பெயர் சூட்டுங்கள் என்று சொன்னார். அதை எதிர்த்து ஒருவர் கேட்கிறார் நீங்கள் தமிழ்நாடு என்று சொல்வதால் என்ன ஆனந்தம் அடையப் போகிறீர்கள்? என்று கேட்டபோது அண்ணா சொன்ன பதில் நாடாளுமன்றத்திலே சொன்னது, அவருக்கு நேரடியாகச் சொல்லாமல் பிரதமராக இருந்த பண்டித நேரு அவர்களைப் பார்த்து சொன்னார். தமிழன் வாழ்ந்த கதை உங்களுக்குத் தெரியும். நீங்கள் ஆரிய திராவிடப் போரை எழுதியவர். ராமாயணத்தினுடைய முழுமையான பின் கதையை உங்கள் புத்தகங்களில் எழுதியவர். தமிழனுடைய வாழ்க்கை உங்களுக்குத் தெரியும். வாழ்ந்தது தெரியும் ஆனால் வீழ்ந்ததும் தெரியும், வீழ்ந்ததற்கான காரணம் தெரியாது அல்லவா? இப்போது தெரிந்து கொள்ளுங்கள். இந்த மன்றத்தில் நீ தமிழ்நாடு என்று பெயர் மாற்றுவதால் என்ன லாபம் அடையப் போகிறாய்? என்று கேட்கிற குரல் பஞ்சாபியின் குரல் அல்ல! காஷ்மீரியின் குரல் அல்ல! இந்த நாட்டிலே இருக்கிற உத்தரப் பிரதேசத்தில் இருந்து வருகிறவர் அல்ல! என் தாய்த் தமிழ்நாட்டில் பிறந்தவர்தான் கேட்கிறார். ஆகவே தமிழனின் தாழ்விற்கு தமிழன்தான் காரணமாக இருந்திருக்கிறான் என்று சொல்லிவிட்டு அண்ணா சொல்லுகிறார், நீங்கள் எப்படி மக்களால் தேர்ந்தெடுக்கப்பட்ட அவையை லோக்சபா என்று அழைக்கிறீர்கள். அதில் உங்களுக்கு என்ன ஆனந்தம்? மாநிலங்களுடைய உறுப்பினர்கள் இருக்கின்ற அவையை நீங்கள் ராஜ்யசபா என்று அழைக்கிறீர்களே அதில் உங்களுக்கு என்ன உற்சாகம்? இந்த நாட்டிலே இருக்கிற மிகப்பெரிய பதவி என்பது குடியரசுத் தலைவர் பதவி. அதை ராஷ்டிரபதி என்று சொல்லுகிறீர்களே அதிலே நீங்கள் என்ன ஆனந்தம் அடைகிறீர்களோ அதே ஆனந்தத்தைத் தான் நான் (தமிழ்நாடு) பெறுகிறேன் என்று அவர் வாதம் வைத்த போது யாராலும் அவரை எதிர்த்துப் பேசவே முடியவில்லை. இப்படி அண்ணா ஒவ்வொரு

காலகட்டத்திலும், திராவிட நாடு என்று சொல்லுகிற போது திராவிட இனத்தைச் சார்ந்தவன் என்று சொல்கிறார். திராவிட இனத்தினுடைய பெருமையைச் சொல்கிறார். I have something different and distinct to offer to the nation at large என்று ஆரம்பிக்கிறார் அண்ணா. என்னுடைய இனம் ஒரு தனிப்பெரும் இனம். அதனால் நான் மற்றவர்களை வெறுக்கிறேன் என்பதல்ல என்று சொல்லிவிட்டு, திராவிட நாடு கோரிக்கைகளை வலியுறுத்தி அண்ணா நாடாளுமன்றத்திலே பேசிய நாட்கள் உண்டு. பின்னர் சட்டம் வருகிறது பிரிவினை தடைச் சட்டம். நாட்டில் பிரிவினை கேட்கின்ற இயக்கங்கள் தடைசெய்யப்படும் என்று வருகின்றபோது அண்ணா அவர்கள் திராவிட நாடு கோரிக்கையைக் கைவிடுகிறார்கள். கைவிட்டதாகவே அறிவிக்கிறார். அப்போது கூட இருந்தவர்களே பல பேர் எதிர்க்கிறார்கள் அண்ணா அதற்காக விளக்கங்கள் சொல்லுகிறார், கடிதம் எழுதுகிறார், ஒரு நூலே எழுதி இருக்கிறார். அண்ணா கைப்பட எழுதி அதை ரொம்ப நாள் வைத்திருந்து பின்னர் கலைஞர் அதை பதிப்பித்தார். அது அண்ணாவின் கையெழுத்திலேயே இருக்கிறது. 'எண்ணித் துணிக கருமம்' என்பது அந்த நூலின் பெயர். திராவிட நாடு கோரிக்கையை ஏன் கைவிட்டோம் என்பதற்கு சில பேர் மனதிலே எழக்கூடிய ஐயங்களை அண்ணாவே எழுப்பி அதற்கு விளக்கங்கள் பதில் சொல்லுகிற முறையில் அந்த நீண்ட வடிவத்தில் இருக்கும் அந்த அளவிற்கு. நண்பர்களுக்கு அண்ணா என்று கூட எழுதினார். சட்டம் கைநீட்டுகிறது, நான் கழகத்தை காக்க வேண்டும். ஒரு கொள்கையை விட்டுக் கொடுத்து நான் இயக்கத்தைக் காப்பாற்றுகிறேன் என்று தான் அண்ணா சொன்னார். அதை கைவிடுகிறபோது விளக்கம் சொல்லுகிறார். வீடு இருந்தால் தான் தம்பி ஓடு மாற்ற முடியும். பல கொள்கைகளை வைத்திருக்கிறோம். ஒரு கொள்கைக்காக ஒட்டுமொத்தமாக எல்லாவற்றையும் இழக்க முடியாது. ஒன்றைக் கொடுத்து மற்றதைக் காக்கிறோம் என்று சொல்லி அந்த நேரத்தில் நாட்டைக் காப்பது தான் மிகப்பெரிய கடமை. நாட்டைப் பாதுகாப்பது தான் நமக்கு முக்கியம். ஒருமைப்பாட்டில் நான் யாருக்கும் சளைத்தவன் அல்ல என்று சொல்லி, அப்போதே அண்ணா நிதி திரட்டிக் கொடுத்தார். கைத்தறி தொழிலாளர்களை பாதுகாப்பதற்காக கைத்தறித் துணிகளை தோளில் போட்டுக் கொண்டு தெருத்தெருவாக சுற்றி வந்தவர் அண்ணா. மேடையில் அணிவிக்கப்படுகின்ற மாலைகள் என்பவை மலர்களாக இருந்து காலையில் மிதிபட்டு போவதற்குப் பதிலாக கைத்தறி ஆடைகளாக வாங்கி அணிவித்தால் அதை நெய்தவனும் பயன்பெறுவான். வாங்குகிறவனும் நாளை பயன்பெறுவார்கள் என்ற கருத்தை தன் தொண்டர்களுக்கு வலியுறுத்தி அதை பின்பற்றச் செய்ததோடு மட்டுமல்ல, அது விற்க வேண்டும் என்பதற்காக விற்க முடியாத வறுமை நிலையிலே இருந்த அந்தக் கைத்தறி நெசவாளர்களுக்காக அந்தத் துணிகளை எல்லாம் தோளில் போட்டுக் கொண்டு தன்னுடைய தம்பிமார்களையும் ஒவ்வொரு பக்கமாக அனுப்பி தெருவிலே துணி விற்ற தலைவன் அண்ணா.

அண்ணாவைப் பற்றி பேசுகிறபோது நெஞ்சு நெகிழ்கிறது, கண்ணீர் கசிகிறது. ஒரு தலைவன் ஏழைகளுக்காக, உழைப்பவர்களுக்காக, பாடுபடுகிறவர்களுக்காக அவர்களுக்காக அவர்கள் நிலையிலேயே இறங்கி அவர்களைப் போலவே வாழ்ந்து, ஒரே வேட்டியை நான்கு நாட்கள் கட்டுவது, திருப்பிக் கட்டுவது அதைப்பற்றி கவலைப்படுவதில்லை. குழந்தைகளைப் பார்த்தால் அன்போடு இருப்பது இந்தப் பக்கம் ஒரு அண்ணா. இன்னொரு பக்கம் தமிழைக் காக்க முன் வருகிறபோது அவரைபோல ஒரு போர் வீரன் யாரும் இல்லை என்ற வேகம். சீர்திருத்தம் என்று வருகிற போது அவரைப் போல வாதிடுகிறவர்கள் யாருமே இல்லை. எந்தக் காலத்திலும் எது தேவையில்லை என்று வாதிடுகிறார்களோ அதற்குத் தேவையான சான்றுகளுக்கு மூலத்தை முழுமையாகப் படித்தவர் அண்ணா. கன்னிமாரா

நூலகத்தின் ஒட்டுமொத்த நூல்களை எல்லாம் படித்தவர் அண்ணா. ஒருமுறை பண்டித நேரு அவர்கள் சென்னைக்கு வருகிறார். வருகிற போது பொருளாதாரம் தொடர்பாக ஒரு புத்தகத்தைத் தேடுகிறார். அதைத் தேடுகிறபோது அதை அவர்கள் தேடிச் செல்லுகிற இடம் ஹிக்கின்பாதம்ஸ். அங்கே அவர்கள் சொல்லுகிறார்கள்; ஒரே ஒரு நூல்தான் இருந்தது அதை ஒருவர் வாங்கிச் சென்று விட்டார். யார் என்று கேட்கிறபோது அறிஞர் அண்ணா என்று சொல்லுகிறார்கள். அப்போது அண்ணாவிற்கும் பண்டித நேருவுக்கும் அதிகமாக தொடர்பு கிடையாது. உடனே தன்னிடம் இருந்தவர்களை அனுப்பி, அவரிடமிருந்த நூலை வாங்கி வரச் சொல்கிறார் பிரதமர்: வாங்கிவிட்டு அன்று இரவே மறுநாள் காலை கொடுக்கிறார். படித்து விட்டீர்களா என்று கேட்கிற போது நான் முழுமையாக படிக்க அவசியம் இல்லை. இதைப் படித்துவிட்டு அண்ணா எங்கேயெல்லாம் பக்கத்திலே கோடு போட்டு வைத்திருந்தாரோ அதை மட்டும் படித்தேன் எனக்கு தேவையானது கிடைத்துவிட்டது, என்று நேரு பெருமான் சொன்னதாகச் சொல்லுவார்கள். ஆக நேருபெருமான் என்ற மிகப்பெரிய தலைவன் தேடிய புத்தகத்தை அதற்கு முன்பாகவே வாங்கி அதைப் படித்து தேவையானதை குறிப்பு எடுக்கின்ற அளவிற்கு ஆற்றல்மிக்க தலைவனாக இருந்தார். அறிவு நிறைந்த தலைவனாக அன்பு நிறைந்த தலைவனாக இந்தத் தமிழ் மொழியைக் காக்கின்ற அளவிற்கு ஒரு பெரிய தளகர்த்தராக லட்சக்கணக்கில் தம்பிமார்களை உருவாக்கி வைத்த தலைவன், அவர் கடைசியாக கடற்கரையிலே போய் தஞ்சமடையப் போகிறபோது கண்ணீர்க் கடலில் இந்த நாடு தத்தளித்தது. உலகில் இவருக்குப் பின்னால் அழுது கொண்டு போனவர்கள் வேறு எந்தத் தலைவனுக்கும் இல்லை என்கிற அளவிற்கு, உலகத்தில் உள்ள பல நாடுகளில் இந்தியா ஒரு நாடு. அந்த நாட்டிலே ஒரு மாநிலம் தமிழகம். அந்தத் தமிழகத்திலே ஒரு கட்சியின் தலைவர், மாநிலத்தின் முதலமைச்சர். ஆனால் அவர் கடைசியாக ஊர்வலம் போகிறபோது கண்ணீர் வெள்ளம் அவரைப்போல வேறு எவருக்கும் வந்ததில்லை என்று கின்னஸ் புத்தகம் பதிவு செய்திருக்கிற அளவிற்கு வாழ்ந்த தலைவன் அண்ணா. மறக்க முடியாது அந்த மாமனிதனை. அவருடைய வாழ்க்கை என்பது எல்லோரும் அறிய வேண்டியது மட்டுமல்ல, பின்பற்ற வேண்டியது. அண்ணா என்கிற தலைவன் அழியாத ஒரு மனிதன். எல்லா காலத்திலும் இருப்பார். தமிழ் இருக்கிற வரை அண்ணா இருப்பார். தமிழ் உணர்வு இருக்கிற வரை அண்ணா இருப்பார். தமிழ்நாடு என்று இன்று தழைத்தோங்கி இருப்பதற்குக் காரணம் அண்ணா என்ற எண்ணம் வரும். அண்ணாவின் பிறந்தநாள் இது. அண்ணாவை வாழ்த்துவோம் என்பதை விட அவரை வணங்குவோம். அவரை பின்பற்றுவோம். அவருடைய கொள்கைகளை உணர்வுகளை அவர் தந்தவற்றையெல்லாம் பாதுகாப்போம் என்ற சூளுரைதான் இன்றைய தலைமுறையை நாளைக்கு நிமிர்ந்த ஒரு தலைமுறையாக மாற்றும் என்ற உணர்வோடு அண்ணா வாழ்க! அண்ணா வாழ்க! என்று காலமெல்லாம் சொல்லிக் கொண்டிருப்போம். நன்றி.

29

காவிரிக் கரை தந்த காவியக் கவிஞர்

திருவல்லிக்கேணி, ‘அனைத்துலக நகைச்சுவையாளர்கள் சங்க’த்தின் கிளையும், ‘வாலி பதிப்பக’மும் இணைந்து நடத்துகின்ற ‘காவிரிக் கரை தந்த காவியக் கவிஞன்’ வாலி அவர்களின் 88ஆவது பிறந்தநாள் விழா நிகழ்ச்சிக்குத் தலைமைப் பொறுப்பேற்று, பணி நிமித்தமாக விடைபெற்றுச் சென்றிருக்கின்ற பெரியவர் ‘நல்லி’ குப்புசாமி செட்டியார் அவர்களே! முன்னிலைப் பொறுப்பேற்றிருக்கின்ற அன்பிற்கினிய சீதாராமன் அவர்களே! வரவேற்புரை ஆற்றியிருக்கின்ற சேகரன் அவர்களே! இந்த நிகழ்ச்சியில் உங்களுக்கு முன்னால் கவிஞர் வாலி அவர்களுடைய நினைவுகளை, தன்னோடு தொடர்பு கொண்டவற்றை மட்டும் அல்லாமல் தன் மனத்தில் இருப்பதையும் எடுத்துக்கூறி அமர்ந்திருக்கின்ற திரைப்பட இயக்குநர், நடிகர், நம் மனம் கவர்ந்த அன்பிற்கினிய விசு அவர்களே! காவியக் கவிஞர் வாலி அவர்களுடைய பெயரால் வழங்குகின்ற விருதினைப் பெற்று உரையாற்றி அமர்ந்திருக்கின்ற, தமிழ்நாடு அரசின் முன்னாள் அரசவைக் கவிஞர் கலைமாமணி நமது பெரும் மரியாதைக்குரிய கவிஞர் முத்துலிங்கம் அவர்களே! தமிழ்ப் பேரறிஞர் அய்யா ஞானசுந்தரம் அவர்களே! இந்த நிகழ்ச்சியினைத் தொகுத்து வழங்கிக் கொண்டிருக்கின்ற வாலி பதிப்பகத்தை மட்டுமல்ல, வாலியுடைய நினைவுகளையும் கட்டிக் காப்பாற்றி வருகின்ற நெல்லை ஜெயந்தா அவர்களே! தமிழரசி சிவக்குமார் அவர்களே! நன்றியுரை ஆற்றவிருக்கின்ற திருச்சி நகைச்சுவை மன்றத்தின் செயலாளர், ஆற்றல்மிக்க செயல் மறவர், இங்கே அய்யா ஞானசுந்தரம் அவர்களே! ஜெயந்தா அவர்களைக் குறிப்பிடுகிறபோது, மீனாட்சிசுந்தரம் பிள்ளைக்கு உ.வே.சா.வைப் போல வாலி அவர்களுக்கு நெல்லை ஜெயந்தா என்று சொன்னார்கள். அதுபோல் எனக்கு வீரபாகு சிவகுருநாதன்! நினைத்ததை எண்ணியவாறு நடத்திக் காட்டுகின்ற வல்லமை பெற்றவர் ஒரு பெரிய நிகழ்ச்சியைப் பலர் பிரமிக்கத்தக்க அளவிற்கு நடத்துகிறபோது, ஒரு பெரிய பட்டாளம் உடன் இருந்திருக்கும் என்று கருதுவார்கள். இல்லை. சிறப்பாகச் செயல்படக்கூடிய ஓரிருவர் இருந்தால் போதும். திட்டங்கள் செம்மையாகச் செயல்படுத்தப்படும் என்பதற்கு உதாரணம் சிவகுருநாதனும் சக்தியும்.

திருச்சியில் நான் நடத்தி எல்லோரும் இன்றும் நினைவு கூர்கின்ற நிகழ்ச்சிகள் அத்தனையும் என் கனவில் கனன்று என்னுடைய எண்ணமாக மலர்ந்து, பின்னர் இவர்கள் மூலமாகச் செயல் வடிவம் பெற்றவை.

கவிஞர் வாலி அவர்களுக்கு நான் நடத்திய நிகழ்ச்சி, சற்றேறக்குறைய ஐயாயிரம் பேர் இருக்கலாம் என்று கவிஞர் முத்துலிங்கம் சொன்னார்.

பொதுவாக ஒரு கூட்டத்தில் திரளுகிற மக்களை எண்ணிக்கையில் மிகைப்படுத்திச் சொல்வது எல்லோருக்கும் இயல்பான ஒன்று, பார்ப்பவர்களுக்கும் அப்படித்தான் தெரியும்.

இப்போது நாம் கலந்து கொண்டிருக்கின்ற இந்த அரங்கத்தின் கொள்ளளவு மேலே இருக்கிற இருக்கைகளைச் சேர்க்காமல் முன்னூறு இருக்கும். ஆனால் இது நிறைந்திருக்கிறதைப் பார்த்தால் சற்றேறக்குறைய ஆயிரம் பேர் என்று சொன்னாலும் நம்புவார்கள். இருக்கைகளை வைத்துத்தான் சொல்கிறேன். ஒரு வரிசைக்கு 22 இருக்கின்றன. 15 வரிசைகள் இருக்கின்றன.

அதுபோல நாங்கள் பொதுக்கூட்டம் அமைக்கிறபோது இத்தனை நாற்காலிகள் போடவேண்டும் என்பது குறித்துக் கூட்டத்தினுடைய தன்மை தீர்மானிக்கப்படும்.

கவிஞர் வாலி, இயக்குநர் கே.பாலசந்தர், திருமதி பி.சுசிலா, இசையமைப்பாளர் எம்.எஸ்.விஸ்வநாதன் ஆகியோருக்கு திருச்சியில் நான் நடத்தி வருகின்ற 'கலைப் பேரவை' அமைப்பின் சார்பில் விழா நடத்தியபோது, நாங்கள் அங்கே இடமிருந்து வைத்த நாற்காலிகள் எட்டாயிரம்.

பொதுவாக அதுபோன்ற நிகழ்ச்சிகளில் உட்கார்ந்திருப்பவர்களுக்கு அப்பாற்பட்டு நிற்பவர்களும் இருப்பார்கள். அப்படிப் பார்க்கிறபோது பத்தாயிரம் என்பது ஒரு மாநாட்டினைப் போல நடந்தது கவிஞர் வாலி அவர்களுக்கு நடைபெற்ற பாராட்டு விழா. அவர் நெகிழ்ந்து போனார். அவர் மட்டுமல்ல, நான் நடத்திய நிகழ்ச்சியில் பங்கேற்ற அத்தனை பேரும் நெகிழ்ந்து போனார்கள்.

கவிஞர் வாலி அந்த நிகழ்ச்சிக்கு வருகிறபோது என்னிடம் வற்புறுத்திச் சொன்னது, நான் வரவேண்டுமென்றால் என்னோடு நெல்லை ஜெயந்தாவும், பழனிபாரதியும் வருவார்கள் என்று சொன்னார்.

ஜெயந்தா இல்லாமல் எங்கள் விழா இல்லை என்று சொன்னேன். காரணம், எங்களுடைய எல்லா நிகழ்ச்சிகளிலும் கவிஞராகவோ அல்லது நிகழ்ச்சியைத் தொகுத்து வழங்குகிறவராகவோ பங்கேற்பது ஜெயந்தாதான். எங்களுக்கு (அரசவைக் கவிஞர் என்பதைப் போல) ஆஸ்தானத் தொகுப்பாளர் அவர். நாங்கள் ஒரு குழு. இங்கே இருக்கிற பலருக்குத் தெரியாது ஜெயந்தா, நான், சிவகுருநாதன், வீரசக்தி... இப்படித் தமிழ்நாடு முழுவதும் ஆங்காங்கே ஓரிருவர் ஒரு குழுவாகச் செயல்படுகிறோம். தமிழ் காக்கின்ற, தமிழ் வளர்க்கின்ற, தமிழுக்காகப் பாடுபடுகின்றவர்களை உயர்த்திப் பிடிப்பதுதான் எங்கள் வேலை.

அறிஞர் அண்ணாவின் வழியில்...

இங்கே அய்யா ஞானசுந்தரம் அவர்களுக்கும், கவிஞர் முத்துலிங்கம் அவர்களுக்கும் நான் விருது வழங்கும் பெருமையினை எனக்குத் தந்தார்கள். நான் உள்ளபடியே நெகிழ்ந்து போனேன். நான் உயர்ந்து நிற்பதாக உணர்ந்தேன். அதனால்தான் அவர்களிடம் "பொற்கிழியை நான் கொடுக்கவில்லை, நீங்கள் எடுத்துக் கொள்ளுங்கள்" என்று சொன்னேன்.

அறிஞர் அண்ணா அவர்கள், பாவேந்தர் பாரதிதாசனுக்கு நிதி வழங்குகிறபோது அதை கையில் வைத்து, "உங்களுக்குக் கொடுக்கிற அளவுக்கு நாங்கள் பெரியவர்கள்

இல்லை. நீங்கள் எங்களிடமிருந்து எடுத்துக் கொள்ளுங்கள்" என்று சொன்னதைப் போலத்தான் நான் அவர்களுக்குக் கொடுத்தேன். ஆழமான அறிவு பெற்ற தமிழறிஞர் அய்யா ஞானசுந்தரம் போன்றவர்களைப் போன்று நம்மால் படிக்க முடியவில்லையே என்கிற ஏக்கம் இப்போதும் எழும்.

காஷ்மீர் பிரச்சனையில்...

நான் காஷ்மீர் பிரச்சினைக்காக ஆய்வு செய்யச் சென்ற குழுவில் உள்துறை அமைச்சரோடு சென்றேன். ஆய்வு முடிந்து திரும்பியவுடன் அது பற்றிப் பேசிய நேரத்தில் பெரிய அதிகாரிகள் எல்லாம் இருக்கின்றபோது, "இனிமேல் உங்களால் கலவரத்தை ஒடுக்குவது சிரமம்" என்று சொன்னேன். காரணம் கேட்டார்கள். "உங்களுக்கு ஒரு வரலாறு தெரிய வேண்டும். தமிழ்நாட்டில் இந்தி எதிர்ப்புப் போராட்டம் இராணுவத்தாலும் அடக்க முடியாத அளவுக்கு மிகப்பெரிய அளவில் நடந்தது. அதற்குக் காரணம் எங்களுடைய கட்சி திமுக என்பதோடு, முழுமையாக இளைஞர்கள்தான் அதில் பங்கேற்றார்கள். அந்த மாணவர்கள் அவ்வளவு தீவிரமாகப் பங்கேற்பதற்குக் காரணமாக இருந்தவர்கள் தமிழ் ஆசிரியர்கள். தமிழாசிரியர்கள் ஊட்டிய தமிழ் உணர்வின் காரணமாக அந்த மாணவர்கள் களத்தில் ஓய்ந்து போகாமல் நின்றார்கள். துப்பாக்கியில் இருந்து தோட்டாக்கள் பாய்ந்து வந்தபோது நெஞ்சைத் திறந்து காட்டுகின்ற மார்பு அவர்களுக்கு இருந்தது என்றால் அந்தத் திண்மையைத் தந்தது தமிழாசிரியர்கள். அதுபோல காஷ்மீர் போராட்டத்தில் ஈடுபட்டிருந்த இளைஞர்கள் தீவிரவாதிகளாக ஆயுதங்கள் ஏந்தி வரவில்லை. எந்த வகையான வன்முறையிலும் ஈடுபடாமல் வலிமையாக எதிர்த்து நின்று காட்டுகிறார்கள் என்றால், அவர்களுக்குப் பின்னால் ஆசிரியர்கள் இருக்கிறார்கள்" என்று சொன்னேன்.

அங்கிருந்த உயர் காவல் அதிகாரி சொன்னார், "சரியாகச் சொன்னார். அதுதான் அங்கே நடந்து கொண்டிருக்கிறது. நாங்கள் அவர்களைத் தேடுகிறோம்" என்றார்.

இதை ஓர் உதாரணத்திற்காகச் சொல்கிறேன். காரணம், ஆசிரியர்களால் எதையும் செய்யமுடியும். ஒரு தலைமுறையை, ஒரு சமுதாயத்தை உருவாக்குகின்ற, வடிவமைக்கின்ற ஆற்றல் அவர்களுக்கு இருக்கிறது. அவர் பேசுகிற மேடைகளில் நான் மயங்கிப்போய் உட்கார்ந்திருப்பேன். தெளிவானப் பேச்சு, ஆழமான சொற்கள், அதை நன்றாகப் பேசத் தெரிந்தவர்களோ அல்லது பேச்சை ரசிப்பவர்களோ உணர முடியும். அய்யா எஸ்.பி.முத்துராமன் இருக்கிறார். அப்படிப்பட்டவர்கள் இங்கே ஆழமாகக் கவனிக்கக் கூடியவர்கள்.

அவர் சொன்னார், "இது என்ன விருது? எனக்கு மிகப்பெரிய விருது வாலி கொடுத்தார்" என்றுதான் மற்றவர்கள் சொல்வார்கள். அவர் சொல்கிறார் "இந்த விருது உயர்ந்த விருதுதான். ஆனால் இதைவிடச் சிறந்த விருது எனக்கு வாலி வழங்கியது." அதுதான் எச்சரிக்கையாகப் பேசுவது. ஒன்றினை உயர்த்திச் சொல்ல முனைகிறபோது தன்னையும் அறியாமல் மற்றொன்றைத் தாழ்த்திவிடுகிற தவறினை பெரும்பாலும் செய்வார்கள். ஆனால், அதை அவர் மிக அழகாகச் சொன்னதுதான் அவர் பேச்சினுடைய சிறப்பு.

அதுபோலக் கவிஞர் முத்துலிங்கம் அவர்கள் வேறொரு கட்சியைச் சார்ந்தவர். வேறொரு கட்சி என்ன? நேரடியான எதிர்க்கட்சியைச் சார்ந்தவர். ஆனால், என்னைப் பொறுத்தவரை அவர் கவிஞர் முத்துலிங்கம் மட்டுமே. தமிழுக்கு மெருகு சேர்த்த ஒரு கவிஞருக்கு நான் தொண்டாற்றுவேன். எங்கள் தலைவர் கலைஞர் அவர்கள் ஆட்சியை இழந்தபோது, கவிஞர் எழுதிய கவிதையைத் துணைக்கழைத்தார்.

எங்களுக்குள் கட்சி இல்லை. இது தமிழ் மேடை. இது கவிஞர் வாலியுடைய மேடை. எதிரே இருக்கிறவர்கள் யார்? என்ன கட்சி? தெரியாது. ஆனால் யாருக்காவது வாக்களிப்பீர்கள். அது வேறு. இந்த இடத்தில் வேற்றுமைகள் இல்லை. சந்தர்ப்பம் கிடைக்கிறபோது ஒருவரை ஒருவர் குத்திப் பேசிக் கொள்வதில்லை.

நான் அவரை மதிக்கிறேன். அவர் எனக்கு ஒரு நூல் பரிசாகத் தந்திருக்கிறார். எனக்கு ரொம்பவும் பிடித்தமானவர். அடுத்து இங்கே சொன்னார் எனக்குப் பிடித்த திமுக சொற்பொழிவாளர் இவரென்று. அவர் அந்தக் கட்சியில்தான் இன்னும் இருக்கிறார். ஆனாலும் உணர்வுகள் இன்னும் இருக்கின்றன. அதுபோலத்தான் அய்யா விசு அவர்கள். நான் அவரிடம் சொன்னேன் எனக்கு மனம் லேசாக வேண்டும் என்றால் இப்போது பாடல்கள் கேட்பதில்லை. பாடல்கள் கேட்டால் இன்னும் வேறு மாதிரி ஆகிவிடும்.

ஓய்வெடுக்க வேண்டும், ஏதாவது படம் பார்க்க வேண்டுமென்றால் நான் வீட்டில் பார்ப்பது கிடையாது. எந்தப் படமாக இருந்தாலும் திரையரங்கம் சென்றுதான் பார்ப்பது வழக்கம். திடீரென்று தோன்றும். சிவகுருநாதனுக்கோ, வீரசக்திக்கோ சில நண்பர்களுக்கோ சொல்வேன். நாங்களாகப் போவோம், அல்லது எப்போதாவது பிள்ளைகளோடு. வீட்டில் ஏதாவது பார்க்க நினைக்கிறபோது எத்தனைமுறை பார்த்தாலும் சலிக்காத படங்கள் சிவாஜி, எம்ஜிஆர் படங்கள் என்பதைப்போல், எத்தனை முறை கேட்டாலும் சலிக்காத பாடல்கள் வாலி அவர்கள் எழுதியது. எம்.எஸ்.விஸ்வநாதன், இராமமூர்த்தி இசையமைத்தது.

விசுவின் திரைப்படங்கள்

விசு அவர்களின் ‘குடும்பம் ஒரு கதம்பம்’ படத்தைத் திரும்பித்திரும்பிப் பார்ப்பேன்; அதுமாதிரி ‘சம்சாரம் அது மின்சாரம்’ படத்திலே அந்த முடிவு. அதுபோல ஒரு பிரச்சினைக்குத் தீர்வு யாராலும் சொல்ல முடியாது. ஒரு பெரிய பிரச்சினை நடந்து முடிந்து சேர்கிறபோது, அந்தத் தீர்வை நடிகை லட்சுமி சொல்லுகின்ற காட்சி, “போதும் மறுபடி வேண்டாம். மறுபடி சண்டை. மறுபடி இன்னொரு அதிர்ச்சியைத் தாங்க என்னால் முடியாது. இப்படியே இருப்போம். பார்க்கிற இடத்தில் நன்றாக இருக்கிறாயா? என்று பேசிக்கொள்கிற அளவுக்கு இருந்தாலே. அது நல்ல உறவுதான்”. எல்லோரும் நினைப்பார்கள், சண்டை முடிந்து சேர்ந்துவிட்டார்கள். வணக்கம் போடப் போகிறார்கள் என்று. இல்லை, வேண்டாம். அந்த வார்த்தை, இன்னொரு அடி தாங்க முடியாது. என்னால் அதைச் சகிக்க முடியாது என்பது.

‘குடும்பம் ஒரு கதம்பம்’ படத்தில் யாருக்கோ பாதுகாப்புக்கு வருவார் பாருங்கள். அவருடைய வேடம், ஒப்பனை, உடை அமைப்பு, உட்கார்ந்திருக்கிற பாணி... அது தனி. தபால்காரர் அவர் மனைவியிடம் பணம் கொடுத்த பிறகு, “உனக்குப் பாதுகாப்பு இல்லை, சாலையில் யார் யாரோ வரிசையாக நிற்கிறானே. ஊர்ப் பணத்தைக் கொண்டு வருகிற உனக்கு எதாவது என்றால் நீ யாருக்குப் பதில் சொல்வாய்? உன்னுடைய குடும்பத்தை யார் காப்பாற்றுவார்?” என்றெல்லாம் பேசிக் கடைசியாக, “அய்யா என்னை விட்டுவிடுங்கள் நான் பணம் கொடுத்துவிட்டுப் போகிறேன்” என்று கொடுத்து முடித்தவுடன், “இந்த அம்மாதான் லட்சுமி என்று உனக்கு எப்படியா தெரியும்?” என்பார். அவர் பயந்துபோய் அந்த அம்மையாரிடம் கேட்பார், “இந்த ஆளோட எப்படிம்மா வாழ்கிறீர்கள்?” அங்கே எனக்கு விசுவின் கட்சியா தெரியும்? விசுதான் தெரிவார். அந்த ஆற்றல்தான் தெரியும்.

நாடகமேடையை அப்படியே திரைப்படத்துக்குக் கொண்டுவந்த பெருமை பாலச்சந்தருக்கு. அதற்கு அடுத்து விசு அவர்களுக்கு.

இன்றைக்கு இந்த மேடை நிகழ்ச்சியை நடத்துகிற ஜெயந்தா பெரிய கொடை. வாழுகின்ற மனிதரிடம் என்ன கிடைக்கும் என்று எதிர்பார்த்து, கிடைத்தால்தான் அவர்களோடு பழகுவது, பக்கத்தில் நெருங்குவது என்ற மனிதர்கள் நிறைந்த உலகத்தில் மறைந்துபோன ஒரு மனிதன். எந்த வகையிலும் எதுவுமே கிடைக்காது என்று தெரிந்தும் ஒருவரைத் தோளில் தூக்கிச் சுமக்கிற ஜெயந்தாவைப் போன்றவர்கள் எத்தனை பேர் இருக்கிறார்கள்!

வாலிக்கு அவர் எழுதிய கவிதைகள், பாடல்கள், அவர் சேர்த்து வைத்த பணம் இவையெல்லாம் சொத்து அல்ல, ஜெயந்தாவைப் போல பிள்ளைகளை விட்டுச் சென்றிருக்கிறார். எத்தனை ஆண்டுகள் கழித்து இப்படி ஒரு விழா, இந்த அரங்கத்தில். அதுவும் உலக நகைச்சுவையாளர்கள் சங்கமும் அவரும் சேர்ந்து. இது எல்லோருக்கும் வராத ஒன்று. இந்தப் பண்புகள் நிறைந்த மனிதர்கள் இருக்கிறவரை இந்த உலகம் இயங்கிக் கொண்டிருக்கும். உலகம் மனிதத் தன்மையோடு இயங்குவதாகப் பொருள். இல்லாவிட்டால் இசையமைப்பாளர் தாயன்பனும் இயக்குநர் எஸ்.பி.முத்துராமனும் ஏன் வந்து எதிரே உட்கார வேண்டும். அவர்களுக்கு வசதி இருக்கிறது, வாய்ப்பு இருக்கிறது, வேலை இருக்கிறது, வேறு இடம் இருக்கிறது. இவர்கள் இந்த நிகழ்ச்சியில் பங்கேற்க வருகிறார்கள். பார்வையாளர்களாக அமர்ந்திருக்கிறார்கள் என்றால் இது ஒரு பண்பு.

நடிகர் ரஜினிகாந்த் அவர்களுடைய பெரும் வெற்றிப் படங்களை இயக்கியவர் எஸ்.பி.முத்துராமன். அவருக்குப் புகழ் சேர்த்த இவர் இன்று கூட்டத்தில் ஒருவராக உட்கார்ந்திருக்கிறார். பார்க்கின்ற இடத்திலெல்லாம் பண்புகள் நிறைந்த மனிதர்கள், திறமை மிகுந்தவர்கள், அடக்கத்தோடு உலவுகின்ற ஓர் உலகத்தில் நாம் வாழ்கின்றோம்.

ஆனால், இவற்றை எல்லாம் மறந்து, சின்னச்சின்ன ஆதாயங்களுக்காக பொருளை முன்னிலைப்படுத்தி, சின்னப் பிரச்சினைகளுக்காக மனிதர்களைப் பகைத்துக் கொள்கிற, வெறுக்கிற ஒரு இயல்பு மங்கிடவேண்டும், மனித மாண்பு வளர்ந்திட வேண்டுமென்றால் மிகவும் யோசித்து திரைப்படத்திற்கு ஏற்றவாறு எழுதியிருந்தாலும் காலமெல்லாம் நிற்கிற கவிதைகளைப் பாடல்கள் வழியாகத் தந்த வாலி போன்றவர்கள் நமக்குத் தேவை.

முத்துலிங்கம் வரிசைப்படுத்தினார். கண்ணதாசன் 4,000 பாடல்கள், வாலி 8,000, மருதகாசி 3,000 என்று சொன்னார். பட்டுக்கோட்டை 230 பாடல்கள் மட்டுமே எழுதினார்.

ஜான் கீட்ஸ் வாழ்ந்து மறைந்தது 26 வயதில். பட்டுக்கோட்டையார் மறைந்தது 29 வயதில். அவன் ஆங்கில இலக்கியத்துக்கு உயிர்க் கொடுத்தான். இவர் தமிழில் நிரந்தரமாக இருக்கிற பாடல்களைத் தந்து போயிருக்கிறார். எத்தனை எழுதினார்கள் என்பது அல்ல, எப்படிப்பட்டதை எழுதினார்கள் என்பதுதான்.

அதுபோலத்தான் வாலியுடைய பாடல்கள். இவருடைய பாடல்களால் புகழ் பெற்றவர்கள் நிறையப் பேர். இங்கே கவிஞர் முத்துலிங்கம் விவரித்ததைப்போல், பக்கத்திலே உட்கார்ந்து தனக்கு ஏற்றவாறு பாடல்கள் எழுதச் சொன்ன மரியாதைக்குரிய முன்னாள் முதலமைச்சர் எம்.ஜி.ஆர். அவர்களுடைய எண்ணங்களை அவர் வடிவமைத்துக் கொடுத்தார்.

என்னுடைய நிகழ்ச்சியில் பேச வந்தபோது கவிஞர் வாலி சொன்னார், “நான் காசுக்கு எழுதுறவன்தான்யா. ஆனால் எல்லாத்துக்கும் எழுதிட மாட்டேன்” என்று.

'நான் ஆணையிட்டால்,
அது நடந்துவிட்டால்...'

என்று எம்.ஜி.ஆருக்கு எழுதினால் சரியாக இருக்கும். ஜெய்சங்கருக்கு எழுதுனா எவன்யா கேட்பான்" என்று அவர் விளக்கிச் சொன்னார்.

'நான் பார்த்ததிலே அவள் ஒருத்தியைத்தான்
நல்ல அழகி என்பேன்'

என்று நான் சரோஜாதேவிக்குத் தான்யா எழுத முடியும்.

இப்படி நிறைய உதாரணங்கள் சொன்னார். எனக்கு ரொம்ப நெருங்கியவர்.

நேற்றிலிருந்து எனக்கு நிறைய நினைவலைகள். இன்னொரு உண்மையையும் நான் சொல்கிறேன். நாடாளுமன்றக் குழு ஒன்று சுற்றுப் பயணத்தில் இருக்கிறது. இரண்டு தினங்களுக்கு முன்பு உத்திரப் பிரதேசத்தில், நேற்றைக்கு முன் தினம் மும்பையில், நேற்று பெங்களூரில், இன்று சண்டீஸ்கரில் இருக்கிறது. இதில் கலந்து கொண்டிருந்த நான் இடையிலே விடுவித்துக்கொண்டு இங்கே வந்திருக்கிறேன். இது நான் ஏற்கனவே ஒத்துக்கொண்ட ஒன்று. என்னுடைய கட்சியின் பொதுக்குழுவும் இன்று கூடி இருக்கிறது. மிக முக்கியமான இரண்டு நிகழ்ச்சிகள் ஒன்று சேர்ந்துவிட்டன.

நாடாளுமன்றக் குழு என்று சொன்னால் சிலர் நினைப்பதைப் போலச் சுற்றுப் பயணம் அல்ல; அதை எல்லோரும் தெரிந்து கொள்ளவேண்டும். சிலர் சமூக வலைதளங்களில் "நாடாளுமன்ற உறுப்பினர்களுக்கான சலுகையை ரத்து செய்யுங்கள். விமானப் பயணம் கூடாது. அவர்களுக்கு மருத்துவச் செலவு பண்ணாதே..." இப்படி வலைதளங்களில் வெளியிடுவார்கள்.

இப்போது இந்தக் குழுவினுடைய நோக்கம், பல நேரங்களில் என்னுடைய மனைவி இருந்த நாள்களில், அவர் இப்போது இல்லை பெரும்பாலானோர்க்குத் தெரியும், அவர் டெல்லிக்கே வரமாட்டார். காரணம், நான் நான்காவது முறையாக நாடாளுமன்ற உறுப்பினர். அவர் வந்ததே இதுவரை மூன்று முறைதான். மூன்று முறையும் இரண்டு நாட்கள்தான் தங்கியிருந்தார்.

அவர் சொன்ன காரணம், "நீங்கள் நம் ஊரில் இருப்பதைவிட இங்கே டென்சனாக இருக்கீங்க. நான் போய்விடுகிறேன்." அப்படியானால், இரவு பகலாக எங்களைத் தயார் செய்கிறோம். நீங்கள் நினைப்பதுபோல மணிக்கணக்காக நாடாளுமன்றத்தில் பேசமுடியாது. ஒரு பிரச்சினை குறித்துப் பேசுவதற்கு மூன்று நிமிடங்களோ இரண்டு நிமிடங்களோ தருவார்கள். அதற்குள் நான் சொல்லியாக வேண்டும். என் மாநிலத்தைப் பற்றி, என் மக்களைப் பற்றி, நம் எதிர்காலத்தைப் பற்றி. அதற்குக் குறிப்புகள், செய்திகள் இவ்வளவும் சேர்த்து நான் சுருக்கித் தரவேண்டும்.

இந்தச் சுற்றுப் பயணத்தின் நோக்கம் என்ன தெரியுமா?

இவற்றையெல்லாம் வாலி இருந்தால் ரொம்ப ரசிப்பார். நினைவு நாடாக்களில்கூட என்னைப் பற்றி எழுதியிருக்கிறார். ரொம்பக் குறுகிய காலத்தில் என்னோடு நெஞ்சுக்கு நெருங்கியவர். இந்தச் சுற்றுப் பயணத்தின் நோக்கம், நாடாளுமன்றம் சட்டம் இயற்றுகிறது. சட்டம் இயற்றுவதோடு நின்றால் அது செயல்படாது என்று சொல்வார்கள். Sub ordinate legislation வேண்டும்.

அந்தச் சட்டத்தின் சில பிரிவுகளை வைத்துச் சில அமைப்புகள் தங்களுக்குள் சில விதிகளை உருவாக்கிக்கொள்ள வேண்டும். That is called as sub ordinate legislation. இப்போது Banking regulation act என்ற ஒன்று இருக்கிறது. வங்கிகளை முறைப்படுத்தக்கூடிய ஒன்று.

அதிலிருக்கிற ஒரு சட்டப் பிரிவை வைத்து Reserve Bank சில விதிகளை உருவாக்கி அதைக் கெஜட்டில் பதிவு செய்தால் அது சட்டத்திற்கு ஈடாகும். இப்படி ஒன்று இருக்கிறது என்று எங்களிலேயே பல பேருக்குத் தெரியாது.

இப்படி இந்தியாவில் இருக்கிற பல்வேறு அரசுத் துறைகள் இவற்றை முழுமையாகத் துணைச் சட்டங்களை இயற்றி இருக்கின்றனவா என்பதைப் பார்ப்பதற்காகச் சுற்றி வருகிற குழுவில் நான் இருந்து இன்று என்னை விடுவித்துக்கொண்டு இந்த நிகழ்ச்சிக்கு வந்திருக்கிறேன். கடமையைப் புறக்கணித்து அல்ல. அங்கே நான் இல்லாவிட்டாலும் அந்த நிகழ்ச்சி நடக்கும். இங்கே நான் இல்லாவிட்டாலும் நடக்கும். ஆனால் என் மனத்திற்கு நிறைவு இருக்காது. எவ்வளவு பெரிய நினைவலைகள், எவ்வளவு பெரிய மாமனிதன். அவர் திரைப்படத்திலேதான் புகழ் பெற்றார். ஆனால், ஒவ்வொருவரும் எனக்குத் தெரியும், எனக்குத் தெரியும் என்று சொன்னதைப்போல் எல்லோரிடமும் நெஞ்சுக்கு நெருங்கியவர்.

நான் திருச்சியில் அவருக்கு விழா எடுக்கிறபோது இரண்டு காரணங்களைச் சொன்னேன். முதலாவது, நன்றி. இன்னொன்று ஒரு மனிதனுடைய உள்ளுணர்வைப் புரிந்து.

நன்றி எதற்காக? பணம் வைத்திருக்கிற ஒருவனை அதிகாரம் இருக்கிற ஒருவனை எல்லோரும் சுற்றி வருவது என்பது இயற்கை. ஒன்றுமே இல்லாதவன் பக்கத்தில் யார் இருப்பார்கள்? என்கிறபோதுதான், அவன்தான் நல்லவன் அல்லது நெருங்கியவன் என்பதாகப் பொருள்.

திராவிட முன்னேற்றக் கழகம் இன்றைக்குப் பெரிய கட்சி. நாடாளுமன்றத்தில் மூன்றாவது பெரிய கட்சி. ஆட்சியில் இருந்திருக்கிறோம். ஆட்சியை இழந்திருக்கிறோம்.

அவசர நிலைக் காலம், பின்னர் எம்.ஜி.ஆர். ஆட்சிக்காலம், அம்மையார் ஜெயலலிதா ஆட்சிக்காலத்தில் எங்களிடம் நெருங்கவே பலர் பயந்தார்கள். பக்கத்தில் நின்று யாராவது புகைப்படம் எடுத்தால் தெறித்து ஓடுவார்கள். அந்தக் கட்சியைச் சார்ந்தவர்கள் விமானத்தில் வருகிறபோது பேசுவார்கள். இறங்கியவுடன் பேசமாட்டார்கள். இப்படிப்பட்ட காலத்தில் கலைஞரைப் பாராட்டுவதற்கு நடைபெற்ற எல்லா விழாக்களிலும் முன்னணியில் நின்று அவரை முழுமையாக மனம் திறந்து பாராட்டியவர் வாலி என்கிற நன்றி உணர்ச்சி.

எங்களைவிட்டுப் பலர் ஓடி ஒதுங்கியபோது "எனக்கு என்னய்யா? அவரைப் பிடிக்கும், வந்து நின்றேன்..." என்ற அந்தத் துணிச்சல் எனக்குப் பிடிக்கும். "எனக்கு வீரம் பிடிக்கும் என்றதால்தான் நான் கலைஞரோடு ஒட்டி நின்றேன். கலைஞர் என்கிறவர் தலைவர், முதலமைச்சர் என்பதைத் தாண்டி எங்களைப் பொறுத்தவரை அவர் ஒரு போராளி. அவர் ஒரு வீரன்" என்பார். அதுதான் எங்களை நெருக்கமாக வைத்தது. அதுபோல அவருடைய துணிச்சல் பிடித்தது.

இரண்டாவது, திருச்சியைப் பற்றிப் பேசுகிறபோதெல்லாம், "அந்த ஊரு மாதிரி வருமாய்யா?" என்று சொல்வார். இதை நான் மனத்திலே வாங்கிக் கொண்டிருக்கிறேன்.

பின்னர், பாடகி பி.சுசிலா அம்மையாருக்கு நிகழ்ச்சியை நடத்தி முடித்தவுடன், வாலிக்குத்தான் அடுத்து என்று முடிவு எடுத்தபோது, இவர்தான் திருச்சிக்கு ஏற்றவர்.

காரணம் அந்த மண்ணுக்குச் சொந்தக்காரர். அதனால்தான் நாங்கள் அந்தப் பெயர் கொடுத்தோம்: 'காவிரிக்கரை தந்த காவியக் கவிஞன் வாலி'. அவரிடம் வந்து கேட்டேன். ரொம்ப ரசித்தார். "யாரையெல்லாம் கூப்பிடுவாய்?" என்றார். சிலரைக் கூப்பிடாதே என்று சொன்னார். சொல்லிவிட்டு "எனக்கு இன்னொன்று நீங்கள் செய்ய வேண்டும்" என்றார்.

"என்ன?"

"என் குலதெய்வம் கோயிலுக்கு நான் போகவேண்டும். தோகமலை."

"சரி, போகலாம்."

"நான் திருவரங்கம் கோயிலுக்குப் போகவேண்டும்."

"சரி, போகலாம்"

"நீங்கள் என்கூட வரவேண்டும்."

"நான் வருகிறேன்" என்றேன். இதிலே எனக்கென்ன சங்கடம்? அவர் வருகிறார் என்கிறபோது எதை வேண்டுமானாலும் செய்யலாம்.

அந்த ஏற்பாடுகளைச் செய்து, திருவரங்கத்திற்குப் போனபோது, பாரதி எட்டயபுரம் குளக்கரையில் உட்கார்ந்ததைப் போல அந்தக் குளக்கரையில் போய் உட்கார்ந்து கொண்டார். என்னையும் கூப்பிட்டுப் "பக்கத்தில் உட்கார்" என்று தோளில் கையைப் போட்டு "இந்த இடத்துலதான்யா சோத்துக்கு வழி இல்லாம உட்கார்ந்திருந்தேன்" என்றார். திடீர்னு அவர் கண் பளபளவென்று ஆனது. கண்ணீர் முட்டிக்கொண்டு வந்தது. உணர்ச்சி மிகுந்த மனிதன். அவரின் உணர்ச்சிகள் வார்த்தைகளாக வந்து கொட்டின. அதனால்தான் அவரது வார்த்தைகளில் உயிர் இருக்கும்.

வெறும் காசுக்கு எழுதினால் அந்த மாதிரி வர முடியாது. உள்ளுக்குள் இருந்து உணர்ச்சிகள் "The spontaneous overflow of emotions in tranquility" என்று வேட்ஸ்வொர்த் சொல்வான். அது போல, உள்ளுணர்ச்சிகள் அவர் முகத்திலும் வெளிப்படும்.

எம்.ஜி.ஆரைச் சொல்வார்கள், இன்னும் சில நடிகர்களைச் சொல்வார்கள். அந்த எலுமிச்சம்பழ நிறம் அவருக்கும் உண்டு. அந்த அழகு, அந்த வெள்ளைத் தாடி. அப்படியே கோவிலுக்கு வந்தார். துணியைக் கொடுத்து ரங்கநாயகி அம்மாவுக்கு போடச் சொன்னார். "வாலி கொடுத்ததை அம்மாவிற்கு அணிவியுங்கள்" என்றபோது, "அது என்னோடது இல்லய்யா, அவங்க கொடுத்தது, திருப்பித் தாரேன்" என்றார்.

பின்னர் மேடையில் வந்து சொன்னார், எனக்குச் சிரிப்பாக இருந்தது. "இந்தப் பக்கம் பகுத்தறிவு, அந்தப் பக்கம் பட்டர். ஸ்ரீரங்கத்தில் இன்று நான் வலம் வந்தேன்" என்று சொல்லி நெகிழ்ந்து போனார்.

நான் எப்போதும் சொல்வேன், எனக்கு மனநிறைவு என்பது காசு பணம் இல்லை. நாம் சேர்க்கிற மனிதர்கள்தான். அவர் சேர்த்து வைத்த காசு எவ்வளவு தெரியாது. அதை யார் வைத்திருக்கிறார்கள் தெரியாது. எப்படிப் பயன்படுத்துகிறார்கள் தெரியாது. ஆனால் ஜெயந்தாவைப் போல பிள்ளைகள் கிடைத்திருக்கிறார்கள். மனிதர்களை, நம்மைப் போன்றவர்களை, இங்கிருக்கிற உங்களை, நான்கூட. "நான்கு மணி நிகழ்ச்சிக்கு யார் வருவார்கள்?" என்றேன். ஆனால், இங்கு அரங்கம் நிறைந்துள்ளது. எங்களுக்கு அதெல்லாம் பழக்கமில்லை. ஆறு மணிக்கு ஆரம்பித்துப் பதினோரு மணிவரை பேசுவோம். அந்தக் காலத்தில் ஒரு மணிவரை பேசுவோம். இந்த அரங்கத்தில் நான்கு மணிக்கே வந்து

உட்கார்ந்திருக்கிறீர்கள். இந்த நிகழ்ச்சியில் இவ்வளவு கட்டுக்கோப்புடன் இருக்கின்றீர்கள் என்கிற போது நீங்களும், நாங்களும்தான் அவர் விட்டுப்போன செல்வங்கள்.

'தக்கார் தகவிலார் என்பது அவரவர் எச்சத்தாற் காணப்படும்'. நாம்தான் அந்த எச்சம். அது அவருடைய வாழ்க்கை முறை. அவர் பழகிய பாங்கு. எழுதி வைத்த அந்தப் பாடல் வரிகள். கவிஞர் முத்துலிங்கம் சொன்னதைப்போல, இவர் எழுதிய பாடலை வேறு யாரோ எழுதியதாக சொன்னதைப் போல, வாலியின் பாடல்களை கண்ணதாசன் பாடல்கள் என்று சொல்லியிருக்கிறார்கள். 'நான் ஆணையிட்டால்' பாடலை முதலில் எம்.ஜி.ஆர் அப்படித்தான் நினைத்தாராம்.

அவருடைய பாடல்கள், கொள்ளை கொள்ளையாக. எங்கள் நிகழ்ச்சியில் வடிவேலுவைக் கூப்பிட்டு, அவருக்காக அந்தப் பாடல்களைப் பாடச் சொல்லி மிகுந்த எழுச்சியாக நடந்தது. சற்றேறக்குறைய ஐந்து மணி நேரம் நடந்தது. அப்படியே உட்கார்ந்திருந்தார்.

இயக்குநர் கே.பாலச்சந்தர்

பாலச்சந்தரும் அப்படித்தான். உங்களுக்குத் தெரியாத பாலச்சந்தரா? எனக்கு அவரைத் தெரியும். நெருக்கம் கிடையாது. ஆனால் கூப்பிட வேண்டும். என்ன செய்வது? நான் முதலில் போய் வாலியிடம் சொன்னேன். "யோவ், அவன்ட்ட யாருயா பேசுவான்?" என்றார். பின்னர் நான் வைரமுத்துவிடம் சொன்னேன். "சார் அவர் ஒரு மாதிரி சார். நீங்க வேற Source-ல பேசுங்க சார்" என்றார்.

என்ன எல்லாம் இப்படி, ஒரு மாதிரி! ஆமாம் அவர் கொஞ்சம் emotional type. தெரியும். பின்னர் ஒரு பத்திரிகையாளர் சொன்னார் "எனக்குத் தெரியும். நான் ஏற்பாடு செய்து தருகிறேன்" என்றார். தொடர்ந்து நான்கு மாதங்கள் அவரோடு பேசிக்கொண்டே இருந்தேன். பார்க்கிறேன் என்றாரே தவிர, பார்க்கவில்லை. கடைசியாகப் பொறுமை இழந்து நானே ஒரு நாள் அவருடைய எண்ணை வாங்கிப் பேசினேன்.

"நான் திருச்சி சிவா பேசுறேன்..."

அவர் சொன்ன வார்த்தை, "சார் உங்கள எனக்கு ரொம்பப் பிடிக்கும். உங்க பேச்செல்லாம் எனக்குப் பிடிக்கும்..."

அடுத்த நிமிடமே "உங்களைப் பார்க்க வேண்டும்" என்றேன்.

"வாங்களேன். ஒரு பத்து நிமிசம் வாங்களேன்" என்றார்.

ஆனால், நான் சென்று பேசிக்கொண்டிருந்தது ஒன்றரை மணி நேரம். அதைத்தான் விழா மேடையில் சொன்னார், "என்னுடைய படங்களைப் பற்றி நான் எண்ணியதற்கு வேறுபட்ட கோணங்களில் சிந்திக்கிற சிவாவைப் போன்றவர்கள் இருக்கிறார்கள்" என்று.

பின்னர் சொன்னார், "நான் ரொம்ப மனசு உடைஞ்சிருக்கேன். எனக்கு விழாவிலெல்லாம் கலந்துக்க இஷ்டம் இல்லைங்க..."

எனக்குத் தெரியும். எல்லா மனிதர்கள் வாழ்க்கையிலும் வெளிப்படுத்த முடியாத வேதனைகள் உள்ளுக்குள் இருந்து கொண்டிருக்கும். அதற்கு யாராவது காரணமாக இருப்பார்கள். நாலு பேர் இருக்கலாம்.

நாம் சொல்கிறோம். நாலு பேர் ஏதாவது நினைப்பார்கள் என்று. அதுபோல பாலச்சந்தர், "நாலு பேர் என்னைப் புண்படுத்திட்டாங்க" என்று சொன்னார்.

“நாற்பதாயிரம் பேர் என் ஊரில் இருக்கிறான். வாங்க” என்று அழைத்தேன். பின்னர் அவரைக் கொஞ்சம் மனம் மாற்றினேன். சிலரை வேண்டாம் என்றார். “சில பெரிய கதாநாயகர்களைக் கூப்பிட வேண்டாம். விழாவின் நோக்கம் திரும்பிவிடும்” என்றார்.

பின்னர் என்னிடம் கேட்டார், “ஜெயப்பிரதாவை உங்களால் கூப்பிட முடியுமா?” என்று. “நிச்சயமா முடியும். She is my colleague” என்று சொன்னேன். பிறகு அவர் சொன்ன ஆட்களையெல்லாம் வைத்து விழாவை நடத்தினோம்.

அவர் அன்று சொன்னார், “நான் திருச்சி வந்து எத்தனையோ ஆண்டுகள் ஆகிவிட்டன. நான் வெறுத்துப் போயிருந்தேன். ஆனால், இந்த விழாவிற்கு வந்தவுடன் நான் மீண்டும் படங்களை இயக்க வேண்டும் என்று ஆசை இருக்கிறது.”

“எங்களுக்குத் தேவை இதுதான்” என்று நான் சொன்னேன். கலைஞர்கள் ஓய்ந்து போகக்கூடாது. அவர்களுக்கு உடல் நலம் குன்றியிருக்கலாம்.

நான் நட்புரிமையுடன் விசு அவர்களுக்குச் சொல்கிறேன்... நீங்க அரசியலுக்கெல்லாம் வேணாம் சார் நாங்க பாத்துக்குறோம். வேண்டாம்னா வேற ஒண்ணுமில்ல. நீங்கள் செய்கிற வேலையை எங்களால் செய்ய முடியாது. அண்ணா அதைத்தான் சொன்னார். அவர் ஆட்சிக்கு வந்து முதலமைச்சராகப் பொறுப்பேற்றுச் செல்கிறபோது, அவருடைய கார்க் கதவை திறந்துவிட்ட காவல்துறை அதிகாரியை அறைக்கு வரவழைத்து அண்ணா சொன்னார், “இது நீங்கள் பார்க்கின்ற வேலை இல்லை. என் கட்சிக்காரன் பார்ப்பான்.”

“இல்லை, இது எங்கள் பணி” என்றார் அவர்.

“இல்லை, நீங்கள் நினைத்தால் உங்களால் நாளை முதலமைச்சர் ஆகலாம். நான் நினைத்தால் ஐ.ஜி.ஆக முடியாது.”

அதே போலத்தான் கலைஞரும் அதிகாரிகளை உட்கார வைத்துப் பேசினார். அதுபோல விசு அவர்கள் செய்கிற வேலையை நான் செய்ய முடியாது. அரசியலில் நீங்கள் செய்கிற வேலையை நான் இரண்டு மடங்கு செய்வேன். அதனால் நீங்கள் அரசியலுக்கு இலாயக்கில்லை என்று சொல்லவில்லை. நீங்கள் மக்களை மகிழ்வித்தது போல இன்னொருவர் செய்யமுடியாது. இருக்கிறவரை நீங்கள் படைத்துக்கொண்டே இருங்கள். நாங்கள் ரசித்துக்கொண்டே இருக்கிறோம். கவிஞர் முத்துலிங்கம் போன்றவர்கள் எழுதிக்கொண்டே இருங்கள்.

நீங்கள் எப்படி வேண்டுமானாலும் இருங்கள். உங்கள் தனிப்பட்ட திறமைகளை, அய்யா ஞானசுந்தரம் அவர்கள் கிடைக்கிற இடத்திலெல்லாம் பார்க்கிற இடத்திலெல்லாம் பத்து பேருக்காவது சாக்ரடீஸைப் போல தமிழைப் பற்றிப் பாடம் எடுங்கள்.

சாக்ரடீஸ் தெருவில் போகிறவனிடம் நின்று பேசினார். கூட்டம் போட்டுப் பேசவில்லை. எல்லோரையும் அழைத்து வைத்துப் பேசவில்லை. நான்கு இளைஞர்களைப் பார்த்தால் அந்த இடத்தில் நின்று பேசினார். 2,500 ஆண்டுகளைக் கடந்தும் சாக்ரடீஸ் வாழ்கிறார்.

நீங்கள் பேசுகிற பேச்சோ, உங்கள் சிந்தனைகளோ எங்களுக்கு வேண்டுமே தவிர, எங்களால் உங்கள் இடத்திற்கு வர முடியாது. நாங்கள் நம்புகிறோம். ஆனால், அதையும் மீறி உங்கள் நம்பிக்கைக்கும் அன்பிற்கும் பாத்திரமானவர்களாய் இருக்கிறோம் என்பதுதான் எங்கள் வெற்றி.

ஜெயந்தா சொன்னார், திருச்சி மத்தியிலே இருக்கிறது, மத்தியிலே நமக்காக ஒரு குரல் என்று சொன்னாரே... அதைத்தான் நான் செய்து கொண்டிருக்கிறேன்.

என் கட்சி அதற்கு இடம் தந்திருக்கிறது. ஆனால் நான் பேசுவது தமிழ் நாட்டிற்காக, தமிழ் நாட்டு மக்களுக்காக, இந்திய நாட்டு மக்களுக்காக, நம் மொழிக்காக என்று சொல்கிறபோது அரசியல் இல்லை.

தனிப்பட்ட முறையில் எல்லோரும் மனிதர்களைச் சம்பாதிக்கிறார்கள். ஆனால் வாலி புகழை ஈட்டியது அவர் எழுதிய பாடல் வரிகளால். அவை வெறும் திரைப்படப் பாடல்களாக இல்லாமல் இன்றைக்கும் நம்மை மகிழ்விக்கிறது, தூங்க வைக்கிறது, சோகத்திலிருந்து விடுவிக்கிறது, காதல் உணர்ச்சி வந்தால் தூண்டுகிறது, கோபமாக இருந்தால் அதை இலகுவாக்குகிறது, பயண நேரத்தைச் சுகமாக்குகிறது.

இப்போது அவருடைய பாடல், 'தங்கத்தில் முகம் எடுத்து...' என்றெல்லாம் பாடினார்களல்லவா! ஆம். அப்படியெல்லாம் அழகான பாடல் இருக்கிறதே, கேட்கத்தானே நேரம் இல்லை. அதைத்தான் 'நல்லி' அவர்கள் பேசுகிறபோது சொன்னார். ஒரு காலத்தில் சாப்பிடப் பணம் இல்லை. இப்போது சாப்பிட நேரமில்லை. ஒன்று சோறு கிடைக்கணும், இல்லேன்னா நேரம் கிடைக்கணும். அப்படி ஆகிவிட்டது வாழ்க்கை.

இனிப்பு என்றால் அலைந்தோம் ஒரு காலத்தில். இப்போது குவிந்திருக்கின்றன. தொட முடியவில்லை நம்மால். தீபாவளி நேரத்தில் ஒளித்து வைத்தார்கள், சிறு பிள்ளையாக இருக்கும் போது. இப்போது மேசையில் கொட்டிக் கிடக்கிறது. சாதாரண நாள்கள் பண்டிகை நாள்களில் கிள்ளி எடுக்கிறோம். அது கட்டுப்பாடு.

எப்படிங்க? என்பார்கள் நாக்கு வரைதானே சுவை. அந்தச் சுவையை நான் சுவைத்துவிட்டு நிறுத்திவிடுகிறேன். உள்ளே போகிற போதுதானே இடையூறு. எது கெடுதலோ, அதை எங்கே நிறுத்த வேண்டுமோ, அங்கே நிறுத்துவோம்.

எனக்குப் பிடித்தவை எதிரே இருக்கும். பேசிக்கொண்டே, அதைப் பற்றிச் சொல்லிக்கொண்டே, சாப்பிட்டு முடித்து எழுதுகிற போது அதை கொஞ்சம் கிள்ளி எடுப்பேன்.

அது மாதிரி வாழ்க்கை என்பது நம்மை ஓர் இடத்திலிருந்து இன்னோர் இடத்திற்கு நகர்த்துகிறது. நாம் வெற்றி பெற்றவனாகக் கருதப்படுகிறோம். அதற்குள் இழப்பவை ஏராளம். எதையோ தேடுகிறோம் என்கிற பெயரால் இருப்பவற்றைத் தொலைத்துப்போகிற மனிதக் கூட்டமாக மாறுகிறோம். இவற்றையெல்லாம் மறந்து பேசுகிற இடம்தான் இதுபோன்ற இடங்கள், இதுபோன்ற நிகழ்வுகள்.

காலையில் என் அரசு நிகழ்ச்சி. இப்போது இலக்கிய நிகழ்ச்சியாய் இது. நாளை என் கட்சி நிகழ்ச்சி. இப்படியே போகிற வாழ்க்கையில் இதுதான் இளைப்பாறுகிற இடம். இதுதான் நம்மை நாம் இலகுவாக்குகிற இடம். அதற்குக் காரணம் ஒரு மாமனிதர் நமக்கிடையில் வாழ்ந்து நம்மைவிட்டுப் பிரிந்த மனிதர்.

அவருக்கு இன்று பிறந்தநாள் விழா என்று கொண்டாடுகிற நேரத்தில் ஜெயந்தாவைப் பாராட்டுகிறோம், துணை நின்றவர்களைப் பாராட்டுகிறோம், சிவகுருநாதனை இந்த இடத்தில் அடையாளம் காட்டுகிறோம். இந்த அறிஞர் பெருமக்களெல்லாம் வந்திருக்கிறார்கள். நானும் ஒருவனாக வந்திருக்கிறேன், நீங்களும் வந்திருக்கிறீர்கள்.

தமிழ் என்ற ஒரு மொழி இருக்கிறவரை திருவள்ளுவர் இருப்பார். தமிழ்த் திரையிசைப் பாடல்கள் என்பது இருக்கின்ற காலம் வரை, அது ஒலிக்கிற வரை, அதைக் கேட்கிற திறன் நமக்கு இருக்கிற வரை வாலியின் பாடல்கள் இருக்கும்.

வாலியே என்னிடம் ஒருமுறை தனியாக இருக்கும்போது. "அந்தப் பாட்டைப் பாடுங்க" என்று சொன்னார்.

(பாடுகிறார்)

"பூமகள் மெல்ல வாய்மொழி சொல்ல
சொல்லிய வார்த்தை பண்ணாகும்
காலடித் தாமரை நாலடி நடந்தால்
காதலன் உள்ளம் புண்ணாகும் - இந்த
காதலன் உள்ளம் புண்ணாகும்.
பவளக் கொடியிலே முத்துக்கள் பூத்தால்
புன்னகை என்றே பேராகும்
கன்னி ஓவியம் உயிர் கொண்டு நடந்தால்
பெண்மயில் என்றே பேராகும்."

இதுதான் நம்மை வாழவைக்கும்.

இந்த இடத்தில் என் நிலைமையை நான் பார்க்கிறேன். நான் ஒரு நாடாளுமன்ற உறுப்பினர். இப்படிச் செய்யலாமா? அதற்கு அப்பாற்பட்டவன் நான். உணர்ச்சிகள் நிறைந்த மனிதன். ரசனைகள் நிறைந்த மனிதன்.

அண்ணா சொல்வார், கலைஞரும் அதைத்தான் தொடக்க காலத்தில் என்னை அழைத்துச் சொல்லியிருக்கிறார். "உன் தோற்றம்; உன் உடை, உன் செயல்கள் பார்க்கிறவர்களுக்கு, நீ அவர்களில் ஒருவனாகத் தெரியவேண்டும். வேறுபட்டவனாக எந்த நிலையிலும் தெரியக்கூடாது" என்று சொல்லி இருக்கிறார்.

அதுபோல இப்போது ஒரு சராசரி மனிதனாக இந்த நான்கு வரிகளைப் பாடினேன். எனவே இது விமர்சனத்துக்கு உரியதல்ல, ரசிப்புக்கு உரியது. தனியாக இருக்கிறபோது என் பிள்ளைகள் பாடச் சொல்கிறபோது பாடியிருக்கிறேன். இன்று நண்பர்கள் இருக்கிற அவையில், அதுவும் சிவகுருநாதன் சொன்னதற்காக.

இந்த நாள் நம் அனைவருக்கும் மாலை நேரம், ஒரு ஞாயிற்றுக் கிழமை தொலைக்காட்சிக்குள் அடங்கிவிடாமல் அந்த நாட்களில் பல அருமையான நிகழ்வுகளை அழைத்துச்செல்ல அறிஞர் பெருமக்கள் நிறைந்த அரங்கத்தில் அன்பு நிறைந்தவர்கள் வந்து கவிஞர் வாலி அவர்களை நாம் இந்த இடத்தில் போற்றி இருக்கிறோம்.

எதிர்காலத்திலும் இதுபோன்ற நிகழ்ச்சிகள் நடக்கும். நடக்க வேண்டும். அதற்கு நாம் துணை நிற்போம் என்று கேட்டு, நன்றி கூறி விடை பெறுகிறேன்.

நன்றி! வணக்கம்!!

30
கி.ரா. நினைவேந்தல்

தமிழ்நாட்டின் வரலாற்றிலேயே முதன் முதலாக அரசு மரியாதையுடன் அடக்கம் செய்யப்பட்ட ஓர் எழுத்தாளர் கி.ரா. அவர்கள்தான். அந்த அருமையான மரியாதையை அவருக்கு வழங்கியதுடன், அவருடைய ஊரில் அவருக்கு ஒரு சிலை எழுப்பி, மணிமண்டபம் எழுப்புவதாக அறிவித்திருக்கின்ற தமிழக முதல்வர் தளபதி ஸ்டாலின் அவர்களுக்கு நாம் அனைவரும் நன்றிக் கடன்பட்டிருக்கிறோம்.

தமிழை வளர்க்கவேண்டும் என்பது மட்டுமல்லாமல், தமிழை வளர்ப்பவர்களையும் பேணிப் பாதுகாக்கவேண்டும் என்ற உணர்வுமிக்க ஓர் ஆட்சி தமிழ்நாட்டில் மலர்ந்திருப்பது மகிழ்ச்சி அளிக்கிறது.

ஆனால், இந்த 'நினைவேந்தல்' என்பது இன்னும் சில நாட்களில் முடிந்து போகும். திரு. சிவகுருநாதன் இங்கே குறிப்பிட்டதைப் போல, நான் பலருக்கும் பாராட்டு விழாக்களை நடத்துவது என்பது ஒருவர், தான் வாழ்கின்ற காலத்திலேயே தன்னை எத்தனை பேர் நேசிக்கிறார்கள், தன்னை எப்படி எல்லாம் பாராட்டுகிறார்கள் எனக் கேட்டு மகிழவேண்டும் என்பதற்காகத்தான். அது அந்தப் படைப்பாளிக்கு உடல் ஆரோக்கியத்தையும், உள்ளத்திற்கு உற்சாகத்தையும் தரும். அவர்களின் வயதைக்கூட அதிகரிக்கச் செய்யும்.

இயக்குநர் கே.பாலசந்தர் அவர்களுக்கு நடைபெற்ற விழாவில், அவர், "நான் மிகவும் மனம் நொந்து போயிருந்தேன். இந்த நிகழ்ச்சிக்குப் பின் மீண்டும் திரைப்படங்களை இயக்கலாம் என்று எனக்கு ஓர் உத்வேகம்கூட இப்போது உண்டாகியிருக்கிறது" என்று குறிப்பிட்டார்.

ஆக, தொடக்கத்தில் மக்கள் விரும்பக்கூடிய, மக்கள் அதிகமாக ரசித்திருக்கக்கூடிய திரைத் துறையைச் சார்ந்தவர்களை அழைத்து நிகழ்ச்சிகளை நடத்தவேண்டும் என்று தொடங்கிய எங்கள் அமைப்பு, பின்னர் எனக்கு இருக்கக்கூடிய இலக்கிய ஈடுபாட்டினாலும், என்னோடு பயணம் செய்கின்ற சிவகுருநாதன் போன்ற மற்ற தோழர்களுடன் கலந்து பேசியதன் மூலமாகவும் இலக்கிய ஆளுமைகளையும் அழைத்து நாம் அங்கீகாரம்

செய்ய வேண்டும்; மரியாதை செய்யவேண்டும் என்று விரும்பினோம். அதன் மூலம் இவ்வமைப்பின் தன்மையை கொஞ்சம் மெருகேற்றியதாக இருக்கும்; கம்பீரமாக இருக்கும் என்று முடிவெடுத்து, யாரையெல்லாம் அழைக்கலாம் என யோசித்தபோது அந்தப் பட்டியலில் முதலில் கி.ரா. அவர்களும், ஜெயகாந்தன் அவர்களும் இடம்பெற்றனர்.

எழுத்தாளர் கி.ரா. அவர்களை அவர் வாழும் காலத்திலேயே இந்நிகழ்ச்சிக்கு வரவழைத்துச் சிறப்பிக்கவேண்டும் என்று எங்கள் இயக்கத்தில் இருக்கும் வழக்கறிஞர் கே.எஸ்.ராதாகிருஷ்ணன் மூலமாக நான் தொடர்புகொண்டேன். அவர் சுருக்கமாக, "நான் வெளியூருக்கெல்லாம் வருவதில்லை" என்று மறுத்துவிட்டார்.

ஆனாலும், எனக்கு ஒரு வருத்தம் இருக்கிறது. புதுச்சேரிக்குச் செல்லும் நம்மைப் போன்றவர்கள் ஏன் அவரது வீட்டுக்குச் சென்று அவரை நேரில் சந்திக்கவில்லை? எந்த சமாதானங்களையும் செய்யாமல் ஒன்றை செய்து காட்டிடவேண்டும் என்று நம்புகின்ற நான் ஏன் அதைச் செய்யத் தவறினேன் என்று இப்போது யோசிக்கிறேன்.

ஆனால், ஜெயகாந்தன் அவர்களை நான் நேரடியாகச் சென்று சந்தித்தேன். அப்போது அவர் உடல் நலத்துடன் இருந்தார். ஆனால் நினைவு கொஞ்சம் பிசகி இருந்தது. என்னை, "நீங்கள் தஞ்சை சிவாதானே?" என்று கேட்டார். பின்னர் ஒன்றுக்கு ஒன்று தொடர்பு இல்லாமல் பேசினார். அவர் வீட்டில் உள்ளவர்கள் "முன்பு போல விழாவுக்கு வருகிற நிலையில் இப்போது இல்லை" என்று சொன்னார்கள்.

கி.ரா.வை அழைக்கவேண்டும் என்பது என் கனவாகவே இருந்தது. அவருக்கு யாரெல்லாம் வெளிப்படையாக இல்லாமல் மறைமுகமாக பெரிய அளவில் உதவி செய்து அவரைப் பாதுகாத்து வந்திருக்கிறார்கள் என்பதை நடிகர் சிவக்குமார் பல பெயர்களைக் குறிப்பிட்டு சொல்லியிருக்கிறார்.

இயக்குநர் தங்கர்பச்சான் 'இந்து தமிழ்' பத்திரிகையில் எழுதுகிறபோது, மிகவும் வேதனையோடு "கி.ரா. வாழ்கின்ற காலத்தில் நாம் அவருக்கு என்ன மரியாதை செய்தோம்?" என்று கேட்டிருந்தார். அவர் கி.ரா.விடம் "நீங்கள் மறுபடியும் கரிசல் மண்ணுக்குப் போய் உங்கள் சொந்த ஊரில் வாழ விரும்புகிறீர்களா?" என்று கேட்டதற்கு, அவர் கொஞ்சமும் தயங்காமல் "இல்லை, இல்லை. நான் அங்கு செல்ல விரும்பவில்லை" என்று மறுத்திருக்கிறார். "ஏன்?" என்று கேட்டதற்கு, "அந்த ஊர் இப்போது நான் இருந்தது போலில்லை. எல்லாம் மாறிவிட்டது. எனக்குத் தெரிந்தவர்கள் யாரும் அங்கில்லை. எனக்கு அது புதிய இடமாகவே இருக்கிறது" என்று கூறியதுடன், "இங்கே நான் கௌரவமாக இருக்கிறேன்" என்று சொல்லியிருக்கிறார். இது மிக முக்கியமான காரணம். மிகக்குறைந்த வாடகையில் புதுச்சேரி மாநிலம் அவருக்கு வீடு வாடகைக்குக் கொடுத்திருக்கிறது. அதையும் ஒரு காரணமாக அவர் சொல்லி இருக்கிறார்.

எழுத்தாளர் பிரபஞ்சன் வாழ்க்கை...

"எழுத்தாளர்கள் எழுதி பொருளீட்டுகிற வாய்ப்பு இல்லை" என்று எழுத்தாளர் பிரபஞ்சன் சொல்வார். "என் ஒரு கதைக்கு எழுபத்தைந்து ரூபாய் மட்டுமே அப்போது சன்மானமாகக் கொடுத்தார்கள்" என்றும் வேதனையாகச் சொல்லியிருக்கிறார். அவரது கதையை வெளியிடும் இதழ் லட்சக்கணக்கிலே அச்சாகி விற்பனை ஆகும். அந்தக் கதை அந்த வாரத்தில் ஒரு முக்கியமானதாக இருக்கும். ஆனால், கதாசிரியருக்குக் கிடைத்த வெகுமதி எழுபத்தைந்து ரூபாய்தான். கடைசி காலத்திலும் அவர் துன்பத்திலும் வறுமையிலும் இருந்துதான் மறைந்தார்.

எழுத்தாளர்களுக்கு அடைக்கலம் தந்த புதுவை

கி.ரா. அவர்களும் வளமான வாழ்வெல்லாம் வாழவில்லை. தமிழக அரசு அவருக்கு இறுதி மரியாதை செய்தது. பாண்டிச்சேரி பல்கலைக்கழகம் அவரது பெயரால் ஓர் இருக்கை அமைத்துள்ளது. இவையெல்லாம் மிகப்பெரிய அங்கீகாரம். எதிர்காலத்தில் சிலரின் பெயர்கள் நிலைத்து நிற்கவேண்டும் என்றால், சில அங்கீகாரங்களை செய்தாக வேண்டும். பேரா. கு.ஞானசம்பந்தம் இங்கே குறிப்பிட்டது போல, நாம் தமிழ்நாட்டவர்கள் என்றாலும் புதுச்சேரிதான் வணங்கத்தக்க மாநிலம். அதுதான் பாரதியாருக்கு அடைக்கலம் தந்தது. பாவேந்தர் பாரதிதாசனை தன்னகத்தே வைத்துக்கொண்டு பெருமை கொண்டது. இப்போது கி.ரா. அவர்களுக்கும் அடைக்கலம் தந்திருக்கிறது.

மன்னர்கள் காலத்தில் எவ்வாறெல்லாம் புலவர்களை மதித்தார்கள் என்பதை கேள்விப்பட்டிருக்கிறோம். ஆனாலும், அந்தக் காலத்திலிருந்து புலவர்கள், இலக்கியவாதிகள், தமிழறிஞர்கள் வறுமையில்தான் வாடியிருக்கிறார்கள். அதனால்தான் கலைஞர் முதல்வராக இருந்தபோது பசித்த வயிறோடு பாடம் சொல்லித் தருகின்ற நிலை ஆரோக்கியமாக இருக்காது என்று ஆசிரியர்களுக்கு அதிகமாக சம்பளம் கொடுத்தார். ஒரு காலத்தில் தமிழாசிரியர் என்றால் பரிதாபத்துக்குரியவராக பார்க்கப்பட்ட நிலை மாறியது.

ஜெயகாந்தனை கௌரவித்த கலைஞர்

கலைஞர் எவ்வாறு எழுத்தாளர்களை கௌரவித்தார் என்பதற்கு ஓர் உதாரணம், ஜெயகாந்தன் 'கலைஞருக்கு என்ன இலக்கியம் தெரியும்?' என்றெல்லாம் கடுமையாக விமர்சித்தவர். அந்த ஜெயகாந்தனுக்குப் பின்னாளில் கலைஞர் 'முரசொலி அறக்கட்டளை'யின் விருதைக் கொடுத்தார். அந்த விருது விழாவில் பேசிய ஜெயகாந்தன், "நான் எழுதினேன். எனக்கென்று சில தனித்தன்மைகளை வளர்த்துக் கொண்டேன். ஆனால், பொருளாதாரம் என்னை நானாக இருக்க விடவில்லை. நான் உடல் நலம் குன்றியிருந்தபோது கலைஞர் என்னை அரவணைத்து உடலுக்கு மீண்டும் புத்துயிர் தந்தார் என்று சொல்வதைவிட, இன்றைக்குக் கொடுத்திருக்கிற அங்கீகாரத்திற்காக தலை தாழாத நான் இப்பொது வணங்கி நன்றி சொல்கிறேன்" என்று குறிப்பிட்டார். அதற்கு கலைஞர், "அப்படி எல்லாம் சொல்லாதீர்கள். நீங்கள் தமிழ் வளர்த்தவர். தமிழுக்காக நீங்கள் ஆற்றிய தொண்டு என்பது குறிப்பிடத்தக்கது. தனிப்பட்ட முறையில் கருத்து வேறுபாடுகள் என்பது வேறு" என்று தெரிவித்தார்கள்.

கவிஞர் கண்ணதாசன், எம்.ஜி.ஆர். குறித்து மிகக் கடுமையாக ஒரு புத்தகம் எழுதினார். இந்தப் புத்தகம் எழுதிய பின்னர்தான் எம்.ஜி.ஆர் அவர்கள் அரசவைக் கவிஞர் பதவியை அவருக்கு அளித்தார். அதாவது, பெரியவர்கள் சில நேரங்களில் எப்படி நடந்து கொள்வார்கள் என்பதற்கு இது ஓர் உதாரணம்.

முனைவர் பட்ட ஆய்வுகளின் நிலை

எழுத்தாளர் பவா செல்லத்துரை அவர்கள், அவரது படைப்புகளைப் பற்றி ஒருவர் முனைவர் பட்டத்திற்காக ஆய்வு செய்து, ஆய்வை முடித்து ஆய்வுக் கட்டுரையை இவரிடம் கொண்டு வந்து கொடுத்திருக்கிறார். அதில் இவருடைய படத்தையும் ஜெயகாந்தன் படத்தையும் வெளியிட்டு 'பவா செல்லதுரையுடன் பிரபஞ்சன்' என்று அவர் குறிப்பிட்டிருந்தாராம். அவர் ஓர் ஆய்வு மாணவர். இந்த ஆய்வுக்கட்டுரையை எத்தனை பேர் தணிக்கை செய்திருப்பார்கள். நெறியாளர்கள், வழிகாட்டிகள் பார்த்திருப்பார்கள். யாருக்குமே எப்படி இந்தத் தவறு தெரியாமல் போனது என்று பவா செல்லதுரை அதிர்ச்சியாகக் குறிப்பிட்டிருந்தார்.

பெரும்பாலும் இன்றைக்குப் பல்கலைக்கழகங்களில் முனைவர் பட்டத்திற்கு நடைபெறுகிற ஆய்வுகள் அந்தத் தன்மையோடு நடைபெறவில்லை என்பதை எங்களைப் போன்றவர்கள் கவனத்தில் கொள்ளவேண்டும். அதை சீரமைக்க வேண்டிய கடமையும் நமக்கு இருக்கிறது. தமிழ்நாடு மட்டுமில்லை, இந்தியா முழுவதும் சீரமைக்க வேண்டியுள்ளது.

விருதுகளும் அங்கீகாரங்களும்

சாகித்ய அகாதமி விருது என்பது மிகவும் கௌரவமான விருது. கலைஞர் அவர்கள் இவ்விருதை உயர்த்திச் சொல்வார். என்றாலும் இந்த விருதுகள் பற்றியெல்லாம் எனக்கு பெரும் விருப்பம் இல்லை. சாகித்ய அகாதமி போன்ற சில விருதுகள் சிபாரிசுகளில் கிடைக்கிறது என்று சொல்கிறார்கள். சிலருக்கு தகுதி அடிப்படையில் கிடைக்கிறது. அப்படி தகுதியானவர் கி.ரா. அவர்கள். அவ்விருதைப் பெற்றுக்கொண்டு அவரும் தங்கர்பச்சானும் சென்னையிலிருந்து புதுச்சேரி செல்லவேண்டும். திண்டிவனம் வரை ஒரு பேருந்தில் வந்து, திண்டிவனத்திலிருந்து புதுச்சேரிக்கு மற்றொரு பேருந்துக்கு மாறுகிறார்கள். அப்போது அவரது வயது எழுபதைக் கடந்துவிட்டது. பேருந்தில் யாருமே இவருக்கு எழுந்து இருக்கை கொடுக்கவில்லை. தங்கர்பச்சான் பலரிடம் இருக்கை தரச் சொல்லிக் கேட்கிறார். யாரும் தர மறுக்கிறார்கள். நடத்துநரிடம் சென்று "இவர் பெயர் எழுத்தாளர் கி.ரா. அகில இந்திய அளவிலேயே மிகப்பெரிய விருது ஒன்றை பெற்றிருக்கிறார்" என்று சொல்லியிருக்கிறார். அதற்கு நடத்துநர், "யாராய் இருந்தால் எனக்கு என்னங்க. நான் இருக்கை தர முடியாது" என்று சொல்லியிருக்கிறார்.

ஆக, அங்கிருந்தவர்கள் கி.ரா. என்கிற எழுத்தாளரை இனங்காணவில்லை என்பது மட்டுமல்ல, அடையாளம் சொன்ன பிறகும் மதிப்பளிக்கவில்லை. "நான் கனத்த இதயத்தோடு வந்து இறங்கினேன்" என்று தங்கர்பச்சான் குறிப்பிட்டிருக்கிறார்.

முதுபெரும் எழுத்தாளர் என்று தெரிந்த பிறகும்கூட எழுந்து ஒருவருக்கு இடம் தராத இந்த சமுதாயம் இறந்த பிறகு நாங்கள் அவருக்கு அங்கீகாரம் தருவோம், நினைவஞ்சலி நடத்துவோம், 'தமிழ் உலகம் பெரிய எழுத்தாளரை இழந்துவிட்டது' என்றெல்லாம் கூறுவதால் அந்த எழுத்தாளருக்கு என்ன பயன்?

இனி ஒரு விதி செய்வோம்

வாழுகிற காலத்தில் ஒருவரை மதிக்கவேண்டும் எனும் உணர்வை இன்றாவது 'இனி ஒரு விதி செய்வோம்'.

நம்மிடையே வாழுகின்ற அறிஞர் பெருமக்களை, தகுதியானவர்களை, தனித்தன்மை உடையவர்களை அவர்கள் வாழும் காலத்திலேயே போற்றிக் கொண்டாடி உயர்த்த வேண்டும் என்ற ஒரு மரபினை தமிழ்ச் சமுதாயம் இனியாவது கடைபிடிக்க வேண்டும். இதை நான் மிகவும் உணர்ச்சிவசப்பட்டுதான் சொல்கிறேன்.

இத்தகைய அலட்சிய உணர்வு இன்று நேற்றல்ல, காலம் காலமாக இருந்து வந்திருக்கிறது. 'பாரதியார் இறந்தபோது அவரது உடலின் மீது மொய்த்த ஈக்களின் எண்ணிக்கையில் கூட ஆட்கள் இல்லையே' என்று கவிஞர் வைரமுத்து குறிப்பிட்டிருப்பார். அவரது இறுதி நிகழ்ச்சியில் 14 பேர்கள் மட்டுமே கலந்து கொண்டிருக்கிறார்கள். அது ஒரு காலம். ஆனாலும், ஜெயகாந்தன் மறைந்தபோதுகூட அவரது இறுதி நிகழ்ச்சியிலும் குறைவானவர்களே கலந்துகொண்டார்கள் என்பது மிகவும் அதிர்ச்சியாக உள்ளது. பாரதிக்குப் பிறகு எத்தனையோ ஆளுமைகள் நல்ல விருது கிடைக்காமல், அங்கீகாரம் கிடைக்காமல் யார் என்று தெரியாமலே போய்ச் சேர்ந்திருக்கிறார்கள்.

கலைத்துறையில் நடிகர் திலகம் சிவாஜிக்கு உயர்ந்த விருதுகளைக் கொடுக்காமல் தவிர்த்த நாடு இது. இலக்கியத்தில் பலருக்கும் இந்தநிலை தொடர்கிறது.

கி.ரா.வின் சிலை

தமிழக அரசு கி.ரா.வுக்கு இடைச்செவல் கிராமத்தில் அவரது சிலையை அமைக்க இருக்கிறது. எப்படி நாம் கயத்தாறுக்குச் சென்றால் நம் குழந்தைகளுக்கு, இது கட்டபொம்மன் சிலை என்றும், அவர் இவ்வாறெல்லாம் தியாகம் செய்திருக்கிறார் என்றும் சொல்கிறோமோ அதுபோல, இடைச்செவலுக்குச் செல்லும்போது அங்கே அரசு அமைக்க இருக்கும் கி.ரா.வின் சிலையைக் குழந்தைகளுக்குக் காட்டி, "இவர் யார் தெரியுமா? நம் மண்ணில் பிறந்த ஓர் அறிஞர். இவர் பெயர் கி.ராஜநாராயணன். வட்டார இலக்கியங்களைப் படைத்தவர். பேச்சு மொழி என்றிருந்ததை எழுத்துமொழியாக மாற்றி, அதைப் படிக்க வைத்த தனித்திறமைக்குரியவர்" என்று சொல்லித் தரவேண்டும்.

நம் பிள்ளைகளுக்கு இலக்கியப் புத்தகங்களைப் படிக்கிற பழக்கத்தை ஏற்படுத்திக் கொடுத்தால்தான் அந்தப் பிள்ளைகளுக்கு கி.ரா.வைத் தெரியும்.

குழந்தைகளுக்குத் தஞ்சாவூர் பெரிய கோயிலைக் காட்டி "இதுதான் தஞ்சை பெரிய கோயில். உள்ளே பிரகதீஸ்வரர் இருக்கிறார்" என்று சொல்வது மட்டுமல்லாமல், அதையும் தாண்டி வெளியில் சிலையாக நிற்கிற இராஜராஜ சோழனைக் காட்டி "இந்தக் கோயிலை உருவாக்கிய ராஜராஜ சோழன் இவர்தான்" என்று சொல்லுங்கள்.

அண்ணா நினைவிடத்திற்கோ, பெரியார் நினைவிடத்திற்கோ செல்லும்போது அந்தத் தலைவர்களைப் பற்றி சொல்வது போல, இலக்கியவாதிகளைப் பற்றியும் சொல்லுங்கள்.

சென்னை மெரினா கடற்கரைக்குச் செல்லும்போது, தமிழறிஞர்களுக்கும், இந்நாட்டுக்காகப் போராடியவர்களுக்கும் அறிஞர் அண்ணா அவர்கள் உலகத் தமிழ் மாநாட்டின்போது உருவாக்கிய சிலைகளைக் காட்டி அவர்களைப் பற்றி சொல்லுங்கள்.

நான் தூத்துக்குடிக்குச் செல்லும்போதெல்லாம் எந்த வழியில் சென்றாலும் கயத்தாறு சென்று கட்டபொம்மன் சிலைக்கு மரியாதை செய்யாமல் வந்ததில்லை. அதுபோல நீங்கள் இடைச்செவலுக்குப் போகிறபோது அங்கே அவசியம் கி.ரா.வின் சிலைக்கு மரியாதை செய்துவிட்டு வாருங்கள்.

தூத்துக்குடி துறைமுகத்தின் தனிச்சிறப்பு

பல ஊர்களில் கடற்கரை இருக்கிறது. ஆனால், தூத்துக்குடி துறைமுகத்திற்கு என்று ஒரு தனித்தன்மை இருக்கிறது. இங்குதான் இந்தியாவிலேயே வெள்ளையனுக்குப் போட்டியாக வ.உ.சி. அவர்கள் கப்பல்களை வாங்கி ஓட்டினான் என்பதை நம் பிள்ளைகளுக்குச் சொல்லவேண்டும்.

சிலைகள் என்பவை யாரோ சிலர் சென்று மாலை அணிவிப்பதற்கானவை அல்ல. அது ஒரு நினைவு. பெரியாருக்கு முதன் முதலாக திருச்சியில் சிலை வைத்தபோது அவரிடம், "நீங்கள் சிலை வடிவத்தை எதிர்ப்பவராயிற்றே. ஏன் உங்களுக்குச் சிலை?" என்று கேட்டார்கள். அதற்கு, "இவன்தான் இதை எல்லாம் சொன்னான் என்று அடையாளம் காட்டுவதற்காக" என்று பெரியார் அவருடைய வார்த்தைகளில் சொன்னார்.

காலத்தின் பதிவு

இலக்கியம் என்பது ஒரு காலத்தின் பதிவு. ஒருவருடைய படைப்பு என்பது அவர் வாழ்ந்த பகுதி, மக்கள், மக்களின் மனநிலை, கலாசாரம், வாழ்வியல் முறை, வாழ்வாதாரம்

ஆகியவற்றை எல்லாம் சொல்வதுதான் இலக்கியம். சரித்திர நிகழ்வுகளை சம்பவங்களாக, எழுத்துகளாக மாற்றித் தருவது இலக்கியம். எண்ணங்களை சம்பவங்களாக மாற்றுவது அரசியல்.

தான் வாழும் காலத்தில் தன்னைச் சுற்றி நடப்பவற்றைக் கூர்ந்து கவனிப்பது, கவனித்ததை உள்வாங்கிக் கொள்வது, தான் உள்வாங்கிக் கொண்டதை அப்படியே அடுத்தவர்களிடம் கொண்டுசேர்ப்பது அதுதான் இலக்கியம்.

சாகித்ய அகாதமி விருது

கி.ரா.வின் துணைவியார் ஒரு பேட்டியில், "சாகித்ய அகாதெமி விருதை 'கோபல்லபுர மக்கள்' நாவலுக்குத் தந்ததற்கு மாறாக 'கோபல்லபுரம்' நாவலுக்குத் தந்திருக்க வேண்டும். அதுதான் எனக்குப் பிடிக்கும்" என்று கூறியுள்ளார். பெண்கள் எவ்வளவு ஆழமாக இருக்கிறார்கள் என்பதற்கு இது ஓர் உதாரணம்.

தொடக்க காலத்தில் காந்தியின் செயற்பாடுகளை முற்றிலுமாக எதிர்த்த அவரது மனைவி கஸ்தூரிபாய் காந்தி, பின்னாளில் அவரை உணர்ந்துகொண்ட பின்னர், "ஒரு பெண் என்ற முறையில் நீங்கள் எதைப் பெருமையாகக் கருதுகிறீர்கள்?" என்று கேட்டதற்கு, "இவர் பின்னால் நடந்து செல்வதையே நான் பெருமையாக நினைப்பேன். அதுவே எனது சிறப்பு" என்று சொன்னார்.

நீண்ட வாழ்வு

20ஆம் நூற்றாண்டின் தொடக்கத்தில் பிறந்த எல்லோருமே நீண்ட நல்வாழ்வு வாழ்ந்திருக்கிறார்கள். பெரியாராக இருக்கலாம், கலைஞராக இருக்கலாம், கி.ரா.வைப் போன்றவர்களாக இருக்கலாம். இவர்களெல்லாம் 90ஐக் கடந்து வாழ்ந்து அரும்பெரும் சாதனைகளைப் படைத்திருக்கிறார்கள். ஆரோக்கியத்தோடுதான் இருந்திருக்கிறார்கள். கி.ரா.வின் 99 வயது வாழ்க்கை என்பது சாதாரணமானதல்ல. கி.ரா.வைப் போன்ற எழுத்தாளர்களை சிறப்பிக்க வேண்டுமானால், நான் தொடர்ந்து சொல்வது போல அவருடைய நூல்களை வாங்கி பரிசாகக் கொடுங்கள். பளபளப்பான அட்டை போட்டு மூடாமல் பிறந்த மேனியாக நாலு பேருக்குத் தெரிகிற மாதிரி கொடுங்கள். அப்போதுதான் அந்தப் புத்தகத்தை எல்லோராலும் பார்க்க முடியும். அவர்களும் அந்தப் புத்தகத்தை வாங்கிப் படிப்பார்கள்; பரிசளிப்பார்கள்.

கி.ரா.வின் கடிதங்கள்

கி.ரா.வின் கடிதங்கள் ஒரு சிறந்த இலக்கியம். காந்தி, நேரு, மு.வ., பெரியார், அண்ணா, கலைஞர் போன்றவர்கள் கடிதங்கள் எழுதியிருக்கிறார்கள். 'அண்ணாவின் கடிதங்கள்' பொக்கிஷங்கள். இன்றைக்கும் எங்களுக்கு ஒரு தகவல் தேவை என்றால் அண்ணாவின் கடிதங்களைப் படித்து தெரிந்து கொள்கிறோம். கி.ரா.வின் கடிதங்களை பரிசாகக் கொடுங்கள். அவரது அதே இடைச்செவலைச் சேர்ந்த கு.அழகிரிசாமியின் நூல்களையும் பரிசாகக் கொடுங்கள்.

கி.ரா.வின் கதாபாத்திரங்கள்

கி.ரா. வாழ்ந்த காலத்தில் அரிக்கேன் விளக்கு என்பது அரிய கண்டுபிடிப்பு என்பதை அவரது கதையின் மூலமாக தெரிந்துகொள்ள முடிகிறது. அதைவிட அவருடைய வீட்டில் முக்காலி இருந்திருக்கிறது. அந்த முக்காலி முக்கால் அடி உயரம்தான். அதில் கோட், சூட்

அணிந்த கனத்த சரீரம் உடைய ஒருவர் வந்து உட்காரும்போது அவர் எடை தாங்காமல் குப்புற விழுந்து விடுகிறார். பிறகு வீட்டில் இருப்பவர்கள் எல்லாம் சேர்ந்து, நமக்கு ஒரு நாற்காலி வேண்டும் என்று முடிவெடுக்கிறார்கள். அக்காலக்கட்டத்தில் அந்த ஊரில் யாரிடமும் நாற்காலியே இல்லை என்பதும், நாற்காலி செய்கிற தச்சன்கூட இல்லை என்பது அவர்களுக்கு மட்டுமல்ல, படிக்கும் நமக்கும் தெரியவருகிறது. நாற்காலி என்பது எவ்வளவு பெரிய விசயமாக இருந்திருக்கிறது. பின்னர் இரண்டு நாற்காலிகளைச் செய்கிறார்கள். அந்த நாற்காலியில் குழந்தைகள் போட்டி போட்டுக்கொண்டு உட்கார்ந்து விளையாடுகிறார்கள். நாற்காலியைத் தடவிப் பார்க்கிறார்கள். ஒருநாள் பக்கத்து ஊரிலிருந்து வந்த ஒருவர் நாற்காலியைக் கேட்கிறார். இவர்களும் கொடுத்து அனுப்புகிறார்கள். அங்கு போய் பார்த்தால் அந்த நாற்காலியில் ஒரு பிணத்தை உட்கார வைத்திருக்கிறார்கள். பிறகு இவர்கள் பயந்துபோய் மறுபடியும் அங்கிருந்து கொண்டுவந்து நன்றாகக் கழுவி, வருகிற விருந்தினர்களை எல்லாம் உட்கார வைக்கிறார்கள். விவரம் தெரியாமல் ஒரு குழந்தையைக் கொண்டுவந்து உட்கார வைக்கிறார்கள். இப்படியாக போகிறது அந்தக் கதை.

கி.ரா.வின் 'கதவு' கதை என்னை மிகவும் பாதித்தது.

அதுபோல சில திரைப்படங்கள் என்னைப் பாதித்திருக்கின்றன. 'தேவதாஸ்' திரைப்படம் பார்த்து முடித்தபின் எல்லோரும் திரையரங்கைவிட்டு வெளியேறிய பிறகு நான் ஐந்து நிமிடங்கள் அங்கேயே உட்கார்ந்திருந்தேன். என்னுடன் வந்தவர்கள், "என்ன ஆயிற்று?" என்று கேட்டார்கள். "கொஞ்சநேரம் என்னை அமைதியாக விட்டுவிடுங்கள்" என்று சொன்னேன். அந்தத் திரைப்படம் ஏற்படுத்திய தாக்கத்திலிருந்து சட்டென என்னால் விடுபட முடியவில்லை.

ஒரு கதையைப் படித்தபின் அது ஏற்படுத்தும் ஈர்ப்பு, ஒரு பாடலைக் கேட்டபின் அது நம்மை எங்கோ அழைத்துச் செல்வது, ஒரு கவிதையைப் படித்தபின் அது ஏற்படுத்தும் தாக்கம்... அதுபோல 'கதவு' கதை என்னை மிகவும் பாதித்தது. கதவு என்பது வீட்டுக்குப் பாதுகாப்பு மட்டுமல்ல, அது குளிர் காலம் என்பதால் குளிரிலிருந்தும் பாதுகாப்பது. கதவு இல்லாததால் வீட்டுக்குள் குளிர் அடிக்கிறது. போர்த்திக்கொள்ள அவர்களிடம் எதுவுமில்லை. அந்தக் கதவுதான் எல்லாவற்றிற்கும் காவலாக இருந்திருக்கிறது. இப்படிப்பட்ட சூழலில் மக்கள் அப்போது வாழ்ந்திருக்கிறார்கள். அதை நினைக்கிறபோதே நெஞ்சு நடுங்குகிறது. இப்போது காவல் துறையினரால் கைப்பற்றிக் கொண்டு போகிற வாகனங்கள் எல்லாம் காவல் நிலையத்தில் செல்லரித்துப் போவது போல அந்தக் கதவும் கிடக்கிறது. அதைப் பார்த்துவிட்டு குழந்தைகள் ஓடுவதாக அந்தக் கதை முடியும். அது மனதைப் பிசைந்தது.

அதைப் போலத்தான் மாட்டைப் பற்றிய கி.ரா.வின் ஒரு கதை. அந்தப் பெண் திருமணமாகி வருகிறபோது சீதனமாக அந்த மாடும் வருகிறது. அதை அவள் வளர்க்கிறாள். அவள் கணவனுக்கு இப்படி ஒரு காளை வரும் என்று அவன் கணவிலும் நினைக்கவில்லை. யோகம் என்றால் இதுவல்லவா யோகம். ஒரு மனிதனுக்கு மாடு, மக்கள், கழனி இவையெல்லாம்... இன்னொரு மாடுடன் கூட்டுமாடு சேர்க்கிறார். பின்னர் அந்த மாடு நோய்வாய்ப்பட்டு இறந்து போகிறது. சுருக்கென்று கதை முடிகிறது.

ஒரு காலத்தில் நம் சமுதாயத்தில் தீண்டாமை இருந்தது, ஏற்றத்தாழ்வு இருந்தது, கல்வி மறுக்கப்பட்டது என்று சொன்னால் அந்தச் சூழல் நமக்குத் தெரிந்தால்தான் நாம் எவ்வளவு உயர்ந்திருக்கிறோம் என்று தெரியவரும். பப்பு பாட்டி, பப்பு தாத்தா என்ற கதையிலும் அப்படித்தான். கடைசியாக அந்தப் பாட்டி வெளியே வரமாட்டார். எவ்வளவுதான் வயதானாலும் பெண்ணல்லவா.

போராளியைப் பற்றிய ஒரு கதை எழுதியிருக்கிறார். அவனை அடித்து நொறுக்கிப் போடுகிறார்கள். அவனுக்கு ரத்தம் சொட்டுகிறது. அவன் தன் கையில் இருந்த செங்கொடியை ரத்தத்தில் தோய்த்துப் பறக்கவிட்டான் என்று எழுதியிருக்கிறார். இதைவிட உணர்ச்சிப்பூர்வமான ஒரு போராளிக்கு இலக்கணமாக யாரையும் சொல்லிவிட முடியாது.

மற்றொரு கதையில், நெருப்பு பிடித்துக் கொள்கிறது. எல்லோரும் ஒன்று சேர்ந்து விடுகிறார்கள். அந்த நேரத்தில் ரொம்ப நாட்களாக பேசிக்கொள்ளாமல் இருந்த சண்டைக்காரர்கள் எல்லாம் பேசிக்கொள்கிறார்கள். அந்த இடத்தில் எல்லாம் மறந்து போகிறது. ஆபத்திலிருந்து மீள வேண்டும் என்கிறபோது, ஒரு இக்கட்டான சூழலில் எல்லாத் தடைகளும் நொறுங்கி மனிதநேயம் தலைதூக்கும் என்கிறார். இதுதான் கி.ரா.

படைப்பாளிகளைப் பாதுகாப்போம்

நாம் நம்முடைய காலத்தைப் பகிர்ந்து கொள்ளாமலே இருக்கிறோம், புரிந்துகொள்ளாமலே இருக்கிறோம். பேசாமலே இருக்கிறோம். உணராமலே இருக்கிறோம். ஒவ்வொருவருக்கும் ஒரு திறமை இருக்கிறது. நாம் படைப்பாளிகளாக மாறவேண்டும். படைப்பாளிகளைப் பாதுகாக்க வேண்டும். தன் காலத்தைப் பதிவு செய்து வைத்ததினால்தான் கி.ரா.வைப் பற்றி பேசுகிறோம்.

நான் இந்த நிகழ்ச்சிக்காக நிறைய படித்தேன். நாம் படைக்க வேண்டும் அல்லது மற்றவர்கள் படைத்தவற்றை படிக்கவாவது வேண்டும். நல்ல படைப்புகளைப் படிக்கும்போது வேறு ஒரு உலகத்திற்குச் செல்கிறோம். நாம் தவறவிட்டதை உணர்கிறோம், செய்ய வேண்டியதை புரிந்து கொள்கிறோம்.

இனி கி.ரா.வைப் போன்ற படைப்பாளிகள் யாரும் வருந்தக்கூடாது. தன்னை யாரும் கவனிக்கவில்லையே என மனம் நொந்து போகக்கூடாது. இவ்வளவு அருமையாக எழுதினோம், இவ்வளவு அருமையாகத் தமிழுக்கு, தமிழிலக்கியத்திற்குப் பெருமை சேர்த்தோம். ஆனால், நம் வாழ்க்கை இப்படி ஆகிவிட்டதே என அவர்கள் கண்ணீர்விடக் கூடாது.

இயலாமையின் வலி

ஒருவர் நோய்வாய்ப்பட்டிருந்தபோது கட்சியின் சார்பாக என் சக்திக்கு அதிகமாக ஒரு பெரிய தொகையை நான் அவருக்குக் கொடுத்தேன். ஏனென்றால், 'நம் குடும்பத்தை அப்படியே விட்டுப் போகிறோமே, நம் குடும்பம் என்ன ஆகும்? அவர்களால் வீட்டு வாடகைக்கூட கொடுக்க முடியாதே, என்ன செய்வார்களோ' என்ற பதைபதைப்போடு ஒருவர் போனால், அந்தக் கொலை பாதகத்திற்கு ஈடு அவன் இறந்த பிறகு எத்தனை லட்சம் கொடுத்தாலும் ஈடாகாது. அந்த நேரத்தில் தனது மரணம் தருகிற வலியைவிட இந்த இயலாமை கொடுக்கிற வலி மிகப்பெரிய துயரம். தக்க நேரத்தில் பண உதவி செய்தால் இதை வைத்து சமாளித்துவிடலாம் என அவரது மனது லேசாகும்.

ஒருவரின் மரணம் எப்படியாக இருக்கும் என்று தெரிந்த பிறகாவது, அவரது இறுதிகாலத் துயரத்தை அறிந்த பிறகாவது அவர் படுக்கையில் இருக்கும்போதே அவருக்கு உதவி செய்துவிட வேண்டும். இது எழுத்தாளர்களுக்கும் இலக்கியவாதிகளுக்கும் நடக்க வேண்டும்.

ஆகவே, நான் அனைவரையும் வேண்டி வணங்கி கேட்டுக்கொள்வது, வாழ்கிற காலத்தில் திறமையானவர்களை, கலைஞர்களை, எழுத்தாளர்களை அடையாளம் கண்டு

உதவ வேண்டும். முகநூல்களில் இப்படிக் கஷ்டப்படுகிறவர்கள் பற்றிய தகவல்கள் வந்து கொண்டிருக்கின்றன. அவற்றைப் பார்த்துப் பரிதாபப்பட்டு அப்படியே போய்விடுகிறார்கள். அப்படி இனி போகக்கூடாது.

ஒவ்வொரு தனிமனிதனும் ஒருவருக்கு உதவ முன்வர வேண்டும். மரியாதை, அங்கீகாரம், உதவி எது அவருக்குத் தேவையோ அதை அவர் வாழும் காலத்திலேயே செய்யுங்கள். அதை இந்தக் கூட்டத்தில் கலந்து கொண்ட எல்லோரும் ஒரு உறுதிமொழியாக எடுத்துக்கொண்டு செயல்படுவோம்.

இனி ஒரு விதி செய்வோம்.

அதை எந்நாளும் காப்போம்.

(சோழ மண்டலத் தமிழிலக்கியக் கூட்டமைப்பு நடத்திய கி.ரா. அவர்களுக்கு புகழஞ்சலி கூட்டத்தில் ஆற்றிய புகழஞ்சலி)

31

புறநானூறு: புதிய வரிசை வகை

பெருமரியாதைக்குரிய பேராசிரியர் சாலமன் பாப்பையா அவர்களுடைய 'புறநானூறு புதிய வரிசை வகை' நூல் வெளியீட்டு விழாவிற்கு தலைமைப் பொறுப்பேற்று முதல் பிரதியைப் பெற்றுக்கொண்ட இமாச்சலப் பிரதேச உயர்நீதி மன்றத்தின் தலைமை நீதிபதி மாண்புமிகு நீதியரசர் இராம சுப்பிரமணியன் அவர்களே! நூலினை வெளியிட்டு அமர்ந்திருக்கின்ற, ஓர் இசைக் கருவியில் இருந்து வெளிவருகின்ற நாதத்தைப்போல் அழகு தமிழைத்தான் நடமாடுகிற இடங்களிலெல்லாம் தவழ விடுகின்ற முனைவர் ஔவை நடராஜன் அவர்களே! இந்த நிகழ்ச்சியில் உரையாற்றி அமர்ந்திருக்கின்ற நாடாளுமன்ற மக்களவை உறுப்பினர் தம்பி சு.வெங்கடேசன் அவர்களே! மாண்புமிகு அமைச்சர் பாண்டியராஜன் அவர்களே, அறிமுக உரையாற்றிய அறிஞர் பெருந்தகை ஞானசுந்தரம் அவர்களே! மரியாதைக்குரிய பேராசிரியர் இராமமூர்த்தி அவர்களே! வரவேற்புரை ஆற்றியிருக்கிற மீரா நாகராஜன் அவர்களே! சிறப்பு விருந்தினர்களாகப் பங்கேற்றிருக்கிற 'சூப்பர் ஸ்டார்' ரஜினிகாந்த் அவர்களே! மார்க்கண்டேய நடிகர் சிவக்குமார் அவர்களே! 'தினமணி' ஆசிரியர் வைத்தியநாதன் அவர்களே! தமிழ் அறிஞர்களே! உங்கள் அனைவருக்கும் வணக்கம்.

தமிழ் வளர்ப்பவர்கள் எதிரே அமர்ந்திருக்கிறீர்கள். யாருக்காக தமிழ் வளர்க்கிறோமோ, அவர்கள் இங்கு அதிகமாக வரவில்லை என்கின்ற ஆதங்கம் எனக்கு நிறைய இருக்கிறது. நடுத்தர வயதைத் தாண்டியவர்கள்தான் இந்த அரங்கில் நிறைந்து இருக்கிறார்கள். நான் தேடுவது இன்றைய தலைமுறையை.

வாழ்க்கையின் நெறிநூல் 'திருக்குறள்' என்பதைப்போல தமிழனுடைய புகழினைப் பறைசாற்றுகின்ற நூல் 'புறநானூறு'. அந்நூலினை இன்றைய கால ஓட்டத்திற்கு ஏற்ப உருவாக்கித் தந்திருக்கின்ற ஓர் அறிஞர் பெருந்தகையின் விழாவில் பங்கேற்க வேண்டும் என்ற ஆவல் ஏன் இளைஞர்களுக்கு வரவில்லை என்று நான் யோசித்தேன். களம் காணுகிற வீரர்கள் அரசவையில் வந்து அமர்வதில்லை. இந்த மொழிக்கு ஏதாவது ஊறு நேர்கிறது என்கிறபோது களம் காண இருக்கிற தலைமுறையினர் அவர்கள். அது முற்றுப் பெறவில்லை.

சிலர் கேட்கிறார்கள், “ஒரு காலத்தில் இருந்த தமிழ் உணர்வும் போர்க்குணமும் இன்றைய இளைஞர்களிடம் இல்லையே” என்று. அப்படியொரு அறைகூவல் வருகிறபோது அவர்கள் வந்து நிற்பார்கள். அப்போது உலகம் அறியும்.

இந்த விழாவில் நான் கலந்துகொள்ள வேண்டுமென்று பாரதி பாஸ்கர் அவர்களும், ராஜா அவர்களும், ‘கல்யாணமாலை’ மோகன் அவர்களும் அழைத்தார்கள். நான் இசைவு தெரிவித்த அடுத்த நொடியில் அவர்கள் கேட்ட கேள்வி, “உங்களுக்கு என்ன ஏற்பாடு செய்யவேண்டும்?”

நான் மிகவும் வேதனையோடு சொன்னேன், “இதில் நாங்கள் கலந்து கொள்வது எங்களுக்குப் பெருமை. எந்த ஏற்பாடும் எங்களுக்குத் தேவையில்லை” என்றேன்.

சாலமன் பாப்பையாவின் பெருமிதம்

அதைவிட இன்னொரு நன்றிக் கடன் எனக்கிருக்கிறது. எங்கள் கண்ணான தலைவர் கலைஞர் அவர்கள் மறைந்த நேரத்தில், அவருக்காகப் ‘புகழ் வணக்கம்’ நிகழ்ச்சிகளை, எங்கள் கழகத்தின் தலைவர் தளபதி அவர்களுடைய கருத்துக்கேற்ப, விருப்பத்திற்கேற்ப, பல்துறை அறிஞர்களை, திரைப்படக் கலைஞர்களில் இருந்து பல்துறையைச் சார்ந்தவர்களை அழைத்து நடத்திக் கொண்டிருந்தோம். எங்கள் இயக்கத்தின் கொள்கை பரப்புச் செயலாளர் என்ற முறையில் அந்தப் பொறுப்பு என்னிடம் இருந்தது.

எங்கள் தலைவர் என்னிடம் சொன்னது, “இந்த நிகழ்ச்சியின் முத்தாய்ப்பாக பேராசிரியர் சாலமன் பாப்பையா அவர்களும், பாரதி பாஸ்கரும், ராஜாவும் கலந்துகொள்கிற நிகழ்ச்சியாக இருக்க வேண்டும்” என்று.

மிகுந்த சிரமத்துக்கிடையில் பல்வேறு நிகழ்ச்சிகளை மாற்றி அமைத்து அதற்கு இசைவு தெரிவித்தார்கள். அவர்கள் வருகிறபோது நான் மரபு நிமித்தமாக பொதுவாக உரையாற்ற வருகிற எல்லோருக்கும் காட்ட வேண்டிய மரியாதையின் அடிப்படையில் இப்போது என்னைக் கேட்டதைப் போல் “என்ன வேண்டும்?” என்று கேட்டேன்.

“கலைஞருக்குப் பேச வருகிற நிகழ்ச்சிக்கு ஏதாவது பெற்றால், நாங்கள் தமிழுக்குத் தொண்டாற்றுகிறோம் என்பது பொய்யாகிவிடும்” என்று சொன்னார். எனக்கு மனம் கேட்கவில்லை. பின்னர் நான் வற்புறுத்தி, அவர்களுக்கு அளித்த பொன்னாடையில் மறைத்துக் கொடுத்தேன். ஆனால் பேராசிரியர் சாலமன் பாப்பையா கோபப்பட்டார், “தயவு செய்து எங்களைச் சிறுமைப்படுத்தி விடாதீர்கள்” என்றார். இதை நான் தளபதியிடம் சொன்னபோது அவர் நெகிழ்ந்து போனார்.

தலைவர் மீது அன்பு கொண்டிருந்தவர்கள் என்று சொல்வதைவிட அந்த நிகழ்ச்சிக்கு வந்து கலந்துகொள்வதைத் தங்கள் கடமையாகக் கருதிய, உங்கள் நிகழ்ச்சிக்கு நான் வருவது எனக்குப் பெருமையல்லவா!

இந்த மேடையிலும் எதிரிலும் அமர்ந்திருக்கின்ற சான்றோர் பெருமக்கள், பல்வேறு பட்டிமன்றங்களில், கருத்தரங்குகளில் சொற்பொழிவாற்றித் தமிழ் மக்களைத் தங்களது கையகத்தே வைத்திருக்கிற அறிஞர் பெருமக்கள், நீதியரசர்கள், பத்திரிகைத் துறையைச் சார்ந்தவர்கள், பல்வேறு துறைகளில் தமிழ் வளர்ப்போருக்குத் துணையாக நிற்பவர்கள். இத்தனை பேர் நிறைந்திருக்கிற அவை. இதில் கலந்துகொள்வது எத்தனை பெருமை. எனவேதான் நான் இந்த விழாவில் கலந்துகொள்கிற வாய்ப்பைத் தந்தமைக்கு நன்றியைத் தெரிவிக்கிறேன்.

அதே நேரத்தில், புறநானூற்றில் உள்ள பாடல்களையும், அதிலுள்ள கருத்துக்களையும் சொல்வதற்கு இப்போது நான் செல்ல விரும்பவில்லை. காரணம் நீதியை மட்டுமல்ல, தமிழையும் காப்பாற்றிக் கொண்டிருக்கிற தமிழ்க் கடல் நீதியரசர் அவர்கள் பின்னால் உரையாற்ற இருக்கிறார். நான் பெரிதும் விரும்புகிற, நேசிக்கிற ஓர் அருமையான தமிழ்ச் சொற்பொழிவாளர்.

நான் பெரும்பாலும் சொல்வது, என் அடையாளம் என்பது என் பெயரன்று. தமிழ் மொழியைத் தாய்மொழியாகக் கொண்ட தமிழன் என்பதுதான் என் அடையாளம். உலகின் எந்த மூலைக்குச் சென்றாலும் நமக்குப் பெருமை இருக்கிறது.

தமிழனின் வரலாறு

வரலாறு என்பது என்ன? இப்படியொருவன் நமக்கு முன்னால் வாழ்ந்தான் என்பதை எதிர்காலத்துக்குச் சொல்வது. இப்படிப் பல நிகழ்வுகள் நடந்திருக்கின்றன என்பதை, இது நடந்திருக்குமா? என்று நம்ப முடியாதவர்களுக்கு எடுத்துச் சொல்வது. வரலாற்றைத் திரித்துச் சொல்பவர்களும் இருக்கிறார்கள், வரலாற்றை மறைத்து வைப்பவர்களும் இருக்கிறார்கள். மறைத்து வைப்பது கால ஓட்டத்தில் மறக்கப்படும் என்கிறபோது வரலாறு புதுப்பிக்கப்பட்டுக்கொண்டே இருக்க வேண்டும்.

புறநானூறு என்பது ஒரு வரலாறுதான். தமிழனுடைய தனிப் பெரும் தன்மைகள் வீரம், மானம், கொடை, பண்பாடு இதைச் சொல்வதுதான் புறநானூறு. நான் சொல்வதிலே தவறு இருக்காது என்று கருதுகிறேன்.

புறநானூற்றில் நானூறு பாடல்களில் இரண்டு பாடல்கள் கிடைக்கவில்லை. ஒன்று கடவுள் வாழ்த்து. எனவே, 397 பாடல்கள் என்றாலும் நாம் 'புறநானூறு' என்று சொல்கிறோம் என்கிறார்.

இதைப் போலப் பல புதிய தகவல்களை இந்நூலில் சொல்கிறார். இதில் நான் பெருமைப்பட்டது, தொன்றுதொட்டு எல்லாவற்றிற்கும் முன்னோடியாக இருந்தவன் தமிழன். அவர் எழுதிய இந்த நூலிலே அவர் தந்திருக்கிற பல புதிய தகவல்கள், புறநானூற்றிலிருந்து வடித்தெடுத்து நமக்குத் தருகின்ற மிகப்பெரிய உண்மைகள்.

'மெகஸ்தனிஸ்' என்கிற மிகப்பெரிய அறிஞன் கி.மு.304ஆவது ஆண்டு எழுதிய நூலில், "பாண்டிய நாட்டை ஒரு பெண் ஆண்டாள்" என்று எழுதியிருக்கிறான்.

தம்பி சு.வெங்கடேசன் பேசுகிறபோது, "சமஸ்கிருதத்திலோ, கிரேக்கத்திலோ பெண் எழுத்தாளர்கள் இருந்ததில்லை. தமிழில் தான் 47 பெண் புலவர்கள் அந்தக் காலத்திலேயே இருந்தார்கள்" என்று சொன்னார்.

அந்தக் காலத்திலேயே ஒரு நாட்டை ஆண்டவள் ஒரு பெண். அது பாண்டியநாடு என்கிறபோது நமக்குப் பெருமை.

அடுத்தப் பெருமை நெடுங்கிள்ளி தலைநகராகக் கொண்டது உறையூர் என்னுடைய ஊர். அதிலே எனக்கு ஒரு பெருமை.

கரிகாலனுடைய மூத்தோன் என்று சொல்லக்கூடிய அளவுக்கு வாழ்ந்தவன் கோப்பெருஞ்சோழன். கரிகாலன் வாழ்ந்ததே முதலாம் நூற்றாண்டு என்று வரலாறு சொல்கிறது.

கரிகாலன் கட்டிய கல்லணை

கல்லணை கரிகாலனால் கட்டப்பட்டது செவிவழிச் செய்தி என்பதை நான் மறுக்கிறேன். அது கரிகாலன்தான் கட்டினான் என்பதை வலியுறுத்த வேண்டியது நம்முடைய கடமை.

கரிகாலனின் முன்னோர் கோப்பெருஞ்சோழன் என்று சொல்கிறார்கள். இன்னும் கொஞ்சம் தாண்டிப் போனால், இராமாயணத்தில் வருகின்ற இராமனுடைய முன்னோரைச் சிபிச்சக்கரவர்த்தி என்று சொல்கிறார்கள். அந்த சிபிச்சக்கரவர்த்தி யார் என்றால், அவன் வேறு யாருமல்ல, குலமுற்றத்துத் துஞ்சிய கிள்ளிவளவனுடைய முன்னோர் 'செம்பியன்'தான் அவன் என்று சொல்கிறார்கள்.

கி.மு ஒன்றாவது நூற்றாண்டு, இரண்டாவது நூற்றாண்டு என்பதைவிட இராமாயண காலத்திலேயே தமிழன்தான் முன்னோடியாக இருந்திருக்கிறான் என்று சொல்கிறபோது இதைவிட வேறு என்ன பெருமை வேண்டும்!

நேற்று நாடாளுமன்றத்தில் மேற்கு வங்கத்தைச் சார்ந்த ஒரு நாடாளுமன்ற உறுப்பினர் தங்கள் மாநிலத்துக்கு 'பங்களா' என்று பெயர் வைக்கவேண்டும் என்றொரு கோரிக்கையை முன்வைத்தார்.

அப்படி அவர் வைக்கிறபோது அவர் சொன்ன விளக்கம், "கி.மு ஒன்றாவது நூற்றாண்டில் திராவிட குடும்பத்தைச் சார்ந்த தமிழ்ப் பெருங்குடிமக்கள் எங்கள் மண்ணில் வந்து தங்கி எங்கள் மண்ணைப் 'பங்கா' என்று அழைத்திருக்கிறார்கள். 'பங்கா' என்பது தான் 'பங்களா' ஆனது. நீ யார் பெயரை மாற்றுவதற்கு?" என்று கேட்டபோது நான் சிலிர்த்து நின்றேன்.

உலகத்திலேயே தொன்மையான மூத்த மொழியென்று அடிக்கடி நெஞ்சை நிமிர்த்திச் சொல்கிறோமே சமஸ்கிருத மொழி மூத்த மொழிதான். ஆனால், அது பண்டிதர்களின இலக்கிய மொழியாக இருக்கிறது. மன்னர்களுடைய அவையிலே பேசப்படுகின்ற அல்லது இலக்கிய நிகழ்வுகளை நடத்துகின்ற மொழியாக இருக்கிறது. சமயச் சடங்குகளைச் செய்வதற்கான மொழியாக இருந்ததே தவிர வீட்டு மொழியாக இருந்ததில்லை. ஆனால் தமிழ் மொழிதான் பாமரனுக்கும் உண்டு, பண்டிதனுக்கும் உண்டு, உலகத்தில் வேறு எவருக்கும் இல்லாத வரலாற்றைப் பேசுகிற பெருமை உண்டு.

இந்தப் புறநானூற்றில் சொல்லப்படுவது அதுதான். தமிழன் வீரத்தோடு வாழ்ந்தான் என்பதற்குத்தான் பல பாடல்கள். அதைத்தான் இங்கே பேசிய புலவர் பெருமக்கள் சொன்னார்கள்.

வீரத்தோடு மட்டும் நின்றுவிடவில்லை. ஔவை நடராஜன் அய்யா பேசுகிறபோது எதைப் பற்றியெல்லாம் சொல்கிறது என்று சொன்னார். 'கொடை'யைப் பற்றிச் சொல்கிறது என்றார்கள். முக்கியமாக நான் ஒன்றை இங்கே குறிப்பிட விரும்புகின்றேன்.

ஒருவனுடைய வயல் வெளியில் அது பஞ்சத்தினால் அல்ல ஏதோ ஒரு காரணத்தினால் அவனுக்கு விளைச்சல் இல்லை. பொதுவாக எருதுகளைவிட்டு தானியங்களைக் கொண்டுவருவதற்குப் பதிலாக, சில இளைஞர்கள் சென்று மிதித்துக்கொண்டு வருகிறார்கள். அவ்வளவுதான் கிடைக்கிறது. கொண்டு வந்ததை ஏற்கனவே கடன் கொடுத்தவன் முக்கால் பங்கை வாங்கிக்கொண்டு போகிறான். மிகுதிதான் அவனுக்கு.

அப்போது பாடிக்கொண்டு ஒரு பாணன் வருகிறான். அதையும் அவனுக்குக் கொடுத்துவிட்டு, பின்னர் தனக்குத் தேவையானதை இன்னொருவனிடம் கடன் கேட்கிறான் என்கிறபோது, மீதியாவது எனக்கு வேண்டும் என்று சொல்வதைவிடப் பாணனுக்குக் கொடையாகத் தருகின்ற பண்பு தமிழனுக்குத்தான் இருந்தது.

தம்பி சு.வெங்கடேசன் எழுதிய 'வேள்பாரி'யைப் படித்தேன், அதற்குப் பின்னால் அவரைக் காதலிக்கத் தொடங்கினேன். தொடக்கத்தில் ராசா சொன்னார்: "வாசிப்பதும் யோசிப்பதும் குறைந்து போனது" என்று.

வாசிக்கிறார்கள், நூல் வடிவத்தில் அல்ல. கையிலே இருக்கிற செல்லிடப் பேசியில் வாசிக்கிறார்கள். யோசிப்பது இல்லையென்றால் இவ்வளவு கருத்துகள் வந்து கொட்டாது. முன்பு பேனா எடுத்தவர்கள் மட்டும்தான் எழுதினார்கள். இப்போது செல்லிடப்பேசி வைத்திருப்பவர்கள் அனைவரும் கருத்துகள் சொல்லிக் கொண்டிருக்கிறார்கள்.

நேரம் கிடைப்பது என்பது எங்களுக்குப் பயண நேரத்தில்தான். அப்படி நான் தொடர்ந்து படித்த வேள்பாரியில், பாரியைப் பற்றிச் சொல்ல நேர்கிறபோது, மூவேந்தர்களைப் பற்றிய கருத்து இரண்டாவது இடத்திற்குப் போகிறது.

அதில் ஒரு நல்ல நிகழ்ச்சியைச் சொல்கிறார். 'கொல்லிக்காட்டு விதை' என்ற ஒன்று அவனுடைய பகுதியில் இருக்கிறது. அந்தக் கொல்லிக்காட்டு விதையினுடைய சிறப்பு என்னவென்றால், காட்டுக்குள்ளே நீண்ட நாள் பயணம் செய்ய வேண்டிய நிலையில், அந்த மண்ணில் இருக்கக் கூடியவர்கள் வழியில் உணவு கிடைக்காமல் போகுமேயானால், அந்த விதையை ஒன்றிரண்டு மட்டும் மடியில் கொண்டு போகிறார்கள். அந்த விதையை நசுக்கி, ஒரு துளியை நீரிலே விட்டெறிந்தால் மீன்கள் மிதந்து வரும். செத்துப் போகாது. மயக்கத்திலிருக்கும். வேண்டியதை மட்டும் எடுத்துக்கொள்வார்கள். மீதி சற்று நேரத்தில் மயக்கம் தெளிந்து நீரினுள் போய்விடும். பறவைகளிடம் போட்டால் பறவைகளிடமும் இதுதான் நிலை. கொல்வதில்லை, தேவையானதை மட்டும் எடுத்துக்கொள்கிற ஓர் அற்புதமான அந்தக் கொல்லிக்காட்டு விதையினைத் தெரிந்துகொண்டு சேர நாட்டிலிருந்து ஒருவன் வருகிறான்.

"நான் உங்களிடம் வாணிகம் செய்ய வந்திருக்கிறேன்" என்று சொல்கிறபோது பாரி சொல்கிறான்,

"நான் வாணிகம் செய்வதில்லை."

"உன்னிடம் அதிகம் விளைகிறதே" என்கிறான்.

"மண் கொடுக்கிறது. பயன்படுத்திக் கொள்கிறேன். மீதியை மண்ணுக்கே தருகிறேனே தவிர, இதை நான் வாணிகம் செய்ய விரும்பவில்லை. அப்படி என்னதான் வாணிகம் செய்ய வந்தாய்?" என்று கேட்கிறான். "கொல்லிக்காட்டு விதையை" என்கிறான்.

சொன்ன அடுத்த கணமே வந்தவனுடைய கை வெட்டப்படுகிறது. "இது எங்கள் குலத்தின் அடையாளம். எங்கள் மண்ணின் பெருமை. இது வேறு யாருக்கும் கிடையாது. நீ வாணிகம் பேச வந்தது தவறு. மன்னிக்கலாம். ஆனால், கொல்லிக்காட்டு விதையைக் கேட்க வந்தது மிகப்பெரிய தவறு. நீ கேட்ட பொருளின் காரணமாக" என்று வெட்டுகிறான்.

அதே பாரி உட்கார்ந்திருக்கிறபோது, பாணர்கள் பாடிக்கொண்டு வருகிறார்கள். பாடி முடித்ததும் "உங்களுக்கு என்ன வேண்டும்?" என்று கேட்கிறான்.

பாணர்கள் சொல்கிறார்கள், "கொல்லிக்காட்டு விதைகள் வேண்டும்." உடனே கை நிறைய அள்ளித் தருகிறான் பாரி. எல்லோரும் திகைத்து நிற்கிறார்கள்.

சேர மன்னன் ஆள் அனுப்பி வாணிகம் பேசச் சொன்னபோது கையை வெட்டியவன், பாணர்கள் கேட்டபோது அள்ளிக்கொடுத்தானே. அதுதான் தமிழனுடைய கொடை.

எனக்கு இருக்கிறது, இல்லை என்பதல்ல. என்னிடம் வந்து நிற்கிறவனுக்கு இல்லை என்று சொல்லாத பண்புதான் தமிழனுடைய பண்பு என்று வாழ்ந்து காட்டியவன்.

நினைக்க நினைக்கச் சிலிர்க்கிறது. பேராசிரியர் சாலமன் பாப்பையா பல இடங்களில் சொல்கிறார்கள், வறுமை அங்கே வியாபித்துக் கிடந்தது. பாணர்களும் விரலிகளும் வருகிற வழியில் பசுக்களின் கூட்டம் இருந்த வழியாக வருகிறார்கள்; மான்கள் திரிந்த மலைகளின் வழியாக வருகிறார்கள்; மீன்கள் நிறைந்திருந்த நதிகளின் வழியாக வருகிறார்கள். ஆனால் வறுமை வாட்டுகிறது என்கிற போது எனக்கும் தோன்றியது. பசு மாடுகள் நிறைய இருக்கின்றன என்றால் பால் கிடைக்கும். மீன்கள் நிறைய இருக்கின்றன என்றால் பசி தீர்வதற்கும் வாய்ப்பு உண்டு. பின்னர் ஏன் அவர்கள் உணவு தேடி அலைந்தார்கள் என்ற கேள்வி எழுகிறது. இப்படிப்பட்ட கேள்விகள் எங்களுக்கும் எழுகின்றன. சிலவற்றிற்கு அவரே விடை தருகிறார்.

அதுதான் சேரமான் கணைக்கால் இரும்பொறையைப் பற்றி வெங்கடேசன் சொன்னது.

சிறையிலே இருந்தவன் எழுதிய கடிதம் எப்படி வெளியே போனது? ஏன் போகக் கூடாது? இப்போது கூடத்தான் சிலர் சிறையில் இருக்கிறார்கள். செய்திகள் வெளியே வருவதில்லையா?

அது சாதாரணம். யாரோ ஒரு காவலன் தண்ணீர் கொடுக்க மறுத்ததைப் போல இன்னொருவன் கொண்டு வந்து சேர்த்திருக்கலாம்.

மகாபாரதப் போர் முடிகிறபோது பாண்டவர்களில் ஒரு பிள்ளைகூட உயிரோடு இல்லை. கடைசியாகக் காந்தாரியும் திருதராட்டிரனும் குந்தியும் நெருப்பில் வீழ்ந்து மடிகிறார்கள். இந்தக் கொடுமையைப் பார்ப்பதற்கா இந்த யுத்தம் நடந்ததென்று. அந்தப் போரின் முடிவு மகிழ்ச்சிகரமானதாக இல்லை. அதையெல்லாம் மறைத்துவிட்டார்கள்.

ஆனால், சிறையிலிருந்தவன் கடிதம் எப்படி வெளியே வந்தது? என்று ஆராய்கின்ற பக்குவம் பண்பும் தெளிவும் துணிவும் தமிழனுக்கு மட்டும்தான் உண்டு.

என்னைப் பற்றி நானே ஆய்வு செய்துகொள்கிறேன். பின்னர் அதற்கு நானே விடை தருகிறேன் என்கிற அளவிற்கு அவனுடைய வீரத்தைப் பற்றி மட்டுமல்ல அவனுடைய தன்மைகளைப் பற்றியும்.

நான் சேரமான் கணைக்கால் இரும்பொறையை மிகவும் விரும்புபவன். ஏன் தெரியுமா? வருத்தத்தில் அவன் சாகவில்லை; சுயமரியாதையினால் செத்தான்.

நான் மன்னனாக இருந்தவன். போரில் தோற்றுவிட்டேன். அதனால் என் மரியாதை குறைவதற்கு நான் அனுமதிக்க முடியாது. கேவலம் ஒரு காவலன் என்னை அவமதிப்பதா? பட்டினி கிடந்து சாவது மேல் என்று அவன் துடித்து அந்த நேரத்தில் அவன் எழுதிய பாடலைப் பார்த்து வேதனையுற்ற ஒருவன் வெளியே கொண்டுவந்து சேர்த்திருக்கலாம்.

அந்தச் சுயமரியாதைக்கு அடையாளமாகச் செத்தவன் சேரமான் கணைக்கால் இரும்பொறை.

நான் அந்த நாளிலிருந்து அதிகமாக உங்களைப்போல இலக்கியத்திற்குள் நுழைந்து வந்தவன் அல்ல. நான் படித்தது ஆங்கில இலக்கியம். ஆனால், நான் தமிழன் என்ற காரணத்தால் தமிழ் இலக்கியத்தில் ஆர்வம் செலுத்துகிறவன்.

தமிழைச் செம்மொழியாக்க வேண்டும் என்பது மட்டுமல்ல, திருக்குறளை இந்த நாட்டின் தேசிய நூலாக்க வேண்டுமென்று, கல்லணையை உலகத்தின் தொன்மையான சின்னமாக மாற்றவேண்டும் என்று நாடாளுமன்றத்தில் பேசி அதற்காக அவர்களிடம் அனுமதிகளையும் பெற்றிருக்கிறோம்.

வேடன் காட்டிற்குப்போய் நீண்ட நாள்கள் ஆகின்றன. திரும்பவில்லை. அவனைக் காணவில்லையென்ற ஏக்கத்திலும் விரக தாபத்திலும் வேட்டுவச்சி தினையைக் காய வைத்துக்கொண்டு உட்கார்ந்திருக்கிறாள்.

அப்போது வீட்டுக்குப் பின்னால் இருக்கிற ஓரிடத்தில் இரண்டு மான்கள் கூடிக்கொண்டிருக்கின்றன. அந்த நேரம் பார்த்துக் கோழிகள் வந்து தினையைக் கொத்துகின்றன. இவள் கோழியை விரட்டினால் மான்களின் காதல் கலைந்து போகுமென்று இருப்பது தீர்ந்து போனாலும் பரவாயில்லையெனக் கோழிகள் மேயட்டும் என்று விடுகிறாள்.

அதுதான் நம் பண்பாடு. தன்னைப் போல் இன்னொரு உயிரினத்தையும் கருதுகிற தன்மை தமிழ்நாட்டில் வாழ்ந்த தமிழ் அறிஞர்களுக்கு இருந்தது; புலவர்களுக்கு இருந்தது; மன்னர்களுக்கு இருந்தது; மக்களுக்கு இருந்தது. வறுமை அந்தக் காலத்திலும் இருந்தது. புலவர் அப்படித்தான் முடிக்கிறார்.

கடைசியாக உங்கள் பார்வைக்கு என்று சில வினாக்களை வைக்கிறார். அந்தக் காலத்தில் ஒருவனை ஒருவன் அடித்துக் கொண்டிருந்தான். சகோதர யுத்தம் நடந்து கொண்டிருந்தது. தன் பொறுப்பையும் பதவியையும் காப்பாற்றிக்கொள்ள மன்னர்கள் போரிட்டதைப்போல் இப்போதும் தொடர்கிறது என்றார். அதுதான் வரலாறு.

சில தன்மைகள் முடிந்து போகுமேயானால் மனித குலம் மாறிவிட்டதாகப் பொருள். மன்னர்களுடைய காலத்தில் ஊர்க் காவலன் இருந்தான்; ஊரணி இருந்தது; மரங்கள் இருந்தன. இதற்குமேல் மன்னன் என்ன செய்தான்? என்று கேட்கிறார்.

இதைத்தானே மன்னன் செய்யவேண்டும். செய்து கொண்டிருந்தான் அன்றைய மன்னன். இன்று அதுவும் நடப்பதில்லை என்றும் பின்னால் குறிப்பிடுகிறார்.

எனக்கு முன்னால் பேசிய அறிஞர்கள் சொன்னதைப்போல் புறநானூற்றுக்குப் புதிய வரிசை வகை என்ற வகையில் அதற்கான கருத்துகளை மட்டுமல்ல ஒப்பீடு செய்கின்றார்.

இன்றைய காலகட்டத்தில், கடந்த காலத்தில் நடந்த நிகழ்வுகளை ஒன்று சேர்த்து எடுத்து வைக்கிறபோதுதான் இது தனித்துவம் பெறுகிறது.

இந்த நூல் அனைவரின் கையிலும் இருக்க வேண்டும். எல்லோரும் பணம் கொடுத்து வாங்க வேண்டும். வாங்குவது மட்டுமல்ல, படிக்கவும் வேண்டும்.

தமிழுக்குக் கிடைத்த இலக்கியங்களைப் போல், தமிழனுக்கு உள்ள வரலாற்றைப் போல உலகத்தில் வேறு எந்த இனத்திற்கும் கிடைத்தது இல்லை. ஆனால், அதை உணராமல் வாழ்கிற இனமும் தமிழனைப் போல் யாருமில்லை.

நம்மைப்போல் வாழ்ந்தவனும் இல்லை; நம்மைப்போல் வீழ்ந்தவனும் இல்லை; நம்மைப்போல் மீண்டும் எழுந்தவனும் இல்லை.

இதை உணர்கிறபோதுதான் நம் மொழியும் நம் இனமும் ஆண்டோம், வாழ்ந்தோம், சாதனை படைத்தோம், இன்னும் படைத்துக் கொண்டிருக்கிறோம் என்ற உணர்வுகள் தலைமுறை தலைமுறையாக தொடர்ந்தால்தான் இந்த மொழியைத் தொடுவதற்கு யாருக்கும் துணிச்சல் வராது. அதற்கு இது ஒரு படைக்கலன்.

சொக்கலிங்கம் அவர்களை நான் பாராட்டியே தீர வேண்டும். என்ன தெரியுமா?

அந்த நூலில்கூட நான் இரண்டு தவறுகளைக் கண்டுபிடித்தேன். அது கலைஞருடைய குணம். நூலினை நான் முழுமையாகப் படித்தேன் என்பதற்கு அடையாளமாக அதைச் சொல்வார்.

அதைப்போல வெங்கடேசனுடைய 'வேள்பாரி'யில் இரண்டு இடங்களில் நான் தவறுகள் கண்டுபிடித்துள்ளேன். ஆனால் இந்த நூலில் ஓரிடத்தில்கூட ஒரு எழுத்துப் பிழைகூட இல்லை. ஓரிடத்திலும் குழப்பம் இல்லை. அவ்வளவு அற்புதமாகக் கொண்டு வந்திருக்கிறீர்கள்.

அனைத்து நூலகங்களிலும்

இந்த நூல் விருப்பப்பட்டு வாங்குகிறவர்கள் என்பதோடு நான் நம்பிக்கையோடு சொல்கிறேன், நம்முடைய அமைச்சர் அவர்கள் இருக்கிறார்கள். இருந்தாலும் பரவா யில்லை. நாளை எங்கள் தளபதி முதலமைச்சர் ஆகிறபோது, இந்த நூல் அனைத்து நூலகங்களிலும் இடம் பெறும். எல்லோர் கைகளிலும் தவழும். காரணம், இந்த நூல் எல்லோரிடமும் சென்று சேரவேண்டும்.

இந்திய வரலாறு என்று வெளிநாட்டினர் எழுதி இருக்கிறார்கள். ஒரு காலத்தில் போர்வீரர்கள், சமயத் தலைவர்கள், பொதுமக்கள் என்று மட்டுமே மூன்று பிரிவுகளாக இருந்த இனத்தை, நான்கு இனங்களாக மாற்றுகின்ற ஒரு முயற்சி நடைபெற்றதன் விளைவாகப் பல குழப்பங்கள் ஏற்பட்டன.

ஆனால் அதையும் மீறி மீண்டும் மக்கள் என்றால் ஒருவரே. 'ஒன்றே குலம், ஒருவனே தேவன்' என்கிற நிலைவரத் துணை நிற்க இந்த நூல் பேருதவியாக இருக்கும் என்று கூறி, இந்த நல்ல வாய்ப்பிற்கு நன்றி கூறி விடைபெறுகின்றேன்.

நன்றி! வணக்கம்!!

32
இலக்கிய இளைப்பாறுதல்

திருவாரூர் தமிழ்ச் சங்கத்தின் சார்பில் இந்த இணையவழி இலக்கிய நிகழ்ச்சிக்கு தலைமை ஏற்றிருக்கின்ற நகைச்சுவைப் பேரரசு வணக்கத்திற்குரிய ஐயா புலவர் சண்முகவடிவேல் அவர்களே! வரவேற்புரை ஆற்றிய வேலுடையார் கல்வி நிறுவனங்களின் தலைவர் கல்விக் கொடையாளர் தியாகபாரி அவர்களே! அறிமுகவுரை வழங்கிய செயலாளர் தம்பி அறிவு அவர்களே! நிகழ்ச்சியைத் தொகுத்து வழங்கிக் கொண்டிருக்கிற முனைவர் அறிவழகன் அவர்களே! இந்நிகழ்ச்சியில் தமிழ்நாட்டின் பல்வேறு பகுதிகளிலிருந்து மட்டுமல்ல, வெளிநாடுகளிலிருந்தும் பங்கேற்றிருக்கிற அன்பு தமிழ்ச் சொந்தங்களே! உங்கள் அனைவருக்கும் வணக்கம்!

இந்தக் 'கொரோனா' காலத்தில் நம்மால் பொதுக்கூட்டங்கள் நடத்த முடியாத நிலைமையில் ஒருவரை சந்திக்க முடியவில்லையே என தத்தளித்துக்கொண்டிருக்கிற நிலையில், Zoom வழியாக நாம் சந்தித்துக் கொள்வதற்கு அருமையான ஒரு வாய்ப்பு நமக்குக் கிடைத்திருக்கிறது. இது ஒரு மாற்று ஏற்பாடு என்பது மகிழ்ச்சி அளிக்கிறது.

மனம் இளைப்பாற...

உடல் களைப்புறுகிறபோது ஓய்வு தேவைப்படுகிறது. அதுபோல மனம் களைப்புறுகிறபோது இளைப்பாற வேண்டும் என எதிர்பார்க்கும்.

உடல் இளைப்பாற உறங்கலாம், ஓய்வெடுக்கலாம், பூங்காவிற்குச் சென்று மரநிழலில் ஓய்வெடுக்கலாம். ஆனால், மனம் களைப்புறுகிறபோது இலக்கியம் நமக்கு மிகப்பெரிய இளைப்பாறுகிற நிழலாக இருக்கிறது.

இலக்கியம் என்பது...

இனத்தின் அடையாளம் மொழி. மொழி வழி உருவாக்கியவற்றில் கட்டமைப்புக்குப் பயன்படக்கூடியது இலக்கணமாகவும், பின்னர் அது அழகான வடிவம் எடுக்கிறபோது இலக்கியமாகவும் மாறுகிறது.

மனிதனின் மனங்களைப் படிப்பது, சமூகத்தின் ஒரு காலகட்டத்தைத் தெரிந்துகொள்வது, அன்றைய கலாச்சார சூழல், நாகரிகம், வாழ்க்கை முறை ஆகியவற்றை சுவைபட எடுத்துச்சொல்வது இலக்கியம். கவிதை, நாடகம், உரைநடை, புதினம், சிறுகதை எனப் பல தளங்களில் தடம் பதிப்பது இலக்கியம்.

மனித மனங்களில் நிறைய கேள்விகள் எழும். நமக்கு குழப்பம் ஏற்படுகிறபோது அது தத்துவத்தை அடையும்.

கடந்தகால நிகழ்வுகளை நாம் தெரிந்துகொள்ள வேண்டும் என்றால், நாம் எப்படிப்பட்ட வேர்களிலிருந்து வந்திருக்கிறோம்? நம்முடைய வழித்தடம் என்ன? என்கிறபோது, சரித்திரத் தேடல் தேவைப்படும். கண்ணுக்கு முன்னே நடக்கிற ஒன்றை எப்படி என்று தெரியாமல் தவிக்கிறபோது விஞ்ஞானத் தேடல். மனதுக்கு மகிழ்ச்சி தருவதற்கோ அல்லது ஆறுதல் தருவதற்கோ ஒரு தேடல் ஏற்படுகிறபோது அது இலக்கியத் தேடலாகிவிடுகிறது. ஆகவே, இலக்கியம் என்பது இன்றியமையாததாக மாறிவிடுகிறது.

வரலாறு என்பது எண்ணங்களை சம்பவங்களாக வடிப்பது. இலக்கியம் என்பது சம்பவங்களை எண்ணங்களாக எழுத்து வடிவத்தில் எடுத்துரைப்பது. கொரோனாவைப் போன்று உலகளாவியத் தன்மை கொண்டது இலக்கியம்.

மனித குலம் எந்தக் காலத்திலும் சந்தித்திராத ஓர் அனுபவத்தை ஒட்டுமொத்தமாக உலகின் எல்லா பகுதியிலும் எல்லா தரப்பு மக்களும் அனுபவித்துக் கொண்டிருப்பது இந்தக் கொரோனா அனுபவத்தைத்தான்.

தலைமுறை தலைமுறையாக...

நான் அடிக்கடி சொல்வேன். மனிதனுக்கு மட்டும்தான் வேறு எந்த உயிரினத்திற்கும் இல்லாத சிறப்பு இருக்கிறது. எல்லா உயிரினங்களுக்கும் அறிவு இருக்கிறது. கருத்துப் பரிமாற்றம் இருக்கிறது. ஆனால், நமக்குத்தான் புரிவது இல்லை.

உதாரணத்திற்கு, எனக்குத் தெரிந்த ஒரு வேட்டைக்காரர். இப்போது வேட்டையாடுவது இல்லை. அவர் அந்த வேட்டைத் தொழிலைவிட்டுப் பல ஆண்டுகள் ஆகின்றன. ஆனால், அவர் ஒரு மரத்தடியில் சென்று நின்றால், அந்த மரத்திலே இருக்கின்ற காகங்கள் எல்லாம் பயந்து பறந்து போய் விடுகின்றன. அதாவது, இப்போதுள்ள காக்கைக் குஞ்சுக்குக்கூட அவரை அடையாளம் தெரிகிறது என்றால், அந்த உணர்வுப் பரிமாற்றம் தலைமுறைகளாக தொடர்ந்து சென்றுகொண்டே இருக்கிறது.

தெருவில் இருக்கின்ற நாய்கள் குரைக்கும்போது, அது ஒன்றுக்கொன்று கருத்தைப் பரிமாறிக்கொள்கிறது. எறும்புகள் ஊர்ந்து செல்கிறபோது ஒன்றையொன்று உரசிச் செல்லும். அது ஏதோ சொல்லிக்கொள்வது போல தெரியும்.

ஆனால், உரக்கச் சொல்கின்ற, மற்றவர்கள் விளங்கிக் கொள்கின்ற அளவுக்கு மனிதனுக்கு மட்டும் மொழியின் மூலம் அது கிடைத்தது.

ஆக, உலகத்திலுள்ள எல்லா உயிரினங்களுக்கும் உணர்வு உண்டு. கருத்துகளைச் சொல்லும் எண்ணமுண்டு. கருத்துப் பரிமாற்றமும் உண்டு. ஆனால், அதைப் பிறர் புரிந்துகொள்ளும் வகையில் எழுத்து வடிவத்திலும், பேச்சு வடிவத்திலும் கொண்டுவருகிற அறிவு மனிதனுக்கு இருந்தது என்பதை நாம் எண்ணும்போது பிரமிப்பாக இருக்கிறது.

“சொல்லுக சொல்லிற் பயனுடைய” என்றாரே வள்ளுவர். சொல்லினை சரியாகப் பயன்படுத்தத் தெரியாமல், முடியாமல், அல்லது அதில் கவனம் காட்டாமல் மனிதர்கள் ஏராளமாக இருக்கிறார்கள்.

சுவைபடப் பேசுங்கள். இனிமை ததும்புகிற வார்த்தைகளைப் பேசுங்கள். பிறர் மனம் நோகுகின்ற அளவுக்கு வார்த்தைகளைச் சொல்ல வேண்டாம்.

அதைத்தான் “கனியிருப்பக் காய் கவர்ந்தற்று” என்கிறோம். ஆக, மொழி இருக்கிறது. ஆனால் அந்த மொழியினை எப்படிப் பயன்படுத்துகிறோம் என்கிற கேள்வி எழுகிறது.

மனிதன் மொழியை உருவாக்கியதுபோல மொழியைப் பதிவு செய்கின்ற ஓர் ஆற்றலும் வந்தது. அதாவது, முதலில் ஒலி வடிவத்தில் உருவான மொழி பின்னர் அது நிரந்தரத் தன்மை பெறுவதற்கு எழுத்து வடிவம் பெற்றது.

மனிதன் புலம் பெயர்ந்தபோது, இடம்பெயர்ந்தபோது மண்ணுக்கேற்ப, தன்மைக்கேற்ப எழுத்து வடிவங்களும் மாறின.

மனிதர்கள் தங்களின் கருத்துகளைப் பரிமாறிக்கொள்ள உலகம் முழுவதும் மொழிகள் இருக்கின்றன. இலக்கியங்கள் இருக்கின்றன.

இலக்கியம் என்று பேசுகிறபோது பாரதியார், “எட்டுத் திக்கும் சென்றிடுவீர்” என்று சொன்னதைப் போல, நாம் பலவற்றிற்கும் சென்றிடவேண்டும். “கலைச் செல்வங்கள் யாவும் கொணர்ந்திங்கு சேர்ப்பீர்” என்று சொன்னானே, அதுபோல. அழியாத இலக்கியங்களை நம் மொழியில் படைப்பீர் என்றானே, அதுபோல.

உலகம் முழுதும் இலக்கியங்கள் இருக்கின்றன. நமக்குத் தெரியாத மொழிகளில்கூட இருக்கின்றன. நமக்குத் தெரிந்த மொழிகளிலும் இருக்கின்றன. ஆனால், நம்முடைய மொழியில் இருக்கக்கூடிய இலக்கியம் பற்றிய ஆர்வம் இல்லாதவர்களும் இருக்கிறார்கள்.

கூத்தும் நாடகமும்

கல்வியறிவு என்பது பரவலாக இல்லாத காலத்தில்கூட மக்களுக்கு கலை நாட்டம் இருந்தது. அந்தக் கலை வடிவத்தைக் கூத்தாக நடத்தினார்கள். அந்தக் கூத்துதான் பின்னர் நாடகமானது. பல்வேறு பரிணாம வளர்ச்சிகளைப் பெற்று உயர்ந்த நிலைகளை எல்லாம் பார்க்கிறோம்.

பாமரனுக்கும்...

அதுபோல, நம்முடைய புலவர்களுக்கு மட்டுமே புரிந்த அந்தக் காலத்து செய்யுள் நம் போன்றவர்களுக்கு வேப்பங்காயைப் போல சுவைக்க முடியாதவை போலத்தான். கடினமான சொற்கோவைகள். அழுத்தமான, ஆழமான பொருள் இருக்கலாம். ஆனால், அது படிப்பதற்கு எளிமையாக இல்லை என்கிறபோது நாட்கள் மெல்ல நகரநகர அதை எளிமைப்படுத்தித் தருகிறார்கள். பெரியார் சொன்ன கருத்துகளை அண்ணா தேன் கலந்து கொடுத்தார் என்று சொல்வார்களே அதுபோல.

ஒரு காலத்தில் இதிகாசங்கள் கடவுளின் கதைகளைச் சொல்லின. கடவுள்களுக்குள் நிகழ்ந்த பிரச்சனைகள், போர், வெற்றி, வீழ்ச்சி! பின்னர் மன்னர்களின் வாழ்வு, காதல், சோகம், வெற்றி, வீழ்ச்சி இவற்றைப் பேசின.

இது எப்போது பாமரனுடையதாக மாறியதோ அப்போதுதான் இலக்கியம் யாரிடம் சென்று சேரவேண்டுமோ அவனிடம் சென்று சேர்ந்தது.

திருவையாறில் நடைபெறுகிற சங்கீத ஆலாபனையை நாம் கேட்கலாமே தவிர, புரியாது. ஆனால், ஒரு நல்ல இசை என்பது நம்மால் இரசிக்கவும் முடியவேண்டும். நம்மால் திருப்பி இசைக்கவும் முடியவேண்டும். "சேரிக்கும் சேரவேண்டும். அதற்கும் பாட்டுப் படி" என்று கவிஞர் வைரமுத்து சொல்வதுபோல பாமரருக்கும் சென்று சேரவேண்டும்.

யார் வேண்டுமானாலும் எழுதலாம் என்கிற நிலை வரும் போதுதான் நிறைய பேர் எழுதத் தலைப்படுவார்கள். நாம் உணர்வதை, அனுபவிப்பதை எழுதுவதில்லை, ஆனால், எழுத்தாளர் எழுதுகிறார். ஒரு நிரந்தரத் தன்மை பெறுகிறார்.

இதழ்த் தொகுப்புகள்

இன்றைக்கு நம்முடைய தோழர் ராதாகிருஷ்ணன் 'மன்றம்' இதழ்களைத் தொகுத்து வெளியிடவேண்டும் என்று கருத்து வெளியிட்டிருந்தார். அந்தக் காலத்தில் இலக்கிய ஏடுகள் இன்றைக்கு தொகுப்புகளாக வெளிவருகின்றன. 'கணையாழி', பெரியாரின் 'குடியரசு' இதழ்கள், 'சுதேசமித்திரன்' போன்ற பல இதழ்கள் தொகுப்புகளாக வெளிவந்துள்ளன.

துரைசாமி ஐயங்காரின் தொகுப்புகளையும், கு.ப.ராவின் தொகுப்புகளையும் நான் அண்மையில் வாங்கியிருக்கிறேன். நேரம் கிடைக்கிறபோது நான் படிக்க முயல்கிறேன்.

புத்தக வாசிப்பு

எனக்குப் படிப்பில் ஆர்வம் உண்டு என்பது உங்கள் அனைவருக்கும் தெரியும். பள்ளியில் படிக்கிற காலத்திலேயே பாடத்திட்டங்களுக்கு அப்பாற்பட்டு படிக்கிற பழக்கம் இருந்தது.

சிறுவயதில் எனது படிக்கிற ஆர்வம் என்பது 'தினத்தந்தி'யில் வெளிவந்த 'சிந்துபாத்', 'கன்னித்தீவில்' தொடங்கியது. பின்னர் 'அம்புலிமாமா'வில் வளர்ந்தது. பிறகு 'விகடன்', 'குமுதம்', 'கல்கி' போன்ற இதழ்களில் வெளிவந்த படக்கதைகளைப் படிக்க ஆரம்பித்தேன்.

நான் எம்.ஏ. இரண்டாம் ஆண்டு படித்துக் கொண்டிருந்தபோது 'மிசா'வில் கைது செய்து சிறையில் அடைக்கப்பட்டேன். தூக்குத் தண்டனை கைதிகளை வைத்திருந்த கொட்டடியில்தான் நாங்கள் அடைக்கப்பட்டிருந்தோம். அப்போது எனக்கு 21 வயது. தமிழ்நாட்டிலேயே மிக இளம் வயதில் 'மிசா' கைதியாக சிறையில் இருந்தவன் நான்தான்.

மாணவன் என்பதால் எனக்கு மட்டும் மின்சார வசதி தரப்பட்டது. பின்னர், தணிக்கை செய்யப்பட்டு எனக்குத் தேவையான புத்தகங்கள் கிடைத்தன. அப்போது அறிஞர் அண்ணாவின் நாடகங்கள், சிறுகதைகள், உரைநடைகளைப் படித்தபோது மனதில் நெருப்பு கனன்றது. கலைஞருடைய 'நெஞ்சுக்கு நீதி' பலவற்றை சொல்லிக் கற்றுக்கொடுத்தது.

பின்னர், கல்லூரியில் படிக்கும்போது ஆனந்தவிகடனில் தொடராக வெளிவந்த எம்.எஸ்.உதயமூர்த்தியின் தொடர் கட்டுரைகள் தன்னம்பிக்கையை விதைத்தன.

பெரியாரைப் பின்னர் படிக்க ஆரம்பித்தேன்.

காண்டேகர் எழுத்துகள்

நகைச்சுவைப் பேச்சாளர் வெற்றிகொண்டான் காண்டேகர் எழுத்துகளை அதிகமாகப் படிப்பார். நானும் அவரும் ஒரே கொட்டடியில் பெரும்பாலும் இருந்தோம். அதனால் காண்டேகர் எழுத்துகளை நானும் படிப்பதற்கு வாய்ப்புக் கிடைத்தது.

ஒரு முறை, ஒரு மாணவன் அறிஞர் அண்ணாவிடம் சென்று, "எனக்குப் படிக்க வேண்டும் என்கிற ஆர்வம் இருக்கிறது. அந்த ஆர்வம் வளர்வதற்கு நான் முதலில் எதைப் படிக்கவேண்டும்?" என்று கேட்டான். அதற்கு அறிஞர் அண்ணா, "நீ காண்டேகர் எழுதிய 'கருகிற மொட்டு' படி" என்றார். இதைக் கேள்விப்பட்ட நான் நூலகம் சென்று 'கருகிய மொட்டு'வை எடுத்துப் படித்து முடித்திருந்தேன். கா.ஸ்ரீ.ஸ்ரீ. மொழிபெயர்த்த நூல் அது. அவருடைய மற்ற புத்தகங்களையும் பின்னர் படித்தேன்.

தி.ஜானகிராமன் எழுத்துகள் ஒரு ஓட்டமாக இருக்கும். அவற்றைப் படித்தேன். நா.பார்த்தசாரதியின் 'குறிஞ்சி மலர்', 'பொன் விலங்கு' புதினங்களைப் படித்தேன்.

பொன்னியின் செல்வன்

கல்கியின் 'பொன்னியின் செல்வன்' படிக்கிறபோது, வந்தியத்தேவன் கொள்ளிடக்கரையில் குதிரையில் வந்ததை நான் பவனி வருவதைப் போல உணர்ந்தேன். நந்தினி எனும் பாத்திரம் நம் மனதில் பதிந்திருக்கும். சோழர் குல வரலாறை தெரிந்துகொள்கிற வாய்ப்பு அதன் மூலம் கிடைத்தது. இப்போதும்கூட புத்தகக் கண்காட்சியில் அதிகம் விற்கிற நூல் அதுவாகத்தான் இருக்கிறது.

அடுத்தது சாண்டில்யன், மு.வ., அகிலன், ஜெகசிற்பியன் நூல்களைப் படித்தேன். அந்தக் காலத்தில் மு.வ.வின் நூற்களை கையில் வைத்திருப்பது ஒரு கௌரவம் என்றும், திருமணங்களில் பரிசாகக் கொடுப்பார்கள் என்றும் சொல்வார்கள். இதெல்லாம் புலவர் சண்முகவடிவு அவர்களுக்குத்தான் தெரியும்.

நாங்கள் பாரதி, பாரதிதாசன், பெரியார், அண்ணா, கலைஞரைப் படித்தோம். பின்னர் கார்க்கியைப் படித்தோம்.

வரலாற்றை இலக்கியமாக ரோமாபுரி ராணிகளைப் பற்றி அண்ணா எழுதினார். ரோமாபுரி பாண்டியனைப் பற்றி கலைஞர் எழுதினார்.

என்னுடைய தேடுதல் என்பது நம்முடைய இயக்கம் சார்ந்த நூல்கள் என்பதிலிருந்து சற்று மாறி வரலாற்றைச் சார்ந்த மகிழ்ச்சி தரக்கூடியதாக இருந்தது. சாண்டில்யனின் 'யவனராணி' நம் வரலாறைச் சார்ந்தது. அந்த யவனராணி கடைசியாக கடற்கரையில் இறந்து கிடக்கும் காட்சி இன்னமும் என் மனதில் பதிந்துவிட்டிருக்கிறது. இதெல்லாம் ஒரு காலகட்டம்.

பின்னர் ஜெயகாந்தன், புதுமைப்பித்தன், கி.ராஜநாராயணன் நூல்களைப் படித்தேன். கி.ரா.வின் கரிசல் நாட்டு மொழிநடை என்பது கற்பனை செய்ய முடியாதது. நேராக அந்த ஊருக்கே போய்விட்டதைப் போல உணர்வைத் தரும். பிராமண மொழியை ஜெயகாந்தனைப் போல வேறு யாரும் எழுதியது கிடையாது. பின்னர் சுஜாதா, அவருடைய 'ஸ்ரீரங்கத்துக் கதைகள்' நூலைப் படிக்கிறபோது ஸ்ரீரங்கத்தையே பார்க்காதவர்கள் ஸ்ரீரங்கத்திற்குப் போய்விடுவார்கள்.

கொரோனா அச்சத்திலிருந்து விடுபட....

இன்றைக்கு தொலைக்காட்சியைத் திறந்தால், வலைதளங்களைத் திறந்தால் காண்கிற காட்சிகள், கிரிக்கெட்டில் வருகிற ஸ்கோர் போல சொல்கிற புள்ளி விவரங்கள் அச்சமூட்டுவதாக இருக்கின்றன. சோர்வை ஏற்படுத்துகின்றன. அவற்றை மறக்க நான் இப்போது ஒரு சிறுகதை எழுதியிருக்கிறேன்.

இந்த இலக்கிய நிகழ்ச்சியின் மூலமாக அவற்றை எல்லாம் மறந்து நாம் வேறு உலகத்தில் சஞ்சரிக்கிறோம். நான் இங்கே குறிப்பிட்ட எழுத்தாளர்களுடன் பயணிக்கிற அனுபவத்தைப் பெறுகிறோம். அதுதான் இந்த நிகழ்ச்சியின் வெற்றியாக அமையும்.

குறிப்பிட்ட ஒரு பகுதியை, சமூகத்தை, மக்களை, அவர்களது கலாச்சாரம், நாகரிகம், மொழி, உணவுமுறை, பழக்க வழக்கங்கள் அவர்களின் உழைப்பு ஆகியன பற்றி நான் தெரிந்துகொள்ள அதற்குத் துணையாக நிற்பது ஓர் எழுத்தாளரின் படைப்புதான்.

எஸ்.ராமகிருஷ்ணன் இப்போது இந்தியா முழுவதும் சென்று அந்த அனுபவங்களை எழுதுகிறார்.

பாலகுமாரன், இந்துமதி, சிவசங்கரி போன்றவர்களின் எழுத்துக்களையும் படித்திருக்கிறேன்.

இப்படி படித்து, பின்னர் படிக்க நேரமில்லாத நிலை வருகிறபோது, பயண நேரங்களில் எதையாவது படிக்கவேண்டும் என்கிற உந்துதல், கிளர்ச்சி ஏற்படும். எதையாவது படித்தால்தான் எனக்கு சாப்பிட்டதைப் போன்ற நிறைவு ஏற்படும்.

சில நூல்களில் ஒரு பக்கத்தை மட்டுமே படித்துவிட்டு இரவு முழுவதும் உட்கார்ந்திருக்கிறேன். ஏனென்றால், ஒரு வரியைப் படிக்கிறபோது நான் அங்கிருந்து சிறகடித்து வேறு இடத்திற்குச் சென்றுவிடுவேன். அது தொடர்பான என்னுடைய எண்ணங்கள் தோன்றி, அது எனக்குள்ளே எனக்கான சொற்றொடர்களாக மாறும். அதை சில நேரங்களில் குறித்து வைப்பேன். ஒரு நல்ல படைப்பின் ஒரு வரி, ஒரு சொல் நம்மை எங்கோ கொண்டு செல்லும்.

நான் வரிசையாக சொல்லி வந்த எழுத்தாளர்களில் சிலர் விடுபட்டிருக்கலாம். வெ.சாமிநாத சர்மா எழுதிய வரலாற்று அறிஞர்களைப் பற்றிய நூல்கள் பெரும் பயனுடையதாக இருந்தன. திராவிட எழுத்தாளர்கள் சமூக விழிப்புணர்வுக்கு அருமையான பங்களிப்பினைச் செய்திருக்கிறார்கள். சி.பி.சிற்றரசு பல்வேறு நாட்டுத் தலைவர்களைப் பற்றி எழுத ஆரம்பித்தார்.

நான் சாக்ரடீஸ் பற்றிய ஒரு நூலினை எழுதி, அதை நம்முடைய இனமானப் பேராசிரியரிடம் காட்டியபோது, அதை அவர் படித்துவிட்டு சொன்னார், "இந்த சாக்ரடீஸ் பற்றி ஒரு காலத்தில் ராஜாஜி 'சோக்ரதர்' என்று எழுதியிருக்கிறார். உனக்குத் தெரியுமா?" என்று கேட்டார். "தெரியாது" என்று சொன்னேன். "நீ எழுதியிருப்பது ரொம்ப சுவையா இருக்கிறது. இதுபோன்ற சான்றோர்களை அடுத்த தலைமுறைக்கு அறிமுகப்படுத்த வேண்டியது அவசியம். இதுபோல உலகத்தில் இருக்கிற எல்லா அறிஞர்களையும் பற்றி நீ எழுதலாம்" என்று சொல்லிவிட்டு, "ஆனால், நீ எழுத மாட்டாய்" என்றார்.

உண்மையில் எனக்கு எழுத வரும். ஆனால், எழுதுவதில்லை. நான் வெட்கத்தோடு அதை ஒப்புக்கொள்கிறேன். என்னைப் போலவே பலருக்கும் எழுதுவதற்கான ஆற்றல் இருக்கிறது. ஆனால் எழுதுவதில்லை.

சிறுகதை என்பது...

சிறுகதை என்பது, ஒரு நிகழ்வினை ஒரு குறிப்பிட்ட சுருக்கமான வடிவத்திற்குள் சொல்லி, முடிக்கிறபோது 'சுளீர்' என சவுக்கை சொடுக்குகிறபோது ஏற்படுகிற உணர்வைப் போல் முடிக்க வேண்டும். அது அதிர்ச்சியாக இருக்கலாம், மகிழ்ச்சியாக இருக்கலாம். கிளர்ச்சியாக இருக்கலாம். இதுதான் நல்ல சிறுகதைக்கு இலக்கணம்.

நல்ல கதைக்கு உதாரணமாக, இங்கே இந்த நிகழ்ச்சியின் மூலமாக மூன்று கதைகளைச் சொல்கிறேன்.

கதை ஒன்று :

பத்திரிகையாளர் சிலர், கடற்கரைக்குச் சென்று பிச்சை எடுப்பவர்களிடம் "நீங்கள் ஏன் இந்தத் தொழிலுக்கு வந்தீர்கள்?" என்று பேட்டி காண்கிறார்கள். பொதுவாக பிச்சைக்காரர்கள் பிச்சை கொடுக்கிறவரையில் போகமாட்டார்கள். கடற்கரையில் அவர்களுடைய நச்சரிப்பு அதிகமாக இருக்கும். அங்கே பெரும்பாலும் வருவது நண்பர்கள், காதலர்கள், குடும்பத்தினர் என்கிறபோது, இடையூறு இருக்கக்கூடாது என்பதற்காகக் கொடுத்து அனுப்பி விடுவார்கள்.

இவர்கள் காண்கிற ஒரு வயதான தாய் ஒருவரிடம் பிச்சை கேட்கிறார். அவர் "இல்லை" என்றவுடன் நகர்ந்துவிடுகிறார். இது என்ன வேலைக்குப் பொருந்தாத இயல்பாக இருக்கிறதே என்று அந்த மூதாட்டியை அழைத்து, "நீங்கள் யார்? உங்களுக்கு ஏன் இந்தத் தொழில்?" என்று கேட்கிறார்கள். அதற்கு, "இது என் தொழிலல்ல, நிர்ப்பந்தம். நான் நல்ல குடும்பத்தில் பிறந்தேன், வாழ்ந்தேன். என் கணவர் எதிர்பாராத விதமாக மறைந்தார். எனக்கு எல்லா வசதிகளும் இருந்தன. எனக்கு ஒரு மகன் இருக்கிறான். அவனுக்குத் திருமணம் ஆனது. நான் உடனிருப்பது அவனுக்கு இடையூறாக இருந்திருக்கும் போலிருக்கிறது. அதை அவன் சொல்லி இருக்கலாம். "சென்னையில் ஒரு திருமணம். வா" என்று அழைத்து வந்தான். திருமணத்தில் கலந்துகொண்டோம். பிறகு, கடற்கரைக்கு அழைத்து வந்து, "இதுதான் வங்காள விரிகுடா" என்று காட்டினான். நான் பார்த்து ரசித்து, திரும்பிப் பார்த்தேன். காணவில்லை. என்னை தொலைத்துவிட்டுப் போய்விட்டான். வேறு வழியில்லாமல் கிடைப்பதை உண்டு வாழ்கிறேன்" என்றார்.

உடனே அந்த நண்பர்கள் சொல்கிறார்கள். "ஒரு தாய்க்கு உங்களைப்போல ஒரு நிலைமை வரக்கூடாது. வாருங்கள். உங்களை ஒரு முதியோர் இல்லத்தில் சேர்த்துவிடுகிறேன்" என்கிறார்கள். அதற்கு அந்தத் தாய் "நான் வரவில்லை" என்று மறுக்கிறாள். "ஏனம்மா, பிச்சை எடுப்பது கண்ணியக் குறைவு என்றெல்லாம் பேசினாயே? கௌரவமான குடும்பம் என்றாயே. ஏன் இப்போது பிச்சை எடுப்பதில் ஈடுபாடு வந்துவிட்டதா?" என்று கேட்கிறார்கள்.

"இல்லை. அப்படியெல்லாம் எந்த ஈடுபாடும் இல்லை. என்றைக்காவது ஒரு நாள் என்னைத் தொலைத்த மகனுக்கு என்னைப் பார்க்க வேண்டும் என்ற ஆசை வந்தால் அவன் என்னைவிட்டுச் சென்ற இடத்தில் வந்துதான் தேடுவான். நான் இல்லாமல் போனால் ஏமாந்து போவான்" என்று சொல்கிறார்.

ஒரு தாயின் மனநிலையை படிப்பவர்கள் மனம் உருகுகிற அளவுக்கு அந்தக் கதை முடிகிறது.

கதை இரண்டு :

வேடன் ஒருவன் காட்டுக்குப் போகிறான். தினந்தோறும் பறவைகளைக் கொண்டுவருகிறான். அதை விற்று அதன் மூலமாக அவன் குடும்பம் நடக்கிறது. ஒரு நாள் மழைக்காலம். அவனுக்கு எந்தப் பறவையும் கிடைக்கவில்லை. ஒரே ஒரு பறவை மட்டும் கிடைத்தது. அந்த ஒற்றைப் பறவையை வாங்குவதற்கு ஆளில்லை. காரணம், அது ஒன்று போதாது. 'சரி, நம் பிள்ளைகளாவது சாப்பிடட்டும்' என்று வீட்டிற்குக் கொண்டுவந்து கொடுத்து, "இதை பிள்ளைகளுக்கு சமைத்துக் கொடு" என்கிறான். தாய் சமைக்க உட்காருகிறாள். அவளுடன் இரண்டு பிள்ளைகளும் ஆவலோடு காத்திருக்கிறார்கள், சமைத்த உணவுக்காக.

அதே நேரத்தில் இரை தேடப்போன தங்கள் தாயைக் காணவில்லை என்று இரண்டு குஞ்சுகள் காட்டிலே அந்தத் தாய்க்காகப் பசியோடு காத்திருக்கின்றன.

இந்தக் கதையைப் படித்த அன்று எனக்கு உறக்கமே வரவில்லை. நெஞ்சில் அறைந்தது போன்றிருந்தது.

கதை மூன்று :

ஒரு வறிய புரோகிதர். புரோகிதத்துக்குச் சென்றால்தான் சாப்பிட முடியும் என்கிற குடும்பச் சூழல். அந்தக் காலத்தில் இவர்களுக்கு வாத்தியார்கள் இருப்பார்கள். அவர்கள்தான் வேலையைப் பிரித்துக் கொடுத்து அனுப்புவார்கள். இவர்கள் வாங்கி வந்ததை அவர்கள் வாங்கிக்கொண்டு அதை எல்லோருக்கும் பிரித்துக் கொடுப்பார்கள்.

அன்றைக்கு சென்ற வீட்டில் தட்சணையுடன் கூடுதலாக ஒரு வேட்டியும் கொடுத்துவிட்டார்கள். அப்போது அவருக்கு வீட்டில் இருக்கும் வயதுக்கு வந்த மகள் நினைவுக்கு வருகிறாள். அவளிடம் ஒரு நல்ல தாவணி கிடையாது. இந்த வேட்டியை அவளிடம் கொடுத்துவிடலாம் என்று அதை மறைத்து இடுப்பில் கட்டிக் கொள்கிறார். வாத்தியாரிடம் வந்து தட்சணையை மட்டும் கொடுக்கிறார்.

"அது எங்கே?" என்று கேட்கிறார் வாத்தியார்.

"எது?" என்கிறார் இவர்.

"அந்த வேட்டி எங்கே? எல்லோருக்கும் கொடுத்தார்களே, உன்னுடையது எங்கே?"

அவன் குரல் கொஞ்சம் கடுமையாக மாறி, "அதெல்லாம் இல்ல..." என்கிறார்.

"தருகிறாயா? இல்லையா?" என்று கேட்கிறார்.

"முடியாது" என்கிறார்.

அவர் விரட்டுகிறார். இவர் தப்பி ஓடுகிறார்.

"விடாதீர்கள் அவனை" என்று கத்துகிறார். மற்றவர்களும் சேர்ந்து விரட்டுகிறார்கள். இந்த ஏழைப் புரோகிதர் உடைந்த சைக்கிளை எடுத்துக்கொண்டு வேகமாக ஓட்டிச் செல்கிறார்.

கடைசியாக ஒரு வரி வருகிறது: 'ஆளில்லாத ஒரு ரயில்வே கேட்டில் கொஞ்சம் பேர் கூடி நின்றிருக்கிறார்கள்.'

இந்தக் காட்சியைப் படித்துவிட்டு, அந்தக் குடும்பம் இனி என்ன ஆகும்? என யோசித்தால யாருக்காவது உறக்கம் வருமா?

இதை ஒரு பக்க கதை என்பதா? நிகழ்வு என்பதா? நிலைமை என்று சொல்வதா? உணர்வு என்று சொல்வதா? அல்லது நம்மைச் சுற்றி நடப்பவற்றின் குணங்கள் என்று சொல்வதா?

இன்று உங்களிடம் இனிமையான இலக்கியம் பேசவேண்டும் என்றுதான் பேச ஆரம்பித்தேன். இப்போதுகூட மனதுக்கு இனிமையான காதல் கவிதைகளை, வரலாற்றில் நம்மை சிலிர்க்க வைக்கும் இலக்கியத்தைச் சொல்லியிருக்கலாமே! என்று தோன்றுகிறது.

படைப்பாளிகளை நான் கேட்டுக்கொள்கிறேன் நிறைய எழுதவேண்டும் என்பதல்ல. பத்து பக்கம் எழுதினாலும் அது நிலைத்த தன்மை உடையதாக இருக்கட்டும்.

ஆபிரகாம் லிங்கனுடைய 'கெட்டிஷ்பர்க்' உரை என்பது வெறும் 247 சொற்கள். விவேகானந்தர் சிகாகோவில் ஆற்றிய உரை பதினொரு நிமிடங்கள் மட்டுமே. உலகப் பிரசித்திப் பெற்ற உரைகள் எல்லாம் சில நிமிடங்கள்தான்.

கலைஞர் கோவில்பட்டியில் பேசிய சரித்திரப் புகழ்பெற்ற பேச்சு என்பது பதினொரு நிமிடம் மட்டுமே.

அதேபோல வயது ஒரு பிரச்சனை இல்லை. 39 வயது வரை மட்டுமே வாழ்ந்த பாரதியார், இன்றைக்கு தமிழ் நவீனக் கவிதையின் முன்னோடி என்ற நிலைக்கு வந்துவிட்டார்.

கட்டபொம்மன் வாழ்ந்தது 39 வயது. பட்டுக்கோட்டை வாழ்ந்தது ஜான் கீட்ஸ் வாழ்ந்தது போல 29 வயது. பட்டுக் கோட்டையார் எழுதிய திரைப்படப் பாடல்களின் எண்ணிக்கை 260 மட்டுமே. ஆனால், பட்டுக்கோட்டையாரின் பெயர் இல்லாமல் தமிழ்த் திரைப்படப் பாடல்களின் வரலாறு இல்லை.

வாலி சொல்வார், "கண்ணதாசனும் பட்டுக்கோட்டையும் ஆண்டு கொண்டிருந்த இந்த மண்ணில் நான் கால் எடுத்து வைக்க பட்ட பாடு கொஞ்ச நஞ்சமல்ல" என்பார். கண்ணதாசனும் வாலியும் ஆயிரக்கணக்கில் பாடல் எழுதிவிட்டார்கள். வைரமுத்து பத்தாயிரத்தைத் தொட்டுவிட்டார்.

பாரதியார் 39 வயது வரை மட்டுமே வாழ்ந்து எழுதியவையும், அவன் காட்டிவிட்ட வழி என்பதும் ஆச்சர்யப்படத் தக்கது.

ஆக, வாழ்ந்த நாட்கள் முக்கியமல்ல, எவ்வளவு படைத்தார்கள் என்பது அல்ல. அதன் தன்மை, அதன் கம்பீரம், அதன் கருத்துச் செறிவு இதுதான் நிலைத்தத் தன்மை பெறும்.

இளைஞர்களுக்குத் தலைவர்கள், அறிஞர் பெருமக்கள், சான்றோர்கள் எழுதிய நூல்களை, சங்க இலக்கியங்களைப் படிக்கச் சொன்னால் சிரமப்படுவார்கள். நான் தேவநேயப் பாவாணரைப் படிப்பதற்கு மிகவும் சிரமப்படுகிறேன். மறைமலை அடிகளும் அப்படித்தான். தமிழ் இன வரலாறு, தமிழ் மொழி வரலாறு என்றெல்லாம் நூல்கள் இருக்கின்றன. ஆர்வத்தோடு எடுத்துப் புரட்டுகிறபோது பத்து பக்கங்களைக்கூட என்னால் படிக்க முடியவில்லை.

ஆக, எளிமையான இலக்கியத்தை, எளிமையான மொழி நடையில், எளிதாக தொடர்ந்து நாடுகிற அளவுக்கு இளைஞர்களுக்குக் கொடுக்கவேண்டும். அதனால்தான்

இங்கே இவ்வளவு இலக்கியங்கள் இருக்கும்போது அறிஞர் அண்ணா காண்டேகரின் 'கருகிய மொட்டு' நூலை சிபாரிசு செய்தார். ஒரு மனிதன் எத்தனைக் கட்டங்களைக் கடக்கிறானோ அத்தனைக் கட்டங்களிலும் ஏற்படக்கூடிய அனுபவங்கள் அந்த ஒரு நூலில் இருக்கும். காண்டேகர் போன்ற எழுத்தாளர்கள் ரொம்ப அபூர்வம்.

சரத்சந்திரர் எழுதிய 'தேவதாஸ்'. அது திரைப்படமாக வந்ததால் 'தேவதாஸ்' என்றாலே படம் என்று ஆகிவிட்டது. அதுபோன்ற சோகக் காவியங்கள், காதல் காவியங்கள், வீர காவியங்கள் என்று ஒவ்வொருவரும் ஒரு தடம் பதித்து, படைத்துவிட்டுச் சென்றிருக்கிறார்கள்.

ஆக, எனக்கு நேரமில்லை, என்னால் கவனம் செலுத்த முடியவில்லை என்று ஏதாவது காரணம் சொல்லாமல், இந்நிகழ்ச்சியில் பங்கெடுத்துக் கொண்டிருப்பவர்கள், கேட்பவர்கள் இன்று முதலாவது, தினமும் 20 பக்கங்களாவது படியுங்கள்.

முதலில் படிப்பாளி ஆகுங்கள். பின்னர் படைப்பாளியாக மாறுங்கள். உங்களுடைய படிப்பின் ஆர்வம் மூலம் உங்களுடைய தன்மைகள் இயல்புகள் மென்மையடைந்து மேன்மையடைந்து உங்களை நீங்களே பார்த்துப் பெருமைப்படும் நிலைக்கு உயர்வீர்கள். ஒரு நல்ல படைப்பு என்பது நிரந்தரத் தன்மை பெற்றதாகும்.

இன்று முதல் நானும் தினமும் எதையாவது எழுதுவது என்பதை உறுதியேற்கிறேன். நாம் நமது அடையாளங்களை எதிர்காலத் தலைமுறைக்கு விட்டுச் செல்லவேண்டும்.

எல்லாவற்றையும் படியுங்கள். நிறைய தெரிந்துகொள்ளுங்கள். கடலில் மூழ்குவதைப் போல நூல்களுக்குள் மூழ்குங்கள். அந்த நூற்களில் கிடைக்கும் அரியவற்றை நீங்களும் எடுத்துக்கொள்ளுங்கள்; பிறருக்கும் சொல்லுங்கள். பிறருடன் பேசும்போது நீங்கள் படித்தவற்றை அவர்களோடு பகிர்ந்துகொள்ளலாம்.

இந்த வாய்ப்புக்கு நன்றி கூறி விடைபெறுகிறேன்.

நன்றி! வணக்கம்!

33
காலங்களைக் கடந்து வாழ்வார் கலைஞர்

இந்த விழாவிற்கு நான் வர முடியுமா என்ற கேள்வி எனக்கு; வருவாரா என்ற கேள்வி சந்திரபாபுவுக்கும் கவிப்பேரரசருக்கும். காரணம், நாடாளுமன்ற கூட்டத்தொடர் நடைபெற்றுக் கொண்டிருக்கிறது. கூட்டத்தொடர் என்பது சாதாரணமாக இல்லை, அனல் பறக்கிறது என்ற அளவுக்கு நடைபெற்றுக் கொண்டிருக்கிறது. கடந்த 10 ஆண்டுகளை விட இப்போது மீண்டும் வெற்றி பெற்று ஆட்சி அமைத்திருக்கின்ற பாரதிய ஜனதா கட்சி, பெரும்பான்மையைப் பெறவில்லை என்ற காரணத்தால் குணம் மாறி இருப்பார்கள் என்று நம்பினோம்; ஆனால் அவர்கள் முன்பை விட இன்னும் மோசமாக நடந்து கொள்கிற சூழலில், எதிர்க்கட்சிகளுக்குரிய கடமையை ஆற்ற வேண்டும் என்ற பொறுப்புணர்வோடு போராடிக் கொண்டிருக்கிறோம்.

நேற்றைக்கு முன் தினம் இந்த நூல் எனக்கு டெல்லியிலே கிடைத்தது. ஆனால் கடந்த ஒரு வார காலமாகவே பல்வேறு பிரச்சனைகள். நாள்தோறும் எதாவது ஒரு பிரச்சனை. எதிர்க்கட்சிகளுக்கு பேச அனுமதி இல்லை, எதிர்க்கட்சி தலைவருக்கே பேச அனுமதி கிடையாது, எழுந்து நின்று பேச ஆரம்பித்து அரசாங்கத்தை ஒரு சொல் சொன்னால், அடுத்த நிமிடம் ஒலிபெருக்கி அணைக்கப்படும். அதை மீறி குரல் எழுப்பினால் வெளியே அந்தக் குரல் சென்று சேராது. நாடாளுமன்றத்திற்கு இருக்கின்ற தொலைக்காட்சி என்பது ஆளுங்கட்சி வரிசையை மட்டுமே காட்டுமே தவிர எங்களைக் காட்டுவதில்லை. ஆனால் வெளியே சென்று ஆட்சியாளர்களும் அவையை நடத்துபவர்களும், எதிர்க்கட்சியினர் சபையின் நடவடிக்கைக்கு குந்தகம் விளைவிக்கிறார்கள் என்று பிரச்சாரம் செய்வதன் மூலமாக, மக்கள் எங்களைப் பற்றி நினைத்துக் கொள்வது எதிர்க்கட்சியினர் பொறுப்பில்லாமல் நடந்து கொள்கிறார்கள் என்று! ஆனால் எந்த அளவுக்கு அங்கே சிரமப்படுகிறோம், கடமையாற்றுகிறோம், ஜனநாயகத்தின் மாண்பைக் காக்க நாங்கள் பாடுபடுகிறோம் என்பதை அறிந்தவர்கள் உணர்வார்கள்; உணர்ந்தவர்கள் எங்களை ஊக்குவிப்பார்கள்.

இன்று காலை கூட கழகத்தினுடைய தலைவர் தமிழக முதல்வர் அண்ணன் தளபதி அவர்கள் டெல்லியில் இருக்கிற அண்ணா கலைஞர் அறிவாலயத்தில், நம்முடைய நாடாளுமன்ற உறுப்பினர்களைக் கொண்டும், அங்கு இருக்கிற மற்ற அரசியல் கட்சித் தலைவர்களை அழைத்தும், தலைவருடைய நினைவு நாளை அங்கே அவர்களுக்கு

மலரஞ்சலி செலுத்தக்கூடிய நிகழ்ச்சியாக நடத்த பணித்தார்கள். தொலைக்காட்சியை பார்த்தவர்களுக்கு தெரிந்திருக்கும், எல்லா கட்சியைச் சேர்ந்த தலைவர்களும் வந்திருந்தார்கள். காரணம் அவர்களுக்கு கலைஞர் மீது இருந்த மிகப்பெரிய அன்பு, மரியாதை, பற்று. அந்த நிகழ்ச்சியை முடித்துவிட்டு அவசர அவசரமாக நாடாளுமன்றத்திற்குச் சென்று ஒரு மிக முக்கியமான பிரச்சனைக்காக, போராடி அதை நிலை நிறுத்திவிட்டு ஒன்றரை மணிக்கு நான் விமானத்தைப் பிடிப்பதற்கு 12 மணிக்கு நாடாளுமன்றத்தில் இருந்து கிளம்பி, எப்படியோ அதைப் பிடித்து இப்போது வந்து சேர்ந்திருக்கிறேன். இரவு 9 மணிக்கு செல்ல முடியாது என்ற காரணத்தால் காலை ஆறரை மணிக்கு சென்றாக வேண்டும். நான் வந்ததற்குக் காரணம் கலைஞர் மீது நாங்கள் கொண்டிருக்கின்ற மிகப்பெரிய பற்று, கவிஞர் மீது கொண்டிருக்கக்கூடிய மிகப்பெரிய அன்பு. ஆக நான் வந்தது கலைஞருக்காகவும் கவிஞருக்காகவும். சந்திரபாபு அவர்கள் தொடர்ந்து என்னோடு தொடர்பிலிருந்தார். கவிஞருடைய உதவியாளர் பாஸ்கரும் தொடர்பில் இருந்தார். நான் எப்படிப்பட்ட நிலையிலே அங்கே இருக்கிறேன் என்பதைக் காணொளி மூலம் அவருக்கு அனுப்புகிற போது, அவர் பார்த்தார், கவிஞர் பார்க்கவில்லை. அதற்கு அவர் சொன்ன காரணம், இதையெல்லாம் பார்த்து தெரிந்து கொள்ள வேண்டியதில்லை. முடிந்தால் திருச்சி சிவா வந்து சேர்வார் என்ற நம்பிக்கை அவருக்கு இருந்தது. நான் வந்துவிட்டேன். ஆக இன்றைக்கு இந்த விழா என்பது சாதாரணமான ஒரு நிகழ்வு அல்ல. நூறு கவிஞர்கள் கலைஞரைப் பற்றி எழுதியவை. உண்மையைச் சொல்லுகிறேன் - நேற்றைக்கு முன்தினம் கொடுக்கப்பட்ட இந்நூலினை நேற்று முழுவதும் படிக்க நேரமில்லை. அமித்ஷா அவர்கள் அமைச்சராக இருக்கக்கூடிய ஒரு துறையினுடைய விவாதத்தை, நான்தான் தொடங்கி வைக்க வேண்டும் என்று அவைத்தலைவரே அவையில் அறிவித்தார். அதற்கான தயாரிப்புகளில் இருந்தேன் ஆனால் அவரெல்லாம் அவைக்கு வருவதில்லை. பிரதமரும் சரி அவரும் சரி அவைக்கு வருவதே கிடையாது. அதனால் அந்த அமைச்சரவையைப் பற்றி விவாதிப்பதைக்கூட அவர்கள் தவிர்த்துவிட்டார்கள். அதற்காக நான் தயாரிப்பிலே இருந்து இன்று காலை அதுவும் முடியாமல், அதுவும் திமுக தான் இந்த விவாதத்தைத் தொடங்கி வைக்கும் திருச்சி சிவா நான் தொடங்கி வைப்பார் என்று அவைத்தலைவரே அறிவித்திருக்கிறார். ஆக அதுவும் முடியவில்லை என்கிறபோது நேற்று முழுவதும் இந்த நூலை என்னால் படிக்க இயலவில்லை. விமானத்தில் வருகிற போதுதான் நான் இந்தக் கவிதைகள் அனைத்தையும் படித்தேன். அந்த 23/4 மணிநேரத்திற்குள்ளாக இந்த 100 கவிதைகளையும் நான் படித்தேன். ஆனால் கவிஞர் எழுதியிருக்கிற முன்னுரையை நேற்று இரவு, இன்று காலை, இப்போது வரை மூன்று முறை படித்திருக்கிறேன்.

அதிலிருக்கிற கணம், ஒவ்வொரு சொல்லிலும் அவர் பொதிந்து வைத்திருக்கிற உணர்வுகள். சொல்லில் பொருள் இருக்கும், ஆனால் உணர்வும் உணர்ச்சியும் இருந்தால் தான் அந்தச் சொல்லுக்கு உயிர் உண்டு. அதுபோல அந்த முன்னுரையிலே அவர் எழுதியிருப்பதைப் படித்தாலே பின்னால் இருக்கிற கவிதைகளை படிக்கவேண்டும் என்ற ஆர்வம் தானாக வரும். அவரே குறிப்பிட்டிருப்பதைப் போல தலைவருக்கு வாய்த்த மிகப்பெரிய சிறப்பு என்பது அவருக்கு முந்தைய தலைமுறை, அவர் வாழ்ந்த காலத்தில் அவருடைய சமகாலத் தலைமுறை, அவருடைய இளைய தலைமுறை என்று மூன்று தலைமுறைகளும் ஒரு தலைவனைப் பற்றி எழுதுகிற வாய்ப்பு என்பது கலைஞரைத் தவிர வேறு யாருக்கும் கிட்டியதில்லை. பாடுவதற்கு பொருள் வேண்டும்; ஆனால் பாடுபொருளாக மாறுவதற்கு தகுதி வேண்டும். ஒருவர் கவிதை எழுத முனையலாம் விருப்பமிருந்தால், ஆர்வமிருந்தால், திறமையிருந்தால்! ஆனால் பாடுவதற்குரிய பொருளாக ஒரு மனிதன் மாறுகிறார் என்றால், அதற்குரிய தகுதி எல்லோருக்கும் வருவதில்லை. பேசத்

தெரிந்தவர்கள் கலைஞரைப் பற்றி பேசாமலிருக்க முடியாது. எழுதத் தெரிந்தவர்கள் கலைஞரைப் பற்றி எழுதாமல் அவர்களுடைய எழுத்துக்கு முழுமை வடிவம் கிடைக்காது. கவிதை தெரிந்தவர்கள் கவிதை பாடாமல் மனம் நிறைவு கொள்வது இல்லை. இந்தளவுக்கு எல்லோருடைய உள்ளங்களையும் தொட்ட ஒரு மாபெரும் தலைவர். எதிர்காலத்தில் யாராவது தமிழ்நாட்டினுடைய ஒரு குறிப்பிட்ட காலகட்டம், ஒரு முக்கால் நூற்றாண்டு காலத்தில் என்னவெல்லாம் நடந்தது, அரசியல் மாற்றங்கள் என்ன? இலக்கியத்தில் ஏற்பட்ட செழுமைகள் என்ன அல்லது சிதைவுகள் என்ன? பண்பாட்டிலே ஏற்பட்ட பழுது என்ன அல்லது அதில் ஏற்பட்ட உயர்வு என்ன? கலாச்சாரம் என்ன ஆனது? என்னென்ன வடிவத்திலே விஞ்ஞானம் முன்னேறியது? இதையெல்லாம் தெரிந்து கொள்ள விரும்பினால் ஒவ்வொன்றையும் தனியாக படிக்க வேண்டாம்; கலைஞர் என்ற ஒரு தனிமனிதனை படித்தால் போதும். நான் சொன்ன இத்தனையும் அவரோடு வாழ்வோடு ஒன்றியிருக்கிறது.

சில பேர் ஏடாண்டிருக்கிறார்கள். சில பேர் நாடாண்டிருக்கிறார்கள். ஆனால் ஏட்டையும் ஆண்டு, நாட்டையும் ஆண்ட தலைவர் கலைஞர் மட்டும் தான். ஒரு காலத்திலே டாக்டர் மு.வ அவர்கள் நலங்கிள்ளி, நெடுங்கிள்ளிக்கு பின்னால் ஆட்சியாளராக இருந்து இலக்கிய உணர்வோடு வாழ்கின்ற ஒரே மனிதனாக கலைஞர் தான் இருக்கிறார் என்று குறிப்பிட்டார். திருவள்ளுவர் ஏடாண்டார், இன்னும் அழியாமல் வாழ்ந்து கொண்டிருக்கிறார். நாடாண்ட மன்னர்களில் சிலபேர் உருவாக்கி வைத்த அடையாளங்கள் இருக்கின்ற காரணத்தால் இருக்கிறார்கள். சோழப் பேரரசு என்பது எத்தனையோ அரசர்களின் வரிசையை அடிப்படையாகக் கொண்டது. ஆனால் ஒரு கரிகால் பெருவளத்தானை தெரியும் கல்லணை இருக்கின்ற காரணத்தால்! ஒரு ராஜராஜ சோழனைத் தெரியும் தஞ்சை பெரிய கோயில் இருக்கிற காரணத்தால்! கங்கைகொண்ட சோழபுரம் தெரியும் ராஜேந்திர சோழன் கட்டிய காரணத்தால்! ஆனால் மற்ற சோழ மன்னர்கள் யார்? தெரியாது! பாண்டிய மன்னர்கள் எத்தனையோ பேர் இருந்தார்கள். இலக்கியம் வளர்த்தார்கள் அவர்களில் பலர் கிடையாது. வரலாற்றிலே இருக்கலாம் ஆனால் நினைவிலே இருப்பார்களா? இல்லை! சேரமான் என்று வாழ்ந்தவர்கள் எத்தனையோ பேர். அதில் குறிப்பாக சேரமான் கணைக்கால் இரும்பொறை என் மனதைக் கவர்ந்த மிகப்பெரிய மன்னன். சுயமரியாதைக்காக உயிரைத் தந்த அவன் புறநானூற்றுக்காக ஒரு கவிதையைத் தந்திருக்கிறான். அதனால் கணைக்கால் இரும்பொறை இருக்கிறானே தவிர, மன்னனாக இருந்த காரணத்தால் அல்ல! ஏடாண்டவர்கள் நிலைத்து வாழ்கிறார்கள், நாடாண்டவர்கள் அந்தக் காலத்தில் மட்டுமே முத்திரை பதித்துவிட்டுப் போகிறார்கள். ஆனால் நாடாண்ட காலத்திலும் காலம் மறக்காத அளவுக்கு சாதனை படைத்தவர்களின் வரிசையில் கலைஞர் வந்து சேர்கிறார். அந்த கலைஞரை கொண்டாடிய காரணத்தால் ஏட்டை ஆண்டு, ஆண்டு கொண்டிருக்கின்ற நமது கவிப்பேரரசு அவர்கள் நிலையான இடத்தை எதிர்கால தமிழ் உலகத்திற்குத் தருவார் என்ற நம்பிக்கை நமக்கெல்லாம் உண்டு. அவர் வாழுகின்ற கம்பன்! யார் யாரெல்லாம் இருந்து, இப்பொழுது இல்லை என்று ஏங்குகிறோமோ அந்தப் புலவர்களின் வடிவம். அவருக்கு யாப்பிலக்கணமும் தெரியும் புதுக்கவிதையும் தெரியும். புதுமையான கவிதைகளும் தெரியும். இங்கே வேலு பேசுகிறபோது நிறைய அவருடைய பாடல்களைச் சொன்னார். நான் பேசினால் நிறைய அதைப் பற்றி பேசுவேன். ஆனால் அதைப் பேசுவதற்கான இடம் இதுவல்ல. எத்தனையோ, ஒவ்வொரு பாடல்களையும் கேட்கிறபோது அந்தப் பாடல்களிலே இருக்கக்கூடிய உணர்வுகள், எத்தனை படங்கள்? என்னென்ன பாடல்கள்? என்று எடுத்துக் கொண்டால் அவர் அதற்காக ஒரு நிகழ்ச்சி ஏற்பாடு செய்தால் பேசலாம். அது ஒரு சுவையான அனுபவமாக இருக்கும். ஆனால் இன்றைக்கு நெகிழ்வோடு நிற்கிறோம். நூறு ஆண்டு நிறைவு பெற்றிருக்கிற ஒரு தலைவன்,

95 ஆண்டு காலத்திலே நம்மை விட்டுப் பிரிந்த தலைவன். நான் நாடாளுமன்றத்திலே அவருக்கு பாரத ரத்னா விருது தர வேண்டும் என்று பேசியது இப்போது காணொளியில் போய்க் கொண்டிருக்கிறது.

அவருடைய பல பரிணாமங்களைப் பற்றி நான் அதை அடுக்கடுக்காக சொன்ன போது, நம்புங்கள்! ஒட்டுமொத்த நாடாளுமன்றமும் கரவொலி எழுப்பியது. அன்றைக்கு பாரதி இருந்தார் இளங்கோவனும் அவையில் இருந்தார். அது மட்டுமல்ல நாடாளுமன்றத்திலே உறுப்பினராக இடம்பெறாத ஒருவரை, பிரதமராக இல்லாத ஒருவரை, குடியரசுத் தலைவராக இல்லாத ஒருவரை, ஒரு மாநில கட்சியின் தலைவர், ஒரு முதலமைச்சராக இருந்தவருக்காக இரண்டு அவைகளும் ஒத்தி வைக்கப்பட்ட வரலாறு கலைஞருக்கு மட்டும்தான் உண்டு. கட்சிகளைக் கடந்த ஒரு தலைவனாக , எந்த மேடையாக இருந்தாலும் எல்லோரையும் தாண்டி நிற்கின்ற வல்லமையாளனாக, கொஞ்சம் கூட தாழ்வு மனப்பான்மை என்பது இல்லாதவராக, எத்தனை பெரிய போர்க்களத்திலும் எத்தனை பெரிய வீரன் வந்தாலும், அது மேடையாக இருந்தாலும் சரி, போராட்டக் களமாக இருந்தாலும் சரி, கலைஞர்தான் முன்னணியில் இருப்பார். கடைசி நாள் வரை போராளியாகவும் வாழ்வு மறைந்த தலைவன் கலைஞர் மட்டும் தான். அவருடைய சிறப்புக் குணம் என்பது அவர் முதலமைச்சர், முதலமைச்சராக இருந்தபோது நிறைவேற்றிய திட்டங்கள், அழிக்க முடியாத சாதனைகள். சாதியும் மதமும் தலைவிரித்து ஆடி மூடநம்பிக்கையை விதைத்து இந்த மக்களை வேறு வடிவத்திலே கொண்டு சென்ற போது அதிலிருந்து அவர்களை மீட்டெடுப்பதற்காக கண்டெடுத்த இயக்கத்தின் கொள்கைகளை நடைமுறைப்படுத்திய மாபெரும் தலைவன். அவருடைய ஆட்சியின் சாதனைகளைப் பற்றி மட்டுமே சொல்ல ஆரம்பித்தால், அது ஒரு நாள் முழுவதும் கருத்தரங்கமாக நடக்கலாம். திரைப்படத்தில் மட்டுமே எழுதுகின்ற ஒரு எதிர்க்கட்சி உறுப்பினராக சட்டமன்றத்திலே நின்ற நாட்களில் அவருடைய உள்ளத்திலே இருந்தவைகள் அத்தனையும் திரைப்படங்களிலே வசனங்களாக வந்து சேர்ந்தன. ஒவ்வொன்றும் பொருள்பட இருந்தது. பராசக்தி படத்திலே கணவனை இழந்து தந்தையை இழந்து யாருமில்லாமல் நடுத்தெருவிலே நிற்கிற கல்யாணி என்ற பாத்திரத்திடம் நாளை காலையிலேயிருந்து தெருமுனையிலே ஒரு இட்லி கடை வைதது பிழைத்துக் கொள்ளலாம் என்று ஒரு பெண் சொல்லுகிற போது, வசதியான வீட்டிலே வாழ்ந்த அந்தப்பெண் அதிர்ச்சி அடைந்து இட்லிக்கடையா? என்று கேட்கிற போது "தமிழ்நாட்டிலே தாலி அறுத்தவர்களுக்கெல்லாம் இட்லி கடைதானே தாசில் உத்தியோகம்" என்று வசனம் எழுதுவார். அது வெறும் வசனமாக நிற்கவில்லை. ஆட்சிக்கு வந்தவுடன் விதவைகள் மறுவாழ்வுத் திட்டம் கொண்டு வந்தார். விதவை என்ற சொல்லுக்கு பொட்டு இல்லை கைம்பெண்ணிற்கு இரண்டு பொட்டிருக்கும் என்று சொல்லி, அவர்களுக்கு திருமணம் மீண்டும் நடந்தால் அவர்களுக்கு ஊக்கம் தர ஆரம்பித்தார். ஒன்றொன்றாக யோசித்துப் பாருங்கள். எல்லாம் அவர் எழுதியவையெல்லாம் பின்னால் நடைமுறைக்கு வந்தன. இந்தியாவிலேயே இன்று பல மாநிலங்களில் உண்டு, இந்தியாவில் உண்டு பெண்களுக்கு சொத்திலே சம உரிமை என்பது. ஆனால் திருமணமாகின்ற பெண்கள் எவர்சில்வர் பாத்திரத்திலேயே பேரெழுதிச் செல்கின்ற நிலைமையினை மாற்றி, சொத்துப் பத்திரத்திலே பெயரெழுத வைத்த பெருமை கலைஞருக்கு உண்டு. அதனால்தான் அவர் பாடுபொருளாக மாறுகிறார். அவர் இலக்கியவாதிகளை கவர்ந்தார். அரசியலிலே அவர் சாதனையாளராக நின்றார்.

டி.கே.எஸ். இளங்கோவன் சொன்னாரல்லவா, "ரங்கோன் ராதா" படத்தில் வருகின்ற "தமிழே தேனே" என்ற பாடல், அவரோடு காரில் போகிறபோதும் தனியாக இருக்கிறபோதும் சிக்கிக் கொள்ளாமல் தப்பிக்கிறவர்களில் முக்கியமானவர் கவிஞர். வேறு

யாராக இருந்தாலும் ஏதாவது ஒரு வகையிலே சிக்கிக் கொள்வார்கள். நாமாக போய் ஏதாவது பேசி மாட்டிக் கொள்வோம். அது மாதிரி "பராசக்தி" படத்தில் வருகின்ற காக்கா பாட்டு நீங்கள் எழுதியதுதானே என்று கேட்டால், இல்லை என்று சொல்வார். அது உடுமலை நாராயண கவி எழுதியது என்று சொல்வார். நீங்கள் அதில் எழுதியது எது என்று கேட்டால் " பூமாலை நீயே புழுதி மண் மேலே" அப்படி சொல்லி வருகிற அந்த வரிசையில் ஒரு நாள் போகிற போது, ரொம்ப பிடித்த பாடல் இந்த "ரங்கோன் ராதா" படத்தில் வருகிற "தமிழே தேனே" என்று சொல்லிவிட்டோம் நாங்க ரெண்டு பேரும் தான் அறிவாளி. அதனுடைய அடுத்த வரி என்னையான்னு கேட்டாரு. கார் எப்போ நிற்கும்னு ஆயிடுச்சு. பாட்டை ரசித்திருக்கிறோம் ஆனால் அதற்குள்ளாக இவர் கையிலே இருந்த தொலைபேசியை எடுத்து அதை தேடித் தேடி எடுப்பதற்குள்ளாக, இப்படித்தான் எல்லாம் அரைகுறையாக வச்சுக்குவீங்கனு சொன்னார்.

ஒரு முறை பேராவூரணிக்கு இளைஞர் அணி ஆரம்பித்த நாட்களில் 82, 83ல் இன்றைய கழக தலைவரும், நானும் சுற்றுப்பயணம் சென்றிருந்தபோது அன்றைக்கு மிகப்பெரிய தலைவராக இருந்த முன்னாள் சட்டமன்ற உறுப்பினர் பேராவூரணி கிருஷ்ணமூர்த்தியிடம் எனக்கு ஒரு ஆசை என்றேன். என்ன என்று கேட்டார். மனோராவை பார்க்க வேண்டும் என்றேன். இன்றைக்கு வேண்டாம் நிறைய நிகழ்ச்சிகள் இருக்கின்றன இன்னொரு நாளைக்கு வாருங்கள் என்று சொன்னார். அதற்காகவே நான் மறுமுறை சென்றேன். காரணம் "புதையல்" படத்தில் அந்த மனோரா அடிக்கடி வரும்.

அதிலே சிவாஜி கணேசன் அவர்களும் நடிகை பத்மினியும் பாடுகின்ற பாடல் முக்கியமாக வரும். அதனால் "கலைஞர் எழுதிய படம் புதையல்" அதை போய் பார்க்க வேண்டும் என்ற ஆசை. அடுத்த முறை சென்றேன். ஒரு கூட்டம் நடந்தது. எங்களைப் பொறுத்தவரை எந்த ஊருக்குச் சென்றாலும் பொழுதுபோக்குக்காகவோ ஓய்வுக்காகவோ செல்வதில்லை. உடன் ஏதாவது ஒரு வேலை இருக்கும். அகில இந்திய அளவில் சுற்று பயணமாக இருந்தாலும் நாடாளுமன்ற அலுவலாக இருக்கும். தமிழ்நாட்டிற்கு உள்ளே சுற்றி வருகிறோம் என்றால் ஏதாவது ஒரு கூட்டம் இருக்கும். இல்லாவிட்டால் எங்கும் போவதில்லை. கூட்டம் முடிந்து பின்னர் அவரோடு பேசிக் கொண்டிருந்தபோது அவர் சொன்னார் இங்குதான் தங்கி இருந்தார் இங்கு இருந்து மாட்டு வண்டியில் பல இடங்களுக்கு அழைத்துச் செல்வோம் பின்னர் படகிலே கூட அழைத்துச் சென்றிருக்கிறோம் என்று சொல்லி மனோராவை எல்லாம் காட்டினார் பார்த்தேன். பரவசத்தோடு வந்து தலைவரிடம் சொன்னேன். அண்ணன் மனோராவை பார்த்தேன். ரொம்ப மகிழ்ச்சியாக இருந்தது ரொம்ப நாள் ஆசை என்றேன். மனோரா எதற்குக் கட்டியது என்று தெரியுமா? என்று கேட்டார். தெரியாது என்றேன். பின்னர் எதற்காக அங்கே சென்றாய்? என்று கேட்டார். இல்லை எனக்கு அந்தப் படத்தில் பார்த்தது நீங்கள் வசனம் எழுதியது அதனால் மனதில் பதிந்தது அதற்காகச் சென்றேன். இன்னொரு முறை போய் பார்த்துவிட்டு வந்து சொல் என்றார். இதற்காகவே மறுபடி நான் பேராவூரணிக்கு சென்று மனோராவை பார்த்த பொழுது நெப்போலியனை தோற்கடித்ததற்காக ஆங்கிலேய அரசை பாராட்டுவதற்காக சரபோஜி மன்னர் கட்டியது என்று ஒரு கல்வெட்டு அங்கு இருக்கிறது. மறுபடி வந்து சொன்னபோது சொன்னார், ஒரு இடத்துக்குப் போனா சுற்றுலா பயணியா போகக்கூடாதுயா! அந்த இடம் எதற்காக என்ன சிறப்போடு இருக்கிறது என்பதைத் தெரிந்து கொண்டு வர வேண்டும் என்றார். இந்த மாதிரி ஒவ்வொன்றாக இந்தப் பாடல்களை எல்லாம் பேசுகின்ற பொழுது நான் தனியாக, சில நேரங்களில் நாங்கள் எல்லோரும் இருக்கின்ற பொழுது என்னை உட்கார வைத்து "காகித ஓடம் கடல் அலை மீது" நீ பாடுயான்னு சொல்லி கேட்டிருக்கார். அது பாடினால்

அழுகைதான் வரும். கவிஞர் ஒன்னு மிக அழகா அதுல சொல்லி இருக்காரு. பெரியாருடைய சுடுமொழி எல்லோருக்கும் ஏற்காது என்ற காரணத்தால், கலைஞருடைய கலைமொழி; பெரியாரை எடுத்து அண்ணாவில் குழைத்து கலைஞர் தேன் தடவி கொடுத்தார் என்று சொல்லி இருக்கிறார். ரொம்ப அற்புதமான வடிவம் அது. நான் அந்த ஒன்றை மட்டும் சொல்லுகிறேன். அதாவது ஒரு கருத்தை சொல்லுகிறபோதே ஒவ்வொருவருக்கும் ஒரு அணுகுமுறை உண்டு. ஒவ்வொருவருக்கும் ஒரு பாணி உண்டு. அதிலே தான் அவர்கள் வெற்றி பெறுவார்கள். பல நேரங்களில் நான் சொல்லி இருக்கின்றேன். இந்த நாட்டிலே உலகத்திலே சமுதாயத்திலே பேதம் இருக்கக் கூடாது, சாதி, மதம் கூடாது. ஏற்றத்தாழ்வுகள் என்பது மனிதனை உயர்த்தியும் தாழ்த்தியும் கேவலப்படுத்துகிறது என்று சொன்ன முதல் தலைவன் பெரியார் மட்டும் இல்லை. முதன்முதலாக 2,500 ஆண்டுகளுக்கு முன்னால் புத்தர் சொல்லி இருக்கிறார். அதற்குப் பின்னால் வள்ளலார் சொல்லியிருக்கிறார். ஆனால் புத்தரும் வள்ளலாரும் தோற்றுப் போனார்கள். பெரியார் மட்டும் வெற்றி பெற்றார். என்ன காரணமென்றால், புத்தருக்கும் வள்ளலாருக்கும் பெரியாருக்குக் கிடைத்தது போல அண்ணாவைப் போல் ஒரு தளபதி கிடைக்காத காரணத்தால். அந்த அண்ணா எதிர்பாராமல் குறுகிய காலத்திலேயே மறைந்தாலும் இன்னும் வாழ்கிறாரே ஏன் தெரியுமா? கலைஞர் என்ற ஒரு தலைவனால்.

சாக்ரடீஸ் நிலைத்து நிற்பதற்கு அவன் தத்துவங்கள் மட்டும் இல்லை; அவனுடைய மாணவன் பிளாட்டோ தான் காரணம். பிளாட்டோ இல்லையென்றால் சாக்ரடீஸ் இல்லை. நல்ல மாணவன் என்பவன் தன்னுடைய குருவுக்கு ஆசிரியருக்கு மரியாதை தேடித் தருவதைப் போல சாக்ரடீசுக்கு பிளாட்டோ என்று சொன்னேன். பெரியாருக்கு அண்ணா என்று சொன்னேன். அண்ணாவுக்கு கலைஞர் என்று சொன்னேன். கலைஞருக்கு பல பேர் அது போல இருக்கலாம், ஆனால் இலக்கிய உலகில் கவிப்பேரரசுதான் இருக்கிறார் என்பதற்கு அடையாளம் தான் இந்த நூல். இவர் மீது அவர் கொண்டிருந்த அன்பு, அவர் மீது இவர் கொண்டிருந்த பக்தி நாள்தோறும் காலையிலே அவர் தொலைபேசியில் தவறாமல் பேசுகிறவராக இருந்து அவர் மறைந்ததற்குப் பின்னால், ஒரு மனிதரிடம் பழகுவது என்பது ஆதாயத்திற்காக! ஒருவரை எழுந்து வணங்குவது என்பது அவரால் ஏதாவது கிடைக்கும் என்பதற்காக! அதை செய்கிற இடத்தில் இல்லாதவனாக இருந்தால் அவனால் பாதகம் வராது என்று தெரிந்தால் யாரும் மதிப்பதில்லை. ஒன்று பயப்பட வேண்டும் அல்லது ஏதாவது கிடைக்க வேண்டும். அதற்காக மட்டுமே வணங்குகிற பின்செல்லுகிற இயல்புள்ள இந்த மண்ணில், இல்லாத ஒரு மனிதருக்காக இவ்வளவு செய்கிறார் என்றால் அதுதான் அன்பு. அதுதான் பற்று. எதிர்பார்ப்புகளோடு செய்வதில்லை இது உள்ளத்திலே உறங்கிக்கிடக்கின்ற உணர்வுகள். அவர்மீது கொண்டிருக்கின்ற அளவற்ற நேசம்.

அதனுடைய வெளிப்பாடு தான் தேடித்தேடி சல்லடையாக புரட்சிக்கவிஞர் பாவேந்தர் பாரதிதாசன் தொடங்கி, சுத்தானந்த பாரதியாரில் இருந்து, நாமக்கல் கவிஞரிலே இருந்து, டாக்டர் மு.வ.விலே ஆரம்பித்து கண்ணதாசன், சுரதா, முடியரசன், குடியரசு என்று இன்றைக்கு இருக்கிற கவிஞர்கள் வரை நான் சில பேரைச் சொல்லி சில பேரை விட்டுவிடக்கூடாது என்பதற்காக அடுத்த வரிசையில் இருப்பவர்களுடைய பெயரை சொல்லவில்லை நிறைய பேர் எதிரும் இருக்கிறீர்கள் மேடையிலும் இருக்கிறீர்கள் நான் தேடினேன் சில பேரை காணவில்லை என்று! பெருங்கவிக்கோவை காணவில்லை என்று பார்த்தேன் வா.மு. சேதுராமன் என்று இருந்தது. கவிதைப்பித்தனை தேடினேன் பின்னால் இருந்தது. ஆக ஆண்டாள் பிரியதர்ஷினி, சல்மா, கனிமொழி, தமிழச்சி வரை கண்டுபிடித்திருக்கிறார். இன்னும் இளைஞர்கள் பல பேரை கொண்டு வந்து சேர்த்து

அவர்களுக்கும் ஒரு அங்கீகாரத்தை கலைஞரைப் பற்றி பாடியதால் இந்த நூலில் இடம் பெற்றதால் அவர்களும் வரலாற்றில் இடம் பெறுகிறார்கள்.

கலைஞர் எந்த வகையில் மாறுபட்டது என்றார். தந்தை பெரியார் அவர்கள் கடவுள் இல்லை என்று பேசுகிறவர். எல்லா இடங்களிலும் பேசுவார். அதற்கு அவர் சொல்லுகிற காரணம், விளக்கம் தெரியாதவர்கள் நாத்திகவாதி என்று முத்திரை குத்தி நிறுத்தி விடுவார்கள். ஆனால் அவர் விளக்கம் சொன்னார். இந்த மண்ணில் மட்டும்தான் ஒரு மனிதனை பிறப்பால் உயர்ந்தவன் தாழ்ந்தவன் என்று நிர்ணயிக்கிறார்கள். அப்படி நிர்ணயிப்பதற்குக் காரணம் ஜாதி. அந்த ஜாதிக்கு காவலாக மதங்கள் இருக்கின்றன. மதங்களுக்கு தலைவர்களாக கடவுள்கள் இருக்கிறார்கள். ஆக வேருக்கு போகிறேன், கடவுள் இல்லை என்றால் மதம் இல்லை, மதம் இல்லை என்றால் ஜாதி இல்லை, ஜாதி இல்லை என்றால் மனிதனுக்குள்ளே வேறுபாடு இல்லை என்று பெரியார் சொன்னார். ஆனால் அது யாரும் புரிந்து கொள்ளவில்லை.

ஒருமுறை காஞ்சிபுரத்தில் நடைபெற்ற கூட்டத்திலே பெரியார் கடவுள் இல்லை என்று வழக்கம் போல பேசுகிறார். யாருக்காக பேசினாரோ அவர்களை ஏவி விட்டு அவர்களைக் கொண்டே கூட்டத்திலே கல்லெறிந்து அந்த இடத்திலே பலவிதமான குழப்பங்கள் ஏற்படுத்தி கூட்டத்தை பாதியில் முடிக்கிறார்கள். மறுநாள் அதே இடத்தில் அறிஞர் அண்ணா நாடகம் நடத்துகிறார். நாடகத்தில் அண்ணாவும் நடிக்கிறார். அண்ணா எழுதிய நாடகம்; அண்ணா நடிக்கிற நாடகம்; அண்ணா ஒரு நிலச்சுவான்தாரராக உட்கார்ந்து இருக்கிறார். பணியாளன் வந்து நிற்கிறான். அண்ணா கேட்கிறார், “என்னையா நான்கு நாட்களாக ஆளை காணவில்லை? சொல்லிக் கொள்ளாமல் எங்கே போயிருந்தாய்?” அவன் பணிந்து குனிந்து சொல்லுவான், “ஐயா மன்னியுங்கள்! நீண்ட காலமாக எனக்கு ஒரு ஆசை; சிதம்பரத்தில் இருக்கிற நடராஜப்பெருமானை தரிசிக்க வேண்டும் என்று; ஆனால் வாய்ப்பே கிடைத்ததில்லை என் ஊர் மக்கள் சென்றார்கள், அவர்களுடைய மூட்டை முடிச்சுகளை நான் சுமந்து வந்தால் என்னையும் அழைத்துப் போவதாகச் சொன்னார்கள் நான் அவர்களோடு சென்று திரும்பினேன்” என்று சொன்னான். “சரி பரவாயில்லை சிதம்பரம் நடராஜனை பார்க்கத்தானே போனாய், ஆனால் நான் அவரைப் பார்த்ததில்லை. ஆனால் அவரைப் பற்றி மிக உயர்வாக அல்லது சிறப்பாகச் சொல்கிறார்கள். நடனம் ஆடுகிற நிலையில் நிற்பாராமே! ஒற்றை விரலை ஊன்றிக்கொண்டு நிற்பாராமே!” என்று அண்ணா சொன்னவுடன் அந்தப் பணியாளன் சொல்லுவான், “அதைப் பார்க்க புண்ணியம் செய்திருக்க வேண்டும்” என்று சொல்லுவான். “சரி நான் புண்ணியம் செய்யவில்லை நீ தான் செய்தாய். பார்த்துவிட்டு வந்த நீ அவர் எப்படி நின்றார் என்று நின்றுகாட்டு என்பார்.” அவன் நிற்பான் ஒரு காலை உயர்த்தி, ஒரு காலை ஊன்றி ஒற்றைக்காலில். காலை கீழே வைக்கிற போது, பரவசமாக இருக்கிறது இன்னும் கொஞ்ச நேரம் நில் என்பார். கொஞ்ச நேரம் நிற்பான் மறுபடி ஐயா கால் வலிக்கிறது கீழே வைக்கவா? என்னையா உன் நடராஜன் காலம் காலமாக காலை தூக்கிக் கொண்டு நிற்கிறான், உன்னாள் கொஞ்ச நேரம் நிற்க முடியவில்லையா என்கிறபோது, முதலாளியிடம் சொல்லிக் கொள்ளாமல் அடுத்தவர்களின் துணையோடு போய் பார்த்து வந்தவன் வலி தாங்காமல் சொல்லுவான் “அது கல் நிற்கும் நான் மனிதன் எப்படி நிற்பது?” பெரியாரிடம் போய் சொன்னார்கள் எனக்குத் தெரியும் அவன் முட்டாள் என்று, ஆனால் அடி முட்டாள் என்று இன்று தான் தெரிந்து கொண்டேன் என்றார். பெரியார் கல் என்று சொன்னபோது கோபம் கொண்டவர்கள் அண்ணா சொல்லுகிற முறையில் சொன்னபோது கைதட்டினார்கள். அதையே கலைஞர் ஒரு படி தாண்டிப் போனார்.

"அழுவதைக் கேட்க ஆட்களும் இல்லை,
ஆறுதல் வழங்க யாருமே இல்லை,
ஏழைகள் வாழ இடமே இல்லை,
ஆலயம் எதிலும் ஆண்டவன் இல்லை"

என்ற போது அழுதார்களே தவிர யாரும் கோபப்படவில்லை. இது வறியவனின் குரல்; ஏழையின் அழுகுரல்.

எனக்காக யாருமே இல்லை நான் தவிக்கிறேன் என்றால் ஆலயத்தில் ஆண்டவன் இருந்தால் எனக்கு ஏன் இந்த நிலை என்று ஒருவன் கலங்குகிறான் என்று அவர் எழுதிய போது, அதைப் பார்த்த கூட்டமும் கண்ணீர் வடித்ததே தவிர அங்கு நாத்திக ஆத்திக வாதம் வரவில்லை. கடவுள் இருக்கிறாரா? இல்லையா? என்று வரவில்லை. முடியாதவன் இல்லாதவன் இயலாதவன் புலம்புகின்ற போது என்ன வேண்டுமானாலும் வரும். பெற்றோரை ஏசுவான், உடன் பழகியவர்களை புறந்தள்ளுவான், கடவுளை பேசுவான் என்றால் அவனுடைய வலி. அந்த வலியினை தன் பேனாவின் முனை யினால் கொண்டுவந்து தந்தவர் தலைவர் கலைஞர் அவர்கள். ஒரு இலக்கியவாதியாக பரிணமித்தார், ஒரு அரசியல்வாதியாக ஆளுமையாகத் திகழ்ந்தார், ஒரு ஆட்சியாளராக ஆட்சிக்கு அரசாங்கம் நடத்துவதற்கு இலக்கணம் வகுத்தார், கொள்கைகளை எப்படி கொண்டு சேர்க்க வேண்டும் என்பதற்கு ஒரு பெரிய பட்டாள வரிசையை உருவாக்கினார். கலைஞர் இல்லை என்றால் நான் இல்லை, கலைஞர் இல்லை என்றால் பாரதி இல்லை, இளங்கோவன் இல்லை, கவிதைப்பித்தன் இல்லை, எங்களையெல்லாம் அவர் ஊட்டி வளர்த்தார். ஒரு தலைமுறையோடு நான் பழகினேன். இவர்களெல்லாம் சிறுவர்கள் இளைஞர்கள் என்று கருதவில்லை. 22 வயதிலே என்னை காரிலே கூட்டிக்கொண்டு போய் இருக்கிறார், கதைகள் சொல்லி இருக்கிறார். இவனிடம் சொன்னால் ஊர் மக்களிடம் போய்ச் சொல்லுவான் என்று பல வரலாற்றுச் செய்திகளை சொல்லி அதன் மூலமாக எங்களை, அன்பின் மிகுதியால், இன்று காலை அண்ணன் வைகோ அவர்கள் வீட்டுக்கு சாப்பிட வந்தார் டெல்லியில். அப்போது நிறைய பேசிக் கொண்டிருந்தபோது அவருடைய மகனிடம் நான் சொன்னேன், நாங்கள் எல்லாம் இள வயதில் இருந்தே இந்த இயக்கத்தில் இவ்வளவு ஈடுபாட்டோடு வந்தது, இழப்புகளைப் பற்றி கவலைப்படாமல் தொடர்ந்தது இதற்கு கொள்கைகளின் மீது இருந்த பிடிப்பு ஒரு காரணம்; ஆனால் அதையும் தாண்டி தலைவர்கள் எங்களை ஈர்த்து வைத்திருந்தார்கள். இரண்டாம் கட்ட தலைவர்கள் எங்களை அரவணைத்தார்கள். இந்தக் கட்சித் தொண்டன் எங்கள் மீது காட்டிய பாசம் எங்கள் உறவினர்கள் கூட காட்டியதில்லை. எந்த ஊருக்குச் சென்றாலும் எங்கே சொந்தக்காரன் வீடு என்று தேடியதில்லை, தேடுகின்ற அவசியத்தை என் கட்சித் தொண்டன் தந்ததில்லை. எங்களுக்கு என்ன வேண்டும், தேவை என்ன, சுவை என்ன என்று தேடித் தேடிக் கொண்டு வந்து தருகிற அந்தத் தோழர்கள் தான் எங்களை இந்த இயக்கத்தில் வேரூன்ற வைத்தவர்கள். நான் பேசுகிறபோது நான் உணர்ச்சி வசப்படுகிறேன். கொள்கைகள் என்பது குன்றளவு நிற்கிறது. வேறு எந்தக் கட்சியிலும் இல்லாதது அடித்தளத்தில் இருக்கிறவனை உயர்த்த வேண்டும் என்பது, சமுதாயத்தில் ஏற்றத்தாழ்வு இல்லாமல் எல்லோரும் ஒன்றாக வாழ வேண்டும் என்பது, நான் எவனுக்கும் பெரியவனில்லை, எனக்கு எவனும் பெரியவனில்லை என்று தொல்காப்பியன் சொன்னதை எளிமையாகச் சொன்னது இந்த பேரியக்கம். அதேபோல இரண்டாம் கட்ட தலைவர்கள், எல்லாவற்றிற்கும் மேல் அந்தக் கலைஞர் என்ற தலைவனின் அன்புப்பார்வை, எந்த இடத்தில் பார்த்தாலும் அந்தக் கண்ணாடியை மீறி கனிவோடு பார்க்கின்ற அந்தப் பார்வை, எப்பயா வந்த என்று கேட்கிறபோது எல்லாம் காணாமல் போகும். குடும்பத்தில் நடக்கிற வேதனைகளைப் பற்றி தெரிந்து கொண்டு

அதை தனியாக விசாரிக்கிற போது அவருடைய மடியிலே விழுந்து கதறாமல் அழுத, வாழ்ந்த தொண்டர்கள் ஏராளம்.

ஒரு அரசியல் ஆளுமையாக, இலக்கிய மேதையாக மேடையிலே பார்க்கிற தலைவன் கீழே இறங்கி வந்தவுடன் தொண்டர்களை அரவணைக்கிற தாயாக மாறிப் போவார். அவர் ஆட்சியில் நிறைவேற்றிய திட்டங்களும், நிறைவேற்றிய சட்டங்களும் எவனாலும் தொட முடியாது. அறிஞர் அண்ணா சொன்னார், என்னை விமர்சிக்கிறார்கள், என்னை தூற்றுகிறார்கள் கவலை இல்லை. இந்த ஆட்சியை நான் கலைத்து விடுவேன் என்று மத்திய ஆட்சி மிரட்டுகிறது, முடியுமா நான் சவால் விட மாட்டேன்; முடியும் உங்களால். இந்த ஆட்சியை கலைக்கலாம், வேறு ஒருவரை கொண்டு வந்து உட்கார வைக்கலாம், அல்லது வேறு யாரும் வந்து உட்கார நேரிடலாம். ஆனால் யார் வந்தாலும் நான் நிறைவேற்றிய மூன்று சட்டங்களில் மட்டும் கை வைக்கிற துணிச்சல் கிடையாது என்று அண்ணா சொன்னார். சுயமரியாதை திருமணச் சட்டம், தமிழ்நாட்டில் இரு மொழிச் சட்டம், அதேபோல் தமிழ்நாட்டிற்கு தமிழ்நாடு என்று பெயர் சூட்டிய அதிலே யார் யார் கை வைக்க முடியும். அதைத்தான் அண்ணா சொன்னார். இன்னும் சொல்வேன் அண்ணா என்பவர் கனிவான தலைவர். ஆனால் இந்த இரு மொழி ஆட்சி சட்டத்தை நிறைவேற்றுகிற போது என்ன சொல்லுகிறார் தெரியுமா? பல தோழர்களின் கவனத்துக்காக சொல்கிறேன். அண்ணா சொல்வார் தமிழ்நாட்டில் இனிமேல் இந்தி என்பது இருக்காது. தமிழும் ஆங்கிலமும் மட்டும்தான் இருக்கும். இங்கே இருக்கிற தேசிய மாணவர் படை NCC என்பதிலே ஆணைகள் இந்தியில் இருக்காது, ஆங்கிலத்தில் மட்டும்தான் இருக்கும். ஒருவேளை இதற்கு மத்திய அரசு இசைவு தெரிவிக்கவில்லை என்றால், தேசிய மாணவர் படை கலைக்கப்படும். அந்த வீரம் அதுதான் கலைஞரிடம் முழுமையாக இருந்தது.

அவ்வளவு துணிச்சலாகப் பேசிய அண்ணா, அந்த அண்ணாவுக்குப் பின்னால் இந்த இரண்டு தலைவர்களின் வடிவமாக வாழ்ந்த கலைஞர் வெறும் அரசியலோடு நிறுத்திக் கொள்ளவில்லை, வெறும் ஆட்சியாளராக தன்னுடைய பணியினை நிறுத்திக் கொள்ளவில்லை. கவிஞராக, மேடைப் பேச்சாளராக, வசனகர்த்தாவாக, நடிகராக இன்னும் என்னவெல்லாமோ சொல்லிக் கொண்டு போகலாம். ஒரு மனிதனுக்கு என்னவெல்லாம் இருக்க முடியும் என்பார்களோ அத்தனை எல்லைகளையும் தொட்டவர் கலைஞர். அதிலே வாழ்ந்தவர் என்பது மட்டுமல்ல; அப்படி இருந்த தலைவர் மீது அன்பு கொண்டவர்கள் இந்த இயக்கத்தில் பணியாற்றியவர்கள், அதில் ஈடுபடாதவர்கள், அவர் மீது அன்பு கொண்டவர்கள் எழுதியவற்றில் தொகுத்து தேடித் தேடி ஒரு நூறு முத்துக்களைப் போல இந்த நூலினைத் தொகுத்து தந்த கவிப்பேரரசு அவர்களுக்கு கழகத் தோழர்களின் சார்பில் என் மனமார்ந்த நன்றியைத் தெரிவித்துக் கொள்கிறேன். அவர் கழகத்திலே நம்மோடு சேர்ந்து பணியாற்றுகிறவர் அல்ல; ஆனால் நம்மை விட அதிகமாக இந்த இயக்கத்தின் மீது பற்றுக் கொண்டவர். இந்தக் கொள்கைகள் வலுப்பெற வேண்டும் என்று விரும்புகிறவர், இந்த கொள்கைகளுக்கு யாரெல்லாம் காரணமாக இருப்பார்களோ அவர்களை தனியாக அழைத்து அவர்களுக்கு மெல்ல மெல்ல சாவி கொடுக்கிற தன்மை அவரிடம் உண்டு. கலைஞர் வெளிப்படையாகவே திரைப்படங்களிலேயே அந்த காலத்தில் எழுதினார். "மனோகரா" படத்திலே கடைசியாக காகா ராதாகிருஷ்ணன் இறக்கிறபோது சிவாஜி அவர்களுடைய மடியிலே இருப்பார். மடியிலே கிடக்கிற போது அழுவார். அழாதே அண்ணா நீ நாடாள வேண்டும் என்று சொல்வார். அண்ணா என்கிற பெயர் திரைப்படத்தில் தணிக்கை செய்யப்பட்ட காலத்தில் அண்ணா நீ தான் நாடாள வேண்டும் என்று எழுதிய தலைவர் கலைஞர்தான். நாம் என்ற படத்தில் எம்ஜிஆருடைய பெயர் குமரன் என்பது, பாடலே அண்ணா வாழ்கவே குமரன் அண்ணா வாழ்கவே என்று வரும்.

அண்ணா அண்ணா என்று அவருடைய நா ஒலிக்காத நாளே இல்லை. அதேபோலத்தான் கவிஞருடைய உள்ளத்திலே இதயத்துடிப்பு என்று சொன்னால் அது கலைஞர் கலைஞர் என்றுதான் துடித்துக் கொண்டிருக்கும். நான் வெளிப்படையாகத்தான் சொல்கிறேன். அவர் கழகத்தின் முழுமையான நம்மைப் போன்ற தொண்டரல்ல, அர்ப்பணித்துக் கொண்டவரல்ல. *50* ஆண்டுகளை தொடப் போகிறது என்னுடைய அரசியல் வாழ்க்கை. எனக்கு இது நாள் வரை எந்த விதத்திலும் regret என்று சொல்வார்களே அதுபோல நான் எதற்காகவும் நான் இதை இழந்தோமே என்று எண்ணியதில்லை. நான் அதிகம் பெற்று இருக்கிறேன். இதோ இந்த மேடை, எதிரே இருக்குற நீங்கள் இந்த இயக்கம் தந்த பெருமை. இதற்கெல்லாம் காரணம் அந்தத் தலைவன். அதனால் தான் ஐயா கவிஞர் அவர்களே, காலையிலே எழுந்து வெகு விரைவாக எழுந்து டெல்லியிலே தலைவருடைய நூற்றாண்டு நிறைவு விழாவினை பல கட்சித் தலைவர்களை வரவழைத்து கொண்டாடி அந்த இடத்திலே நடத்தி முடித்து, நாடாளுமன்றத்திற்கு சென்று ஒரு போர் நடத்திவிட்டு, மதிய நேரம் உணவு அருந்தாமல், விமானத்தில் வந்து கிடைத்ததை சாப்பிட்டு முகம் கழுவிக் கொண்டு நேராக உங்களிடம் வந்திருக்கிறேன். இரவு எப்போது படுக்கை காலையில் *5:00* மணிக்கு நான், இரவு *2* மணி வரை கூட விழித்து இருக்க முடியும் காலையில் *5:00* மணிக்கு எல்லாம் சிரமம். ஒருமுறை அண்ணன் டி.ஆர்.பாலு என்னையா தொலைபேசியில் அழைத்தால் எடுக்க மாட்டேங்கிறனு சொன்னார். எத்தனை மணிக்கு கூப்பிட்டீங்கனேன். எட்டுன்னாரு. விடியற்காலத்தில் எல்லாம் கூடா எடுக்க முடியாது. காரணம் உறங்குவது ஒன்னு, ஒன்னரை, இரண்டு. ஆனால் நாளைக்கு ஐந்து மணிக்கு எழுந்தாக வேண்டும். வேலை என்று இருந்தால் எழுந்துதானே ஆக வேண்டும். எழுவோம். அப்படி ஒரு இயல்பு என்று நான் வேடிக்கையாகச் சொன்னேன். ஆனால் கடமை என்று வந்தால் நாங்கள் கலைஞரைப் பின்பற்றுகிறவர்கள். எல்லா நேரங்களிலும் முன்னணியில் இருப்போம். களைப்பு கருதவில்லை, உங்கள் அன்பு என்னை இங்கே இழுத்து வந்தது. நான் மேடையில் பாரதியையும் இளங்கோவனையும் பார்த்தபோது என் உள்ளத்திலே பல எண்ணங்கள். எங்களுக்குள்ளே உள்ள பாசம் எங்களுக்குத் தெரியும். எங்கள் நட்பின் நெருக்கம் எங்களுக்குத் தெரியும். கவிதைப்பித்தன் [illegible] முன்றியிருக்கிறார் பார்க்கிறபோது உள்ளத்தில் ஏற்படுவதை வெளிப்படுத்துவதில்லை. இப்படி ஒவ்வொருவராக நான் சொல்லிக் கொண்டு போவேன். தென்னவன் அப்படித்தான் இங்கே இருக்கிறார். இங்கே இருக்கிற பலபேரை மேடையிலும் எதிரிலும் பார்க்கிறபோது, நான் ஓடோடி வந்தது கலைஞருக்காகவும் கவிஞருக்காகவும் என்றேன், உங்களைக் காண்பதற்காகவும் தான். இந்த மன்றத்தில் இவ்வளவு நேரம் இப்படி நெகிழ்ச்சியோடு காத்திருக்கிற இந்த வரிசை எவ்வளவு பேர் என்பதல்ல, எப்படிப்பட்டவர்கள் என்பதுதான். *143* கோடி பேர் உள்ள நாட்டில் *100* கோடி பேர் ராணுவத்திலே கிடையாது. பல கோடி மக்கள் வாழுகின்ற தமிழகத்தில் போலீசாரின் எண்ணிக்கை அதற்கு ஈடானது கிடையாது.

வல்லமை அதிகம் கொண்டவர்கள் குறைவான எண்ணிக்கையில் தான் இருப்பார்கள். இங்கும் அப்படித்தான். இலக்கிய ஆர்வம் கொண்டவர்கள் நிறைந்து நிற்கிறீர்கள். மனது நிறைந்து இருக்கிறது, களைப்பு பறந்தோடுகிறது. நாளை காலை மீண்டும் போருக்கு செல்ல வேண்டும். வாழ்த்துங்கள் நன்றி வணக்கம்.

34
வீரவணக்க நாள்

அன்னைத்தமிழ் காக்க தங்கள் ஆருயிரை நல்கியிருக்கின்ற மொழிப்போர் தியாகிகளுக்கு வீரவணக்கம் செலுத்துகின்ற உணர்ச்சிமிக்க இந்தப் பொதுக்கூட்டத்தினுடைய தலைவர் மாவட்ட மாணவரணி அமைப்பாளர் தம்பி வெற்றி என்கின்ற ராஜேஷ் அவர்களே, முன்னதாக இங்கே முன்னிலைப் பொறுப்பேற்று உரையாற்றி அமர்ந்திருக்கின்ற திருவள்ளூர் கிழக்கு மாவட்ட கழகத்தின் செயலாளர், கும்மிடிப்பூண்டி சட்டப்பேரவை உறுப்பினர் அன்பிற்கினிய டி.ஜே.கோவிந்தராஜன் அவர்களே, ஒன்றிய கழகத்தினுடைய செயலாளர்கள் மணிமாறன் அவர்களே, தம்பி ஆனந்தகுமார் அவர்களே, பரிமளம் அவர்களே, சந்திரசேகர் அவர்களே, பொன்னுச்சாமி அவர்களே, சகிலா அறிவழகன் அவர்களே, மாவட்ட ஊராட்சிக் குழுவின் தலைவர் மாவட்ட கழக துணைச் செயலாளர் அன்பிற்கினிய தங்கை உமாமகேஸ்வரி அவர்களே, தலைமைச் செயற்குழு உறுப்பினர் மூர்த்தி அவர்களே, துணைச் செயலாளர் ரவி அவர்களே, பொதுக்குழு உறுப்பினர் வெங்கடாசலபதி குணசேகரன் ராமமூர்த்தி அவர்களே, மாவட்ட மாணவரணியினுடைய துணை அமைப்பாளர்கள் தம்பி தமிழரசன் அவர்களே, தனலட்சுமி அவர்களே, முன்னதாக இங்கே உரையாற்றி அமர்ந்திருக்கின்ற கழகத்தினுடைய சொற்பொழிவாளர் கதிர் மீனாட்சி சுந்தரம் அவர்களே, கழகத்தினுடைய மாநில வர்த்தக அணியினுடைய துணைச் செயலாளர் அன்புத்தம்பி பாஸ்கர் சுந்தரம் அவர்களே, கழகத்தினுடைய அயலக அணியினுடைய துணைச் செயலாளர் ஸ்டாலின் அவர்களே, ஒன்றிய, பேரூர் கழக நிர்வாகிகளே, வட்டக் கழக செயலாளர்களே, கழகத்தினுடைய பல்வேறு அமைப்புகளைச் சார்ந்த நிர்வாகிகளே, எதிர்காலத்திலே இந்த இனத்தையும், இந்த இயக்கத்தையும் பாதுகாத்து வழிநடத்த இருக்கின்ற இளைய தலைமுறையின் இனிய தோழர்களே, உங்கள் அனைவருக்கும் என்னுடைய மாலை வணக்கம்!

நீண்ட நாட்களுக்குப் பின்னால் கும்மிடிப்பூண்டியில் நம்முடைய நெஞ்சமெல்லாம் நிறைந்திருக்கின்ற மாவீரன் வேணு அவர்கள் இல்லாத ஒரு பொதுக்கூட்டத்தில் உங்கள் முன்னால் நான் உரையாற்றுகின்றேன். எனக்கு முன்னாலே நம்முடைய மாவட்டச் செயலாளர் டி.ஜே.கோவிந்தராஜன் அவர்கள் உரையிலே குறிப்பிட்டதைப் போல, அவரைப் போல இந்த இயக்கத்திற்காக பாடுபட்டவர்கள் அவசர நிலைக் காலத்திலே ஓராண்டுக்

காலம் சிறையிலே வாடியவர், எந்த நிலையிலும் கலங்காமல் கழகப் பணியாற்றிய அவர் இல்லை என்ற ஒரு வேதனை தானே தவிர, அவர் உருவாக்கிவிட்டுச் சென்ற கழக கண்மணிகள் ஆயிரக்கணக்கில் இந்தப் பகுதியிலே கட்டுக்கோப்போடு பணியாற்றி வருகிறார்கள் என்பது நமக்கெல்லாம் மனதிற்கு ஆறுதல் தரக்கூடிய ஒன்று.

வீர வணக்க நாள் கூட்டத்தில் நான் எங்கு உரையாற்ற விரும்புகிறேன் என்று மாணவரணிச் செயலாளர் தம்பி எழிலரசன் கேட்டபோது நான் கும்பிடிப்பூண்டி யிலே உரையாற்றுகிறேன் என்ற விருப்பத்தை தெரிவித்து வந்திருக்கின்றேன். நீண்ட காலமாகிறது. காலச்சக்கரம் சுழன்று ஓடுகின்ற போது அரசியலில் எத்தனையோ மாற்றங்கள். தமிழ்நாட்டிலே கழகம் ஆட்சிப் பொறுப்பிலே இருக்கின்றது. கழகத்தினுடைய தலைவர் அண்ணன் தளபதி அவர்கள் மாநிலத்தின் முதலமைச்சராக இருந்து மக்களின் மனம் நிறைகின்ற அளவிற்கு நல்ல திட்டங்களை நிறைவேற்றி வருகின்ற காலம். ஆனால் ஒன்றியத்திலே ஓர் ஆட்சி கடந்த 10 ஆண்டுகளாக நடைபெற்று இந்திய நாட்டினுடைய தனித்தன்மைகளைச் சிதைக்கின்ற வகையில் ஒருமைப்பாட்டை, மதச்சார்பின்மை இவற்றுக்கெல்லாம் ஊறுவிளைவிக்கின்ற வகையிலே ஆட்சி நடத்திக் கொண்டிருக்கின்ற நேரத்தில் கழகத்தின் பிரதிநிதியாக, தமிழக மக்கள் சார்பாக மட்டுமல்ல இந்திய நாட்டினுடைய எதிர்காலத்திற்காக குரல் கொடுக்கக்கூடிய ஓர் உறுப்பினராக மாநிலங்களவையில் நான் பணியாற்றிக் கொண்டிருக்கிறேன்.

இன்றைக்கு வீரவணக்க நாள் பொதுக் கூட்டம் என்கின்ற காரணத்தால் உங்களுக்கு முன்னால் உரையாற்ற வேண்டிய செய்திகள் பல இருந்தாலும் அதற்கான வாய்ப்புக் குறைவு. தேர்தலுக்கு முன்பாக நான் இன்னொரு முறை ஒரு பொதுக்கூட்ட நிகழ்ச்சியிலே பங்கேற்று இன்றைய அரசியல் சூழல்களை விளக்க வேண்டும் என்று நான் விரும்புகிறேன். உங்களுக்குச் சொல்ல வேண்டிய செய்திகள் நிரம்ப இருக்கின்றன. ஆண்டுதோறும் ஜனவரி மாதம் 25ஆம் தேதி திராவிட முன்னேற்ற கழகம் மொழிக்காக உயிர் நீத்த தியாகிகளுக்கு வீரவணக்கம் செலுத்துகின்ற இந்தக் கூட்டத்தினை மாணவரணி சார்பில் நடத்தி வருகிறது என்பதை நாடு அறியும். இதற்கு முக்கியமான காரணம் 1965ஆம் ஆண்டு இந்தி எதிர்ப்பு போராட்டத்தை முன்னின்று நடத்தியது மாணவர்களும் அவர்களுடைய கடுமையான போராட்டமும் என்பதை மறக்க முடியாது என்பதை விட, எதிர்காலத்தில் இன்னொரு போராட்டம் அப்படி அமையுமேயானால் களத்தில் முன்னணியில் நிற்க வேண்டிய சமுதாயம் மாணவர் சமுதாயம் என்பதை நினைவுபடுத்திக் கொள்வதற்காக அந்த பெரும் பொறுப்பு அவர்களிடம் ஒப்படைக்கப்பட்டிருக்கின்றது. நானும் ஒரு 15 ஆண்டு காலம் மாணவரணிச் செயலாளராக இருந்து பணியாற்றியிருக்கிறேன். அதற்கு முன்பு இளைஞரணியில். இப்போது கொள்கை பரப்புச் செயலாளராக. ஆனால் மாணவர் அணியிலே பணியாற்றியபோது ஆண்டுதோறும் இந்த வீரவணக்க நாள் கூட்டத்தை நடத்துகிற போது உணர்ச்சிப் பெருக்கோடு, இது கடமைக்காக நடத்தப்படுகின்ற கூட்டமல்ல; இறந்து போனவர்களுக்கு ஒவ்வொரு ஆண்டும் நடத்துகின்ற திவசமல்ல; நம்மை நாமே உறுதி செய்து கொள்கின்ற நாள்.

மொழிக்காக உயிர் நீத்த தியாகிகளினுடைய வரிசை முடிந்து போகவில்லை. அவசியம் ஏற்படுமேயானால் இன்னும் ஆயிரக்கணக்கில் காளைகள் இந்த இயக்கத்திலே காத்திருக்கிறார்கள் என்பதை நாட்டு மக்களுக்கும், இந்தியை திணிப்பவர்களுக்கும் சொல்வதற்காகவும் தான் நம்முடைய நெஞ்சத்திலே கனன்று கொண்டிருக்கக்கூடிய கனல் அணைந்து விடாமல் மங்கி விடாமல் தொடர்ந்து அந்தத் தியாகிகளுக்கு வீர வணக்கம் செலுத்திக் கொண்டிருக்கின்றோம். இதுவெறும்

அஞ்சலி கூட்டமல்ல; இரங்கல் கூட்டம் அல்ல; வீரவணக்கம் செலுத்துகின்றோம். காரணம் அவர்கள் இறந்து போனது என்பது அண்ணா சொல்வதைப் போல, அறிஞர் அண்ணா தான் சொல்வார்: பிறப்பது ஒருமுறை, இறக்கப் போவதும் ஒரு முறை தான்; போகிற அந்த ஓர் உயிர் நல்ல காரியத்திற்காகப் போகட்டுமே என்று சொல்லுவார். அதுபோல கோடிக்கணக்கான மனிதர்கள் பிறந்து, வாழ்ந்து, மறைந்த இந்த உலகத்தில் இன்றைக்கும் இந்தத் தியாகிகளை நினைவு கூறிக் கொண்டிருக்கின்றோம் என்றால் என்ன காரணம் என்பதை எதிரே இருக்கிறவர்கள் தயவுசெய்து எண்ணிப் பாருங்கள்.

வாழ்க்கையில் எதை வேண்டுமானாலும் இழக்கலாம், தாய்மொழியை துறப்பதற்கு தயாராக இல்லை என்று உலகத்திற்கு முதல் முதலாக உணர்த்திய இனம் நம்முடைய தமிழ் இனம் என்பதையும், எனக்கு முன்னாலே உரையாற்றியவர்கள் குறிப்பிட்டதைப் போல உலகத்திலேயே மூத்த மொழி, முதிர்ந்த மொழி, வளமையான மொழி, காலத்தால் சிதைக்க முடியாத மொழி, இலக்கிய வளமும் இலக்கணச் செறிவும் நிறைந்த ஒரு மொழி; அப்படிப்பட்ட மொழியினை இதே நாட்டின் இன்னொரு பக்கத்திலே இருக்கிற ஒரு மொழி ஆக்கிரமிக்க நினைக்குமேயானால் அழிப்பதற்கு, அகற்றுவதற்கு எந்த வகையிலும் அது முன்வருமானால் அதைத் தடுத்து நிறுத்தி தாய்மொழியைக் காக்க திராவிட முன்னேற்றக் கழகம் என்கிற கோட்டை, கவசம் தயாராக இருக்கிறது என்பதை மீண்டும் மீண்டும் நாங்கள் உறுதி செய்கிறோம்.

கழகம் என்பது இந்த நாட்டிலே இருக்கிற எத்தனையோ அரசியல் கட்சிகளில் இன்னொரு கட்சி அல்ல; இது ஒரு பேரியக்கம். கொள்கைகளுக்காக உருவாகி, அந்தக் கொள்கைகளை நடைமுறைப்படுத்துகிற முயற்சியிலே பல இன்னுயிர்களைத் தந்து, காராகிரகம் சென்று, கடும் அடக்குமுறைகளைத் தாங்கி, ஆளுங்கட்சியிலே இருக்கிற போது நன்மைகள் செய்வது, எதிர்க்கட்சியிலே இருக்கிற போது ஆளுங்கட்சி செய்கிற தவறுகளை சுட்டிக் காட்டுவது, தொடர்ந்து இந்த தமிழ்நாட்டு மக்களுக்கு எந்தவிதமான பங்கமும் வரக்கூடாது என்பதற்காக பாடுபடக்கூடிய பேரியக்கம் நம்முடைய கழகம். நம்முடைய கொள்கைகளில் ஒன்று தமிழை இந்த நாட்டினுடைய ஆட்சி மொழிகளில் ஒன்றாக மாற்ற வேண்டும் என்பதுதான். அந்த இலக்கை நோக்கி நடை போட்டுக் கொண்டிருக்கிறோம். அதுவரை, இந்திய நாட்டின் எல்லா பகுதிகளையும் இன்று இந்தி ஆக்கிரமித்து விட்டது. தமிழகத்திலே மட்டும் இன்னும் கால் வைக்க முடியவில்லை என்றால் அதற்கு ஒரே காரணம், கருப்பு சிவப்பு கொடி என்பதை யாரும் மறந்து விடக்கூடாது.

டெல்லியிலே எங்களோடு பேசுகிற மற்ற மாநிலத்தைச் சார்ந்தவர்கள், குறிப்பாக தென் மாநிலங்களைச் சார்ந்தவர்கள், மேற்கு வங்காள, மராட்டிய மாநிலத்தைச் சார்ந்தவர்கள் சொல்லுவார்கள், உங்களுடைய மாநிலத்தில் இருக்கிற தலைவர்களைப் போல எங்களுக்கு கிடைக்காத காரணத்தால் எங்கள் மொழி சிதைந்து விட்டது என்று ஆதங்கத்தில் அவர்கள் சொல்வதைக் கேட்டு இருக்கிறோம். இன்னும் உங்களைப் போன்றவர்களால் தான் முழுமையாக இந்தி மட்டும்தான் இந்த நாட்டின் ஆட்சி மொழி என்ற நிலைவராமல் தடுக்கப்பட்டு இருக்கிறது என்பதைம் நன்றி உணர்ச்சியோடு சொல்லுகிறார்கள். முன்பெல்லாம் நாடாளுமன்றத்திலே இந்தி பேசுகின்றவர்களுடைய எதிர்ப்பு கடுமையாக இருக்கும். ஆனால் இப்பொழுது எங்களைப் போன்றவர்கள் எழுந்து நின்று ஹிந்தியில் பேசாதே என்று சொன்னால் அவர்கள் கட்டுப்பட்டு ஆங்கிலத்திலே பேசுகின்ற அளவுக்கு ஆளாக்கி வைத்திருக்கிறோம். அந்த அளவுக்கு கழகம் அங்கே வலிமை பெற்றிருக்கிறது. அதற்கு முன்பாக நான் இங்கு வந்திருக்கக்கூடிய இளைஞர்களுக்குச் சொல்லுவேன்.

இந்தக் கூட்டத்தில் நான் இன்றைய நடைமுறை அரசியல் செய்திகளை சொல்லாமல் இதிலே மட்டுமேதான் நான் நிற்பேன் என்று சொன்னதற்கு ஒரு காரணம் இருக்கிறது. நாளை குடியரசு தினம். இந்திய நாடு மக்களுக்காக, மக்களால் தேர்ந்தெடுக்கப்படுகின்ற அரசால் நடத்தப்படும் என்ற நிலையை எட்டிய நாள் இந்த ஜனவரி 26. அந்த நாளின் போது டில்லியிலே கொடி ஏற்று விழா நடைபெறும். இந்தியா முழுவதும் நடைபெறும். அங்கே சிறப்பு அணிவகுப்பு நடைபெறும். நான் சற்றேறக்குறைய 20 ஆண்டுகளுக்கும் மேலாக நாடாளுமன்ற உறுப்பினராக இருக்கிறேன். ஒரு முறை கூட குடியரசு தினவிழா நேரத்திலே நான் அங்கே இருந்தது இல்லை. காரணம் என்ன தெரியுமா? முதல் நாள் வீரவணக்க நாள் கூட்டத்தில் பேசிவிட்டு செல்ல வேண்டும் என்கிற போது அங்கே செல்ல வேண்டியதை தவிர்த்து விட்டு அதற்குப் பதிலாக இங்கே வேறு எங்காவது கொடியேற்றலாம். எங்கே ஏற்றினாலும் அது நாட்டினுடைய தேசியக் கொடி தான். அப்படி வீரவணக்க நாள் என்கிற கூட்டத்திற்கு நாங்கள் முக்கியத்துவம் தருகிறோம். கிளம்புகிற நேரத்திலே இருந்து மனதிலே ஒரு சஞ்சலம். மனதிற்குள்ளே எப்போதும் இல்லாத அளவிற்கு ஒரு வேகம். நம்முடைய கடமை இன்னும் பெரிதாக இருக்கிறது என்பதை உடன் வருகிறவர்களிடம் நினைவுபடுத்திக் கொண்டே வர வேண்டிய அளவிற்கு இந்த நாள் எங்களுடைய மனதில் பாதிப்பை ஏற்படுத்தியிருக்கிறது.

தனிமனித வாழ்க்கையின் தேவைகள், வசதிகள் ஆகியவற்றை நிறைவேற்றுவதற்காகப் பாடுபடுகின்ற கூட்டத்திலே இருந்து ஒதுங்கி நின்று மக்கள், நாடு, மொழி, இனம் இதற்காக மட்டுமே நம்முடைய வாழ்க்கை என்று ஒப்படைத்துக் கொண்ட லட்சோப லட்சம் கழகத் தொண்டர்களின் வரிசையில் நானும் ஒருவன் என்ற அந்த உணர்ச்சிப் பெருக்கோடு நிற்கிறேன். இன்றைக்கு இந்தக் கூட்டத்தில் நாங்கள் சொல்லக்கூடிய செய்திகள் இளைய தலைமுறையின் தோழர்களுக்கு உங்கள் மனதில் பசுமரத்தாணியாகப் பதிய வேண்டும். நீங்கள் ஏற்கனவே கழகத்தில் அங்கம் வகித்துக் கொண்டு இருந்தாலும் சரி, இதுவரை இந்த இயக்கத்திலேயே இணையாத வேறு தோழர்களாக இருந்தாலும் சரி, ஒன்றைப் புரிந்துகொள்ளுங்கள். என்றோ ஒரு நாள் ஏதோ கிடைக்கும் என்பதற்காக அல்ல பழுப்பதிலே பணியாற்றுவது. என்றாவது ஒரு நாள் முக்கியமான காரணத்திற்காக களம் காண வேண்டியதுதான் நமது கடமை என்ற உணர்வை இளைஞர்கள் தங்களுடைய நெஞ்சத்திலே பதிய வைத்துக் கொள்ளுங்கள்.

தமிழ் மொழி என்பது எவ்வளவு சிறப்பு மிக்க மொழியென்றார்கள். எல்லா மொழிகளும் எப்போது தோன்றியது என்று ஆராய்ச்சி ரீதியாக கண்டு உணர்ந்தாகிவிட்டது. உலகத்திலேயே இன்றைக்கு ஒரு மொழி தெரிந்தால் போதும் பல நாடுகளுக்கு செல்லலாம். பெரும்பான்மையான நாடுகளுக்கு செல்லலாம். அது என்ன மொழி என்றால் ஆங்கில மொழி. அந்த ஆங்கில மொழி எப்போது தோன்றியது? ஆராய்ச்சி கண்டுபிடித்து உண்மையைச் சொல்லியிருக்கிறார்கள். யாரோ சொல்லி யாரோ கேட்டு நம்பியது அல்ல. ஆய்ந்து அறிந்து ஆதாரப்பூர்வமாக சொன்னது. ஆங்கில மொழி எழுத்து வடிவத்திலே இந்த உலகத்திற்கு அறிமுகமானது ஆயிரம் ஆண்டுகளுக்கு முன்னால் பத்தாவது நூற்றாண்டில் தான். முதன்முதலாக ஆங்கில மொழியிலே ஒரு பெரிய புதினம் என்று சொல்லக்கூடிய நாவல் வெளிவந்தது 16ஆவது நூற்றாண்டில். உலகம் முழுவதும் எல்லோரும் அறிந்த இலக்கியவாதி ஷேக்ஸ்பியர். இங்கிலாந்து நாட்டிலே ஒரு ஆய்வு நடத்தினார்கள். கடந்த ஆயிரம் ஆண்டில் தலைசிறந்த மனிதன் யார்? என்று ஆய்வு நடத்திய போது அந்த ஆய்வின் முடிவு ஆண்ட மன்னர்களைச் சொல்லவில்லை. அந்த நாட்டின் விஞ்ஞானிகளைச் சொல்லவில்லை. எங்கள் நாட்டின் ஆயிரம் ஆண்டின் தலைசிறந்த மனிதன் சேக்ஸ்பியர்தான் என்று சொன்னார்கள்.

அவன் பிறந்து வாழ்ந்தது பதினாறாம் நூற்றாண்டில். நன்றாகக் கவனியுங்கள்! பத்தாவது நூற்றாண்டில் ஒரு மொழி புழக்கத்திற்கு வருகிறது. அதே பத்தாம் நூற்றாண்டின் போது தஞ்சையிலே ராஜராஜ சோழன் நமது பெரிய கோவிலை கட்டிக் கொண்டிருந்தான். அவனைப் புகழ்ந்து தமிழ்ப் புலவர்கள் பாடிக்கொண்டிருந்தார்கள். அதற்கு இரண்டு நூற்றாண்டுக்கு முன்தான் எட்டாம் நூற்றாண்டில் பிரெஞ்சு மொழி புழக்கத்திற்கு வந்திருந்தது. அதற்கு இரண்டு நூற்றாண்டுகளுக்கு முன்னால் 6 ஆம் நூற்றாண்டில் ஜெர்மன் மொழி இந்த உலகத்திற்கு அறிமுகமானது. இப்படியே நாம் தேடிக் கொண்டு போகிற போது உலகத்தின் தொன்மையான மொழிகள் எவை?

சரித்திர ரீதியாக காலங்களை கடந்து நிற்கிற அந்த மொழிகளைத் தான் செம்மொழி என்று சொல்லுவார்கள். அப்படி இருந்த மொழிகள் எவை? பேச்சு வழக்கில் எழுத்து வழக்கில் இருக்க வேண்டும். சில மொழிகள் பேசுபவர்கள் மட்டும்தான் இருப்பார்கள். அப்படிப் பேசுகிறவர்கள் மறைந்து போகிற போது அந்த மொழியும் இல்லாமல் போகும். அதுபோல 2000, 3000 மொழிகள் காணாமல் போயிருக்கின்றன. ஆய்ந்து ஆய்ந்து உலகத்தின் தலைசிறந்த மூத்த மொழிகள் எவை என்று ஆராய்ச்சி என்ன முடிவுக்கு வந்தது தெரியுமா? ஆறு மொழிகள் என்று சொன்னார்கள். அந்த ஆறு மொழிகள் எவை? கிரேக்கம், உலகத்திற்கு அரசியல், தத்துவம், கலை இலக்கியத்திற்கு முன்னோடியாக கருதப்பட்ட நாடு கிரேக்க நாடு. அந்த கிரேக்க நாட்டினுடைய மொழி கிரேக்க மொழி முதலாவது. இரண்டாவது ஜூலியஸ் சீசர் போன்றோர் ஆண்டு கொண்டிருந்த ரோம் நாட்டிலே பேசப்பட்ட லத்தீன் மொழி. மூன்றாவது பைபிள் என்ற நூல் எழுதப்பட்ட ஹீப்ரு என்கிற மொழி. நான்காவது நமக்கு பக்கத்திலேயே இருக்கின்ற உலகத்திலேயே அதிக மக்கள் தொகையைக் கொண்ட நாடு, இன்னும் கொஞ்சம் ஆண்டுகளில் இந்தியா முதல் இடத்திற்கு சென்று விடும். முதலிடத்திற்கு செல்லக்கூடாது என்று விரும்புகிற ஒரே ஒரு காரியம் அது தான்.

இன்னும் சில ஆண்டுகளில் இந்தியா உலகத்தில் அதிக மக்கள் தொகை கொண்ட நாடாக மாறிவிடும். அதிக பிரச்சனைகள் உள்ள நாடாகவும் மாறிவிடும் என்று கருதும் சீன நாட்டினுடைய மொழி நான்காவது மொழி. ஐந்தாவது இந்திய நாட்டின் இன்னொரு பகுதியில் நாம் இன்றைக்கு பேசிக் கொண்டிருக்கிறோம் என்று சொல்ல முடியாது பலரால் திணிக்கப்பட்டுக் கொண்டிருக்கிற சமஸ்கிருதம். ஆறாவது நம்முடைய தாய்மொழி தமிழ்மொழி. இங்கு இருக்கிற சில தோழர்கள் கேட்கலாம் ஏன் நீ தமிழை கடைசியாக சொல்கிறாய் என்று. காரணம் இருக்கிறது. நான் முதலில் சொன்ன கிரேக்க மொழி இப்போது கிரேக்க நாட்டைப் பற்றி தெரிகிறது, ஆனால் கிரேக்க மொழி முற்றிலுமாக அழிந்து போய்விட்டது.

சாக்ரடீஸ் பேசிய மொழி, பிளாட்டோ எழுதிய மொழி, அரிஸ்டாட்டில் போதித்த மொழி, அலெக்சாண்டர் மூலமாக உலகமெல்லாம் சுற்றி வந்த மொழி இப்போது இல்லை. லத்தீன் அழிந்து போய்விட்டது. ஹீப்ரு பைபிள் எழுதப்பட்ட காரணத்தால் புதுப்பிக்கப்பட்டுக் கொண்டிருக்கிறது. சீன மொழி எழுத்து வடிவம் பட வடிவத்தில் இருக்கிற காரணத்தால், அது அந்த நாட்டை தாண்டிச் செல்ல முடியவில்லை. சமஸ்கிருதம் பேசப்படும் ஒரு மொழி அல்ல, எழுத்து வடிவத்திலே மட்டுமே இருக்கக்கூடிய மொழி. இலக்கியம் நிறைய உண்டு. இரண்டு புரோகிதர்கள் சமஸ்கிருதத்தில் மந்திரம் சொல்லுவதை நீங்கள் கேட்டிருக்கலாம். பேசுவதை கேட்டிருக்க முடியாது. ஒரு வீட்டிலே குடும்பத்தில் இருக்கிறவர்கள் சமஸ்கிருதத்திலே பேசிக் கொண்டிருக்கிற குடும்பமா என்றால் கிடையாது. சமஸ்கிருதம் எழுத்து மொழி மட்டும்தான் பேச்சு மொழி கிடையாது. பேச்சு மொழி,

எழுத்து மொழி, இலக்கியம் உண்டு, வரலாறு உண்டு, காலத்தால் தொட முடியாத, அழிக்க முடியாத மொழி உலகத்திலே தமிழ் மட்டும் தான்.

அரசு விழாக்களில், பள்ளிக்கூடங்களில், கல்லூரிகளில் விழா தொடங்குவதற்கு முன்பு தமிழ்த்தாய் வாழ்த்து பாடுகிறோமே! இந்த நாட்டிலே திராவிட முன்னேற்றக் கழகம் ஆட்சிக்கு வந்ததற்குப் பின்னால் நிகழப்பெற்ற சாதனைகள் சரித்திரங்கள் நிறைய. அதிலே ஒன்று, ஒவ்வொரு விழா தொடங்குகின்ற போதும் இறைவணக்கம் என்கின்ற போது அதற்கு ஈடாக அல்லது அதற்கு மாற்றாக அதோடு சேர்த்து தமிழ்த்தாயையும் வாழ்த்திட வேண்டும் என்று அறிஞர் அண்ணா முயற்சி எடுத்தார்கள். அதற்கு ஆராய்ச்சியில் ஈடுபட்டுக் கொண்டிருந்த போது அண்ணா சில பாடல்களைத் தேர்ந்தெடுக்கிறார். ஆனால் அண்ணா மறைந்து விட்டார். அண்ணாவிற்குப் பின்னால் கலைஞர் முதலமைச்சராகிறார். முதலமைச்சராகி அவர் செய்த முதல் காரியம் தமிழ்த்தாய் வாழ்த்துக்கு எந்தப் பாடல் என்று தேர்ந்தெடுத்தது, நெல்லை மனோன்மணியம் சுந்தரனார் எழுதிய பாடல். உங்கள் அனைவருக்கும் தெரிந்தது ‘நீராரும் கடலுடுத்த’ என்ற பாடல். அந்தப் பாடலினுடைய ஒரு மிகச்சிறந்த சிறப்பு என்ன தெரியுமா?

கலைஞருடைய பெருந்தன்மையையும் தெரிந்து கொள்ளுங்கள். தமிழ்த்தாய் வாழ்த்தாக அரசு விழாவிலே பாட வேண்டும் என்று அறிவிக்கிற போது, அதில் இருக்கிற ஒரு வரியை நீக்கி விடுகிறார். இன்றைக்கு கழகத்தை விமர்சிக்கின்ற காழ்ப்புணர்ச்சி கொண்டவர்கள் எல்லாவற்றிற்கும் ஒரு மஞ்சள் நிற கண்ணாடியை மாட்டிக் கொண்டு எல்லாவற்றையும் மஞ்சள் நிறமாகவே பார்க்கக் கூடியவர்கள் அவர்களுக்கு சொல்லுகிறேன்; எங்களுக்கு பெருந்தன்மை உண்டு! எல்லா நேரங்களிலும் எல்லோரையும் நிந்திப்பது கிடையாது விமர்சிக்க வேண்டிய நேரத்தில் விமர்சிப்போம் அவ்வளவுதான். அந்தப் பாடலில் இருந்து ஒரு வரியை கலைஞர் நீக்கினார் என்ன தெரியுமா? “ஆரியம் போல் உலக வழக்கு அழிந்து ஒழிந்து” என்ற ஒரு வரியினை கலைஞர் நீக்குகிறார். என்ன காரணம்? ஒரு விழாவில் ஒரு இனத்தினுடைய மனம் புண்படக்கூடிய அளவிற்கு வார்த்தைகளும் இருக்கக் கூடாது. அழிந்து ஒழிந்து என்ற வார்த்தைகளும் தேவையில்லை என்று சொன்ன பெருந்தன்மை கலைஞருக்கு உண்டு.

அந்த ஆரியம் போல் உலக வழக்கு அழிந்து ஒழிந்து என்று சொல்லிவிட்டு அடுத்த வரி என்ன சொல்லுகிறது தெரியுமா? “சிதையா உன் சீரிளமை திறம் வியந்து” நன்றாகக் கவனியுங்கள் “சிதையா உன் சீரிளமை திறன் வியந்து” இத்தனை நாட்கள் அந்தப் பாடலை கேட்டிருப்பீர்கள். இத்தனை நாட்கள் அதைப் பாடியிருப்பீர்கள். ஆனால் இதில் இருக்கிற பொருளை பாருங்கள். இளமை முதுமையாக மாறாமல் இருக்காது. முதுமை எவனையும் விட்டுச் செல்வது இல்லை. மனிதனை மட்டுமல்ல உலகத்திலே கட்டிடங்கள் எதுவாக இருந்தாலும் காலத்தின் முத்திரை பதிக்கும். அது மெல்ல மெல்ல பழமை அடையும். பின்னர் இல்லாமலே போகும். ஆனால், இளமை, சிதையா உன் சீரிளமை என்று சொல்லுகிற போது தமிழ் இளமையோடு இருக்கிறது. அது சிதையாமல் இருக்கிறது என்பதைத்தான், சிதையா உன் சீரிளமை திறன், யோசியுங்கள் இதுதான் தமிழின் சிறப்பு. இதுதான் கலைஞரின் சிறப்பு. இதுதான் தமிழ்த்தாய் வாழ்த்தினுடைய சிறப்பு.

இந்தத் தாய்மொழிக்கு மாற்றாக இந்தி என்கின்ற மொழியா? அந்த மொழி எப்போது தோன்றியது? ஒரு 300, 400 ஆண்டுகளுக்கு முன்னால் பெர்சிய நாட்டில் இருந்து வந்தவர்களிடமிருந்து ஒரு மொழி வருகிறது, இந்தியாவிலேயே கரிபோல்ட் என்கிற ஒரு மொழி இருக்கிறது. கரிபோல்ட் என்கிற மொழியோடு அந்த மொழி சேர்ந்து உருவானது உருது. கரிபோல்ட் என்ற மொழி சமஸ்கிருதத்தோடு சேர்ந்து உருவானது இந்தி மொழி.

இந்தி மொழிக்கு எழுத்து வடிவம் கிடையாது. சொந்த எழுத்து கிடையாது குறித்துக் கொள்ளுங்கள். நாளைக்கு யாராக இருந்தாலும் நீங்கள் பேசுங்கள். தமிழுக்கு எழுத்து வடிவம் உண்டு. சீன மொழிக்கு உண்டு. நம்முடைய பக்கத்து மாநிலத்தில் இருக்கிற தெலுங்கிற்கு கன்னடத்திற்கு உண்டு. மலையாளத்திற்கு உண்டு. ஆனால் இந்திக்கு இரவல் எழுத்து. தேவநாகரி வடிவத்தில் எழுதப்படுகிற ஒரு மொழி இந்தி. அந்த மொழியை 300 ஆண்டுகளுக்கு முன்னாலே தோன்றி மூவாயிரம் ஆண்டுகளுக்கு முன்னர் தோன்றி முதிர்ந்த என் தாய்மொழியை அளிக்க வருகிறதென்றால் அதை எதிர்ப்பதை விட வேறு என்ன வேலை நமக்கு இருக்க முடியும்?

திருவள்ளுவர் பிறந்தது 2000 ஆண்டுகளுக்கு முன்னால்! நான் சேக்ஸ்பியர் வாழ்ந்தது 16ஆவது நூற்றாண்டில் என்று சொன்னேன். திருவள்ளுவர் உலக மகா அறிஞர் வாழ்ந்தது 2000 ஆண்டுகளுக்கு முன்னால். தொல்காப்பியன் தமிழுக்கு இலக்கணம் எழுதியவன் வாழ்ந்தது 2500 ஆண்டுகளுக்கு முன்னால். 2500 ஆண்டுகளுக்கு முன்னால் இலக்கணம் எழுதக்கூடிய அளவிற்கு ஒரு மொழி இருந்திருக்கிறது. கீழடி ஆராய்ச்சி சொல்லுகிறது தமிழன் உலோகத்தோடு வாழ்ந்து கொண்டிருந்தான். எல்லா விதத்திலும் முன்னேறி இருந்தான். அதிலும் 3000 ஆண்டுகளுக்கு முன்னால் என்றால் என் தாய்மொழியின் காலம் என் மொழியினுடைய வயது தமிழனுடைய கீர்த்தி எத்தனை ஆண்டு காலம் யோசித்துப் பாருங்கள். அதைத்தான் நான் மீண்டும் இளைஞர்களுக்கு ஒன்று சொல்வேன். முன்னணி யினருக்கு சொல்ல வேண்டிய அவசியம் இல்லை, ஏனென்றால் அவர்கள் ஏற்கனவே உணர்ச்சி பெற்றவர்கள். முழுமையாக அதை நெஞ்சத்திலே உரமேற்றிக் கொண்டவர்கள்; தாய்மார்களுக்கும் சேர்த்துதான் சொல்கிறேன். நீங்கள் வீரமுள்ள தாய்மார்களாக மாறுகிற பொழுதுதான் நீங்கள் பெறுகின்ற பிள்ளைகளும் வீரமுள்ளவர்களாக இந்த மண்ணிலே பிறந்து மொழியையும் நாட்டையும் பாதுகாப்பார்கள் என்று விடுதலைப் போராட்ட காலத்திலே பேசியதைப் போல இப்போதும் அதைத்தான் சொல்லுகிறோம். தாய் தருகிற வீரம் தான் பிள்ளைகளுக்கு. எனவே இந்தக் கூட்டம் ஏதோ அரசியல் கூட்டம் என்று கருதாதீர்கள். வேலையில்லாமல் ஆண்டுதோறும் இவர்கள் நடத்துகின்ற கூட்டம் என்று எண்ணாதீர்கள். உணர்ச்சியோடு சொல்லுகிறேன். இந்த மொழியை தனக்கு இருக்கிற அதிகாரத்தின் மூலமாக அகற்ற, மாற்ற, சிதைக்க ஒரு அரசாங்கம் முனைகிறது என்றால் அந்த அரசாங்கத்தை எதிர்ப்போம். எதிர்ப்புக்குப் பலனில்லை என்றால் அந்த அரசாங்கத்தையே அகற்றுவோம் என்பதுதான் நமக்கு முன்னால் இருக்கக்கூடிய மிகப்பெரிய கடமை.

இன்றைக்கு அவர்கள் என்ன செய்கிறார்கள் என்பதற்கு நாம் பின்னால் ஒரு செய்தி மட்டும் சொல்லுகிறேன். அதற்கு முன்னால் இந்தத் தியாகிகளினுடைய பட வரிசை இன்றைக்கு உங்களுக்கு படங்களின் மூலமாக சொன்னார்களே, முதன் முதலாக ராஜாஜி தமிழ்நாட்டினுடைய முதலமைச்சராகப் பொறுப்பேற்ற போது தமிழ்நாட்டில் உள்ள எல்லா பள்ளிகளிலும் இந்தி கட்டாயப் பாடம் என்ற ஒரு சட்டத்தை கொண்டு வருகிறார். பள்ளியிலே சொல்லிக் கொடுத்து விட்டுப் போனால் போகட்டும் என்று நம்முடைய தலைவர்கள் அன்றைக்கு இருந்திருப்பார்களேயானால் பெரியாரோ, அண்ணாவோ, கலைஞரோ, மறைமலை அடிகளோ, முத்தமிழ் காவலர் கி.ஆ.பெ.விசுவநாதமோ, பட்டுக்கோட்டை அழகிரியோ வேடிக்கை பார்த்துக் கொண்டு இருந்திருப்பார்களேயானால் இன்றைக்கு இந்த தாய்மொழியாம் தமிழை சீரிய அழகோடு பேசுகிறோமே அது என்றைக்கோ இல்லாமல் போயிருக்கும். 38 ஆம் ஆண்டு என்று சொன்னால் சற்றேறக்குறைய 85 ஆண்டுகளுக்கு முன்னால், முதல் இந்தி எதிர்ப்புப் போராட்டம் நடந்தது 1938 இல் அப்போது, கலைஞருக்கு வயது 14. அந்தப் போராட்டத்தில் தான் அறிஞர் அண்ணா

முன்னுக்கு வருகிறார். பெரியார் தலைமையில் மிகப்பெரிய போராட்டங்கள் நடைபெறுகிறது. திருச்சியில் இருந்து மூவலூர் ராமாமிர்தம் அம்மையாரும் பட்டுக்கோட்டை அழகிரியும் வழிநெடுக மக்களிடம் பொதுக்கூட்டங்கள் வாயிலாக பேசிக்கொண்டே செல்கிறார்கள். மக்களிடம் எடுத்து விளக்குகிறார்கள். கட்டாய இந்தி தமிழகத்திலே தேவையில்லை என்று கடுமையாக எதிர்த்ததன் விளைவாக அது அரசால் திரும்ப பெறப்படுகின்றது.

அடுத்து 48 இல் அந்தப் போராட்டம் வருகிற போது அந்தப் போராட்டத்தின் தளபதியாக அறிஞர் அண்ணாவை நியமிக்கிறார் தந்தை பெரியார். அதனால்தான் அந்தக் காலத்திலேயே அறிஞர் அண்ணாவை தளபதி சி.என்.அண்ணாதுரை என்று சொல்வார்கள். இன்றைக்கு கழகத்தின் தலைவராக இருக்கக்கூடிய நம்முடைய முதலமைச்சரை இளைஞரணி தொடங்கிய 82 ஆம் ஆண்டு அந்தக் குழுவிலே அவரும் நானும் இன்னும் மூன்று பேரும் முதல் சுற்றுப் பயணம் தொடங்கியபோது வேலூரிலே கோட்டை வெளி மைதானம். வரலாற்று சிறப்புமிக்க கூட்டத்திலே பேசுகிறபோது அப்போதுதான் நான் சொன்னேன். பட்டுகோட்டை அழகிரியை தளபதி என்று முதன்முதலில் அழைத்தார்கள். அதற்குப் பின்னால் அறிஞர் அண்ணா அவர்களை 1948இல் இந்தி எதிர்ப்புப் போரில் தளபதி என்று அழைத்தார்கள். அண்ணாவிற்குப் பின்னால் அந்தப் பெயருக்கு ஏற்றவர்கள் யாரும் இல்லை. இனி எங்கள் இயக்கத்திற்கு இந்த இனத்திற்கு இளைஞர்களுக்கு நீங்கள் தான் தளபதி என்று நான் சொன்னது 82. அந்தத் தளபதியை தமிழ்நாடே கொண்டாடி அவர் இன்றைக்கு தலைவராக இருந்து தமிழினத்தை காப்பாற்றிக் கொண்டிருக்கிறார் என்றால் இந்தத் தலைவர்களுடைய வரிசையிலே கோவிந்தராஜ் சொன்னதைப் போல இவர்களுடைய ஒட்டுமொத்த பிரதிநிதியாக நம்முடைய கழகத்தினுடைய தலைவர் அவர்கள் இன்று இருக்கிறார்கள்.

48 முடிந்தது, நாடு விடுதலை அடைந்தாகிவிட்டது. நான் வேகமாக வருகிறேன் முக்கியமான செய்திக்கு நான் வந்தாக வேண்டும். 1950ல் இந்த நாடு குடியரசாக மாறுகிறது. நாளைக்கு குடியரசு தினம் மட்டுமல்ல நான் மிசா சிறையில் இருந்து விடுதலையான நாள் அது. ஆட்சி கலைக்கப்பட்டு கல்லூரி மாணவனாக பிப்ரவரி மாதம் கைது செய்யப்பட்டு ஓராண்டுக்குப் பின்னால் நான் விடுதலையான நாள் ஜனவரி 26. அந்த அரசியல் சட்டம் என்பது இந்திய அரசாங்கத்தால் ஏற்றுக்கொள்ளப்பட்டு, இந்த நாட்டுக்கு குடியரசு என்றால் ஒரு அரசியல் அமைப்பு சட்டம் தேவை. இங்கே இருக்கிற இளைஞர்களுக்கு சொல்வேன், மேடையிலே இருக்கிற சிலருக்கும் சொல்வேன். வளருகின்ற தலைமுறையைச் சேர்ந்த நிர்வாகிகளுக்கு சொல்லுவேன். இந்த மொழிப் போராட்டம் 64-65ல் உச்சநிலைக்கு சென்றதற்கு என்ன காரணம்? 38-48 விட 64-65ல் துப்பாக்கி சூட்டிற்கு பலியானோர் நூற்றுக்கணக்கானோர். தன்னைத்தானே எரித்துக் கொண்டும் நஞ்சருந்தியும் செத்துப் போனவர்கள் 20, 30 பேர். ஏன் இந்தப் போராட்டம் உச்ச கட்டத்தை அடைந்தது என்பதை நீங்கள் தெரிந்து கொண்டாக வேண்டும். அரசியல் சட்டம் 1950 இல் நிறைவேறியது அல்லவா! அதிலே ஒரு பிரிவு. அரசியல் சட்டம் நிறைவேறுவதற்கு முன்னால் இந்த நாட்டினுடைய ஆட்சி மொழி என்ன தெரியுமா? இந்தியல்ல ஆங்கிலம் மட்டும்தான்.

அரசியல் சட்டம் எப்படி இருக்க வேண்டும்? எந்தெந்தப் பிரச்சினைகளுக்குச் சட்ட ரீதியாக தீர்வு சொல்ல வேண்டும் என்று அரசியல் நிர்ணய சபையில் விவாதம் நடந்தது. அதில் இந்த நாட்டுக்கு ஆட்சி மொழியாக எது இருக்க வேண்டும் என்கிற விவாதம் வருகின்ற நிலையில் இந்திதான் வேண்டும் என்று ஒரு பிரிவினர்; இல்லை ஆங்கிலமே தொடரட்டும் என்று ஒரு பிரிவினர். இந்த விவாதம் முற்றிப்போய் சரி

வாக்கெடுப்புக்கு விடலாம் என்று விடுகிறார்கள். வாக்கெடுப்பில் என்ன நடந்தது தெரியுமா? இரு தரப்புக்கும் சமமான ஆதரவு கிடைத்தது. இந்த நிலையில் அரசியல் சட்ட நிர்ணய சபையின் தலைவராக இருந்து பின்னாலில் குடியரசுத் தலைவராக மாறிய டாக்டர் ராஜேந்திர பிரசாத் தன்னுடைய ஆதரவு வாக்கினை இந்திக்கு அளித்தார். அந்த அரசியல் சட்டத்தின் ஒரு பிரிவு என்ன சொல்லுகிறது தெரியுமா? முக்கியமாக தெரிந்து கொள்ளுங்கள்! இன்னும் 15 ஆண்டுகள் கழித்து நாடாளுமன்றம் இடையில் ஏதாவது சட்டம் இயற்றாமல் இருந்தால் ஆங்கிலம் என்பது முற்றிலுமாக அகன்று இந்தி மட்டுமே இந்த நாட்டின் ஆட்சி மொழியாக இருக்கும் என்ற ஒரு பிரிவினை கண்டுணர்ந்த ஒரே மாநிலம் தமிழ்நாடு. ஒரே கட்சி திராவிட முன்னேற்ற கழகம்.

இந்தப் போராட்டம் மட்டும் அன்றைக்கு நடைபெறவில்லை என்றால் இன்றைக்கு ஆங்கிலமும் இந்த நாட்டினுடைய ஆட்சி மொழி. நாடாளுமன்றத்தில் நம்முடைய அரசியல் சட்டம் மட்டும் அல்ல, சட்ட பிரிவுகள் மட்டுமல்ல, அரசாங்க சுற்றறிக்கை எல்லாம் இந்தி, ஆங்கிலம் இரண்டிலுமே வரும். அதை யாரும் இப்போது தொட முடியாது. ஆங்கிலமும் ஆட்சி மொழியாகத் தொடர்கிறது. அதனால் தான் எங்கள் காலம் அங்கே தள்ளுகிறது. நான் இந்தி பேசுகிறவனை வெறுப்பதில்லை. இந்தி மொழி அழிய வேண்டும் என்று சொல்லுகிறவர்கள் அல்ல நாங்கள்; எல்லா மொழிகளும் இருக்க வேண்டும். எல்லா மொழி பேசுகிறவர்களுக்கும் உரிமை வேண்டும். ஆனால் ஒரு மொழி இன்னொரு மொழியை ஆக்கிரமிக்கக் கூடாது! என் தாய்மொழி தமிழ் தழைக்க வேண்டும் வாழ வேண்டும் என்கிறேனே தவிர தமிழைக் கொண்டு இன்னொரு மொழியை அழிக்க வேண்டும் என்கிற குறுமதி எங்களுக்குக் கிடையவே கிடையாது. அப்படி ஆங்கிலமும் தொடர்வது என்கிற காரணத்தினால் தான் நாங்கள் நாடாளுமன்றத்தில் அந்த மொழியைப் பேசுகிறோம் பலருக்கும் அது புரிகிறது. இந்தியாவில் இருக்கிற பலமொழி பேசுகிறவர்களுக்கு ஒரு மொழி தொடர்பு மொழியாக ஆங்கிலம் இருக்கட்டும் என்று சொல்லுகிறோம். அப்படி ஆங்கிலமே அகன்று விடும், ஹிந்தி மட்டுமே இருக்கும் என்ற சட்டம் நடைமுறைக்கு வந்து விடும் என்ற காரணத்தால் இந்த நாட்டிலே போராட்டம் கிளம்பியது என்பதனை விட ஒரு முக்கியமான நிகழ்வினை சொல்லுகிறேன்.

1964 ஆம் ஆண்டு சென்னையிலே எழும்பூர் ரயில் நிலையத்தில் முதலமைச்சர் பக்தவச்சலம் வந்து இறங்குகிறார். அப்போது ஒரு இளைஞன் 20 அல்லது 22 வயது இளைஞன் நன்றாக யோசியுங்கள். நான் சிறைக்குச் சென்ற போது எனக்கு வயது 21. தளபதி சிறைக்குச் சென்று அடிபட்டபோது வயது 23. பகத்சிங் தூக்கிலே போடப்பட்ட போது வயது 24. நான் சொல்லுகிற இந்த இளைஞனுக்கும் அப்போது வயது 23, 24. நேராக முதலமைச்சர் படை பரிவாரங்களோடு வருகிறவருக்கு எதிரே போய் நிற்கிறான். நின்று என்ன கேட்டான் தெரியுமா? ஒன்றும் மரியாதைக் குறைவாக நடந்து கொள்ளவில்லை. இருகரம் கூப்பி வணங்கினான். ஐயா! முதலமைச்சர் அவர்களே நீங்களும் தமிழர் தானே! இந்தி நம்மை அழிக்க வருகிறதே, உங்கள் அதிகாரத்தைக் கொண்டு அதை தடுக்கக் கூடாதா என்று தான் கேட்டான். முதலமைச்சர் விளக்கம் சொல்லி இருக்கலாம். அல்லது பதில் சொல்லாமலே கடந்து போய் இருக்கலாம். நான் அண்ணாவை அருகில் இருந்து பார்க்கின்ற வயதினைப் பெறாதவன். நான் பெரியாரோடு பேசி இருக்கிறேன் அவர் பேசுகிற கூட்டங்களில் பக்கத்தில் இருந்து கேட்டு இருக்கிறேன். பெரியாரும் அண்ணாவும் இல்லாத நிலையில் கலைஞர் என்ற தலைவரோடு நாங்கள் ஒன்றாகவே வாழ்ந்திருக்கிறோம். தனியாக பயணம் செய்திருக்கிறோம். தனியாக அறையிலேயே உட்கார்ந்து பேசி இருக்கிறோம். சில நேரங்களில் சில ஐயங்களைக் கேட்கிற போது எங்களுக்கு பொறுமையாக விளக்கி பதில்

சொல்லி இருக்கிறார். காரணம், இவனுக்கு தெளிவு ஏற்பட்டால் நாளைக்கு பலருக்கு தெளிவை ஏற்படுத்துவான் என்று அந்த உணர்வு. அதுதான் தலைவனின் இலக்கணம்.

அறிஞர் அண்ணா திராவிட நாடு கோரிக்கையை கைவிடுகிற போது மாணவர்கள் போய் கேட்டார்கள் அண்ணாவிடம், "அண்ணா! திராவிட நாடு கோரிக்கையை கைவிட்டு விட்டீர்களாமே, அடைந்தால் திராவிட நாடு இல்லையேல் சுடுகாடு என்றல்லவா சொல்லிக் கொண்டிருந்தோம் ஏன் கைவிட்டீர்கள்?" என்று கேட்கிறார்கள். அண்ணா அமைதியாகச் சொல்லுகிறார் "தம்பி! பிரிவினை தடைச் சட்டம் வந்திருக்கிறது, பிரிவினை பேசினால் அல்லது அது தொடர்பாக ஏதாவது சொன்னால் கட்சி தடைசெய்யப்படும் என்ற காரணத்தால் கைவிட்டேன்." மாணவர்கள் அடுத்து என்ன கேட்டார்கள் தெரியுமா? "அண்ணா! இன்றைக்கு ஒரு சட்டம் வந்தது என்று சொல்லி திராவிட நாடு கோரிக்கையை கைவிட்டீர்களே! நாளைக்கு இன்னொரு சட்டம் வந்தால் இந்தி எதிர்ப்பை கைவிட்டு விடுவீர்களா?" எவ்வளவு துணிச்சல் பாருங்கள் 1962ல் கேட்கிறார்கள் அண்ணாவிடம். அண்ணா அவர்களுக்குச் சொல்லுகிறார்;

"என்னய்யா தம்பி சோதிக்கிறாய்? திராவிட முன்னேற்றக் கழகம் என்ற கட்சிக்கு பல கொள்கைகள் உண்டு. அதில் ஒன்று திராவிட நாடு. நான் ஒன்றை இழந்து கட்சியை காப்பாற்றுகிறேன். ஒன்றைக் காப்பாற்றுவதற்காக இந்தக் கட்சியை இழக்க நான் விரும்பவில்லை. வீடு இருந்தால் தான் தம்பி ஓடு மாற்ற முடியும். நான் சாலையில் போய்க் கொண்டிருக்கிறேன். வடபுலத்து ஆதிக்கம் வெப்பம் என்னை சுட்டெரிக்கிறது. நான் திராவிட நாடு என்ற குடையை பிடித்துச் செல்கிறேன். பிரிவினை தடைச் சட்டம் என்ற காளை மிரண்டு வருகிறது. அந்தக் காளைக்கு கருப்பு நிறத்தைப் பார்த்தால் மிரட்சி. வேகமாக வருகிற காளை குடைக்கு பதிலாக என் குடலை குத்திக் கிழித்துவிடும் என்பதால் நான் குடையை மடக்கி கொண்டு திண்ணையில் ஏறி நிற்கிறேன். மாடு போனவுடன் மீண்டும் இறங்கி நடப்பேன்" இது அண்ணா சொன்ன பதில். பெரியாரிடம் இப்படியெல்லாம் பேசி இருக்கிறேன் அதையெல்லாம் நான் இப்பொழுது சொல்லி நேரத்தை எடுத்துக் கொள்ள விரும்பவில்லை, கலைஞரிடம் இதுபோல நிறைய நடந்திருக்கிறது.

அதுபோல பக்தவச்சலத்திடம் போய் இந்த இளைஞன் கேட்கிறான். பதில் சொல்லி இருக்கலாம், அல்லது வேறு எதுவுமே சொல்லாமல் போய் இருக்கலாம். அவர் என்ன சொன்னார் தெரியுமா? காவலர்களை அழைத்து "இந்தப் பைத்தியக்காரனை சிறையில் அடையுங்கள்" என்று உத்தரவிட்டார். அவரால் முடிந்தது அது தான். கொண்டு போய் சிறையில் அடைத்தார்கள். சராசரி இளைஞனாக இருந்திருந்தால் என்ன செய்து இருப்பான்? என்ன கேட்டேன் நான்? காசு பணம் கேட்டேனா? வம்பு வளர்த்தேனா? முதலமைச்சரிடம் மரியாதைக் குறைவாக நடந்து கொண்டேனா? தமிழை காப்பாற்றுங்கள் ஐயா! என்று கேட்டதற்கு எனக்கு கொடுத்த பட்டம் பைத்தியக்காரன். கொடுத்த பரிசு சிறைச்சாலை. எனக்கு என்ன வந்தது? நான் விடுதலையாகி வேறு வேலை பார்க்கப் போகிறேன் என்று எண்ணி இருந்தால் அவனைப் பற்றி இன்றைக்கு நான் பேசிக் கொண்டிருக்க மாட்டேன். அவனுடைய வாழ்க்கையைப் பற்றி பேசுகின்ற நிலைமை நமக்கு இன்றைக்கு வந்திருக்காது. நாட்டிலுள்ள கோடிக்கணக்கான பேரில் அவனும் ஒருவன். அவன் சிறைக்குள்ளே இருந்து என்ன யோசித்தான் தெரியுமா? முதலமைச்சர் உங்கள் அதிகாரத்தைக் கொண்டு என்னை சிறையில் அடைத்து விட்டார். நான் சாதாரணமானவன் என்று தானே! ஆனால் நான் செய்யப் போகிற ஒரு காரியம் முதலமைச்சரையே திகைக்க வைக்கும். இந்த நாட்டையும் யோசிக்க வைக்கும் என்று முடிவெடுத்தான்.

நன்றாக கவனித்துக் கொள்ளுங்கள் புரட்சி என்பது கூட்டத்தினிடையே இருந்து வராது. தூக்கம் வராமல் தன்னுடைய உழைப்பிற்கும் தகுதிக்கும் வேலை கிடைக்காமல் மொட்டை மாடியிலே படுத்துக்கிடக்கின்ற 4 இளைஞர்கள் சிந்தனைதான் புரட்சியாக மாறும். பகத்சிங் என்ற இளைஞனுடைய வாழ்க்கையும் அப்படித்தான். சிறையில் அடைக்கப்பட்ட இந்த இளைஞன் அமைதியாக இருக்கிறான். ஒரு வார காலத்தில் விடுதலையாகிறான். திருச்சிக்கு ரயிலில் வந்து இறங்குகிறான். அதிகாலை நேரம். இறங்கி என்ன செய்தான் தெரியுமா? தன் பையிலே வைத்திருந்த வேட்டி சட்டை எல்லாம் எடுத்து உடம்பிலே சுற்றிக் கொண்டான். சட்டைக்கு மேல் சட்டை போட்டுக் கொண்டான். எல்லோரும் என்ன பைத்தியக்காரத்தனமாக செய்கிறானே என்று பார்க்கிறார்கள். சட்டையை போட்டுக் கொண்டான். வேட்டியையெல்லாம் கட்டிக்கொண்டு கையிலே வைத்திருந்த டின்னிலுள்ள பெட்ரோலை தலையிலே ஊற்றிக் கொண்டு நெருப்பை பற்றவைத்துக்கொண்டு தமிழ் வாழ்க! இந்தி ஒழிக! என்று கத்திக்கொண்டே செத்தான். அவன் பெயர்தான் கீழப்பழூர் சின்னசாமி! நண்பர்களே! புகை பிடிப்பவர்களுக்கு தெரியும் கொஞ்ச நேரம் கவனக்குறைவாக கையில் வைத்துக்கொண்டு இருந்தால் அந்த நெருப்பு சுட்டால் எவ்வளவு எரிச்சல் இருக்கும் என்று தெரியும். அடுப்படியிலே புழங்குகிற தாய்மார்களுக்குத் தெரியும். ஏதோ சிந்தனையில் அடுப்பிலே கொதிக்கிற பாத்திரத்தை கரித்துணி இல்லாமல் கை வைத்துவிட்டால் வேதனையும் எரிச்சலும் அடங்க எவ்வளவு நேரம் ஆகும். சாதாரணமாக சூடு பட்ட பாத்திரத்தையே தொட முடியாது. அந்த நெருப்பு அவனை சுட்டெரிக்கிறபோது கொஞ்சமும் கலங்காமல் ஐயோ உடல் எரிகிறது என்று கூக்குரலிடவில்லை. தமிழ் வாழ்க! என்று சொல்லிச் செத்தானே அவனுக்கு வீரவணக்கம். அவன் செத்து எத்தனை ஆண்டுகள் ஆகின்றன இன்றோடு 60 ஆண்டுகளாகின்றன. அவன் மகள் திராவிடச் செல்வி விருத்தாச்சலம் பகுதியில் கழகத்தின் நிர்வாகியாக இன்று இருக்கிறார். அன்றைக்கு கைக்குழந்தை. சின்னச்சாமி ஒன்றும் வக்கில்லாதவன் அல்ல, திருமணமானவன்.

உலகத்திலேயே முதன்முதலாக சாலையிலே உட்கார்ந்து தீ குளித்த வரலாறு வியட்நாமிலே புத்த பிக்குகள் செய்தார்கள். புத்த பிக்குகள் புலனடக்க வித்தை கற்றவர்கள். அதனாலே அவர்களால் முடிந்தது. ஆனால் இவன் சம்சாரி. மனைவியோடு வாழ்கிறவன். தாய் தந்தை உண்டு. குடும்ப பொறுப்பு உண்டு. பச்சிளம் குழந்தை கையிலே உண்டு. தன் மனைவியை மறந்தான்! குடும்பத்தை மறந்தான்! தமிழை நினைத்தான்! செத்துப் போனான்! இன்றைக்கு நாம் எண்ணிப் பார்க்கிறோம். ஒருவர் எவ்வளவு பணம் வைத்திருக்கிறான் என்பது முக்கியமல்ல என்ன பதவியில் இருந்தார் என்பதா முக்கியம்? என்ன காரியத்தைச் செய்தான் என்பது தான் முக்கியம். ஒன்றுமில்லாத பரம ஏழை பைத்தியக்காரன் என்று பட்டம் சூட்டப்பட்டவன். நட்ட நடுத்தெருவில் நின்று தீக்குளித்து சரித்திரத்தில் இடம்பெற்றிருக்கிறானே அவன் செயல் உலகத்தை திகைக்க வைத்தது. பக்தவச்சலம் யோசித்தாரா? ஐயோ நாம் சொன்ன ஒரு சொல் ஒரு இளைஞனை இப்படி செய்ய வைத்துவிட்டதே என்று பதைத்தாரா? அவர் என்ன கனிவு நிரம்பிய அண்ணாவா இறக்கம் நிறைந்த கலைஞரா?

அண்ணா முதலமைச்சராக இருந்தபோது இதே இந்தி எதிர்ப்பு போராட்டம். மாணவர்கள் ரயில் நிலையத்திற்குப் போகிறார்கள் ரயில் பெட்டிக்கு தீ வைக்க என்று சொல்கிறார்கள். அப்போது போலீசார் வந்து சொல்லுகிறார்கள், அடக்க முடியவில்லை அவர்களை, நாங்கள் துப்பாக்கி சூடு நடத்தி கலைக்கவா என்று சொன்னபோது அண்ணா சொன்னார், அதெல்லாம் வேண்டாம் எனக்குத் தெரியும் அதை எப்படி சமாளிப்பது என்று. அண்ணா அவர்கள் ரயில் பெட்டிகளை எரிக்கப் போகிறார்கள். எரிக்கட்டும்

பரவாயில்லை. ரயில் பெட்டிகள் எரிந்தால் நாம் மீண்டும் அதை செய்து கொள்ள முடியும். துப்பாக்கிச்சூட்டில் ஒரு மாணவன் இறந்தால் அவனுடைய பெற்றோருக்கு அந்தப் பிள்ளையை திருப்பித் தர முடியாது. இது அண்ணா சொன்னது. பக்தவச்சலம் என்ன சொன்னார் தெரியுமா? சோற்றுக்கு இல்லாமல் செத்தவனை தியாகி என்று திமுக கொண்டாடுகிறது என்று சொன்னார். நன்றாக யோசித்துப் பாருங்கள் ஒரு தியாகியை பார்த்து சோத்துக்கு இல்லாமல் பட்டினியாக தற்கொலை செய்து கொண்டான் என்று ஒருவனை சொல்லுவது, அவன் தான் கத்துவானா தமிழ் வாழ்க! இந்தி ஒழிக என்று! அவர் சொன்னார் சோத்துக்கு வழியில்லாதவன் தற்கொலை செய்து கொண்டதை இவர்கள் தியாகி என்கிறார்கள் என்று. அடுத்த அடி விழுந்தது எப்பொழுது தெரியுமா? சில நாட்களிலேயே கொஞ்ச நாட்களிலேயே. கோடம்பாக்கத்தில் சிவலிங்கம் என்ற தொலைபேசி தொடர்பு துறையில் வேலை பார்க்கிற ஒருவர் இதேபோல தீக்குளித்து செத்தார். அப்போது உலகத்துக்குத் தெரிந்தது, இது பட்டினிப் பட்டாளம் அல்ல! வாழ்க்கைக்கு வசதி இருந்தாலும் பார்ப்பதற்கு வேலை இருந்தாலும் மொழிக்காக உயிர் கொடுக்கின்ற கூட்டம் இருந்தது. விருகம்பாக்கத்தில் அரங்கநாதன் உடற்பயிற்சி நிலையம் வைத்து தன் உடலை ஆரோக்கியமாக வைத்திருப்பதோடு அந்தப் பகுதி இளைஞர்களுக்கு சிலம்பம் கற்றுத் தருகிற அரங்கநாதன் நெருப்பு வைத்துக்கொண்டு செத்தான். சிவலிங்கம் அரங்கநாதன் நினைவிடம் சென்னையில் இருக்கிறது. திருச்சியிலே சின்னச்சாமி, விராலிமலையிலே சண்முகத்தினுடைய நினைவிடம். இப்படியே ஒரு வரிசை சத்தியமங்கலம் முத்து, கீரனூர் முத்து, ஆசிரியர் வீரப்பன் அய்யம்பாளையத்தைச் சேர்ந்தவர். அவரும் இப்படித்தான், அவர் ஒரு தலைமை ஆசிரியர் பள்ளிக்கூடத்தில் தமிழைச் சொல்லிக் கொடுத்து மாணவர்களுக்கு உணர்ச்சி ஏற்றியவர். அவரே ஒரு நேரத்தில் மனம் நொந்துபோய் தீக்குளிக்கிறார். ஓடி வந்து நெருப்பை அணைக்கிறார்கள். அணைக்காதீர்கள்! உங்கள் முயற்சி நிறைவேறாது காரணம் நான் ஏற்கனவே விஷம் அருந்தி விட்டேன். நெருப்பை அணைத்தாலும் நான் பிழைத்துக் கொள்ளக் கூடாது என்றுதான் விஷமருந்தி இருக்கிறேன் எப்படி இருந்தாலும் சாவது உறுதி, என்னை காப்பாற்ற முயலவேண்டாம் தமிழைக் காப்பாற்றுங்கள் என்று சொல்லிவிட்டு செத்தார் ஆசிரியர் வீரப்பன்.

பீளமேட்டிலே தண்டபாணி அவன் ஒரு மாணவன், பொறியியல் கல்லூரி மாணவன். மாயவரத்தில் சாரங்கபாணி ஏவிசி கல்லூரியில் படித்துக் கொண்டிருந்தவன். நஞ்சருந்தி செத்தார்கள், விராலிமலை சண்முகம் நஞ்சருந்தி செத்தான் இப்படி பட்டியல் நீண்டு கொண்டே போனது. நான் பட்டியலை வரிசைப்படுத்தவா இங்கு வந்தேன் என் உணர்ச்சி கண்களிலே கண்ணீர் மல்குகிறது, இவர்களை மறந்து போகலாமா தமிழ் சமுதாயம். நாங்கள் மறக்கவிட மாட்டோம். நினைவுபடுத்திக் கொண்டே இருப்போம் ஏன் தெரியுமா? இவர்களுடைய தியாகம் வீண் போகாது ஒரு நாள் என்றாவது ஒரு நாள் தமிழை ஆட்சி மொழியாக்கி விட்டு இவர்கள் நினைவிடத்தில் போய் நின்று நாங்கள் சொல்லுவோம் உங்கள் கனவை நிறைவேற்றி விட்டோம் என்று!

நீ கொடுத்த உயிருக்கான பரிசை இதோ கொண்டு வந்து சேர்த்தோம். திராவிட முன்னேற்றக் கழகத் தலைவர் தளபதி ஸ்டாலின் காலத்தில் என்று நாங்கள் சொல்லத்தான் போகிறோம். இந்தப் போராட்டத்தின் விளைவாக ஆட்சி மொழி திருத்தச் சட்டம் வருகிறது. இந்தியும் அதோடு ஆங்கிலமும் ஆட்சி மொழியாக தொடரலாம் என்ற நிலை வருகிறது. ஆனால் தொடர்ந்து கொண்டே இருக்கிறது அந்தப் போராட்டம். இன்னமும் அவர்கள் சந்தர்ப்பம் கிடைக்கின்ற போதெல்லாம் இந்தியை திணித்துக் கொண்டே இருக்கிறார்கள். இந்தியை மீண்டும் திணிக்கிற ஒரு காலம் வந்தபோது அரசியல் சட்டத்தின் அந்தப்

பிரிவை கொளுத்திய காரணத்திற்காகக் கலைஞர் பேராசிரியர் உள்ளிட்ட சட்டமன்ற உறுப்பினர்களை அன்றைக்கு எம்ஜிஆர் ஆட்சி காலத்தில் பதவி நீக்கம் செய்தார்கள். அது குறித்து அவர்கள் கவலைப்படவில்லை. சிறைச்சாலைக்கு அனுப்பப்பட்டார்கள் கலங்கவில்லை. மாதக்கணக்கிலே கிடந்தார்கள். ஆக, ஒரு போராட்டம் இத்தனை முயற்சிகளுக்குப் பின்னால் தியாகங்களுக்குப் பின்னால் முடிந்ததா என்றால் இல்லை மீண்டும் மீண்டும் தொடர்ந்துகொண்டிருக்கிறது.

நம்முடைய மாவட்டச் செயலாளர் கோவிந்தராஜ் பேசுகிறபோது சொன்னார். இந்த மாநிலத்துக்குப் பெயர் தமிழ்நாடு, தமிழகம் என்று சொல்லத் தேவையில்லை என்று சொன்னாரே என்ன காரணம்? நம்முடைய மாநிலத்திற்கு தமிழ்நாடு என்று பெயர் சூட்ட வேண்டும் என்று மாநிலங்களவையிலே பூபேஷ் குப்தா என்ற கம்யூனிஸ்ட் கட்சி தலைவரைக் கொண்டு ஒரு தீர்மானத்தை தனிநபர் தீர்மானம், நான் நாடாளுமன்றத்திலே திருநங்கையர்களுக்காகக் கொண்டு வந்த தனிநபர் மசோதா 45 ஆண்டுகால நாடாளுமன்ற வரலாற்றில் நிறைவேறிய ஒரு சரித்திரம் உண்டு என்பது உங்களுக்கு தெரிந்தது. இந்தியாவினுடைய ஆட்சி மொழியில் ஒன்றாக தமிழ் ஆக வேண்டும் என்று கொண்டு வந்தது தோற்றுப் போனது. இன்னமும் மீண்டும் அது விவாதத்திற்குத் தயாராக இருக்கிறது. அதுபோல அன்று ஒரு தனிநபர் தீர்மானத்தின்மீது அண்ணா பேசுகிறார், பேசுகிறபோது என்னுடைய மாநிலத்திற்கு தமிழ்நாடு என்ற பெயர் வைக்க வேண்டும் என்று சொல்லுகிற போது, அங்கே இருந்த ஒருவர் குறுக்கிட்டு கேட்கிறார், தமிழ்நாடு என்று அழைப்பதால் உங்களுக்கு என்ன ஆதாயம்? என்று கேட்கிறார். அண்ணா அவருக்கு பதில் சொல்லவில்லை. அண்ணா அவையிலே இருந்த பண்டித நேருவைப் பார்த்து சொன்னார்.

ஐயா! உங்களுக்கு உலக வரலாறு தெரியும், ஆரிய திராவிடப் போராட்டம் எங்களைப் போலவே உங்களுக்குத் தெரியும், தமிழினம் வாழ்ந்தது உங்களுக்குத் தெரியும், வீழ்ந்ததும் தெரியும், ஆனால் வீழ்ந்ததற்கான காரணம் தெரியாது அல்லவா! இன்றைக்கு தெரிந்து கொள்ளுங்கள், இந்த அவையில் என்னைப் பார்த்து தமிழ்நாடு என்று வைப்பதால் என்ன ஆதாயம்? என்று கேட்டார் அல்லவா அவர், பஞ்சாபி இல்லை, குஜராத்தி இல்லை, காஷ்மீரி இல்லை. என் மாநிலத்தில் காவிரி நீரை குடித்து வாழ்கிற ஒரு தமிழன் என்றார் அண்ணா. என் இனத்தின் எதிரி எனக்குள்ளேதான் இருக்கிறான் என்று ஆதங்கத்தோடு சொல்லிவிட்டு தான் கேட்கிறார், இந்த நாட்டில் வேறு எந்த மாநிலத்தின் பெயரை அதன் தலைநகரின் பெயரால் அழைக்கிறீர்கள்? சில பேர் சென்னையே இருந்து விட்டுப் போகட்டும் என்றுகூட சொல்லுகிறார்கள், சென்னை என்பது மாநிலத்தின் பெயரா? மாநிலத்தின் தலைநகரின் பெயரா? என்ற குழப்பம் வருமே! தமிழ்நாடு என்ற பெயர் வைத்தால் என்ன தவறு? நீங்கள் இந்த நாட்டில் மக்களால் தேர்ந்தெடுக்கப்பட்ட உறுப்பினர்கள் இருக்கின்ற அவையை, மக்களவையை, லோக்சபா என்று ஹிந்தியில் அழைக்கிறீர்களே உங்களுக்கு என்ன ஆனந்தம். மாநிலங்களால் தேர்ந்தெடுக்கப்பட்ட உறுப்பினர்கள் இருக்கின்ற இந்த அவையை மாநிலங்களவையை ராஜ்யசபா என்று இந்தியில் அழைக்கிறாயே உனக்கு என்ன குதூகலம்? நாட்டில் மிக உயர்ந்த பொறுப்பு குடியரசுத் தலைவர் பொறுப்பு. அந்தக் குடியரசு தலைவரை ராஷ்டிரபதி என்று இந்தியில் அழைக்கிறீர்களே! உங்களுக்கு என்ன ஆதாயமோ? அதே ஆதாயம் எனக்கு தமிழ்நாடு என்று அழைப்பதால் உண்டு. இப்படி எல்லாம் பேசிப் பேசி கடைசியாக அமைச்சர் பதில் சொல்லுகிற போது சொல்லுகிறார், இதற்கான தீர்மானம் மாநில அரசிடமிருந்து வரவேண்டும் என்று சொல்லி விவாதத்தை முடிக்கிறார்கள். அப்போது அண்ணா மாநிலங்களவையில் உறுப்பினர்.

கும்மிடிப்பூண்டி வாழ் தமிழ் பெருங்குடிமக்களே! என் இயக்கத் தோழர்களே! என் வாழ்க்கையில் எனக்குக் கிடைத்த பெரும் பேரு கழகத்தால், கழகத் தலைவர் கலைஞரால், இன்றைய முதல்வர் தளபதி அண்ணன் ஸ்டாலின் அவர்களால் கிடைத்தது என்ன தெரியுமா? நான் நாடாளுமன்ற உறுப்பினராக இருக்கிறேன் என்பது மட்டுமல்ல ; கடந்த முறை, பல நேரங்களில் இடம் மாறி மாறி உட்காருவோம். கடந்த முறை அண்ணா உட்கார்ந்து இருந்து பேசிய இடத்தில் இருந்து பேசுகிற வாய்ப்பு எனக்குக் கிடைத்தது. அந்த நாள் ஓர் அரிதான நாள். அந்த இடத்திலேயே இருந்து பேசுகின்ற போது ஏற்பட்ட உணர்ச்சி இங்கிருந்து தானே வரலாற்றை புரட்டி போடுகிற உரைகளை எல்லாம் எங்களை உருவாக்கிய ஆளாக்கிய அண்ணா பேசினார் என்று நான் நினைத்துக் கொண்டிருந்தேன். அந்த விவாதம் முடிந்தது இங்க இருக்கிற அரசாங்கத்திடம் வந்து காங்கிரஸ் அரசாங்கத்திடம் தீர்மானம் கொடுங்கள் என்று எத்தனையோ கொடுத்தார்கள். எல்லாம் நிராகரிக்கப்பட்டது. முடியாது முடியாது என்றே சொல்லிக் கொண்டிருந்தார்கள். அண்ணா ஆட்சிக்கு வந்தவுடன் தான் மிகப்பெரிய சரித்திரத்தை செய்தார். கடைசியாக அண்ணா மறைவதற்கு முன்னால் பலவற்றை சொன்னார். கடிதம் கூட ஒன்று எழுதினார். உயில் என்பது ஒன்று. ஒரே நாளில் எல்லாவற்றையும் சொல்ல முடியாது. ஆனால் ஒன்று மட்டும் சொன்னார். என் ஆட்சி நடைபெறுவது மத்தியிலே இருப்பவர்களுக்கு பிடிக்கவில்லை. இந்த ஆட்சியை கலைத்து விடுவோம் என்கிறார்கள். முடியுமா உங்களால்! என்று நான் சவால் விட மாட்டேன். முடியும் உங்களால். என் ஆட்சியை கலைக்கலாம், வேறு ஒருவரை கொண்டுவந்து உட்கார வைக்கலாம், வேறு ஒருவர் வெற்றி பெற்று வரலாம், ஆனால் யார் வந்தாலும் சரி! அண்ணாதுரை நிறைவேற்றிய மூன்று சட்டங்களில் கை வைக்கின்ற துணிச்சல் மட்டும் எவருக்கும் கிடையாது. அதுவரை தமிழ்நாட்டின் முதலமைச்சர் அண்ணாதுரை தான் என்று சொல்லிவிட்டு ஓராண்டில் அண்ணா மறைந்தார்.

மூன்று சட்டங்கள், சுயமரியாதை திருமணச் சட்டம், இந்த நாட்டில் இந்தி என்பது இனிமேல் கிடையாது. தமிழும் ஆங்கிலமும் மட்டுமே என்கிற இருமொழிச் சட்டம். அதேபோல் இந்த மாநிலத்திற்கு தமிழ்நாடு என்று பெயர். இந்த மூன்று சட்டங்களையும் அண்ணா நிறைவேற்றினார். மறுபடியும் இளைஞர்களின் குறிப்புக்காக நான் இதைச் சொல்லுகிறேன். இரு மொழிச் சட்டம் நிறைவேறுகிற போது பாஸ்கர், சுந்தரம் பக்கத்திலே இருக்கிற தம்பி ஆனந்த், தமிழரசன் எல்லோருக்கும் உங்களுக்குச் சொல்லுவேன் அண்ணா கனிவு மிக்க தலைவர். ஆனால் துணிவுமிக்கவர் என்பதற்கு இந்தத் தீர்மானத்தை நிறைவேற்றுகிற போது, அந்த வாசகங்களை நன்றாகக் கவனியுங்கள். மத்திய அரசு நிறைவேற்றி இருக்கிற மொழிச் சட்டத்தை இந்த மன்றம் நிராகரிக்கிறது. ஒரு மாநில அரசு சட்டமன்றத்தில் தீர்மானம் நிறைவேற்றுகிறது. மத்திய அரசு நாடாளுமன்றத்தில் நிறைவேற்றிய மொழிச்சட்டத்தை இந்த மன்றம் நிராகரிக்கிறது. அது தொடர்பான தீர்மானத்தையும் ஏற்க மறுக்கிறது. அதன்படி தமிழ்நாட்டில் இனி மும்மொழித் திட்டம் கிடையாது. எந்தப் பள்ளியிலும் இந்தி என்பது கட்டாய மொழிப்பாடம் கிடையாது. அத்தோடு என்.சி.சி. என்று சொல்லக்கூடிய தேசிய மாணவர் படையில் இந்தி ஆணைச் சொற்களுக்குப் பதிலாக ஆங்கில சொற்கள் இடம் பெறும். ஒருவேளை மத்திய அரசு இதை ஏற்க மறுத்தால், என்சிசி படை கலைக்கப்படும். எவ்வளவு துணிச்சல்? அதுபோல தான் தமிழ்நாடு பெயர் மாற்ற தீர்மானத்தைக் கொண்டு வந்து நிறைவேற்றிவிட்டு அண்ணா பேசுகிறபோது சொன்னார், வெளியிலே கூட்டம் போட்டுச் சொன்னார், "மபொசியும் ஆதித்தனாரும் வாழுகின்ற காலத்தில் இதை நான் சாதித்துக் காட்டி விட்டேன். பெரியார், வாழ்க்கையில் நான் தந்த பரிசு சுயமரியாதை திருமணத்தை சட்டரீதியாக்கியது. அதேபோல் என் பொன்னான நாட்டிற்கு கண்ணான தமிழ் மொழியின் பெயரால் தமிழ்நாடு என்று

பெயர் சூட்டி இருக்கிறேன் என்று சொல்லிவிட்டு அண்ணா போனார். அதைக் கலைஞர் காப்பாற்றிக் கொண்டே இருந்தார். நம்முடைய இன்றைய கழகத் தலைவர் அதைத் தொடர்ந்து வழி நடத்திக் கொண்டே இருக்கிறார். ஆனாலும் இந்தி பல வடிவங்களில் வந்து கொண்டே இருக்கிறது. நாடாளுமன்றத்தில் கடுமையாகத்தான் பேசுகிறோம்.

சந்திராயன் 3 இந்திய நாட்டினுடைய விண்கலம் சந்திர மண்டலத்தில் சென்று நிலவினுடைய தென்பகுதியிலே இறங்கியது உங்களுக்கெல்லாம் தெரியும். உலகத்தின் வளர்ந்த நாடுகள் அமெரிக்கா, ரஷ்யா, சைனா போன்ற நாடுகளுடைய விண்கலம் செல்லாத இடத்திற்கு நம்முடைய இந்திய நாட்டினுடைய விண்கலம் சென்று சேர்ந்தது. அப்படி சேர்வதற்கு முன்னால் 1969இல் அமெரிக்கா அனுப்பிய விண்கலம் நிலவுக்குப் போனது. ஆனால், நிலவில் தண்ணீர் இருக்கிறது என்று கண்டுபிடித்து வந்த முதல் சந்திராயன், சந்திராயன் 1 என்ற விண்கலத்தின் இயக்குனர் பெயர் மயில்சாமி அண்ணாதுரை. ஒரு தமிழன். மூன்றாவது விண்கலம் தென்துருவத்திலே இறங்கி தென்பகுதியிலே இறங்கி ஆராய்ச்சி செய்கிற நிலைக்கு உயர்ந்திருக்கிறது என்று சொன்னால், அதில் இடம்பெற்றவர்கள் எல்லாம் யார்? இவர்களுக்கெல்லாம் பாராட்டு! எங்கே? நாடாளுமன்றத்தில். ஒரு நாள் சந்திராயன்3 வெற்றிக்காக பாராட்டு என்று எல்லோரும் பேசுகிறார்கள். அதிலே நான் பேசுகிறபோது சொன்னேன். உள்துறை அமைச்சர் அமித்ஷா இருந்தார், பிரதமர் இருந்தார், அவைத்தலைவராக குடியரசு துணைத் தலைவர் ஐயா ஜெகதீப் தன்கர் இருந்தார். எல்லா கட்சியினரும் இருந்தபோது சொன்னேன். இந்தப் பாராட்டுகளோடு திராவிட முன்னேற்றக் கழகம் தன்னையும் இணைத்துக் கொள்கிறது.

ஆனால் உங்களுக்கு ஒரு தகவல். இன்றைக்கு அந்த விண்கலம் இவ்வளவு வெற்றிகரமாக இறங்கியதற்கான இயக்குனர்கள் அத்தனை பேரும் தமிழர்கள். ஒருவர் விழுப்புரத்தில் பிறந்த வீரமுத்து வேல், மற்றொருவர் திருச்சியிலே பிறந்த என் கல்லூரியில் என்னோடு படித்த சங்கரன் என்ற ஓர் இயக்குனர், எல்லோருமே தமிழர்கள். இவர்கள் யாரும் ஹிந்தியும் படிக்கவில்லை சமஸ்கிருதமும் படிக்கவில்லை. இதை நான் கும்மிடிப் பூண்டியிலே சொல்லவில்லை தோழர்களே! நாடாளுமன்றத்திலே உள்துறை அமைச்சரும் பிரதமரும் இருக்கிறபோது துணிந்து நிமிர்ந்து எழுந்து நின்று சொன்னவன் திருச்சி சிவா ஏன்? நான் திமுக காரன். கலைஞரால் வளர்க்கப்பட்டவன். எங்களுக்கு அச்சம் என்பது கிடையாது. சொல்ல வேண்டியதை சொல்லக்கூடிய இடத்தில் எவர் இருந்தாலும் தைரியமாக சொல்லக்கூடிய வீரியம் உண்டு என்பதால் சொன்னோம். நான் ஒன்றும் எதையும் இட்டுக்கட்டி பேசவில்லை வெற்றிக்கான காரணம் இவர்கள். இவர்கள் யாரும் நீங்கள் சொல்வதைப்போல இந்தியம் படிக்கவில்லை சமஸ்கிருதமும் படிக்கவில்லை. பாரதிய ஜனதா கட்சியைச் சேர்ந்த உறுப்பினர்கள் யாரும் கோபப்படவில்லை. சிரித்துக் கொண்டே இருந்தார்கள். பின்னர் சொன்னார்கள்.

இப்படி எல்லாம் பேசுவதற்கு உங்களுக்குத்தான் தெரியும். நீங்கள் எதிர்த்துத்தான் பேசுகிறீர்கள் ஆனால் ரசிக்கிற மாதிரி பேசுகிறீர்கள் என்று சொன்னார்கள். நான் உண்மையைத்தான் சொன்னேன் என்றேன். ஆக இன்றைக்கு நாங்கள் வாய்ப்பு கிடைக்கிற நேரத்தில் எல்லாம் எங்கள் நிலைப்பாட்டை மட்டுமல்ல, எந்த நிலையிலும் எதற்கும் சளைத்தவர்கள் அல்ல என்று நாங்கள் எதிர்த்து நிற்போம். தம்பி அப்துல்லா மாநிலங்களவை உறுப்பினர் ஒரு நாள் பேசிய போது பெரியார் பேசிய பேச்சை ஒரு மேற்கோள் காட்டியதற்கு சபையிலே பலத்த எதிர்ப்பு, அப்போது நான் அவையிலே இல்லை. யாரோ சிலர் வந்திருந்தார்கள் என்று வெளியே சென்று இருந்த நான் தொலைக்காட்சியிலே பார்த்துவிட்டு, ஏழு நிமிடங்களில் நான் அவைக்கு விரைகிறேன்.

அவையில் ஒரே கொந்தளிப்பு! பாரதிய ஜனதா எதிர்த்துக் கொண்டிருக்கிறது, அவைத் தலைவர் எதிர்க்கிறார். ஒரே கொந்தளிப்பு! நான் போய் உள்ளே நுழைந்த உடன் அவைத் தலைவர் சொன்னார். அவர்களுடைய தலைவர் திருச்சி சிவா வந்துவிட்டார் அவர் பேசட்டும் என்று சொன்னார். உடனே எல்லோரும் அமைதியாக ஆனார்கள். நான் எழுந்து சொன்னேன், அவன் பேசியதில் என்ன தவறு? என்று கேட்டேன். என்ன தவறா என்றார்கள்? ஆம் அது பெரியார் சொன்னது. பெரியார் எதையும் யோசித்து சொல்வார் என்பதெல்லாம் வேறு. ஒன்றை மனதில் கொள்ளுங்கள். குறுக்கிடுகிறார் அமித்ஷா. நான் சொன்னேன் நான் பேசிய பிறகு நீங்கள் குறுக்கிடுங்கள் என்றேன். இல்லை இது உங்கள் கருத்தா என்று கேட்டார். ஆமாம் என் கருத்து திமுகவின் கருத்து என்று அழுத்தந்திருத்தமாகச் சொன்னபோது, ஆளும் பாரதிய ஜனதா கட்சியினர் அமைதியாக கேட்டுக் கொண்டிருந்தார்கள். அவையின் கொந்தளிப்பு அடங்கியது.

காரணம் பேசுவது திமுக குழுவின் தலைவன் என்ற காரணத்தால்; அவ்வளவு நேரம் இருந்தது. அடுத்து நான் சொன்னேன், எங்கள் கட்சிக்கு நீங்கள் வண்ணம் பூசாதீர்கள். இந்த நாட்டினுடைய ஒற்றுமைக்கு ஒருமைப்பாட்டிற்கு நாங்கள் யாருக்கும் சளைத்தவர்கள் அல்ல. எங்கள் உயிர் கொள்கையான திராவிட நாட்டை கைவிட்டோம். பிரிவினை தடைச் சட்டம் வந்ததால் என்பதற்கில்லை. இந்த நாட்டினுடைய பாதுகாப்பிற்காக! பங்களாதேஷ் யுத்தம் நடந்தபோது பெரிய மாநிலமான உத்தர பிரதேசத்தை விட தமிழ்நாட்டினுடைய முதலமைச்சர் கலைஞர்தான் ஆறு லட்ச ரூபாயை அன்றைக்கு அள்ளிக் கொடுத்தார். எங்களுக்கு பிரச்சனைகள் இருக்கின்றன. “YES WE HAVE ISSUES AND DEMANDS TO BE SETTLED.” ஆனால் அது எப்படி தெரியுமா? வேறு வகையில்! நீங்கள் சொல்வதைப் போல் அல்ல! “ONLY UNDER THE FRAME WORK OF THE CONSTITUTION WE WILL FIGHT FOR OUR RIGHTS” என்று சொன்னேன். யாரும் எதிர்த்து பேசவில்லை. அவ்வளவு நேரம் அவையிலிருந்த கொந்தளிப்பு இந்த விளக்கத்திற்குப் பின் அடங்கியது. பின்னர் மறுபடியும் எல்லோரும் சொன்னார்கள் இதற்கு தான் உங்களை எதிர்பார்த்துக் கொண்டிருந்தோம்.

ஆம் நான் கழகத்தினுடைய உறுப்பினராக சிப்பாயாக உள்ளே நுழைந்தேன் பிரச்சனை அங்கே தீர்ந்தது. அவ்வளவு பேர் எதிர்த்தார்கள் ஆனால் விளக்கம் சொல்லுகிற முறையிலே சொல்லுகிற போது கேட்டுக் கொண்டார்கள். நாங்கள் அழுத்தந்திருத்தமாகப் பேசுவோம்! எத்தனை முறை கேட்டாலும் திருப்பி திருப்பிச் சொல்லுவோம்! நீங்கள் என்னக் கேட்டாலும் பதில் சொல்லுவோம். எனக்கு பின்னால் உட்கார்ந்திருப்பவர் உத்தரப்பிரதேசத்தைச் சேர்ந்த பெரிய தலைவர். அகிலேஷ் யாதவினுடைய சித்தப்பா. முலாயம் சிங் யாதவனுடைய உடன்பிறப்பு. மூத்த தலைவர் ஒரு பேராசிரியர் ராம்கோபால் யாதவ் என்பவர் அவர் சொல்லுவார், நீங்கள் எது பேசினாலும் சரியாகத்தான் இருக்கும். உத்தரப்பிரதேச மாநிலம் இந்தியனுடைய ஆதார மாநிலம். அவர்கள் நாம் பேசுவதை எதிர்ப்பதில்லை. நீங்கள் உங்கள் மொழிக்குத் தானே பேசுகிறீர்கள் பேசுங்கள். எங்களுக்கு ஆங்கிலம் தான் எதிரி என்று சொல்லுகிற அளவுக்கு அவர்களை நாங்கள் பக்குவப்படுத்தி வைத்திருக்கிறோம்.

எனவே யாராவது நாளைக்கு வந்து சித்தரித்துப் பேசுவார்கள்! திரித்துப் பேசுவார்கள்! அதனால் இப்போதே சொல்லிவிட்டுப் போகிறேன். இந்தி மொழி அழிய வேண்டும் என்று சொல்லுகிறவர்கள் அல்ல நாங்கள். இந்தி மொழி இருக்கக் கூடாது என்று சொல்லுகிறவர்கள் அல்ல நாங்கள். இந்த நாட்டின் பல மொழிகளில் ஒன்று இந்தி. அது மட்டுமே ஆட்சி மொழியாக இருக்கக் கூடாது என்று மட்டும் தான் சொல்லுகிறோம். எங்களுடைய மொழி

ஆட்சி மொழியாக வேண்டும் அது வரை எல்லோருக்கும் பொதுவான ஆங்கிலம் இந்த நாட்டினுடைய ஆட்சி மொழியாக தொடரட்டும் என்று சொல்லுகிறோம். உதாரணம் ஒன்று மட்டும் சொல்லுவேன். கோவிந்தராஜ் வீட்டில் தோட்டம் இருப்பதாக வைத்துக் கொள்வோம். அதில் சொல்கிறார் அவர் பெருந்தன்மையோடு, இந்தத் தெருவில் ஊரில் இருக்கிற பிள்ளைகள் எல்லாம் வந்து விளையாடலாம். நல்ல குணம் தானே, எல்லா பிள்ளைகளும் வந்து விளையாடும் ஆனால், அவர் மகன் தமிழரசனுக்கு இருக்கின்ற உரிமை வருகின்ற பிள்ளைகள் அத்தனைப் பேருக்கும் இருக்குமா?

இவர் பிள்ளை பூவைக் கிள்ளலாம் செடியை கிள்ளலாம் என்ன வேண்டுமானாலும் செய்யலாம். வருகிற பிள்ளைகள் விளையாடி விட்டு மறுபடியும் போய்விட வேண்டும். அதே தெருவில் ஒரு பூங்கா இருக்கிறது, நகராட்சி பூங்கா. அதிலே இவர் பிள்ளையும் விளையாடலாம் என் பிள்ளையும் விளையாடலாம் உங்கள் பிள்ளையும் விளையாடலாம், அங்கே எல்லோரும் ஒன்று. இப்போது வருகிறேன் அவர் வீட்டு தோட்டம் எல்லோரும் விளையாடலாம் என்று சொன்னாலும் கூட அவர் வீட்டுப் பிள்ளைக்கு தான் உரிமை அதிகம் என்பதைப் போல, இந்தி மொழி என்று சொல்வது இந்தி மொழி பேசுபவனுக்கு மட்டும்தான் சலுகை என்பது, பூங்கா என்பது ஆங்கிலம் என்பது அங்கே நீயும் ஒன்று நானும் ஒன்று. மலையாளம் பேசுகிறவன், பஞ்சாபி பேசுகிறவன், காஷ்மீரி பெங்காலி குஜராத்தி பேசுகிறவன், தமிழ் பேசுகிறவன், தெலுங்கு பேசுகிறவன் எல்லோரும் இந்த நாட்டில் ஒன்று என்று சொல்லுவது தான் திமுகவின் கொள்கையே தவிர, இந்தி மட்டும் என்று சொல்லுகிறவன் யாராக இருந்தாலும் எழுகின்ற முதல் எதிர்ப்பு குரல் எங்கள் குரல். நாடாளுமன்றத்தில் மூன்று சட்டங்கள் நிறைவேறி இருக்கின்றன உங்களில் எத்தனை பேருக்கு தெரியுமோ தெரியாது. INDIAN PINAL CODE தெரியும் அல்லவா எல்லா சினிமாவிலும் வரும் ஐ.பி.சி.*322*. நீங்களே பல பேர் ஐ.பி.சி. *307*ல் போராட்டத்தில் உள்ளே சிறைக்குப் போய் இருப்பீர்கள். ஐ.பி.சி. இந்தியன் பினல் கோட் போலீஸ்காரர்கள் இருக்கிறார்கள் அவர்களுக்கு தெரிந்திருக்கும். அல்லது தெரிந்து கொள்ள வேண்டும். அடுத்தது அவர்கள் நடவடிக்கை எடுப்பதற்கு தேவையான சட்டம் CRIMINAL PRO SOURE CODE. மூன்றாவதாக இதை நிரூபிப்பதற்காக நீதிமன்றத்தில் வைக்கின்ற EVIDENCE ACT. இந்த மூன்றும் இந்திய நாட்டு குற்றவியல் சட்டத்தில் மிகவும் முக்கியமானது. இந்தியன் பினல் கோட், கிரிமினல் ப்ரொசீஜர் கோட், எவிடன்ஸ் ஆக்ட். இந்த மூன்றும் இப்போது மாறிவிட்டது என்ன தெரியுமா? எனக்கே தெரியாது. என்ன எனக்கே தெரியாது என்றால் எல்லாம் சமஸ்கிருத பெயர்கள். சம்சு விஸ்தா என்று வரும். .... யாருக்காவது தெரியுமா? வக்கீல் யாராவது இருக்கிறீர்களா? பாரதிய நியாய சங்கீத் (என்று பதில் வருகிறது.) அவருக்கு அது தெரிந்திருக்கிறது. எனக்கு தெரியவில்லை. நான் தெரிந்துகொள்ள முற்படவில்லை. இது நிறைவேறி சட்டமாகி, சட்ட புத்தகங்களைத் திருத்தி, வழக்கறிஞர்களுக்குச் சொல்லிக் கொடுத்து வழக்காடுபவர்களுக்கு சொல்லிக் கொடுத்து நம்முடைய ஏட்டையாவுக்கு சொல்லிக் கொடுத்து அவர் வழக்கு பதிவு செய்கிற போது பாரதீய நியாய சங்கீத்.

இப்படித்தான் ஒருமுறை தேர்தலில் கொடுத்த வாக்குறுதி நான் கருப்பு பணத்தை ஒழிப்பேன் நான் வந்தால், என்று சொன்னீர்களே என்று சொன்னபோது அமித்ஷா எழுந்து சொன்னார் ஜும்லா என்றார். எனக்கு அதெல்லாம் தெரியாது பின்னர் நான் அடுத்து பேசுகிற போது, பக்கத்திலிருந்த வடமாநில உறுப்பினரைக் கேட்டேன். அது என்ன வாட் இஸ் “ஜும்லா?” அதற்கு “ஜும்லானா” சும்மா. தேர்தலுக்காக வேண்டி என்று பொருள். அதே மாதிரி இப்போது எனக்கு இங்கே இந்த வழக்கறிஞர் உதவிக்கொண்டிருக்கிறார். நாங்கள் அங்கே நம் கட்சியின் மூத்த வழக்கறிஞர்

என்.ஆர்.இளங்கோவன் அவர்களை அதை நியமிக்கப்பட்ட குழுவில் உறுப்பினராக நியமித்து அங்கே அவர் பல திருத்தங்களைக் கொடுத்தார். ஆனாலும் அவர்களின் பெரும்பான்மை பலத்தினால் இப்போது சட்டமாகிவிட்டது. இப்போது முக்கியமான சில காரணங்கள் வேண்டி நடைபெற இருக்கிற தேர்தலில் இந்தியா கூட்டணி வெற்றி பெற்றாக வேண்டும். முக்கியமாக இவர்கள் நிறைவேற்றி இருக்கிற பல பயங்கரவாத சட்டங்களை அகற்ற வேண்டும். மாற்ற வேண்டும். மாநில உரிமைகளை மீட்டெடுக்க வேண்டும். மறுபடியும் இந்தியன் பினல் கோடு வரணும். கிரிமினல் ப்ரொசீஜர் கோட் வரணும். எவிடன்ஸ் ஆக்ட் வரணும். இது மாதிரி நிறைய இருக்கு சட்டங்கள் எல்லாம் திருத்தணும். இது தவிர எங்களுக்கும் சில ஏக்கங்கள் இருக்கு.

இந்தப் புதிய நாடாளுமன்ற கட்டிடத்தில் இருந்து பழைய நாடாளுமன்ற கட்டிடத்திற்குப் போகணும். ஏன் உங்களுக்கெல்லாம் தெரியாது? பழைய நாடாளுமன்ற கட்டிடம் வெள்ளைக்காரனால் கட்டப்பட்டு ஒரு நூறு ஆண்டுகள் ஆகுகின்றது. மிகவும் பழையதாகிவிட்டது என்று சொல்லி புதிதாக ஒன்றை மிகுந்த பொருட்செலவில் கட்டினார்கள். பிரிட்டன் நாடாளுமன்றக் கட்டிடம் 300 ஆண்டுகள் பழமையானது. ஆனால் அதையே மீண்டும் புதுப்பித்துக் கொண்டிருக்கிறார்கள். பழைய கட்டடத்தில் உறுப்பினர்கள் நெருங்கி உட்கார்ந்திருப்பார்கள். வசதியெல்லாம் பார்ப்பதில்லை. அங்கே பிரதமரும் அமைச்சரும் நெருங்கி உட்கார்ந்திருப்பார்கள். அருமையான கட்டடம் நம்முடைய அந்த நாடாளுமன்ற கட்டடம். வலது பக்கம் மக்களவை இருக்கும். இடது பக்கம் மாநிலங்களவை இருக்கும். இரண்டு அவையிலே இருக்கிற உறுப்பினர்களும் சங்கமிக்கின்ற இடம் மைய மண்டபம். அங்கேதான் அரசியல் சட்ட நிர்ணய சபை மூன்றாண்டுகள் உட்கார்ந்து விவாதித்து, அதே மண்டபத்தில்தான் அரசியல் சட்டம் நிறைவேறியது. அங்கே தான் குடியரசுத் தலைவர் பேசுவார். அங்கேதான் வெளிநாட்டுத் தலைவர்கள் வந்தால் பேசுவார்கள், நாங்கள் இரண்டு அவை உறுப்பினர்களும் சங்கமிக்கிற இடம், கலந்துரையாடுகிற இடம், அறிமுகம் செய்து கொள்கிற இடம். இல்லாவிட்டால் ஒருவருக்கொருவர் சம்பந்தமே இருக்காது. அமைச்சர்கள் இங்கும் அங்கும் சென்று கொண்டிருப்பார்கள். அமைச்சர்கள் எல்லாம் எங்களோடு அமர்ந்து தேநீர் அருந்துவார்கள். நட்பு உணர்வோடு பேசிக் கொண்டிருப்பார்கள்.

நேரு பிரதமராக இருந்தபோது அங்கே வந்து உட்கார்ந்து எல்லாம் பேசியிருக்கிறார் என்று கேள்விப்பட்டிருக்கிறோம். பெரிய பெரிய தலைவர்கள் எல்லாம் அங்கே உட்கார்ந்து இருந்ததை நானும் பார்த்து இருக்கிறேன். இப்போது புதிதாக கட்டப்பட்டிருக்கிற நாடாளுமன்றத்தில் மைய மண்டபம் கிடையாது. ஏன் தெரியுமா? இந்த இரண்டு அவை உறுப்பினர்களும் சந்திக்கக் கூடாது என்கிற நல்ல எண்ணம் ஐயா நரேந்திர மோடி அவர்களுக்கு. அதைவிட அது எப்படி இருக்கிறது தெரியுமா? நாங்கள் மிகவும் ஆராய்ச்சி செய்து கண்டுபிடித்தது சினிமா தியேட்டர் மாதிரி இருக்கின்றது. நாடாளுமன்ற அவை என்ற உணர்வு வருவதே இல்லை. முன்பெல்லாம் பக்கத்திலிருப்பவரோடு எளிதாக பேசலாம், பின்னாடி திரும்பிப் பார்த்தால் அடுத்த வரிசையில் இருக்கிறவர்கள்கூட எளிதாகப் பேசலாம். இப்பொழுது எழுந்து போய்தான் பின்வரிசையில் இருப்பவரோடு பேச முடியும்.

இரண்டாவது அங்கா முன்னால் இருக்கின்ற இடம் WELL என்று சொல்வார்கள். இன்று அது உண்மையிலேயே கிணறுபோலவே ஐந்தாறு படி இறங்கினால் மட்டுமே போக முடியும். அவைத் தலைவர் இராவணன் மாதிரி மேலே உட்கார்ந்திருப்பார். அவரே தலையை

உயர்த்தி அண்ணாந்து பார்க்கவேண்டி இருக்கு. அவையில் இன்னொருப் பக்கத்தில் இருக்கிறவர் கண்ணுக்குத் தெரிவதில்லை. அளவுக்கதிமாக மிகப் பெரியதாக கட்டிவைத்து ஒருவருக்கொருவர் தொடர்பில்லாமல் செய்துவிட்டார்கள். எதிரொலி வருகிறது. WE DONT HAVE THE FELLING OF THE PARLIAMENT. அந்த நாடாளுமன்ற கட்டடத்தில் இருக்கும்போது ஒரு சிலிர்ப்பு வரும். அது ஒரு ELITE PLACEல் நாம் இருக்கோம். இங்கேதான் அம்பேத்கர் இருந்தார், இங்கே தான் அண்ணா இருந்தார், இங்கேதான் லோகியா இருந்தார், இங்கேதான் நேரு இருந்தார், இங்கேதான் பெரிய பெரிய தலைவர்கள் கிருபளானி மது தண்டவதே எல்லாரும் வரலாற்று சிறப்புமிக்க உரை நிகழ்த்தியிருக்கிறார்கள். இப்போது நாங்கள் அங்கு செல்கிறபோது ஏற்படக்கூடிய உணர்வு ஒவ்வொரு முறையும் ஒரு சிலிர்ப்பு ஏற்படும்.

நீங்கள் வந்தால் பார்க்கலாம் பழைய நாடாளுமன்ற கட்டடத்தையும் பார்க்கலாம், இதையும் நாங்கள் காட்டுகிறோம். இதைப் பார்த்தால் உங்களுக்கே உண்மையில் ஓர் சிலிர்ப்பு வரும். அதைப் பார்த்தால் சினிமா கொட்டகை மாதிரி இருக்கும். இதுபோன்ற காரணத்தால் நாட்டு மக்களுக்குச் சொல்வது என்னவென்றால் சட்டங்களைத் திருத்த வேண்டும், இந்தியாவினுடைய தனித்தன்மை இதனுடைய ஒற்றுமை, ஒருமைப்பாடு, எல்லாவற்றிற்கும் மேலாக மதச்சார்பின்மை கூட்டாட்சி தத்துவம் இதற்கெல்லாம் மேல் தனிப்பட்ட முறையில் எங்களுக்குப் பழைய நாடாளுமன்ற கட்டடத்தில் அவை நடத்திட வேண்டும். இதற்காக இந்த வருகின்ற தேர்தலில் நாம் அனைவரும் வெற்றி பெற்றாக வேண்டும். நான் விளையாட்டுக்கு சொன்னதாகக் கருதாதீர்கள்; இது மாதிரி நிறைய வேலைகள் செய்திருக்கிறார்கள். ஏன் இதை அவர் செய்தார் என்று நாங்களாகவே யோசித்து கண்டுபிடித்த காரணம். பிரதமர் நரேந்திர மோடி அவர்கள் HAS NEVER BEEN A MEMBER OF PARLIAMENT எங்களை மாதிரியெல்லாம் ஒரு சாதாரணமாக எம்பியாக இருந்தது இல்லை; வரும்போது நேரடியாக பிரதமராகத்தான் உள்ளே வந்தார். என்னிடம் ஒரு முறை தனிப்பட்ட முறையில் சொல்லியிருக்கிறார். "நான் முதலமைச்சராகி தான் சட்டமன்ற உறுப்பினரானேன். இங்கே நுழைகிறபோதே நான் பிரதமராகத்தான் வந்தேன். ஆனால் என்னுடைய அரசியல் அனுபவம் வேறு என்று கூறினார்." அவர் சாதாரண உறுப்பினராக இருந்திருந்தால் மைய மண்டபம் என்றால் என்ன? என்று தெரிந்திருக்கும். எவ்வளவு நட்புணர்வு அங்கே இருக்கும்; எவ்வளவு சமரசம் இருக்கும்; எப்படி கட்சிகளை கடந்த ஒரு அனுபவம் இருக்கின்ற இது அவருக்கும் தெரிந்திருக்கும். அந்த அனுபவம் மோடிக்கும் கிடையாது. ஐயா அமித்ஷாவுக்கும் கிடையாது. அதனால் இவர்கள் இதை கட்டுவதற்கு ஒரு டாட்டா கம்பெனியிடம் கொடுத்து அவர்கள் கட்டினதை அழகா கட்டிட்டு போய் விட்டார்கள். அதைவிட கொடுமை கீழே பார்த்தால் தாமரைப் பூ. மேலே பார்த்தால் தாமரைப் பூ. அவைத் தலைவர் நாற்காலிக்குப் பின்னால் ஒரு பெரிய தாமரைப் பூ. இப்படி எங்கு பார்த்தாலும் ரொம்ப தந்திரமாக தாமரைப்பூவைக் கொண்டு வந்து வைத்திருக்கிறார்கள். எல்லாவற்றையும் பார்த்துக்கொண்டுதான் இருக்கிறோம்.

காலம் கனியட்டும் என்று அது உங்கள் கரங்களில் தான் இருக்கிறது. நான் தொடக்கத்தில் சொன்னேன்: நடைமுறை அரசியலை பேசவில்லை என்ற காரணத்தால்தான் இதை மட்டும் சொன்னேன். தேர்தல் வெற்றி என்பது ரொம்ப இன்றியமையாதது. இந்தத் தேர்தல் எப்பொழுதும் போல் வந்துபோகிற தேர்தல் அல்ல, இந்திய நாடு எதிர்காலத்தில் உலகத்தின் ஒரு சிறந்த ஜனநாயக நாடாக இருக்கப் போகிறதா? அல்லது அதிபர் ஆட்சி முறையை நோக்கிச் செல்லப் போகிறதா? என்ற கேள்வி உங்கள் முன்னால். நாடாளுமன்ற ஜனநாயகம் இருக்கப் போகிறதா? இல்லையா? என்பதுதான்.

எல்லாவற்றிற்கும் மேலாக நாங்கள் இந்த முறை ஆட்சிக்கு வந்தால் செய்யப் போகிற காரியங்கள் நிறைய இருக்கிறது நீட் தேர்வுக்கு விலக்கு வாங்கியாக வேண்டும். தமிழை

ஆட்சி மொழியாக்கிவிட வேண்டும். பல கடமைகள் இருக்கின்றன; முக்கியமாக நான் இளைஞர்களுக்கு மீண்டும் சொல்லுவேன், மொழிப் போர் வரலாற்றினை மொழியின் தொன்மையை தமிழின் சிறப்பையெல்லாம் விரிவாகச் சொன்னது எதற்கென்றால் தெளிவாகப் புரிந்துகொள்ளுங்கள். இந்த இந்தி எதிர்ப்பு கனல் அணையவில்லை. சில வேர் உயிர்த் தியாகத்தோடு இந்தப் போர் முடிந்து போகவில்லை. தொடரும்! நாம் இந்த இலட்சியத்தை வென்றெடுக்கின்ற வரை. அப்படிப்பட்ட போராட்டத்தில் கடந்த காலத்திலே ஒரு தலைமுறை இப்பொழுது, ஒரு தலைமுறை அடுத்து வருகிற தலைமுறை என்று தொடர்ந்து இந்த இலட்சிய சுடரை ஏந்திச் செல்ல வேண்டும்.

இந்தியாவை, தமிழ்நாட்டை, தமிழ்நாட்டில் இருக்கின்ற தமிழர்களை, தமிழ் மொழியைக் காப்பாற்றுவதில் முதல் முன்னணிப் படை வரிசை என்பது திராவிட முன்னேற்றக் கழகம் கருப்பு, சிவப்பு கொடி படை வீரர்களும் என்பதை நீங்கள் மனதில் கொள்ளுங்கள் என்று கேட்டு, இந்த நல்ல வாய்ப்பிற்கு நன்றி கூறி கும்மிடிப்பூண்டியிலே ரொம்ப நாளைக்குப் பிறகு உங்கள் முன்னால் உரையாற்றி இவ்வளவு நேரம் இந்தக் கூட்டம் கலையாமல்... இதுவே இந்தக் கூட்டத்திற்கான வெற்றி என்பதை உணர்ந்தவனாக... வேணு இருந்திருந்தால் இந்தக் கூட்டத்தை எப்படி ரசித்து இருப்பார் என்று உணர்ந்தவனாக... இந்த வீர தியாகிகளை அந்த வரிசைகளைப் போற்றுவதோடு நம்முடைய கடமையை மனதிலே நிறுத்துங்கள்! என்று கூறி வாய்ப்புக்கு நன்றி கூறி, இந்த ஏற்பாட்டை செய்த மாவட்ட செயலாளருக்கு நன்றி கூறி விடைபெறுகிறேன் நன்றி!

கருத்து பகிர விரும்புவோருக்கு...

tiruchisiva@gmail.com